"अविस्मरणीय कादंबरी... एक प्रेमकथा, ज्यातील पात्रे वाचकाच्या मनावर ठसतात."

– **पॅटी रुले,** यूएसए टुडे

"ही कादंबरी म्हणजे चमत्कारच आहे. यातील विश्व दैनंदिन कामकाजात हळुवार क्षण व आनंद निर्माण करते."

– **नीलांजना रॉय,** बिझनेस स्टॅन्डर्ड

"रॉय यांच्या लेखणीत वास्तव मांडण्याची जी ताकद आहे, तशी ताकद अगदी मोजक्याच लेखकांमध्ये असते."

– **ताबिश खैर,** द हिंदू

"रॉय यांची कादंबरी वाचकाला खिळवून ठेवते. मानवी स्वभाव, विलक्षण पात्रे व भाषाशैली असलेली ही कादंबरी प्रतीक्षा करण्याजोगीच होती."

– **सारा बेगले,** टाइम

"मंत्रमुग्ध करणारी, सुरेल व सुंदर शैलीतील कादंबरी. रॉय यांनी एका रहस्यमय प्रेमकथेचे चित्रण एखाद्या चित्रपटाप्रमाणे केले आहे."

– **माचिको ककुतानी,** न्यू यॉर्क टाइम्स

"सशक्त व मर्मस्पर्शी... उत्कृष्ट गद्यलेखन ही रॉय यांची अनोखी खासियत आहे. रॉय यांच्या जगतात, फुटपाथवरच्या भेगांमध्ये फुले उमलावीत तसे प्रतिकूल परिस्थितीतही उमलणारे प्रेम व आशावाद आहे."

– **हेलर मॅकालपिन,** सॅन फ्रान्सिस्को क्रॉनिकल

"अतिशय सुंदर पुस्तक... रॉय यांची लेखनशैली अप्रतिम आहे. या कादंबरीची छाप मनावर उमटते."

– **लॉरा मिरर,** स्लेट

गुंतागुंतीचा उत्कंठावर्धक भावनिक खेळ...

दैनिक लोकमत ०२-०२-२०२०

द मिनिस्ट्री ऑफ अटमोस्ट हॅपिनेस

अरुंधती रॉय

अनुवाद
सुप्रिया वकील

मेहता पब्लिशिंग हाऊस

please contact us at **Mehta Publishing House,** Pune 411030.
✆ +91 020-24476924 / 24460313 / Mob. No. 9545000513
Email : production@mehtapublishinghouse.com
Website : www.mehtapublishinghouse.com

Translated into Marathi Language by Supriya Vakil

द मिनिस्ट्री ऑफ अटमोस्ट हॅपिनेस / अनुवादित कादंबरी

अनुवाद : सुप्रिया वकील
Email : author@mehtapublishinghouse.com

प्रकाशक : सुनील अनिल मेहता, मेहता पब्लिशिंग हाऊस,
१९४१, सदाशिव पेठ, माडीवाले कॉलनी, पुणे ४११०३०

मुद्रक : ट्रिनिटी अ‍ॅकॅडमी फॉर कॉर्पोरेट ट्रेनिंग लिमिटेड

मुखपृष्ठ : पेंग्विन रॅण्डम हाऊस इंडिया यांच्या सौजन्याने

प्रथमावृत्ती : जानेवारी, २०२०

किंमत : ₹ ५५०

P Book ISBN 9789353173999
E Book ISBN 9789353174002
E Books available on : amazonkindle Apple Books Google Play Books

अस्वस्थ आत्म्यांना...

यानी सारा मामला दिल का है...

— नाज़िम हिकमत

अनुक्रमणिका

म्हातारे पक्षी मरण्यासाठी कुठे जातात? । १
ख्वाबगाह । ४
जन्म । ८४
डॉ. आझाद भारतीय । १११
एक हलकाफुलका पाठलाग । १२०
नंतरसाठी काही प्रश्न । १२४
घरमालक । १२६
भाडेकरू । १९१
मिस जबीन द फर्स्टचा अकाली मृत्यू । २७८
असीम आनंदाचा पंथ । ३५५
घरमालक । ३८२
ग्यूह कायोम । ३८९

संधिकालाची जादुई वेळ... सूर्य अस्ताला गेलेला असतो; पण अजून उजेड असतो. जुन्या कब्रस्तानातल्या वडाच्या झाडांमधून मोठमोठ्या वटवाघळांच्या झुंडी निसटून शहराच्या दिशेनं निघतात; धुरांच्या लोटांसारख्या. वटवाघळं बाहेर पडतात तेव्हा कावळे घरी परततात. हरवलेल्या चिमण्यांमुळे आणि कोट्यवधी वर्षांपासून मृतांची राखण करणाऱ्या, पण आता नाहीशा केलेल्या पांढऱ्या पाठीच्या गिधाडांमुळे भरून राहिलेली शांतता कावळ्यांच्या कलकलटानं पुरती मोडत नाही. डायक्लोफेनॅकच्या विषबाधेनं गिधाडं मेली होती. स्नायू शिथिल करणारं, वेदनाशामक व दूध वाढवणारं औषध म्हणून गुरांना दिलं जाणारं डायक्लोफेनॅक, काऊ-ॲस्पिरिन पांढऱ्या पाठीच्या गिधाडांसाठी प्राणघातक ठरलं. रासायनिक वेदनाशामकांनी वेदना विसरलेली दुभती गाय वा म्हैस मेल्यानंतर गिधाडांसाठी विषारी खाद्य बनली. गुरं जसजशी अधिक प्रभावी डेअरी-यंत्रात परिवर्तित होऊ लागली, जसंजसं शहर अधिक आइसक्रीम क्रन्च, नटी-बडी आणि चॉकलेट चिप्स खाऊ लागलं, अधिक मँगो मिल्कशेक पिऊ लागलं, तसतशा गिधाडांच्या माना लुळ्या पडू लागल्या. जणू ती खूप शिणली असावीत आणि त्यांना झोप आवरत नसावी... त्यांच्या चोचींतून लाळेची रुपेरी तार गळू लागली आणि एकेक करत ती गिधाडं फांद्यांवरून धडाधडा खाली कोसळली... अगदी निष्प्राण.

या स्नेहशील म्हाताऱ्या पक्ष्यांच्या जाण्याकडे बहुतेकांचं लक्षच गेलं नाही... तशा लक्ष देण्यासाठी इतर बऱ्याच गोष्टी होत्या.

एक

म्हातारे पक्षी मरण्यासाठी कुठे जातात?

ती कब्रस्तानात राहायची, झाडासारखी. पहाटे ती कावळ्यांना तिथून बाहेर पडताना निरोप देई आणि घरी परतणाऱ्या वटवाघळांचं स्वागत करी. संध्याकाळी ती याच्या नेमकं उलट करत असे. या दोन पाळ्यांच्या दरम्यान ती तिच्या उंच शाखांवर लोंबकळणाऱ्या गिधाडांच्या भुतांशी गप्पाटप्पा करत असे. त्यांच्या पंजांची अलवार पकड तिला, शरीराचा एखादा अवयव कापल्यानंतर जी वेदना होते, तशी वाटत असे. तिला वाटायचं की, इथल्या कहाणीतून बाहेर पडल्याबद्दल आणि इथं त्यांची कोणतीही भूमिका शिल्लक नसल्याबद्दल त्यांना कसलाही खेद नव्हता.

पहिल्यांदा इथं आल्यानंतर, ती कित्येक महिने विनाकारण थोडंफार क्रौर्य सोसत राहिली, एखाद्या झाडासारखी... जराही न हलता. एखाद्या लहान मुलानं दगड फेकला किंवा कुणी खोडावर शिव्या गोंदवल्या तरीही जराही मान उंचावून न पाहणाऱ्या झाडासारखी. लोक तिला नावं ठेवत होते – बिनसर्कशीचा विदूषक, बिनराजवाड्याची राणी – तेव्हासुद्धा तिनं ते दुखरे डंख तिच्या फांद्यांमधून वाहू दिले वाऱ्याच्या झुळकीसारखे... आणि सळसळत्या पाचोळ्याचं संगीत वापरलं, बामसारखं... वेदनेवर फुंकर घालण्यासाठी.

एके काळी फतेहपुरी मशिदीत नमाज पडण्याचा मान असणारे अंध इमाम जियाउद्दिन यांनी तिच्याशी मैत्री केल्यानंतर आणि ते तिच्याकडे येऊ लागल्यानंतर आजूबाजूच्या लोकांनी ठरवलं की, आता तिला शांतपणे जगू देण्याची वेळ आली आहे.

फार पूर्वी, इंग्रजी जाणणाऱ्या एका माणसानं तिला सांगितलं होतं की तुझं नाव (इंग्रजीत) उलट लिहिलं की ते 'मजनू' होतं. तो म्हणाला होता की, लैला-मजनूच्या गोष्टीचं इंग्रजी रूपांतर केलं तर मजनूचं नाव होईल 'रोमिओ' आणि लैलाचं 'ज्यूलिएट'. तिला याची फार गंमत वाटली होती.

तिनं विचारलं होतं, "म्हणजे, मी त्यांच्या गोष्टीची 'खिचडी' केली आहे?"

"लैला प्रत्यक्षात मजनू आहे आणि रोमी ही खरी ज्यूली आहे, हे त्यांना जेव्हा कळेल तेव्हा ते काय करतील?"

तो इंग्रजी जाणणारा माणूस तिला पुन्हा भेटला, तेव्हा तो तिला म्हणाला की, 'माझी चूक झाली. तुझं नाव इंग्रजीत उलट लिहिलं की ते 'मुजना' होईल... Anjum ... Mujna... पण हे काही नाव नाही आणि त्याला काहीच अर्थही नाही.'

त्यावर ती म्हणाली होती, "काही फरक पडत नाही. त्या सगळ्या व्यक्ती म्हणजे मीच आहे. मीच रोमी आणि ज्यूली आहे. मीच लैला आणि मजनू आहे आणि मुजनाही का नाही? माझं नाव अन्जुम आहे असं कोण म्हणतं? मी अन्जुम नाही, मी अन्जुमन आहे. मी 'मेहफिल' आहे... सगळ्यांची... आणि तरीही कुणाचीच नाही. सगळ्या गोष्टींची आणि कुठल्याच गोष्टीची नाही. तुला आमंत्रण द्यायचं आहे असं आणखी कुणी आहे का? सर्व जण आमंत्रित आहेत."

त्यावर तो इंग्रजी जाणणारा माणूस म्हणाला होता की, "तुझं हे उत्तर खूप हुशारीचं आहे. मला कधी सुचलंच नसतं." त्यावर ती म्हणाली होती, "तुझ्या उर्दूचा दर्जा पाहता, तुला कसं सुचेल ते? तुला काय वाटतं? केवळ इंग्रजी येतं म्हणून माणूस आपलं आपण बुद्धिमान होतं?"

त्यावर तो हसला होता. त्याच्या हसण्यावर ती हसली. मग त्यांनी फिल्टर सिगारेट आळीपाळीनं ओढली. विल्स नेव्ही कट सिगारेटी आखूड आणि अपुऱ्या असल्याची व किमतीइतक्या लायकीच्या नसल्याची त्यानं तक्रार केली. प्रत्युत्तरादाखल ती म्हणाली, "'फोर स्क्वेअर' किंवा खास मर्दांच्या 'रेड अॅन्ड व्हाइट'पेक्षा माझी कधीही त्यांनाच पसंती असते."

आता तिला त्याचं नाव आठवतं नव्हतं. बहुधा ते तिला कधी माहीतच नव्हतं. इंग्रजी जाणणाऱ्या त्या माणसाला जिथं जायचं होतं तिथं जाऊन आता खूप काळ लोटला होता. आता ती सरकारी दवाखान्यामागच्या कब्रस्तानात राहत होती. तिच्या सोबतीला होती तिची 'गोदरेज'ची लोखंडी अलमारी. त्यात तिनं तिचं संगीत ठेवलं होतं. ओरखडे उठलेल्या रेकॉर्डी आणि टेप... एक जुनी संवादिनी, तिचे कपडे, दागदागिने, तिच्या वडिलांचे कवितासंग्रह, तिचे फोटो अल्बम्स आणि वृत्तपत्रांची काही कात्रणं... ख्वाबगाहमधल्या आगीतून वाचलेली. त्या अलमारीची किल्ली तिनं एका वाकलेल्या चांदीच्या दातकोरण्यासोबत गळ्यातल्या काळ्या दोऱ्यात अडकवली होती. ती विरविरीत झालेल्या पर्शियन गालिच्यावर झोपायची. तो गालिचा ती दिवसा कुलूपबंद ठेवायची आणि रात्री दोन कबरींच्या मध्ये अंथरायची (एक खासगीतला विनोद सांगायचा तर, सलग दोन रात्री त्याच दोन कबरींच्या मध्ये ती कधीच झोपली नाही.) ती अजूनही सिगारेटी फुंकायची. अजूनही 'नेव्ही कट'च.

एका सकाळी ती वृद्ध इमामांना वर्तमानपत्र वाचून दाखवत होती. त्यांचं त्याकडे लक्ष नव्हतं हे स्पष्ट कळत होतं. त्यांनी वातावरण ढवळत विचारलं, "तुमच्यातल्या हिंदूंचंसुद्धा दफन केलं जातं, दहन नाही, हे खरं आहे का?"

संकटाची चाहूल ओळखून तिनं आडवळणी उत्तर दिलं. "खरं? खरं म्हणजे काय? सत्य म्हणजे काय?"

आपल्या चौकशीवर अडून राहत इमामांनी यंत्रवत प्रतिक्रिया दिली, "सच खुदा है, खुदा ही सच है।"

सत्य म्हणजेच ईश्वर. ईश्वर म्हणजेच सत्य. महामार्गावरून घोंघावत जाणाऱ्या ट्रकांच्या मागच्या बाजूला रंगवलेलं असतं तशा प्रकारचं ज्ञान.

मग त्यांनी त्यांचे अधू डोळे बारीक करून हळू आवाजात चतुर प्रश्न केला, "मला सांग, तुम्ही लोक मरता तेव्हा ते तुम्हाला कुठं पुरतात? मृतदेहांना अंघोळ कोण घालतं? नमाज़ें-जनाज़ा कोण म्हणतं?"

अन्जुम बराच वेळ काहीच बोलली नाही. मग ती पुढे झुकून त्यांच्यासारख्याच हळू आवाजात उत्तरली, "इमाम साहिब, लोक जेव्हा रंगाबद्दल बोलतात... म्हणजे लाल, निळा, केशरी... जेव्हा ते सूर्यास्तावेळच्या आकाशाचं किंवा रमजान दरम्यानच्या चंद्रोदयाचं वर्णन करतात... तेव्हा तुमच्या मेंदूत काय विचार असतात?"

एकमेकांना अशा प्रकारे खोलवर घायाळ करून, अगदी प्राणघातकपणे... ते दोघं मूकपणे शेजारी शेजारी बसले... कुणाच्या तरी गरम कबरीवर... भळभळत्या जखमांसह अखेर अन्जुमनंच मौनाची दरी मिटवली.

"मला सांगा," ती म्हणाली, "तुम्ही इमाम साहिब आहात, मी नाही. म्हातारे पक्षी मरायला कुठं जातात? आभाळातून दगड पडल्यासारखे ते आपल्यावर येऊन पडतात का? आपण रस्त्यावरून जाताना त्यांच्या मृतदेहांपाशी अडखळतो का? ज्या सर्वसाक्षी परमेश्वरानं आपल्याला या पृथ्वीवर पाठवलं आहे, त्यानं आपल्याला इथून नेण्याच्या योग्य व्यवस्था केल्या आहेत, असं तुम्हाला नाही वाटत?"

त्या दिवशी इमामांची तिथली फेरी नेहमीपेक्षा लवकर आटोपली. अन्जुमनं त्यांना जाताना पाहिलं... कबरींमधून टक टक टक आवाज करत, रस्ता काढत. वाटेत दारूच्या रिकाम्या बाटल्या आणि वापरून फेकलेल्या सिरिंजच्या कचऱ्यातून जाताना त्यांची काठी त्यावर आदळून संगीत निर्माण करत होती. तिनं त्यांना थांबवलं नाही. तिला माहीत होतं, ते परत येणार. त्यांनी कितीही आव आणला तरी पाहताक्षणीच त्यांचा एकटेपणा तिच्या लक्षात आला होता. तिला त्यांची जितकी गरज होती तितकीच तिच्या छायेची त्यांना गरज होती, ही गोष्ट कशी कोण जाणे पण तिला जाणवली होती. अनुभवातून ती शिकली होती की, गरज हे इतकं मोठं गोदाम असतं, की त्यात खूप प्रमाणात क्रौर्य मावू शकतं.

अन्जुम ख्वाबगाहमधून जरी गोडीगुलाबीत वगैरे बाहेर पडली नसली, तरी त्याची स्वप्ने व त्याची गुपिते फोडायला ती काही तिची एकटीची मक्तेदारी नव्हती.

दोन

ख्वाबगाह

पाच मुलांमध्ये ती चौथी होती. तिचा जन्म जानेवारीतला, गोठवणाऱ्या थंडीतला. वीज गायब असल्यामुळे दिव्याच्या उजेडातला. दिल्लीतल्या तटबंदीमुळे बंदिस्त असलेल्या शाहजहानाबाद या भागातला. अहलाम बाजी या सुईणीनं तिच्या आईचं बाळंतपण केलं आणि दोन शालींमध्ये गुंडाळलेला तिचा इवलासा जीव आईच्या मांडीवर ठेवत तिनं सांगितलं, मुलगा झाला. आजूबाजूची परिस्थिती पाहता, तिची चूक समजण्यासारखी होती.

जहाँआरा बेगमला पहिल्यांदा दिवस गेले तेव्हा, तिनं व तिच्या नवऱ्यानं ठरवलं होतं की, जर आपल्याला मुलगा झाला तर त्याचं नाव आफताब ठेवायचं. त्यांना तिन्ही मुलीच झाल्या होत्या. ते त्यांच्या आफताबची सहा वर्षं वाट पाहत होते. आफताबचा जन्म झाला ती रात्र जहाँआरा बेगमच्या आयुष्यातली सर्वांत आनंदाची रात्र होती.

दुसऱ्या दिवशी सकाळी, सूर्य उगवल्यानंतर, खोली हळूहळू उबदार झाल्यानंतर तिनं छोट्याशा आफताबला शालीतून बाहेर काढलं. ती त्याचा इवलासा देह पाहू लागली...डोळे, नाक, डोकं, मान, काखा, बोटं, पायांची बोटं... अजिबात घाई न करता. त्याच वेळी तिला त्याच्या पुरुषी अवयवांच्या खाली दडलेला इवलासा, अजून आकार न आलेला, पण निःसंशय बायकी अवयव दिसला.

आपल्या पोटच्या बाळाची आईला भीती वाटणं शक्य आहे का? पण जहाँआरा बेगमला भीती वाटली. तिची पहिली प्रतिक्रिया होती, काळीज आवळल्यासारखं, आणि हाडांची राख झाल्यासारखं वाटण्याची. तिची दुसरी प्रतिक्रिया होती ती आपला काही गैरसमज झालेला नाही याची खात्री करण्यासाठी पुन्हा नीट पाहण्याची. तिची तिसरी प्रतिक्रिया होती, आपल्याच बाळापासून तोंड फिरवून मागं सरकण्याची; परिणामतः तिच्या पोटात आवळून आलं आणि पायांमधून विष्ठेचा पातळ प्रवाह ओघळून गेला. तिची चौथी प्रतिक्रिया म्हणजे स्वत:ला व बाळाला संपवण्याचा विचार. तिची पाचवी प्रतिक्रिया होती, बाळाला उचलून त्याला छातीशी घट्ट

धरण्याची. पण त्याच वेळी ती तिला माहीत असलेलं जग आणि तिला ज्या जगांच्या अस्तित्वाचीसुद्धा माहिती नव्हती ते जग यामधल्या दरीतून खाली कोसळली. त्या अत्यंत खोल विवरात, अंधारात भिरभिरताना, तिला आत्तापर्यंत ज्या गोष्टींची खात्री होती, त्या प्रत्येक गोष्टीचा–अगदी छोट्यात छोट्या गोष्टीपासून सर्वांत मोठ्या गोष्टीपर्यंतच्या गोष्टींचा –अर्थ कळायचं बंद झालं. उर्दूत, तिला येणाऱ्या या एकमात्र भाषेत, सगळ्या गोष्टींना, फक्त सजीवच नव्हे तर 'सगळ्या' गोष्टींना... गालिचे, कपडे, पुस्तकं, पेनं, वाद्यं... सगळ्याला लिंग होतं. प्रत्येक गोष्ट 'मर्दानी' तरी होती वा 'जनानी' तरी. पुरुष वा स्त्री. फक्त तिचं बाळ सोडून... प्रत्येक गोष्ट. त्याच्यासारख्यांसाठी एक शब्द असतो हे तिला अर्थातच माहीत होतं... *हिजडा.* खरंतर दोन शब्द... *हिजडा* आणि *किन्नर,* पण दोन शब्दांनी भाषा बनत नाही.

भाषेच्या चौकटीबाहेर जगणं शक्य होतं का? हा शब्द साहजिकच तिच्यासमोर शब्दांमध्ये किंवा एका सुबोध वाक्यात उभा राहिला नाही. बोलू न शकणाऱ्या बाळाच्या गुरगुरण्यासारखा सामोरा आला.

तिची सहावी प्रतिक्रिया होती, तिनं स्वत:ची स्वच्छता केली आणि आत्ता याबद्दल कुणालाच काही सांगायचं नाही असं ठरवलं. अगदी नवऱ्यालासुद्धा नाही. तिची सातवी प्रतिक्रिया ती आफताब शेजारी आडवी होऊन विश्रांती घेऊ लागली. स्वर्ग आणि नरक बनवल्यानंतर ख्रिश्चनांच्या 'गॉड' ने विश्रांती घेतली होती तशी. फरक एवढाच होता की, आपल्या निर्मितीला काही अर्थ दिल्यानंतर त्यानं ही विश्रांती घेतली होती; तर जहाँआरा बेगमनं जे काही निर्माण केलं होतं त्यामुळे तिची जगाविषयीची समज पूर्णपणे उलटसुलट झाल्यानंतर तिच्या नशिबी ही विश्रांती आली होती.

तशीही ही काही खरी योनी नाही, तिनं स्वत:ची समजूत घातली. तिचे मार्ग खुले नाहीत (तिनं तपासून पाहिलं होतं); ते फक्त एक उपांग आहे... छोटंसं, कदाचित ते मिटून जाईल, किंवा बरं होईल किंवा कसंही नाहीसं होईल. तिनं तिला माहीत असलेल्या प्रत्येक दर्ग्यापाशी प्रार्थना केली आणि तिच्यावर दया करण्यासाठी परमेश्वराची करुणा भाकली. तो दया दाखवेल. तिला माहिती होतं, परमेश्वर दया दाखवेल. कदाचित हीसुद्धा एका प्रकारे त्याची कृपाच असेल आणि तिला ते पूर्णपणे समजत नसेल.

तिला घराबाहेर पडता येऊ शकेल असं वाटल्याबरोबर, ती छोट्या आफताबला घेऊन हजरत सरमद शहीद दर्ग्याला गेली. तिच्या घरापासून ते अंतर चालत अगदी दहा मिनिटांवर होतं. तोवर तिला हजरत सरमद शहीद यांच्याविषयी काहीही माहिती नव्हतं. त्यांच्या दर्ग्याच्या दिशेनं तिची पावलं इतकी खात्रीनं का वळली, याचीही

तिला कल्पना नव्हती. बहुधा त्यांनी तिला बोलावून घेतलं असावं किंवा मीनाबझारला जाताना वाटेत दिसणाऱ्या चमत्कारिक लोकांकडे ती बहुधा ओढली गेली होती. यापूर्वी कधी ते लोक तिच्या वाटेत आले तर त्यांच्याकडे कटाक्षसुद्धा टाकण्याची तिनं तसदी घेतली नव्हती. पण अकस्मात, सगळ्या जगात ते तिला सर्वांत महत्त्वाचे वाटू लागले होते.

हजरत सरमद शहीद यांच्या दर्ग्याला भेट देणाऱ्या सर्वांनाच त्यांची कथा माहीत होती असं नाही. काहींना थोडंफार माहीत होतं, काहींना अजिबातच काही माहीत नव्हतं आणि काहींनी त्या कथेची स्वत:ची रूपं बनवली होती. बहुतेक जण त्यांना ओळखत होते ते ज्यूईश अर्मेनियन व्यापारी म्हणून. प्रेमाच्या शोधात ते पर्शियाहून दिल्लीला आले होते. फार थोड्या जणांना माहीत होतं की त्यांचा प्रेमी होता अभय चंद, त्यांना सिंधमध्ये भेटलेला हिंदू तरुण. त्यांनी ज्यूंच्या धर्माचा त्याग करून इस्लाम स्वीकारल्याचं बहुतेक जणांना माहीत होतं. त्यांच्या आध्यात्मिक शोधयात्रेत त्यांनी अखेर सनातनी इस्लामचाही त्याग केला. ते शाहजहानाबादच्या रस्त्यांवर नग्न फकीर म्हणून राहत असत. पुढं त्यांना सार्वजनिक देहदंड देण्यात आला ही गोष्ट बहुतेक जणांना माहीत होती. मात्र फार थोड्या लोकांना ही गोष्ट माहीत होती की, सार्वजनिक ठिकाणी नग्नावस्थेत राहण्याच्या गुन्ह्याबद्दल त्यांना देहदंड देण्यात आला नव्हता, तर त्यांच्या धर्मत्यागाच्या गुन्ह्याबद्दल त्यांना ही शिक्षा देण्यात आली. तत्कालीन सम्राट औरंगजेबानं सरमदना त्याच्या दरबारात हजर होण्याचं फर्मान काढलं आणि ते सच्चे मुस्लीम असल्याचं सिद्ध करण्यासाठी त्यांना कलिमा पढायला सांगितलं : *ला इल्लाह इल्ललाह, मोहम्मद उर रसूल अल्लाह* – अल्लाहखेरीज दुसरा कोणी देव नाही, आणि मोहम्मद त्यांचा दूत आहे.

नग्न हजरत सरमद शहीद लाल किल्ल्यातल्या शाही दरबारात काजी व मौलानांच्या पंचमंडळासमोर उभे राहिले. त्यांनी कलिमा पढायला सुरुवात करताच आभाळात फिरणारे ढग स्तब्ध झाले, उडणारे पक्षी जागीच थिजले आणि किल्ल्यात हवा दाट आणि दुर्भेद्य होऊ लागली. पण सुरुवात करतात न करतात तोच ते थांबले. त्यांनी फक्त *ला इल्लाह* एवढी सुरुवात म्हटली होती.

त्यांनी ठाम सांगितलं की, कोणी देव नाही. माझा आध्यात्मिक शोध पूर्ण होऊन मी पूर्ण मनापासून अल्लाहना स्वीकारत नाही, तोवर नाही. ते म्हणाले की, तोवर मी यापुढे जाऊ शकत नाही. कलिमा पढणे म्हणजे प्रार्थनेची फक्त चेष्टा केल्यासारखे होईल. मग काझींच्या पाठिंब्यानं औरंगजेबानं हजरत सरमद शहीद यांना देहदंड सुनावला.

यावरून असा अंदाज लावणं चुकीचं आहे की, हजरत सरमद शहीद यांची कहाणी जाणून न घेता त्यांना आदरांजली वाहायला गेलेले लोक अज्ञानी होते आणि

वास्तव व इतिहास दोन्हींविषयी त्यांच्या मनात कुठलाच आदर नव्हता. कारण दर्ग्याच्या आतमध्ये, हजरत सरमद शहीद यांचा विद्रोही आत्मा... उत्कट, स्पर्शगोचर आणि ऐतिहासिक संचितातील कोणत्याही गोष्टीपेक्षा अधिक सच्चा आत्मा... ज्यांना त्यांचे आशीर्वाद लाभले त्यांच्यासमोर प्रकट होई. त्यानं धार्मिक विधीपेक्षा आध्यात्मिकतेचा उत्सव साजरा केला (पण कधीही उपदेश केला नाही)... समृद्धीपेक्षा साधेपणाचा तसेच संपूर्ण विनाशाची शक्यता समोर दिसत असूनही उत्कट आणि ठाम प्रेमाचा पुरस्कार केला. शरण आलेल्यांना सरमद यांच्या आत्म्याने त्यांच्या कहाणीत हवे तसे फेरबदल करण्याची परवानगी दिली होती.

जहाँआरा बेगम त्या दर्ग्यात वरचेवर दिसू लागली. तिनं हजरत सरमद शहीद यांचा जामा मशिदीच्या पायऱ्यांवर कसा शिरच्छेद करण्यात आला याची कहाणी ऐकली (आणि नंतर ती पसरवलीही...). त्या वेळी तिथं त्यांच्यावर प्रेम करणाऱ्या लोकांचा अक्षरशः महासागर लोटला होता. ते सर्व जण त्यांना निरोप देण्यासाठी तिथं जमले होते... त्यांचं शीर धडापासून वेगळं केल्यानंतरही ते त्यांच्या प्रेमकविता म्हणत होते. आधुनिक काळातल्या एखाद्या मोटारसायकलस्वारानं हेल्मेट सहजपणे उचलून घ्यावं तसं त्यांनी त्यांचं बोलतं शीर उचलून घेतलं आणि ते पायऱ्या चढून जामा मशिदीत कसे गेले; आणि तिथून, तितक्याच सहजपणे थेट स्वर्गात कसे गेले... ती कहाणी . जहाँआरा सांगायची (ऐकण्याची इच्छा असलेल्या कुणालाही) की , त्यामुळेच हजरत सरमद शहीद यांच्या छोट्याशा दर्ग्यात (जामा मशिदीच्या पूर्वेकडील पायऱ्यांच्या तळाशी... जिथं त्यांचं रक्त सांडलं आणि त्याचं थारोळं साचलं त्याच जागी) जमीन लाल आहे, भिंती लाल आहेत आणि छतही लाल आहे. ती सांगायची की, आता या गोष्टीला तीनशे वर्षे उलटून गेली आहेत, पण हजरत सरमद शहीद यांचं रक्त धुऊन टाकता येत नाही. त्यांच्या दर्ग्याला कुठलाही रंग दिला तरी तो आपोआप पुन्हा लाल होतो, असंही ती ठामपणे सांगायची.

ती गर्दी कापत... अत्तरे व ताईत विक्रेते, यात्रेकरूंच्या बूट-चपलांचे रखवालदार, लुळेपांगळे, भिकारी, बेघर, ईदच्या दिवशी कापण्यासाठी गुबगुबीत केले जाणारे बकरे आणि दर्ग्याच्या बाहेर ताडपत्रीखाली निवास करणाऱ्या शांत, वयस्क हिजड्यांचा कळप या सगळ्या गर्दीतून, छोट्या लाल कक्षात प्रवेशली... तेव्हा एकदम शांत झाली. तिथं रस्त्यावरचे आवाज मंद होत गेले... ते कुठूनतरी दूरवरून आल्यासारखे वाटत होते. तिथं ती एका कोपऱ्यात बसली... तिचं बाळ तिच्या मांडीवर गाढ झोपलं होतं. ती माणसं निरखत होती... मुस्लीम, हिंदू, एकेकटे येणारे, जोडीनं येणारे, कबरीच्या भोवतीच्या कठड्याच्या जाळीला लाल धागे, लाल बांगड्या आणि कागदाच्या चिठ्ठ्या बांधून नवस बोलणारे, हजरत सरमद शहीदना आशीर्वाद देण्याची याचना करणारे. तिची नजर एका दुधी काचेसारख्या वृद्धाकडं गेली. शुष्क,

कागदी त्वचेचा आणि धुरकट दाढीचा तो वृद्ध हुंदक्यांनी गदगदत एका कोपऱ्यात बसून मूकपणे रडत होता... त्याचं काळीज विद्ध झालं असल्यासारखा. ते पाहताचा जहाँआरा बेगमनंही तिच्या अश्रूंना वाट मोकळी करून दिली. हा माझा मुलगा आहे, आफताब. ती हजरत सरमद शहीदना दबक्या आवाजात म्हणाली, *मी त्याला इथं तुमच्याकडं घेऊन आले आहे. त्याची काळजी घ्या आणि मला त्याच्यावर प्रेम कसं करायचं ते शिकवा.*

हजरत सरमद शहीदनी ते ऐकलं.

***

आफताबच्या आयुष्यातल्या सुरुवातीच्या काही वर्षांत, जहाँआरा बेगमचं गुपित सुरक्षित राहिलं. त्याचा तो बायकी अवयव 'भरून येण्याची' ती वाट पाहत राहिली. तिनं त्याला स्वतःच्या अगदी जवळ ठेवलं होतं आणि ती त्याला जपण्याच्या बाबतीत भलतीच दक्ष होती. तिच्या धाकट्या मुलाच्या-साकिबच्या-जन्मानंतरसुद्धा ती आफताबला एकट्याला तिच्यापासून जास्त दूर कुठं जाऊ देत नसे. मुलगा होण्याची प्रदीर्घ काळ व इतक्या आतुरतेनं वाट पाहत असलेल्या बाईचं हे वागणं कुणाला विचित्र वाटलं नाही.

आफताब पाच वर्षांचा झाल्यावर तो चूडीवालान गल्लीतल्या मुलांच्या उर्दू-हिंदी मदरशात जाऊ लागला. वर्षभरात त्याला कुरआनच्या बऱ्याच भागाचं अरबीत पठण करता येऊ लागलं. त्याला त्यातलं किती समजतंय ते मात्र कळलेलं नव्हतं, बाकी सगळ्या मुलांच्या बाबतीतही तसंच होतं. आफताब अभ्यासात सामान्य विद्यार्थ्यांपेक्षा हुशार होता. तो अगदी लहान असल्यापासूनच एक गोष्ट स्पष्ट होती, ती म्हणजे त्याला संगीताची खरीखुरी देणगी लाभली होती. मधुर, खरा गाण्याचा आवाज त्याला लाभला होता. एखादी चाल एकदा ऐकली की त्याला पाठ होत असे. मग त्याच्या आईवडिलांनी त्याला उस्ताद हमीद खाँ यांच्याकडे पाठवायचं ठरवलं. चांदनी महलमधल्या त्यांच्या दाटीवाटीच्या घरात ते मुलांना भारतीय शास्त्रीय संगीताचे धडे देत असत. ते उत्तम, तरुण संगीतकार होते. छोटा आफताब त्यांचा एक ताससुद्धा कधीच चुकवत नसे. तो नऊ वर्षांचा झाला तेव्हा तो राग यमन, दुर्गा व भैरव मधील बडा ख्याल चांगला वीस मिनिटे गाऊ शकत असे. पूरिया धनाश्रीची तान तर अशी घेत असे की, एखादा छोटासा खडा सरोवराच्या पृष्ठभागावरून झर्रकन निसटून जावा. लखनौच्या दरबारी तवायफच्या तयारीनं व आविर्भावात चैती व ठुमरी म्हणू शकत असे. सुरुवातीला, ते पाहताना लोकांची करमणूक होत असे, ते त्याला प्रोत्साहनसुद्धा देत असत; पण लवकरच इतर मुलांनी त्याला पाहून उपहासानं फिदिफिदी करायला आणि चिडवायला सुरुवात केली.

तो ती आहे. तो तो नाही किंवा ती ही नाही. तो तो आहे आणि तो ती ही आहे. तो तो. तो ती. He is She. She is he. हीऽ हीऽ ही!

ही चेष्टा असह्य झाल्यावर आफताबनं गाण्याच्या क्लासला जाणं बंद केलं; पण उस्ताद हमीदनी आपणहून त्याला स्वतंत्ररीत्या शिकवण्याची तयारी दाखवली. त्यांचा आफताबवर अतिशय जीव होता. अशाप्रकारे त्याचा गाण्याचा क्लास सुरू राहिला; पण आफताबनं इथून पुढं शाळेत जाणार नाही असं सांगून टाकलं. आत्तापर्यंत जहाँआरा बेगमच्या आशा जवळजवळ मावळल्याच होत्या. 'ते' भरून येण्याचं कसलंच चिन्ह कुठं क्षितिजावरसुद्धा नव्हतं. तिनं काही वर्षं निरनिराळ्या कल्पक सबबी पुढं करत त्याची सुंता लांबणीवर टाकली होती, पण पाठोपाठ छोटा साकिबही होताच. आता आपण हे लांबणीवर टाकू शकणार नाही हे तिच्या लक्षात आलं. अखेर, तिनं जे करायला हवं होतं ते केलं. तिनं धाडस एकवटून ही गोष्ट नवऱ्याच्या कानावर घातली. त्याला हे सांगताना तिचा बांध फुटला होता. ती दुःखानं गदगदून रडत होती, पण त्याच वेळी तिला हायसंही झालं होतं... तिचं दुःस्वप्न सांगायला तिला अखेर एकदाचं कुणीतरी मिळालं होतं.

तिचा नवरा – मुलाकात अली हकीम होता. वनौषधींचा डॉक्टर. तो उर्दू व पर्शियन कवितांचा प्रेमी होता. त्यानं आयुष्यभर हकीम अब्दुल मजिद या आणखी एका हकीम महोदयांच्या कुटुंबासाठी काम केलं होतं. हकीम अब्दुल मजिद म्हणजे 'रुहअफझा' या सरबताच्या सुप्रसिद्ध ब्रॅन्डचे संस्थापक (रुहअफझा या पर्शियन शब्दाचा अर्थ 'आत्म्यासाठी रामबाण औषध' असा आहे.) घोळाच्या बिया, द्राक्षे, संत्री, कलिंगडे, पुदिना, गाजरे, थोडा पालक, खसखस, दोन प्रकारच्या लिली आणि मखमली गुलाबांचा अर्क यांपासून बनवलेलं 'रुहअफझा' टॉनिक म्हणून बनवण्यात आलं होतं. मात्र या चमचमत्या लालचुटुक माणकाच्या रंगाच्या सिरपचे दोन चमचे थंडगार दुधात किंवा चक्क नुसत्या पाण्यात घातले की अतिशय चवदार पेय तयार होतं असं लोकांच्या लक्षात आलं. शिवाय दिल्लीच्या कडाक्याच्या उन्हाळ्यात आणि वाळवंटातल्या वाऱ्यामुळे येणाऱ्या विचित्र तापापासून बचाव करण्यासाठीही ते उपयुक्त होते. मुळात औषध म्हणून सुरू झालेले हे पेय लवकरच त्या भागातील सर्वांत लोकप्रिय उन्हाळी पेय बनले. 'रुहअफझा' हा उद्योग भरभराटीला आला. हे नाव घरोघरी पोहोचलं. हे पेय चाळीस वर्षं बाजारावर अधिराज्य करत होतं. जुन्या दिल्लीतल्या कारखान्यापासून ते दक्षिणेत हैदराबादपर्यंत आणि पश्चिमेकडे अफगाणिस्तानपर्यंत हे उत्पादन पोहोचलं होतं. त्यानंतर फाळणी झाली. भारत आणि पाकिस्तान दरम्यानच्या नव्या सरहद्दीवर परमेश्वराची जणू धमनीच फुटून भळभळ वाहू लागली... तिरस्काराच्या आगीत लाखो माणसं भस्मसात झाली. शेजारी एकमेकांशी असे वागू लागले की जणू त्यांची एकमेकांशी कधी ओळखच

नव्हती, ते कधी एकमेकांच्या लग्नसमारंभांना गेले नव्हते, ना कधी त्यांनी एकमेकांची गाणी म्हटली होती.

तटबंदी असलेल्या शहराची दारं मोडून पडली. जुनी कुटुंबे पळून गेली (मुस्लीम) नवी कुटुंबे आली (हिंदू) आणि ती शहरातल्या भिंतीच्या आजूबाजूला स्थिरावली. रूहअफझाला प्रचंड दणका बसला; पण ते लवकरच या आघातातून वर आलं आणि त्यांनी पाकिस्तानात शाखा सुरू केली. त्यानंतर पंचवीस वर्षांनी, पूर्व पाकिस्तानातील हाहाकारानंतर, त्यांनी बांगलादेश या नव्या कोऱ्या देशात आणखी एक शाखा उघडली. पण अखेर, युद्धांच्या तडाख्यातून वाचलेल्या आणि तीन तीन नव्या देशांच्या निर्माणात तग धरून राहिलेल्या या 'आत्म्याच्या अमृताला' कोका-कोलानं मात दिली.

मुलाकात अली हकीम अब्दुल मजिद यांचे विश्वासू व मोलाचे कर्मचारी असले तरी त्यांना मिळणाऱ्या पगारात त्यांचा उदरनिर्वाह नीट भागत नसे. त्यामुळे त्यांच्या तिथल्या कामाच्या वेळानंतर ते त्यांच्या घरीच रुग्ण पाहत असत. जहाँआरा बेगमही संसाराला थोडाफार हातभार लावत असे. पांढऱ्या सुती गांधीटोप्या तयार करून त्या चांदणी चौकातल्या हिंदू दुकानदारांना ठोक भावाने विकत असे.

मुलाकात अलींनी त्यांचं घराणं थेट मंगोल सम्राट चंगेज खानाच्या वंशपरंपरेशी जोडलेलं असल्याचं शोधलं होतं. चंगेज खानाचा दुसरा मुलगा चगताईच्या वंशातील. मुलाकात अलींकडे विस्तृत वंशवृक्षाची नोंद असलेला चर्मपत्राचा एक चुरगळलेला तुकडा होता. पत्र्याची एक छोटी ट्रंक भरून जीर्ण, पिवळे पडलेले कागद होते. त्यांच्या घराण्याबद्दलचा त्यांचा दावा त्यावरून सिद्ध होतो असं ते मानत असत. गोबी वाळवंटातील शामन लोकांचे वंशज 'चिरंतन निळ्या आकाशाचे' पूजक, (ज्यांना एके काळी इस्लामचे शत्रू मानले जात असे) भारतावर शतकानुशतके राज्य करणाऱ्या मुघल राजवंशाचे पूर्वज कसे बनले आणि मुलाकात अलींचे स्वत:चे कुटुंब, मुघलांचे वंशज, जे सुन्नी होते, ते शिया कसे झाले ते या प्राचीन कागदपत्रांवरून समजतं असं ते मानत असत. अधूनमधून म्हणजे दर काही वर्षांनी, ते ही ट्रंक उघडून त्यातला दस्तऐवज त्यांच्याकडे येणाऱ्या पत्रकारांना दाखवत असत; जे बरेचदा ना त्यांचं बोलणं लक्षपूर्वक ऐकत असत, ना त्यांना गांभीर्यानं घेत असत. फार फारतर, त्यांच्या प्रदीर्घ मुलाखतीची एखादी बातमी येत असे. जुन्या दिल्लीबाबतच्या 'वीकेन्ड स्पेशल'मध्ये एखादा मनोरंजक उल्लेख येत असे. समजा त्यासंदर्भात 'डबल स्प्रेड'मध्ये मजकूर घ्यायचा असेल, तर मुलाकात अलींचा छोटासा फोटोसुद्धा येत असे आणि त्यासोबत मुघल खाद्यपदार्थांचे काही 'क्लोज-अप्स', अरुंद गलिच्छ गल्ल्यांमधून वाट काढणाऱ्या सायकलरिक्षात बसलेल्या बुरखावाल्या मुस्लीम बायकांचे 'लाँग शॉट्स' आणि अर्थातच, जामा मशिदीत

अत्यंत सुव्यवस्थित, रेखीव मांडणीत, प्रार्थनेसाठी झुकलेल्या, डोक्याबरोबर बसणारी पांढरी टोपी घातलेल्या हजारो मुस्लीम पुरुषांचं विहंगम दृश्य, मॅन्डेटरी.

ही छायाचित्रे काही वाचकांसाठी, भारत धर्मनिरपेक्ष मूल्यांवर विश्वास ठेवतो आणि इथे भिन्नधर्मीयांमध्ये बंधुभाव नांदतो, याचा पुरावा असे. मुस्लीम समाज आपल्या वस्त्यांमध्ये सुखाने नांदतो आहे हे पाहून काहींना दिलासा मिळत असे. काही लोक असेही होते, ज्यांना ही छायाचित्रे पाहून वाटत असे की, मुसलमानांना 'एकत्रीकरणा'ची इच्छा नाही; ते फक्त मुलं जन्माला घालण्यात आणि त्यांच्या संघटनातच गुंग आहेत आणि लवकरच ते 'हिंदू भारता'साठी धोका बनणार आहेत. असा विचार करणाऱ्यांचा प्रभाव वेगानं वाढत होता.

वृत्तपत्रांमध्ये काहीही छापून आलं किंवा काहीही छापून आलं नाही याविषयी बेफिकीर झालेले मुलाकात अली त्यांच्या एवढ्याशा घरी आलेल्या पाहुण्यांचं नेहमीच स्वागत करायचे. फक्त आता श्रीमंती ऐट उरली नव्हती. ते भूतकाळाबद्दल आदरानं बोलायचे, पण त्याबद्दल त्यांना कधी विषाद नसायचा. तेराव्या शतकात त्यांच्या पूर्वजांची सत्ता किती विस्तीर्ण प्रदेशावर होती, ते मुलाकात अली सांगत. आजची व्हिएतनाम, कोरिया, हंगेरी, बाल्कन राष्ट्रे आणि उत्तर सैबेरियापासून दख्खन पठारापर्यंत हे साम्राज्य कसं पसरलेलं होतं... जगाला आजवर ज्ञात असलेल्यांपैकी सर्वांत मोठं साम्राज्य... याबद्दल ते सांगत असत. बरेचदा ते या मुलाखतीचा समारोप उर्दू काव्यपंक्तींनी करत. त्यांचे एक आवडते कवी मीर तकी मीर यांच्या काव्यपंक्तींनी :

जिस सर को गुरुर आज है याँ ताजवरी का
कल उस पे यहीं शोर है फिर नौहागरी का

(आज जो माथा अभिमानानं मुकुट मिरवतो
तोच उद्या, इथंच, खाली झुकून विलाप करतो.)

त्यांच्याकडे येणारे बहुतेक जण नव्या शासकवर्गाशी बांधील असणारे तरुण असत; ज्यांच्या बोलण्यातून सांडणाऱ्या गर्विष्ठपणाचे त्यांना भानही नसे. त्यांच्यासमोर सादर झालेल्या काव्यपंक्तीत दडलेला अर्थ नीट टिपता येत नसे... टोपणाएवढ्या कपात गोडमिट्ट चहासोबत दिलेल्या नाश्त्यासारखाच त्या शायरीतील व्यंगार्थ आपल्या नरड्यातून खाली उतरवायचा आहे, हे त्यांना कळतच नसे. मात्र त्यांना हे कोसळलेल्या साम्राज्याबद्दलच शोकगीत आहे एवढं समजायचं. ज्या साम्राज्याच्या आंतरराष्ट्रीय सीमा आकसत आकसत जुन्या शहरातल्या उद्ध्वस्त भिंतींच्या परिघातल्या

धुळकट वस्तीत सामावल्या होत्या. आणि हो, हे खुद्द मुलाकात अलींच्या दारिद्र्याबद्दलचं विषादमय भाष्यही आहे ही गोष्टही त्यांच्या लक्षात येत असे. त्यांच्या हे लक्षात येत नसे की, या काव्यपंक्ती म्हणजे धोकादायक नाश्त्याचा पदार्थ, एक विश्वासघातकी समोसा, शोकाच्या आवरणात गुंडाळलेला एक इशारा आहे... एका विद्वान माणसानं खोट्या विनम्रतेनं पेश केलेला. या माणसाला श्रोत्यांच्या उर्दूबद्दलच्या अज्ञानाबाबत संपूर्ण खात्री होती..उर्दू जी भाषा, ती बोलणाऱ्यांपैकी बहुतेकांसारखीच एका बाजूला पडलेल्या वस्त्यांपुरती मर्यादित केली जात होती.

मुलाकात अलींचं काव्यप्रेम हा फक्त त्यांचा छंद नव्हता. हकीम म्हणून ते जे काम करत त्यापेक्षा हे वेगळं नव्हतंच. कविता जवळपास प्रत्येक आजार बरा करू शकते, किंवा किमान बरे होण्यात बरीच मदत करू शकते, असा त्यांचा विश्वास होता. इतर हकीम रुग्णांना औषध लिहून द्यायचे, की तसे ते रुग्णांना कविता सुचवत असत. त्यांच्याकडच्या जबरदस्त खजिन्यातल्या काव्यपंक्ती प्रत्येक आजारासाठी, प्रत्येक प्रसंगासाठी, प्रत्येक 'मूड'साठी आणि राजकीय क्षेत्रातल्या प्रत्येक बारीकसारीक बदलासाठी विलक्षण समर्पक असत. त्यांच्या या सवयीमुळे त्यांच्या अवतीभवतीचं जीवन अधिक गहन वाटत असे आणि त्याच वेळी, ते प्रत्यक्षात जितकं विशेष होतं त्यापेक्षा कमी वाटत असे. त्यामुळे प्रत्येक गोष्टीत साचलेपणाची एक सूक्ष्म जाणीव होती. घडलेली प्रत्येक गोष्ट आधीच घडली होती अशी जाणीव. जणू ते सगळं आधीच लिहिलेलं होतं. गायलेलं होतं. त्यावर भाष्य झालेलं होतं आणि इतिहासात त्याची नोंदही झालेली होती. जणू नवीन काही घडणं शक्यच नव्हतं. कदाचित यामुळेच आता काव्यपंक्ती येणार अशी चाहूल लागताच तरुण मंडळी फिदिफिदी हसत पळ काढत असावीत.

जहाँआरा बेगमनं त्यांना आफताबबद्दल सांगितलं तेव्हा आयुष्यात बहुधा प्रथमच मुलाकात अलींकडे समर्पक काव्यपंक्ती नव्हत्या. ते ऐकताच त्यांना जो धक्का बसला, त्यातून सावरायला त्यांना थोडा वेळ लागला. सावरल्यानंतर त्यांनी हे याआधीच न सांगितल्याबद्दल बायकोला झापलं.

"आता काळ बदलला आहे," ते म्हणाले. आताचं युग आधुनिक आहे. आपल्या मुलाच्या या समस्येवर साधा वैद्यकीय उपाय असेल याची त्यांना खात्री होती. आपण नवी दिल्लीत एखादा डॉक्टर शोधू असं त्यांना वाटत होतं... जुन्या शहरातल्या मोहल्ल्यांमध्ये चालणारी कुजबुज व गावगप्पांपासून दूर. 'जे स्वत: प्रयत्न करतात त्यांना परमेश्वर मदत करतो,' त्यांनी बायकोला जरा कठोरपणेच सांगितलं.

त्यानंतर आठवड्याभरानं, ते त्यांच्याकडचा सर्वोत्तम पोशाख परिधान करून, नाखूश आफताबला घेऊन टांगा करून निजामुद्दिन बस्तीकडे निघाले. आफताबनं

करडा मर्दानी पठाण सूट आणि भरतकामाचा काळा वेस्टकोट घातला होता. तसंच डोक्याबरोबर बसणारी टोपी आणि गोंडोलासारख्या वळलेल्या टोकांच्या जुती घातल्या होत्या. त्यांनी आपण पुतण्या एजाजसाठी– मुलाकात अलींचे थोरले भाऊ कासिम यांचा धाकटा मुलगा– मुलगी बघायला निघालो आहोत असं सांगितलं होतं. कासिम फाळणीनंतर पाकिस्तानात गेले होते. ते तिथं रुहअफझाच्या कराची शाखेत काम करत असत. खरं कारण होतं, त्यांनी डॉ. गुलाब नबी, जे स्वत:ला 'सेक्सॉलॉजिस्ट' म्हणवत असत, यांची अपॉइन्टमेन्ट घेतली होती.

डॉ. नबींना आपण नेमकं व शास्त्रशुद्धरीत्या, काय असेल ते थेट बोलतो याचा अभिमान होता. आफताबला तपासल्यानंतर त्यांनी सांगितलं की, वैद्यकीयदृष्ट्या बोलायचं तर तो हिजडा नाहीये... म्हणजे पुरुषी देहात अडकलेली स्त्री नाहीये... मात्र व्यावहारिकदृष्ट्या हा शब्द वापरता येऊ शकेल. त्यांच्या मते आफताब हे पुरुष व स्त्री या दोघांचीही गुणवैशिष्ट्ये असणारं, 'हर्माफ्रोडाईट' म्हणजेच उभयलिंगी व्यक्तीचं दुर्मिळ उदाहरण आहे. मात्र बाह्यत: त्याच्यातील पुरुषी गुणवैशिष्ट्ये अधिक प्रभावी आहेत, असं ते म्हणाले. त्यांनी सांगितलं की, मी तुम्हाला एक सर्जन सुचवतो. ते त्याचा बायकी अवयव शिवून बंद करून टाकतील. ते तुम्हाला काही गोळ्याही लिहून देतील. पण, ही समस्या फक्त वरवर दिसते तेवढीच नाही. त्यासाठी उपचारांचा नक्कीच उपयोग होईल, पण त्याच्यातल्या 'हिजडा' वृत्तीसाठी नाही; ती मात्र कधी दूर होणार नाही असं त्यांचं म्हणणं पडलं. ('वृत्ती'साठी त्यांनी 'फितरत' हा शब्द वापरला होता.) ते यामध्ये पूर्ण यश मिळेल याची खात्री देऊ शकत नव्हते. या समस्येतून सुटण्यासाठी काहीही करायला तयार असलेले मुलाकात अली डॉक्टरांचं बोलणं ऐकून प्रफुल्लित झाले.

"वृत्ती?" ते म्हणाले.

"वृत्ती ही काही समस्या नाही. प्रत्येकाचीच काही ना काही वृत्ती वा कल असतोच... त्याच्यावर ताबा मिळवता येऊ शकतो."

मुलाकात अलींना आफताबची जी व्यथा दिसत होती, त्यावर डॉक्टर नबींच्या भेटीनं काही ताबडतोब उपाय मिळाला नसला तरी या भेटीचा मुलाकात अलींना बराच फायदा झाला. त्यामुळे काव्यपंक्ती-विरहित अनाकलनीयतेच्या महासागरात भयंकररीत्या हेलकावणाऱ्या त्यांच्या जहाजाला स्थिर करून स्वत:चं स्थान निश्चित करता येण्याची उसंत त्यांना मिळाली. आता ते त्यांच्या संकटाकडे व्यावहारिक समस्या म्हणून पाहू शकत होते. त्यांच्या व्यवस्थित लक्षात आलेल्या एका गोष्टीवर त्यांचं लक्ष व ऊर्जा केंद्रित करू शकत होते.

शस्त्रक्रियेसाठी आवश्यक असणारे पैसे कसे उभे करायचे? त्यांनी घरखर्चात काटछाट सुरू केली. ज्यांच्याकडून पैसे उसने घेता येऊ शकतील अशा लोकांची

व नातेवाइकांची यादी तयार केली. त्याच्या जोडीनं, त्यांनी आफताबवर मर्दानगी बिंबवण्याच्या सांस्कृतिक प्रकल्पाचाही आरंभ केला. त्यांनी त्यांचं शायरीचं प्रेम त्याच्यात रुजवलं आणि त्याला ठुमरी व चैती गायनापासून परावृत्त केलं. ते रात्री उशिरापर्यंत जागून आफताबला त्यांच्या योद्धा पूर्वजांच्या व समरांगणातील त्यांच्या पराक्रमाच्या कथा ऐकवत. तरी आफताब ढिम्म असे. मात्र त्यानं जेव्हा तेमुजिन चंगेज खानानं त्याच्या लावण्यवती पत्नीला बोर्टे खातूनला कसं जिंकलं, प्रतिस्पर्धी कबिल्यानं तिचं कशाप्रकारे अपहरण केलं होतं आणि तेमुजिननं तिला परत मिळवण्यासाठी एकट्यानं अख्ख्या फौजेचा कसा सामना केला, कारण त्याचं तिच्यावर खूप खूप प्रेम होतं... याबद्दलची कथा ऐकली, तेव्हा आफताबला आपण बोर्टे खातून सारखं व्हावं असं वाटू लागलं.

भाऊ-बहिणी मदरशात गेल्यानंतर आफताब चितली कबरीकडे पाहत बाल्कनीत बसायचा. ही चितली कबर आत्मिक ताकद असणाऱ्या एका ठिपक्याठिपक्यांच्या बकरीची होती. माटियामहल चौकाकडे जाणाऱ्या रस्त्यावरच्या वर्दळीकडे तो पाहत बसे. आसपासच्या वातावरणातील तालसूर त्याच्या पट्कन लक्षात आले. त्यात विशेषतः उर्दू शिव्यांची बरसात असे. *तुम्हारी माँ चोद दूँगा । जा, अपनी बहन की चोद। माँ के लौडे की कसम।* दिवसातून पाच वेळा नमाजाची बांग होत असे, तेवढ्यापुरताच यात खंड पडत असे. बाल्कनीमधून आफताब एखाद्या विशिष्ट बाबींवर नजर ठेवून असे, असं नाही, तर दैनंदिन वर्दळ टक लावून पाहत बसे. जिथं रोज सकाळी चौकाच्या मधोमध गुड्डूभाई चमचमत्या माशांचा ठेला लावत असे; तोच सूर्योदय सूर्यास्ताच्या वेळी उंच-धिप्पाड आणि हसतमुख नानकटाईवाल्या वसीमच्या ठेल्यात सामावत असे; आणि संध्याकाळी फळं विकणाऱ्या बुटक्या-बारीक युनूसमध्ये; आणि नंतर मरियामहलमधील सर्वोत्कृष्ट मटण बिर्याणी तांब्याच्या मोठ्या देगचीमधून विकणाऱ्या हसन मियाँच्या रूपात आणखी एक फैलावत असे.

वसंतातल्या एका उबदार सकाळी, आफताबला एक चटपटीत, टंच, मागून सपाट कुल्ल्यांची एक बाई दिसली. तिनं भडक लिपस्टिक लावलेली होती. सोनेरी, उंच टाचांच्या सॅन्डल्स घातलेल्या त्या बाईनं चकचकीत हिरवं सॅटीनचं सलवार कमीज घातलं होतं. ती बांगडीवाल्या मीरकडे बांगड्या घेत होती. मीर चितली कबरची देखभालही करत असे. रोज रात्री ते पवित्र स्थळ आणि दुकान बंद करताना तो त्याचा बांगड्यांचा माल कबरीच्या आतल्या बाजूला ठेवत असे. हे दोन्ही व्यवसाय तो एकाच वेळी चालवत असे. आफताबनं त्या लिपस्टिकवाल्या उंच बाईसारखी दुसरी कुणी व्यक्ती कधी पाहिली नव्हती. तो खडा जिना उतरून धावतच रस्त्यावर आला आणि गुपचूप तिला पाहू लागला. तिनं मटण पाया विकत घेताना, केसांच्या पिना घेताना, पेरू घेताना आणि तिच्या सॅन्डलचा पट्टा दुरुस्त करून

घेताना, आफताब तिला पाहत होता. त्याला तिच्यासारखं व्हावंसं वाटलं.

तो तुर्कमान गेटपर्यंत तिच्यामागून चालत गेला आणि ती ज्या निळ्या दरवाजाआड गडप झाली, त्याच्या बाहेर बराच वेळ उभा राहिला. शाहजहानाबादच्या रस्त्यांवरून अशा प्रकारच्या पोशाखात भटकण्याची कुठल्या सर्वसामान्य बाईला परवानगी मिळाली नसती. शाहजहानाबादमधल्या सर्वसामान्य स्त्रिया बुरखा परिधान करत असत किंवा किमान, डोकं आणि हात-पाय वगळता बाकी सगळं अंग झाकून घेत असत. आफताब ज्या बाईच्या मागून आला होता, ती बाई अशा प्रकारची वेशभूषा करू शकत होती आणि अशाप्रकारे चालू शकत होती, कारण ती 'बाई' नव्हती. ती कुणीही असो, आफताबला तिच्यासारखं व्हायचं होतं. बोर्ते खातूनपेक्षाही तिच्यासारखं होण्याची जास्त ऊर्मी त्याला होती. त्यालाही तिच्यासारखं मटणाच्या दुकानांवरून झळकत फिरायचं होतं, जिथं कापलेली बोकड-बकऱ्या टांगलेल्या असत... जणू मटणाची भव्य भिंतच. त्याला 'न्यू लाइफ स्टाइल मेन्स हेअर ड्रेसिंग सलून'वरून नाटकी हसत फिरायचं होतं. जिथं इलियास नाभिक तरुण हडकुळ्या लियाकत खाटकाचे केस कापून ते ब्रिलक्रीमने चमकवत असे. त्याला नखं रंगवलेल्या आणि बांगड्या भरलेल्या हातानं हळुवारपणे माशाचा कल्ला वर उचलून तो किती ताजा आहे हे पाहून मग दराचा सौदा ठरवायचा होता. वाटेत एखादं चिखलाचं डबकं पार करताना त्याला त्याची सलवार किंचित वर उचलायची होती... चांदीचे पैंजण दिसतील इतकीच.

आफताबचा तो बायकी अवयव काही फक्त उपांग नव्हतं.

तो त्याचा वेळ गाण्याचा क्लास आणि गली डकोटन मधल्या घराच्या निळ्या दरवाजाबाहेर जिथं ती उंच बाई राहायची तिथं तरंगण्यात विभागू लागला.

तिचं नाव 'बॉम्बे सिल्क' असल्याचं त्याला समजलं. तिच्यासारख्या आणखी सात जणी होत्या. बुलबुल, रजिया, हीरा, बेबी, निम्मो, मेरी आणि गुडिया. त्या सगळ्या जणी निळ्या दाराच्या त्या हवेलीत एकत्र राहत होत्या आणि त्यांची एक 'उस्ताद'सुद्धा होती. कुलसूम बी. त्या सगळ्या जणींपेक्षा वयानं मोठी. ती कुटुंबप्रमुख होती. आफताबनं माहिती काढली की, त्यांच्या हवेलीला 'ख्वाबगाह' म्हणतात... स्वप्नमहल.

सुरुवातीला त्याला तिथून हुसकावून लावण्यात आलं, कारण सर्व जण, ख्वाबगाहमधील रहिवासीसुद्धा, मुलाकात अलींना ओळखत होते. त्यांना मुलाकात अलींचा रोष ओढवून घ्यायचा नव्हता. आफताब मात्र त्याला कसलीही ताकीद दिलेली असली आणि कुठलीही शिक्षा वाढून ठेवली असली, तरी हट्टानं तिथं येत असे... रोज. त्याच्या विश्वासातलं ते असं एकमात्र स्थान होतं तिथं त्याला हवा आपल्याला वाट करून देत आहे असं वाटायचं. तो यायचा तेव्हा ती जणू

बदलायची, बाजूला सरकायची, शाळेतल्या मित्रानं वर्गात बाकावर सरकून त्याला जागा करून द्यावी तशी. काही महिने, तिथं फेऱ्या मारून मारून, तिथले रहिवासी शहरात इथं तिथं जायचे तेव्हा त्यांच्या पिशव्या आणि वाद्ये वाहून नेऊन, दिवसभर राबल्यामुळे त्यांच्या शिणलेल्या पायांना मालीश करून, अखेर आफताबनं युक्तीप्रयुक्तीनं ख्वाबगाहमध्ये प्रवेश मिळवला. अखेर तो दिवस उजाडला. त्याला आत येण्याची परवानगी मिळाली आणि तो त्या सामान्य, मोडक्यातोडक्या हवेलीत प्रवेशला... नंदनवनाच्या द्वारातून आत जात असल्यासारखा.

ते निळं दार फरसबंद अंगणात उघडत होतं. अंगणाला उंच भिंतींचं कुंपण होतं. त्याच्या एका कोपऱ्यात हॅन्डपंप होता. तर दुसऱ्या कोपऱ्यात डाळिंबाचं झाड होतं. मोठ्या व्हरांड्याच्या मागे दोन खोल्या होत्या. व्हरांड्याला खांब होते. त्यातल्या एका खोलीच्या छपराचा भाग कोसळल्यामुळे त्या खोलीच्या भिंती दगडधोंड्यांच्या ढिगाखाली दडपल्या होत्या. त्या ढिगात मांजरांनी घर केलं होतं. दुसरी खोली अशी दडपली नव्हती; ती प्रशस्त आणि चांगल्या अवस्थेत होती. त्या खोलीच्या पोपडे उडालेल्या, फिकट हिरव्या भिंतीलगत चार लाकडी आणि दोन गोदरेजच्या अलमाऱ्या होत्या. त्यावर सिनेमातल्या तारे-तारकांचे फोटो चिकटवलेले होते. मधुबाला, वहिदा रेहमान, नर्गिस, दिलीप कुमार (त्याचं खरं नाव महंमद युसूफ खान होतं), गुरुदत्त आणि स्थानिक मुलगा जॉनी वॉकर (बद्रुद्दिन जमालुद्दिन काझी)... जगातल्या सर्वांत दुःखी माणसालासुद्धा हसवू शकेल असा विनोदवीर. त्यातल्या एका कपाटाच्या दारावर पूर्ण उंचीचा धुरकट आरसा होता. खोलीच्या एका कोपऱ्यात दैन्यावस्था झालेलं एक जुनंपुराणं ड्रेसिंग टेबल होतं. खोलीत उंच छतावरून लटकणाऱ्या, टवके उडालेल्या, फुटक्या झुंबरातला फक्त एकच बल्ब लागत होता. तसंच, लांब दांड्याचा गडद तपकिरी पंखाही छतापासून खाली लटकत होता. तो पंखाही माणसासारखाच होता. संकोची, लाजराबुजरा, लहरी आणि विश्वास ठेवता येऊ नये असा. त्याला नावसुद्धा होतं. उषा. आता उषा तरुण राहिली नव्हती. बरेचदा तिची मनधरणी करावी लागत असे. मग तिला लांब दांड्याच्या झाडूनं ढोसलं की ती काम करू लागायची. मंदगती पोल डान्सर सारख्या गिरक्या घेऊ लागायची. उत्साद कुलसूम बी हवेलीतल्या एकमात्र बेडवर झोपायची. तिच्या पोपटासोबत– बिरबलसोबत. तिच्या बेडच्या वरच्या बाजूला बिरबलचा पिंजरा होता. रात्री कुलसूम बी जवळ नसेल तर बिरबल कुणी त्याचा जीव घेत असल्यासारखा कर्कन किंचाळायचा. बिरबल जागा असायचा तेव्हा तो शस्त्रांच्या ताकदीच्या शिव्या देऊ शकत असे, त्याआधी नेहमी काहीसं उपहासयुक्त, काहीसं नखरेल *आय हाये!* असायचं. ते त्यानं घरातल्या लोकांकडूनच उचललं होतं. बिरबलची निवडक

अपमानस्पद प्रतिक्रिया ख्वाबगाहमध्ये सर्रास ऐकायला मिळणाऱ्या शब्दप्रयोगांपैकीच एक होती : *साली रंडी हिजडा* बिरबलला ते म्हणण्याच्या सगळ्या छटासुद्धा माहीत होत्या. तो कधी तोंडातल्या तोंडात पुटपुटायचा, तर कधी नखऱ्यानं, कधी चेष्टेने, कधी प्रेमानं, तर कधी खऱ्याखुऱ्या कडवट संतापानं ते शब्द उच्चारायचा.

बाकी सगळे व्हरांड्यात झोपायचे. त्यांची अंथरुणं दिवसा गुंडाळून ठेवलेली असत; मोठ्या लोडांसारखी. हिवाळ्यात, अंगणात गारठा वाढून धुकं पसरायचं तेव्हा सगळे जण कुलसूम बीच्या खोलीत गर्दी करायचे. संडासकडे जाताना पडक्या खोलीच्या भग्न अवशेषांमधून जावं लागत असे. सगळे जण पाळीपाळीनं हॅन्डपंपपाशी अंघोळ करत असत. पहिल्या मजल्यावर स्वयंपाकघर होतं. तिथं जाण्यासाठी विचित्र, खडा आणि अरुंद जिना होता. स्वयंपाकघराच्या खिडकीतून 'होली ट्रिनिटी चर्च'चा घुमट दिसत असे.

ख्वाबगाहमधील रहिवाशांपैकी मेरी ही एकमेव ख्रिश्चन होती. ती चर्चमध्ये जात नसे, पण गळ्यात छोटासा क्रॉस घालत असे. गुडिया आणि बुलबुल दोघी हिंदू होत्या. त्यांना जिथं प्रवेश करू दिला जात असे अशा मंदिरात त्या अधूनमधून जात असत. बाकीच्या मुस्लीम होत्या. त्या जामा मशिदीत आणि जिथं त्यांना आतल्या दालनात प्रवेश करू दिला जात असे, (जीवशास्त्रीयदृष्ट्या बायकांसारखे हिजडे अस्वच्छ मानले जात नसत, कारण त्यांना पाळी येत नाही.) त्या दर्ग्यांत जात असत. मात्र ख्वाबगाहमधील सर्वांत मर्दानी व्यक्तीला पाळी येत असे. बिस्मिल्लाह वरच्या मजल्यावर स्वयंपाकघराच्या गच्चीवर झोपत असे. ती लहानखुरी, हडकुळी, काळीसावळी होती. तिचा आवाज बसच्या हॉर्नसारखा होता. तिनं धर्मांतर करून इस्लाम स्वीकारला होता आणि काही वर्षांपूर्वी ती ख्वाबगाहमध्ये आली होती. (या दोन्ही गोष्टींचा एकमेकींशी काहीही संबंध नव्हता.) तिचा नवरा दिल्ली ट्रान्सपोर्ट कॉर्पोरेशनमध्ये बस ड्रायव्हर होता. तिला मूल होत नसल्यामुळे त्यानं तिला घरातून बाहेर काढलं होतं. आपल्याला मूल न होण्याला आपण स्वतः जबाबदार असू शकतो ही गोष्ट अर्थातच त्याच्या डोक्यात कधीही आली नव्हती. बिस्मिल्लाह (आधीची बिमला) स्वयंपाकघर सांभाळायची. घुसखोरी करणाऱ्या नकोशा लोकांपासून, शिकागोमधल्या व्यावसायिक गुंडांच्या क्रूरतेनं व निर्दयपणे ख्वाबगाहचं रक्षण करायची. तरुण पुरुषांना तिच्या स्पष्ट परवानगीखेरीज ख्वाबगाहमध्ये प्रवेश करण्यास सक्त मनाई होती; अगदी नियमित गिऱ्हाइकांनासुद्धा; अन्जुमच्या इंग्रजी जाणणाऱ्या सारख्या भावी गिऱ्हाइकांनाही. शिवाय बाहेरच्या भेटींची व्यवस्था त्या त्या गिऱ्हाइकांनाच करावी लागत असे. बिस्मिल्लाहची गच्चीवरची सोबती होती रजिया. तिच्या डोक्यावर परिणाम झाला होता. तसंच तिचा स्मृतिभ्रंशही झाला होता. आपण कोण आहोत, कुठून आलो आहोत हे तिला अजिबात आठवत नव्हतं. रजिया हिजडा

नव्हती. ती पुरुष होती, पण तिला बायकांचे कपडे घालायला आवडत असे. मात्र तिला आपल्याला बाई म्हटलं जायला नको होतं. तिला पुरुष म्हणूनच ओळख हवी होती; फक्त बाई व्हायचं असलेला पुरुष. तिनं यातला फरक लोकांना (हिजड्यांनासुद्धा) समजावून सांगणं फार पूर्वीच सोडून दिलं होतं. रजिया दिवसभर छपरावरच्या कबुतरांना दाणे घालत असे आणि सर्व संभाषणांची गाडी रहस्यमय, सरकारी अनुदान योजनेवर नेत असे. हिजडे आणि तिच्यासारख्या लोकांसाठी अशी सरकारी योजना (त्याला ती 'डावपेच' म्हणत असे) असल्याचं तिला कळलं होतं. या योजनेनुसार, ते सर्वजण एका हाउसिंग कॉलनीत एकत्र राहणार होते. त्यांना निवृत्तिवेतन दिलं जाणार होतं. त्यांना इथून पुढं पोटापाण्यासाठी असलं काही करून (त्याला ती 'बदतमिजी' म्हणत असे.) पैसे मिळवण्याची आवश्यकता उरणार नव्हती. रजियाची दुसरी कल्पना म्हणजे रस्त्यावरच्या भटक्या मांजरांसाठी सरकारी निवृत्तिवेतन. का कोण जाणे, पण तिचं विस्मरणात हरवलेलं, ताबा सुटलेलं मन अकस्मात नेमकं सरकारी योजनांकडेच वळायचं.

ख्वाबगाहमधली आफताबची पहिली सच्ची मैत्रीण होती निम्मो गोरखपुरी. ती त्या सगळ्यांमध्ये लहान होती आणि हायस्कूलचं शिक्षण झालेली ती एकमात्र होती. गोरखपूरमध्ये तिचे वडील मुख्य पोस्ट ऑफिसात सीनिअर-डिव्हिजन क्लार्क होते. निम्मो घर सोडून पळून आली होती. ती आपण खूप मोठं असल्याचं भासवत असली, तरी प्रत्यक्षात ती आफताबपेक्षा सहा-सात वर्षांनीच मोठी होती. निम्मो बुटकी, गोबऱ्या गालांची आणि कुरळ्या केसांची होती. तिच्या भुवया मोठ्या छान होत्या, छोट्या तलवारींची जोडी असावी तशा, रेखीव कोरलेल्या आणि तिच्या पापण्या विलक्षण दाट होत्या. ती खूप सुंदर दिसली असती; पण तिच्या जलद वेगानं वाढणाऱ्या दाढीमुळे तिच्या गालांवरची त्वचा निळी दिसत असे; अगदी तिनं दाढी घोटून केली आणि मेकअपचा थर चढवला तरीही. निम्मोला पाश्चिमात्य बायकांच्या फॅशनचं वेड होतं. ख्वाबगाहपासून चालत पाच मिनिटांवर असलेल्या दर्यागंजमध्ये रस्त्याकडेला भरणाऱ्या, सेकंड हॅन्ड पुस्तकांच्या रविवारच्या बाजारातून आणलेल्या फॅशनविषयक मासिकांचा तिच्याकडं संग्रह होता. तिच्या त्या खजिन्याबद्दल ती भयंकर 'पझेसिव्ह' होती. तिथल्या पुस्तक विक्रेत्यांपैकी नौशाद हा दुकानदार शांतिपथ वरील परदेशी दूतावासांकडून रद्दी गोळा करणाऱ्यांकडून ही मासिके विकत घेत असे. ती बाजूला ठेवत असे आणि भरभक्कम सवलतीच्या दरात ती निम्मोला विकत असे.

"देवानं हिजडे का बनवले माहीत आहे तुला?" एके दिवशी दुपारी १९६७ सालातला 'व्होग'चा अंक चाळता चाळता तिनं आफताबला विचारलं. तिची नजर तंगड्या उघड्या टाकलेल्या गोऱ्या बायांवर घुटमळत होती. त्या बाया पाहून ती

मोहित झाली होती.

"नाही, का?"

"तो प्रयोग होता. त्यानं असा सजीव प्राणी बनवायचं ठरवलं जो कधीच सुखी होऊ शकणार नाही. म्हणून त्यानं आम्हाला बनवलं."

"असं कसं म्हणतेस? तुम्ही सगळ्या जणी इथं सुखात आहात! हा ख्वाबगाह आहे!" तो म्हणाला. त्याच्या मनात भीतीची लाट उसळली होती.

"इथं कोण सुखी आहे? सगळं ढोंग आहे... बनावट." निम्मो मासिकातून नजर वर काढण्याची तसदी न घेता तुटकपणे म्हणाली. "इथं कुणीही सुखी नाहीये. ते शक्यच नाही. अरे यार, विचार करून बघ, तुम्ही नॉर्मल माणसं कशामुळे दुःखी होता? म्हणजे मला 'तू' असे म्हणायचं नाही, पण तुझ्यासारखं वयानं वाढलेले लोक... भाववाढ, मुलांचे शाळाप्रवेश, नवऱ्याची मारझोड, बायकोनं फसवणं, हिंदू-मुस्लीम दंगली, भारत-पाकिस्तान युद्ध – 'बाह्य' गोष्टी अखेर शांत होतात. पण आमच्या दृष्टीनं पाहिलं तर, भाववाढ, शाळाप्रवेश, मारकुटे नवरे आणि फसव्या बायका हे सगळं आपल्या 'आत' असतं. दंगल आपल्या 'आत'च असते. युद्ध आपल्या 'आत'च असतं. भारत-पाकिस्तान आपल्या 'आत' आहे. ते कधीही शांत होणार नाही. ते शांत होऊ शकत नाही."

आफताबला तिला विरोध करावा असं तीव्रतेनं वाटत होतं. तिचं म्हणणं पूर्ण चुकीचं आहे असं तिला सांगावसं वाटत होतं, कारण 'तो' सुखी होता. या आधी कधी नव्हता इतका सुखी. निम्मो गोरखपुरीचं म्हणणं चुकीचं आहे, याचा तो जिताजागता पुरावा होता; नाही का?

पण तो काहीही बोलला नाही. तो काही बोलला असता तर तो *सामान्य माणूस* नाही असं दाखवावं लागलं असतं आणि ते जाहीर करण्याची अजून त्याच्या मनाची तयारी झाली नव्हती.

आफताब चौदा वर्षांचा झाला तेव्हा निम्मो ख्वाबगाह सोडून एका एस.टी. ड्रायव्हरबरोबर पळून गेली होती. (त्यानं काही दिवसांतच तिला सोडलं आणि तो त्याच्या घरी परत गेला.) तेव्हा कुठे आफताबला निम्मोच्या बोलण्याचा खरा अर्थ कळला. आफताबच्या शरीरानं अकस्मात त्याच्याशी युद्ध पुकारायला सुरुवात केली होती. तो चांगला उंच आणि पीळदार शरीरयष्टीचा आणि केसाळ झाला होता. त्यानं व्याकूळ होऊन चेहऱ्यावरचे व शरीरावरचे केस बरनॉलनं, भाजलेल्या जागी लावण्याचं मलम घालवण्याचा प्रयत्न केला. त्यामुळे त्याच्या त्वचेवर काळे चट्टे उठले. मग त्यानं त्याच्या बहिणींकडून चोरून आणलेलं ॲन फ्रेंच क्रीम रिमूव्हर वापरून पाहिलं. त्याची ही चोरी लगेच पकडली गेली. (कारण त्याला उघड्या गटारासारखा तीव्र वास होता.) त्यानं त्याच्या सुरवंटी भुवयांचे केस स्वतःच उपटून त्यांना

चंद्रकोरींचा आकार दिला; पण त्या प्रमाणबद्ध झाल्या नाहीत. त्यानं त्यासाठी घरी तयार केलेले चिमट्यांसारखे दिसणारे ट्वीझर्स वापरले. त्याचा कंठमणी दिसू लागला होता. तो वरखाली होत असे. तो नरड्यातून उपटून काढावा असं त्याला तीव्रतेनं वाटायचं. त्यानंतर सर्वांत निर्दयी गोष्ट घडली; तो काहीही करू शकत नव्हता अशी गोष्ट घडली. त्याचा आवाज फुटला होता. त्याच्या वरच्या पट्टीतल्या, मधुर आवाजाची जागा खर्जातल्या, दमदार पुरुषी आवाजानं घेतली होती. त्याला या आवाजाचा तिरस्कार होता. प्रत्येक वेळी बोलताना त्याला स्वत:चीच भीती वाटायची. मग तो गप्प झाला. अगदी नाइलाज असेल तेव्हाच तो बोलायचा... जेव्हा दुसरा कुठला पर्याय नसेल तेव्हाच. त्यानं गाणं थांबवलं. तो जेव्हा गाणं ऐकायचा तेव्हा अगदी बारकाईनं लक्ष असलेल्या माणसालाच त्याची वरच्या पट्टीतली, जेमतेम ऐकू येण्याएवढ्या आवाजातली किड्यासारखी गुणगुण ऐकू येत असे... ती जणू त्याच्या माथ्यावरच्या बारीकशा छिद्रातून येत असे. त्याला कुणीही कितीही आग्रह केला, त्याचं मन वळवण्याचा प्रयत्न केला, अगदी खुद्द उस्ताद हमीद यांनीसुद्धा, तरी ते आफताबला गायला लावू शकले नव्हते. तो पुन्हा कधीही गायला नाही, अपवाद फक्त हिजड्यांच्या पांचट संमेलनांचा; तिथं तो हिंदी चित्रपट गीतांवर उपहासात्मक विडंबनं गात असे किंवा हे लोक जेव्हा सर्वसामान्य लोकांच्या आनंदोत्सवाला जात तेव्हा (त्यांच्या व्यावसायिक कामाचा भाग म्हणून) लग्नसमारंभ, जन्म, वास्तुशांत अशा प्रसंगी तिथं ते भसाड्या आवाजात नाचगाणी करत, आशीर्वाद देत. त्यांना पैसे दिले नाहीत तर यजमानांना लाज आणण्याची (त्यांची तुटकी गुप्तांगे दाखवून) आणि त्या समारंभाला शिव्याशाप देण्याची आणि ज्याची कल्पनाही करता येणार नाही अशा अश्लीलतेचं गालबोट लावून सगळा विचका करण्याची धमकी देत. (रजिया ज्याला 'बदतमिजी' म्हणायची ते हेच. निम्मो याविषयीच म्हणायची की, आपण कोल्हे आहोत, इतरांच्या आनंदावर पोट भरणारे, आपण सुखाचे शिकारी आहोत, ती यासाठी 'खुशी-खोर' असा शब्दप्रयोग वापरत असे.)

आफताबला जेव्हा संगीत सोडून गेलं, तेव्हा त्याच्या दृष्टीनं तिथं तसंच जगत राहण्याचं काही कारणच उरलं नाही... तिथं म्हणजे सर्वांत सामान्य माणसं ज्याला खरं जग समजायची... आणि हिजडे ज्याला *दुनिया* म्हणायचे तिथं. मग एका रात्री त्यानं थोडे पैसे आणि त्याच्या बहिणींचे चांगल्यापैकी कपडे चोरले आणि तो ख्वाबगाहमध्ये राहायला आला. बेधडक स्वभावाची जहाँआरा बेगम त्याला परत आणण्यासाठी ख्वाबगाहवर जाऊन धडकली; पण आफताबनं ख्वाबगाह सोडण्यास नकार दिला. किमान वीकेन्डला तरी सर्वसामान्य मुलासारखे कपडे घालायला लावून आफताबला घरी पाठवायचं, असं अखेर उस्ताद कुलसूम बीकडून वचन घेतल्यावरच ती तिथून निघाली. उस्ताद कुलसूम बीनं तिचं वचन पाळण्याचा हरप्रकारे प्रयत्न

केला; पण ते प्रयत्न फक्त काही महिनेच टिकले.

आणि अशाप्रकारे, वयाच्या पंधराव्या वर्षी आफताब शतकानुशतकं त्याचं कुटुंब जिथं राहत होतं त्या घराच्या सामान्य दरवाजातून बाहेर पडून निराळ्याच विश्वात पोहोचला. ते ठिकाण त्याच्या घरापासून अवघ्या काहीएक यार्डावर होतं. ख्वाबगाहचा कायमस्वरूपी रहिवासी झाल्यानंतरच्या पहिल्या रात्री त्यानं अंगणात सर्वांच्या आवडत्या सिनेमातल्या आवडत्या गाण्यावर नाच केला... 'मुघल-ए-आजम' मधल्या 'प्यार किया तो डरना क्या' गाण्यावर. दुसऱ्या दिवशी रात्री एका छोटेखानी समारंभात त्याला हिरवा ख्वाबगाह दुपट्टा भेट देण्यात आला. त्याला नियम व आचार-उपचारांची दीक्षा देण्यात आली. आता तो हिजडा समुदायाचा औपचारिक सदस्य बनला. आफताब दिल्ली घराण्याच्या उस्ताद कुलसूम बीची शिष्या अन्जुम बनला... देशातील सात प्रादेशिक हिजडा घराण्यांपैकी एका घराण्याचा. या प्रत्येक घराण्याचा एक 'नायक' असे, 'प्रमुख' असे आणि या सर्वांवर एक 'सर्वोच्च प्रमुख' असे.

जहाँआरा बेगम पुन्हा त्याला भेटायला त्या ठिकाणी कधीही गेली नसली, तरी ती ख्वाबगाहमध्ये दररोज गरमागरम जेवण मात्र पाठवायची. अन्जुमची आणि तिची गाठ पडायची ती फक्त हजरत सरमद शहीद यांच्या दर्ग्यात. तिथं त्या दोघी थोडा वेळ एकत्र बसायच्या. जवळजवळ सहा फूट उंच, डोक्यावरून टिकल्यांचा दुपट्टा शालीनपणे घेतलेली अन्जुम आणि काळ्या बुरख्याखाली केस पांढरे होऊ लागलेली लहानखुऱ्या चणीची जहाँआरा बेगम कधीकधी कुणाचंही लक्ष नसताना त्या गुपचूप एकमेकींचा हात धरून बसायच्या.

मुलाकात अली मात्र ही परिस्थिती तितकी स्वीकारू शकत नव्हते. त्यांचं भग्न झालेलं हृदय पुन्हा कधीही सांधलं नाही. ते मुलाखती देत असत, पण चंगेज खानाच्या राजवंशावर ओढवलेल्या या दुर्दैवाबद्दल त्यांनी कधीही खासगीत अथवा जाहीरपणे अवाक्षरही काढलं नाही. त्यांनी मुलाशी सगळे संबंध तोडून टाकले. ते पुन्हा कधीही अन्जुमला भेटले नाहीत किंवा तिच्याशी बोलले नाहीत. कधीतरी रस्त्यावर त्यांची गाठ पडायची, नजरानजरही व्हायची; पण कधीही नमस्कार-चमत्कार, ख्यालीखुशाली वगैरे काहीही होत नसे. कधीही नाही.

दिवस पुढं सरकत होते. आता अन्जुम दिल्लीतला सर्वांत प्रसिद्ध हिजडा बनली होती. फिल्म-निर्मात्यांच्या तिच्यावरून मारामाऱ्या होत; एन.जी.ओ. तिच्यासाठी गर्दी करत; व्यावसायिक 'फेवर' म्हणून परदेशी 'संवाददाता' एकमेकांना तिचा फोन नंबर देत. बर्ड हॉस्पिटल, 'बॅन्डिट क्वीन' म्हणून ओळखली जाणारी शरणागत डाकू

फूलनदेवी आणि डोंगराळ प्रदेशात, जंगल भागात एका भग्न डाक बंगल्यात नोकरचाकर व झुंबरांसोबत राहणाऱ्या आणि अस्तित्वात नसलेल्या राज्याचा दावा करणाऱ्या स्वतःला अवधची बेगम म्हणवणारी स्त्री यांचे कॉन्टॅक्ट देत तसंच अन्जुमचा नंबरही देत.

मुलाखतींमध्ये अन्जुमला मिळालेली वाईट वागणूक व क्रौर्य यांबद्दल बोलण्यास उद्युक्त केलं जात असे. घर सोडण्याआधी तिला रूढीगत मुस्लीम मातापिता, भावंडे व शेजारीपाजारी यांच्याकडून अशा प्रकारची वागणूक मिळाली असणार असं गृहीत धरून मुलाखत घेणारे तिला प्रश्न करत असत. ती जेव्हा त्यांना तिच्या आईवडिलांनी तिच्यावर किती प्रेम केलं आहे आणि तीच त्यांच्याशी कसं निष्ठुरपणे वागली आहे, हे सांगायची तेव्हा त्यांचा हमखास अपेक्षाभंग होत असे.

“इतरांच्या कहाण्या भयानक आहेत, तुम्हा लोकांना ज्याबद्दल लिहायला आवडतं अशा,” ती म्हणायची, “त्यांच्याशी का बोलत नाही?”

पण वृत्तपत्रे अर्थातच अशाप्रकारे काम करत नाहीत. वाचकांची पसंती तिला होती. त्यामुळे तिचीच मुलाखत आवश्यक होती. मग तिची कहाणी वाचकांची भूक व अपेक्षा यानुसार थोडीशी बदलावी लागली तरी.

अन्जुम ख्वाबगाहची कायमची रहिवासी झाल्यानंतर अखेर तिला बराच काळ ज्याची आस होती तसे पोशाख घालता येऊ लागले. टिकल्या लावलेले, तलम जाळीदार कुर्ते आणि चुण्याचुण्याच्या पतियाळा, सलवारी, शरारा, घागरे, चांदीचे पैंजण, काचेच्या बांगड्या, लोंबते कानातले. तिनं नाक टोचून घेतलं होतं. ती खड्याची चमकी घालत असे. डोळ्यांत काजळ रेखत असे. निळी आयशॅडो लावत असे आणि चमकदार लाल लिपस्टिकनं मधुबालासारखं ओठांचं मादक धनुष्य रेखत असे. तिचे केस काही फार लांबसडक वाढत नसत; पण ते सगळे मागच्या बाजूला एकत्र करून त्यांना गंगावन लावून त्याची वेणी घालता येत असे. तिचा चेहरा ठसठशीत आणि रेखीव होता. तिच्या वडिलांच्या नाकासारखंच तिचंही नाक तरतरीत आणि बाकदार होतं. बॉम्बे सिल्क जशी सुंदर होती तशी ती सुंदर नव्हती पण ती अधिक मादक, अधिक आकर्षक आणि देखणी होती... काही बायका जशा असू शकतात तशी. तिच्या या रूपापुढे आणि त्या सोबत तिच्या अतिशयोक्त व आत्यंतिक म्हणण्याजोग्या स्त्रीत्वाशी असलेल्या दृढ बांधिलकी पुढे जीवशास्त्रीयदृष्ट्या खरी स्त्री असणाऱ्या आजूबाजूच्या बायका- ज्या पूर्ण बुरखा घालत नसत त्यासुद्धा- फिक्या पडत. ती चालताना ढुंगणाला जरा जास्तच हेलकावे द्यायला शिकली होती आणि हिजडा टाळी वाजून संवाद साधायलाही. हिजडा टाळी... बंदुकीच्या गोळीसारखी. आणि जिचा अर्थ काहीही असू शकतो; हो, नाही. कदाचित वा! *बहन का लौडा भोसडी के xxx...* एखाद्या विशिष्ट क्षणी एखाद्या टाळीचा काय अर्थ असू शकेल

हे एखादा हिजडाच सांगू शकतो.

अन्जुमच्या अठराव्या वाढदिवशी कुलसूम बीनं ख्वाबगाहमध्ये तिच्यासाठी पार्टी ठेवली होती. संपूर्ण शहरातून हिजडे गोळा झाले होते. काही जण तर परगावहूनसुद्धा आले होते. त्या दिवशी अन्जुमनं आयुष्यात पहिल्यांदा साडी नेसली होती... लाल 'डिस्को' साडी आणि बॅकलेस चोली. तिला आपण नव्या नवरीसारखे आहोत आणि ही लग्नाची रात्र आहे असं वाटत होतं; पण तिला जाग आली तेव्हा तिच्या लैंगिक सुखाचा उद्‌गार पुरुषासारखा आणि तोही तिच्या अंगावरच्या सुंदर नव्याकोऱ्या साडीत झाल्याचं जाणवल्यामुळे ती भयंकर व्याकूळ झाली. असं काही पहिल्यांदाच घडलं नव्हतं. पण का कोण जाणे, बहुधा साडीमुळे असावं, तिला या वेळी इतका अपमान कधी वाटला नव्हता. ती अंगणात बसून, कपाळावर आणि दोन पायांच्या मध्ये बडवून घेत लांडग्यासारखी गळा काढून रडत होती. स्वतःच स्वतःला दिलेल्या वेदनांनी किंचाळत होती. उस्ताद कुलसूम बीला असले तमाशे नवीन नव्हते. तिनं अन्जुमला झोपेचं औषध दिलं आणि तिला खोलीत घेऊन गेली.

अन्जुम शांत झाल्यावर उस्ताद कुलसूम बी तिच्याशी शांतपणे बोलली... असं ती याआधी कधीच बोलली नव्हती. उस्ताद कुलसूम बीनं तिला सांगितलं की, कशाची लाज वाटण्याचं काहीच कारण नाही. कारण हिजडे ही परमेश्वराला प्रिय असलेली निवडक माणसे असतात. तिनं सांगितलं की हिजडा म्हणजे ज्या देहात पवित्र आत्मा राहतो असा देह. पुढच्या तासाभरात अन्जुमला समजलं, की या पवित्र आत्म्यांमध्येही वेगवेगळे प्रकार आहेत. दुनियेपेक्षा जास्त नसलं तरी, ख्वाबगाहमधील जग तितकंच गुंतागुंतीचं आहे. बुलबुल आणि गुडिया या दोघी हिंदू व्यक्ती ख्वाबगाहमध्ये येण्याआधी मुंबईत औपचारिक (अत्यंत वेदनादायी) धार्मिक 'बधिया' विधीतून पार झाल्या होत्या. बॉम्बे सिल्क व हीरानेही ते करून घेतलं असतं; पण त्या मुस्लीम होत्या. परमेश्वरानं दिलेल्या लिंगात फेरफार करण्यास इस्लामची मनाई आहे अशी त्यांची श्रद्धा होती. त्यामुळेच त्या 'बधिया' विधीतून त्या स्वतःला वाचवू शकल्या होत्या. रजियासारखाच बेबीसुद्धा पुरुष होता. त्याला पुरुषच राहायचं होतं, पण बाकी सगळ्या बाबतीत बाई व्हायचं होतं. उस्ताद कुलसूम बॉम्बे सिल्क व हीरा इस्लामचा जो अर्थ लावत, त्याच्याशी सहमत नव्हती. तिनं आणि निम्मो गोरखपुरीनं दोघी वेगवेगळ्या पिढीतल्या असूनही शस्त्रक्रिया करून घेतली होती; डॉ. मुख्तार तिच्या परिचयाचे होते. तिच्या मते ते विश्वासार्ह होते आणि ते कुठंही तोंड उघडणार नाहीत, ते त्यांच्या रुग्णांबद्दल जुन्या दिल्लीतल्या प्रत्येक गल्लीबोळात कंड्या पिकवत सुटणार नाहीत असा तिला विश्वास होता. तिनं अन्जुमला सांगितलं की, तू नीट विचार कर आणि काय करायचं ते ठरव. अन्जुमनं निर्णय घ्यायला पूर्ण तीन मिनिटे लावली.

डॉ. नबीपेक्षा डॉ. मुख्तार अधिक आश्वासक होते. त्यांनी सांगितलं की, तिचे पुरुषी अवयव काढून टाकून, तिची आहे ती योनी परिवर्धित करण्याचा प्रयत्न करता येऊ शकेल. त्यांनी तिच्या आवाजाचं घोगरेपण कमी करण्यासाठी व तिच्या वक्षांना उभार येण्यासाठी काही गोळ्याही सुचवल्या. दरात सवलत देण्याबाबत कूलसूम बी आग्रही होती. डॉ. मुख्तार सवलतीच्या दरात कबूल झाले. कुलसूम बीने शस्त्रक्रिया व हार्मोन्सचा खर्च केला. पुढं अनेक वर्षं अन्जुमनं त्या पैशाची परतफेड केली; कित्येक पटींनी.

शस्त्रक्रिया अवघड होती. बरं होण्याचा टप्पा तर आणखी खडतर होता; पण सगळं झाल्यावर मोकळं झाल्यासारखं वाटलं. अन्जुमला जणू काही तिच्या रक्तातून धुकं दूर झालं आहे, असं वाटलं. आता ती सुस्पष्ट विचार करू शकत होती; पण डॉ. मुख्तारांची योनी बनावट निघाली. म्हणजे ती तयार झाली होती, पण ती ज्या प्रकारे होईल असं त्यांनी सांगितलं होतं तशी झाली नाही. त्यानंतर दोनदा दुरुस्ती, शस्त्रक्रिया करूनसुद्धा झाली नाही. त्यांनी पूर्ण किंवा थोडे पैसेही परत करण्याविषयी अवाक्षरही काढलं नाही. घाईला आलेल्या लोकांना बनावट फालतू अवयव विकून त्यांनी स्वत:चं आयुष्य आरामदायी बनवलं. ते वारले तेव्हा ते चांगले गडगंज श्रीमंत होते. लक्ष्मीनगरमध्ये त्यांची दोन घरं होती. दोन्ही मुलांना एकेक, आणि त्यांच्या मुलीचं रामपूरमधल्या धनाढ्य बांधकाम कंत्राटदाराशी लग्न झालं होतं.

अन्जुम अतिशय मागणी असलेली प्रेमिका बनली असली... कुशल सुखदायिनी. तरी तिनं सुखाचा परमोच्च बिंदू गाठला होता, तो लाल डिस्को साडी नेसली होती तेव्हा... ते शेवटचंच. डॉ. नबींनी तिच्या वडिलांना तिच्या ज्या 'वृत्ती'बाबत सावध केलं होतं, त्या तशाच राहिल्या असल्या, तरी डॉ. मुख्तारांनी दिलेल्या गोळ्यांनी तिचा घोगरेपणा कमी झाला होता. मात्र, त्या गोळ्यांमुळे तिचा आवाज चढण्याला मर्यादा आल्या. तिचा आवाज भसाडा झाला आणि त्यामध्ये एक विशिष्ट कर्णकटू अशी धार आली की, कधीकधी दोन आवाज एकमेकांशी भांडत आहेत असं वाटायचं. त्याची इतर लोकांना भीती वाटायची; पण त्या आवाजाच्या मालकिणीला तिच्या ईश्वरदत्त आवाजाची जशी भीती वाटायची तशी या आवाजाची वाटत नसे. असंही नाही की या आवाजाचा आनंद होता.

अन्जुम तिचा ठिगळं लावून जोडलेला देह घेऊन ख्वाबगाहमध्ये राहिली, तीस वर्षांहून अधिक काळ... तिची अंशत: साकार झालेली स्वप्ने सोबत घेऊन.

वयाच्या शेहेचाळिसाव्या वर्षी तिला ख्वाबगाह सोडून जायचं असल्याचं तिनं जाहीर केलं. मुलाकात अलींचं निधन झालं होतं. जहाँआरा बेगम बिछान्याला जवळ जवळ खिळूनच होती. ती साकिब व त्याच्या कुटुंबासमवेत चितली कबरजवळच्या जुन्या घराच्या एका भागात राहत असे. (घराचा दुसरा भाग एका चमत्कारिक आणि

लाजऱ्याबुजऱ्या तरुणाला भाड्यानं दिला होता. तो सेकंड हॅन्ड इंग्रजी पुस्तकांच्या ढिगात असायचा. जमिनीवर, बिछान्यावर आणि उपलब्ध असलेल्या प्रत्येक सपाट पृष्ठभागावर पुस्तकांचे मनोरे रचलेले असत.) अन्जुमला तिथं अधूनमधून येण्यापुरती सवलत असे; पण राहायला येण्यासाठी नाही. ख्वाबगाह आता नव्या पिढीतील रहिवाशांचं घर होतं, जुन्यांपैकी फक्त उस्ताद कुलसूम बी, बॉम्बे सिल्क, रजिया, बिस्मिल्लाह आणि मेरी तिथं उरल्या होत्या.

अन्जुमला जायला कुठलंच ठिकाण नव्हतं.

***

बहुधा याच कारणांमुळे, तिला कुणी गंभीरपणे घेतलं नाही. मत्सराची प्रचंड आग, अखंड कारस्थाने आणि सतत बदलत्या निष्ठा यांमुळे, निघून जाण्याच्या आणि आत्महत्या करण्याच्या नाट्यपूर्ण घोषणा हा ख्वाबगाहमधील दैनंदिन आयुष्याचा भागच होता. पुन्हा एकदा, सर्वांनी डॉक्टर सुचवले. गोळ्या सुचवल्या. डॉ. भगतांच्या गोळ्यांनी सगळं बरं होतं, ते म्हणाले, सगळे जण त्याच औषधावर होते. पण ''मी सगळे जण नाही,'' अन्जुम म्हणाली. त्यामुळे पुन्हा कुजबुज सुरू झाली. (तिच्या बाजूनं व विरुद्ध.) तिचा 'मी'पणा आणि ती स्वत:ला काय समजते याबद्दल.

ती स्वत:ला काय समजत होती? फार कुणी नाही, किंवा बरंच काही. तुम्ही त्याकडे कसं पाहता यावर ते अवलंबून होतं. तिच्या महत्त्वाकांक्षा होत्या. होय आणि त्यांचं वर्तुळ पूर्ण झालं होतं... घुमून फिरून ती तिथंच आली होती. आता तिला 'दुनियेत' परत यायचं होतं आणि सर्वसामान्य माणसासारखं जगायचं होतं. तिला आई व्हायचं होतं, तिला सकाळी स्वत:च्या घरात जाग यावी असं वाटत होतं. शाळेचा गणवेश घालून तिला जैनबला दप्तर व डबा देऊन शाळेला पाठवायचं होतं. प्रश्न असा होता की, अशा प्रकारच्या इच्छा-आकांक्षा तिच्यासारख्या व्यक्तीनं बाळगणं योग्य होतं की अयोग्य?

जैनब ही अन्जुमची एकमात्र प्रिय व्यक्ती होती. अन्जुमला तीन वर्षांपूर्वी जैनब सापडली होती. ती दुपार होती. सोसाट्याचा वारा सुटला होता. श्रद्धाळू लोकांच्या डोक्यावरच्या प्रार्थनेच्या टोप्या उडून जातील आणि फुगेवाल्याकडचे सगळे फुगे एका बाजूला कोलमडतील इतका सोसाट्याचा. ती इवलीशी मुलगी जामा मशिदीच्या पायऱ्यांवर एकटी होती. तिनं भोकाड पसरलं होतं. मरायला टेकलेल्या पिटुकल्या उंदरिणीएवढी. तिच्या टपोऱ्या डोळ्यांत भीती दाटली होती. अन्जुमनं अंदाज बांधला. तीन वर्षांची दिसतीय. तिच्या अंगात फिकट हिरवं सलवार, कमीज होतं आणि पांढरा मळका हिजाब. अन्जुमनं खाली वाकून तिला बोट दिलं तेव्हा तिनं

काही क्षण वर पाहिलं, तिचं बोट धरलं आणि ती न थांबता मोठ्यानं रडत राहिली. तिनं ज्या व्यक्तीचं बोट धरलं होतं त्या व्यक्तीच्या आतमध्ये विश्वासाच्या या साध्या सहज कृतीनं काय वादळ उठवलं आहे याची कल्पना हिजाबमधल्या त्या पिटुकल्या उंदरिणीला नव्हती. त्या इवल्याशा जीवानं तिला न घाबरता, त्याकडे दुर्लक्षच केले. त्यामुळे बऱ्याच काळापूर्वी निम्मो गोरखपुरी ज्याला समर्पकपणे 'भारत-पाक' म्हणाली होती ती भावना काही क्षणतरी नरमली. अन्जुमच्या आतले दोन्ही लढवय्ये गट शांत झाले. आता तिला आपला देह युद्धभूमी नसून उदार यजमान असल्यासारखं वाटलं.

मात्र हा जो काही अनुभव होता, तो संपूर्ण आणि सच्चा अनुभव असल्याचं तिला जाणवलं. हे मरणं होतं, का जन्माला येणं होतं? अन्जुमला ठरवता येत नव्हतं. तिनं खाली वाकून त्या उंदरिणीला उचललं आणि तिला कडेवर घेऊन ती तिच्या दोन्ही भांडणाऱ्या स्वरात तिच्याशी गुणगुण बोलू लागली. पण ती केकाटणारी मुलगी त्यालाही घाबरली नाही वा रडण्याच्या कार्यापासून विचलित झाली नाही. अन्जुम काही वेळ तिथंच उभी राहिली. तिच्या चेहऱ्यावर हास्य उमललं होतं. तिच्या कडेवरची ती मुलगी मात्र रडतच होती. मग अन्जुमनं त्या मुलीला पायऱ्यांवर बसवलं आणि तिला गडद गुलाबी रंगाचे बुढ्ढी के बाल आणून दिले. ती मुलगी ज्या कुणाची असेल ती व्यक्ती तिला न्यायला येईपर्यंत तिला गुंतवून ठेवण्यासाठी ती तिच्याशी प्रौढांच्या विषयांवर काहीबाही बोलत राहिली. ते संभाषण एकतर्फीच ठरलं. उंदरिणीला स्वत:विषयी फारसं काही माहीत दिसत नव्हतं, तिला स्वत:चं नावसुद्धा सांगता येत नव्हतं आणि तिची बोलायचीही इच्छा दिसत नव्हती. तिचे बुढ्ढी के बाल खाऊन झाले (किंवा तिच्या तोंडात गेले) तेव्हा तिला गडद गुलाबी दाढी आली होती आणि तिची बोटं चिकट झाली. तिचं केकाटणं कमी होऊन आता हुंदके सुरू झाले... आणि अखेर, ती गप्प झाली. अन्जुम तिच्यासोबत कितीतरी तास तिथं पायऱ्यांवर बसून होती. कुणीतरी त्या मुलीला न्यायला येईल म्हणून वाट पाहत. तिथून येणाऱ्या-जाणाऱ्यांना कुणाचं मूल हरवलं आहे का विचारत होती. संध्याकाळ उलटली. जामा मशिदीची भव्य लाकडी द्वारे बंद झाली तेव्हा अन्जुमनं त्या उंदरिणीला खांद्यावर बसवलं आणि तिला ख्वाबगाहमध्ये घेऊन आली. तिथं तिची चांगली खरडपट्टी निघाली. अशा वेळी मशीद व्यवस्थापनाला हरवलेलं मूल सापडलं आहे याची माहिती देणं हा योग्य मार्ग... तिला सांगण्यात आलं. तिनं दुसऱ्या दिवशी सकाळी त्याप्रमाणे केलं (अतिशय नाखुशीनंच... ती पाय ओढत तिथं गेली... आपल्या इच्छेनुसार काही होणार नाही हे माहीत असूनही आशेनं... 'होपिंग अगेन्स्ट होप' कारण एव्हाना अन्जुम उंदरिणीच्या अतिशय प्रेमात पडली होती.)

त्यानंतर पुढचा आठवडाभर अनेक मशिदींतून दिवसभरात अनेकदा घोषणा करण्यात आली, पण उंदरिणीवर हक्क सांगायला कुणीही पुढे आले नाही. असेच आठवड्यांमागून आठवडे उलटले, तरीही कुणी तिला शोधत आलं नाही आणि

मग, बाय डिफॉल्ट जैनब ख्वाबगाहमध्येच राहिली. हे नाव अन्जुमनं ठेवलं होतं. तिथं तिचे बऱ्याच आयांनी (म्हणजे वडिलांनी) खूप कोडकौतुक केलं... कुठल्याही मुलाचे यापेक्षा लाड होऊ शकणार नाहीत, इतक्या लाडाकोडात ती वाढू लागली. तिला या नव्या आयुष्यात स्थिरावण्यास फारसा वेळ लागला नाही. त्यावरून तिला तिच्या आधीच्या आयुष्याचा फार लळा नव्हता, हे लक्षात येत होतं. ती हरवलेली मुलगी नव्हती; सोडून दिलेली मुलगी आहे, असं अन्जुमला ठामपणे वाटलं.

काही दिवसांतच ती मुलगी अन्जुमला 'मम्मी' म्हणू लागली. (कारण अन्जुम स्वत:ला तसं म्हणवून घेऊ लागली होती.) बाकीच्या रहिवाशांना (अन्जुमच्या पालकत्वाखाली) ती 'आपा' म्हणू लागली आणि मेरी ख्रिश्चन असल्यामुळे तिला मेरी आंटी. उस्ताद कुलसूम बी आणि बिस्मिल्लाह अनुक्रमे 'मोठी आजी' आणि 'छोटी आजी' बनल्या. वाळू जसा समुद्र शोषून घेते तसं उंदरानं प्रेम शोषून घेतलं. लवकरच तिचं रूपांतर एका मस्तीखोर, आगाऊ मुलीत झालं, जिच्या सवयी एखाद्या धष्टपुष्ट, गलेलठ्ठ उंदरासारख्या होत्या (जी हाताला लागतच नसे.)

दरम्यान, मम्मी दिवसेंदिवस अधिकच गोंधळून जात होती. एखादा माणूस दुसऱ्या माणसावर इतकं आणि इतकं संपूर्ण प्रेम करू शकतो ही गोष्टच तिच्यासाठी नवलाईची होती. सुरुवातीला हे सगळं नवीन असताना, एखाद्या लहान मुलाला त्याचं पहिलंवहिलं 'पेट' मिळाल्यासारखी तिची अवस्था झाली होती. त्या वेळी ती तिच्या भावना नुसती गडबड धांदल करत व्यक्त करू शकत असे. तिनं जैनबसाठी भारंभार खेळणी आणि कपडे विकत आणले (घेरदार, फुग्याच्या बाह्याचे फ्रॉक आणि पॅक पॅक आवाज करणारे, टाचेत दिवे लागणारे 'मेड इन चायना' शूज) तिला अंघोळ घालायची, काहीही गरज नसताना ती अनेकदा तिचे कपडे बदलायची. तिची वेणी घालायची, ती सोडायची, पुन्हा तिचे केस बांधायची, पुन्हा सोडायची, जुन्या पत्र्याच्या डब्यात गुंडाळ्या करून ठेवलेल्या रिबिनीतल्या मॅचिंग रिबिनी लावायची, बिनमॅचिंगच्या रिबिनी लावायची. तिला जरुरीपेक्षा जास्त खाऊ घालायची. तिला आसपास फिरायला न्यायची. जैनबचा प्राण्यांकडे उपजत ओढा आहे, असं दिसताच तिनं तिला ससा आणून दिला. त्याला ख्वाबगाहमध्ये आणल्या आणल्या त्याच रात्री त्याला एका मांजरानं ठार केलं आणि मौलानासारखी दाढी असलेला एक बकराही आणून दिला. त्याला अंगणात बांधलं होतं. तो भावशून्य चेहऱ्यानं, अधूनमधून चकचकीत लेंड्या टाकत असे. त्या सर्व दिशांना घरंगळून जात असत.

आता ख्वाबगाहची अवस्था पूर्वीपेक्षा सुधारली होती. त्या मोडक्या खोलीचं नूतनीकरण झालं होतं. त्या खोलीच्या वर, पहिल्या मजल्यावर नवी खोली बांधली होती. आता तिथं अन्जुम आणि मेरी राहत असत. तिथं अन्जुम जमिनीवर गादी अंथरून जैनबला घेऊन झोपत असे. तिच्या उंच देहाचं मुटकुळं त्या छोट्या

मुलीभोवती संरक्षक भिंतीसारखं पहारा देत असे. रात्री ती तिला हळुवारपणे गाणं म्हणून झोपवत असे. ते गाण्यापेक्षा कुजबुजल्यासारखंच जास्त वाटत असे. जैनबला कळू लागल्यावर अन्जुम तिला गोष्टी सांगू लागली. सुरुवातीला त्या गोष्टी लहान मुलाला सांगण्याच्या दृष्टीनं अगदी अयोग्य असत. तो अन्जुमचा आपला मोडकातोडका प्रयत्न असे... हातून निसटलेल्या क्षणांची भरपाई करण्याचा, जैनबच्या स्मृतीत आणि जाणिवेत शिरण्याचा, कसल्याही कपट-काव्याविना स्वत:ला व्यक्त करण्याचा. ज्यायोगे त्या पूर्णत: एकमेकींच्या होऊ शकतील. परिणाम हा झाला की अन्जुम आपली सारी दुःखं, आनंद, बरेवाईट अनुभव उतरवू शकेल अशा बंदराचं/गोदीचं रूप जैनबला मिळालं. तिच्या या गोष्टींनी जैनबला झोप लागणं दूरच राही; उलट त्यामुळे अन्जुमलाच भयंकर स्वप्ने तरी पडायची किंवा रात्री कित्येक तास ती टक्क जागी राहायची... भयभीत, चिडचिड करत. कधीकधी गोष्टी सांगताना अन्जुम स्वत:च रडायची. मग जैनबला रात्री झोपण्याची वेळ धडकी भरवू लागली. ती डोळे गच्च मिटून घ्यायची आणि झोपायची, आणखी एक गोष्ट ऐकायला लागू नये म्हणून. मात्र काही दिवसांतच अन्जुमनं त्या गोष्टींमध्ये काही फेरफार केले. (आपल्यापेक्षा लहान आपांच्या मदतीनं) संपादकीय लक्ष्मणरेषा आखून घेतली. आता त्या गोष्टी यशस्वीरीत्या 'बालकप्रूफ' झाल्या. परिणामी जैनब रात्रीच्या वेळच्या या कार्यक्रमाची वाट पाहू लागली.

तिची सगळ्यात आवडती गोष्ट होती. उड्डाणपुलाची गोष्ट. अन्जुम आणि तिच्या मैत्रिणी एकदा रात्रीच्या वेळी दक्षिण दिल्लीतील डिफेन्स कॉलनीपासून तुर्कमान गेट पर्यंत पायी चालत कशा आल्या याचा किस्सा अन्जुम सांगत असे. त्या पाच-सहा जणी होत्या; छान सजलेल्या. डी, ब्लॉकमधल्या एका गडगंज सेठच्या घरी धमाल पार्टी करून परत जाताना त्या खूपच सुंदर दसत होत्या. पार्टीनंतर त्यांनी ठरवलं की, थोडं अंतर चालत जाऊ या, थोडी ताजी हवा खाऊ या.

'त्या काळी ताजी हवा असा प्रकार असायचा.' अन्जुम जैनबला सांगत असे.

त्या डिफेन्स कॉलनी उड्डाणपुलावरून त्या वेळी शहरात हाच एकमात्र उड्डाणपूल होता. निम्मं अंतर पार करून आल्या असतील तेवढ्यात पाऊस सुरू झाला. आता उड्डाणपुलावर असताना पाऊस आल्यावर माणसानं काय करायचं?

"तसंच चालत राहायचं," जैनब म्हणायची, अगदी मोठ्या माणसाच्या स्वरात.

"अगदी बरोबर. तर आम्ही तशाच चालत राहिलो," अन्जुम सांगायची. "आणि मग काय झालं?"

"मग तुला शू लागली!"

"मग मला शू लागली!"

"पण तू थांबू शकत नव्हतीस."

“मी थांबू शकत नव्हते.”

“तुला चालतच राहावं लागलं.”

“मला चालतच राहावं लागलं.”

“मग आम्ही आमच्या घागऱ्यातच शू केली!” जैनब आरोळी ठोकायची, कारण तिचं वयच असं होतं की, ज्या वयात कोणत्याही गोष्टीत शी, शू आणि पादणं याच्याशी संबंधित काहीही म्हणजे सर्वोच्च बिंदू असे.

“बरोबर आणि ती जगातली सर्वांत छान भावना होती,” अन्जुम म्हणायची.

“त्या भल्यामोठ्या, रिकाम्या उड्डाणपुलावर, एक ओलेती बाई बॉम्बे डाइंगच्या टॉवेलनं अंग पुसत आहे अशा मोठ्याच्या मोठ्या जाहिराती खालून पावसात चिंब भिजून...”

“आणि तो टॉवेल गालिच्याएवढा मोठा होता!”

“गालिच्याएवढा मोठा, हो.”

“आणि मग तू त्या बाईला विचारलंस की, मला तुझा टॉवेल अंग पुसायला देतेस का?”

“मग ती बाई काय म्हणाली?”

“ती म्हणाली, नाही! नाही! नाही!”

“ती म्हणाली, नाही! नाही! नाही! मग आम्ही चिंब भिजून तशाच चालत राहिलो...”

“गरम, गरम शू गार-गार पायांवरून ओघळत ओघळत!”

नेमकं याच ठिकाणी जैनब हटकून झोपी जात असे... हसत हसत. अन्जुमच्या गोष्टींतून प्रतिकूलता, दुःख, यातना यांचा कणसुद्धा हद्दपार करावा लागत असे. स्वतःला सुंदर, आकर्षक, तरुण ‘सेक्स सायरन’ अशा रूपात परिवर्तित करणं अन्जुमला फार आवडलं होतं... सेक्स सायरन, नाचगाण्याचं झळाळतं आयुष्य जगणारी, भपकेबाज कपडे घालणारी, नखं रंगवलेली आणि चाहत्यांची गर्दी लाभणारी.

आणि अशाप्रकारे, जैनबला खूश करण्यासाठी अन्जुमनं स्वतःचं आयुष्य वेगळ्या पद्धतीनं लिहायला सुरुवात केली... अधिक सुटसुटीत, अधिक सुखकर. या पुनर्लेखनामुळं अन्जुम अधिक अधिक सरळमार्गी, आनंदी व्यक्ती बनू लागली.

उदाहरणार्थ, उड्डाणपुलाची ती गोष्ट १९७६ साली प्रत्यक्षात घडली होती. इंदिरा गांधींनी जाहीर केलेली आणीबाणी एकवीस महिने होती. त्यांचा बिघडलेला तरुण मुलगा संजय गांधी यूथ काँग्रेसचा प्रमुख होता. देश म्हणजे त्याचं वैयक्तिक खेळणं असल्यासारखा तोच देश चालवत होता. नागरिक अधिकार रद्द झाले होते, वृत्तपत्रांना ‘सेन्सॉर’ होतं आणि लोकसंख्या नियंत्रणाच्या नावाखाली हजारो पुरुष

(बहुतांश मुस्लीम) कॅम्प्समध्ये गोळा करून त्यांची सक्तीनं नसबंदी केली जात होती. आंतरिक सुरक्षा व्यवस्था कायदा म्हणजेच मेन्टेनन्स ऑफ इन्टर्नल सिक्युरिटी ॲक्ट – मिसा– या नव्या कायद्यान्वये सरकार त्यांच्या लहरीनुसार कुणालाही अटक करू शकत होतं, तुरुंग गच्च भरले होते आणि संजय गांधीच्या समर्थकांचा छोटा कंपू त्याचे आदेश अमलात आणण्यासाठी सर्वसामान्य जनतेवर कहर बरसवत असे.

त्या उड्डाणपुलाच्या गोष्टीतल्या रात्री, अन्जुम तिच्या सहकाऱ्यांसोबत ज्या लग्नाच्या पार्टीहून परत येत होती. ती पार्टी पोलिसांनी उधळून लावली होती. यजमान व त्यांच्या तीन पाहुण्यांना अटक करून पोलीस गाडीतून घेऊन गेले होते. त्याचं कारण कुणालाच ठाऊक नव्हतं. अन्जुम आणि मंडळींना कार्यक्रमस्थळी घेऊन येणाऱ्या ड्रायव्हरनं त्याचे प्रवासी गाडीत कोंबून तिथून निसटण्याचा प्रयत्न केला होता. या अपराधाबद्दल त्याच्या डाव्या हाताच्या बोटाजवळच्या हाडांचा आणि उजव्या गुडघ्याच्या वाटीचा चुराडा झाला होता. त्याच्या मेटॅडोरमधल्या प्रवाशांना खेचून बाहेर काढलं होतं आणि त्यांच्या पार्श्वभागावर लाथा घातल्या होत्या, जणू ते सर्कशीतले विदूषक असावेत. आणि त्यांना चला, पळा... तुम्हाला जर वेश्याव्यवसाय व अश्लीलतेच्या आरोपाखाली अटक व्हायचं नसेल तर पळत घर गाठा, असं सांगण्यात आलं होतं. मग त्या अतिशय भयभीत होऊन धावत सुटल्या, अंधार आणि पावसातून... भुतासारख्या. त्यांच्या पायांच्या वेगापेक्षा जास्त वेगानं त्यांचा मेकअप ओघळत होता. त्यांच्या अंगातले तलम, झिरझिरीत कपडे ओलेचिंब झाल्यामुळे त्यांना पावलं टाकताना अडथळा येत होता आणि त्यांचा वेग कमी होत होता. हिजड्यांच्या दृष्टीनं अशा प्रकारची मानखंडना नित्याचीच होती हे खरंच होतं, त्यात विशेष असं काहीच नव्हतं आणि त्या भयानक काळात इतरांनी ज्या यातना भोगल्या त्या तुलनेत तर हे काहीच नव्हतं.

हे काहीच नव्हतं, पण तरी, काहीतरी होतंच...

अन्जुमनं या गोष्टीत काहीही काटछाट केली असली तरीही त्यात काही प्रमाणात वास्तव होतंच. उदाहरणादाखल सांगायचं तर, त्या रात्री खरंच पाऊस पडत होता आणि पळताना अन्जुमनं खरंच लघवी केली होती. डिफेन्स कॉलनी उड्डाणपुलावर बॉम्बे डाइंगच्या टॉवेल्सची जाहिरात खरंच होती आणि जाहिरातीतल्या बाईनं तिचा टॉवेल देण्यास खरंच नकार दिला होता.

***

जैनब शाळेला जाण्याच्या वयाची होण्याच्या वर्षभर आधीच मम्मीनं तयारी सुरू केली होती. तिनं तिच्या जुन्या घरी जाऊन तिच्या भावाच्या साकिबच्या परवानगीनं मुलाकात अलींचा पुस्तकसंग्रह ख्वाबगाहमध्ये आणला होता. ती बरेचदा मांडी घालून समोर पुस्तक (पवित्र कुरआन नव्हे) उघडून बसत असे आणि पुस्तकातल्या

ओळींवरून बोट फिरवत त्यासोबत तोंड हलवत असे किंवा डोळे मिटून मागे-पुढे झुलत असे. नुकतंच जे वाचलं असेल त्याचा विचार करत असे किंवा बहुधा स्मृतीच्या दलदलीतून कधी काळी तिला माहीत असलेल्या गोष्टी उपसून वर काढत असे.

जैनब पाच वर्षांची झाल्यावर अन्जुम तिला गाणं शिकवायला सुरुवात करण्यासाठी उस्ताद हमीद यांच्याकडे घेऊन गेली. तिला संगीतात रुची नाही हे सुरुवातीपासूनच स्पष्ट कळत होतं. ती गाण्याच्या तासाला अस्वस्थपणे चुळबुळ करत असायची. चुकीच्या नोट्स तर ती इतक्या सर्रास गायची... जणू तिच्यात ते कौशल्यच होतं. मग सहनशील, सहृदयी उस्ताद हमीद एखादी माशी भुणभुण करत वैताग देत असावी, तसे मान झटकायचे आणि कोमट चहाचे घुटके घेत, हार्मोनिअमच्या पट्ट्या धरून ठेवायचे... त्याचा अर्थ असे, शिष्यानं आणखी एकदा प्रयत्न करून पाहावा अशी त्यांची इच्छा आहे. मग क्वचित कधीतरी जैनब त्या सुरांच्या कुठंतरी जवळपास पोहोचली की ते आनंदानं मान डोलवत म्हणायचे, 'दॅट्स माय बॉय!' हे उद्गार त्यांनी *द टॉम ॲन्ड जेरी शो*मधून उचलला होता. त्यांना हा कार्यक्रम खूप आवडत असे. ते त्यांच्या नातवंडांसोबत हा कार्यक्रम पाहत असत. (त्यांची नातवंडे इंग्लिश मीडिअमच्या शाळेत शिकत होती.) ही त्यांची कौतुकाची सर्वोत्तम पावती होती. शिष्य कोणत्याही लिंगाचा असला तरी. ते जैनबला ही कौतुकाची पावती द्यायचे ते जैनब त्याला पात्र होती म्हणून नव्हे, तर अन्जुमबद्दलच्या आपुलकीतून आणि ती (किंवा ती तो आफताब असताना) किती छान गायची या आठवणींमुळे. अन्जुम गाण्याच्या सगळ्या तासांना तिथंच बसायची. तिची वरच्या पट्टीतली, डोक्यातल्या छिद्रातून आल्यासारखी वाटणारी किड्यासारखी गुणगुण पुन्हा परत आली होती. या खेपेला दक्ष मास्तरसारखी... जैनबच्या हेकेखोर आवाजाला शिस्त लावण्यासाठी आणि त्याचा सच्चेपणा जपण्यासाठी; पण त्याचा काही उपयोग नव्हता. उंदरीण गाऊ शकली नाही.

मग असं लक्षात येत गेलं की, जैनबचं खरंखुरं 'पॅशन' आहे पशुपक्षी. खाटकाच्या दुकानाबाहेर एकावर एक रचून ठेवलेल्या गलिच्छ पिंजऱ्यात दाटीवाटीनं कोंबलेल्या, पिसं झडलेल्या, अर्धमेल्या पांढऱ्या रंगाच्या सगळ्या कोंबड्यांना मुक्त करावं असं तिला वाटत असे. वाटेत आडव्या येणाऱ्या प्रत्येक मांजराशी तिला बोलायचं असे. उघड्या गटारातून वाहणाऱ्या रक्त आणि टाकाऊ मांसाच्या चिखलात लोळणाऱ्या प्रत्येक भटक्या कुत्र्याच्या पिल्लाला तिला घरी आणायचं असे. ती कुत्री अस्वच्छ असतात. मुस्लिमांच्या दृष्टीने 'नाजिस'. त्यांना स्पर्श करू नये असं सांगितलं तरी ती ऐकत नसे. तिला रोज ज्या रस्त्यावरून जावे लागत असे त्या रस्त्यावरून सर्रकन जाणारे मोठे राठ केसांचे चरबरीत उंदीर पाहून ती भीतीने मागे

सरकत नसे. कोंबड्यांच्या पिवळ्या नख्यांचे ढीग, बकऱ्यांचे सोललेले पाय, बकऱ्याच्या मुंड्याची पिरॅमिड्स, त्यातून दिसणारे त्यांचे रोखून पाहणारे, थंडगार, निळसर डोळे आणि स्टीलच्या मोठ्या कुंड्यांमध्ये ठेवलेले, जेलीसारखे थरथरणारे मोतिया सफेद रंगाचे बकऱ्यांचे मेंदू... या गोष्टी पाहणं तिला सहन होत नसे.

जैनबच्या कृपेनं तीन बकरी ईद पार पाडू शकलेल्या तिच्या पाळीव बकऱ्याच्या जोडीला अन्जुमनं तिला एक देखणा कोंबडाही आणून दिला होता. त्या कोंबड्यानं त्याच्या नव्या मालकिणीच्या स्वागतपर आलिंगनाला दुष्टपणे चोच मारून प्रतिसाद दिला. त्यामुळे जैनबनं जोरात गळा काढला. त्या रडण्यात वेदनेपेक्षा हृदयभंगाचं दुःख अधिक होतं. त्यानं चोच मारली तरी तिचं त्याच्याबद्दलचं प्रेम जराही कमी झालं नाही. तिचं 'रुस्टर लव्ह' उफाळलं की, ती अन्जुमच्या पायांभोवती हातांची मिठी घालायची आणि आपल्या मम्मीच्या गुडघ्यांवर पापे द्यायची. पापे देताना पुन्हा पुन्हा त्या कोंबड्याकडे उत्कट व प्रेमळ नजरेने पाहायची... अशा प्रकारे की, तिचं प्रेम आणि ते पापे खरे कुणासाठी आहेत याबद्दल जिला पापे मिळताहेत तिच्या मनात संदेह राहू नये. अंजुम जशी जैनबच्या बाबतीत झपाटलेली होती, तशीच जैनब पाळीव पशुपक्ष्यांच्या बाबतीत होती. मात्र, सजीव प्राणिमात्रांच्या बाबतीतला तिचा हा प्रेमळपणा तिच्या अधाशीपणे मटण चापण्याआड अजिबात येत नसे. अन्जुम तिला वर्षातून किमान दोनदा 'पुराना किला' मधल्या प्राणिसंग्रहालयात नेत असे. गेंडा, पाणघोडा आणि तिचं आवडतं– बोर्निओहून आणलेलं माकडाचं पिल्लू पाहायला.

तिला दर्यागंजमधल्या 'टेन्डर बड्स नर्सरी स्कूल' मध्ये के.जी.बी.त (किंडरगार्टन-सेक्शन बी) प्रवेश घेतल्यानंतर एरवी छान धडधाकट असणारी उंदरीण आजारी पडली. (तिचे अधिकृत मातापिता म्हणून शाळेत साकिब व त्याच्या बायकोचं नाव घातलं होतं.) त्यात गंभीर काही नव्हतं; पण ते आजारपण चिवटपणे टिकून राहिलं, त्यामुळे तिची तब्येत खालावली. तिच्या प्रत्येक आजारपणानं ती आणखी कमजोर झाली आणि पुढच्या आजारपणाला सहज बळी पडत गेली. आधी तिला मलेरिया झाला, त्यानंतर फ्लू, त्यानंतर दोनदा व्हायरल फीवर... एकदा सौम्य आणि दुसऱ्या वेळी चिंताजनक. अन्जुम तिची व्यर्थ चिंता करत होती, ख्वाबगाहमध्ये तिला नेमून दिलेल्या कामात तिनं हयगय केल्याबद्दलच्या तक्रारींकडे दुर्लक्ष करत होती. (आता तिच्याकडे मुख्यत्वे तिथला कारभार व व्यवस्थापन सांभाळण्याचं काम होतं) ती उंदरिणीची दिवस-रात्र शुश्रूषा करत होती... गुपचूप, वेडीपिशी होऊन. तिची खात्री झाली होती की, तिच्या (अन्जुमच्या) भाग्यावर जळणाऱ्या कुणीतरी जैनबवर जादूटोणा केला आहे. तिच्या संशयाची सुई सईदाच्या दिशेनं पक्की वळली होती. सईदा ख्वाबगाहमधली तुलनेनं नवी सदस्य होती. सईदा अन्जुमपेक्षा बरीच तरुण होती आणि जैनबचा अन्जुमचा खालोखाल तिच्यावर जीव होता. ती पदवीधर होती.

तिला इंग्रजी येत असे. त्याहीपेक्षा महत्त्वाचं म्हणजे, तिला चालू जमान्याची भाषा बोलता येत असे. ती *'सिस-मॅन,' 'एफ टू एम' व 'एम टू एफ'* असे शब्दप्रयोग वापरू शकत असे आणि मुलाखतीमध्ये स्वत:चा उल्लेख 'ट्रान्स्पर्सन' असा करत असे. त्याचवेळी, ती ज्याला 'ट्रान्स-फ्रान्स' की काय ते म्हणत असे त्याची अन्जुम चेष्टा करत असे आणि स्वत:ला हिजडा म्हणवून घेण्याबाबत अतिशय आग्रही असे.

इतर अनेक तरुण पिढ्यांप्रमाणे सईदा अगदी सहजपणे पारंपरिक सलवार कमीजवरून पाश्चिमात्य कपड्यांवर आली होती. जीन्स, स्कर्ट्स, तिची मोठी, पीळदार स्नायूंची देखणी पाठ दाखवणारे हॉल्टर नेकचे पोशाख. तिच्याकडे देशी लज्जत आणि मागच्या पिढीचा लडिवाळ नखरा नव्हता. मात्र त्या कमतरता तिनं तिच्या आधुनिक आकलनशक्तीनं, तिच्या कायदेविषयक ज्ञानानं आणि 'जेन्डर राइट्स ग्रुप' मधील तिच्या सहभागामुळे (दोन परिषदांमध्ये तिनं भाषणसुद्धा केलं होतं) भरून काढल्या होत्या, या सगळ्यांमुळे ती अन्जुमच्या गटात न राहता वेगळ्या गटात गेली होती. त्याचबरोबर, सईदानं मीडियामध्येही अन्जुमला मागे टाकत 'नंबर वन' स्थान मिळवलं होतं. परदेशी वृत्तपत्रांनी तरुण पिढ्यांना झुकतं माप देत जुन्या लोकांना बाद केलं होतं. आण्विक सामर्थ्य असणाऱ्या आणि आंतरराष्ट्रीय आर्थिक गुंतवणुकीचे स्थान होऊ पाहणाऱ्या नव्या भारताच्या प्रतिमेला ही जुनी मंडळी साजेशी नव्हती. उस्ताद कुलकूम बी– कावेबाज म्हातारी लांडगीण– या बदलाच्या वाऱ्याबाबत सावध होती. ख्वाबगाहला मिळणारे लाभ तिला दिसत होते. त्यामुळे सईदा ज्येष्ठतेच्या बाबतीत मागे असूनही, ख्वाबगाहची उस्ताद बनण्यासाठी अन्जुमला तगडी स्पर्धा देत होती. उस्ताद कुलकूम बीने इंग्लंडच्या राणीच्या थाटात, पदत्याग करायचं ठरवलं होतं; पण त्याची तिला काही घाई दिसत नव्हती.

अजूनही ख्वाबगाहमधले सगळे महत्त्वाचे निर्णय कुलसूम बीच घेत होती; पण ख्वाबगाहच्या दैनंदिन कामकाजात तिचा सक्रिय सहभाग नव्हता. सकाळच्या वेळी तिला संधिवाताचा भयंकर त्रास होत असे. त्या वेळी तिला लिंबाच्या व आंब्याच्या लोणच्यांच्या बरण्यांसमवेत आणि टोके घालवण्यासाठी वर्तमानपत्रावर पसरलेल्या गव्हाच्या पिठासोबत अंगणातल्या उन्हात झोपवत असत. उन्हं वाढली की कुलसूम बी आत खोलीत यायची, त्यानंतर ती पाय चेपून घ्यायची, सुरकत्यांवर मोहरीच्या तेलानं मालीश करून घ्यायची. आता ती पुरुषासारखे कपडे घालू लागली होती. पिवळा लांब कुर्ता, पिवळा कारण ती हजरत निजामुद्दिन अवलियांची अनुयायी होती, आणि चौकड्यांची लुंगी. तिचे केस पांढरे आणि अगदी विरळ झाले होते... जेमतेम डोकं झाकण्याइतके उरले होते. ती त्या केसांचा सुपारीएवढा अंबाडा वळत असे. एखाद्या दिवशी तिचे जुने मित्र हाजी मियाँ, ते त्याच रस्त्यावर सिगारेट आणि

पान विकत असत, त्यांच्या आवडत्या सदाबहार सिनेमाची 'मुघल-ए-आजम'ची ऑडिओ कॅसेट घेऊन यायचे. त्यांना या सिनेमातलं एकन्‌एक गाणं आणि सगळे संवाद तोंडपाठ होते. त्यामुळे ते कॅसेट लावली की त्यासोबत गाणी आणि संवाद म्हणत असत. तसं उर्दू पुन्हा कुणीही कधी लिहू शकणार नाही आणि कुणीही नट दिलीपकुमारच्या तोडीची संवादफेक आणि उच्चार कधीच करू शकणार नाही अशी त्यांची धारणा होती. कधीकधी उस्ताद कुलसूम बी सम्राट अकबर आणि त्याचा मुलगा राजपुत्र सलीम-सिनेमाचा नायक या दोघांचीही भूमिका करायची. आणि हाजी मियाँ अनारकली (मधुबाला) व्हायचे. सलीमचं जिच्यावर प्रेम होतं ती गुलाम मुलगी. कधीकधी त्यांच्यात भूमिकांची अदलाबदलही होत असे. त्यांचा हा संयुक्त कलाविष्कार इतर कशाहीपेक्षा, हरवलेलं वैभव आणि मरणासन्न भाषेला खरंच चेतना देत असे.

एके दिवशी संध्याकाळी अन्जुम तिच्या खोलीत, उंदरिणीच्या तापानं भाजणाऱ्या कपाळावर गार पट्ट्या ठेवत होती. तितक्यात अंगणातून गोंधळ कानावर आला. चढलेले आवाज, पावलांची धपधप, लोकांचा आरडाओरडा. पहिल्यांदा तिला वाटलं आग लागली असावी; कारण तसं बरेचदा झालं होतं. रस्त्यांवर लटकणाऱ्या विजेच्या उघड्या तारा एकमेकांत गुंतून तयार झालेल्या प्रचंड भेंडोळ्यांना उत्स्फूर्तपणे ज्वाळांचा उद्रेक घडवण्याची सवय होती. मग अन्जुमनं जैनबला उचललं आणि ती जिन्यावरून धावत खाली आली. उस्ताद कुलसूम बीच्या खोलीत टीव्हीसमोर सगळे जमले होते. टीव्हीच्या प्रकाशात त्यांचे चेहरे चमकत होते. एक विमान एका उत्तुंग इमारतीला धडकलं होतं. त्या विमानाचा निम्मा भाग अजूनही तसाच लटकत होता. मोडक्या खेळण्यासारखा. काही क्षणांतच दुसरं विमान दुसऱ्या इमारतीला येऊन धडकलं... आगीचा गोळा उठला. ख्वाबगाहमधले एरवी बडबड करत असणारे रहिवासी, त्या उंचच्या उंच इमारती वाळूच्या स्तंभासारख्या ढासळताना मूक होऊन पाहत होते. सगळीकडे धूर आणि पांढरी धूळ पसरली होती. ती धूळसुद्धा वेगळी दिसत होती. स्वच्छ आणि परदेशी. इवली इवली माणसं उंचच उंच इमारतींमधून उड्या मारून बाहेर पडत होती आणि राखेच्या कणांसारखी खाली येत होती.

हा सिनेमा नाही असं टीव्हीवरची माणसं सांगत होती. हे खरंखुरं घडलं होतं. अमेरिकेत. न्यू यॉर्क नावाच्या शहरात.

ख्वाबगाहच्या इतिहासातील सर्वांत दीर्घ मौन अखेर एका गंभीर प्रश्नानं भंगलं.

"तिथं उर्दू बोलतात का?" बिस्मिल्लाहला जाणून घ्यायचं होतं. त्यावर कुणीच काही उत्तर दिलं नाही.

त्या खोलीला बसलेला धक्का जैनबमध्येही झिरपला होता. ती तापाच्या

ग्लानीतून उठून या धक्क्यापाशी ठेचकाळली होती. तिला टीव्हीवरचे 'रिप्ले' माहीत नव्हते. त्यामुळे तिनं मोजलं दहा इमारतींना दहा विमानं धडकली होती.

"ऑलटुगेदर टेन," तिनं तिच्या नव्या 'टेन्डर बड' इंग्रजीत निरागसपणे सांगितलं आणि मग तिचा गोबरा, तापानं फणफणलेला गाल पुन्हा अन्जुमच्या मानेतल्या 'पार्किंग स्लॉट' मध्ये नेऊन लावला.

जैनबवर केलेल्या जादूटोण्यामुळे सगळं जगच आजारी पडलं होतं. ही जबरदस्त *'सिफली जादू'* होती. अन्जुमनं डोळ्याच्या कोपऱ्यातून सईदाकडे एक चोरटा कटाक्ष टाकला, ती तिचा विजय निर्लज्जपणे साजरा करत आहे की तिने निष्पापपणाचा आव आणला आहे हे पाहण्यासाठी. इतरांप्रमाणेच आपल्यालाही धक्का बसला आहे असं ती कपटी कुत्री भासवत होती.

डिसेंबरमध्ये जुनी दिल्ली अफगाणी कुटुंबांनी ओसंडून वाहू लागली. त्यांच्या आभाळात बेमोसमी डासांसारखी घोंघावणारी लढाऊ विमाने आणि पोलादाच्या पावसासारखे पडणारे बॉम्ब यापासून पळ काढून हे लोक इथं आले होते. महान राजनीतिज्ञांचे (त्यामध्ये, जुन्या शहरातल्या प्रत्येक दुकानदाराचा व मौलानांचा समावेश होता) अर्थातच आपापले सिद्धान्त होते. बाकीच्यांच्या बाबतीत, खरंतर कुणालाच नेमकं कळत नव्हतं की, त्या गरीब बिचाऱ्या लोकांचं अमेरिकेतल्या उत्तुंग इमारतींशी काय देणंघेणं आहे. पण असं कसं? अन्जुमला माहीत होतं, ना या विनाशाचा 'मास्टर प्लॅनर'ना ओसामा बिन लादेन हा दहशतवादी होता, ना अमेरिकेचे राष्ट्राध्यक्ष जॉर्ज डब्ल्यू. बुश होते. ते काम त्यांच्यापेक्षा कितीतरी जास्त सामर्थ्यशाली, अधिक छुप्या शक्तीनं केलं होतं. सईदा (ऊर्फ गुल मोहम्मद) राहणार ख्वाबगाह, गली डकोटन, दिल्ली ११० ००६ भारत.

ज्या दुनियेत उंदरीण मोठी होत होती, त्या दुनियेचे राजकारण, डावपेच समजून घेण्यासाठी आणि सुशिक्षित सईदाच्या *सिफली जादू* वर इलाज शोधण्यासाठी किंवा खरंतर आधी तिचा अंदाज घेण्यासाठी मम्मीने काळजीपूर्वक वृत्तपत्रं वाचणं सुरू केलं. मालिका पाहणारे इतर जण तिला जेव्हा चॅनल बदलू देत तेव्हा ती न्यूज चॅनल पाहू लागली.

अमेरिकेतल्या उत्तुंग इमारतींवर धडकलेली विमाने भारतात अनेकांसाठी वरदान ठरली. देशाचे कवी पंतप्रधान आणि त्यांचे बरेच वरिष्ठ मंत्री एका जुन्या संघटनेचे सदस्य होते. ही संघटना भारत मूलतः हिंदू राष्ट्र असल्याचं मानत होती आणि पाकिस्ताननं जसं स्वतःला 'इस्लामिक रिपब्लिक' म्हणून घोषित केलं आहे, तसं भारतानं स्वतःला हिंदू राष्ट्र घोषित करावं अशी त्यांची धारणा होती. त्यांच्या काही

समर्थकांनी व विचारवंतांनी हिटलरची उघड प्रशंसा केली होती आणि भारतातील मुस्लिमांची जर्मनीतल्या ज्यूंशी तुलना केली होती. आता, अकस्मात मुस्लिमांच्या विरोधी वातावरण वाढत असल्यामुळे, संपूर्ण जग आपल्या बाजूनं आहे असं संघटनेला वाटू लागलं. कवी पंतप्रधानांनी वक्तृत्वपूर्ण भाषण दिलं. फक्त संवादाचा धागा हरवला की, जे बरेचदा होत असे, जे वैतागवाणे विराम पडत असत, तेवढे वगळता. ते वृद्ध होते; पण बोलताना तरुण माणसासारखी मान उडवत असत. १९६०च्या दशकातल्या 'बॉम्बे फिल्म स्टार्स'सारखी. 'मुस्सलमान, उसे कोई दूसरा पसंत नहीं आता,' ते आपल्या शायराना हिंदीत म्हणाले आणि सवयीप्रमाणे खूप मोठा पॉझ घेतला. 'वह आतंक के जरिये अपने मजहब को फैलाता' आपल्या शीघ्रकविता रचनेवर ते स्वतःच खूश झाले होते. नव्या संकेतानुसार ते नेमस्त मानले जात असत. अमेरिकेत जे घडलं ते भारततही सहज घडू शकतं असा सावधगिरीचा इशारा देत त्यांनी सुरक्षिततेची खबरदारी म्हणून नवा दहशतवादविरोधी कायदा संमत करण्याची वेळ आली असल्याचं सांगितलं.

नव्यानं बातम्या जाणून घेऊ लागलेली अन्जुम मलेरियासारख्या अकस्मात माजलेल्या बॉम्बस्फोट आणि दहशतवादी हल्ल्यांच्या बातम्या टीव्हीवर पाहत असे. उर्दू वृत्तपत्रात तरुण मुस्लीम मुले ठार झाल्याच्या बातम्या येत; पोलीस ज्याला 'एन्काउन्टर' म्हणत त्यामध्ये किंवा दहशतवादी हल्ल्यांच्या योजनेत रंगेहाथ सापडल्यामुळे त्यांना अटक झालेली असे. नव्या कायद्यामुळे संशयिताला खटला न चालता महिनोन्महिने डांबून ठेवता येत असे. त्यामुळे अल्पावधीतच सगळे तुरुंग तरुण मुस्लीम मुलांनी तुडुंब भरले. जैनब मुलगी असल्याबद्दल अन्जुमनं परमेश्वराचे आभार मानले.

थंडीचे दिवस सुरू झाले तसा उंदराला जोराचा खोकला झाला. अन्जुम तिला दूध-हळद पाजायची आणि रात्रभर तिच्या श्वासाची घरघर ऐकत जागी असायची, तिला अत्यंत असाहाय्य वाटत असे. ती हजरत निजामुद्दिन अवलियांच्या दर्ग्याला जाऊन आली आणि एका थोड्या कमी स्वार्थी खादिमशी बोलली. त्याला जैनबच्या आजारपणाबद्दल सांगितलं आणि सईदाची *सिफली जादू* कशी दूर करता येईल याबद्दल विचारलं.

तिनं सांगितलं, 'सगळं हाताबाहेर गेलं आहे.'

आता हा विषय एका छोट्या मुलीच्या नशिबाच्याही पलीकडे गेल्यामुळे अन्जुमवरच जबाबदारी होती. खरी समस्या काय आहे हे तिलाच माहीत होतं. ही समस्या दूर करण्यासाठी जे काही करणं आवश्यक असेल ते कोणत्याही थराला जाऊन करण्याची तिची तयारी होती. ती त्यासाठी कोणतीही किंमत चुकती करायला तयार होती, अगदी फासावर चढायलासुद्धा, तिनं सांगितलं. सईदाला रोखावंच

लागणार होतं. अन्जुमला खादिमचे आशीर्वाद हवे होते. तिचा अभिनय व भावावेग पाहून आजूबाजूचे लोक त्यांच्याकडे पाहू लागले. मग खादिमना तिला शांत करावं लागलं.

त्यानं तिला विचारलं की, जैनब तुझ्या आयुष्यात आल्यापासून तू अजमेरला हजरत गरीब नवाज दर्ग्याला गेली आहेस का? त्यावर अन्जुमनं काही ना काही कारणांमुळं ते जमलं नसल्याचं सांगितलं. त्यावर खादिमनं 'ती'च समस्या आहे. कुणी *सिफली जादूटोणा* वगैरे केलेला नाही असं सांगितलं. हजरत गरीब नवाज तिचं संरक्षण करायला असताना तो तिला जादूटोणा, वूडू यावर विश्वास ठेवून द्यायला तयार नव्हता. अन्जुमला ते पूर्णपणे पटलं नव्हतं; पण तीन वर्षांत अजमेर शरीफला न जाणं ही गंभीर चूक तिच्याकडून झाल्याचं तिनं मान्य केलं.

फेब्रुवारीच्या अखेरपर्यंत जैनब बऱ्यापैकी बरी झाली, तेव्हा अन्जुमला आता तिला काही दिवस तिथंच सोडून बाहेर जाता येईल असं वाटलं. ए वन फ्लॉवरचे मालक आणि व्यवस्थापकीय संचालक जाकिर मियाँ अन्जुमसोबत जायला तयार झाले होते. जाकिर मियाँ मुलाकात अलींचे मित्र होते. अन्जुमच्या जन्मापासून ते तिला ओळखत होते. आता ते पंचाहत्तरीला आले होते. एखाद्या हिजड्यासोबत प्रवास करताना दिसलं तर लाज वाटण्याचं त्यांचं वय राहिलं नव्हतं. ए-वन फ्लॉवर हे त्यांचं दुकान म्हणजे कमरेएवढ्या उंचीचा कट्टा होता. एक चौरस मीटरचा. मटिया महल चौकातून चितली कबरकडे जाण्याच्या मार्गावर एका कोपऱ्यात, अन्जुमच्या जुन्या घराच्या बाल्कनीखाली त्यांचं हे दुकान होतं. जाकिर मियाँनी ही जागा मुलाकात अलींकडून आणि आता साकिबकडून भाड्याने घेतली होती. पन्नास वर्षांहून अधिक काळ ते तिथं दुकान चालवत होते. तिथं दिवसभर गोणपाटाच्या बस्करावर बसून ते लाल गुलाबांचे हार गुंफत असत आणि नव्याकोऱ्या नोटांचे हारही (वेगळे) तयार करत असत... निकाहच्या दिवशी नवऱ्या मुलाला घालण्याचे हार, त्यामध्ये त्यांनी नोटांचे छोटेसे पंखे किंवा इवलेसे पक्षी तयार करून ओवलेले असत. त्यांच्या समोरचं कायमचं मोठं आव्हान होतं, गुलाबाची फुलं ताजी व आर्द्र राखणं, आणि नोटा कडक करकरीत व कोरड्या राखणं, तेसुद्धा दुकानाच्या त्या एवढ्याशा जागेत. जाकिर मियाँनी सांगितलं होतं की, मला अजमेरला जायचं आहे आणि त्यानंतर अहमदाबादला, गुजरातमध्ये. तिथं त्यांचं बायकोच्या माहेरी काहीतरी काम होतं. अन्जुम त्यांच्यासोबत अहमदाबादला जायला तयार झाली. तिला अजमेरहून एकटीनं परत येताना, वाटेत प्रवासात होऊ शकणारा त्रास व अपमान (तिच्याकडं पाहण्याचा व न पाहण्याचा) या गोष्टी सोसण्यापेक्षा त्यांच्यासोबत जाण्याचा पर्याय बरा वाटला. जाकिर मियाँच्या बाजूनं सांगायचं तर ते आता अशक्त झाले होते, त्यांचं सामान उचलायला कुणाची तरी मदत आहे याचा आनंद त्यांना

झाला होता. त्यांनी कल्पना मांडली की, आपण अहमदाबादमधल्या वास्तव्यात वली दखनी यांच्या पुण्यस्थळी जाऊन येऊ. वली दखनी म्हणजे सतराव्या शतकातील उर्दू कवी... प्रेमकवी म्हणून प्रसिद्ध असणारे. मुलाकात अलींना ते फार आवडत असत. ते त्यांचे आशीर्वादही घेत असत. मग त्यांनी हसत हसत वली दखनींच्या काव्यपंक्ती, ज्या मुलाकात अलींनाही प्रिय होत्या, ऐकवत त्यांच्या प्रवासाच्या बेतावर शिक्कामोर्तब केलं.

जिसे इश्क का तीर कारी लागे
उसे जिंदगी क्यूँ ना भारी लागे

(ज्याला इश्काचा बाण आरपार जातो
त्याला जीवन ओझ्यासारखं का नाही वाटणार?)

काही दिवसांतच ते रेल्वेनं निघाले. त्यांनी अजमेर शरीफमध्ये दोन दिवस मुक्काम केला. अन्जुमनं भाविकांच्या रेट्यातून वाट काढत, हजार रुपयांची हिरवी सोनेरी चादर घेतली. जैनबच्या नावे हजरत गरीब नवाजना अर्पण करण्यासाठी. दोन्ही दिवस तिनं फोन बूथवरून ख्वाबगाहमध्ये फोन केला. तिसऱ्या दिवशी अहमदाबादला जाणाऱ्या गरीब नवाज एक्सप्रेसमध्ये बसण्याआधी तिनं अजमेर रेल्वे स्टेशनच्या प्लॅटफॉर्मवरून पुन्हा एकदा फोन केला. जैनबच्या काळजीनं व्याकूळ होऊन. त्यानंतर मात्र तिची काही खबरबातच नव्हती. ना तिची ना जाकिर मियाँची. त्यांच्या मुलानं अहमदाबादला त्याच्या आजोळी फोन केला. पण फोन बंद होता.

***

अन्जुमकडून काहीच ख्यालीखुशाली कळली नसली तरी, गुजरातहून आलेली बातमी मात्र भयानक होती. तिथं रेल्वेचा डबा पेटवून देण्यात आला होता. सुरुवातीला वृत्तपत्रांनी हे काम 'समाजकंटकांचं' असल्याचं म्हटलं होतं. यात साठ हिंदू यात्रेकरू आगीच्या भक्ष्यस्थानी पडले होते. ते अयोध्येहून घरी परत निघाले होते. कधी काळी जिथं प्राचीन मशीद उभी होती, तिथं त्यांना भव्य हिंदू मंदिर बांधायचं होतं. त्या मंदिराच्या पायाभरणीसाठी ते विधिवत विटा घेऊन गेले होते. दहा वर्षांपूर्वी ती मशीद –बाबरी मशीद –प्रक्षुब्ध जमावानं पाडली होती. एक ज्येष्ठ केंद्रीय मंत्री (ते त्या वेळी विरोधी पक्षात होते आणि त्यांनी प्रक्षुब्ध जमाव मशीद पाडतोय हे पाहिलं होतं.) म्हणाले की, रेल्वेला आग लावणं हे नक्कीच पाकिस्तानी दहशतवाद्यांचं कृत्य दिसतंय. पोलिसांनी रेल्वे स्टेशनच्या आजूबाजूच्या परिसरातल्या शेकडो मुस्लिमांना– त्यांच्या दृष्टीनं, सगळ्या पाकिस्तानी मदतकर्त्यांना– नव्या दहशतवादविरोधी

कायद्यानुसार अटक करून तुरुंगात टाकलं. गुजरातचे मुख्यमंत्री (गृहमंत्री व पंतप्रधान यांच्याप्रमाणेच) संघटनेचे निष्ठावंत सदस्य पुन्हा निवडणूक घेण्यास तयार होते. भगवा कुर्ता घालून आणि कपाळावर केशरी-लाल टिळा लावून ते टीव्हीवर दिसले. त्यांनी थंड, दगडी डोळ्यांनी, हिंदू यात्रेकरूंचे जळालेल्या अवस्थेतील मृतदेह अहमदाबादला राज्याच्या राजधानीत आणण्याचा आदेश दिला. तिथं ते सामान्य जनतेला श्रद्धांजली अर्पण करता यावी यासाठी दर्शनाला ठेवले जाणार होते.

एका आडवळणी 'अनधिकृत प्रवक्त्या'नं अनधिकृतरीत्या जाहीर केलं की, प्रत्येक कृतीचं तितक्याच समर्थपणे प्रत्युत्तर दिलं जाईल... एव्हरी ॲक्शन वुड बी मेट विथ ॲन इक्वल ॲन्ड अपोझिट रिॲक्शन. अर्थात त्यानं न्यूटनचा उल्लेख केला नव्हता, कारण त्यावेळच्या वातावरणात अधिकृतरीत्या अनुमोदित धारणा अशी होती की, प्राचीन हिंदूंनीच सर्व विज्ञानाचा शोध लावला आहे.

पण जी 'रिॲक्शन' होती, ती ना 'इक्वल' होती ना 'अपोझिट'. त्यानंतर कित्येक दिवस हे हत्यासत्र सुरूच होतं आणि ते फक्त शहरांपुरतंच मर्यादित राहिलं नव्हतं. डोक्याला भगव्या पट्ट्या बांधलेल्या लोकांचे जमाव तलवारी व त्रिशूळं घेऊन सुसज्ज होते. त्यांच्याकडे मुस्लीम घरे, व्यवसाय व दुकानांच्या नोंदींच्या याद्या होत्या. त्यांच्याकडे गॅस सिलिंडर्सचा भरपूर साठा होता. (आदल्या काही आठवड्यांत गॅसचा तुटवडा का भासत होता ते त्यावरून लक्षात येत होतं.) जखमी झालेल्या लोकांना दवाखान्यात नेलं, की जमाव हॉस्पिटल्सवर हल्ले करत होता. पोलीस खुनाचे गुन्हे नोंदवत नव्हते. ते म्हणत होते, त्यांचं सयुक्तिकच होतं, की आम्हाला मृतदेह पाहायला मिळायला हवेत. यात मेख अशी होती की, बरेचदा पोलीसच त्या जमावाचा भाग असत आणि एकदा जमावाचा कार्यभाग उरकला की, मृतदेह मृतदेहांसारखे राहत नसत.

सईदानं (तिचा अन्जुमवर जीव होता. अन्जुमचा आपल्यावर संशय आहे याची तिला जराही कल्पना नव्हती.) आपण टीव्हीवरच्या मालिका बघणं बंद करून, बातम्या लावून ठेवू या. कदाचित आपल्याला अन्जुम आणि जाकिर मियाँचं काय झालंय ते तरी कळू शकेल असं सुचवलं, तेव्हा त्याला कुणीही विरोध केला नाही. बातम्यांच्या चॅनल्सवर उत्साही टीव्ही वार्ताहर शरणार्थी छावण्यांमधून 'पीस-टु-कॅमेरा' देत ओरडत होते. आता या छावण्यांत गुजरातमधले हजारो मुस्लीम राहत होते.

त्यांनी ख्वाबगाहमधल्या टीव्हीचा आवाज बंद केला आणि ते दिसणारी दृश्यं बारकाईनं निरखू लागले... अन्जुम आणि जाकिर मियाँ कुठं जेवणाच्या किंवा ब्लॅकेट्सच्या रांगेत अथवा एखाद्या तंबूतल्या गर्दीत कुठं दिसताहेत का ते शोधू लागले. असंच ओघात त्यांना कळलं की, वली दखनीचं पुण्यस्थळ जमीनदोस्त

करून तिथं डांबरी रस्ता तयार केला आहे, ते स्थळ तिथं कधी अस्तित्वात होतं याच्या सगळ्या खुणा पुसून टाकत नव्या डांबरी रस्त्यावर (ते पुण्यस्थळ जिथं होतं त्या ठिकाणी) लोक फुले वाहतच होते, त्या बाबतीत पोलीस किंवा जमाव किंवा मुख्यमंत्री काहीही करू शकत नव्हते. भरधाव गाड्यांच्या चाकाखाली चिरडून त्या फुलांचं गंध तयार झालं की, तिथं नवी फुलं दिसायची. फुलांचं गंध आणि काव्य यांच्यातल्या बंधाच्या बाबतीत कोण काय करू शकतं?

सईदानं तिच्या माहितीतल्या सगळ्या पत्रकारांना व एनजीओतल्या कार्यकर्त्यांना फोन केला आणि त्यांच्याकडे... तो असो वा ती... मदतीची याचना केली; पण कुणाकडूनही काहीच कळलं नाही. असेच काही दिवस उलटले... पण काहीच खबर नव्हती. जैनब आजारपणातून उठून पुन्हा शाळेला जाऊ लागली होती, पण एरवी मात्र ती चिडचिड करायची आणि रात्रंदिवस सईदाला चिकटून असायची.

***

दोन महिन्यांनी, हत्यासत्र काही प्रमाणात ओसरल्यानंतर झाकिर मियाँचा थोरला मुलगा मन्सूर वडिलांच्या शोधार्थ तिसऱ्यांदा अहमदाबादला गेला. सावधगिरीचा उपाय म्हणून त्यानं दाढी काढून टाकली होती आणि मनगटावर पूजेचे लाल धागे बांधले होते, हिंदू असल्याची बतावणी करता येईल या आशेनं. त्याच्या वडिलांचं काय झालं ते त्याला समजलं असलं तरी ते त्याला सापडले मात्र नाहीत. चौकशी करता करता तो अहमदाबादच्या बाहेर असलेल्या एका मशिदीच्या आत असलेल्या छोट्याशा शरणार्थी छावणीत गेला. तिथं त्याला पुरुषांच्या विभागात अन्जुम सापडली. मग तो तिला ख्वाबगाहमध्ये परत घेऊन आला.

तिनं केस कापले होते. तिच्या डोक्यावर आता जेवढे काही केस उरले होते ते इअरमफ्स हेल्मेटसारखे बसले होते. तिचा पोशाख ज्युनिअर कनिष्ठ नोकरासारखा होता; असलेल्या गडद तपकिरी टेरीकॉटची पॅन्ट आणि आखूड बाह्यांचा, चौकड्यांचा सफारी शर्ट, तिचं वजनही बरंच घटलं होतं.

जैनब अन्जुमचा हा पुरुषी अवतार पाहून क्षणभर जरा बिचकली; पण मग मनातल्या भीतीवर मात करून, आनंदानं चीत्कारत तिनं अन्जुमच्या कडेवर झेप घेतली. अन्जुमनं तिला घट्ट मिठी मारली. पण इतरांचे अश्रू, प्रश्न आणि स्वागतपर आलिंगनांना तिनं निर्विकार प्रतिसाद दिला... जणू त्यांचं अभिवादन स्वीकारणं म्हणजे दिव्य असावं आणि तिला ते झेलण्यावाचून पर्याय नसावा तसं. बाकी सगळे तिच्या थंड प्रतिसादामुळे दुखावले आणि जरा घाबरलेही, पण त्यांनी तिचं विलक्षण सहवेदनेनं व आपुलकीनं स्वागत केलं.

***

अन्जुम शक्य तितक्या घाईनं तिच्या खोलीत गेली आणि बऱ्याच तासांनी तिच्या नेहमीच्या रूपात परत आली... तिच्या नेहमीच्या कपड्यात, लिपस्टिक मेकअप वगैरेसह आणि केसांना छानशा पिना लावून. जे काही घडलं त्याबद्दल तिला बोलायचं नाहीये ही गोष्ट लवकरच स्पष्ट झाली. ती जाकिर मियाँबद्दलच्या प्रश्नांना उत्तर देत नव्हती. ती फक्त एवढंच म्हणायची, "ती देवाची इच्छा होती."

अन्जुमच्या गैरहजेरीत जैनब खालच्या मजल्यावर सईदाजवळ झोपू लागली होती. आता जैनब पुन्हा अन्जुमजवळ झोपायला येऊ लागली; पण ती सईदाला 'मम्मी' म्हणू लागल्याचं अन्जुमच्या लक्षात आलं.

"जर ती मम्मी आहे, तर मग मी कोण आहे?" काही दिवसांनी अन्जुमनं जैनबला विचारलं "कुणालाच दोन दोन मम्मी नसतात."

"बडी मम्मी," जैनब म्हणाली.

उस्ताद कुलसूम बीनं सूचना दिली की, अन्जुमला जितके दिवस... पाहिजे तितके दिवस... पाहिजे तितके दिवस तिला हवं ते करू दे, तिला सतावू नका.

अन्जुमची ही इच्छा होती की, मला एकटं राहू द्या.

अन्जुम गप्प होती, पण तिच्या मनात खळबळ होती. ती तिचा बहुतांश वेळ पुस्तकांच्या सोबतीत घालवत होती. आठवड्याभरात तिनं जैनबला असं स्तोत्र शिकवलं की, ख्वाबगाहमधल्या कुणालाच ते समजणार नाही. अन्जुमनं सांगितलं की, हा संस्कृत मंत्र आहे. गायत्री मंत्र. गुजरातमध्ये छावणीत असताना ती हा मंत्र शिकली होती. तिथल्या लोकांनी सांगितलं होतं की, जमावाचा सामना करताना हिंदू म्हणून निसटण्याचा प्रयत्न करताना हा मंत्र म्हणता येत असणं उत्तम. अन्जुम आणि जैनब दोघींनाही त्याचा अर्थ माहीत नसला, तरी जैनबला तो झट्कन मुखोद्गत झाला आणि ती दिवसभरात किमान वीस वेळा तो आनंदानं म्हणू लागली... शाळेचा गणवेश घालताना, दप्तर भरताना, बकऱ्याला चारा घालताना :

ॐ भूर्भुवः स्वः तत्सवितुर्वरेण्यं
भर्गो देवस्य धीमहि धियो योनः प्रचोदयात्

एके दिवशी सकाळी, अन्जुम जैनबला घेऊन घराबाहेर पडली. ती परत आली ते पूर्णतः बदललेल्या उंदराला घेऊन. तिनं जैनबचे केस बारीक कापून घेतले होते आणि तिला मुलासारखा पोशाख घातला होता. छोटा पठाणी सूट, भरतकामाचं जाकीट आणि गोंडोल्यासारखी टोकं वर वळवलेल्या जूती.

"हे बरं... जास्त सुरक्षित," अन्जुम स्पष्टीकरण देत म्हणाली. "गुजरातमधलं दिल्लीत कधीही येऊ शकतं. आपण त्याला 'महदी' म्हणत जाऊ."

पिंजऱ्यातल्या कोंबड्या आणि गटारांतली कुत्र्यांची पिल्लंसुद्धा गळा काढून निघालेल्या जैनबचं रडणं ऐकत होती.

ख्वाबगाहमध्ये तातडीची बैठक बोलावण्यात आली होती. रोज दोन तास भारनियमन असे, त्या वेळातच ही बैठक ठेवली होती; टीव्हीवरच्या मालिका हुकल्या म्हणून कुणाची तक्रार नको म्हणून. जैनबला हसन मियाँच्या नातवंडांशी खेळायला पाठवलं होतं. तिचा कोंबडा टीव्हीशेजारच्या शेल्फमध्ये त्याच्या नेहमीच्या जागी डुलक्या घेत होता. उस्ताद कुलसूम बीनं रजईच्या गुंडाळीचा पाठीला आधार घेत बेडवर बसून बैठकीला संबोधित केलं. बाकी सगळे जण जमिनीवर बसले होते. अन्जुम उदासवाणी होऊन दाराजवळ बसली होती. बत्तीच्या फिस्स् निळ्या उजेडात कुलसूम बीचा चेहरा शुष्क नदीसारखा दिसत होता... आणि तिचे विरळ होत चाललेले सफेद केस... कधीकाळी याच हिमनदीतून ही नदी प्रकट होत असे. तिनं तिची नवी, अस्वस्थ करणारी कवळी लावली होती. ती अधिकारानं आणि अगदी नाट्यपूर्णरीत्या बोलत होती. तिचे शब्द ख्वाबगाहमध्ये नुकत्याच आलेल्या नव्या 'दीक्षा'प्राप्त सदस्यांना उद्देशून आहेत असं वाटत असलं तरी तिचा 'रोख' अन्जुमवर होता.

"या घराला, या परिवाराला अखंड इतिहास आहे, या भग्न शहराइतकाच जुना," ती म्हणाली. "या पोपडे उडालेल्या भिंती, हे गळकं छप्पर, हे ऊन देणारं अंगण... हे सगळं एके काळी खूप सुंदर होतं. इथल्या जमिनीवर गालिचे अंथरलेले होते, जे थेट एसफहानहून आणलेले होते. इथल्या छतांवर आरशाचं नक्षीकाम होतं. शहनशाह शाहजहाननं जेव्हा लाल किल्ला आणि जामा मशीद बांधली. हे भिंतींनं बंदिस्त केलेले शहर उभारलं तेव्हा त्यानं आपली ही छोटीशी हवेली बांधली. 'आपल्यासाठी' हे कायम लक्षात ठेवा... आपण असे *वाट्टेल ते* हिजडे नाही... कुठल्याही ठिकाणचे, कुणीही. आपण शाहजहानाबादचे हिजडे आहोत. आपल्या राज्यकर्त्यांनी त्यांच्या बायका व आया आपल्या निगराणीत ठेवल्या होत्या, इतका त्यांचा आपल्यावर *विश्वास* होता. कधी काळी, *आपण* लाल किल्ल्यातल्या त्यांच्या खासगी निवासस्थानात जनान्यात मुक्तपणे फिरत होतो. आता ते सगळे गेले आहेत... ते सामर्थ्यशाली सम्राट आणि त्यांच्या राण्या, पण 'आपण' मात्र अजूनही इथं आहोत. याचा विचार करा आणि असं का असेल असा प्रश्न स्वत:लाच विचारा."

उस्ताद कुलसूम बी ख्वाबगाहच्या इतिहासाची पाने उलगडायची तेव्हा त्यात लाल किल्ला नेहमीच महत्त्वाची भूमिका बजावत असे. पूर्वी, ती जेव्हा धडधाकट होती तेव्हा ख्वाबगाहमध्ये येणाऱ्या नव्या सदस्यांना घेऊन किल्ल्याची सफर, तिथला ध्वनी-प्रकाशाचा 'शो' पाहण्यासाठी, हा 'दीक्षा' विधीचा अनिवार्य भाग

असे. त्या सगळ्याजणी घोळक्यानं तिथे जात असत... त्यांच्याकडचे ठेवणीतले कपडे घालून, केसात फुलं माळून, चांदणी चौकातल्या गर्दीतून कार, बस, रिक्षा आणि टांग्यांच्या गोंधळातून, एकमेकींचा हात धरून, एकमेकींचा जीव सांभाळत. अतिशय वैतागवाण्या मंद गतीतसुद्धा त्यातले लोक कसे कोण जाणे पण पार होत असत.

तो किल्ला, वालुकाश्माचं ते विस्तृत पठार जुन्या शहरावर जणू छत्री धरून होतं... इतक्या विस्तृत भागात की स्थानिक लोकांच्या तो लक्षात येणंसुद्धा बंद झालं होतं. उस्ताद कुलसूम बीचा आग्रह नसता तर ख्वाबगाहमधल्या कुणीही अगदी अन्जुमनंसुद्धा, जी त्याच्याच छायेत जन्माला आली होती आणि लहानाची मोठी झाली होती, तिथं जाण्याचं धाडस केलं नसतं. कचरा आणि डासांनी भरलेला खंदक एकदा पार केला. आणि भव्य प्रवेशद्वारातून आत गेलं की, जणू शहराचं अस्तित्वच संपत असे. आधुनिक काळात ज्याची कल्पनासुद्धा करता येणार नाही अशा मापाच्या आणि शोभेच्या वालुकाश्माच्या उत्तुंग तटबंदीवरून इवली इवली, वेडसर डोळ्यांची माकडं वर-खाली पळापळी करत असत. किल्ल्याच्या आतमध्ये निराळंच विश्व होतं... निराळाच काळ... निराळीच हवा (तिच्यात गांजाचा वासही मिसळलेला असे) आणि निराळंच आकाश होतं... अरुंद, रस्त्याएवढ्या रुंदीच्या पट्ट्याएवढं, विजेच्या तारांच्या भेंडोळ्यातून जेमतम दिसेल अशा प्रकारचं नव्हे तर... अमर्याद... जिथं घारी भिरभिरत, उंच उंच, शांतपणे... गरम हवेत.

तिथला ध्वनी-प्रकाश शो जुन्या सरकारनं संमत केलेला होता. (नवं सरकार अद्याप त्यात उतरलेलं नव्हतं) त्यामध्ये लाल किल्ल्याचा आणि तिथून दोनशे वर्षांहून अधिक काळ राज्य केलेल्या सम्राटांचा इतिहास सांगितला जात असे. शाहजहान, ज्यानं तो बांधला, त्याच्यापासून बहादूरशाह जफरपर्यंत, अखेरचा मुघल बहादूरशाह सम्राट; १८५७ च्या असफल उठावानंतर ब्रिटिशांनी त्याला हद्दपार केलं होतं.

उस्ताद कुलसूम बीला एवढाच वरवरचा इतिहास माहीत होता; पण ती त्याचा लेखकांना अभिप्रेत नसलेला अर्थ लावू शकत असे. त्यांच्या या सफरीत, ती आणि तिचा छोटासा गट इतर दर्शकांसमवेत स्थानापन्न होत. इतर दर्शकांमध्ये मुख्यत्वे पर्यटक व शालेय विद्यार्थी असत. दर्शकांसाठी तिथं लाकडी बाक ओळीत मांडलेले असत, त्याखाली डासांची टोळी वास्तव्यास असे. डास चावू नयेत यासाठी, दर्शकांना विरक्त मुद्रा धारण करून पायांना झोके देत सगळे राज्याभिषेक, युद्धे, संहार, विजय व पराजय यातून पार व्हावं लागत असे.

उस्ताद कुलसूम बीच्या खास आवडीचा विषय म्हणजे अठराव्या शतकाच्या मध्यातला काळ... सम्राट मोहम्मदशाह रंगीलाच्या राजवटीचा काळ... हा सम्राट

आनंदप्रेमी, संगीत व चित्रकलाप्रेमी म्हणून प्रसिद्ध होता. सर्व मुघलांमधला आनंदयात्री.

ती तिच्या सहकाऱ्यांना १७३९ सालावर विशेष लक्ष द्यायला सांगत असे. दर्शकांच्या मागच्या बाजूनं घोड्यांच्या टापांचा आवाज सुरू होई, तो किल्ल्यातून दौडत जात असे... सुरुवातीला मंद... मग मोठा... आणखी मोठा. ते नादिर शाहचं घोडदळ पर्शियापासून निघून गजनी काबूल, कंदाहार, पेशावर, लाहोर व सिरहिंद मार्गे शहरांमागून शहरे लुटत दिल्लीच्या दिशेनं कूच करत होतं. सम्राट मोहम्मद शाहच्या सेनाप्रमुखांनी त्याला संकटाचं वादळ येत असल्याचा इशारा दिला होता, पण त्यानं जराही विचलित न होता संगीताचे सूर छेडण्याचा आदेश दिला... या ठिकाणी 'दिवाण-ए-खास'मधले दिवे उजळायचे. जांभळा... लाल... हिरवा... 'जनाना' (अर्थातच) गुलाबी रंगानं उजळायचा आणि बायकांच्या हसण्याची किणकिण, रेशमाची सळसळ, पैंजणांची रुणझुण यांचे प्रतिध्वनी गुंजू लागायचे. मग, अचानक, त्यातून मुलायम, आनंदी बायकी स्वर स्पष्ट ऐकू यायचे... स्पष्ट, खरखरीत घोगरे, खर्जातले... दरबारी हिजड्यांच्या नखरेल खिदळण्याचे.

"ते बघा!" उस्ताद कुलसूम बी सांगायची, एखादा दुर्मिळ पतंग नुकताच सापडलेल्या कीटक अभ्यासकासारख्या विजयोन्मादानं.

"ऐकलंत का? *'आपण'* आहोत बघा. ही आपली पूर्वपरंपरा आहे, आपला इतिहास, आपली कहाणी आहे. आपण सर्वसामान्य लोक कधीच नव्हतो, बघा, आपण शाही राजवाड्यातील कर्मचारी होतो."

तो क्षण काळजाच्या एका ठोक्यासोबत विरून जाई; पण ते महत्त्वाचं नव्हतं. तो 'अस्तित्वात' होता हे महत्त्वाचं. इतिहासात अस्तित्व असणं, मग ते दबक्या हसण्यापेक्षा अधिक काही नसेना का... अजिबातच अस्तित्व नसणं, त्यामध्ये उल्लेखही नसणं यापेक्षा अस्तित्व 'असणं' महत्त्वाचं. शेवटी एखादी दबकी हास्यलकेरसुद्धा भविष्याच्या भिंतीचा पाया रचू शकते.

उस्ताद कुलसूम बीनं ते आवर्जून ऐकवण्यासाठी इतके प्रयत्न करूनही जर कुणाचं ते हुकलं तर ती भयंकर भडकायची. इतकी भडकायची की, चारचौघांत जो तमाशा होईल तो टाळण्यासाठी जुन्या सदस्या नवागतांना 'तुम्हाला ऐकू आलं नसलं तरी ऐकू आलं असं दाखवा,' असा सल्ला देत.

एकदा गुडियानं हिंदू पुराणात हिजड्यांना खास प्रीतीचं व आदराचं स्थान आहे असं तिला सांगण्याचा प्रयत्न केला होता. तिनं कुलसूम बीला भगवान राम, त्यांची पत्नी-सीता व त्यांचा धाकटा भाऊ लक्ष्मण वनवासाला निघाले होते तेव्हाची कथा सांगितली. अयोध्येतील प्रजेचं त्यांच्या राजावर खूप प्रेम होतं. ते सगळे त्यांच्या मागून निघाले. आपला राजा जिथं जाईल तिथं आपणही जाऊ असा त्यांचा निश्चय होता. ते अयोध्येच्या बाहेर आले. आता तिथून जंगल सुरू होत होतं. तिथं आल्यावर

रामानं प्रजेला सांगितलं, "तुम्ही सर्व स्त्री-पुरुषांनी घरी परत जावं आणि मी परत येईपर्यंत माझी प्रतीक्षा करावी अशी माझी इच्छा आहे." राजाची आज्ञा टाळता न आल्यामुळे सगळे स्त्री-पुरुष घरी परतले. फक्त हिजडे जंगलाच्या एका बाजूला त्यांची पूर्ण चौदा वर्षं निष्ठेनं वाट पाहत थांबले, कारण राम त्यांचा उल्लेख करायला विसरला होता!

"म्हणजे आपली आठवण आहे ते 'विसरलेले लोक' म्हणून?" उस्ताद कुलसूम बी म्हणाली. "वा! वा!"

अन्जुम पहिल्यांदा लाल किल्ल्यात गेली होती तो प्रसंग तिच्या ठळक लक्षात राहिला होता. त्याचं कारण व्यक्तिगत होती. डॉ. मुख्तार यांच्याकडून शस्त्रक्रिया करून घेतल्यानंतर त्यातून बरी झाल्यावर ती पहिल्यांदाच बाहेर पडली होती. ते सर्वजण तिकिटाच्या रांगेत उभे असताना बहुतेक लोक परदेशी पर्यटकांकडे मूर्खासारखं पाहत होते. परदेशी पर्यटकांची रांग वेगळी होती आणि त्यांची तिकिटेही जास्त महागडी होती. मग परदेशी पर्यटकही हिजड्यांकडे मूर्खासारखं पाहू लागले. खास करून धारदार नजरेचा आणि येशू ख्रिस्तासारख्या दाढीचा एक हिप्पी तरुण अन्जुमकडे कौतुकानं पाहत होता. खुरट्या दाढीतल्या त्या तरुणाची नजर आरपार वेध घेणारी होती. अन्जुमनं त्याच्याकडं पाहिलं. तिच्या कल्पनाचित्रात तो हजरत सरमद शहीद बनला होता... तिच्या डोळ्यांसमोर त्याचं चित्र उभं राहिलं... काझींच्या मंडळासमोर अभिमानानं उभा राहिलेला, विवस्त्र देहाचा, त्यांनी मृत्युदंड सुनावल्यावरही जराही न विचलित झालेला...

तो पर्यटक तिच्या दिशेनं चालत येताना पाहून तिला जरासं आश्चर्य वाटलं.

"यू आर फेरी ब्युटीफूल," तो म्हणाला. "अ फोटो? मे आय?" तिचा कुणाला फोटो काढायचा आहे असं प्रथमच घडत होतं. तिनं अगदी खूश होऊन, लाजतबुजत लाल रिबीन लावलेली वेणी खांद्यावरून मागे टाकली आणि परवानगीसाठी उस्ताद कुलसूम बीकडे पाहिलं. तिला परवानगी मिळाली. मग तिनं तिथल्या वालुकाश्माच्या तटबंदीवर अवघडलेपणे झुकून फोटोला 'पोज दिली... खांदे मागे ताणून आणि हनुवटी वर उचलेली... एकाच वेळी धीटपणे आणि बुजरेपणाने.

"सँक्यू," तो तरुण म्हणाला, "सँक्यू व्हेरी मच."

तिला तो कधी पाहायला मिळाला नाही; पण तो फोटो एका गोष्टीचा आरंभ होता.

कुठं असेल तो आता? देवालाच ठाऊक.

अन्जुमचं भरकटलेलं मन उस्ताद कुलसूम बीच्या खोलीतल्या त्या बैठकीत परत आलं.

प्रभावहीन आणि बेशिस्त होत गेलेले राज्यकर्ते यांच्यामुळे मुघल साम्राज्याचा नाश झाला, उस्ताद कुलसूम बी सांगत होती. राजपुत्र गुलाम स्त्रियांसोबत मौजमजा

करत होते, सम्राट नागडे पळत होते, खूप श्रीमंती आयुष्य जगत होते आणि एकीकडे त्यांची प्रजा अन्नावाचून तडफडत होती... असं साम्राज्य कसं काय टिकून राहणार? आणि ते टिकेल अशी आशा तरी कशी करायची? (तिला मुघल-ए-आझम) मधल्या राजकुमार सलीमची भूमिका साकारताना ज्यांनी पाहिलं असेल, त्यांना तो तिला अजिबात आवडायचा नाही याची चुकूनही कल्पना येणार नाही. तिला ख्वाबगाहच्या वैभवशाली काळाचा आणि त्याच्या राजघराण्याशी असलेल्या जवळच्या संबंधांचा अभिमान असला, तरी मुघल राज्यकर्त्यांचा दुराचार व त्यांच्या प्रजेचं पराकोटीचं दारिद्र्य याबद्दल तिच्या मनात समाजवादी संताप असेल असा कुणाला संशयही आला नसेल.) मग ती तत्त्वनिष्ठ जीवन व कठोर शिस्त यांचा पुरस्कार करू लागली. तिच्या मते या दोन गोष्टी हे ख्वाबगाहचं वैशिष्ट्य होतं. त्याची ताकद आणि ते युगानुयुगे टिकून राहण्याचं कारण. जिथं बलाढ्य, श्रीमंती गोष्टी नाश पावल्या, तिथं ख्वाबगाह मात्र तग धरून राहिलं होतं.

दुनियेतले सर्वसामान्य लोक... हिजड्यांचं आयुष्य जगायला काय लागतं ते त्यांना काय माहीत? त्यांना नियम, शिस्त आणि त्याग याबद्दल काय माहीत आहे? एक काळ असा होता, जेव्हा त्यांना सगळ्यांना, तिच्यासहित, खुद्द उस्ताद कुलसूम बी सहित सर्वांना ट्रॅफिक सिग्नल्सजवळ भीक मागावी लागत होती. ही गोष्ट आज कुणाला माहीत आहे? त्या कणाकणानं स्वत:ला घडवत अपमानामागून अपमान पचवत तिथपासून इथपर्यंत आल्या आहेत, हे आज कुणाला माहीत होतं?

उस्ताद कुलसूम बी सांगत होती. ख्वाबगाहला ख्वाबगाह म्हटलं जातं कारण या ठिकाणी 'विशेष' माणसं, 'सौभाग्यशाली' माणसं त्यांची स्वप्ने घेऊन येत, जी बाहेरच्या दुनियेत साकार होऊ शकत नसत. ख्वाबगाहमध्ये, चुकीच्या देहात अडकलेले पवित्र आत्मे मुक्त होत असत. (जर तो पवित्र आत्मा स्त्रीच्या देहात अडकलेला पुरुष असेल तर काय होतं, या प्रश्नाबद्दल मात्र चर्चा झाली नाही.)

मात्र, उस्ताद कुलसूम बी म्हणाली... आणि त्यानंतर तिनं जो विराम घेतला तो कवी-पंतप्रधानांच्या तोडीचा होता... की, ख्वाबगाहचे मूलभूत तत्त्व आहे संमती. दुनियेतली माणसं अशा दुष्ट अफवा पसरवत असत की, हिजडे लहान मुलांचं अपहरण करतात आणि त्यांचं खच्चीकरण करतात. अशा गोष्टी इतरत्र कुठं घडतात का ते तिला माहीत नव्हतं आणि त्याबद्दल ती काही सांगू शकत नव्हती, पण ख्वाबगाहमध्ये मात्र 'संमती'विना काहीही घडलं नव्हतं, परमेश्वर साक्षीला होता.

मग ती नेमक्या विषयाकडे वळली. परमेश्वरानं आपल्या अन्जुमला आपल्याकडं परत पाठवलं आहे. ती म्हणाली, "गुजरातमध्ये तिच्या आणि जाकिरमियांच्या बाबतीत काय घडलं ते ती आपल्याला सांगणार नाही आणि आपण त्याबाबत तिच्यावर सक्ती करू शकत नाही. आपण फक्त तर्क बांधू शकतो आणि सहानुभूती

व्यक्त करू शकतो. पण आपण सहानुभूतीच्या पायी आपल्या तत्त्वांशी तडजोड चालवून घेऊ शकत नाही. एखाद्या लहान मुलीला तिच्या इच्छेविरुद्ध मुलासारखं राहायला भाग पाडणं, मग ते त्या मुलीच्याच संरक्षणाच्या दृष्टीनं असलं तरीही, तिला तुरुंगात डांबण्यासारखं आहे, तिच्या मुक्ततेला अडसर आहे. आपल्या ख्वाबगाहमध्ये असं घडण्याचा प्रश्नच उद्‌भवत नाही. अजिबात नाही.

"ती '*माझी* मुलगी' आहे," अन्जुम म्हणाली. "मी ठरवीन. मला हवं असेल तर मी तिला घेऊन इथून निघून जाईन."

या उद्‌घोषणेमुळे खळबळ वगैरे माजणं तर दूरच, पण अन्जुममधली पूर्वीची 'ड्रामा क्वीन' अजून जिवंत आणि सुस्थितीत असल्याची चुणूक पाहिल्यावर खरंतर सगळ्यांना सुटल्यासारखं झालं.

"तू तुला हवं ते करू शकतेस, पण ही मुलगी इथंच राहील," कुलसूम बी म्हणाली.

"तुम्ही सदैव 'संमती'बद्दल बोलत असता आणि आता तुम्ही तिच्या वतीनं निर्णय घेणार?" अन्जुम म्हणाली. "आपण तिला विचारू या. जैनबची माझ्यासोबत येण्याची इच्छा असणार."

अशाप्रकारे उस्ताद कुलसूम बीला उलट बोलणं अजिबात खपवून घेतलं जाणार नव्हतं. नरसंहारातून वाचलेल्या व्यक्तीचंसुद्धा नाही. सगळे जण प्रतिक्रियेची वाट पाहत होते.

उस्ताद कुलसूम बीनं डोळे मिटून घेतले आणि तिच्या मागे आधारासाठी ठेवलेली रजईची गुंडाळी काढून घ्यायला सांगितलं. अचानक थकलेली कुलसूम बी भिंतीकडे तोंड करत अंगाचं मुटकुळं करत आडवी झाली. तिनं उशाला हाताची घडी घेतली होती. तिचे डोळे अजूनही मिटलेलेच होते आणि तिचा आवाज दूरवरून आल्यासारखा वाटत होता. तिनं अन्जुमला सांगितलं की, डॉ. भगतांकडे जाऊन ये; आणि त्यांनी लिहून दिलेली औषधे नीट घे.

ती बैठक संपली. सदस्य पांगले. बत्ती खोलीतून बाहेर नेताना वैतागलेल्या मांजरासारखी फिस्कारत होती.

***

अन्जुम जे बोलली होती ते तिला म्हणायचं नव्हतं, पण ते बोलल्यानंतर तिथून निघून जाण्याची कल्पना तिच्या मनात अजगरासारखं वेटोळं घालून घट्ट बसली.

तिनं डॉ. भगतांकडे जाण्यास नकार दिल्यामुळे, सईदाच्या नेतृत्वाखाली एक छोटं शिष्टमंडळ तिच्या वतीनं डॉक्टरांकडे रवाना झालं. डॉ. भगत लहानसर चणीचे, लष्करी वळणाच्या मिशा ठेवणारे होते. त्यांना पॉण्ड्स ड्रीमफ्लॉवर टाल्कम

पावडरचा घमघमाट येत असे. त्यांना एक सवय होती. ते रुग्ण बोलत असताना त्याच्या बोलण्यात व्यत्यय आणणारा बेचैन उसासा सोडत असत, त्याच वेळी टेबलावर पेनानं तीनदा टकटक करत असत. त्यांच्या कोपरापासून मनगटापर्यंतच्या हातावर जाड काळी लव होती, पण डोक्यावर मात्र मैदान जवळजवळ रिकामंच होतं. त्यांनी त्यांच्या डाव्या मनगटावरचा केसांचा रुंद पट्टा काढून ती जागा तुळतुळीत केली होती. तिथं ते टेनिस खेळाडूंचा 'टॉवेलिंग स्वेटबॅन्ड' घालत असत आणि त्यावर चांगलं जाडजूड सोन्याचं घड्याळ घालत असत. त्यामुळे त्यांना कसल्याही अडथळ्याविना, वेळ सुस्पष्ट दिसत असे. त्या दिवशी सकाळी, त्यांनी रोजच्यासारखाच पोशाख केला होता... टेरीकॉटचा पांढराशुभ्र सफारी सूट आणि चकचकीत पांढरे सॅन्डल्स. त्यांच्या खुर्चीच्या पाठीवर पांढरास्वच्छ टॉवेल लटकत असे. त्यांचं क्लिनिक गलिच्छ वस्तीत असलं तरी ते मात्र अत्यंत स्वच्छ होते आणि चांगलेही होते.

शिष्टमंडळ घोळक्यानं आत गेलं आणि क्लिनिकमध्ये उपलब्ध असलेल्या खुर्च्यांवर बसलं, काहीजणी इतरांच्या खुर्च्यांच्या हातांवर टेकल्या. डॉ. भगतना ख्वाबगाहमधून दोन-तीन एवढ्याच संख्येत येणारे रुग्ण माहीत होते. (ते कधीही एकेकटे येत नसत.) त्या दिवशी सकाळी ते इतक्या संख्येनं आलेले पाहून ते जरासे दचकलेच.

"तुमच्यापैकी पेशंट कोण आहे?"

"कुणी नाही, डॉक्टर साहेब."

मग प्रवक्ती सईदानं अन्जुमचं बदललेलं वागणं शक्य तितक्या काळजीपूर्वक डॉक्टरांना सांगितलं. तिचं कुढत बसणं, तिचा रुक्षपणा, तिचं वाचन आणि सर्वांत गंभीर तिची आज्ञा झुगारण्याची शिरजोरी... त्यात बाकीच्या मधून मधून स्पष्टीकरण खुलासे देत होत्या. तिनं डॉक्टरांना जैनबचं आजारपण आणि अन्जुमच्या व्याकूळतेबद्दलही सांगितलं. (अर्थात तिला अन्जुमचा *'सिफली जादू'* सिद्धान्त व त्यातील तिचा सहभाग याबद्दल काही माहीत असणं शक्यच नव्हतं.) मग परस्परांशी सविस्तर विचारविनिमय केल्यानंतर शिष्टमंडळानं यातला गुजरात हा विषय सोडून द्यायचं ठरवलं कारण :

(अ) तिथं अन्जुमच्या बाबतीत काय घडलं आहे, जर काही घडलं असेल तर, ते त्यांना माहीत नव्हतं आणि

(ब) कारण डॉ. भगतांच्या टेबलावर बऱ्यापैकी मोठी चांदीची (किंवा बहुधा फक्त चांदीचा मुलामा दिलेली) गणपतीची मूर्ती होती आणि तिथं ताज्या उदबत्तीच्या धुराची वलयं त्यांच्या सोंडेवरून वर जाताना दिसत होती.

यातल्या दुसऱ्या मुद्द्यांवरून अर्थातच काही ठोस निष्कर्ष काढता येणार नव्हते, पण गुजरातमध्ये जे काही घडलं त्याबद्दलच्या त्यांच्या मतांबाबत मात्र

शिष्टमंडळ साशंक झालं.

डॉ. भगत (जे इतर लाखो सश्रद्ध हिंदूंप्रमाणेच, गुजरातमधील घटनांनी खरंतर भयभीत झाले होते.) त्यांचं बोलणं लक्षपूर्वक ऐकत होते, मधून मधून नाक ओढत, उसासे सोडत, टेबलावर पेननं टकटक करत होते. सोनेरी फ्रेमच्या चष्म्याच्या जाडजूड काचांतून त्यांचे मण्यांचे डोळे ठळक व मोठे दिसत होते. मग त्यांनी भुवया खाजवल्या आणि मिनिटभर विचार केला... त्यांना जे सांगण्यात आलं होतं त्यावर थोडं चिंतन केलं आणि मग विचारलं की, ख्वाबगाह सोडून जाण्याच्या विचारातून अन्जुमचं वाचन सुरू झालं आहे, की वाचनामुळं तिच्या मनात ख्वाबगाह सोडून जाण्याचा विचार आला आहे?

या मुद्यावर शिष्टमंडळात फूट पडली. या शिष्टमंडळातल्या एका तरुण सदस्यानं- मेहेरनं- सांगितलं की, अन्जुमनं तिला दुनियेत परत जाऊन गरिबांना मदत करायची इच्छा असल्याचं सांगितलं होतं. हे ऐकताच सगळ्याजणी खिदळल्या. डॉ. भगतनी मात्र न हसता त्यांना विचारलं. 'यात तुम्हाला एवढं गमतीचं काय वाटलं?'

"अरेंऽ डॉक्टर साहेब, कुठल्या गरिबाला 'आमच्याकडून' मदत हवी असेल?" मेहेर म्हणाली आणि गरीब लोकांना मदतीचे हात पुढे करून घाबरवण्याच्या कल्पनेनं त्या सगळ्याजणी फिदिफिदी हसल्या.

डॉ. भगतांनी प्रिस्क्रिप्शन पॅडवर वळणदार, छोट्याशा अक्षरात लिहिलं :

रुग्ण यापूर्वी मनमिळाऊ, आज्ञाधारक, आनंदी वृत्तीचा असलेला.

आता आज्ञा झुगारणारा, बंडखोर व्यक्तिमत्त्वाचा बनला आहे.

त्यांनी काळजी करू नका असं शिष्टमंडळाला सांगितलं आणि त्यांना प्रिस्क्रिप्शन लिहून दिलं. या गोळ्यांमुळे (ते सर्वांनाच नेहमी ज्या गोळ्या लिहून देत त्या) ती शांत होईल, तिला काही दिवस रात्री नीट झोपू द्या आणि त्यानंतर तिला समक्षच मला दाखवायला आणा, असंही त्यांनी सांगितलं.

अन्जुमनं त्या गोळ्या घ्यायला स्पष्ट नकार दिला.

जसजसे दिवस पुढं सरकत होते तसं तिच्या गप्प गप्प राहण्यातून एक वेगळीच गोष्ट उद्भवली... अस्वस्थता आणि तणाव. तो तिच्या धमन्यांमधून वाहत होता, घातक विद्रोह बनून... आपल्याला ज्या बनावटी सुखाची जीवनभराची शिक्षा मिळाली आहे असं तिला वाटत होतं, त्याबद्दलचा पागल विद्रोह बनून.

तिनं अंगणात ज्या गोष्टी गोळा केल्या होत्या, कधी काळी अगदी जपून ठेवलेल्या, त्या ढिगात तिनं डॉ. भगतांचं प्रिस्क्रिप्शन टाकलं आणि काडी लावून

तो ढीग पेटवून दिला. त्या भस्मसात झालेल्या गोष्टीत खालील गोष्टींचा समावेश होता :

तीन माहितीपट (तिच्यावरचे)

दोन गुळगुळीत कॉफी टेबल पुस्तके... फोटोंची (तिच्या)

सात परदेशी मासिकांतील फोटो फीचर्स (तिच्याबद्दलची)

न्यू यॉर्क टाइम्स, द लंडन टाइम्स, द गार्डियन, द बोस्टन ग्लोब आणि डायझाईट, ग्लोब ॲन्ड मेल, ल मांद, कोरियेरे डेल्ला सेरा, ला स्तांपा यासह तेराहून अधिक परदेशी वृत्तपत्रांतील (तिच्याविषयीच्या) 'प्रेस क्लिपिंग्ज'चा म्हणजेच तिच्याविषयीच्या बातम्या व लेखांच्या कात्रणांचा अल्बम.

त्या पेटत्या ढिगातून धूर उसळला आणि सर्व जण खोकू लागले, बकरासुद्धा. जेव्हा ती राख थंड झाली तेव्हा तिनं ती राख चेहऱ्याला आणि केसांना माखली. त्या रात्री जैनबनं तिचे कपडे, बूट, चपला, शाळेचे दप्तर आणि रॉकेटच्या आकाराची पेन्सिल बॉक्स सईदाच्या कपाटात नेऊन ठेवलं. आता तिनं अन्जुमजवळ झोपण्यासाठी नकार दिला.

"मम्मी कधीच खूश नसते." तिनं निर्दयीपणे नेमकं कारण दिलं.

अत्यंत व्यथित झालेल्या अन्जुमनं तिची गोदरेजची अलमारी रिकामी केली आणि तिचे सगळे छान छान पोशाख व आभूषणं पत्र्याच्या ट्रंकांमध्ये भरली... तिचे रेशमी घागरे व टिकल्यांच्या साड्या, तिचे झुमके, पैंजण आणि काचेच्या बांगड्या. तिनं स्वत:साठी दोन पठाणी सूट शिवले होते. एक कबुतरासारखा राखाडी करडा आणि एक चिखली तपकिरी रंगाचा. तिनं एक प्लॅस्टिकचं सेकंड हॅन्ड, टोपडंवालं जाकीट आणि पुरुषी बूटही घेतले होते. ते ती बिनमोज्यांचे घालत असे. त्यानंतर एक जुना, खिळखिळा झालेला टेम्पो आला, त्यात ती अलमारी व पत्र्याच्या ट्रंका चढवण्यात आल्या आणि ती ख्वाबगाहमधून बाहेर पडली, ती कुठं चालली आहे हे न सांगताच.

तरीही कुणी त्याकडं गांभीर्यानं लक्ष दिलं नाही. ती परत येईल याची त्यांना खात्री होती.

***

ख्वाबगाहपासून टेम्पोतून निघालेली अन्जुम दहा मिनिटांत पुन्हा एकदा एका वेगळ्या जगात पोहोचली.

ते एक छोटंसं कब्रस्तान होतं, क्वचितच वापरलं जाणारं. ते आकर्षक वगैरे अजिबात नव्हतं. त्याची उत्तरेकडची बाजू सरकारी रुग्णालय आणि शवागाराला लागून होती. तिथं शहरातील भटक्या आणि बेवारस लोकांचे मृतदेह ठेवले जात असत, पोलिसांनी त्यांची विल्हेवाट लावायचं ठरवेपर्यंत.

तिथले बहुतेक मृतदेह शहरातील स्मशानभूमीत नेले जात असत. जर ते मुस्लीम असल्याचं ओळखता येत असेल तर त्यांचं दफन केलं जात असे... एखाद्या उपेक्षित कबरीत... जी काळाच्या ओघात नाहीशी होत असे आणि जमिनीचा कस वाढवण्यात व जुन्या वृक्षांच्या विलक्षण रसरशीत ताजेपणात योगदान देत असे.

औपचारिकरीत्या बांधलेल्या कबरींची संख्या दोनशेच्या आत होती. जुन्या कबरी अधिक काळजीपूर्वक बांधलेल्या होत्या. त्यावर संगमरवरी कोरीव दगड बसवलेले होते. अगदी अलीकडच्या काळातल्या कबरी तशा अगदी साध्या होत्या. अन्जुमच्या कुटुंबातल्या कित्येक पिढ्या इथं दफन होत्या. मुलाकात अली, त्यांचे आई-वडील, त्यांचे आजी-आजोबा. मुलाकात अलींची थोरली बहीण बेगम झीनत कौसर (अन्जुमची आत्या) हिचं दफन त्यांच्या शेजारीच करण्यात आलं होतं. फाळणीनंतर ती लाहोरला गेली होती. तिथं दहा वर्षं राहिल्यानंतर, ती नवरा व मुलांना सोडून दिल्लीला परत आली होती. दिल्लीच्या जामा मशिदीजवळचा परिसर सोडून मी कुठंही राहू शकत नाही असं ती म्हणायची. (का कोण जाणे, पण लाहोरची बादशाही मशीद पर्याय बनू शकली नव्हती.) तिला पाकिस्तानी गुप्तचर समजून इथून हद्दपार करण्याच्या पोलिसांच्या प्रयत्नांतून तीनदा वाचलेली बेगम झीनत कौसर शाहजहानाबादमधल्या एका खोलीच्या घरात स्थिरस्थावर झाली. तिच्यासोबत आणखी एक विधवा स्त्री राहत असे. तिथून तिची प्रिय मशीद दिसत असे. ती जुन्या दिल्लीतल्या एका रेस्टॉरन्टला (तिथं स्थानिक भोजनाचा आस्वाद घेण्यासाठी परदेशी पर्यटकांच्या झुंडी येत असत) मटण कोरमा पुरवत असे. त्यातून होणाऱ्या मिळकतीवर गुजराण करत असे. तीस वर्षं दररोज ती त्याच भांड्यात कोरमा ढवळत होती. बाकीच्या बायकांना जसा अत्तर व 'परफ्यूम'चा वास यायचा, तसा तिला कोरम्याचा वास येत असे. तिच्या निधनानंतर तिचं दफन झालं, तेव्हासुद्धा तिला जुन्या दिल्लीतल्या रुचकर जेवणासारखा गंध येत होता.

बेगम झीनत कौसरच्या शेजारी बीबी आयेशाचे– अन्जुमची सर्वांत मोठी बहीण -अवशेष होते. तिचं क्षयरोगानं निधन झालं होतं. तिथून थोड्या अंतरावर अहलाम बाजीची -अन्जुमच्या वेळचं बाळंतपण करणारी सुईण–कबर होती. मृत्यूच्या आधी काही वर्षे अहलाम बाजीचा स्मृतिभ्रंश झाला होता आणि ती चांगलीच जाड झाली होती. ती जुन्या शहरातील रस्त्यांवरून ऐटीत फिरायची, एखाद्या ओंगळ राणीसारखी. तिचे जटा झालेले केस धुळकट टॉवेलमध्ये गुंडाळलेले असत, गाढविणीच्या दुधानं अंघोळ करून नुकतीच ताजीतवानं होऊन आली असल्यासारखे. तिच्यासोबत कायम किसान युरियाचं फाटकं पोतं असायचं, त्यात ती मिनरल वॉटरच्या रिकाम्या बाटल्या, फाटके पतंग, व्यवस्थित काळजीपूर्वक घडी घातलेली पोस्टर्स आणि

मोठ्या मोठ्या पताका – जवळच्याच रामलीला मैदानावर आयोजित भव्य राजकीय सभांनंतर मागे राहिलेले – कोंबून भरत असे. तिच्या या भयंकर काळात, अहलाम बाजी ज्यांना या जगात आणण्यास साहाय्य केलं होतं तिनं, त्यांच्याशी बोलायला जायची. त्यातले बहुतेक जण आता वयानं मोठे झाले होते आणि त्या स्त्री-पुरुषांना आता स्वत:ची मुलं होती. त्यांना अत्यंत घाणेरड्या भाषेत शिव्याशाप द्यायची, ते जन्माला आले त्या दिवसाला दूषणं द्यायची. पण तिचे अपमान कधी कुणी मनाला लावून घेत नसे, बरेचदा लोक त्यावर रुंद, अवघडलेल्या हास्याची प्रतिक्रिया द्यायचे, जादूच्या कार्यक्रमात 'गिनी पिग्ज' बनण्यासाठी मंचावर बोलावण्यात आलेल्या लोकांसारखी. अहलाम बाजीला कायम जेवू घातलं जायचं, तिला कायम निवारा देऊ केला जायचं. ती जेवण स्वीकारायची. अगदी हाडवैर असल्याच्या थाटात ते देणाऱ्यावर उपकार करत असल्यासारखी; पण निवारा मात्र नाकारायची. उन्हाळ्यातल्या उन्हाचा कडाका असो की गोठवणारी कडाक्याची थंडी, तिचा बाहेरच राहण्याचा आग्रह असे. एके दिवशी सकाळी ती 'अलिफ झेड स्टेशनर्स अॅन्ड फोटोकॉपिअर्स'च्या बाहेर मृतावस्थेत आढळली... तिचे दोन्ही हात तिच्या किसान युरियाच्या पोत्याभोवती होते आणि ती ताठ बसली होती. तिला कुटुंबाच्या कब्रस्तानात दफन करण्याचा जहाँआरा बेगमचा आग्रह होता. तिनं मृतदेहाला अंघोळ घालणं, कपडे घालणं व अंतिम प्रार्थनेसाठी इमाम वगैरे सगळी व्यवस्था केली. काहीही असलं तरी, अहलाम बाजीनं तिची पाचही बाळंतपणं केली होती.

अहलाम बाजीच्या कबरीशेजारी आणखी एका महिलेची कबर होती. त्या कबरीच्या दगडावर (इंग्रजीत) लिहिलेलं होतं; बेगम रेनाता मुमताज मॅडम. बेगम रेनाता रोमानियाची बेली डान्सर होती. भारत आणि इथले शास्त्रीय नृत्यप्रकार यांचं स्वप्न पाहत ती बुखारेस्टमध्ये लहानाची मोठी झाली. ती अवघी एकोणीस वर्षांची असताना कुणाकुणाची मदत ती घेत दिल्लीला आली. तिथं तिला एक सुमार दर्जाचा कथक गुरू मिळाला. त्यानं तिला नृत्य अगदी जेमतेम शिकवलं आणि तिचं लैंगिक शोषण केलं. मग ती उदरनिर्वाहासाठी 'रोजबड रेस्ट-ओ-बार' मध्ये कॅब्रे करू लागली. रोजबड रेस्ट-ओ-बार दिल्लीतल्या सात प्राचीन शहरांपैकी पाचव्या शहरातील– फिरोज शाह कोटलामधील आता भग्नावस्थेत असलेल्या रोझ गार्डनमध्ये होता. रोझ गार्डनला आता लोक 'नो रोझ' गार्डन म्हणून ओळखत असत. रेनाताचं कॅब्रेसाठीचं नाव होतं–मुमताज. एका व्यावसायिक लफंग्यानं तिला प्रेमात फसवलं आणि तिनं साठवलेले सगळे पैसे घेऊन तो गायब झाला. त्यानंतर अगदी लहान वयातच तिचा मृत्यू झाला. त्यानं आपल्याला फसवलं आहे हे माहीत असूनही रेनता त्याच्यासाठी झुरत होती. अतिशय व्याकूळ झाली होती. मग तिनं मंत्र-तंत्र, आत्म्यांना पाचारण करणं असले प्रयोग केले. तिची दीर्घकाळ तंद्री लागत असे. त्या

दरम्यान तिच्या त्वचेवर फोड उठू लागले आणि तिचा आवाज पुरुषासारखा घोगरा व खर्जातला बनला. तिच्या मृत्यूचं नेमकं कारण कळलं नाही, पण तिनं आत्महत्या केली असं सर्वांनी गृहीत धरलं. आश्चर्य म्हणजे, 'रोजबड-रेस्ट-ओ-बार'च्या रोशनलाल या मितभाषी हेडवेटरनं तिच्या अंत्यसंस्काराची तयारी केली. हा कट्टर नीतिवादी हेडवेटर होता. आणि इतरांसाठी विनोदाचा विषयही बनत असे. त्यानंतर तो तिच्या कबरीवर फुले वाहायलाही गेला, एकदा, दोनदा आणि मग त्याच्या स्वत:च्या लक्षात येण्याआधी, दर मंगळवारी (तो त्याच्या सुट्टीचा वार होता.) त्यानंच तिच्या थडग्यावर तिचं नाव कोरलेला दगड बसवायची व्यवस्था केली होती. तो त्याची देखभालही करत असे, त्याच्याच शब्दांत सांगायचं तर 'कीप-अप' करत असे. कबरीवरच्या दगडावर कोरलेल्या तिच्या नावाच्या आधी 'बेगम' व नावाच्या नंतर 'मॅडम' त्यानेच लावले होते. रेनाता मुमताजला जाऊन सतरा वर्षं झाली होती. रोशन लालच्या सडपातळ पिंडऱ्यांवरून टपोऱ्या व्हेरिकोज व्हेन्स वर चढल्या होत्या. त्याला एका कानानं ऐकूही येत नव्हतं; पण तरीही तो त्याच्या जुन्या काळ्या सायकलवरून खडखडत अजून कब्रस्तानात येत असे, स्वस्तातल्या लाल गुलाबांची-गॅझानियाची फुलं घेऊन. जेव्हा त्याला पैशाची तंगी असायची तेव्हा तो ट्रॅफिक सिग्नलजवळच्या पोरांकडून विकत घेतलेले मोगऱ्यांचे गजरे आणत असे.

या मुख्य कबरींखेरीज आणखी काही कबरी होत्या. ज्यांच्या विषयी वाद होते. उदाहरणादाखल सांगायचं तर एका कबरीवर लिहिलेलं होतं, 'बादशाह'. काही लोकांच्या मते, 'बादशाह' हा औरंगजेबाच्या वंशातला 'कम-नस्ल' राजपुत्र होता. १८५७च्या उठावानंतर ब्रिटिशांनी त्याला फासावर चढवलं होतं. तर काही लोकांच्या मते तो अफगाणिस्तानातून आलेला सुफी कवी होता.

आणखी एका कबरीवर फक्त 'इस्लाही' एवढंच लिहिलेलं होतं. कुणी म्हणत, तो सम्राट शाह आलम (दुसरा)चा लष्करप्रमुख होता, तर कुणी म्हणत. तो वेश्यांचा स्थानिक दलाल होता. १८६०च्या दशकात, एका वेश्येनं त्याची चाकूनं भोसकून हत्या केली होती. त्यानं तिला फसवलं होतं. जितकी तोंडं, तेवढ्या कथा. नेहमीप्रमाणे, प्रत्येकानं आपल्याला ज्यावर विश्वास ठेवायचा आहे त्यावर विश्वास ठेवला.

कब्रस्तानातल्या पहिल्या रात्री, अन्जुमनं आजूबाजूला धावती नजर टाकली आणि तिची गोदरेजची अलमारी व तिच्या इतर काही गोष्टी मुलाकात अलींच्या कबरीजवळ ठेवल्या. अहलाम बाजीची कबर व बेगम रेनाता मुमताज मॅडमच्या कबर यांच्या मधल्या जागेत तिचा गालिचा आणि अंथरूण पसरलं. तिला झोप लागली नाही, यात काही आश्चर्य नव्हतं. म्हणजे तिला कब्रस्तानात कुणाचा त्रास होत होता अशातला भाग नव्हता. तिथं कुठलेही, 'जिन' तिची ओळख करून घ्यायला आले

नव्हते किंवा कुठल्या भुतांनी तिला झपाटण्याची भीती दाखवली नव्हती. कब्रस्तानाच्या उत्तरेकडच्या टोकाला, रुग्णालयातल्या कचऱ्याच्या टेकडीजवळ जुन्या बँडेजेसच्या व वापरलेल्या सिंरिजच्या समुद्रापाशी नशेबाज लोकांचा थवा जमला होता... रात्रीच्या अंधारात त्यांच्या सावल्या आणखीनच गडद भासत होत्या... त्या लोकांचं अन्जुमकडे अजिबात लक्ष गेलं नव्हतं. दक्षिण बाजूला काही बेघर लोक गटागटानं बसले होते... विस्तव पेटवून, काहीतरी अपुरं, धुरकट अन्न शिजवत. माणसांपेक्षा बरी अवस्था असलेली भटकी कुत्री सभ्य अंतरावर बसून, सभ्यपणे खरकट्याची वाट बघत होती.

अशी परिस्थिती सामान्यत: अन्जुमच्या दृष्टीनं धोक्याची ठरली असती; पण ती निर्जन बाजूला असल्यामुळे तिला संरक्षण मिळालं होतं. अखेर, ती सामाजिक संकेतांपासून मुक्त झाली होती. त्यामुळे तिच्याभोवती शाही किल्ला उभा राहिला होता... तटबंदी, घुमट, गुप्त अंधारकोठड्या आणि भिंती... चाल करून येणाऱ्या जमावासारख्या घुमणाऱ्या. ती तिथल्या भव्य दालनांमधून धडपडत असायची, स्वत:पासून पळू पाहणाऱ्या पळपुट्यासारखी. तिनं भगवं हास्य धारण केलेल्या भगव्या माणसांचा थवा मनातून पुसण्याचा प्रयत्न केला... त्यांच्या भगव्या त्रिशूळांवर लहान मुलं खोचलेली होती... ते त्रिशूळ घेऊन ते तिचा पाठलाग करत होते... ते चित्र तिच्या मनातून पुसलं जाणार नव्हतं. तिनं 'जाकिर मियाँ' या विषयाचं दार बंद करण्याचा प्रयत्न केला... रस्त्याच्या मध्यभागी नीट 'गुंडाळलेले' जाकिर मियाँ... त्यांच्या कोऱ्या करकरीत नोटेच्या पक्ष्यासारखेच. पण त्यांनी तिची पाठ सोडली नाही. ते तशाच अवस्थेत त्यांच्या उडत्या गालिच्यावरून बंद दारे पार करत तिच्या मागून आले. त्यांच्या डोळ्यांच्या ज्योती विझण्याआधी त्यांनी तिच्याकडे या नजरेनं पाहिलं होतं ते मनातून पुसून टाकण्याचा ती प्रयत्न करत होती, पण ते तिला तसं पुसून टाकू देणार नव्हते.

तिनं त्यांना सांगायचा प्रयत्न केला की, मी शूरपणे लढले... त्यांनी मला तुमच्या निष्प्राण देहावरून फरफटत बाजूला खेचेपर्यंत मी लढले...

पण तिनं तसं काहीही केलं नव्हतं हे तिला माहीत होतं.

त्यांनी इतरांच्या बाबतीत जे काही केलं होतं, ते आपल्याला माहीतच नाही असं समजण्याचा तिनं प्रयत्न केला... त्यांनी पुरुषांना कसं 'गुंडाळलं' आणि बायकांना 'उघडलं' हे... आणि शेवटी, त्यांनी त्यांचे कसे तुकडे-तुकडे केले आणि त्यांना कसं पेटवून दिलं, हे...

पण आपल्याला हे माहीत आहे हे तिला चांगलं माहीत होतं.

त्यांनी.

ते म्हणजे कोण?

न्यूटनचं सैन्य. ‘इक्वल अॅन्ड अपोझिट रिअॅक्शन’ देण्यासाठी तैनात केलेलं. तीस हजार भगवे पोपट... पोलादी नख्या आणि रक्तानं माखलेल्या चोचींचे... एकत्र मिळून कलकलाट करणारे,

मुसलमान का एक ही स्थान! कब्रस्तान या पाकिस्तान!

मुसलमानांसाठी फक्त एकच स्थान! कब्रस्तान किंवा पाकिस्तान!

अन्जुम, मेल्याचं सोंग करून जाकिर मियाँच्या अंगावर पसरली होती. बनावट स्त्रीचा बनावट मृतदेह. पण पोपटांनी, ते शुद्ध शाकाहारी असूनही वा असल्याचं भासवत असले (ही सैन्यात दाखल होण्यासाठी किमान आवश्यक पात्रता होती.) तरी शिकारी कुत्र्यांच्या कुशलतेनं माग काढला आणि अर्थातच तिला शोधून काढलं. मग तीस हजार आवाज एकत्र दुमदुमले... उस्ताद कुलसूम बीच्या बिरबलाची नक्कल करत :

आए हाय! साली रंडी हिजडा! भेनचोद धंदेवाली हिजडा. भेनचोद मुस्लीम धंदेवाली हिजडा.

मग आणखी एक आवाज उठला. वरच्या पट्टीतला आणि चिंतातुर... आणखी एका पक्ष्याचा...

नहीं यार, मत मारो, हिजडों को मारना अपशगुन होता है।

अरे, तिला मारू नका रे, हिजड्यांना ठार करण्यानं दुर्दैव ओढवतं.

दुर्दैव!

त्या मारेकऱ्यांना दुर्दैवाची सर्वाधिक भीती वाटत होती. परजत्या तलवारी व तळपत्या कट्यारी धरणाऱ्या त्या बोटांमध्ये भाग्यदायी खडे जडवलेल्या, सोन्याच्या जाडजूड अंगठ्या दुर्भाग्यापासून बचाव करण्यासाठी तर होत्या. लोकांवर अंदाधुंद बरसत त्यांचा जीव घेणाऱ्या लोखंडी सळया चालवणाऱ्या मनगटांभोवती आयांनी कौतुकानं बांधलेले पूजेचे लाल धागेही त्यासाठीच होते, दुर्दैवापासून बचाव करण्यासाठी. इतकी सगळी खबरदारी घेतल्यानंतर, आपण होऊन दुर्दैवाला आमंत्रण देण्यात काय मतलब?

मग त्यांनी तिच्या अंगावर उभं राहून तिला त्यांच्या घोषणा द्यायला लावल्या.

भारत माता की जय! वंदे मातरम्!

तिनं त्या दिल्या. रडत, थरथर कापत, अपमानित होऊन... तिच्या सर्वांत भयानक दुःस्वप्नाच्या पलीकडे जाऊन.

त्यांनी तिला जिवंत सोडलं. न मारता, न इजा करता, न गुंडाळता, न उघडता फक्त तिला एकटीला. त्यांचं भाग्य फळफळावं म्हणून.

कसायाचं भाग्य.

तिचं महत्त्व तेवढंच होतं आणि ती जितकी जास्त काळ जगेल तितकं ती

त्यांचं भाग्य उजळवणार होती.

ती तिच्या खासगी किल्ल्यातून अस्वस्थपणे फिरून येताना तो बारीकसा तपशील आपल्याला माहीतच नसल्याचं समजण्याचा ती प्रयत्न करत होती; पण तिला ते जमलं नाही. आपल्याला ते व्यवस्थित माहीत आहे हे तिला व्यवस्थित माहीत असल्याचं तिला व्यवस्थित माहीत होतं.

थंड डोळ्यांचे व लाल कपाळाचे मुख्यमंत्री पुढची निवडणूक जिंकणार होते. केंद्रातलं कवी-पंतप्रधानांचं सरकार पडलं, तरीही ते गुजरातमध्ये निवडणुकांमागून निवडणुका जिंकत गेले. काही लोकांच्या मते त्यांना प्रचंड संहाराला जबाबदार धरायला हवं होतं; पण त्यांच्या मतदारांनी त्यांना 'गुजरात का लल्ला' असं संबोधलं. गुजरातचे लाडके.

***

अन्जुम कित्येक महिने कब्रस्तानात राहत होती... वैराण, पिशाचासारखी. प्रत्येक निवासी जिन व आत्मा शोधत... तिथं दफनासाठी मृतदेह घेऊन येणाऱ्या शोकमग्न कुटुंबांची वाट बघत... ते लोक दुःखानं व्याकूळ, पिळवटलेले असत. अन्जुमनं साजशृंगार करणं बंद केलं होतं. केसांना डाय करणं बंद केलं होतं. तिचे मुळाजवळचे केस पांढरेधोप झाले होते. आणि डोक्यावरून खाली उतरणारे केस काळे कुळकुळीत होते. त्यामुळे तिचा 'लुक' पट्ट्यापट्ट्यांचा बनला होता. तिची दाढी– जिची तिला एके काळी सर्वाधिक भीती वाटत असे– तिला हनुवटी व गालांवर अंधूकपणे चमकणाऱ्या बर्फासारखी दिसू लागली होती. (आयुष्यभर घेतलेल्या स्वस्तातल्या हार्मोन इंजेक्शन्समुळे तिची दाढी लांबच्या लांब वाढणं बंद झालं होतं हे नशीब.) तिच्या पुढच्या दातांपैकी एक दात– पान खाऊन खाऊन लालभडक झालेला सैल झाला होता. ती बोलताना किंवा हसताना, जे ती क्वचितच करायची, तो दात वर खाली होत भयंकर हलत असे, संवादिनीची पट्टी आपोआप वर-खाली होत वाजू लागल्यासारखा. या भयंकर दिसण्याचे फायदेही होते. त्यामुळे लोक घाबरत असत आणि हलकटपणे व अपमानास्पद वागणारी, दगड मारणारी बारकी पोरं दूर राहत असत.

अन्जुमचं जुनं गिऱ्हाईक श्री. डी. डी. गुप्ता, त्यांना तिच्याबद्दल पूर्वीपासूनच खूप आपुलकी होती, तिचा शोध घेत कब्रस्तानात येऊन गेले होते. ते (करोल बागमध्ये) बांधकाम कंत्राटदार होते. सळ्या, सिमेंट, दगड, विटा असं बांधकामाचं साहित्य पुरवणारे. त्यांनी त्यांच्या एका श्रीमंत ग्राहकाच्या बांधकामावरून काही विटा आणि ॲस्बेस्टॉसचे पत्रे असं साहित्य आणून अन्जुमला एका छोटंसं, तात्पुरतं झोपडं उभारून दिलं... फार चांगलं वगैरे नाही, फक्त कधी गरज पडली तर तिला

तिचं साहित्य आत ठेवता येऊ शकेल असं कोठीच्या खोलीसारखं. श्री. गुप्ता वेळोवेळी येऊन, तिच्या पोटापाण्याची व्यवस्था आहे ना, ती स्वतःचे हाल करून घेत नाहीये ना, याची खात्री करून घेत असत. अमेरिकनं इराकवर हल्ला केल्यानंतर ते बगदादला गेले. (काँक्रीट ब्लास्ट वॉल्सच्या वाढत्या मागणीचा लाभ उठवण्यासाठी) तेव्हासुद्धा त्यांनी बायकोला अन्जुमसाठी आठवड्यातून किमान तीनदा गरमागरम जेवणाचा डबा ड्रायव्हरसोबत पाठवून द्यायला सांगितलं होतं. सौ. गुप्ता स्वतःला 'गोपी' समजत असत; कृष्णभक्त गोपी. त्यांच्या हस्तसामुद्रिकाच्या मते हा त्यांच्या पुनर्जन्माचा सातवा व अंतिम फेरा होता. त्यामुळे या जन्मातल्या पापांची शिक्षा आपल्याला पुढच्या जन्मात भोगावी लागेल याची चिंता न करता, आपल्या मनाप्रमाणे जगण्यावागण्याचा सौ. गुप्तांना परवानाच मिळाला होता. त्यांची स्वतःची 'प्रकरणं' होतीच. त्याविषयी त्यांचं असं म्हणणं होतं की, विषयसुखाच्या परमोच्च बिंदूवर पोहोचल्यानंतर मला जी अत्यानंदाची अनुभूती येते ती दैवी अस्तित्वामुळे, मनुष्यरूपी प्रियकरामुळे नव्हे. त्यांचं त्यांच्या नवऱ्यावर खूप खूप प्रेम होतं, मात्र, त्यांच्या शारीरिक भुकेची जबाबदारी त्यांच्यावर नसल्यामुळे त्यांना सुटल्यासारखं झालं होतं; त्यामुळे त्यांनी सांगितलेलं हे छोटंसं काम करायला त्या अगदी आनंदानं तयार होत्या.

बगदादला जाण्याआधी, श्री. गुप्तांनी अन्जुमला एका स्वस्तातला मोबाइल फोन घेऊन दिला होता आणि त्यावर फोन कसा घ्यायचा (इनकमिंग कॉल्स फुकट होते) आणि तिला त्यांच्याशी बोलायचं असेल तर त्यांना 'मिस्ड कॉल' (त्यांच्याच शब्दात) कसा द्यायचा, हेही शिकवलं होतं. अन्जुमचा तो फोन आठवड्याभरात हरवला. श्री. गुप्तांनी बगदादहून त्या फोनवर तिला फोन केला, तेव्हा तो एका दारुड्यानं उचलला आणि तो फोनवर रडत रडत आईशी बोलायचं आहे, असं म्हणू लागला.

या सहृदयतेखेरीज, अन्जुमकडं आणखीही काही पाहुणे येत होते. वरकरणी निष्ठुर वाटणाऱ्या पण प्रत्यक्षात अत्यंत व्याकूळ झालेल्या जैनबला सईदा अधूनमधून अन्जुमला भेटायला घेऊन आली. (पण या भेटीमुळे अन्जुम व जैनब दोघीही अतिशय दुःखी होत आहेत हे लक्षात आल्यावर सईदानं जैनबला तिथं आणणं बंद केलं.) अन्जुमचा भाऊ साकिब आठवड्यातून एकदा यायचा. खुद्द उस्ताद कुलसूम बी कधी तिचे मित्र हाजी मियाँ यांच्यासोबत व कधी कधी बिस्मिल्लाहला घेऊन रिक्षा करून तिथं यायची. अन्जुमला ख्वाबगाहमधून थोंड निवृत्तिवेतन मिळावं आणि दर महिन्याच्या एक तारखेला त्या रोख रकमेचं पाकीट तिच्याकडं पोहोचतं व्हावं याची उस्ताद कुलकूम बीनं व्यवस्था केली होती.

या सगळ्या लोकांमधली सर्वांत नियमित येणारी व्यक्ती म्हणजे उस्ताद हमीद. ते बुधवार व रविवार वगळता दररोज तिथं यायचे. पहाटे किंवा सूर्यास्तसमयी.

अन्जुमची संवादिनी घेऊन ते एखाद्या कबरीवर बसायचे आणि त्यांचा 'रियाज' सुरू व्हायचा... मनात गुंजत राहणारा, सकाळी राग ललित आणि संध्याकाळी राग शुद्ध कल्याण *तुम बिन कौन खबरे मोरी लैत...*

अन्जुमचा मुलुख म्हणून हद्द आखलेल्या भागाच्या अदृश्य सीमारेषेबाहेर जमलेले उडाणटप्पू आणि भटके लोक त्यांना बॉलिवूडमधली नुकतीच 'हिट' झालेली ताजी गाणी किंवा सुप्रसिद्ध कव्वाली (दहापैकी नऊ वेळा *दमा दम मस्त कलंदर*) म्हणायला सांगत असत. दर्शकांच्या या अपमानास्पद फर्माइशींकडे ते साफ दुर्लक्ष करत असत. कधीकधी कब्रस्तानाच्या टोकाला असलेल्या दुःखद सावल्या त्यांच्या पायाशी येत... स्वप्निल, दारू वा नशिल्या पदार्थांच्या धुक्यासोबत आणि स्वतःच्याच तालात मंद गतीनं नाचू लागत. उजेड विरू लागला (अथवा पसरू लागला की) आणि उस्ताद हमीद यांचा हळुवार आवाज आजूबाजूचा भग्न परिसर आणि तिथल्या भणंग रहिवाशांवर पसरू लागे तेव्हा अन्जुम रेनाता मुमताज मॅडमच्या कबरीवर, पायावर पाय टाकून बसत असे. तिची त्यांच्याकडे पाठ असे. ती त्यांच्याशी बोलत नसे वा त्यांच्याकडे पाहत नसे; पण ते त्याचं काही वाटून घेत नसत. तिच्या स्थिर खांद्यावरून ती ऐकतीय हे त्यांना कळत असे. त्यांनी तिला खूप काही पार करताना पाहिलं होतं. आपण नसलो तरी संगीत नक्कीच तिला यातूनही पार करेल असा त्यांना विश्वास होता.

पण ना सहृदयता, ना क्रूरता... यातल्या कशानंही अन्जुम ख्वाबगाहमधल्या तिच्या पूर्वीच्या आयुष्यात परत जायला तयार झाली नाही. दुःखाची व भयाची लाट ओसरायला खूप वर्षं जावी लागली. इमाम झियाउद्दीन यांचं तिथं नियमित येणं, त्यांचे किरकोळ (आणि कधीकधी गंभीर) खटके आणि रोज सकाळी अन्जुमनं त्यांना वृत्तपत्र वाचून दाखवण्याबद्दलची त्यांची विनंती... या साऱ्यांची ती 'दुनिये'त परत येण्यास मदत झाली. हळूहळू एकाकीपणाचा दुःखी किल्ला ढासळत गेला आणि सांभाळता येण्याजोगा निवारा तयार झाला. ते घर बनलं. अपेक्षित, धीर देणारं, पिळवटून टाकणाऱ्या दुःखात आश्वस्त करणारं आणि विश्वासार्ह.

भगव्या माणसांनी त्यांच्या तलवारी म्यान केल्या, त्रिशूळं खाली ठेवली आणि ते शांतपणे त्यांच्या नेहमीच्या आयुष्यात परतले, 'बेल'ला उत्तरे देऊ लागले, त्यांच्या बायकांना मारहाण करू लागले. त्यांनी पुन्हा बाहेर पडण्याची वेळ येईपर्यंत शांतपणे वाट पाहत राहिले. भगव्या पोपटांनी त्यांच्या नख्या आत ओढून घेतल्या व ते पुन्हा हिरवे झाले. आणि ज्या झाडांवरून पांढऱ्या पाठीची गिधाडं व चिमण्या नाहीशा झाल्या त्या वडाच्या झाडांच्या फांद्यांवर ते युक्तीनं लपून बसले, झाडांच्या रंगात मिसळून. 'गुंडाळलेले' पुरुष आणि 'उघडलेल्या' स्त्रिया तशा कमी प्रमाणात येत. फक्त व्यवस्थित 'गुंडाळलेले' जाकिर मियाँ कुठं जात नसत. पण जसा काळ

जाईल तसे ते तिच्या मागेमागे न करता, तिच्यासोबतच येऊन राहिले. तिचे सततचे, कसलीही अपेक्षा न करणारे सोबती बनले.

अन्जुम पुन्हा साजशृंगार करू लागली. तिनं केसांना मेंदी लावली. आता तिचे केस उजळ केशरी दिसू लागले होते. तिनं दाढी केली होती. हलणारा दात काढून त्याजागी कृत्रिम दात बसवून घेतला होता. तो नवा पांढरा शुभ्र दात गडद लाल दातांच्या रांगेत हस्तिदंतासारखा चमकत होता. एकूण पाहता, आधीच्या अवस्थेच्या तुलनेत ते थोडं कमी भीतिदायक होतं. आताही ती पठाणी सूटच घालत होती. फक्त तिनं थोडे सौम्य रंगाचे पठाणी सूट शिवून घेतले होते, फिकट निळा आणि मंद गुलाबी. त्यावर ती तिच्याकडचे जुने टिकल्यांचे व डिझाइनचे दुपट्टे घेत असे. तिचं थोडं वजनही वाढलं होतं. ती तिचे नवे पोशाख आकर्षक वाटतील आणि आरामदायी होईल अशा पद्धतीनं घालत असे.

पण आपण फक्त 'कसायाचं भाग्य' आहोत ही गोष्ट अन्जुम कधीही विसरली नाही. आयुष्यभर, याच्या अगदी विरुद्ध परिस्थितीतसुद्धा, तिचं तिच्या उर्वरित आयुष्याशी असलेलं नातं संदिग्ध आणि बेफिकिरीचंच राहिलं.

एकाकीपणाचा दु:खी किल्ला ढासळला तसं अन्जुमचं पत्र्याचं झोपडं उभं राहिलं. सुरुवातीला तिचं घर म्हणजे बिछाना सामावेल एवढी झोपडी होतं. त्यानंतर तिच्या छोट्या घरात छोटंसं स्वयंपाकघरसुद्धा आलं. उगीच फाजील लक्ष वेधलं जाऊ नये यासाठी तिनं घराच्या बाहेरच्या भिंती ओबडधोबड ठेवल्या होत्या. बिनगिलाव्याच्या. घराच्या आतल्या बाजूला मात्र तिनं गिलावे करून, गुलाबी-जांभळी अशी वेगळी रंगछटा दिली होती. तिनं लोखंडी गर्डरच्या आधारे वालुकाश्माचं छप्पर बसवून घेतलं होतं, त्यामुळे तिला गच्ची मिळाली होती. हिवाळ्याच्या दिवसात, ती त्या गच्चीवर प्लॅस्टिकची खुर्ची टाकून केस वाळवत बसायची आणि तिच्या थंडीनं फुटून खडबडीत झालेल्या नडग्यांना ऊन द्यायची. मृतांच्या राज्याचं सर्वेक्षण करत तिच्या घराच्या दारंखिडक्यांना तिनं फिकट पिस्ता रंग दिला होता. उंदरीण आता पुन्हा तिच्याकडे येऊ लागली होती, ती आता उमलत्या वयाची होती. तरुणी बनण्याच्या वाटेवरची. ती नेहमी सईदासोबत यायची आणि रात्री कधीही तिथं राहायची नाही. अन्जुमनं तिला त्याबद्दल कधीही विचारलं नाही किंवा राहण्याचा आग्रहही केला नाही, वा कधी मनातल्या भावनाही दाखवल्या नाहीत. पण या जखमेचं दु:ख अन्जुमच्या मनातून कधीही विरलं नाही... कधीही पुसलं गेलं नाही. या बाबतीत तिच्या काळजानं ऐकायला आणि घाव भरून घ्यायला स्वच्छ नकार दिला.

दर काही महिन्यांनी नगर निगमचे अधिकारी अन्जुमच्या घराच्या पुढच्या दारावर नोटीस चिकटवायचे. कब्रस्तानात अवैधरीत्या निवास करण्यास सक्त मनाई आहे,

असं त्यात लिहिलेलं असे आणि कुठलंही अनधिकृत बांधकाम एका आठवड्यात पाडलं जाईल, असा इशारा दिलेला असे.

अन्जुमनं त्या लोकांना सांगितलं होतं, की मी या कब्रस्तानात राहत नाही, मी इथं मरतेय आणि त्यासाठी मला नगरपालिकेची परवानगी घेण्याची गरज नाही; कारण मला साक्षात परमेश्वराकडूनच हा अधिकार प्राप्त झालेला आहे.

हे प्रकरण पुढं नेण्याइतका आणि अन्जुमच्या अफलातून क्षमतांमुळे लाजिरवाणं होण्याचा धोका पत्करण्याइतका पुरुषार्थ तिथं आलेल्यांपैकी एकाही अधिकाऱ्यात नव्हता. शिवाय इतरांप्रमाणेच त्यांनाही हिजड्याच्या शापाची भीती वाटत होतीच. त्यामुळे त्यांनी पडतं घेण्याचा आणि किरकोळ 'वसुली'चा मार्ग अवलंबला. दिवाळी व ईदला त्यांना मांसाहारी जेवणासह बऱ्यापैकी रक्कम रोख द्यायची अशी तडजोड झाली. घराचं क्षेत्र आणखी विस्तारलं तर ही रक्कम त्या प्रमाणात वाढेल असंही ठरलं.

हळूहळू अन्जुमनं तिच्या नातेवाइकांच्या कबरी सामावून घेत त्याभोवती खोल्या बांधायला सुरुवात केली. प्रत्येक खोलीत एक किंवा दोन कबरी आणि बिछाना होता किंवा दोन. तिनं स्वतंत्र स्नानगृह आणि शौचालयही बांधून घेतले. त्यासाठी ती हॅन्डपंपचं पाणी वापरायची. मुलगा आणि सून यांच्याकडून दुष्ट वागणूक मिळणारे इमाम झियाउद्दीन लवकरच तिचा कायमचा पाहुणा बनले. आता ते घरी अगदी क्वचितच जात असत.

मग अन्जुमनं काही खोल्या निराधार, एकाकी पांथस्थांना द्यायला सुरुवात केली. (त्याची कटाक्षानं मौखिक जाहिरात होत असे.) त्या खोल्या घ्यायला फार लोक येत नसत याचं कारण अर्थातच ती जागा व तो परिसर हे होतं. शिवाय खोलीवालीबद्दल तर बोलायलाच नको, हे सगळं सर्वांनाच रुचण्याजोगं नव्हतं. त्याचबरोबर, तिथं येणारे सगळेच खोलीवालीला रुचण्याजोगे नव्हते, हेसुद्धा होतेच. अन्जुम कुणाला तिथं प्रवेश द्यायचा व कुणाला हाकलून द्यायचं याबाबतीत लहरीपणाने व असमंजसपणे वागत असे. बरेचदा अकारण व पूर्णत: अयोग्य उर्मटपणे. अनेकदा त्याला शिव्यांची *(तुला इथं कुणी पाठवलं? जा ×××)* आणि कधीकधी विचित्र, अनावर संतापानं केलेल्या आरडाओरड्याची झालर असे.

कब्रस्तानातील 'गेस्ट हाउस'चा फायदा असा होता की, शहरातल्या आजूबाजूच्या इतर गेस्ट हाउसेसप्रमाणे (अगदी खाससुद्धा) इथं वीज जात नसे. अगदी उन्हाळ्यातसुद्धा नाही. कारण, अन्जुमनं इथं शवागारातून वीज चोरून घेतली होती. शवागारात ठेवलेल्या प्रेतांना अखंड चोवीस तास शीतकरणाची गरज असे. (शहरातले जे भिकारी तिथं वातानुकूलित वैभवात पडलेले असत, त्यांना जिवंतपणी अशा प्रकारच्या कुठल्याही गोष्टीचा अनुभव घेता आला नव्हता.) अन्जुमनं तिच्या या 'गेस्ट हाउस'चं नाव ठेवलं 'जन्नत.' स्वर्ग. ती रात्रंदिवस टीव्ही सुरू ठेवत असे.

मन स्थिर करण्यासाठी मला आवाजाची गरज असते असं तिचं म्हणणं होतं. ती अत्यंत जागरूकपणे बातम्या पाहत असे. त्यामुळे ती धूर्त राजकीय विश्लेषक बनली होती. ती हिंदी मालिका आणि इंग्रजी चित्रपटांची चॅनल्सही पाहत असे. खासकरून बी-ग्रेड हॉलिवूड व्हॅम्पायर चित्रपट, आणि ती त्यांची पारायणे करत असे. तिला अर्थातच त्यातले संवाद कळत नसत. पण तिला 'व्हॅम्पायर्स' मात्र चांगलेच कळत असत.

हळूहळू 'जन्नत गेस्ट हाउस' हे कोणत्यातरी कारणानं, हिजडा घराण्यांच्या प्रशासनाच्या अत्यंत काटेकोर चौकटीतून भांडून बाहेर पडलेल्या अथवा हाकलून दिलेल्या हिजड्यांचं केंद्र बनलं. कब्रस्तानातल्या नव्या गेस्ट हाउसची बातमी पसरली तशा भूतकाळातल्या मैत्रिणी पुन्हा अवतरल्या. सर्वांत आश्चर्य म्हणजे निम्मो गोरखपुरी आली. अन्जुम आणि ती पहिल्यांदा भेटल्या तेव्हा एकमेकींना मिठी मारून पोटभर रडल्या, ग्रहदशा आडवी आल्यामुळे प्रेम असफल ठरलेले प्रेमी दीर्घकाळ विरहानंतर पुन्हा भेटल्यासारख्या. त्यानंतर निम्मो तिथं नियमित येऊ लागली. एकदा आली की ती अन्जुमसोबत दोन-तीन दिवस तरी राहायची. ती आता चांगली भारदस्त दिसत होती. आडव्या अंगाची, दागदागिन्यांनी लगडलेली, सुगंधानं न्हायलेली आणि अतिशय व्यवस्थित, मस्त सजलेली. ती तिच्या स्वतःच्या इवल्याशा पांढऱ्या मारुती ८०० मधून आली होती. मेवातहून. मेवात ते दिल्ली गाडीनं दोन तासांचा प्रवास करून. मेवातमध्ये तिचे दोन फ्लॅट होते आणि एक छोटं फार्म. ती 'गोट-मॅग्नेट' बनली होती. ती उत्तम बकऱ्यांचा व्यापार करत असे. ती बकरी-ईदच्या दिवशी कापण्यासाठी उत्तम बकरे दिल्ली व मुंबईच्या श्रीमंत मुस्लिमांना चांगल्या घसघशीत किमतीला विकत असे. ती तिच्या जुन्या मैत्रिणीला या व्यापारातल्या युक्त्या सांगत होती आणि एका रात्रीत बकरं जाडजूड करण्याची लबाडीची तंत्रे आणि ईदच्या आधी बकरा बाजारातील बकऱ्यांच्या दराचं राजकारण याबद्दलही बोलत होती. हे सांगताना तिच्या चेहऱ्यावर समाधानाचं मंद स्मित होतं. तिनं पुढच्या वर्षी तिचा बिझनेस 'ऑनलाइन' होणार असल्याचं सांगितलं.

मग अन्जुमनं आणि तिनं ठरवलं की, जुन्या काळाची आठवण म्हणून पुढची बकरी-ईद एकत्र मिळून साजरी करायची इथं कब्रस्तानात. निम्मोकडच्या सर्वोत्तम नमुन्यासोबत निम्मोनं तिच्या भपकेबाज नव्या मोबाइल फोनवर अन्जुमला बकऱ्यांचे फोटो दाखवले. पूर्वी ती जशी पाश्चिमात्य बायकांच्या फॅशननं झपाटलेली असायची, तशी ती आता बकऱ्यांनी झपाटली होती. तिनं अन्जुमला जमनापारी आणि बारबरी मधला फरक कसा ओळखायचा, इटावा आणि सोजात यातला फरक कसा सांगायचा हे दाखवलं. त्यानंतर तिनं एक कोंबड्याचा एमएमएस दाखवला. दरवेळी पंख फडफडवले की तो 'या अल्लाह!' म्हणत होता. अन्जुम ते पाहून भारावली. *एका साध्याशा*

कोंबड्यालासुद्धा कळतंय! त्या दिवसापासून तिची श्रद्धा आणखी दृढ झाली.

निम्मो गोरखपुरीनं कबूल केल्याप्रमाणे अन्जुमला तरुण, काळा बकरा भेट दिला, वळलेल्या शिंगांचा. निम्मो म्हणाली, हजरत इब्राहिम यांनी आपल्या मुलाच्या इशाकच्या जागी पर्वतावर कुर्बानी दिली होती तसा; फक्त त्यांचा बकरा पांढरा होता. अन्जुमनं तो बकरा स्वतंत्र खोलीत ठेवला आणि ती त्याचे मायेनं पालनपोषण करू लागली. इब्राहिमनी इशाकवर जेवढं प्रेम केलं असेल तेवढं प्रेम त्या बकऱ्यावर करण्याचा तिचा प्रयत्न होता. अखेर, दैनंदिन कसाईगिरी आणि कुर्बानी यात फरक निर्माण करणारा घटक म्हणजे प्रेम. तिनं त्याच्यासाठी चकचकीत बेगडी गळपट्टा तयार केला, त्याच्या पायात घंटा बांधल्या. त्याचाही अन्जुमवर जीव होता. ती जिथे जाईल. तिथं तो तिच्यामागे जात असे. (जैनब तिच्याकडे यायची तेव्हा त्या बकऱ्यांच्या पायातील घंटा काढून ठेवण्याची व त्याला लपवून ठेवण्याची दक्षता अन्जुम घेत असे. तसं केलं नाही तर काय होईल ते तिला माहीत होतं.) त्या वर्षीची ईद जवळ आल्यावर जुने शहर विटल्या गोंदणाच्या सेवामुक्त उंटांनी, रेडे आणि लहान घोड्याच्या आकाराच्या बकऱ्यांनी भरून गेलं होतं, ते मानेवरून सुरा फिरण्याची वाट बघत होते. अन्जुमच्या बकऱ्याचीही पूर्ण वाढ झाली होती... जवळजवळ चार फूट उंच, गुबगुबीत आणि उतरत्या पिवळ्या डोळ्यांचा. लोक फक्त त्याला पाहण्यासाठी कब्रस्तानात येत असत.

अन्जुमनं शाहजहानाबादमधल्या तरुण खाटकांच्या फळीतल्या उदयोन्मुख ताऱ्याला इम्रान सिद्दिकीला 'बुक' करून ठेवलं होतं, कुर्बानी देण्यासाठी. त्याच्याकडे आधीच बरंच बुकिंग झालेलं असल्यामुळे, त्यानं दुपारपर्यंत यायला जमणार नसल्याचं सांगितलं होतं. बकरी-ईदचा दिवस उजाडला. जुन्या शहरात, आपल्याला स्वत: जाऊन त्याला घेऊन यावं लागणार, नाही तर काही जण मधेच नंबर मारून त्याला घेऊन जातील हे अन्जुमला माहीत होतं. त्यामुळे ती स्वच्छ, इस्त्रीचा पठाणी सूट घालून पुरुषासारखी वेशभूषा करून, संपूर्ण सकाळभर या घरातून त्या घरात, एका कोपऱ्यावरून दुसऱ्या कोपऱ्यावर असं करत त्याचा माग काढत फिरत होती. तो त्याचं काम करत होता. त्याची अखेरची 'अपॉइन्टमेन्ट' होती एका राजकारण्याच्या घरी. तो माजी आमदार होता. गेल्या निवडणुकीत त्याला लाजिरवाण्या मतफरकानं पराभव पत्करावा लागला होता. त्या पराभवाची धार कमी करण्यासाठी आणि त्यानं पुढच्या निवडणुकीची तयारी सुरू केली आहे हे त्याच्या मतदारसंघाला दाखवण्यासाठी त्यानं धर्मपारायणतेचं वैभवी प्रदर्शन करायचं ठरवलं होतं.

एक गुळगुळीत, जाडजूड म्हैस, तिचं अंग तेल लावल्यामुळे चमकत होतं, अरुंद रस्त्यांवरून ओढत आणली जात होती. ते रस्ते ती म्हैस जेमतेम मावेल एवढेच रुंद होते. ते रस्ते परस्परांना जिथं मिळत होते त्या ठिकाणी तिचा घात

करायला थोडी जागा मोकळी होती. पुढचे पाय बांधून तिला दिव्याच्या खांबाला बांधलं होतं. नवे कपडे घातलेल्या, रोमांचित झालेल्या लोकांनी दारात, खिडक्यांत, छोट्या बाल्कन्यांत व गच्च्यांवर गर्दी केली होती. इम्रान कुर्बानी देताना त्यांना पाहायचं होतं. तो गर्दीतून वाट काढत आला. हडकुळा, शांत व विनयशील. गर्दीची कुजबुज वाढली तशी म्हशीची कातडी थरथरली ती डोळे फिरवू लागली. ती एखाद्या शास्त्रीय संगीताच्या मैफलीत गुंगून गेली असल्यासारखी मानेला झटके देऊ लागली... तिचं भव्य मस्तक शिंगांसह मागे-पुढे हलू लागलं. इम्रान व त्याच्या मदतनिसानं चपळाईनं ज्यूडोचा डाव खेळल्यासारखं तिला एका कुशीवर पाडलं. त्यानं क्षणार्धात तिच्या मानेवर सुरी फिरवली आणि रक्ताचं कारंजं उसळलं. त्याचा ताल तिच्या कमी होत चाललेल्या हृदयगतीची साथ देत होता. दुकानांच्या खाली ओढलेल्या शटर्सवर आणि भिंतीवर चिकटवलेल्या जुन्या, फाटक्या पोस्टरवरच्या राजकारण्यांच्या सस्मित चेहऱ्यावर रक्ताच्या चिळकांड्या उडाल्या. रक्ताचे पाट वाहू लागले. रस्त्यांवरून त्यावर लावलेल्या मोटरसायकली, स्कूटर, रिक्षा आणि सायकलींमधून. मग खडेजडित चपला घातलेल्या मुली किंचाळत मागं सरकल्या. लहान मुलांनी आपल्याला काही वाटलेलं नाही असं दाखवलं, तर थोड्या जास्त वांड मुलांनी लाल डबक्यात हळूच पाय बुडवून, बुटांचे रक्ताळलेले छाप कौतुकानं न्याहाळले. भळभळत्या म्हशीचे प्राण जाण्यास काही वेळ लागला. तिचे प्राण गेल्यावर इम्राननं तिला फाडलं आणि तिचे अवयव रस्त्यावर मांडले. हृदय, प्लीहा, आतडी, यकृत, पोटातले अवयव... रस्त्याला एका बाजूला उतार असल्यामुळे ते त्या बाजूला वाहून जाऊ लागले... रक्ताच्या नदीतून चित्रविचित्र आकाराच्या बोटी निघाव्यात तसे. इम्रानचा मदतनीस त्यांच्या मदतीला धावला. त्यानं ते सगळं अधिक समतल भागात ठेवलं. कातडी सोलून काढणं आणि तुकडे करणं हे काम 'सपोर्टिंग कास्ट' करणार होतं. 'सुपरस्टार'नं त्याचा सुरा फडक्यानं पुसला आणि गर्दीवर नजर टाकली. अन्जुमशी नजरानजर होताच त्यानं मान किंचितशी हलवली. आणि तो गर्दीतून निसटला. अन्जुमनं त्याला पुढच्याच चौकात गाठलं. रस्त्यावर बरीच गजबज होती. बकऱ्यांची कातडी, शिंगे, मुंडकी, मेंदू आणि टाकाऊ भाग हे सगळं गोळा करून, वेगवेगळं करून त्याचे ढीग रचले होते. आतड्यातून विष्ठा बाहेर पडत होती, ती नीट स्वच्छ करून, आतडी साबण व डिंकात उकळून घेतली जाणार होती. स्वादिष्ट लूट घेऊन मांजरं धूम ठोकत होती. काहीही वाया गेलं नव्हतं.

इम्रान आणि अन्जुम तुर्कमान गेटपर्यंत पायी गेले आणि तिथून त्यांनी कब्रस्तानपर्यंत रिक्षा केली.

त्या क्षणी घरचा कर्ता पुरुष असणाऱ्या अन्जुमनं तिच्या देखण्या बकऱ्यावर सुरा धरला आणि प्रार्थना म्हटली. इम्राननं त्याचा गळा चिरला आणि त्याला धरून ठेवलं.

बकरा तडफडत होता, त्याच्या अंगातून रक्त वाहत होतं. त्यानंतर वीस मिनिटांत बकरा सोलून, त्याचे सोयिस्कर आकाराचे तुकडे करून देऊन इम्रान निघून गेला. मग अन्जुमनं कुर्बानीच्या वाट्यांचे पुडे बांधले. जसे सांगितले आहेत तसे : तीन समसमान वाटे. एक कुटुंबासाठी, एक आप्त परिवारासाठी आणि एक गरिबांसाठी.

तिला सकाळी ईदच्या शुभेच्छा द्यायला आलेल्या रोशनलालला तिनं प्लॅस्टिकच्या पिशवीतून जीभ आणि मांडीचा भाग दिला. तिनं सर्वांत चांगला भाग जैनब, (ती नुकतीच बारा वर्षांची झाली होती) आणि उस्ताद हमीद यांच्यासाठी ठेवला होता.

त्या रात्री खवय्ये चापून जेवले. अन्जुम, निम्मो गोरखपुरी आणि इमाम झियाद्दीन यांनी गच्चीवर बसून तीन प्रकारचे पदार्थ आणि बिर्याणीच्या डोंगरावर ताव मारला. निम्मोनं अन्जुमला मोबाइल फोन भेट दिला; तो कोंबड्याचा एमएमएस इन्स्टॉल करूनच. अन्जुमनं तिला मिठी मारली आणि म्हणाली, आता मला परमेश्वराशी थेट संपर्क असल्यासारखं वाटतंय. मग त्यांनी तो एमएमएस आणखी काही वेळा पाहिला. त्यांनी इमाम झियाउद्दीनना त्या व्हिडीओचं तपशीलवार वर्णन ऐकवलं. त्यांनी ते त्यांच्या डोळ्यांनी ऐकलं, पण त्या त्याच्या 'साक्षात्कारात्मक मूल्या'बद्दल जितक्या उत्साही होत्या, तितके इमाम झियाउद्दीन नव्हते. मग अन्जुमनं तिचा नवा फोन छातीजवळ खुपसून ठेवला. हा फोन मात्र तिनं हरवला नाही. काही आठवड्यांतच, श्री. डी. डी. गुप्तांना त्यांच्या ड्रायव्हरच्या कार्यतत्परतेमुळे, (तो अजूनही त्यांच्या 'बॉस'चे निरोप घेऊन अन्जुमकडं येत असे.) अन्जुमचा नवा नंबर मिळाला आणि ते इराकहून पुन्हा तिच्या संपर्कात आले. त्यांनी इराकमध्येच राहायचं ठरवलं होतं.

बकरी ईदच्या दुसऱ्या दिवशी सकाळी, 'जन्नत गेस्ट हाउस'मध्ये दुसरा कायमचा पाहुणा आला. स्वतःला सद्दाम हुसैन म्हणवणारा एक तरुण. अन्जुम त्याला फारसं ओळखत नव्हती; पण तो तिला खूप आवडला होता. त्यामुळे तिनं त्याला अगदी कमी दरात खोली दिली होती. जुन्या शहरात त्याला जेवढं भाडं द्यावं लागलं असतं त्यापेक्षा कमी दरात.

अन्जुमची पहिल्यांदा भेट झाली तेव्हा सद्दाम शवागारात कामाला होता. तिथं कामाला असलेल्या दहा तरुणांपैकी एक. त्यांचं काम होतं, प्रेतं हाताळणं. ज्या हिंदू डॉक्टरांकडे शवविच्छेदनाचं काम होतं, ते स्वतःला उच्च जातीचं समजत असत आणि अपवित्र होण्याच्या भीतीनं मृतदेहांना स्पर्श करत नसत. जी माणसे प्रेतांना प्रत्यक्ष हाताळत असत आणि शवविच्छेदनाचं काम करत असत, त्यांना क्लीनर्स म्हणून कामावर नेमलेलं होतं. ही माणसे झाडूवाले व चामड्याचं काम करणाऱ्यांपैकी असत, त्यांना 'चमार' म्हटलं जात असे. बहुतांश हिंदूंप्रमाणे, डॉक्टर त्यांना तुच्छ समजत असत आणि अस्पृश्य मानत असत. डॉक्टर नाकाला रूमाल लावून काही अंतरावर उभं

राहत आणि कुठे कुठे चिरा घ्यायच्या. 'व्हिसेरा' व अवयवांचं काय करायचं याबद्दल ओरडून सूचना देत. शवागारात काम करणाऱ्या क्लीनर्सपैकी सद्दाम हा एकमात्र मुस्लीम होता. इतर 'क्लीनर्स'सारखाच तोही एक प्रकारचा हौशी शल्यविशारद बनला होता.

सद्दाम सदैव हसतमुख असे आणि त्याच्या पापण्या जिममध्ये व्यायाम करून आल्यासारख्या दिसत. तो अन्जुमशी नेहमी आपुलकीनं वागायचा आणि तिची छोटी छोटी कामे करायचा. तिला अंडी आणि सिगारेट आणून देणं, (भाजी खरेदीत मात्र तिचा कुणावरही विश्वास नव्हता) किंवा तिची पाठ दुखत असेल तेव्हा तिला हॅन्डपंपावरून बादलीभर पाणी आणून देणं अशी कामे. कधीकधी, शवागारात कामाचा ताण जरा कमी असायचा तेव्हा (सर्वसाधारणपणे सप्टेंबर ते नोव्हेंबर या दरम्यान, या काळात रस्त्यावरची माणसं उन्हाच्या तडाख्यानं, थंडीच्या कडाक्यानं वा डेंग्यूनं मरत नसत.) सद्दाम अन्जुमकडे येत असे. मग ती त्याच्यासाठी चहा करत असे व दोघं मिळून सिगारेट फुंकत असत.

एके दिवशी तो काहीही न सांगतासवरता गायब झाला. अन्जुमनं चौकशी केली असता, त्याच्या सहकाऱ्यांनी तिला सांगितलं की, त्याचं एका डॉक्टरशी कशावरून तरी वाजल्यामुळे त्याला कामावरून काढून टाकलं आहे.

ईदच्या दुसऱ्या दिवशी सकाळी तो पुन्हा प्रकट झाला... एका वर्षानं, तेव्हा तो जरासा वाळलेला दिसला. जरासा ओढलेला. त्याच्या सोबत त्याच्यासारखीच वाळलेली आणि ओढलेली पांढरी घोडी होती. तिचं नाव पायल असल्याचं त्यानं सांगितलं. त्याची वेशभूषा ऐटबाज होती.

जीन्स आणि लाल टी-शर्ट, त्यावर लिहिलेलं होतं *'युअर प्लेस ऑर माइन'* तो घरात असतानासुद्धा गॉगल लावूनच होता. अन्जुमनं त्याबद्दल त्याची चेष्टा केली तेव्हा तो हसून म्हणाला की, हे 'स्टाइल' म्हणून केलेलं नाहीये. मग त्यानं तिला त्याचे डोळे एका झाडामुळं कसे जळाले याची चमत्कारिक कहाणी सांगितली.

सद्दामनं सांगितलं की, त्याला शवागारातल्या नोकरीवरून कमी केल्यानंतर तो अनेक नोकऱ्या करत फिरला. त्यानं दुकानात मदतनीस म्हणून काम केलं, बस कंडक्टर, नवी दिल्लीच्या रेल्वे स्टेशनवर वृत्तपत्रे विकणे अशी कामे केली होती आणि शेवटी, निराश होऊन, बांधकामावर गवंड्याचं कामसुद्धा केलं होतं. मग त्या बांधकामावरच्या एका सिक्युरिटी गार्डशी त्याची मैत्री झाली आणि त्यानं सद्दामला त्याच्या 'बॉस'ला, संगीता मॅडमना भेटायला नेलं. त्या सद्दामला एखादी नोकरी देतील या आशेनं, संगीता मॅडम ही गोल गरगरीत विधवा बाई, आनंदयात्री प्रकारचं व्यक्तिमत्त्व व बॉलिवूडमधल्या गाण्यांची चाहती असली तरी, चांगली कठोर 'लेबर कॉन्ट्रॅक्टर' होती. सेफ साउन्ड गार्ड सर्व्हिस (एसएसजीएस) या तिच्या सिक्युरिटी कंपनीत ती पाचशे सिक्युरिटी गार्ड्सचा ताफा सांभाळत होती. दिल्लीच्या बाहेरच्या बाजूला वसलेल्या नव्या औद्योगिक पट्ट्यातल्या

एका बाटल्यांच्या कारखान्याच्या तळघरात तिचं ऑफिस होतं. तिच्या हजेरीपत्रकावरच्या माणसांना आठवड्यातून सहा दिवस, रोज बारा तास काम करावं लागत असे. संगीता मॅडमचं कमिशन होतं त्यांच्या पगाराच्या ६० टक्के, त्यामुळे कर्मचाऱ्यांना पोटापुरतं व माथ्यावर छप्पर राहण्याइतपत जेमतेम उरत असे. तरीही ते हजारोंच्या संख्येनं तिच्याकडे येत असत. निवृत्त सैनिक, नोकरी गेलेले कर्मचारी, ट्रेन भरभरून शहरात नव्यानं दाखल होणारे हताश खेडूत, सुशिक्षित माणसे, अशिक्षित माणसे, खाऊन-पिऊन सुखी माणसे, उपाशी माणसे.

'तिथं शेजारी शेजारी बऱ्याच सिक्युरिटी कंपन्या होत्या,' सद्दाम अन्जुमला सांगत होता, ''दर महिन्याच्या एक तारखेला आम्ही पगार घ्यायला जायचो, तेव्हा काय दृश्य दिसायचं सांगतो... आम्ही हजारो लोक असायचो... ते पाहून असं वाटायचं की, या शहरात फक्त तीन प्रकारचे लोक असतात. सिक्युरिटी गार्ड, ज्यांना सिक्युरिटी गार्डची आवश्यकता आहे असे लोक आणि चोर.''

संगीता मॅडम चांगला पगार देणारी होती; त्यामुळे ती माणसं नीट पारखून घ्यायची. ती तुलनेने कमी कुपोषित दिसणाऱ्या माणसांची भरती करायची. त्यांना अर्ध्या दिवसाचं प्रशिक्षण द्यायची. त्यात मूलत: ताठ कसं उभं राहायचं, सलाम कसा ठोकायचा, 'यस, सर','नो, सर', 'गुड मॉर्निंग सर' आणि 'गुड नाइट सर,' कसं म्हणायचं या गोष्टी ती त्यांना शिकवत असे. ती त्यांना टोपी, इलॅस्टिकवाला तयार टाय आणि खांद्यावर एस.एस.जी.एस. अशी कशिदाकारी केलेले दोन गणेवश देत असे. (ते लोक जर गणवेश परत न करताच पळून गेले तर भरपाई होण्यासाठी त्यांना त्या गणवेशांच्या किमतीपेक्षा जास्त पैसे 'डिपॉझिट' म्हणून द्यावे लागत असत.) संगीता मॅडमनं शहरात तिचं छोटंसं खासगी सैन्य पसरलं होतं. ते घराचं, शाळांचं, फार्म हाउसेसचं, बँकांचं, ए.टी.एम.चं, दुकानांचं, मॉलचं, चित्रपटगृहांचं, रहिवासी संकुलांचं, उपाहारगृहांचं आणि दूतावास व अधिक गरीब देशांच्या उच्चायुक्तांच्या कार्यालयाची रखवाली करत असे.

सद्दामनं संगीता मॅडमला त्यांचं नाव दयाचंद असल्याचं सांगितलं होतं. (कारण तेव्हाच्या वातावरणात मुस्लीम नाव असलेला सिक्युरिटी गार्ड ही कल्पना विसंगत मानली गेली असती, ही गोष्ट मूर्ख माणूससुद्धा सांगू शकला असता). तो सुशिक्षित, दिसायला प्रसन्न व निरोगी असल्यामुळे त्याला नोकरी अगदी सहजपणे मिळाली.

''माझं तुझ्यावर लक्ष असेल,'' त्याच्या नोकरीच्या पहिल्या दिवशी संगीता मॅडम त्याला वरपासून खालपर्यंत कौतुकानं न्याहाळत म्हणाली होती. ''तू जर चांगलं काम करून दाखवलंस तर मी तुला तीन महिन्यांत सुपरवायझर करीन.''

'नॅशनल गॅलरी ऑफ मॉडर्न आर्ट,'मध्ये जी बारा जणांची टीम पाठवायची होती, त्या टीममध्ये तिनं त्याला समाविष्ट केलं. अगदी छोट्या गावातून येऊन

आंतरराष्ट्रीय प्रसिद्धी मिळवलेल्या एका भारतीय, सर्वांत प्रसिद्ध, समकालीन कलाकाराचं प्रदर्शन आयोजित केलं होतं. या कार्यक्रमाचं 'सब-कॉन्ट्रॅक्ट' *सेफ'न साउंड*ला मिळालं होतं.

त्या प्रदर्शनात स्टेनलेस स्टीलच्या कलाकृती मांडल्या होत्या... स्टीलच्या टाक्या, स्टीलच्या मोटरसायकली, स्टीलचे तराजू, त्याच्या एका बाजूच्या पारड्यात स्टीलची फळं आणि दुसऱ्या बाजूच्या पारड्यात स्टीलची वजनं, स्टीलचे कपडे भरलेली स्टीलची कपाटं, स्टीलचं डायनिंग टेबल, त्यावर स्टीलच्या बश्या आणि स्टीलचं अन्न, स्टीलची टॅक्सी, स्टीलच्या रॅकवर स्टीलचं सामान... सगळं अगदी खरंखुरं भासणारं, सुंदर प्रकाशयोजना केलेलं आणि गॅलरीच्या अनेक दालनांत प्रदर्शनार्थ मांडलेलं. यातल्या प्रत्येक दालानावर 'सेफ एन साउंड'च्या सुरक्षारक्षकांचा पहारा होता.

सद्दाम सांगत होता की, त्यातली सगळ्या छोटी वस्तूसुद्धा दोन बेडरूम एलआयजी (लो इन्कम ग्रुप)च्या फ्लॅटच्या किमतीची होती. त्यामुळे त्याच्या हिशेबावरून, त्या सगळ्या वस्तू मिळून अख्ख्या हाउसिंग कॉलनीच्या किमतीच्या होत्या. अग्रगण्य पोलाद कंपनीच्या मालकीचं, आधुनिक समकालीन कलेला वाहिलेलं मासिक *आर्ट फर्स्ट* या प्रदर्शनाचे मुख्य प्रायोजक होतं.

सद्दाम (दयाचंद) कडे या प्रदर्शनातल्या, 'सिग्नेचर एक्झिबिट'ची संपूर्ण जबाबदारी सोपवली होती... ते होतं स्टेनलेस स्टीलचं वडाचं झाड... निम्म्या आकाराचं, पण अगदी खरंखुरं पसरून स्टेनलेस स्टीलची ढोली तयार झाली होती. हे झाड न्यू यॉर्कमधल्या एका गॅलरीतून महाकाय लाकडी खोक्यातून इथं आणलं होतं. ते झाड त्या खोक्यातून काढून, 'नॅशनल गॅलरीच्या आवारात ठेवून, भूमिगत बोल्ट्सनी घट्ट बसवताना सद्दामनं पाहिलं होतं. त्याच्या फांद्यांना स्टेनलेस स्टीलच्या बादल्या, स्टेनलेस स्टीलचे टिफिन कॅरिअर्स, स्टेनलेस स्टीलची पातेली व कढया लटकत होत्या. (जणू स्टेनलेस स्टीलच्या मजुरांनी त्यांचं सोबत आणलेलं स्टेनलेस स्टीलचं जेवण तिथं अडकवून ठेवलं होतं आणि ते स्टेनलेस स्टीलच्या शेतात नांगरणी करत होते. स्टेनलेस स्टीलच्या बिया लावत होते.)

"तो भाग मला काही कळला नाही," सद्दामनं अन्जुमला सांगितलं.

"आणि बाकीचा कळला का?" अन्जुमनं त्याला हसत विचारलं.

बर्लिनमध्ये राहणाऱ्या त्या कलाकारानं सक्त सूचना दिली होती की, त्या झाडाभोवती कसलेही संरक्षक कुंपण अथवा बंदिस्त कडे करायचे नाही, दर्शकांना त्याच्या कलाकृतीशी थेट... कसल्याही अडथळ्याविना एकरूप होता यावं यासाठी तो आग्रही होता. दर्शकांना त्या झाडाला हात लावण्याची आणि त्यांना हवं तर मुळांच्या राईतून भटकण्याचीही परवानगी होती. सद्दाम सांगत होता की, बहुतेक जणांनी त्याला हात लावून पाहिला, फक्त सूर्य मध्यावर आल्यावर त्या झाडाला

कुणी स्पर्श केला नाही. कारण त्या दरम्यान स्टील चांगलं चटका बसण्याइतकं तापलेलं होतं. सद्दामचं काम होतं, त्या झाडावर कुणी आपली नावं कोरू नयेत व कोणत्याही प्रकारे त्याला इजा करू नये याची दक्षता घेणं. ते झाड स्वच्छ ठेवणं व त्याला स्पर्श करणाऱ्या शेकडो हातांचे ठसे पुसणं ही जबाबदारी सद्दामवरच होती. या कामासाठी त्याला खास तयार केलेली शिडी, जॉन्सन बेबी ऑईल व जुन्या, मऊसूत साड्यांची फडकी देण्यात आली होती. ही पद्धत अशक्यप्राय आहे असं वाटतं होतं, पण प्रत्यक्षात तिचा उपयोग झाला.

सद्दाम सांगत होता की झाड स्वच्छ करण्यात काही अडचण नव्हती. अडचण होती ती ऊन चढल्यावर त्या झाडावर लक्ष ठेवणं. त्यावरून सूर्यकिरण परावर्तित होत होते. त्यामुळे ते काम म्हणजे सूर्यावर लक्ष ठेव म्हणून सांगण्यासारखं होतं. काम सुरू केल्यानंतर दोन दिवसांनी सद्दामनं संगीता मॅडमकडे गॉगल घालण्याची परवानगी मागितली; पण तिनं त्याला नकार दिला. ते योग्य दिसणार नाही आणि म्यूझिअमच्या व्यवस्थापनाला ते अजिबात आवडणार नाही असं तिचं म्हणणं होतं. त्यामुळे मग सद्दामनं एक तंत्र शोधलं. काही मिनिटं झाडावर नजर ठेवायची आणि मग दुसरीकडे पाहायचं.

ते झाड खोक्यात भरून, त्या कलाकाराच्या पुढच्या 'शो'साठी ॲमस्टरडॅमला रवाना होऊन आता सात आठवडे उलटले होते, तरी अजून सद्दामचे डोळे चुरचुरत होते. त्यांची आग आग होत होती आणि त्यातून सतत पाणी येत होतं. दिवसाच्या उजेडात त्याला गॉगलविना राहणं अशक्य झालं होतं. मग त्याला सेफ एन साउंड मधून काढून टाकण्यात आलं होतं. कारण, एखाद्या चित्रपट ताऱ्याच्या अंगरक्षकासारखी वेशभूषा करणारा सामान्य सिक्युरिटी गार्ड कुणाच्या काही कामाचा नव्हता. संगीता मॅडम त्याला म्हणाली होती की, तू माझी अतिशय निराशा केलीस आणि माझा पूर्ण अपेक्षाभंग केलास. त्यावर त्यानं तिचा उद्धार केला होता. मग त्याला तिच्या ऑफिसमधून बाहेर काढण्यात आलं होतं.

तिचा उद्धार करताना वापरलेली संबोधने काय होती हे सद्दामनं अन्जुमला सांगताच अन्जुम जोरात खिदळली. तिनं त्याला तिच्या बहिणीच्या बीबी आयेशाच्या कबरीभोवती बांधलेली एक खोली दिली.

सद्दामनं पायलसाठी बाथरूमला लागून तात्पुरता तबेला उभारला. ती तिथं रात्रभर उभी असायची, फुरफुरत आणि नापसंतीनं आवाज काढत. दिवसा ती सद्दामची व्यावसायिक भागीदार असायची. ते दोघे मिळून शहरातल्या मोठमोठ्या रुग्णालयात फेऱ्या मारत असत. तो रुग्णालयाच्या प्रवेशद्वाराबाहेर थांबायचा आणि सचिंत आविर्भावात तिच्या पायाच्या एका खुरापाशी काहीतरी खाटखुट करत राहायचा... छोट्याशा हातोडीनं. आपण पायलला नवी नाल बसवतोय असं भासवायचा.

पायलचीही या बहाण्याला काही हरकत नव्हती. अतिशय गंभीर आजारी रुग्णांचे चिंतातुर नातेवाईक त्याच्याकडे विचारणा करायचे तेव्हा तो नाखुशीनंच त्यांना जुनी नाल द्यायला तयार व्हायचा. नशीब फळफळण्यासाठी त्यांना ती नाल हवी असे. किंमत देऊन. सद्दामकडे औषधांची उपलब्धताही असे. सामान्यत: लिहून दिली जाणारी अँटीबायॉटिक्स, क्रोसिन, खोकल्याचं पातळ औषध आणि बऱ्याच वनौषधी. दिल्लीच्या आजूबाजूच्या खेड्यापाड्यातून मोठ्या सरकारी रुग्णालयात लोकांच्या ज्या झुंडीच्या झुंडी येत असत, त्यांना तो ही औषधे विकत असे. यातले बहुतेक लोक रुग्णालयालगतच्या मैदानावर वा रस्त्यावरच डेरा टाकत असत. कारण शहरात कसल्याही प्रकारचा निवारा मिळवण्यासाठी त्यांच्याकडे पैसे नसत. रात्रीच्या वेळी सद्दाम एखाद्या राजकुमाराच्या थाटात पायलवर स्वार होऊन रिकाम्या रस्त्यावरून दौडत असे. त्याच्या खोलीत घोड्याच्या नालांचं पोतं होतं. त्यानं अन्जुमलाही एक नाल दिली होती. तिनं ती भिंतीवर तिच्या जुन्या बेचकीशेजारी लावली होती. सद्दामला इतर व्यवसायांतही रस होता. तो कबुतरांसाठी दाणे विकत असे. परमेश्वराच्या प्राणिमात्रांना खाऊ घालून झटपट आशीर्वाद मिळवू पाहणारे गाड्यांवाले लोक शहरात काही विशिष्ट ठिकाणी थांबत असत. रुग्णालयाची फेरी नसे त्या दिवशी तो धान्याची छोटी छोटी पाकिटे आणि सुटे पैसे घेऊन तिथं जात असे. गाडीवाला माणूस वेगात निघून गेला की तो बरेचदा कबुतरांना हाकलून, ते दाणे गोळा करून पुन्हा सज्ज होत असे. हे सगळं कबुतरांना फसवणं आणि आजारी माणसांच्या नातेवाइकांचा गैरफायदा घेणं, अतिशय थकवणारं काम होतं; खासकरून उन्हाळ्याच्या दिवसांत. शिवाय या कामात मिळकतही अनिश्चित होती. पण यातल्या कुठल्याही कामात त्याला 'बॉस' नव्हता आणि तेच महत्त्वाचं होतं.

सद्दाम तिथं राहायला आल्यानंतर काही दिवसांतच, अन्जुम, तो व इमाम झियाउद्दीन यांनी भागीदारीत आणखी एक उद्योग सुरू केला. या उद्योगाची सुरुवात अपघातानंच झाली आणि मग तो आपोआप वाढत गेला. त्याचं असं झालं की, एके दिवशी दुपारी, जवळच जी. बी. रोडवर कुंटणखाना चालवणारा अन्वरभाई त्याच्याकडच्या एका मुलीचा रुबिनाचा मृतदेह घेऊन आला. अपेंडिक्स फुटल्यामुळे तिचा आकस्मिक मृत्यू झाला होता. अन्वरभाईसोबत आठ बुरखाधारी तरुण स्त्रिया होत्या आणि एक तीन वर्षांचा मुलगा. त्यातल्या एकीला अन्वरभाईपासून झालेला. ते सर्वजण अतिशय दु:खी आणि व्याकूळ झाले होते. फक्त रुबिनाच्या वियोगामुळेच नव्हे, तर रुग्णालयानं तिचा मृतदेह त्यांच्या ताब्यात दिला तेव्हा तिचे डोळे गायब पाहून ते अतिशय क्षुब्ध झाले होते. रुग्णालयाकडून सांगण्यात आलं होतं की, शवागारात ते उंदरांनी खाल्ले; पण अन्वरभाई व रुबिनाच्या सहकाऱ्यांची खात्री होती की ते अशा

कुणीतरी चोरले आहेत ज्याला हे माहीत होतं की, चार वेश्या आणि त्यांचा दलाल पोलिसात याची तक्रार द्यायला जाणार नाहीत.

हा एवढा अनर्थ पुरेसा नव्हता म्हणून की काय, मृत्यूच्या दाखल्यावर दिलेल्या पत्त्यामुळे (जी. बी. रोड), अन्वरभाईला रुबिनाच्या मृतदेहाला अंघोळ घालण्यासाठी हमामखाना मिळत नव्हता, दफन करण्यासाठी कब्रस्तान मिळत नव्हतं आणि प्रार्थना म्हणण्यासाठी इमामही मिळत नव्हते.

सद्दाम त्यांना म्हणाला, की तुम्ही योग्य ठिकाणी आला आहात. मग त्यानं त्या सर्वांना बसायला सांगितलं, त्यांच्यासाठी थंड पेयाची व्यवस्था केली. दरम्यान त्यानं गेस्ट हाउसच्या मागच्या बाजूला चार बांबू उभे करून त्याभोवती अन्जुमचे जुने दुपट्टे बांधून आडोसा तयार केला. त्या आडोशामध्ये त्यानं जमिनीवर विटा रचून त्यावर प्लायवूडचा तुकडा टाकला आणि त्यावर प्लॅस्टिकचं शीट अंथरलं. मग त्यानं त्या बायकांना रुबिनाचा मृतदेह तिथं आणून ठेवायला सांगितलं. त्यानंतर त्यानं व अन्वरभाईनं हॅन्डपंपावरून बादल्या व रंगाचे जुने डबे भरून त्या सुधारित हमामखान्यात पाण्याच्या खेपा आणून टाकल्या. एव्हाना मृतदेह ताठला होता. त्यामुळे रुबिनाच्या अंगावरचे कपडे फाडून काढावे लागले. (त्यासाठी रेझर ब्लेड सद्दामनंच पुरवलं.) कावळ्यांची झुंड यावी तशा त्या बायका तिच्या मृतदेहाभोवती जमून, मोठ्या प्रेमानं, तिला आंघोळ घालू लागल्या... तिच्या मानेला, कानांना, पायाच्या बोटांना साबण लावून. तितक्याच प्रेमानं त्यांची करडी नजर कुणी काही खिशात घालतंय का यावरही होती... एखाद्या वेळी मोह न आवरल्यामुळे बांगडी, मासोळी किंवा तिचं देखणं पदक असं काहीतरी. (सगळे दागदागिने, खरे-खोटे, सगळे अन्वरभाईकडे सुपुर्द करायचे होते.) अंघोळीचं पाणी फारच गार आहे का याची मेहरुनिस्साला काळजी लागली होती. सुलेखा ठामपणे सांगत होती की, रुबिनानं डोळे उघडून पुन्हा मिटले. (आणि जिथं तिचे डोळे होते तिथून दैवी प्रकाशकिरण तेजस्वीपणे बाहेर पडले.) झीनत कफन विकत आणायला गेली होती. रुबिनाच्या अंतिम प्रवासाची तयारी सुरू असताना, डेनिमची डंगरी आणि प्रार्थनेची टोपी घातलेला अन्वरभाईचा छोटा मुलगा क्रेमलिनच्या गार्डसारखी कवायत करत इकडंतिकडं करत, त्याचे नवे फुलाफुलांचे क्रॉक्स (नकलीच) मिरवत होता. अन्जुमनं त्याला दिलेल्या कुरकुरेच्या पाकिटातले कुरकुरे तो कर्रम्ऽऽकर्रम् आवाज करत खात होता. अधूनमधून तो आडोशाच्या बाजूला डोकावून त्याची आई व मावश्या काय करत आहेत हे पाहण्याचा प्रयत्न करत होता. (त्याच्या इवल्याशा आयुष्यात त्यानं त्यांना कधीही बुरख्यात पाहिलं नव्हतं.)

मृतदेहाला अंघोळ घालणं, पुसणं, अत्तर लावणं आणि कफन गुंडाळणं हे सगळं पार पडेपर्यंत, सद्दामनं दोन नशेखोरांच्या मदतीनं चांगली खोल कबर खोदली. इमाम

झियाउद्दीननी प्रार्थना म्हटल्या आणि रुबिनाचं दफन झालं. सुटल्यासारखं झालेल्या व कृतज्ञ अन्वरभाईनं अन्जुमच्या हातात पाचशे रुपये दाबले. तिनं ते पैसे घेण्यास नकार दिला. सद्दामनंही नकार दिला, पण तो व्यवसायाची संधी मात्र जाऊ देणार नव्हता.

त्यानंतर आठवड्याभरात, जन्नत गेस्ट हाउसमध्ये अंत्यविधी पार्लर सुरू झालं. तिथं व्यवस्थित हमामखाना तयार करण्यात आला. हमामखान्यावर ॲस्बेस्टॉसचं छप्पर घालण्यात आलं. मृतदेह ठेवण्यासाठी सिमेंटचा कट्टा बांधण्यात आला. कबरीवर बसवण्याचे दगड, कफन, सुगंधी मुलतानी माती (बरेच लोक साबणापेक्षा या मातीला पसंत देत) आणि बादलीभर पाणी यांची हमखास उपलब्धताही करण्यात आली. त्याचबरोबर चोवीस तास निवासी इमामही हजर असत. मृतांसाठी (गेस्ट हाउसमधल्या जिवंत माणसांप्रमाणेच) असणारे नियम अनाकलनीय होते. कधी प्रेमळ, सस्मित स्वागत असायचं, तर कधी नकाराच्या तर्कहीन किंकाळ्या असत. ते कशावर अवलंबून असायचं कोण जाणे. 'जन्नत अंत्यविधी सेवा'मध्ये एक सुस्पष्ट निकष मात्र होता तो म्हणजे, इथं फक्त दुनियेतील कब्रस्तानं व इमामांनी नाकारलेल्या मृतदेहांचेच दफन होत असे. कधीकधी एकाही दफनविधीविना दिवसचे दिवस जात असत, तर कधीकधी गर्दी असायची. एका दिवसात पाच दफनविधी ही त्यांची विक्रमी संख्या होती. कधीकधी खुद्द पोलीसच, त्यांचे नियमही अन्जुमसारखेच तर्कहीन असत, त्यांच्याकडे मृतदेह घेऊन येत असत.

उस्ताद कुलसूम बीचं झोपेतच निधन झालं. मेहरौलीमधल्या 'हिजडों का खानकाह'मध्ये मोठ्या थाटामाटात तिचा दफनविधी झाला, बॉम्बे सिल्कचं दफन अन्जुमच्या कब्रस्तानात झालं. त्याचप्रमाणे संपूर्ण दिल्लीतल्या इतर अनेक हिजड्यांनी अन्जुमच्या कब्रस्तानात चिरविश्रांती घेतली.

(आणि अशाप्रकारे, इमाम झियाउद्दीनना त्यांनी बऱ्याच काळापूर्वी विचारलेल्या प्रश्नाचं अखेर उत्तर मिळालं : 'मला सांग, तुम्ही लोक मेल्यानंतर तुम्हाला कुठं पुरतात? तुम्हाला अंघोळ कोण घालतं? प्रार्थना कोण म्हणतं?')

हळूहळू 'जन्नत गेस्ट हाउस' आणि 'अंत्यविधी सेवा' त्या पटाचाच एक भाग बनत गेलं, अशाप्रकारे की, त्याच्या उगमाबद्दल किंवा अस्तित्वाबद्दल कुणीही प्रश्न उपस्थित केला नाही. ते होतं. तिथंच होतं. जहाँआरा बेगमचं वयाच्या सत्त्याऐंशीव्या वर्षी निधन झालं तेव्हा इमाम झियाउद्दीन यांनीच प्रार्थना म्हटली होती. तिचं मुलाकात अलींच्या शेजारी दफन झालं होतं. बिस्मिल्लाहच्या निधनानंतर तिचंही अन्जुमच्या कब्रस्तानातच दफन करण्यात आलं होतं आणि जैनबच्या बकऱ्याचंही. त्याची कधी न ऐकलेल्या पराक्रमाबद्दल (बकऱ्यांच्या बाबतीतल्या) 'गिनीज बुक ऑफ वर्ल्ड रेकॉर्ड्स'मध्ये नोंद झाली असती : शाहजहानाबादमध्ये विक्रमी सोळा बकरी-ईद पाहिल्यानंतर, नैसर्गिक कारणाने मृत्यू (पोटदुखीने!) याचं श्रेय अर्थातच त्याचं नव्हतं, ते होतं त्याच्या तडफदार

छोट्या मालकिणीचं. पण अर्थातच, गिनीज बुकमध्ये अशा प्रकारचा विभाग नसतो.

अन्जुम आणि सद्दाम एकाच घरात (आणि कब्रस्तान) राहत असले तरी ते एकमेकांसोबत क्वचितच असत. अन्जुम मजेत इकडंतिकडं करत निवांत असायची, पण सद्दामची मात्र त्याच्या अनेकविध उद्योगात ओढाताण सुरू असायची (त्यानं त्याचा कबुतरांना दाणे घालण्याचा उद्योग विकून टाकला होता; कारण त्यात मेहनताना सर्वांत कमी मिळत असे.) त्याला अजिबात फुरसत नसे. टीव्हीचा तर त्याला तिरस्कार होता.

असंच एकदा सक्तीचं निवांतपण अनुभवत अन्जुम व तो सकाळी चहा पीत सोफ्यावर बसले होते. समोर टी.व्ही सुरू होता. एका जुन्या टॅक्सीची लाल सीट ते सोफा म्हणून वापरत असत. त्या दिवशी १५ ऑगस्ट होता. स्वातंत्र्यदिन. कवी-पंतप्रधानांच्या जागी आता बुजरे लहानखुरे पंतप्रधान आले होते. (ते ज्या पक्षात होते, तो पक्ष भारत हे हिंदू राष्ट्र असल्याचं अधिकृतरीत्या मानत नव्हता.) ते लाल किल्ल्याच्या तटबंदीवरून देशाला उद्देशून भाषण देत होते. ज्या दिवशी तटबंद शहराच्या एकांतावर उर्वरित दिल्ली आक्रमण करत असे, अशा दिवसांपैकी तो एक दिवस होता. सत्ताधारी पक्षाने जमवलेल्या प्रचंड गर्दीनं रामलीला मैदान भरून गेलं होतं. राष्ट्रध्वजाच्या रंगांचे पोशाख केलेल्या पाच हजार शाळकरी मुलांनी कवायत केली. ज्यांना टीव्हीवर मिरवायचं होतं, असे काही फडतूस भावमारी लोक पुढच्या रांगांत विराजमान होते; जेणेकरून त्यांना सत्तास्थानाशी जवळीक त्यांच्या व्यवसायात उपयोगी पडू शकेल. काही वर्षांपूर्वी, कवी पंतप्रधान व त्यांचा कट्टर पक्ष पायउतार झाले तेव्हा अन्जुमला आनंद झाला होता. त्यांच्या जागी आलेल्या निळं पागोटेवाल्या बुजऱ्या, अर्थतज्ज्ञ, शीख व्यक्तीबद्दल तिला आदर वाटत होता. त्यांच्यापाशी सापळ्यात अडकलेल्या सशाचा राजकीय करिष्मा होता, त्याचं तिला फार कौतुक वाटत होतं. पण पुढे ती या मतापर्यंत आली की, लोक बोलत होते ते बरोबरच होतं. ते खरंच कळसूत्री बाहुले होते आणि दोऱ्या दुसरंच कुणी नाचवत होतं. त्यांचा प्रभावहीनपणा क्षितिजावर गडद होऊ लागलेला अंधार आणखी गडद करत होता आणि तो रस्त्यांवर पुन्हा उदासवाणा पसरू लागला होता. गुजरात का लल्ला अजूनही गुजरातच्या मुख्यमंत्रिपदी होता. त्यांनी स्वत:ची शैली विकसित केली होती आणि ते शतकानुशतकांच्या मुस्लीम राजवटीचा सूड घेण्याबद्दल बरंच बोलू लागले होते. प्रत्येक जाहीर भाषणात ते त्यांच्या छातीचं माप (छप्पन इंच) हटकून आणत असत. कसा कोण जाणे पण त्याचा लोकांवर प्रभाव पडत होता. ते दिल्लीवर कूच करण्याची तयारी करत आहेत अशाही अफवा होत्या. गुजरात का लल्ला या विषयावर सद्दाम व अन्जुम यांचं एकमत होतं.

अन्जुम सापळ्यातल्या सशाकडे पाहत होती. त्याची छाती जेमतेम होती. ते लाल किल्ल्याच्या पार्श्वभूमीवर, बुलेटप्रूफ चौकटीत उभं राहून समोरच्या बेचैन गर्दीसमोर आयात-निर्यातीचे आकडेपट उलगडत होते, ज्यांना ते कशाबद्दल बोलत आहेत यातलं ओ का ठो कळत नव्हतं. ते कळसूत्री बाहुल्यासारखे बोलत होते. त्यांचा फक्त खालचा जबडा हलत होता. बाकी काहीही नाही. त्यांच्या सुरवंटी पांढऱ्या भुवया त्यांच्या चेहऱ्यावर नव्हे तर त्यांच्या चष्म्यालाच जोडल्यासारख्या दिसत होत्या. त्यांच्या चेहऱ्यावरचे भाव कधीही बदलले नाहीत. भाषण झाल्यानंतर त्यांनी निर्जीव सलाम करण्यासाठी हात उंचावला आणि उंच, पातळ आवाजात 'जय हिंद!' अशी घोषणा देऊन समारोप केला. जवळजवळ सात फूट उंच आणि समुद्रपक्ष्याच्या पिल्लांचे पंख पसरल्यासारख्या कडक मिशा असलेल्या जवानानं म्यानातून तलवार उपसली आणि इवल्याशा पंतप्रधानासाठी सलामीची गर्जना केली. ते घाबरून थरथरल्यासारखे वाटले. त्यानंतर ते चालत जात असताना फक्त त्यांचे पाय हलत होते, बाकी काहीही नाही. अन्जुमनं वैतागून टीव्ही बंद केला.

"चला, आपण गच्चीवर जाऊ या!" सद्दाम तिच्या 'मूड'ची चाहूल लागताच घाईघाईनं म्हणाला. तिचा 'तसा' मूड म्हणजे साधारण अर्ध्या किलोमीटर परिघातल्या प्रत्येकासाठी वैताग असायचा...

सद्दामनं पुढं जाऊन जुना रग अंथरला. तेलाचा कुबट वास येणाऱ्या, फुलाफुलांचे अभ्रे घातलेल्या जाड उश्या मांडल्या. वाऱ्याच्या झुळकीची चाहूल लागली होती. त्यामुळे स्वातंत्र्यदिनी पतंग उडवणारे लोक बाहेर पडले होते. काहीजण तर कब्रस्तानातसुद्धा आले होते आणि पतंग उडवण्याचं बऱ्यापैकी कसब दाखवत होते. अन्जुम दांड्याच्या पातेल्यातून ताजा, गरमागरम चहा आणि ट्रॅन्झिस्टर घेऊन तिथं आली. मग ते दोघं आडवे होऊन गढूळ आकाशात दिसणारे कागदी पतंगाचे उजळ ठिपके पाहू (सद्दाम गॉगलमधून) लागले. त्यांच्या शेजारी बिरू (त्याला कधीकधी रुबी म्हणत) विसावला होता, जणू त्यानेही आठवड्याभराच्या ढोरमेहनतीनंतर आज सुट्टी घ्यायचं ठरवलं असावं. बिरू म्हणजे सद्दामला रस्त्यावरच्या गर्दीत फुटपाथवर सापडलेला उग्र डोळ्यांचा भटका कुत्रा. सद्दामला तो दिसला तेव्हा त्याच्या अंगावर पारदर्शक नळ्या लटकत होत्या. बिरू शिकारी कुत्रा होता. औषधांची चाचणी करणाऱ्या प्रयोगशाळेतून सुटका करून घेऊन तो निसटला तरी होता किंवा त्याचं 'काम' झाल्यानंतरही जगला होता. तो थकलेला आणि कुणीतरी रबरानं खोडायचा प्रयत्न केलेल्या चित्रासारखा दिसत होता. शिकारी कुत्र्याच्या अंगावर नेहमीच्या काळाभोर, पांढऱ्या आणि तांबूस रंगावर धुरकट व करड्या हिरवट रंगाची पुटे चढली होती. अर्थात त्याचा त्याच्यावर चाचणी घेण्यात आलेल्या औषधांशी काही संबंध होता की आणखी कशाशी कोण जाणे. बिरू पहिल्यांदा 'जन्नत गेस्ट हाउस'मध्ये आला तेव्हा त्याला सारख्या फिट्स येत होत्या आणि तो

धापल्यासारखं करत असे, तसंच 'रिव्हर्स स्नीझेस'मुळं त्याला अशक्तपणा येत असे. फिट येऊन गेल्यानंतरच्या थकव्यातून तो वर आला की, प्रत्येक वेळी त्याचं नवं व्यक्तिमत्त्व प्रकट होत असे. कधी स्नेहपूर्ण, कधी कामोत्तेजित, कधी झोपाळू तर कधी गुरगुरणारा किंवा आळशी; त्याच्या दत्तक मालकिणीसारखाच असयुक्तिक व अनपेक्षित.

हळूहळू त्याला फिट्स येण्याचं प्रमाण कमी झालं आणि तो स्थिरावला. या दरम्यान तो काही प्रमाणात आळशी गोळा बनला... आळशी कुत्रावतार. त्याच्या 'रिव्हर्स स्नीझेस' मात्र बंद झाल्या नाहीत.

अन्जुमनं त्याच्यासाठी बशीत चहा ओतला आणि तो फुंकून गार करून त्याच्यासमोर ठेवला. त्यानं आवाज करत तो चहा संपवला. अन्जुम प्यायची ते सगळं तो प्यायचा, ती खायची ते सगळं तो खायचा. बिर्याणी, कोरमा, समोसे, हलवा, फालुदा, उन्हाळ्यात आंबे, हिवाळ्यात संत्री, जमजम हे त्याच्या शरीरासाठी भयंकर होतं, पण त्याच्या मनासाठी उत्तम होतं.

काही वेळातच वाऱ्याचा जोर वाढला तसे पतंग उंच उंच गेले; पण त्यानंतर स्वातंत्र्यदिनी अनिवार्य असणारा झिमझिम पाऊस सुरू झाला. तो जणू बिनबुलाया मेहमान असावा तशी अन्जुम गरजली.

आए हाय! मादरचोद रंडी बारिश!

सद्दाम त्यावर हसला; पण दोघांपैकी कुणीही जागचं हललं नाही, ते पाऊस धो धो येतोय का थोडक्यात आवरतोय हे पाहत तिथंच थांबले; पण तो थोडक्यात आवरला आणि काही वेळात थांबला. अन्जुम शून्यमनस्कपणे बिरूचं अंग पुसू लागली. तिनं त्याच्या अंगावरचे पावसाचे गोठलेले इवले थेंब पुसून काढले. पावसात भिजल्यावर तिला जैनबची आठवण झाली आणि ती स्वत:शीच हसली. मग अचानक, ती सद्दामला ती फ्लायओव्हरची गोष्ट (संपादित रूपात) सांगू लागली आणि उंदरीण लहान असताना तिच्या माकडचेष्टा, तिचं प्राणिप्रेम, शाळेत ती किती पटकन इंग्रजी शिकली याबद्दल आनंदानं सांगत राहिली. तिची ही आठवणींच्या प्रदेशातली सफर आनंदाच्या शिखरावर असताना, अकस्मात अन्जुमचा (चे) आवाज चिरकला (ले) आणि तिचे डोळे भरून आले.

"मी आई होण्यासाठी जन्माला आले होते," ती हुंदक्यांनी गदगदत म्हणाली. "बघ तू. एक दिवस अल्लाह मियाँ मला माझं बाळ देतील, एवढं मला नक्की माहीत आहे."

"कसं शक्य आहे ते?" सद्दाम म्हणाला. त्याचं बरोबर होतं; पण आपण निसरड्या प्रदेशात पाऊल ठेवतोय याची त्याला जराही कल्पना नव्हती.

"हकिकत भी कोई चीज होती है," तो म्हणाला.

"का नाही? का शक्य नाही?" अन्जुम उठून बसत त्याच्या नजरेला नजर भिडवत म्हणाली.

"मी एवढंच म्हणतोय की... म्हणजे खरंतर..."

"जर तू सद्दाम हुसैन असू शकतोस. तर मी आई होऊ शकते." अन्जुम म्हणाली, पण ते चिडून नव्हतं. ती ते हसत हसत, नखरेलपणे, तिचा पांढरा व लाल दात काढत बोलत होती, पण त्या नखरेलपणात काहीतरी भयंकर कावा होता.

सद्दामनं काळजीनं नव्हे, पण सावधपणे तिच्याकडं पाहिलं. तिला काय म्हणायचं आहे... तो विचार करत होता.

अन्जुम म्हणाली, "तुमचा एकदा कडेलोट झाला ना जसा आपला सगळ्यांचा झाला आहे -बीरूचा सुद्धा- की तुम्ही कायम आपटतच राहता. तुम्ही स्वत: आपटू लागला की, तुम्ही इतर आपटणाऱ्या लोकांना हात देता. हे जितकं लवकर समजून घेशील तितकं चांगलं आहे. ही जागा... जिथं आपण राहतोय, जिथं आपण आपलं घर उभारलं आहे, ती आपटणाऱ्या लोकांचीच जागा आहे. इथं 'हकिकत' वगैरे काही नसतं. आपणही 'खरेखुरे' नाही. आपलं तर अस्तित्वही नाही."

सद्दाम काहीच बोलला नाही. त्यानं जगात इतर कुणावरही केलं नसेल इतकं प्रेम तो अन्जुमवर करू लागला होता. तिचं बोलणं, तिची शब्दांची निवड, तिचं तोंड बोलताना ज्या पद्धतीनं हलायचं ते, तिच्या किडक्या दातांवर फिरणारे तिचे पान खाऊन लाल झालेले ओठ... त्याला आवडायचे. त्याला तिचा पुढचा मजेशीर दातही आवडायचा आणि तिचं उर्दू कविता तोंडपाठ म्हणणंही त्याला आवडायचं, त्यातलं बरंचसं किंवा सगळंच त्याला समजायचं असं नाही. सद्दामला कविता-बिविता कळत नसत आणि त्याला उर्दूही फारसं येत नसे; पण त्याला बाकीच्या अनेक गोष्टी येत असत.

त्याला गाईचं किंवा म्हशीचं कातडं जराही खराब होऊ न देता त्यांच्या अंगावरून झटकन उतरवण्याची पद्धत माहीत होती. त्याला कातडं टिकवणं– मिठाचं पाणी शिंपडून, 'मॅरिनेट' करणं आणि कमावणं याची पद्धत माहीत होती. कातड्यावरचे केस व चरबी लिंबू आणि टॅनिन यांनी काढून टाकून ते साबणानं स्वच्छ करणं, ब्लीच करणं, त्याचा पृष्ठभाग मखमली बनवणं, त्याला तेलामेणानं चमकवणं... ही सगळी प्रक्रिया माहीत होती. माणसाच्या शरीरात सामान्यत: चार ते पाच लिटर रक्त असतं ही गोष्ट त्याला माहीत होती. दिल्ली-गुरगाव महामार्गाजवळ 'दुलिना पोलीस चौकी'बाहेरच्या रस्त्यावर ते वाहताना व हळूहळू पसरताना त्यानं पाहिलं होतं. आश्चर्य म्हणजे त्या प्रसंगातली त्याच्या चांगली लक्षात राहिलेली गोष्ट म्हणजे महागड्या गाड्यांची लांबच लांब रांग आणि त्या गाड्यांच्या पुढच्या दिव्यांवर भिरभिरणारे किडे. आश्चर्याची गोष्ट

म्हणजे कुणीही मदत करायला पुढं आलं नाही, हे वास्तव.

त्याला माहीत होतं की, तो इथं 'बुडत्या लोकांच्या जागेत' येण्यामागे ना कसली योजना होती; ना योगायोग; तो प्रवाहासोबत इथं आला होता.

"तू कुणाला फसवतो आहेस?" अन्जुमनं त्याला विचारलं.

"फक्त देवाला," सद्दाम स्मित करत म्हणाला. "तुम्हाला नाही."

"कलिमा पढ..." अन्जुम अधिकारवाणीनं म्हणाली, स्वत: सम्राट औरंगजेब असल्याच्या थाटात.

"ला इलहा..." सद्दाम म्हणू लागला आणि थांबला, हजरत सरमद यांच्यासारखा. "मला पुढचं येत नाही. मी अजून शिकतोय."

"तू शवागारात ज्या मुलांबरोबर काम करत होतास, त्यांच्यासारखाच तूही चमार आहेस. तू त्या हरामजादी कुत्री संगीता मॅडमला तुझं खोटं नाव सांगितलं नव्हतंस, तू माझ्याशी खोटं बोलत होतास, त्याचं कारण मला समजत नाहीये, कारण तू कोण आहेस... मुस्लीम, हिंदू, पुरुष, स्त्री, या जातीचा का त्या जातीचा, का उंटाची गांड त्यानं मला काही फरक पडत नाही. पण तू स्वत:ला सद्दाम हुसैन का म्हणवतोस? तो हरामजादा होता, तुला माहिती आहे."

अन्जुमनं 'चमार' शब्द वापरला होता, हिंदूंच्या दृष्टीनं अस्पृश्य मानल्या जाणाऱ्यांसाठी वापरला जाणारा अधिक आधुनिक व स्वीकारार्ह शब्द 'दलित' वापरला नव्हता. अन्जुम स्वत:बद्दल 'हिजडा'व्यतिरिक्त इतर कोणताही शब्द वापरण्यास जसा नकार द्यायची तसंच. तिला 'हिजडा' किंवा 'चमार' या शब्दांत काही विवाद्य वाटत नसे.

काही वेळ ते दोघं एकमेकांशेजारी पडून राहिले, मूकपणे आणि त्यानंतर सद्दामनं अन्जुमला विश्वासानं एक गोष्ट सांगायचं ठरवलं... त्यानं कुणालाच कधी न सांगितलेली गोष्ट - भगवे पोपट व मृत गायीची गोष्ट. त्याची गोष्टसुद्धा सुदैवाबद्दलचीच होती, कसायाचं भाग्य उजळण्याबद्दलची नव्हती बहुतेक; पण तशाच प्रकारच्या तणावाची होती.

त्यानं अन्जुमला सांगितलं की, 'तुझं बरोबर होतं. मी तुझ्याशी खोटं बोललो आणि हरामजादी कुत्री संगीता मॅडमशी खरं बोललो. सद्दाम हुसैन हे नाव मी घेतलं होतं, हे माझं खरं नाव नाही.' त्याचं खरं नाव होतं दयानंद. त्याचा जन्म चमार कुटुंबात झाला, हरयाणातल्या बादशाहपूर या खेड्यात. हे खेडं दिल्लीपासून बसनं काही तासांच्या अंतरावर होतं.

एके दिवशी त्यांना एक फोन आला, त्यानुसार तो, त्याचे वडील आणि आणखी तीन माणसं भाड्याचा टेम्पो घेऊन जवळच्या एका खेड्यात मेलेली गाय आणायला निघाले. तिथं कुणाच्या तरी शेतात या गायीचा मृत्यू झाला होता.

"आमची माणसं हे काम करत असत," सद्दाम सांगत होता.

"गायी मेल्या की, उच्च जातीचे शेतकरी आम्हाला त्यांची प्रेतं न्यायला बोलवत असत, कारण त्या प्रेतांना स्पर्श करून त्यांना अपवित्र व्हायचं नसे."

"हो, हो, माहीत आहे मला." अन्जुम म्हणाली. तिच्या स्वराला कौतुकाचा वास असल्यासारखं वाटत होतं.

"त्यांच्यापैकी काही जण खूप व्यवस्थित आणि स्वच्छ असतात. ते कांदा, लसूण, मटण, असलं खात नाहीत..."

सद्दामनं तिच्या मध्येच बोलण्याकडे दुर्लक्ष केलं.

"तर आम्ही जाऊन ती जनावरांची प्रेतं आणायचो; ती सोलायचो आणि त्यांच्या कातडीपासून चामडं कमवायचो... हे मी २००२ सालातलं सांगतोय. त्या वेळी मी शाळेत होतो. त्या वेळी काय चाललेलं होतं... काय प्रकार घडत होते ते माझ्यापेक्षा तुलाच जास्त चांगलं माहीत आहे. तुझं फेब्रुवारीत झालं, माझं नोव्हेंबरमध्ये. त्या दिवशी दसरा होता. आम्ही गाय आणायला जात असताना, वाटेत रामलीला मैदान लागलं. तिथं त्यांनी राक्षसांच्या भव्य प्रतिमा उभारल्या होत्या... रावण, मेघनाद आणि कुंभकर्णाच्या... तीन मजली इमारतीएवढ्या उंच... संध्याकाळी होणाऱ्या दहनासाठी तयार."

जुन्या दिल्लीतल्या कुठल्याही मुस्लिमाला दसरा या हिंदू सणाबद्दल काही सांगण्याची गरज नव्हती. तो दरवर्षी रामलीला मैदानावर साजरा केला जात असे, तुर्कमान गेटच्या जवळच. दरवर्षी, लंकेचा दशानन राक्षस-राजा रावण, त्याचा भाऊ कुंभकर्ण व त्याचा मुलगा मेघनाद यांच्या प्रतिमा अधिकाधिक उंच बनत होत्या आणि अधिकाधिक स्फोटकांनी ठासून भरल्या जात होत्या. दरवर्षी रामलीला अधिकाधिक आक्रमकपणे व अधिकाधिक उदार प्रायोजकत्वानिशी सादर होत असे. अयोध्येचा राजा भगवान रामाने लंकेच्या युद्धात रावणावर विजय मिळवला ही कथा हिंदूंच्या श्रद्धेनुसार सुष्ट शक्तीच्या दुष्ट शक्तीवरील विजयाचं प्रतीक होती. काही निडर विद्वान रामलीला हा पुराणकथा बनलेला खरा इतिहास आहे. त्यातील दुष्ट राक्षस म्हणजे श्यामवर्णी द्रविड लोक तेथील राज्यकर्ते होते. त्यांना पराजित करणारे, त्यांना अस्पृश्य आणि इतर दलित जातींचे ठरवणारे, हिंदू देव हे आर्य आक्रमणकर्ते आहेत, असं सूचित करू लागले होते. त्यांनी खेड्यापाड्यातल्या प्रथा-परंपरांकडेही निर्देश केला होता. लोक विविध देवतांची, अगदी राक्षस मानल्या गेलेल्या रावणाचीही पूजा करत होते. त्यासाठी त्यांनी विद्वान असण्याची आवश्यकता नव्हती. ते ही गोष्ट उघडपणे म्हणूही शकत नव्हते की, पोपट राज्यामध्ये (पवित्र ग्रंथात काहीही म्हटलेलं असो वा नसो) भगव्या पोपट वाणीनुसार दुष्ट राक्षस म्हणजे केवळ मूळ निवासी लोकच नव्हे, तर हिंदू नसलेली प्रत्येक व्यक्ती असा अर्थ बनला होता. त्यामध्ये अर्थातच शाहजहानबादच्या नागरिकांचाही समावेश होता.

त्या भव्य प्रतिमांचं दहन झाल्यानंतर त्या स्फोटांचा आवाज जुन्या शहराच्या अरुंद गल्ल्यांमधून घडाम्कन गुंजत असे आणि याचा अर्थ काय असा काही जणांना प्रश्न पडत असे.

दरवर्षी, सुष्ट शक्तीनं दुष्ट शक्तीवर विजय मिळवल्यानंतर, दुसऱ्या दिवशी सकाळी, एकेकाळची सुईण आणि आता गलिच्छ केसांची भटकी सम्राज्ञी अहलाम बाजी, रामलीला मैदानावर जात असे. कचऱ्यांचे ढिगारे उपसत असे. आणि कधी धनुष्यबाण घेऊन येत असे, कधीकधी सायकलच्या अख्ख्या दांड्याएवढ्या मिशा किंवा एखादा रोखून पाहणारा डोळा, तर कधी एखादा हात किंवा तलवार तिच्याकडच्या युरियाच्या पोत्यातून बाहेर डोकावत असे.

त्यामुळे सद्दाम जेव्हा दसऱ्याबद्दल सांगत होता तेव्हा त्याचा सगळा व विस्तृत मथितार्थ अन्जुमच्या लक्षात आला.

"आम्हाला ती मेलेली गाय सहज सापडली," सद्दाम म्हणाला, "ते अगदी सोपं असतं. फक्त तुम्हाला दुर्गंधीच्या दिशेनं थेट चालत जाण्याची कला माहीत असायला हवी. आम्ही ती गाय टेम्पोत चढवली आणि घरी निघालो. वाटेत आम्ही दुलिना पोलीस ठाण्यापाशी थांबलो; स्टेशन हाउस ऑफिसरला, त्याचं नाव होतं सेहरावत, त्याचा 'कट' देण्यासाठी. दर गायीमागं किती पैसे द्यायचे ती रक्कम आधी ठरलेलीच होती, पण त्या दिवशी त्यानं जास्त पैसे मागितले. फक्त जास्तच नव्हे, तर तिप्पट. म्हणजे आम्हाला ती गाय सोलण्याच्या व्यवहारात उलट तोटाच होणार होता. आम्ही त्या सेहरावतला चांगलं ओळखत होतो. त्या दिवशी त्याच्या डोक्यात काय आलं होतं कोण जाणे. कदाचित त्याला त्या दिवशी दसरा साजरा करण्यासाठी रात्री दारू आणायला पैसे हवे असावेत किंवा एखादं देणं चुकतं करायचं असावं... काय होतं कोण जाणे. तो बहुधा त्या वेळच्या राजकीय वातावरणाचा फायदा घ्यायचा प्रयत्न करत असावा. माझ्या वडिलांनी व त्याच्या मित्रांनी त्याला खूप समजावण्याचा प्रयत्न केला; पण तो ऐकायला तयार नव्हता. त्यांनी त्याला सांगितलं की, आमच्याजवळ तुम्ही मागताय तेवढे पैसेसुद्धा नाहीत, त्याचा त्याला भयंकर राग आला. मग त्यानं त्यांना गोहत्येच्या आरोपाखाली अटक करून पोलीस लॉक-अपमध्ये टाकलं. आत जाताना माझे वडील काळजीत दिसले नाहीत, तसाच मीही काळजीत नव्हतो. त्यांची जरा जास्त घासाघीस चालली आहे; पण लवकरच सौदा पटवून ते बाहेर येतील असं गृहीत धरून मी वाट बघत थांबलो होतो.

असेच दोन तास गेले. संध्याकाळची आतषबाजी पाहण्यासाठी लोकांची गर्दी रामलीला मैदानाकडे निघालेली दिसत होती. कुणी राम, लक्ष्मण व हनुमान अशी देवांची वेशभूषा केली होती. लहान मुलांच्या हातात धनुष्यबाण होते, काहींनी माकडासारखं शेपूट लावलं होतं, चेहऱ्याला लाल रंग लावला होता, काही जण

चेहरे काळे करून राक्षस बनले होते. आमच्या टेम्पोजवळून जाताना दुर्गंधीमुळे सर्वांनी नाक झाकून घेतलं होतं. सूर्यास्ताच्या दरम्यान मी प्रतिमादहनाच्या स्फोटाचे आणि ते पाहणाऱ्या लोकांच्या आरोळ्यांचे आवाज ऐकले. मी ती सगळी धमाल करू शकलो नव्हतो, याचं मला वाईट वाटत होतं.

काही वेळानं लोक घरी परतू लागले. अजूनही माझे वडील व त्यांचे मित्र बाहेर येण्याचं काही चिन्ह दिसत नव्हतं आणि त्यानंतर कसं, काय घडलं कोण जाणे. कदाचित पोलिसांनीच अफवा पसरवली असेल किंवा फोनाफोनी केली असेल. पोलीस ठाण्याच्या बाहेर गर्दी जमा होऊ लागली; गोहत्या करणाऱ्यांना आमच्या ताब्यात द्या, अशी मागणी करत. टेम्पोतल्या मृत गायीची दुर्गंधी त्या संपूर्ण परिसरात पसरली होती; तेवढा पुरावा त्यांच्यासाठी पुरेसा होता.

मला काय करावं ते समजत नव्हतं, कुठं लपावं ते कळत नव्हतं म्हणून मी गर्दीत मिसळलो. काही लोकांनी 'जय श्रीराम।' आणि 'वंदे मातरम्!'च्या घोषणा द्यायला सुरुवात केली. त्यात आणखी लोक सामील होत गेले आणि वेडेपिसे झाले... त्यांना उन्माद चढला. मग काही जण पोलीस ठाण्यात गेले आणि माझ्या वडिलांना व त्यांच्या तीन मित्रांना बाहेर घेऊन आले. मग ते लोक त्यांना मारहाण करू लागले. सुरुवातीला मनगटाच्या जोरावर आणि चपलांनी; मग कुणीतरी पहार घेऊन आलं, आणखी कुणीतरी कारचा जॅक घेऊन आलं. मला नीट पाहता आलं नाही, पण त्यांना तडाखे लगावल्यावर त्यांच्या किंकाळ्या माझ्या कानावर पडल्या..."

सद्दाम अन्जुमकडे वळला.

"मी असा आवाज कधीही ऐकलेला नाही... काहीतरी विचित्रच होता तो, टिपेचा... तो मानवी नव्हता. मग त्यानंतर गर्दीच्या प्रचंड आवाजात ते आवाज बुडून गेले. मी तुम्हाला सांगायची गरज नाही. तुला माहीत आहे..." सद्दामचा आवाज खोल गेला होता. "सगळे जण बघत होते. कुणीही त्यांना रोखलं नाही."

मग त्यानं वर्णन केलं. कार्यभाग आटोपल्यानंतर गाड्यांचे दिवे कसे सुरू झाले, सगळे एकाच वेळी, लष्कराच्या ताफ्यासारखे... मग ते पावसाच्या पाण्यातून पचक पचक चालत जावं तसे त्याच्या वडिलांच्या रक्ताच्या थारोळ्यातून कसे गेले... तो रस्ता बकरी ईदच्या दिवशीच्या जुन्या दिल्लीतला रस्त्यासारखा कसा दिसत होता...

"ज्या जमावानं माझ्या वडिलांना ठार मारलं, त्या जमावाचा मीही एक भाग होतो." सद्दाम म्हणाला.

अन्जुमचा ओसाड किल्ला आजूबाजूला पुन्हा उभा राहताना दिसू लागला. तिथल्या गुणगुण करणाऱ्या भिंती आणि रहस्यमय अंधारकोठड्या पुन्हा डोकं वर काढण्याची भीती दाखवू लागल्या. सद्दाम व ती दोघांना एकमेकांच्या हृदयाची धडधड ऐकू येत

होती. तिच्या तोंडून शब्दही फुटला नाही. सहानुभूतीचा एखादा शब्दसुद्धा नाही; पण ती ऐकते आहे हे सद्दामला कळत होतं. काही वेळाने तो पुन्हा बोलू लागला.

"या सगळ्या प्रकारानंतर काही महिन्यांनी माझी आई वारली. तिला आधीपासूनच बरं नव्हतं. मग माझे काका व आजी माझा सांभाळ करू लागले. मी शाळा सोडली. काकांचे थोडे पैसे चोरले आणि दिल्लीला आलो. मी चार पैसे आणि अंगावरच्या कपड्यानिशी दिल्लीत आलो. माझी फक्त एकच तीव्र इच्छा होती. मला त्या हरामजाद्या सेहरावतला ठार मारायचं होतं. कधीतरी मी त्याला ठार करीन. मी रस्त्यावर झोपलोय, ट्रकवर क्लीनर म्हणून काम केलंय, काही दिवस मी मैला कामगार म्हणूनसुद्धा काम केलंय. मग एक दिवस मला नीरज भेटला, माझा मित्र, आमच्या गावचाच आहे तो. आता तो महानगरपालिकेत काम करतो, तू भेटली आहेस त्याला..."

"हो," अन्जुम म्हणाली, "तो उंच, देखणा पोरगा..."

"हो. तोच. त्यानं मॉडेलिंगमध्ये जाण्याचा प्रयत्न केला होता. पण जमलं नाही... त्यासाठीसुद्धा दलालांना पैसे चारावे लागतात. आता तो महानगरपालिकेच्या ट्रकवर ड्रायव्हर आहे... ते सोड. नीरजनं मला इथं नोकरी मिळवून द्यायला मदत केली, शवागारात, आपण पहिल्यांदा भेटलो होतो तिथं... दिल्लीला आल्यानंतर काही वर्षांनी, एक दिवस टीव्हीच्या शोरूमवरून जात असताना, तिथल्या खिडकीत ठेवलेल्या टीव्हीवर सद्दाम हुसैनला फाशी दिल्याचा व्हिडीओ मी पहिल्यांदा पाहिला. मला त्याच्याबद्दल काहीही माहीत नव्हतं. पण मरण समोर असताना त्या माणसाचं धाडस आणि आत्मसन्मान पाहून मी खूप भारावलो होतो! मी पहिला मोबाइल फोन घेतला तेव्हा मी दुकानदाराला तो व्हिडीओ शोधून माझ्या फोनमध्ये डाउनलोड करून द्यायला सांगितलं होतं. तो व्हिडीओ मी पुन्हा पुन्हा पाहायचो. मला त्याच्यासारखं बनायचं होतं. मग मी मुस्लीम बनायचं आणि त्याचं नाव घ्यायचं ठरवलं. मला वाटलं, मला जे करावं लागेत ते करताना व त्याच्या परिणामांना तोंड देताना, त्याच्यासारखंच धैर्य लाभेल."

"सद्दाम हुसैन हरामजादा होता," अन्जुम म्हणाली. "त्यानं कित्येक लोकांना ठार केलंय."

"असेल. पण तो शूर होता... बघा...जरा हे बघा."

सद्दामनं त्याचा नवा, फॅन्सी स्मार्टफोन बाहेर काढला. त्याचा स्क्रीनही फॅन्सी व मोठा होता. त्यावर त्यानं व्हिडीओ शोधला. मग उजेडाची तिरीप कमी करण्यासाठी त्यानं स्क्रीनवर हातांच्या ओंजळीनं सावली धरली. तो व्हिडीओ म्हणजे टीव्ही क्लिप होती. त्यात सुरुवातीला व्हॅसलिन इन्टेन्सिव्ह केअर मॉइश्चरायाझिंग क्रीमची जाहिरात होती. त्या जाहिरातीतल्या देखण्या मुलीनं ते क्रीम तिच्या कोपरांना व नडग्यांवर चोपडलं. त्या क्रीमच्या परिणामांनी ती भलतीच खूश झालेली दिसत होती.

त्यानंतरची जाहिरात होती जम्मू आणि काश्मीर पर्यटन खात्याची. त्या जाहिरातीत निसर्गाचं बर्फाच्छादित रूप आणि 'स्नो-स्लेज' मध्ये बसलेली, उबदार कपड्यातली प्रसन्न माणसे होती. सोबत 'व्हॉइस-ओव्हर' होता. जम्मू ॲन्ड कश्मिर, सो व्हाइट, सो फेअर, सो एक्सायटिंग.'

त्यानंतर टीव्हीवरच्या निवेदकानं इंग्रजीत काहीतरी सांगितलं आणि सद्दाम हुसैन, इराकचे माजी राष्ट्राध्यक्ष पडद्यावर अवतरले. काळा ओव्हरकोट व पांढरा शर्ट अशा पोशाखातले, काळ्या-पांढऱ्या दाढीतले, ऐटबाज. त्यांच्याभोवती जल्लादाचे काम करणारी काळ्या कानटोप्या घातलेली नोकरमाणसं होती. ती डोळ्यांच्या कोपऱ्यातून त्यांच्याकडे पाहत काहीतरी कुजबुजत होती. सद्दाम त्या साऱ्यांपेक्षा उंच होते, डोळ्यांच्या कोपऱ्यातून त्यांच्याकडे बघत होती. ते त्यांच्यापेक्षा उंच दिसत होते. त्यांचे हात मागे बांधले होते. ते तिथे स्थिर उभे असताना एकाने त्यांच्या मानेभोवती काळे कापड बांधले. यामुळे फासाच्या दोराने तुमच्या मानेची त्वचा सोलवटणार नाही अशी त्यांना खूण करत. ते कापड बांधल्यानंतर सद्दाम हुसैन आणखीनच ऐटबाज दिसू लागले. मग आजूबाजूच्या वटवट करणाऱ्या, टोपावाल्या माणसांच्या गराड्यात ते वधस्तंभाकडे चालत गेले. त्यांच्या डोक्याच्या वरच्या बाजूला लटकणारा फास त्यांच्या गळ्याभोवती घालण्यात आला. त्यांच्या पायाखालची फळी सरकून ते आत पडण्याआधी त्यांच्या चेहऱ्यावर फाशीची अंमलबजावणी करणाऱ्यांबद्दल अतिशय तुच्छ भाव होते.

''मी असाच हरामखोर होऊ इच्छित होतो.'' सद्दाम म्हणाला, ''मला माझ्या इच्छेनुसार वागायचं आहे आणि जर त्याची किंमत चुकवावी लागली, तर त्याच्यासारखीच मी ती चुकती करायला तयार आहे.''

''माझे एक मित्र इराकमध्ये असतात.'' अन्जुम म्हणाली. ती त्या फाशीच्या व्हिडीओपेक्षा सद्दामचा फोन पाहून जास्त भारावलेली दिसत होती.

''गुप्ताजी. ते मला इराकहून त्यांचे फोटो पाठवत असतात.'' अन्जुमनं तिचा फोन काढला व श्री. डी. डी. गुप्ता तिला नियमित जे फोटो पाठवायचे ते तिनं सद्दामला दाखवले. गुप्ताजी त्यांच्या बगदादमधल्या फ्लॅटमध्ये, गुप्ताजी आणि त्यांची इराकी रखेली पिकनिकला गेले आहेत आणि अमेरिकी लष्कराचा सामना करण्यासाठी गुप्ताजींनी संपूर्ण इराकमध्ये उभारलेल्या 'ब्लास्ट वॉल्स'चे अनेक फोटो. त्यातल्या काही भिंती नव्या होत्या. तर काहींवर बंदुकीच्या गोळ्यांच्या खुणा उमटलेल्या होत्या आणि त्यावर 'ग्राफिटी' चितारलेली होती. अशाच एका भिंतीवर कुणीतरी अमेरिकी लष्करप्रमुखाचं सुप्रसिद्ध वचन कोरलं होतं : *बी प्रोफेशनल, बी पोलाइट ॲन्ड हॅव अ प्लॅन टू किल एव्हरीबडी यू मीट.*

अन्जुमला इंग्रजी वाचता येत नव्हतं. पण सद्दामनं नीट लक्ष दिलं तर त्याला

वाचता येऊ शकत होतं. आत्ता त्यानं नीट लक्षपूर्वक वाचलं नाही.

अन्जुमनं चहा संपवला आणि ती डोळ्यांवर हात ठेवून उताणी पडून राहिली. तिला डुलकी लागली आहे असं वाटत होतं; पण ती जागी होती. ती काळजीत पडली होती.

"आणि तुला माहीत नसेल तर म्हणून सांगते," काही वेळानं अन्जुम म्हणाली. त्यांचं संभाषण पुढं सुरू ठेवत असल्यासारखी, खरंतर ती तेच करत होती. फक्त हे ती तिच्या मनातलं सांगत होती.

"तुला सांगते, आम्ही मुसलमानसुद्धा मादरचोद असतो, बाकी सगळे असतात तसेच. पण मला वाटतं आणखी एक खुनी वाढण्यानं आमच्या *'बदनाम कौम'*च्या ख्यातीला काही अपाय पोहोचणार नाही. आमचं नाव आधीच खराब आहे. काहीही असो, तू हवा तेवढा वेळ घे, कुठलीही गोष्ट घाईनं करू नकोस."

"नाही करणार. पण सेहरावत खलास झालाच पाहिजे."

सद्दामनं गॉगल काढला आणि उजेडाचा त्रास होऊ नये म्हणून डोळे मिटून घेतले. मग त्यानं मोबाइलवर जुनी हिंदी गाणी लावली आणि तो त्यासोबत गाऊ लागला. बेसूर पण आत्मविश्वासाने. बीरूनं चहाच्या पातेल्यात उरलेला गार चहा लपलप करत संपवला आणि चहाची उकळलेली पानं नाकावर घेऊन तो तिथून दुडदुड करत निघून गेला.

उन्हाचा ताव वाढल्यावर ते दोघं आत आले. आत आल्यावर ते पुन्हा आपापल्या आयुष्यात तरंगत राहिले, अवकाशयात्रींच्या जोडीसारखे, गुरुत्वाकर्षण झुगारून... फिकट पिस्ता कलरची दारे असलेल्या, गुलाबी-जांभळ्या भिंती असलेल्या अंतराळयानाच्या परिघाच्या मर्यादेत.

त्यांचे स्वतःचे काही मनसुबे नव्हते, असे नाही.

अन्जुम मरणाची वाट बघत होती.

सद्दाम जीव घेण्याच्या प्रतीक्षेत होता.

आणि मैलोन्मैल दूर अंतरावर, एका अशांत जंगलात एक मुलगी जन्माला येत होती...

गांजलेल्या शहरात पाऊस
कोणत्या भाषेत बरसतो?

– पाब्लो नेरुदा

तीन

जन्म

तो शान्तिकाल होता. किंवा ते तसं म्हणत होते.

संपूर्ण सकाळभर शहरातील रस्त्यांवरून गरम वारं घोंघावत होतं... दगडवाळूच्या धुळीचे लोट, सोड्याच्या बाटल्यांची टोपणं आणि बिड्यांची थोटकं स्वत:बरोबर उडवत, ती गाड्यांच्या काचांवर व सायकलवाल्यांच्या डोळ्यांवर फटकारत. वाऱ्याचा जोर मावळला, तसा आभाळात तळपणारा सूर्य धूसर वातावरण तापवू लागला, उन्हाचा कडाका वाढला आणि रस्त्यावर ऊन बेली डान्सरसारखं चमचमू लागलं. धुळीच्या वादळानंतर नेहमी जसा गडगडाटी पाऊस बरसतो, तशा पावसाची लोक वाट पाहत होते; पण तो अजिबात बरसला नाही. नदीच्या काठावर गर्दी करून वसलेल्या झोपड्यांना आगीनं विळखा घातला आणि क्षणार्धात दोन हजारांना गिळंकृत केलं.

तरीही अमलताश बहरला. झगझगीत, पिवळाधमक. प्रत्येक धगधगत्या उन्हाळ्यात तो वर वर चढत उष्ण तपकिरी आभाळाला म्हणाला, *फक यू.*

मध्यरात्र उलटताच ती अगदी अचानक प्रकटली. तिच्या येण्याबद्दल ना कुठल्या देवदूतांनी गीते म्हटली, ना कुठल्या विद्वान मंडळींनी भेटवस्तू आणल्या; पण तिच्या आगमनाची वार्ता देण्यासाठी पूर्वेला लक्षावधी चांदण्या उमलल्या. आत्ता या क्षणी तर ती नव्हती आणि पुढच्याच क्षणी ती होती. काँक्रीटच्या पेव्हमेन्टवर कचऱ्याच्या पाळण्यात; सिगारेटचे चंदेरी कागद, प्लॅस्टिकच्या पिशव्या आणि अंकल चिप्सच्या रिकाम्या पुड्यांच्या ढिगाऱ्यात. निऑन लाइटने उजळलेल्या डासांच्या प्रचंड झुंडीखाली, उजेडाच्या एका तुकड्यात ती नागवी पडली होती. तिची त्वचा निळीसावळी होती, सीलच्या पिल्लासारखी, मऊ गुळगुळीत. ती टक्क जागी होती, पण अगदी शांत होती. इतक्या लहान बाळाचा विचार करता हे विचित्रच होतं. बहुधा, तिच्या आयुष्याच्या त्या पहिल्या काही महिन्यांतच तिला कळून चुकलं होतं की, अश्रू, किमान तिचे अश्रू तरी व्यर्थ आहेत... निरर्थक.

कठड्याला बांधलेला एक पांढरा हडकुळा घोडा, एक लूत भरलेलं बारकं कुत्रं, एक काँक्रीटच्या रंगाचा सरडा, दोन पट्टेदार खारोट्या- ज्या खरंतर झोपी जायला हव्या होत्या आणि आपल्या गुप्त स्थानी बसून तिच्यावर लक्ष ठेवून असलेली, अंड्यांची फुगीर पिशवी असलेली कोळीण... एवढे सोडले तर ती अगदी एकाकी दिसत होती.

तिच्या आजूबाजूला शहर मैलोन्मैल पसरलेलं होतं. हजारो वर्षांच्या चेटकिणी आत्ता अशा वेळीसुद्धा पेंगत होत्या, पण गाढ झोपल्या नव्हत्या. सोडियम दिव्यांच्या धूसर पिवळ्या उजेडात मेडुसाच्या डोक्यातून निघालेल्या सापांसारखे दिसणारे करडे उड्डाणपूल सापाच्या वेटोळ्यांसारखे गुंडाळत आणि उलगडत पसरलेले होते. बेघर लोकांच्या निद्रिस्त रांगा डोक्यापासून पायांपर्यंत, डोक्यापासून पायांपर्यंत उंच अरुंद पेव्हमेन्ट्सवर पसरलेल्या दुरूनही दिसत होत्या. तिच्या सैल, शुष्क त्वचेखाली जुनी रहस्ये दडली होती. त्यावरची प्रत्येक सुरकुती म्हणजे एक रस्ता होता, प्रत्येक रस्ता म्हणजे कार्निव्हल होतं आणि प्रत्येक सांधा म्हणजे मोडकळीला आलेलं ॲम्फिथिएटर... जिथं शतकानुशतकं प्रेम व वेडेपणा,मूर्खपणा, आनंद व शब्दातीत क्रौर्य आदींच्या कहाण्या नाट्यरूपात सादर झाल्या होत्या. पण ही तिच्या पुनरुत्थानाची पहाट ठरणार होती. तिच्या नव्या मालकांना तिच्या गाठीगाठींच्या व्हेरीकोज व्हेन्स परदेशातून आयात केलेल्या फिशनेट स्टॉकिंग्ज खाली लपवायच्या होत्या, तिचे शुष्क-निस्तेज स्तन पॅडवाल्या नखरेल ब्रा मध्ये कोंबायचे होते अणि तिची दुखरी पावलं उंच, टोकदार टाचांच्या चपलात गच्च बसवयाची होती. तिनं तिच्या जुन्या, ताठर नितंबांना हेलकावे द्यावेत आणि चेहऱ्यावरच्या कंटाळ्याच्या रेषांना नवा मार्ग दाखवून थिजलं, रिक्त हसू फुलवावं अशी त्यांची इच्छा होती. तो एक असा उन्हाळा होता, ज्यात आजी वेश्या बनली.

ती जगाच्या आवडत्या नव्या 'सुपरपॉवर'ची 'सुपरकॅपिटल' बनणार होती. *इंडिया! इंडिया!* गजर टिपेला गेला होता. टीव्हीच्या कार्यक्रमात, म्युझिक व्हिडीओत, परदेशी वृत्तपत्रे व मासिकांत, बिझनेस परिषदांत व शस्त्रास्त्र जत्रेत, अर्थविषयक गुप्त बैठकांत व पर्यावरणविषयक शिखर परिषदांत, पुस्तक महोत्सवांत आणि सौंदर्यस्पर्धांत. *इंडिया! इंडिया! इंडिया!*

शहरभर, इंग्रजी वृत्तपत्र व त्वचा गोरी करणाऱ्या क्रीमच्या सर्वांत नव्या ब्रँडनं संयुक्तरीत्या प्रायोजित केलेल्या भव्य जाहिरात फलकावर म्हटलं होतं : 'अवर टाइम इज नाऊ.' के मार्ट येणार होतं; वॉलमार्ट व स्टारबक्स येणार होतं आणि टीव्हीवरच्या ब्रिटिश एअरवेजच्या जाहिरातीत जगातले सगळे लोक (गोरे, तपकिरी, काळे, पिवळे) गायत्री मंत्र म्हणत होते.

ॐ भूर्भुव: स्व:
तत्सवितुर्वरेण्यं
भर्गो देवस्य धीमहि
धियो यो न: प्रचोदयात्

विश्वाची उत्पत्ती ज्याच्यापासून होते
त्याचे आम्ही ध्यान करतो.
तोच सच्चिदानंदरूप आहे.
तो अज्ञानाचा नाश करतो.
तो आमच्या बुद्धीला प्रेरणा देतो.
त्याच्या तेजाचे आम्ही ध्यान करतो.
आमची बुद्धी सत्कर्मे सद्‌विचार
सदाचार-सद्‌भाषण व सद्वर्तनाकडे
प्रवृत्त होवो.

(आणि प्रत्येक जण ब्रिटिश एअरवेजने विमानप्रवास करो.)

मंत्र म्हटल्यानंतर 'जगातल्या लोकांनी' कमरेत लवून दोन्ही हात जोडून 'नमस्ते' केलं, परदेशी उच्चारांत आणि त्यांनी पंचतारांकित हॉटेलांत परदेशी पाहुण्यांच्या स्वागताला असणाऱ्या फेटावाल्या महाराजा, मिशीवाल्या द्वारपालांसारखं स्मित केलं आणि त्याबरोबर किमान त्या जाहिरातीत तरी, इतिहासाची उलथापालथ झाली. (आता कोण लवून वाकतं? आणि कोण हसत होतं? याचिकाकर्ता कोण होतं? आणि ती कुणाविरुद्ध होती?) भारताच्या प्रिय नागरिकांनी झोपेतच प्रतिसादाबद्दल स्मित केलं.

इंडिया! इंडिया! ते स्वप्नात घोषणा देत होते, क्रिकेट सामन्यांच्या वेळी गर्दीतून घोषणा येतात तशा. ढोल-ताशे ठेका धरून होते... *इंडिया! इंडिया!* सगळ्या जगानं उठून उभं राहत कौतुकाचा गजर केला.

जिथं जंगलं होती तिथं उंच उंच इमारती आणि पोलादाचे कारखाने उभे राहिले. नद्यांचं पाणी बाटलीबंद होऊन सुपरमार्केटांमध्ये विकलं जाऊ लागलं. मासे 'टिन'मध्ये मिळू लागले, पर्वतांवर खोदकामं झाली आणि त्याची झळाळती क्षेपणास्त्रे बनली. भव्य धरणांनी शहरांना ख्रिसमस ट्री उजळवतात तसं उजळवलं. सगळे जण खूश होते.

दिव्यांच्या आणि जाहिरातींच्या झगमगटापासून दूर असलेली खेडी रिकामी होत होती. शहरेसुद्धा. लक्षावधी लोक स्थलांतर करत होते, पण कुठं, ते कुणालाच माहीत नव्हतं.

'ज्या लोकांना शहरात राहणं परवडत नाही, त्यांनी इथं येऊ नये,' सर्वोच्च न्यायालयाचे एक न्यायमूर्ती म्हणाले. आणि त्यांनी शहरातल्या गरिबांना ताबडतोब घालवून देण्याचा आदेश दिला. १८७०च्या आधी, पॅरिस हा गलिच्छ भाग होता. त्यानंतर सगळ्या गलिच्छ वस्त्या काढून टाकण्यात आल्या. शहराचे नायब राज्यपाल त्यांच्या माथ्यावर उरलेला केसांचा अखेरचा झुबका उजवीकडून डावीकडे वळवून नीट करत म्हणाले, (ते संध्याकाळी त्यांच्या चॅम्सफर्ड क्लब पूल मध्ये पोहायला जात, तेव्हा तो केसांचा झुबकाही त्यांच्यासोबत क्लोरिनच्या पाण्यात पोहत असे.) "आणि आज पॅरिस बघा."

अशा प्रकारे जादा लोकांना बंदी करण्यात आली.

नेहमीच्या पोलिसांव्यतिरिक्त विचित्र, आकाशी निळ्या 'कॅमोफ्लाज' गणवेशातल्या (बहुधा पक्ष्यांना गोंधळून टाकण्यासाठी) जलद कृतिदलाच्या अनेक तुकड्या अत्यंत गरीब वस्त्यांत तैनात करण्यात आल्या.

मग झोपडपट्ट्या व बेकायदेशीररीत्या उभारलेल्या वसाहतीतले, विस्थापित कॉलन्यांतल्या व 'अवैध' कॉलन्यांतल्या लोकांनी प्रत्युत्तर दिलं. त्यांनी त्यांच्या घरापर्यंत येणारे रस्ते खणून ठेवले. दगडधोंडे व मोडक्यातोडक्या वस्तू टाकून त्यांचा रस्ता रोखला. तरुण पुरुष, म्हातारी माणसे, मुले, आया, आज्या काठ्या व दगड घेऊन त्यांच्या वसाहतींच्या प्रवेशद्वाराशी पहारा देऊ लागले. एका रस्त्यापलीकडे, पोलीस आणि बुलडोझर अखेरचा घाव घालण्यासाठी सज्ज उभे होते. तिथंच खडूनं एक घोषवाक्य चितारलेलं होतं, 'सरकार की मा की चूत.'

'आम्ही कुठं जायचं?' जादा लोकांनी प्रश्न केला.

'तुम्ही आम्हाला ठार मारा, पण आम्ही इथून हलणार नाही.' त्यांनी सांगून टाकलं.

त्यांना थेट मारून टाकायचं म्हटलं तर ते संख्येनं बरेच होते.

त्याऐवजी ऑस्ट्रेलियातून आयात केलेल्या पिवळ्या बुलडोझर्सनी त्यांची घरे, त्यांची दारे-खिडक्या, त्यांनी उभारलेले तात्पुरते निवारे, त्यांची भांडीकुंडी, त्यांची ताटे, त्यांचे डाव-चमचे, त्यांची शाळा सोडल्याची प्रमाणपत्रे, त्यांच्या शिधापत्रिका, त्यांचे लग्नाचे दाखले, त्यांच्या मुलांच्या शाळा, त्यांचं आयुष्यभराचं काम, त्यांच्या डोळ्यांतले भाव... सगळंच चिरडून सपाट केलं. (त्या डोझर्सना 'डिच विच' म्हटलं जात असे.) ती अत्याधुनिक यंत्रे होती. ती इतिहास सपाट करून त्याचा बांधकामाच्या साहित्यासारखा ढीग रचू शकत होते.

अशाप्रकारे, आजी, तिच्या नूतनीकरणात मोडून पडू लागली.

अत्यंत तीव्र स्पर्धात्मक टीव्ही चॅनल्सनी मोडून पडणाऱ्या शहराची बातमी 'ब्रेकिंग न्यूज'मध्ये दाखवली. कुणीही त्यातला विरोधाभास टिपला नाही. त्यांनी

त्यांचे अप्रशिक्षित, पण दिसायला उत्तम असणारे तरुण बातमीदार मुक्त सोडले. ते पुरळांसारखे शहरभर पसरले. ते अतिशय महत्त्वाचे, पोकळ प्रश्न विचारू लागले. त्यांनी गरिबांना 'गरीब असणं कसं असतं?' भुकेलेल्यांना 'पोटात भुकेचा आगडोंब उसळल्यावर कसं वाटतं?' बेघरांना 'बेघर' असणं कसं वाटतं, असे प्रश्न विचारले.

"भाईसाब, ये बताइये, आपको कैसा लग रहा है..."

टीव्ही चॅनल्सना निराशेच्या या 'लाइव्ह' प्रक्षेपणासाठी प्रायोजकांची कधीही कमतरता भासली नाही. त्यांना कधीही निराश व्हावं लागलं नाही.

तज्ज्ञ मंडळींनी पैसे आकारून दिलेली त्यांची तज्ज्ञ मते प्रक्षेपित झाली: 'विकासासाठी *कुणाला तरी* किंमत चुकवाचीच लागेल.' त्यांनी तज्ज्ञपणे सांगितलं.

भीक मागण्यावर बंदी घालण्यात आली. हजारो भिकाऱ्यांना गोळा करून त्यांचे जथे शहराबाहेर पाठवून द्यायचे होते. त्यांना एके ठिकाणी अडसर लावून थांबवण्यात आलं होतं. त्यांना पुन्हा परत आणण्यासाठी कंत्राटदारांना भरपूर पैसे द्यावे लागले.

दुर्बलांचे कैवारी फादर जॉन यांनी एक पत्र पाठवलं, त्यात त्यांनी म्हटलं होतं की पोलिसांकडील नोंदीनुसार, गेल्या वर्षात शहरातील रस्त्यांवर जवळपास तीन हजार बेवारस मृतदेह (माणसांचे) सापडले आहेत. त्यावर कुणीही उत्तर दिलं नाही.

पण खाद्यपदार्थांची दुकानं पदार्थांनी ओसंडत होती. पुस्तकांची दुकाने पुस्तकांनी खचाखच भरली होती. पादत्राणांची दुकाने पादत्राणांनी ठासून भरली होती आणि माणसं (ज्यांना माणसं म्हटलं जातं) एकमेकांना सांगत होती-

"आता आपल्याला शॉपिंगसाठी परदेशी जायची गरज नाही. आता इथं परदेशातून आयात केलेल्या गोष्टी मिळतात. बघा, मुंबई हे आपलं न्यू यॉर्क आहे, दिल्ली आपलं वॉशिंग्टन आणि काश्मीर आपलं स्वित्झर्लंड आहे. इट्स लाइक रिअली लाइक *साला* फॅन्टास्टिक *यार.*"

संपूर्ण दिवसभर रस्ते वाहतुकीनं गुदमरले होते. शहराच्या भेगा फटींत राहणारे नवे वंचित प्रकटले होते आणि चमचमत्या गुळगुळीत, वातानुकूलित गाड्यांभोवती थव्यांनी जमत होते, पुसण्याची फडकी, मोबाइल फोनचे चार्जर, जंबो जेट्सच्या प्रतिकृती, बिझनेसविषयक मासिके, व्यवस्थापनविषयक पुस्तके *(हाऊ टू मेक युअर फर्स्ट मिलियन, व्हॉट यंग इंडिया रिअली वॉन्ट्स),* खाण्यापिण्याबद्दलची गाईडस. देशाच्या विविध प्रांतांतल्या 'कन्ट्री हाउसेस'चे रंगीत फोटो असलेली इंटिरिअर डिझाइनविषयक मासिके, अध्यात्मविषयक उपाय सांगणाऱ्या पुस्तिका *(यू आर रिस्पॉन्सिबल फॉर युअर ओन हॅपीनेस...किंवा हाऊ टू बी युअर ओन बेस्ट फ्रेंड...)* विकत होते. स्वातंत्र्यदिनी त्यांनी खेळण्यातल्या मशीनगन्स आणि स्टॅन्डवर रोवलेले *मेरा भारत महान* असं लिहिलेले इवले राष्ट्रध्वज विकले. गाडीतल्या प्रवाशांनी त्यांच्या गाडीच्या खिडक्यांतून बाहेर नजर टाकली, तेव्हा त्यांना फक्त त्यांनी विकत

घ्यायचं ठरवलेलं नवं अपार्टमेंट दिसलं, त्यांनी नुकतंच बसवलेलं 'जकूझी' आणि त्यांनी नुकत्याच पटवलेल्या प्रिय सौद्यावरची अजून ओली असलेली शाई दिसली. ते ध्यानवर्गामुळे शांत होते आणि योगामुळे टवटवीत तेजस्वी दिसत होते.

शहराबाहेरच्या औद्योगिक परिसरात टाकाऊ पदार्थ व रंगीबेरंगी प्लॅस्टिकच्या पिशव्यांनी गच्च भरलेल्या दलदलीच्या मैलोन्‌मैल उजळलेल्या भागात, ही घालवून दिलेली माणसं पुन्हा वसली होती. तिथली हवा रसायनयुक्त होती आणि पाणी विषारी. दाट हिरव्या तळ्यांतून डासांच्या थव्यांचे ढग उठत होते.

जादा आया त्यांची घरे असणाऱ्या कचऱ्याच्या ढिगाऱ्यांवर चिमण्यांसारख्या बसून त्यांच्या जादा मुलांना अंगाई गाऊन झोपवत होत्या.

सूती रहु बउआ, भकोल अबइया
नानी गाम से आंगा, सियाइत अबइया
मामा संगे मामी, नचाइत अबइया
कारा संगे चड़ा, लबाइत अबइया

(झोप, माझ्या बाळा, झोप, राक्षस येईल
आजीच्या गावाहून नवा शर्ट शिवून येईल,
मामा आणि मामी नाचत नाचत येतील.
बांगड्या आणि पैंजण घेऊन येतील)

मग जादा मुलं झोपी जात, पिवळ्या बुलडोझरची स्वप्ने पाहत.

धूर धुक्याचं मिश्रण आणि शहराच्या यांत्रिक घरघराटी पलीकडे, रात्र खूप मोठी आणि सुंदर असे. आकाश म्हणजे ताऱ्यांचं जंगल होतं. जेट विमाने मंद, पिरपिऱ्या धूमकेतूंसारखी झेप घेत होती. काही वरच घिरट्या घालत, धूर-धुक्याच्या मिश्रणात हरवलेल्या इंदिरा गांधी इन्टरनॅशनल एअरपोर्टवर लॅन्ड होण्याच्या प्रतीक्षेत होती.

***

इकडे खाली, फुटपाथवर जंतरमंतर या जुन्या वेधशाळेच्या एका टोकाला आपल्या बाळाचं आगमन झालं होतं. सकाळच्या त्या प्रहरीसुद्धा तिथं भरपूर गजबज होती. कम्युनिस्ट, राजद्रोही, फुटीरतावादी, क्रांतिकारी, स्वप्नवेडे, निष्क्रिय, व्यसनी, मूर्ख, सगळ्या प्रकारचे फ्रीलान्सर्स आणि नवजात बाळांसाठी भेटवस्तू परवडत नसलेले विद्वान... सगळे जण भोवती जमले होते. गेले दहा दिवस ते सगळे बाजूला पडले होते आणि एके काळी त्यांचं 'क्षेत्र' असलेल्या भागातून त्यांना दूर घालवून

दिलं होतं. शहरात जिथं त्यांना एकत्र जमण्याची परवानगी होती अशी एकमात्र ठिकाणाहून, त्याला कारण होता शहरातला सर्वांत नवा कार्यक्रम.

वीसहून अधिक टीव्ही चॅनल्सचा ताफा आणि पिवळ्या क्रेन्सवर बसवलेले त्यांचे कॅमेरे रात्रंदिवस त्यांच्या नव्या चमकत्या ताऱ्यावर पहारा ठेवून होते : गोलमटोल गांधीवादी म्हातारा, माजी सैनिक, खेड्यातला समाजसेवक. त्यानं त्याचं भ्रष्टाचारमुक्त भारताचं स्वप्न साकार करण्यासाठी आमरण उपोषण जाहीर केलं होतं. ते भारतमातेच्या चित्राच्या पार्श्वभूमीवर, आजारी संतासारखे पाठ टेकून चिंतनमग्नपणे विसावले होते... त्यांच्या पाठीमागच्या चित्रात भारताच्या नकाशाच्या आकाराच्या देहाची बहुभुजा देवी होती. (अर्थातच फाळणीपूर्व ब्रिटिश भारताच्या आकाराची, त्यात पाकिस्तान व बांगलादेशसुद्धा समाविष्ट होतं.) त्यांचा प्रत्येक सुस्कारा, उसासा, त्यांच्या आजूबाजूच्या लोकांना हलक्या आवाजात दिलेल्या सूचना, सगळं अहोरात्र प्रक्षेपित होत होतं.

या म्हाताऱ्यानं वाऱ्याची दिशा ओळखली होती. हा उन्हाळा शहराच्या पुनर्निर्माणाच्या घोटाळ्यांचाही उन्हाळा ठरला होता. कोळसा घोटाळा, पोलाद-खनिज घोटाळा, गृहनिर्माण घोटाळा, विमा घोटाळा, मुद्रांक घोटाळा, फोन-परवाने घोटाळा, जमीन घोटाळा, धरण घोटाळा, जलसिंचन घोटाळा, शस्त्रास्त्रे व दारूगोळा घोटाळा, पेट्रोल पंप घोटाळा, पोलिओ लस घोटाळा, विद्युत बिलांचा घोटाळा, शालेय पुस्तक घोटाळा, बाबा-महाराजांचा घोटाळा, दुष्काळ साहाय्यता निधी घोटाळा, गाड्यांच्या नंबर प्लेटचा घोटाळा, मतदारयाद्यांचा घोटाळा, ओळखपत्रांचा घोटाळा... ज्यामध्ये राजकारणी, उद्योगपती, उद्योगपती-राजकारणी व राजकारणी-उद्योगपतींनी लोकांच्या पैशातून अकल्पित प्रमाणात पैसा खाल्ला होता.

त्या म्हाताऱ्यानं खजिन्याचा शोध घेणाऱ्या उत्तम 'खानखोजी' व्यक्तीप्रमाणे जनक्षोभाच्या डोहात हात घातला होता आणि त्याच्या स्वत:च्याच अपेक्षेपलीकडे, तो एका रात्रीत पूज्य व्यक्तिमत्त्व बनला होता. त्याचं भ्रष्टाचारमुक्त समाजाचं स्वप्न एखाद्या समृद्ध कुरणासारखं होतं, ज्यात सर्वाधिक भ्रष्टाचारी व्यक्तीसहित सगळे जण काही काळ चरू शकतात. एरवी ज्या लोकांचं एकमेकांशी काहीही देणं-घेणं नव्हतं (डावी आघाडी, उजवी आघाडी, बिनाआघाडीचे लोक) ते सगळे जण या म्हाताऱ्याभोवती घोळक्यानं जमले होते. त्याचं अकस्मात, जणू शून्यातून उदयाला येणं, इतिहास व राजकारण या बाबतीत भाबड्या असलेल्या तरुणांच्या नव्या उतावीळ पिढीला स्फूर्तिदायी वाटत होतं. त्यानं या तरुणांना उद्देश दिला होता. हे तरुण जीन्स-टी शर्ट अशा वेशात सोबत गिटार आणि स्वत: संगीतबद्ध कलेली भ्रष्टाचारविरोधी गीते घेऊन तिथं येत होते. त्यांच्यासोबत त्यांचे स्वत:चे फलक

आणि प्लेकार्ड्स असत, त्यावर *'इनफ इज इनफ!' व 'एन्ड करप्शन नाऊ!'* अशा घोषणा लिहिलेल्या असत. हा सोहळा साजरा करण्यासाठी तरुण 'प्रोफेशनल्स'नी, वकील, अकाउंटंट्स, कॉम्प्युटर प्रोग्रॅमर्स, एक टीम स्थापन केली होती. त्यांनी निधी उभा केला होता, भव्य मंडप घातला होता. तसंच 'प्रॉप्स' (भारतमातेचे चित्र, राष्ट्रीय ध्वज, गांधीटोप्या, फलक) आणि 'डिजिटल एज मीडिया कॅम्पेन'ची व्यवस्था केली होती. म्हाताऱ्याची वाक्प्रचुर वचने व सुभाषिते ट्विटरवर 'ट्रेंडिंग' होती व फेसबुकवरही उसळत होती. टीव्हीच्या कॅमेऱ्यांचं त्याला टिपून मन भरत नव्हतं.

निवृत्त सरकारी नोकर, पोलीस व लष्करी अधिकारीही त्यात सहभागी झाले होते. गर्दी वाढत गेली होती.

या झटपट लाभलेल्या 'स्टारडम'मुळे म्हातारा थरारून गेला. त्यामुळे तो उन्मुक्त आणि काहीसा आक्रमक झाला. त्याला वाटू लागलं की, फक्त भ्रष्टाचार या विषयालाच धरून राहण्यानं त्याच्या श्रेष्ठत्वाला अडसर येतोय आणि त्याचं आकर्षण कमी होतं आहे. त्यानं विचार केला की, आपण किमान आपल्या अनुयायांशी आपलं खरं व्यक्तित्व आणि आपलं स्वाभाविक व ग्रामीण शहाणपण 'शेअर' करू शकतो आणि अशाप्रकारे सर्कस सुरू झाली. त्यांनं जाहीर केलं की, तो भारताच्या दुसऱ्या स्वातंत्र्यलढ्याचं नेतृत्व करत आहे. त्याच्या म्हाताऱ्या बोबड्या स्वरातली चेतनादायी भाषणे, ती दोन फुगे एकमेकांवर घासल्यावर जसा आवाज येतो तशा आवाजातली वाटत असली तरी देशाच्या काळजाला स्पर्श करत आहेत असं दिसत होतं. लहान मुलांच्या वाढदिवसाच्या पार्टीतल्या जादूगारासारखी त्यानं हातचलाखी करून हवेतून भेटवस्तू काढून दाखवल्या. त्या वृद्धापाशी प्रत्येकासाठी काहीतरी होतं. त्यानं प्रखर राष्ट्रवादी हिंदूंमध्ये चैतन्य जागवलं. त्याची वादग्रस्त जुनी युद्धघोषणा होती. *वंदे मारतम्!* (हे लोक भारतमाता योजनेमुळं आधीच थरारून गेले होते.) मग जेव्हा काही मुस्लीम अस्वस्थ झाले, तेव्हा समितीनं मुंबईच्या एका मुस्लीम फिल्मस्टारच्या भेटीचं आयोजन केलं. तो फिल्मस्टार मुस्लीम प्रार्थना टोपी घालून (एरवी तो ती सहसा कधी घालत नाही.) तासाभराहून अधिक काळ व्यासपीठावर त्या म्हाताऱ्याशेजारी बसला, 'विविधतेतून एकते'चा संदेश अधोरेखित करण्यासाठी. परंपराभिमानी लोकांसाठी त्या म्हाताऱ्यानं गांधींना उद्धृत केलं. तो म्हणाला, जातिव्यवस्था भारताला तारेल.

''प्रत्येक जातीनं आपण ज्यासाठी जन्माला आलो आहोत ते काम केले पाहिजे, पण सगळ्या प्रकारच्या कामांचा आदर केला गेलाच पाहिजे.''

मग दलित संतापले, तेव्हा नगर निगमच्या झाडूवाल्याची मुलगी नवा फ्रॉक घालून, पाण्याची बाटली घेऊन त्याच्या शेजारी बसवली होती. तो तिच्या बाटलीतलं पाणी अधूनमधून घोट घोट पीत होता.

दहशवाद्यांसाठी वृद्धाची घोषणा होती, *'चोरांचे हात तोडले पाहिजेत! दहशतवाद्यांना फाशी दिली पाहिजे.'*

मग सर्व राष्ट्रप्रेमींसाठी त्यानं गर्जना केली, 'दूध मांगोगे तो खीर देंगे। कश्मिर मांगोगे तो चीर देंगे!'

त्याच्या मुलाखतीदरम्यान तो फॅरेक्स बेबीसारखं बोळकं पसरून हसत, त्याच्या साध्या, ब्रह्मचारी आयुष्याबद्दल सांगत होता... खेड्यातल्या मंदिराला लागून असलेल्या एका खोलीतलं त्याचं जीवन... तसंच, उपोषणादरम्यान त्याची ताकद टिकवण्यासाठी त्याला गांधीजींच्या 'ब्रह्मचर्य साधनेचा'चा कसा उपयोग झाला हेही त्यानं सांगितलं. ते सोदाहरण दाखवण्यासाठी, त्यानं उपोषणाच्या तिसऱ्या दिवशी बिछान्यातून उठून, पांढरा कुर्ता व धोती अशा वेशात मंचाभोवती जॉगिंग करून दाखवलं, विसविशीत दंडाच्या बेटकुळ्या काढून दाखवल्या. लोक हसले... रडले... त्याचा आशीर्वाद घेण्यासाठी पोराबाळांना घेऊन येऊ लागले.

टेलिव्हिजनची 'व्ह्यूअरशिप' गगनाला भिडली. जाहिरातींचा ओघ प्रचंड वाढला. अशाप्रकारचा वेडापिसा आवेश कुणीही पाहिला नव्हता, किमान गेल्या वीस वर्षांत तरी नाही. संपूर्ण जगभरातल्या मंदिरांतल्या गणेशमूर्तींनी एकाच वेळी दुग्धप्राशनास एक साथ आरंभ केल्याच्या चमत्कार दिनाच्या वृत्तानंतर पुन्हा अशा प्रकारचं वादळ कधी उठलं नव्हतं.

पण आता, या म्हाताऱ्याच्या उपोषणाच्या नवव्या दिवशी, नाश न झालेल्या वीर्याचा भरपूर संचय असूनही, तो लक्षणीयरीत्या अशक्त दिसत होता. त्या दिवशी दुपारी त्याच्या 'क्रिॲटिनिन लेव्हल' वाढल्याच्या व त्यांच्या मूत्रपिंडाचं कार्य खालावल्याच्या अफवा शहरभर फिरू लागल्या. त्यांच्या बिछान्याजवळ दिग्गज मंडळींच्या रांगा लागल्या. त्याचा हात हातात घेऊन त्यांनी स्वत:चे फोटो काढून घेतले आणि (तिथवर जाईल असं कुणालाच खरोखर वाटत नसलं तरी) 'तुम्ही जाऊ नका' असं त्यांनी त्याला आर्जवानं सांगितलं. निरनिराळ्या घोटाळ्यांत उघड्या पडलेल्या उद्योगपतींनी त्याच्या चळवळीला आर्थिक देणग्या दिल्या आणि त्याच्या अहिंसात्मक मार्गावरील दृढ श्रद्धेसाठी टाळ्या वाजवल्या. (त्यानं सुचवलेले हात तोडणं, फासावर लटकवणं व कोथळा बाहेर काढणं हे मार्ग तर्कसंगत प्रतिवाद म्हणून स्वीकारले गेले.)

म्हाताऱ्याच्या चाहत्यांमधल्या तुलनेनं सुखवस्तू माणसांनी– ज्यांना आयुष्यातल्या ऐहिक गरजा भागण्याचं भाग्य लाभलेलं होतं– असा जोश, प्रचंड जनसमुदायांसमवेत निषेध व्यक्त करताना मिळणारी सच्च्या, संतापाची चव कधी अनुभवली नव्हती. ते चारचाकी गाड्यांमधून, मोटरसायकलींवरून येत होते. राष्ट्रीय ध्वज फडकवत होते. देशभक्तीपर गीते म्हणत होते. एके काळी भारतातल्या आर्थिक चमत्काराचं

‘मसीहा’ असणारं, सापळ्यातल्या सशाचं सरकार पांगळं झालं होतं.

दूरवर, गुजरातमध्ये, गुजरातच्या लल्लानं म्हाताऱ्या बाळाचं आगमन हा ईश्वरी संकेत मानला. शिकाऱ्याच्या अचूक सहजतेनं त्यानं दिल्लीच्या दिशेनं कूच केलं. म्हाताऱ्याच्या उपोषणाच्या पाचव्या दिवशी लल्ला (प्रतीकात्मकरीत्या सांगायचं झालं तर) शहराच्या प्रवेशद्वारांबाहेर तळ ठोकून बसला. त्याचे लढवय्ये सैनिक जंतरमंतरवर जमले. त्यांनी पाठिंब्याच्या महागर्जना केल्या. त्यामुळे म्हातारा भांबावला. त्यांचे झेंडे जास्त मोठे होते, त्यांची गीते इतर कुणाहीपेक्षा जास्त मोठ्या आवाजात होती. त्यांनी काउन्टर उघडली आणि गोरगरिबांना मोफत अन्न द्यायला सुरुवात केली. (लल्लाचे समर्थक असलेल्या कोट्यधीश परमेश्वरी अवतारांकडून मिळालेल्या निधींमुळे ते चांगले गबर होते.) त्यांना डोक्याला भगव्या पट्ट्या न बांधण्याच्या, भगवे ध्वज सोबत न नेण्याच्या आणि चुकूनही कधी गुजरातच्या लल्लाचे नाव न उच्चारण्याच्या कडक सूचना देण्यात आल्या होत्या. ते यशस्वी झालं. काही दिवसांतच सत्ता पालटली. म्हाताऱ्याला प्रसिद्ध बनवण्यासाठी ज्या तरुण ‘प्रोफेशनल्स’नी इतकी मेहनत घेतली होती त्या लोकांना, एवढंच काय, पण त्या म्हाताऱ्यालासुद्धा काय घडतंय हे कळण्याआधीच ते पदच्युत झाले होते. ते ‘समृद्ध कुरण’ उद्‌ध्वस्त झालं. सापळ्यातला ससा अतिशय अडचणीत आला. लवकरच ‘लल्ला’ दिल्लीवर स्वारी करणार होता. त्याच्या चेहऱ्याचे कागदी मुखवटे घालणारी त्याची माणसं त्याला खांद्यावर घेऊन *‘लल्ला! लल्ला! लल्ला!’* असा त्याचा जयघोष करत त्याला राजसिंहासनावर नेऊन बसवणार होती. कुठंही पाहिलं तरी त्याला फक्त तो स्वत:च दिसणार होता. हिंदुस्थानचा नवा सम्राट. तो महासागर होता. तो अनंत होता. तो म्हणजेच मानवता होता. पण हे सगळं घडण्यासाठी अजून एक वर्ष जावं लागणार होतं.

आत्ता, ‘जंतरमंतर’वर त्याचे समर्थक सरकारी भ्रष्टाचाराबद्दल जोरदार घोषणा देत होते. *(मुर्दाबाद! मुर्दाबाद!)* रात्री ते स्वत:ला टीव्हीवर पाहण्यासाठी घरी जात होते. सकाळी ते परत येईपर्यंत, तो वृद्ध व त्याच्या मोजक्या समर्थकांचा ‘कोअर ग्रूप’ हजारोंची गर्दी सामावण्याइतका मोठा असणाऱ्या हेलकावणाऱ्या पांढऱ्या मांडवाखाली काहीसा एकाकी दिसत असे.

त्या भ्रष्टाचारविरोधी मांडवाच्याच शेजारी, एका जुन्या चिंचेच्या झाडाच्या पसरलेल्या फांद्यांनी आखलेल्या हद्दीत आणखी एक सुप्रसिद्ध गांधीवादी कार्यकर्ती आमरण उपोषणाला बसली होती. सरकारनं पेट्रोकेमिकल्स कॉर्पोरेशनला बंगालमध्ये कोळसा खाण व औष्णिक ऊर्जा प्रकल्पासाठी हजारो शेतकऱ्यांची व स्थानिक

आदिवासी जाती-जमातीच्या लोकांची जमीन हडपली होती, त्या लोकांना न्याय मिळावा यासाठी तिनं हे पाऊल उचललं होतं. हे तिचं एकोणिसावं आमरण उपोषण होतं. ती दिसायला देखणी होती. तिच्या लांबसडक केसांची वेणीही पाहण्याजोगी होती; पण ती दूरदर्शन वाहिन्यांच्या कॅमेऱ्यांच्या दृष्टीनं त्या वृद्धाइतकीच लोकप्रिय नव्हती. त्यामागचं कारण काही रहस्यमय वगैरे नव्हतं. त्या पेट्रोलियम कॉर्पोरेशनकडे बहुतांश टेलिव्हिजन चॅनल्सची मालकी होती आणि बाकीच्या चॅनल्सवर त्यांच्या प्रचंड जाहिराती होत्या, त्यामुळे, संतप्त टीकाकारांनी टीव्ही स्टुडिओमध्ये 'गेस्ट ॲपिअरन्स' देत, तिची निंदा केली आणि तिला 'परकीय शक्ती' अर्थसाहाय्य करत असल्याचं सूचित केलं. बरेच टीकाकार, तसंच पत्रकारही कॉर्पोरेशनच्या 'पेरोल'वर होते, त्यामुळे त्यांनी त्यांच्या मालकांसाठी सर्वोत्तम काम केलं. पण रस्त्यावर तिच्या आजूबाजूचे लोक तिच्यावर प्रेम करत होते. अर्धपिकल्या केसांचे शेतकरी तिच्या चेहऱ्यावर घोंघावणारे डास पळवून लावत होते. दणकट-काटक शेतकरी बायका तिच्या पायांना मालीश करत होत्या. तिच्याकडे कौतुकभरल्या नजरेनं पाहत होत्या. नवशिके कार्यकर्ते, त्यांच्यापैकी काही जण युरोप व अमेरिकेतले तरुण विद्यार्थी होते, ते सैलसर, हिप्पी कपडे घालून त्यांच्या लॅपटॉपवर तिची लांबलचक प्रसिद्धिपत्रके तयार करत होते. अनेक बुद्धिवंत व आस्थेवाईक नागरिक, रस्त्यावर उकिडवे बसून, वर्षानुवर्षे आपल्या हक्कांसाठी लढणाऱ्या शेतकऱ्यांच्या हक्कांबद्दल बोलत होते. परदेशी विद्यापीठांतले, सामाजिक चळवळींचा अभ्यास (सर्वांत मागणी असलेला विषय) करणारे पीएचडीचे विद्यार्थी शेतकऱ्यांच्या प्रदीर्घ मुलाखती घेत होते. जिथं शौचालयं नाहीत आणि फिल्टरचं पाणी नाही अशा दूरवरच्या खेड्यांत फील्डवर्कसाठी जावं न लागल्यानं आणि शहरातच ते काम झाल्यानं त्यांना फारच बरं वाटत होतं.

सामान्य कपड्यांमधले डझनभर दणकट लोक त्या गर्दीत पसरले होते. त्यांचा पोशाख सिव्हिल असला तरी त्यांचे बूट-मोजे आणि केस 'अन-सिव्हिल' होते. (त्यांचे बूट तपकिरी आणि मोजे खाकी होते; केस मागच्या बाजूला आणि कानांवर बारीक कातरलेले होते.) आजूबाजूच्यांचे बोलणे ते सरळसरळ चोरून ऐकत होते. त्यांच्यापैकी काही जण पत्रकार असल्याचं भासवत छोट्या हॅन्डीकॅमवर संभाषणाचं चित्रीकरण करत होते. परदेशी तरुणांवर त्यांचं विशेष लक्ष होतं. (त्यापैकी बऱ्याच जणांना त्यांचा व्हिसा रद्द झाल्याचं लवकरच कळणार होतं.)

टीव्हीच्या दिव्यांनी हवेतली उष्णता अधिकच वाढवली होती. आत्मघातकी पतंगांनी 'सन गन्स' उडवून दिल्या होत्या त्यामुळे रात्रीला जळून कोळसा झालेल्या किड्यांचा वास येत होता. दिवसभर कडक उन्हात भीक मागून थकलेली आणि असाहाय्यतेच्या जाणिवेनं धुमसणारी पंधरा अत्यंत विकलांग माणसं अंधारात घुटमुळत होती; दिव्यांच्या वर्तुळाबाहेरच्या परिसरात, वाकलेल्या पाठी आणि क्षीण

अवयव सरकारनं दिलेल्या हातानं चालवण्याच्या सायकल रिक्षांवर टेकवून. विस्थापित शेतकरी व त्यांच्या प्रसिद्ध नेतृत्वानं त्यांना त्यांच्या नेहमीच्या थंडगार, सावलीच्या जागेतून विस्थापित केलं होतं, त्यामुळे त्यांची सहानुभूती पूर्णत: पेट्रोकेमिकल्स उद्योगाकडे होती. त्यांना शेतकऱ्याचं आंदोलन शक्य तितक्या लवकर संपायला हवं होतं, जेणेकरून त्यांना त्यांची जागा परत मिळेल.

तिथून काही अंतरावर एक उघडाबंब माणूस छोट्या कार्टनमधलं आंब्याचं दाट पेय फुर्रफुर्र आवाज करत स्ट्रॉने ओढून पीत होता. त्याच्या अंगावर 'सुपरग्लू'नं पिवळीधमक लिंबं चिकटवली होती. त्यानं अंगावर लिंबं का चिकटवली आहेत किंवा तो लिंबाचा प्रचार करतोय असं दिसत असताना, तो आंब्याचं पेय का पितोय, याचं उत्तर देण्यास त्यानं नकार दिला होता. कुणी त्याबद्दल विचारलं तर तो शिवीगाळ करत होता. एक फ्रीलान्सर जो स्वत:ला 'परफॉर्मन्स आर्टिस्ट' म्हणवत असे, सूट-टाय आणि इंग्लिश बोलर हॅट घालून गर्दीतून काही उद्देशानं फिरत होता. लांबून पाहिलं तर त्याच्या सूटवर सीख कबाबांची छपाई केल्यासारखं दिसत होतं, पण जवळून नीट पाहिलं तर ते व्यवस्थित आकार दिलेल्या शेळीच्या लेंड्या असल्याचं लक्षात येत होतं. त्यानं कॉलरजवळ लावलेलं गुलाबाचं फूल सुकून काळं पडलं होतं. त्याच्या छातीवरच्या खिशातून पांढऱ्याशुभ्र रूमालाचा त्रिकोण डोकावत होता. तुम्हाला यातून काय संदेश द्यायचा आहे, असं विचारलं असता, त्यानं त्या 'लिंबूवाल्या'च्या अगदी विरुद्ध प्रतिसाद दिला. त्यानं अगदी शांतपणे समजावून सांगितलं की, माझं शरीर हे माझं साधन आहे आणि मला तथाकथित 'सुसंस्कृत'जगानं विष्ठेबद्दलचा तिटकारा सोडून द्यावा आणि विष्ठा हे प्रक्रिया केलेलं अन्नच आहे ही गोष्ट स्वीकारावी असं वाटतं आणि त्याच्या उलटही... व्हॉइसव्हर्सा. त्याला कला वस्तुसंग्रहालयांबाहेर आणून ती 'लोकांपर्यंत' पोहोचवायची असल्याचंही त्यानं सांगितलं.

'लिंबूवाल्या'जवळ अन्जुम, सद्दाम हुसैन व उस्ताद हमीद बसले होते. (त्यानं त्यांच्याकडे साफ दुर्लक्ष केलं होतं.) त्यांच्यासोबत एक दिसायला अत्यंत आकर्षक तरुण हिजडा होता. इशरत. जन्नत गेस्ट हाउसचा पाहुणा, इंदूरहून आलेला. इथं येणं ही अर्थातच अन्जुमची कल्पना होती. गोरगरिबांना मदत करणं ही तिची कधीपासूनची इच्छा होती, त्यामुळे टीव्ही चॅनल्सवर दाखवत आहेत तो 'दुसरा स्वातंत्र्यसंग्राम' आहे तरी काय हे प्रत्यक्ष पाहून येऊ या असं म्हणून ती सगळ्यांना घेऊन इथं आली होती. सद्दाम ही कल्पना धुडकावून लावत म्हणाला होता, 'हे समजून घेण्यासाठी इतकं दूर जाण्याची काहीही गरज नाही. मी तुला इथंच बसून सांगतो-सगळ्या घोटाळ्यांमधला हा सगळ्यात मोठा मादरचोद घोटाळा आहे.'

पण अन्जुम हटून बसली होती आणि सद्दाम तिला एकटीला जाऊ द्यायला तयार नव्हता. म्हणून त्यांनी छोटी 'टीम' बनवली. अन्जुम, सद्दाम (तो अजूनही गॉगल घालूनच होता) आणि निम्मो गोरखपुरी. उस्ताद हमीद अन्जुमला भेटायला आले होते, त्यांनाही या मोहिमेत जबरदस्तीनं ओढण्यात आलं आणि तरुण इशरतलाही.

रात्री तुलनेनं गर्दी थोडी कमी असेल अशा वेळी त्यांनी तिथं जायचं ठरवलं. अन्जुमनं साधेसेच कपडे घातले होते, फिकट रंगाचा पठाणी सूट; पण तिला केसांची पिन, दुपट्टा आणि हलकीशी लिपस्टिक लावण्याचा मोह आवरला नव्हता. इशरत तिचं लग्न असावं अशी सजली होती. भडक गुलाबी, टिकल्यांचा कुर्ता आणि हिरवी पतियाळा सलवार. डोळ्यांत भरेल असा साजशृंगार न करण्याच्या सल्ल्याकडे दुर्लक्ष करून तिनं भडक लिपस्टिक लावली होती आणि रात्र झळाळून निघेल इतके दागदागिने घातले होते. अन्जुम, इशरत व उस्ताद हमीद निम्मोच्या कारमधून आले होते. सद्दाम त्यांना तिथंच भेटणार होता. तो पायलवर स्वार होऊन जंतरमंतरवर आला आणि त्यानं तिथून काही अंतरावर, पायलला एका कठड्याला दोरीनं बांधलं. (बूट-चपलांना पॉलिश करणाऱ्या एका आगाऊ मुलाला दोन चोकोबार व दहा रुपये देण्याचं कबूल करून पायलकडे लक्ष ठेवायला सांगितलं.) निम्मो गोरखपुरीची अस्वस्थता लक्षात घेत, सद्दामनं त्याच्या फोनमधील प्राण्यांचे व्हिडीओ दाखवून तिचं मनोरंजन करण्याचा प्रयत्न केला. त्यातले काही व्हिडीओ त्यानं स्वत: चित्रित केले होते, भटक्या कुत्र्यामांजराचे, गायींचे. शहराच्या रोजच्या भ्रमंतीत त्याला भेटलेल्या प्राण्यांचे, आणि काही त्याला मित्रांकडून व्हॉट्सॲपवर आलेले :

हे बघ, याला चड्ढासाहेब म्हणतात. हा कधीही भुंकत नाही. रोज दुपारी ठीक चार वाजता तो या बागेत त्याच्या गर्लफ्रेंडशी खेळायला येतो. या गायीला टोमॅटो आवडतात. मी रोज तिच्यासाठी थोडे घेऊन जातो. याला लूत भरली आहे. हा दोन पायांवर उभं राहून या बाईचा मुका घेणारा सिंह पाहिलास...? हो, ही बाई आहे. ती पाठमोरी झाली की लक्षात येईल तुझ्या...

पण त्यापैकी कशातही बकऱ्या किंवा पाश्चिमात्य बायकांच्या फॅशनबद्दल काहीही नसल्यामुळे, निम्मो गोरखपुरीचं कंटाळलेपण कमी होऊ शकलं नाही. त्यामुळे काही वेळातच ती तिथून सुटका करून घेत निघून गेली. त्याच वेळी अन्जुम मात्र ती वर्दळ, फलक, कानावर पडणारे शब्द यांमुळे भारावली होती. आपण अजून थोडा वेळ इथंच थांबून 'काहीतरी शिकू या' असा तिचा आग्रह होता. त्यामुळे इतरांप्रमाणेच तेही पेव्हमेन्टवर दाटीवाटीत बसले. एकदा तिथं स्थिरावल्यावर, अन्जुमनं तिचा राजदूत हिज एक्सलन्सी, परमशक्तिमान अधिकारी, सद्दाम हुसैनला आजूबाजूच्या गटांचा धावता आढावा घेण्यासाठी, म्हणजे ते लोक कुठून आले

आहेत, ते कशासाठी निदर्शने करत आहेत, त्यांच्या काय मागण्या आहेत वगैरे जाणून घेण्यासाठी पाठवलं. सद्दाम एखाद्या राजकीय भंगार बाजारातल्या दुकानदारासारखा या स्टॉलवरून त्या स्टॉलवर आज्ञाधारकपणे फिरून, त्याला मिळालेलं ज्ञान अन्जुमला येऊन सांगत होता. अन्जुम जमिनीवर मांडी घालून, पुढं झुकून त्याचं बोलणं मन लावून ऐकत होती. ती मध्येच मान हलवत होती, किंचित हसत होती; पण सद्दाम बोलत असताना त्याच्याकडं पाहत नव्हती. कारण, तो ज्या कुठल्या गटाबद्दल बोलत होता, त्या दिशेनं मान वळवून तिचे चमकदार डोळे त्या गटावर खिळत होते. सद्दामनं आणलेल्या माहितीत उस्ताद हमीदना जराही रस नव्हता. मात्र ही मोहीम त्यांच्या दैनंदिन जीवनातला स्वागतार्ह बदल असल्यामुळे ते त्यात आनंदानं सहभागी झाले होते. आणि निरर्थकपणे आजूबाजूला पाहत स्वत:शीच गुणगुणत होते. प्रसंगोचित वेशभूषेत नसलेली व अगदीच व्यर्थ ठरलेली इशरत निरनिराळ्या पार्श्वभूमीवर वेगवेगळ्या कोनांतून सेल्फी घेत वेळ काढत होती. तिच्याकडे कुणी फारसं लक्ष देत नसलं (ती आणि म्हातारा बालक यांच्यात कसलीही स्पर्धा नव्हती.) तरी ती 'बेस कॅम्प'पासून फार दूर न जाण्याची सावधगिरी बाळगून होती. एकदा ती आणि उस्ताद हमीद एका शाळकरी मुलीच्या खिदळण्यात हरवलेलं पाहून अन्जुमनं 'एवढी काय गंमत झालीये' असं विचारलं. त्यावर उस्ताद हमीदनी तिला, त्यांची नातवंडे त्यांच्या आजीला उस्ताद हमीदना (म्हणजे तिच्या नवऱ्याला) 'ब्लडी फकिंग बीच' म्हणायला कसं शिकवत होती ते सांगितलं. त्यांनी तिला सांगितलं की, आपल्या प्रेमाच्या माणसासाठी वापरण्याचं हे इंग्रजीतील संबोधन आहे.

"आपण काय बोलतोय याची तिला कल्पनाच नव्हती. ती ते म्हणताना खूप गोड दिसत होती. ब्लडी फकिंग बीच! माझी बेगम मला या नावानं हाक मारते..."उस्ताद हमीद हसून सांगत होते.

"म्हणजे काय?" अन्जुमनं विचारलं. (तिला 'बीच' या इंग्रजी शब्दाचा अर्थ माहीत होता, पण 'ब्लडी आणि फकिंग' हे शब्द माहीत नव्हते.)

उस्ताद हमीद तिला ते समजावून सांगणार (खरंतर त्यांना स्वत:लाच ते नीट माहीत नव्हतं, फक्त हे शब्द वाईट आहेत एवढंच त्यांना माहीत होतं.) इतक्यात, एक लांब केसांचा, दाढीवाला, ढगळ, जुनाट मळके कपडे घातलेला तरुण आणि त्याच्याइतकेच जुनाट मळके कपडे घातलेली, विस्कटलेल्या मोकळ्या केसांची मुलगी त्यांच्याजवळ आले. ते एक माहितीपट बनवत होते. विरोध व प्रतिकार याबद्दल. त्यांच्या या पटाची एक संकल्पना अशी होती की, निदर्शकांच्या तोंडून 'दुसरे जग शक्य आहे,' हे वाक्य पुन:पुन्हा वदवून घ्यायचे, ते ज्या भाषेत बोलत असतील त्या भाषेत, उदाहरणार्थ जर त्यांची भाषा हिंदी किंवा उर्दू असेल तर त्यांनी

'दुसरी दुनिया मुमकिन है...' असं म्हणायचं.

त्यांनी बोलत बोलत कॅमेरा सेट केला आणि अन्जुमला बोलताना थेट लेन्समध्ये बघून बोलायला सांगितलं. अन्जुमच्या शब्दकोशात 'दुनिया' शब्दाचा अर्थ काय आहे हे त्यांना माहीत नव्हतं. अन्जुमला तर काहीच समजलं नव्हतं. ती कॅमेऱ्यात रोखून बघत म्हणाली, "आम्ही तिथूनच आलो आहोत... हम दुसरी दुनिया से आये है।"

त्या तरुण चित्रपट निर्मात्यांना अजून रात्रभर काम करायचं होतं. त्यामुळे नेमकं काय म्हणायचं हे समजावून सांगण्यात वेळ घालवण्यापेक्षा त्यांनी एकमेकांकडे कटाक्ष टाकून तिथून पुढे सरकायचं ठरवलं. मग ते अन्जुमचे आभार मानून, रस्ता ओलांडून पलीकडच्या दिशेनं गेले. तिथं अनेक गट आपापले स्वतंत्र मांडव टाकून बसले होते.

पहिल्या मांडवात सात जण मुंडण करून बसले होते. त्यांच्या अंगावर सफेद धोती होती. त्यांनी मौनाची शपथ घेतली होती. हिंदी ही भारताची राष्ट्रीय भाषा-अधिकृत मातृभाषा म्हणून जाहीर केल्याखेरीज ते बोलणार नव्हते. बावीस इतर अधिकृत भाषा व शेकडो अनधिकृत भाषांमधून त्यांना 'हिंदी' हीच राष्ट्रीय भाषा बनायला हवी होती. त्यातले तीन जण गाढ झोपले होते आणि उर्वरित चौघांनी रात्रीचा चहा पिण्यासाठी त्यांचे सफेद हॉस्पिटल मास्क (मौनाच्या शपथेसाठीचं त्यांचं प्रॉप होतं ते) खाली सरकवले होते. ते बोलू शकत नसल्यामुळे, त्या माहितीपटवाल्यानं त्यांना एक छोटा फलक धरायला सांगितलं. त्यावर लिहिलं होतं. *अनदर वर्ल्ड इज पॉसिबल.*

हिंदी राष्ट्रीय भाषा म्हणून घोषित करावी अशी फलकावरची मागणी त्यांच्या 'फ्रेम' मध्ये येऊ नये याची माहितीपट निर्मात्यांनी दक्षता घेतली, कारण त्यांच्या मते ही काहीशी प्रतिगामी मागणी होती. पण मास्कवाल्या, तुळतुळीत गोटे केलेल्या माणसांनी आपल्या माहितीपटासाठी उत्तम 'व्हिज्युअल टेक्स्चर' दिलं आहे, त्याकडे दुर्लक्ष करता कामा नये असा त्यांनी विचार केला.

त्या मुंडण केलेल्या लोकांपासून अगदी जवळच, पेव्हमेन्टचा भलामोठा भाग पन्नास जणांनी व्यापला होता. ते होते भोपाळमधील १९८४च्या युनियन कार्बाईड वायुगळतीमुळं अपंगत्व आलेल्या हजारो लोकांचे प्रतिनिधी. ते गेल्या दोन आठवड्यांपासून तिथं होते. त्यांच्यापैकी सात जण आमरण उपोषणाला बसले होते. त्यांची प्रकृती हळूहळू खालावत होती. ते भोपाळहून पायी चालत दिल्लीला आले होते... शेकडो किलोमीटर अंतर पार करून– तेसुद्धा उन्हाळ्याच्या दिवसांतल्या तळपत्या उन्हात. त्यांना नुकसानभरपाई हवी होती. त्यांना स्वच्छ पाणी, वैद्यकीय सुविधा हव्या होत्या, त्यांच्यासाठी व वायुगळतीनंतर व्यंग घेऊन जन्माला आलेल्या पिढ्यांसाठी. सापळ्यातल्या

सशानं भोपाळवासीयांना भेट नाकारली होती. टीव्हीच्या क्रूंना त्यांच्यात रस नव्हता. त्यांचा लढा बातमी करण्याच्या दृष्टीनं फारच जुना झाला होता. व्यंग घेऊन जन्माला आलेल्या मुलांचे, बाटल्यात फॉर्मल्डिहाईडच्या द्रावणात ठेवलेल्या, गर्भपात झालेल्या दुर्दैवी गर्भांचे आणि वायुगळतीमुळं मृत्युमुखी पडलेल्या, अपंगत्व आलेल्या व दृष्टी गेलेल्या हजारो माणसांचे फोटो कठड्यावरच्या पताकांवर जणू मृत्युनाच करत होते.

एका छोट्या टीव्ही मॉनिटरवर (त्यांनी जवळच्या चर्चमधून वीज मिळवली होती.) ठिपक्याठिपक्यांचं जुनं फुटेज लावून ठेवलेलं होतं. या दुर्घटनेनंतर बऱ्याच दिवसांनी युनियन कार्बाईड कॉर्पोरेशनचे अमेरिकी सीईओ, प्रसन्नवदन तरुण वॉरेन अँडरसन यांचं दिल्ली विमानतळावर आगमन झालं आहे.

''मी आत्ताच आलोय,'' ते रेटारेटी करणाऱ्या पत्रकारांच्याच गर्दीला सांगत आहेत. ''मला अद्याप तपशील माहीत नाहीत. सो हे! वॉट डू यू वॉन्ट मी टू से?''

त्यानंतर ते थेट टीव्ही कॅमेऱ्यात पाहून हात हलवत म्हणत आहेत, *''हाय मॉम.''*

त्यानंतर रात्रभर सुरू राहिलं. *हाय मॉम! हाय मॉम! हाय मॉम! हाय मॉम! हाय मॉम...*

दशकानुदशके वापरून विटलेल्या एका जुन्या फलकावर लिहिलं होतं, *वॉरेन अँडरसन, वॉर क्रिमिनल* आहे.

एका नव्या फलकावर लिहिलं होतं, *वॉरेन अँडरसनने ओसामा बिन लादेनपेक्षा जास्त लोकांना ठार केलं आहे.* भोपाळवासीयांच्या शेजारी दिल्ली कबाडीवाला संस्था व मैला कामगार संघटना शहरातील कचरा व शहरातील सांडपाण्याच्या खासगीकरणाविरुद्ध व व्यावसायीकरणाविरुद्ध निदर्शने करत होती. ज्या कॉर्पोरेशनला ऊर्जा प्रकल्पासाठी शेतकऱ्यांची जमीन दिली होती, त्याच कंपनीनं या संदर्भातला करार पदरात पाडला होता. शहराचा विद्युतपुरवठा व पाणी वितरण त्यांच्याकडेच होतं. आता शहराची विष्ठा व कचऱ्याची विल्हेवाट लावण्याची व्यवस्थाही त्यांच्याकडेच गेली होती.

कचरावाले व मैला कामगारांच्या लगत पेव्हमेन्टचा सर्वांत आलिशान भाग होता... चमचमते सार्वजनिक स्वच्छतागृह, चकचकीत ग्रॅनाईटची जमीन आणि आरसे असलेल त्या स्वच्छतागृहातले दिवे रात्रंदिवस सुरू असत. तिथं मुतण्यासाठी एक रुपया, हगण्यासाठी दोन रुपये आणि अंघोळीसाठी तीन रुपये शुल्क होतं. पेव्हमेन्टवरच्या फारशा लोकांना हे दर परवडण्याजोगे नव्हते. बरेच जण स्वच्छतागृहाच्या बाहेर भिंतीजवळ मुतत असत. त्यामुळे ते स्वच्छतागृह आतल्या बाजूला अगदी चकचकीत स्वच्छ असलं, तरी बाहेरच्या बाजूला शिळ्या मुताचा तीव्र भपकारा येत असे. त्यामुळे व्यवस्थापनाला फार काही फरक पडत नसे, स्वच्छतागृहाचा महसूल

अन्य ठिकाणाहून जमा होत असे. त्या स्वच्छतागृहाची बाहेरची भिंत जाहिरातफलक बनली होती. तिथं दर आठवड्यात कुठलीतरी नवी जाहिरात झळकत असे.

या आठवड्यात तिथं होंडाची नवी लक्झरी कार झळकली होती. त्या जाहिरातीच्या रक्षणासाठी स्वतंत्र खासगी पहारेकरी होता. त्या जाहिरातीजवळच छोट्या निळ्या प्लॅस्टिक शीटखाली गुलबिया वेछानिया राहत असे. त्याची ही जागा म्हणजे त्यानं जिथून सुरुवात केली होती त्यापासून एक पाऊल प्रगतीचं होती. वर्षभरापूर्वी तो या शहरात आला तेव्हा अत्यंत विपन्नावस्थेमुळं आणि गरज म्हणून तो झाडांमध्ये राहिला होता, पण आता त्याला काम आणि निवारासदृश काहीतरी मिळालं होतं. तो ज्या 'सिक्युरिटी एजन्सी'त काम करत होता त्या एजन्सीच्या नावाची अक्षरं त्याच्या डागाळलेल्या निळ्या शर्टाच्या खांद्यावर विणलेली होती. टीएसजीएस सिक्युरिटी (हरामजादी कुत्री संगीता मॅडमच्या एसएसजीएसची प्रतिस्पर्धी कंपनी.) सौंदर्यविध्वंस रोखणं हे त्याचं मुख्य काम होतं. खास करून काही विशिष्ट हलकट माणसांचे थेट फलकावरच मुतण्याचे सारखे सारखे प्रयत्न उधळून लावणं. तो आठवड्यात सातही दिवस रोज बारा तास काम करत असे. त्या रात्री गुलबिया दारू पिऊन झोपल्यावर कुणीतरी चंदेरी रंगाच्या होंडा सिटीवरच स्प्रेनं *इन्किलाब जिंदाबाद! लाँग लिव्ह रेव्होल्यूशन!* असं लिहून ठेवलं. त्याखालीच कुणीतरी कविता खरडली –

छीन ली तुमने गरीब की रोजी-रोटी
और लगा दी है फीस, करने पर टट्टी
(ओरबाडलीत तुम्ही रोजी-रोटी गरिबाची
आणि द्यावी लागते फी हगण्याची)

दुसऱ्या दिवशी सकाळी गुलबियाची नोकरी जाणार होती. त्याच्यासारखे हजारो लोक त्याची जागा घेण्याच्या आशेनं रांगेत वाट बघत होते. (कदाचित तो रस्त्यावरचा कवीसुद्धा त्यात असू शकेल.) पण आत्ता तरी, गुलबिया गाढ झोपला होता आणि स्वप्नात मश्गूल होता. स्वप्नात त्याच्यापाशी त्याच्या पोटापुरते व त्याच्या खेड्यातल्या छोट्याशा घरी कुटुंबाला पाठवण्याएवढे पैसे होते. त्याच्या स्वप्नात त्याचं खेडं अजून अस्तित्वात होतं. ते धरणाच्या जलाशयाच्या तळाशी गेलेलं नव्हतं. त्याच्या घराच्या खिडक्यांतून मासे पोहत आत-बाहेर करत नव्हते. मगरी झाडांच्या उंच उंच फांद्यामधून सुळकन फिरत नव्हत्या. पर्यटक त्याच्या शेतांमधून नौकाविहार करत आभाळात डिझेलचे इंद्रधनुषी ढग सोडत नव्हते. त्याच्या स्वप्नात त्याचा भाऊ लुअरिया, धरणाच्या साइटवर टूर-गाईड बनून, धरणानं काय काय चमत्कार घडवले हे दाखवण्याचं काम पार पाडत नव्हता. कधी काळी ती जमीन जिच्या मालकीची होती ती त्याची आई तिच्या

जमिनीवर बांधलेल्या धरणाच्या इंजिनिअरच्या घरी झाडूवालीचं काम करत नव्हती. तिला तिच्या स्वत:च्या झाडांवरचे आंबे चोरून घ्यावे लागत नव्हते. ती पुनर्वसन वसाहतीतल्या पत्र्याच्या भिंती व पत्र्याचं छत असलेल्या पत्र्याच्या झोपडीत (ते पत्रे इतके गरम होते की, तुम्ही त्यावर कांदे परतू शकाल) राहत नव्हती. गुलबियाच्या स्वप्नात त्याची नदी अजूनही वाहत होती. अजूनही जिवंत होती. उन्हाचा कडाका वाढला की मुलं अजूनही पाण्यात सूर मारून म्हशींच्या कळपासोबत पोहत होती, खडकांवर बसत होती, पावा वाजवत होती... खेड्याच्या वरच्या बाजूला डोंगरावर आच्छादलेल्या साल जंगलात चित्ते, सांबर आणि चंबूतोंडाची अस्वलं होती. सण-उत्सवांच्या वेळी त्याची माणसं तिथं जमून कित्येक दिवस दारू पीत असत, ढोलाच्या तालावर नाचत असत...

त्याच्या जुन्या आयुष्यातलं सगळं आता हातून सुटलं होतं. ते सगळं त्याच्या स्मृतीत जमा झालं होतं... त्याचा पावा, त्याचं कानातलं (त्याला इथं कामावर कानातलं घालण्याची परवानगी नव्हती.)... सारं काही.

गुलबिया वेछनियानं चंदेरी होंडा सिटीची राखण करण्याचं कर्तव्य बजावण्यात कसूर केली होती; पण स्वच्छतागृहाचा 'इन-चार्ज' जनकलाल शर्मा मात्र त्याच्यासारखा बेजबाबदार नव्हता. तो टक्क जागा राहून कठोर मेहनत करत होता. पानं मुडपलेली त्याची नोंदवही अद्ययावत असे. त्याच्या पाकिटातले पैसे नीट वर्गीकरण करून लावलेले असत. त्याच्याकडे नाण्यांसाठी स्वतंत्र थैली होती. तो कार्यकर्ते, पत्रकार व टीव्हीचे कॅमेरामन यांना स्वच्छतागृहातल्या पॉवरपाइंटवरून त्यांचे मोबाइल, लॅपटॉप व कॅमेऱ्याच्या बॅटऱ्या रिचार्ज करून देत असे; सहा अंघोळी व एकदा हगण्याच्या दरात (म्हणजे वीस रुपयांत) आणि स्वत:च्या पगाराला हातभार लावत असे. सुरुवातीला, तो भ्रष्टाचारविरोधी कार्यकर्त्यांच्या बाबतीत जरा सावध असायचा. (ते ओळखणं अवघड नव्हतं. ते तितके गरीब नसत व इतर कुणाहीपेक्षा जास्त आक्रमक असत. त्यांच्या अंगावर जीन्स व टी-शर्ट असा फॅशनेबल पोशाख असला तरी त्यातल्या बहुतेकांच्या डोक्यावर गांधीटोपी असे. त्या टोपीवर 'फॅरेक्स बेबी' सारखं हास्य असलेल्या सस्मित म्हाताऱ्या -बालकाची सोलराईज्ड प्रिंट असे) जनकलाल शर्मा त्यांना योग्य दर लावण्याची आणि त्याच्या स्वच्छताकर्माच्या स्वरूपाची अचूक व काळजीपूर्वक नोंद करण्याची दक्षता घेत असे. पण त्यांच्यातले काही जण, खासकरून नव्यानं आलेली दुसरी फळी, जी पहिल्या फळीपेक्षाही अधिक आक्रमक होती, इतरांपेक्षा त्यांच्याकडून जास्त शुल्क आकारलं जात असल्याबद्दल नाराजी व्यक्त करू लागले.

लवकरच, त्यांच्या बाबतीतही जनकलाल शर्माचा नेहमीचा बिझनेस सुरू झाला. या जादा मिळकतीतून त्यानं स्वच्छतागृहाच्या स्वच्छतेच्या कामाचं 'सब-

कॉन्ट्रॅक्ट' दिलं. स्वच्छतेचं काम त्याच्या जातीच्या व पार्श्वभूमीच्या माणसानं करणं (तो ब्राह्मण होता) ही कल्पनाच अशक्य होती. त्यानं ते काम सुरेश वाल्मीकीला दिलं होतं. त्याच्या नावावरूनच कळत होतं की तो, बहुसंख्य बहुतेकसे हिंदू उघडउघड व सरकार छुपेपणे ज्याला मैला साफ करणारी जात समजतात, त्या जातीचा होता. देशातील वाढता असंतोष पेव्हमेन्टवर येणाऱ्या निदर्शकांचा अविरत ओघ आणि टीव्हीवरचं सगळं वार्तांकन यामुळे, सुरेश वाल्मीकीला द्यावे लागणारे पैसे वगळूनही, जनकलालनं एलआयजी फ्लॅटच्या डाउन पेमेंटसाठी आवश्यक तेवढे पैसे एकरकमी भरून टाकले.

स्वच्छतागृहाच्या समोरच्या बाजूला, रस्त्यावरच्या टीव्ही क्रूच्या मागच्या बाजूला (पण खरोखर विचारसरणीमधील अंतर राखून), बॉर्डरवरचे म्हटले जाणारे लोक होते. मणिपुरी नॅशनलिस्ट्स-त्यांची 'आर्म्ड फोर्सेस स्पेशल पॉवर्स ॲक्ट' रद्द करण्याची मागणी होती. या कायद्यान्वये भारतीय लष्करासाठी 'संशयाच्या' आधारे ठार करणं कायदेशीर झालं होतं. तिबेटी निर्वासित स्वतंत्र तिबेटची हाक देत होते. त्यांच्यात सर्वांत वेगळी (आणि त्यांच्या दृष्टीने सर्वांत धोकादायक) होती, ती 'असोसिएशन ऑफ मदर्स ऑफ द डिसॲपिअर्ड' या बायकांच्या पोटची मुलं काश्मीरमधल्या स्वातंत्र्यसंग्रामात हरवली होती, हजारोंच्या संख्येनं. त्याचवेळी सुरू असलेला *हाय मॉम! हाय मॉम! हाय मॉम!*चा साउंड ट्रॅक भीतिदायक वाटत होता, पण त्या नाहीशा झालेल्या मुलांच्या आयांना त्यात काही भीतिदायक वाटतं नाही, कारण त्या स्वत:ला 'मोज' म्हणवत होत्या; 'मॉम' नाही. 'मोज' या काश्मिरी शब्दाचा अर्थ आहे 'आई.'

त्यांच्या असोसिएशनची राजधानीला 'सुपर कॅपिटल'ला ही पहिलीच भेट होती. त्यात सगळ्या आया नव्हत्या. नाहीशा झालेल्या लोकांच्या पत्नी, बहिणी आणि काहींची लहान मुलंसुद्धा होती. त्यातल्या प्रत्येकाच्या हातात त्यांच्या 'हरवलेल्या' मुलाचा, भावाचा किंवा नवऱ्याचा फोटो होता. त्यांच्याकडच्या फलकावर लिहिलेलं होतं :

काश्मीरची कहाणी
मृत ६८,०००
हरवलेल्या व्यक्ती १०,०००
ही 'डेमॉक्रसी' (Democracy) आहे की डेमन क्रेझी?(Demon crazy)

या फलकाकडं कुठलाही टीव्ही कॅमेरा वळला नाही, चुकूनसुद्धा नाही. त्यांच्यापैकी बहुतेक जण भारताच्या दुसऱ्या स्वातंत्र्यलढ्यात उरतलेले होते. त्यांना काश्मीरच्या स्वातंत्र्याची कल्पना व काश्मिरी स्त्रियांच्या साहसाचा रागच येत होता.

भोपाळ वायुगळतीत बळी गेलेल्यांच्या आयांसारख्याच इतर काही आया काहीशा कंटाळल्या होत्या. त्यांनी इतर देशांतल्या इतर युद्धांचे बळी ठरलेल्या इतर लोकांसमवेत, दुःखाच्या आंतरराष्ट्रीय सुपरमार्केटसमध्ये, अनंत बैठकांमध्ये व न्यायाधिकरणांसमोर त्यांच्या कहाण्या सांगितल्या होत्या. त्या ज्या भयंकर अवस्थेतून जात होत्या, त्याचं एक कडक शोकात्म कवच तयार झालं होतं.

असोसिएशनसाठी दिल्लीवारी हा दुःखद अनुभव ठरला होता. दुपारी रस्त्याकडेच्या पत्रकार परिषदेच्या वेळी त्यातल्या बायकांना खोचक प्रश्न विचारून छेडण्यात व धमकावण्यात आल्यामुळे, अखेर पोलिसांना हस्तक्षेप करून त्या 'मातां'भोवती संरक्षणार्थ कडे करावे लागले होते.

''मुस्लीम दहशतवाद्यांची मानवाधिकारांची लायकी नाही!''

'गुजरात का लल्ला'चे 'अंडरकव्हर' कट्टर समर्थक गरजले.

''आम्ही तुमचा वंशसंहार पाहिला आहे! आम्ही तुमची 'वंशसफाई' पाहिली आहे! आमचे लोक गेली वीस वर्षे निर्वासित छावण्यांमध्ये राहत आहेत!''

काही तरुण मृत व 'लापता' काश्मिरी माणसांच्या फोटोंवर थुंकले. ते ज्या 'वंशसंहार' व 'वंशसफाई'चा उल्लेख करत होते, त्याला काश्मिरी पंडितांनी काश्मीर खोऱ्याला बहुसंख्येनं रामराम ठोकला त्या घटनेचा संदर्भ होता. १९९०च्या दशकात स्वातंत्र्यलढा तीव्र बनला आणि काही मुस्लीम दहशतवादी अल्पसंख्य हिंदू जनतेवर तुटून पडले तेव्हा त्यांनी काश्मीर खोरं सोडलं होतं. मृत्यूच्या तांडवात हजारो हिंदूंची कत्तल झाली होती आणि सरकारनं ते त्यांच्या सुरक्षिततेची हमी देऊ शकत नसल्याचं जाहीर केलं, तेव्हा जवळजवळ सर्व काश्मिरी हिंदूंनी, सुमारे दोन लाख लोकांनी खोऱ्यातून पळ काढला आणि जम्मूच्या पठारावर उभारलेल्या निर्वासित छावण्यांमध्ये आश्रय घेतला. त्यांच्यापैकी बरेच जण अजूनही तिथेच राहत होते. त्या दिवशी पेव्हमेन्टवर जे लल्लाचे कट्टर समर्थक होते, त्यात काही काश्मिरी हिंदूही होते. त्यांची घरं, कुटुंबं आणि कधी का त्यांना माहीत असलेलं सगळं त्यांनी गमावलं होतं.

त्या मातांसाठी थुंकणाऱ्या लोकांपेक्षाही त्या मातांच्या मनाला जास्त वेदना देणाऱ्या होत्या, छानपैकी आवरलेल्या, काटकीसारख्या हडकुळ्या तीन कॉलेजकन्या. त्या दिवशी सकाळी त्या तिथूनच कॅनॉट प्लेसमध्ये खरेदीला निघाल्या होत्या.

''ओ वॉव,काश्मीर! कित्ती मज्जा! आता सगळं नॉर्मल झालेलं दिसतंय, पर्यटकांच्या दृष्टीनं सुरक्षित. आपण जायचं का? कित्ती मस्त असेल ना...'' त्या बोलत होत्या.

त्या मातामंडळानं ठरवलं रात्र कशीबशी काढायची आणि पुन्हा कधीही दिल्लीत

पाऊल ठेवायचं नाही. बाहेर उघड्यावर असं रस्त्यावर झोपणं हा त्यांच्यासाठी नवा अनुभव होता. तिकडं त्यांच्या भूमीत त्या सगळ्या जणींची छानशी घरं होती, परसबागा होत्या. त्या रात्री त्यांनी चार घास ढकलले (तोही नवाच अनुभव होता.) फलक गुंडाळले आणि त्या झोपायचा प्रयत्न करू लागल्या. त्या दुसरा दिवस उजाडण्याची वाट पाहत होत्या; त्यांच्या सुंदर, युद्धानं उद्ध्वस्त झालेल्या खोऱ्यात परत जाण्यासाठी आसुसल्या होत्या.

त्या 'माता' जिथं होत्या. त्याच्याच जवळ आपलं ते शांत बाळ प्रकट झालं होतं. तिचं अस्तित्व त्या मातांच्या लक्षात यायला थोडा वेळ लागला. कारण ती रात्रीच्याच रंगाची होती. रस्त्यावरच्या दिव्याखालच्या सावल्यात ती हरवून गेली होती.

वीस वर्षांहून अधिक काळ कारवाया, 'कॉर्डन-अ‍ॅन्ड-सर्च ऑपरेशन्स' आणि मध्यरात्री दारावर थापा झेलत (ऑपरेशन टायगर, ऑपरेशन सर्पन्ट ड्रिस्ट्रक्शन, ऑपरेशन कॅच अ‍ॅन्ड किल) जगणाऱ्या मातांना या अनुभवांनी अंधार वाचायला शिकवलं होतं. पण बाळांविषयी बोलायचं झालं तर त्यांना बदामी बहराची व सफरचंदी गालांची बाळं पाहायची सवय होती. 'लापता' लोकांच्या आयांना या 'प्रकट' झालेल्या बाळाचं काय करायचं ते समजत नव्हतं.

खासकरून *काळ्या* बाळाचं.

कृहून काल.

खासकरून काळ्या मुलीचं.

कृहून काल हिश.

खासकरून कचऱ्याच्या दुपट्ट्यात गुंडाळलेल्या मुलीचं.

शिकस लध.

त्याबद्दलची कुजबुज पेव्हमेन्टवर पार्सलसारखी एका ठिकाणाहून दुसऱ्या ठिकाणी पोहोचली.

मग जाहीरपणे प्रश्न विचारला जाऊ लागला, "भै, बच्ची किसकी है?"

त्यावर मौन होतं.

मग कुणीतरी सांगितलं की, मी दुपारी एका मातेला बागेत उलटी करताना पाहिलं.

"ओह नो, ती बाई ती नव्हती," कुणीतरी म्हणालं.

कुणीतरी म्हणालं, "ती भिकारीण होती."

आणखी कुणीतरी म्हणालं, "ती 'रेपव्हिक्टिम' होती... बलात्कारपीडिता."

(हा शब्द आता वापरला जाऊ लागला होता. प्रत्येक भाषेत)

कुणीतरी म्हणालं, "त्या दिवशी सकाळी, राजकीय कैद्यांच्या सुटकेसाठी सह्यांची मोहीम आयोजित केलेला जो गट तिथं आला होता, त्यांच्या सोबत ती आली होती. तो गट माओवादी पार्टीशी संबंधित असणाऱ्या, मध्य भारतातील जंगलात गनिमी काव्याने लढणाऱ्या संघटनेचा होता, अशी अफवा होती." आणखी कुणीतरी म्हणालं, "नाही, नाही, ती त्यात नव्हती. ती एकटी होती. गेले काही दिवस ती इथंच होती."

कुणीतरी म्हणालं, "ती एका राजकारण्याची माजी प्रेमिका होती. तिला दिवस गेल्यानंतर तिला हाकलून दिलं होतं."

राजकारणी हरामखोर आहेत यावर सर्वांचं एकमत झालं, पण त्याचा समस्या सुटण्यास उपयोग झाला नाही.

त्या बाळाचं काय करायचं?

***

कदाचित त्या बाळाला आपण आकर्षणाचा केंद्रबिंदू बनलो आहोत याची जाणीव झाली असावी किंवा ते घाबरलं असावं, पण ते शांत बाळ अखेर रडू लागलं. एका बाईनं त्याला उचलून घेतलं. (नंतर, तिच्याबद्दल बोललं गेलं की, ती उंच होती, ती बुटकी होती, ती काळी होती, ती गोरी होती, ती देखणी होती, ती देखणी नव्हती, ती म्हातारी होती, ती तरुण होती, ती ओळखीची नव्हती, ती जंतरमंतरवर बरेचदा दिसली आहे.) त्या बाळाच्या कमरेला बांधलेल्या जाड काळ्या करदोट्याला कागदांच्या घड्या करून तयार झालेली छोटीशी पुडी दोऱ्यानं बांधली होती. ती पुडी चिकटपट्टी लावून बंद केलेली होती. त्या बाईनं (त्याच, जी देखणी होती, जी देखणी नव्हती, जी उंच होती, जी बुटकी होती.) ती चिकटपट्टी काढली, पुडी उघडली आणि कुणाला तरी ती वाचायला दिली. त्या चिठ्ठीत इंग्रजीत स्वच्छ, स्पष्ट लिहिलं होतं. *"मी या मुलीला सांभाळू शकत नाही. त्यामुळे मी तिला इथं सोडून जात आहे."*

अखेर, बरीच कुजबुजती सल्लामसलत, विचारविनिमय झाल्यानंतर, काचकुचत, दु:खी अंत:करणानं त्याहीपेक्षा नाखुशीनं, लोकांनी निर्णय घेतला की, हे बाळ पोलिसांना द्यायला हवं.

सद्दामनं अन्जुमला रोखण्याआधीच अन्जुम उठली आणि तिथं उत्स्फूर्तपणे जी 'बालिका कल्याण समिती' स्थापन झाली होती, त्या दिशेनं भराभरा चालत गेली. तिथल्या बहुतेकशा लोकांपेक्षा अन्जुम उंच असल्यामुळे ते बाळ दिसणं तिच्या दृष्टीनं अवघड नव्हतं. अन्जुम गर्दी कापत चालत निघाली असताना, तिच्या सैलसर

सलवारीखाली लपलेल्या पैंजणांचे घुंगरू वाजत होते... छन् छन् छन्. सद्दामला धडकी भरली होती. त्याला ते प्रत्येक छन् छन् बंदुकीच्या गोळीसारखं वाटत होतं. रस्त्यावरच्या निळ्या प्रकाशात अन्जुमच्या दाढीच्या पांढऱ्या खुंटांची सावली मंद उजळली होती. तिची काळी, खरखरीत त्वचा आता घामानं चमकू लागली होती.

शिकारी पक्ष्याच्या चोचीसारख्या खालच्या बाजूला वळलेल्या तिच्या बाकदार तरतरीत नाकात चमकी लखलखत होती. तिच्या बाबतीत काहीतरी न उलगडलेलं होतं, काहीतरी न मोजता येण्याजोगं आणि तरीही काहीतरी ठाम, पक्कं... बहुधा विधिलिखिताची जाणीव.

"पोलीस? आपण तिला *पोलिसांच्या* ताब्यात देणार आहोत?" अन्जुम तिच्या दुहेरी आवाजात म्हणाली. दोन स्वतंत्र, पण परस्परबद्ध आवाजात... एक खरखरीत आणि एक खर्जातला, वेगळा. तिच्या पानानं रंगलेल्या इतर दातांत तिचा तो पांढरा दात चमकत होता.

तिच्या 'आपण'मधल्या दृढ ऐक्यभावनेत दोन्ही हात पसरून आलिंगन होतं. अपेक्षेप्रमाणे, त्याचा ताबडतोब अपमान झालाच.

गर्दीतला एकजण म्हणाला, "का? 'तू' तिचं काय करणार आहेस? तू तिला तुमच्यातलीच एक बनवू शकत नाहीस ना? आधुनिक तंत्रज्ञानानं खूप प्रगती केली असली, तरी ते अजून इतकं पुढं गेलेलं नाही..." त्याच्या बोलण्याला हिजडे मुलांचं अपहरण करून त्यांना नपुंसक बनवतात, या व्यापक समजुतीचा संदर्भ होता. त्याच्या थट्टेखोरपणामुळे एक कणाहीन हास्याची लकेर उमटली.

अन्जुम त्या प्रतिक्रियेतील तुच्छतेमुळे मागे सरकली नाही. ती अगदी तळमळीनं म्हणाली, भुकेइतक्याच स्पष्ट व निकडीच्या तळमळीनं. "ती देवाची देणगी आहे. तिला माझ्याकडे द्या. तिला आवश्यक ते प्रेम मी तिला देईन. पोलीस तिला फक्त सरकारी अनाथालयात नेऊन टाकतील. ती तिथं मरून जाईल."

कधीकधी एखाद्या माणसाची स्वच्छ सुस्पष्टता गोंधळलेल्या गर्दीला शक्तिहीन करू शकते. आत्ता ते काम अन्जुमनं केलं होतं. ती काय म्हणतेय हे ज्या लोकांना समजत होतं, ते तिचं सफाईदार उर्दू ऐकून जरासे बिचकले होते. ती ज्या वर्गातून आली आहे असं त्यांनी गृहीत धरलं होतं, त्यात हे सफाईदार उर्दू विसंगत होतं.

"तिच्या आईनं तिला इथं माझ्यासारखाच विचार करून सोडलं असणार की, हे स्थान म्हणजे आजचा करबला आहे, जिथं न्यायासाठी युद्ध सुरू आहे, सुष्ट शक्तीचा दुष्ट शक्तीविरुद्ध लढा सुरू आहे. तिच्या आईनं विचार केला असेल की, ही माणसं लढवय्यी आहेत. जगात सर्वोत्तम असणारे. मला जे मूल सांभाळणं शक्य नाहीये, ते मूल त्यांच्यापैकी कुणीतरी सांभाळेल...आणि तुम्ही पोलिसांना बोलवायला निघालाय?"

तिला संताप आला होता, ती सहा फूट उंच होती आणि तिचे खांदे चांगले

रुंद, मजबूत होते, तरी तिचा अति नखरेल आविर्भाव आणि अस्वस्थ हातवारे १९३०च्या दशकातल्या लखनौतील नर्तकीसारखे होते.

सद्दाम हुसैन वादात उतरण्यास सज्ज झाला होता. इशरत व उस्ताद हमीदही शक्य ती मदत करायला पुढं आले होते.

"या हिजड्यांना इथं बसायची परवानगी कुणी दिली? हे यातल्या कुठल्या संघर्षात आहेत?" हडकुळे, मध्यमवयीन, मिश्यावाले श्रीयुत अगरवाल गरजले. त्यांनी सफारी शर्ट व टेरीकॉटची पॅन्ट घातली होती आणि *'आय ॲम अगेन्स्ट करप्शन, आर यू?'* असं छापलेली गांधीटोपी घातली होती. त्यांच्या वागण्याबोलण्यात नोकरशाहीचा रुक्ष, अधिकारयुक्त आविर्भाव होता, अगदी आत्ताआत्तापर्यंत ते जे काम करत होते तिथल्यासारखाच. त्यांचं बहुतेक कार्यजीवन महसूल खात्यात गेलं होतं. एके दिवशी, व्यवस्थेला लागलेली कीड पाहून ते अतिशय उद्विग्न झाले आणि त्यांनी 'देशाची सेवा करण्यासाठी' तिरिमिरीत सरकारी नोकरीचा राजीनामा दिला. गेली काही वर्षे, ते सत्कार्ये व समाजसेवेच्या परिघावर भ्रमंती करत होते, सध्या मात्र गोल गरगरीत, गांधीवादी मुख्य सेनापती म्हणून त्यांना महत्त्व आलं होतं. त्यांचा फोटो दररोज वृत्तपत्रांत छापून येत होता. बऱ्याच लोकांची अशी धारणा (योग्यच) होती की, खरी ताकद त्यांच्यातच होती. तो वृद्ध माणूस म्हणजे केवळ एक चमत्कारी तारणहार होता, 'जॉब प्रोफाइल'मध्ये बसणारा भाडोत्री माणूस आणि जो आता त्याचा आवाका वाढवू लागला होता. सगळ्या राजकीय चळवळींच्या काठावर धडपडणारे लोक कुजबुजू लागले होते की, म्हाताऱ्याला स्वत:ची प्रसिद्धी करण्यासाठी जाणूनबुजून प्रोत्साहन दिलं जात आहे, त्याला बाजूला टाकण्यासाठी, म्हणजे त्याची स्वत:चीच घमेंड त्याला मागे हटू देणार नाही. अशाही वावड्या उठत होत्या की, म्हातारा उपोषणामुळे जर सार्वजनिकरीत्या मरण पावला, तर चळवळीला हुतात्मा लाभेल; त्यामुळे श्री. अगरवाल यांची राजकीय कारकीर्द अशी जबरदस्त झेप घेईल की बस... एरवी कधीही शक्य होणार नाही अशा प्रकारे... या वावड्या निर्दयी आणि खोट्या होत्या. या चळवळीमागे श्री. अगरवाल होते; पण या गांधीवादी म्हाताऱ्याने जी लाट आणली होती, ती पाहून तेही या लाटेवर स्वार झाले होते. ते व्यासपीठावरच्या सुनियोजित आत्महत्येची योजना आखत नव्हते. काही महिन्यांतच, ते या 'तारणहाराला' बाजूला हटवून मुख्य प्रवाहातील राजकारणात उतरणार होते. कधी काळी त्यांचा ज्या गोष्टींना विरोध होता, अशा बऱ्याच गोष्टींचा खजिना असलेल्या राजकारणात आणि तेही 'गुजरात का लल्ला'चे जबरदस्त विरोधक बनून.

श्री. अगरवाल यांना राजकारणी म्हणून उदयाला येताना एक विलक्षण फायदा

होत होता. ते म्हणजे त्यांचं अ-विलक्षण दिसणं. ते दिसायला सामान्य लोकांसारखेच होते. त्यांची प्रत्येक गोष्ट, त्यांची वेशभूषा, बोलण्याची पद्धत, विचारपद्धती... सगळं कसं नीट, व्यवस्थित आखीवरेखीव व कमावलेलं होतं. त्यांचा आवाज भारदस्त होता आणि अतिशय प्रभावीरीत्या व वस्तुनिष्ठपणे बोलत असत. फक्त ते माइकसमोर उभे राहिले की जणू वादळ बनत... न्यायपरायण प्रामाणिकपणाचा रोखता न येण्याजोगा झंझावात. या बाळाच्या प्रश्नात हस्तक्षेप केला तर लोकांचा आणखी भडका उडेल. (काश्मिरी माता व थुंक्या ब्रिगेडच्या दरम्यान उडाला तसा) आणि त्यामुळे त्यांच्या दृष्टीने जो 'खरा विषय' होता त्यावरून प्रसारमाध्यमांचं लक्ष दुसरीकडे वळेल असं त्यांना वाटत होतं.

"हा आपला दुसरा स्वातंत्र्यलढा आहे. आपला देश क्रांतीच्या उंबरठ्यावर आहे," ते वेगानं गोळा होणाऱ्या श्रोतृवृंदाला धोक्याची जाणीव करून देत म्हणाले. "इथं हजारो लोक जमले आहेत कारण भ्रष्टाचारी राजकारण्यांनी आपलं जीवन असह्य केलं आहे. आपण जर भ्रष्टाचाराची समस्या सोडवू शकलो, तर आपण आपल्या देशाला नव्या उंचीवर... थेट जगाच्या अग्रस्थानी नेऊ शकू. ही जागा विचारशील राजकारणासाठी आहे, हे सर्कसचं रिंगण नाही."

मग ते अन्जुमकडे न पाहताच तिला उद्देशून म्हणाले, "तुमच्याकडे इथं येण्यासाठी पोलिसांची परवानगी आहे का? इथं येणाऱ्या प्रत्येकाकडं परवानगी असायला हवी."

अन्जुम त्यांच्यापेक्षा बरीच उंच होती. त्यांचा तिच्या नजरेला नजर देण्यास नकार याचा अर्थ ते थेट तिच्या वक्षांना संबोधित करत होते.

श्री. अगरवाल यांचा वातावरणाचा, परिस्थितीचा अंदाज साफ चुकला होता. तिथं जमलेल्या लोकांना त्यांच्याविषयी पूर्ण सहानुभूती नव्हती. त्यांच्या 'स्वातंत्र्यलढ्यानं' ज्याप्रकारे प्रसारमाध्यमांचं सगळं लक्ष वेधून घेतलं होतं आणि त्यामुळे बाकी सगळं मागे पडलं होतं, ते बऱ्याच जणांना अजिबात आवडलं नव्हतं. अन्जुमच्या बाबतीत सांगायचं तर, तिच्या दृष्टीनं त्या गर्दीला काहीही महत्त्व नव्हतं. त्यांची सहानुभूती कुणाच्या बाजूला राहते आहे यानं तिला काही फरक पडत नव्हता. तिच्या अंतरंगात काहीतरी चेतलं होतं, त्यामुळे तिच्यात दृढनिश्चयी धाडस संचारलं होतं.

"पोलिसांची परवानगी?" कुठलेही दोन शब्द यापेक्षा तुच्छतेनं कधी उद्गारले गेले नसतील.

"हे *बाळ* आहे, तुमच्या बापाच्या प्रॉपर्टीवर केलेलं अनधिकृत अतिक्रमण नाही. साहेब, तुम्ही *पोलिसांत* अर्ज करा. बाकी आम्ही सगळे जवळच्या रस्त्यानं जाऊ आणि थेट परमेश्वराकडेच अर्ज करू."

तिनं *'अल्लाह मियाँ'* असं विशिष्ट उल्लेख न करता, *खुदा* असा शब्द

वापरल्याबद्दल सद्दामनं कृतज्ञता म्हणून तोंडातल्या तोंडात छोटीशी प्रार्थना म्हटली.

दोन शत्रुपक्ष समोरासमोर ठाकले होते.

अन्जुम आणि लेखापाल.

काय सामना होता!

स्वच्छतागृहात जायचं (राजाच्या की राणीच्या? स्त्रियांच्या का पुरुषांच्या? 'त्या'च्या का 'ती'च्या?) हे कधीच न उमजलेली ती.

ते : कायम आपलं बरोबरच असतं असं समजत आलेले.

ती : आपलं कायमच चूक असतं, सगळंच, असं समजत आलेली.

ते : निश्चित गोष्टींमुळे खचले होते.

ती : अनिश्चिततेमुळे वाढली होती.

ते : त्यांना कायदा हवा होता.

ती : तिला बाळ हवं होतं.

त्यांच्याभोवती वर्तुळ तयार झालं होतं. भडकलेल्या लोकांचं, कुतूहलयुक्त लोकांचं, शत्रुत्व जोखणाऱ्यांचं, बाजू घेणाऱ्यांचं. पण त्यामुळे काहीही फरक पडणार नव्हता. जुन्या दिल्लीतल्या वयस्क हिजड्यांशी चारचौघात थेट आमनेसामने 'फेस-ऑफ'मध्ये कोणता परंपरानिष्ठ गांधीवादी लेखापाल विजयी होऊ शकेल?

अन्जुम खाली झुकली आणि श्री. अगरवालांच्या अगदी तोंडाजवळ तोंड आणत म्हणाली.

"*आए हाय!* इतके रागावताय का, जान? माझ्याकडं पाहणार नाही का?"

सद्दाम हुसैननं मुठी वळल्या. इशरतनं त्याला रोखलं. मग तिनं दीर्घ श्वास घेतला आणि जोशानं समरांगणात उतरली. जेव्हा एकमेकांच्या रक्षणाचा प्रश्न असतो तेव्हा काय करायचं हे माहीत असलेल्या मुरलेल्या हिजड्यासारखी... हे फक्त त्यांनाच माहीत असतं. एकाच वेळी युद्धाची गर्जना आणि शांतीची घोषणाही. तिचा साजशृंगार अवघ्या काही तासांपूर्वी हास्यास्पद दिसत होता; पण आत्ता तिला जे करावं लागणार होतं, त्यासाठी यापेक्षा सुयोग्य काही नव्हतं. तिनं बोट पसरून टाळ्या वाजवत नाचायला सुरुवात केली, नितंबांना बीभत्स हेलकावे देत, तिची चुन्नी भिरभिरवत. तिची नीतिनियम झुगारणारी, निर्लज्ज, आक्रमक कामुकता श्री. अगरवाल यांना मान खाली घालायला लावण्यासाठी सुरू होती. त्यांनी आयुष्यात कधी रस्त्यावर न्याय्य लढा दिला नव्हता. त्यांच्या पांढऱ्या शर्टाच्या काखा भिजल्या होत्या.

अन्जुमनं गर्दीला माहीत असेल याची खात्री असलेलं गाणं म्हणायला सुरुवात केली. *'उमराव जान'* मधलं... रेखा या देखण्या अभिनेत्रीनं अमर केलेलं.

दिल चीज क्या है, आप मेरी जान लीजिए

कुणीतरी तिला पेव्हमेन्टवरून हुसकून लावण्याचा प्रयत्न केला. मग ती

प्रशस्त, रिकाम्या रस्त्याच्या मधोमध जाऊन, रस्त्यावरच्या दिव्यांखाली झेब्रा क्रॉसिंगवर उभी राहून गिरक्या घेऊ लागली. रस्त्याच्या पलीकडच्या बाजूनं कुणीतरी डफलीवर ठेका धरला. लोक गाण्याचा आनंद घेत होते. तिचा अंदाज बरोबर होता. सगळ्यांना ते गाणं माहीत होतं.

बस एक बार मेरा कहा मान लीजिए

त्या दिवशी, वारांगनेचं ते गाणं किंवा निदान ती एक ओळ तरी, जंतरमंतरच्या प्रत्येकासाठी ध्येयगीत बनू शकलं असतं. ते सगळे जण तिथं होते ते कुणालातरी पर्वा आहे, कुणीतरी ऐकतंय या खात्रीनं. ते कुणीतरी त्यांचं ऐकणार होते.

राडा सुरू झाला. बहुधा कुणीतरी काहीतरी असभ्य शेरेबाजी केली. बहुधा सद्दामनं त्याला बदडलं. नक्की काय झालं तेच कळलं नाही.

पेव्हमेन्टवर ड्यूटीला असलेले पोलीस झोपेतून खडबडून जागे झाले आणि त्यांच्या आवाक्यात येईल त्या माणसावर लाठी चालवू लागले. पोलिसांच्या गस्ती जीप (तुमच्यासोबत, तुमच्यासाठी, सदैव) दाखल झाल्या. दिव्यांचा लखलखाट करत आणि दिल्ली पोलीस 'स्पेशल'सह *मादर चोद बहेन चोद मा की चूत बहेन का लवडा...*

टीव्ही कॅमेऱ्यांची गर्दी उसळली. उपोषणाचा एकोणिसावा दिवस असलेल्या कार्यकर्तीनं संधी टिपली. ती गर्दी कापत आत घुसली आणि कॅमेऱ्यांकडे वळली... तिच्या 'ट्रेडमार्क' मुठी वळलेल्या आविर्भावात आणि अचूक राजकीय धूर्तपणे तिनं तो लाठीहल्ला तिच्या माणसांवर 'घेतला' होता.

लाठी गोली खाएंगे!

प्रतिसादादाखल लोक म्हणाले, *'संघर्ष चलाएँगे।'*

पोलिसांना सुव्यवस्था पुन्हा पूर्ववत करण्यास फारसा वेळ लागला नाही. तिथल्या लोकांपैकी अटक करून पोलीस व्हॅनमधून नेलेल्यात श्री. अगरवाल, अन्जुम, थरथरणारे उस्ताद हमीद आणि बीभत्स पोशाख केलेल्या जिवंत 'आर्ट इन्स्टॉलेशन'चा समावेश होता. (लिंबवाला तिथून कधीच सटकला होता.) दुसऱ्या दिवशी, त्यांना कसल्याही आरोपाविना सोडून देण्यात आलं.

या सगळ्याची सुरुवात कशी झाली हे कुणाला तरी आठवलं, सकाळी तोवर ते बाळ तिथून गायब झालं होतं.

चार

डॉ. आझाद भारतीय

त्या बाळाला शेवटचं पाहणारी व्यक्ती होती डॉ. आझाद भारतीय. त्यांच्या स्वत:च्या हिशेबानुसार, त्यांच्या उपोषणाचा तो अकराव्या वर्षाच्या तिसऱ्या महिन्यातला सतरावा दिवस होता. डॉ. भारतीय इतके हडकुळे होते की, जवळपास 'टू डायमेन्शन'च. त्यांच्या कानशिलांजवळचा भाग आत गेलेला होता आणि त्यांची काळी, रापलेली त्वचा त्यांच्या चेहऱ्याच्या हाडांवर आणि त्यांच्या उंच, काटकुळ्या मानेच्या खालच्या व खांद्यांपासून निघणाऱ्या हाडांवर पसरली होती. त्यांचे शोधक डोळे जगाकडे तीव्र तुच्छतेने रोखून पाहत होते. त्यांच्या एका हाताला, खांद्यापासून मनगटापर्यंत गलिच्छ प्लॅस्टर होतं आणि त्याला बांधलेल्या दोरीचा वेढा मानेभोवती अडकवलेला होता. त्यांच्या मळक्या, पट्ट्यांपट्ट्याच्या शर्टची मोकळी बाही त्यांच्या अंगाच्या एका बाजूला फडफडत होती, पराभूत देशाच्या उद्ध्वस्त ध्वजासारखी. ते कार्डबोर्डच्या एका फलकामागे बसले होते. त्या फलकावरचा प्लॅस्टिकचा कागद धूसर झाला होता. त्यावर ओरखडे उठले होते.

माझे पूर्ण नाव :
डॉ. आझाद भारतीय

माझा निवासी पत्ता :
डॉ. आझाद भारतीय
लकी सराय रेल्वे स्टेशनजवळ
लकी सराय बस्ती
कोकर
बिहार

माझा सध्याचा पत्ता :
डॉ. आझाद भारतीय
जंतरमंतर
नवी दिल्ली

माझी शैक्षणिक अर्हता : एम.ए. हिंदी, एम.ए. उर्दू (फर्स्ट क्लास फर्स्ट), बी.ए. इतिहास, बी.एड्, पंजाबीचा बेसिक एलिमेन्टरी कोर्स, एम.ए. पंजाबी एबीएफ (ॲपिअर्ड बट फेल्ड), पीएच.डी. (अपूर्ण), दिल्ली विद्यापीठ (कम्पॅरेटिव्ह रिलिजन्स ॲन्ड बुद्धिस्ट स्टडीज), लेक्चरर, इन्टर कॉलेज, गाझियाबाद, रिसर्च असोसिएट, जवाहरलाल नेहरू विद्यापीठ, नवी दिल्ली, या दोन संस्थांचा वर्ल्ड पीपल्स फोरम व इंडियन सोशालिस्ट डेमॉक्रॅटिक पार्टी (महागाईविरोधी) या दोन संस्थांचा संस्थापक सदस्य.

मी खालील बाबींविरोधात उपोषण करत आहे : मी भांडवलशाही साम्राज्य, तसेच अमेरिकी भांडवलशाही भारतीय व अमेरिकी दहशतवाद/सर्व प्रकारची आण्विक शस्त्रे व गुन्हे, त्याचबरोबर बेकार शिक्षणपद्धती/भ्रष्टाचार/हिंसाचार/पर्यावरणाचा ऱ्हास व इतर सर्व दुष्ट शक्तींच्या विरोधात आहे. तसेच मी बेरोजगारीच्याही विरोधात आहे. समस्त मध्यमवर्गीयांचा पूर्ण विसर पडला आहे. याच्याही निषेधार्थ मी उपोषण करत आहे. माझ्या डोळ्यांसमोर दररोज जगातील गोरगरीब, कामगार/शेतकरी/आदिवासी/दलित/त्यागलेल्या स्त्रिया व पुरुष/बालके आणि दिव्यांग येतात.

त्याच्या शेजारीच एक प्लॅस्टिकची पिवळी पिशवी होती. 'जयसीज सारी पॅलेस'ची. ती लहानखुऱ्या पिवळ्या माणसांसारखी त्यांच्या शेजारी बसली होती. त्या पिशवीत इंग्रजी व हिंदीतले टंकलिखित, तसंच हस्तलिखित कागद होते. त्यांनी पेव्हमेन्टवर न्यूजलेटर अथवा तशाच प्रकारच्या कागदपत्रांच्या बऱ्याच प्रती मांडून, त्या उडून जाऊ नयेत म्हणून त्यावर दगडाचं वजन ठेवलं होतं. ती कागदपत्रे विक्रीसाठी उपलब्ध असल्याचं डॉ. भारतीय यांनी म्हटलं होतं. साम्राज्य लोकांसाठी 'कॉस्ट प्राइस' मध्ये आणि विद्यार्थ्यांसाठी सवलतीच्या दरात.

माय न्यूज ॲन्ड व्ह्यूज (अपडेट)

माझ्या आईवडिलांनी ठेवलेले माझं मूळ नाव आहे इन्दर वाय. कुमार. डॉ. आझाद भारतीय हे नाव मी स्वत:च घेतलं आहे. हे नाव ऑक्टोबर १३,

१९९७ रोजी, त्याच्या भाषांतरासह, म्हणजे स्वतंत्र/मुक्त भारतीय, न्यायालयात नोंदवले आहे. सोबत माझे प्रतिज्ञापत्र जोडले आहे. ही त्याची मूळ प्रत नाही, ही त्याची पतियाळा हाउस मॅजिस्ट्रेट यांनी साक्षांकित केलेली प्रत आहे.

तुम्ही जर माझे हे नाव स्वीकारत असाल, तर तुम्हाला असा विचार करण्याचा अधिकार आहे की, ही आझाद भारतीयला भेटण्याची ही जागा नव्हे; सार्वजनिक पदपथावरच्या या सार्वजनिक तुरुंगात बघा, याला गजसुद्धा आहेत. तुम्हाला कदाचित वाटेल की, खरा आझाद भारतीय हा आधुनिक माणूस असला पाहिजे, कार व कॉम्प्युटर असणारा, आधुनिक घरात राहणारा किंवा तिथे, त्या उंच इमारतीत, पंचतारांकित हॉटेलमध्ये राहणारा. त्या हॉटेलचे नाव आहे. हॉटेल मेरिडियन. तुम्ही त्या हॉटेलच्या बाराव्या मजल्याकडे नजर टाकलीत, तर तुम्हाला वातानुकूलित खोलीसोबत नाश्ता व स्नानगृह दिसेल, जिथे अमेरिकी राष्ट्राध्यक्षांच्या भारतवारीच्या वेळी त्यांचे पात्र कुत्रे राहिले होते. खरेतर, आपण त्यांना कुत्रे म्हणता कामा नये, कारण ते अमेरिकी लष्कराचे अधिकारी आहेत, 'कॉर्पोरल'च्या श्रेणीचे. काही लोक म्हणतात की, त्या कुत्र्यांना लपवलेल्या बॉम्बचा वास कळतो आणि ते टेबलाशी बसून काटे-चमच्याने जेवू शकतात. असे म्हणतात की, ते लिफ्टमधून बाहेर येतात तेव्हा हॉटेल व्यवस्थापनाला त्यांना सलाम ठोकावा लागतो. ही माहिती खरी आहे की खोटी, ते मला माहीत नाही, मला त्याची खातरजमा करून घेता आलेली नाही. हे कुत्रे राजघाटावर गांधींच्या स्मृतिस्थळी भेट द्यायला गेल्याचे तुम्ही ऐकले आहे का? ही बातमी खरी आहे, तसे वृत्तपत्रातच आले होते; पण मला त्याची पर्वा नाही.

मी गांधींचा प्रशंसक नाही. ते प्रतिक्रियावादी होते. त्यांना कुत्र्यांच्या भेटीचा आनंद व्हायला हवा. त्यांच्या स्मृतिस्थळी नियमित येऊन फुले अर्पण करणाऱ्या, जगभरातल्या सगळ्या मारेकऱ्यांपेक्षा ते बरे म्हणायचे.

पण, अमेरिकी कुत्रे पंचतारांकित हॉटेलमध्ये असताना डॉ. आझाद भारतीय इथे पदपथावर का, हा प्रश्न तुमच्या मनात सर्वप्रथम असायला हवा.

या प्रश्नाचे उत्तर असे आहे की, मी इथे आहे कारण मी क्रांतिकारी आहे. मी अकरा वर्षांहून अधिक काळ उपोषण करत आहे. हे माझे उपोषणाचे बारावे वर्ष आहे. एखादा माणूस बारा वर्षे उपोषण करूनही कसा काय जिवंत राहू शकतो, याचे उत्तर आहे, मी उपोषणाचे एक शास्त्रीय तंत्र विकसित केले आहे. मी दर ४८ वा ५८ तासांनी एकदाच जेवण घेतो. (हलके, शाकाहारी) माझ्यासाठी तेवढे भरपूर होते. तुम्हाला आश्चर्य वाटेल की, नोकरी-धंदा नाही. पगार नाही, अशा अवस्थेत आझाद भारतीय दर ४८ वा ५८ तासांनी जेवणाची

व्यवस्था कशी काय करतो? तर तुम्हाला सांगतो. इथे या पदपथावर रोज कुणी ना कुणी मला काहीतरी आणून देतेच, एकही दिवस असा जात नाही की मला कुणी काही दिले नाही. माझी इच्छा असती, तर मी केवळ इथे बसून जाडजूड होऊ शकलो असतो. म्हैसूरच्या महाराजांसारखा. शप्पथ. ते अगदी सोपे आहे. पण माझे वजन बेचाळीस किलो आहे. मी फक्त जगण्यापुरते खातो आणि संघर्ष करण्यासाठी जगतो.

मी सत्यकथनाचा सर्वतोपरी प्रयत्न करतो, त्यामुळे माझ्या पीएच.डी. प्रमाणेच माझ्या नावामागचे 'डॉक्टर' हे खरेतर प्रलंबित आहे, ही गोष्ट नमूद करायला हवी. हे बिरूद मी जरासे आधीच वापरत आहे ते लोकांनी माझे म्हणणे ऐकावे व त्यावर विश्वास ठेवावा यासाठी. आपल्याकडील राजकीय परिस्थिती पाहता याची गरज असल्यामुळेच मी हे करतो आहे; नाहीतर मी असे कधीच केले नसते. कारण तांत्रिकदृष्ट्या बोलायचे, तर हे अप्रामाणिकपणाचे आहे. मात्र, राजकारणात कधीकधी काट्यानं काटा काढावा लागतो.

मी गेली अकरा वर्षे इथे जंतरमंतरवर बसलो आहे. मी फक्त 'कॉन्स्टिट्यूशन क्लब' वा 'गांधी पीस फाउंडेशन' मध्ये माझ्या आवडीच्या विषयांवरील परिषदा व बैठकांना उपस्थित राहण्यासाठी काही वेळा इथून दूर जातो. नाहीतर मी कायम इथेच असतो. भारताच्या कानाकोपऱ्यांतून लोक त्यांची स्वप्ने व मागण्या घेऊन येतात; पण इथे ऐकणारे कुणी नाही. कुणीच नाही. पोलीस त्यांना मारतात. सरकार त्यांच्याकडे दुर्लक्ष करते. ही गरीब माणसे इथे राहू शकत नाहीत. कारण त्यांच्यापैकी बहुतेक जण खेड्यापाड्यांतले आणि झोपडपट्ट्यांतले असतात. त्यांना पोटापाण्यासाठी कष्ट करावे लागतात. त्यांना परत जायचे असते... किंवा त्यांच्या शेतात, किंवा जमीनदारांकडे, किंवा सावकारांकडे, माणसांपेक्षा जास्त किमतीच्या गायी-म्हशींकडे किंवा त्यांच्या खोपटात. पण मी या लोकांच्या वतीने इथे राहतो. त्यांच्या विकासासाठी त्यांच्या मागण्या मान्य होण्यासाठी, त्यांची स्वप्ने साकार होण्यासाठी आणि एक ना एक दिवस त्यांचे स्वतःचे सरकार असेल या आशेसाठी.

माझी जात कोणती, हाच तुमचा प्रश्न आहे ना? माझ्यासारखा हा असा भव्य राजकीय अजेंडा असलेल्या माणसाची जात काय असेल, तुम्हीच सांगा? जीझस व गौतम बुद्ध यांची जात कोणती होती? मार्क्स कोणत्या जातीचा होता? प्रेषित मोहम्मद यांची जात कोणती होती? फक्त हिंदूंना जात असते. ही असमानता त्यांच्या पवित्र ग्रंथांत आहे. मी हिंदू सोडून सर्व काही आहे. आझाद भारतीय म्हणून मी तुम्हाला खुलेपणे सांगतो की या देशातील बहुसंख्य लोकांच्या धर्माचा मी त्याग केला आहे, फक्त याच कारणामुळे. त्यामुळे माझे

कुटुंबीय माझ्याशी बोलत नाहीत. पण मी जरी अमेरिकेचा राष्ट्राध्यक्ष, जगातला सर्वांत श्रेष्ठ ब्राह्मण, 'वर्ल्ड क्लास ब्राह्मण' असतो तरी मी गोरगरिबांसाठी उपोषणाला बसलो असतो. मला डॉलर्स नकोत. भांडवलशाही विषारी मधासारखी असते. लोक त्याकडे मधमाश्यांच्या थव्यासारखे आकर्षित होतात. मी त्याकडे आकर्षित होत नाही. त्यामुळे माझ्यावर चोवीस तास नजर ठेवली जाते. मी चोवीस तास अमेरिकी सरकारच्या 'रिमोट कन्ट्रोल इलेक्ट्रॉनिक सर्व्हिलियन्स' खाली आहे. तुमच्या मागे पाहा. तुम्हाला तो उघडझाप करणारा लाल प्रकाश दिसतोय? तो त्यांच्या कॅमेऱ्याच्या बॅटरीचा दिवा आहे. त्यांनी त्या ट्रॅफिकच्या दिव्यातसुद्धा कॅमरा बसवला आहे. मेरिडियन हॉटेलमध्ये कुत्र्यांच्या खोलीत, त्यांच्या कॅमेऱ्यांचा नियंत्रण कक्ष आहे. ती कुत्री अजूनही तिथेच आहेत. ती अमेरिकेला पुन्हा परत गेलीच नाहीत. त्यांचा व्हिसा अमर्याद काळासाठी वाढवण्यात आला आहे. आता अमेरिकी राष्ट्राध्यक्ष वरचेवर भारतवारीवर येत असल्यामुळे त्यांनी त्यांची कुत्री इथे कायमचीच ठेवली आहेत. रात्रीच्या वेळी दिवे लागले की, ती खिडक्यांमध्ये बसतात. मला त्यांच्या सावल्या आणि त्यांची बाह्यकृती दिसते. माझी दूरची नजर फार चांगली आहे व ती अधिकाधिक चांगली होत चालली आहे. दररोज मला अधिकाधिक दूरवरचे पाहता येते. बुश, हिटलर, स्टॅलिन, माओ व चाऊसेस्कू हे नेत्यांच्या 'वन हंड्रेड मेम्बर क्लब'चे सदस्य आहेत, ते जगातील सर्व चांगली सरकारे उद्‌ध्वस्त करण्याचे कारस्थान रचत आहेत. सगळे अमेरिकी राष्ट्राध्यक्षही त्याचे सदस्य आहेत, हे नवेसुद्धा.

गेल्या आठवड्यात एका पांढऱ्या रंगाच्या कारने मारुती झेन डीएल २सीपी ४३६२ ने मला धडक दिली. ही कार अमेरिकी अर्थसाहाय्य असलेल्या एका भारतीय टीव्ही चॅनलच्या मालकीची आहे. लोखंडी कठड्यावर आदळून ही कार थेट माझ्या अंगावर आली. कठड्याचा तो भाग अजूनही मोडलेला आहे. तुम्ही पाहू शकता. मी त्या वेळी झोपलो होतो; पण सावध होतो. मी एखाद्या कमांडोसारखा एका कुशीवर वळलो, त्यामुळे त्या जीवघेण्या हल्ल्यातून वाचलो; फक्त हातावर निभावले. माझा हात मोडला. आता त्याची डागडुजी सुरू आहे. बाकी मात्र मी बचावलो. ड्रायव्हरने पळून जाण्याचा प्रयत्न केला, पण लोकांनी त्याला थांबवले व मला राम मनोहर लोहिया हॉस्पिटलमध्ये घेऊन जायला भाग पाडले. आमच्यासोबत दोन माणसे गाडीतून आली होती. ती ड्रायव्हरला हॉस्पिटलमध्ये पोहोचेपर्यंत थपडांचा प्रसाद देत होती. सरकारी डॉक्टरांनी माझ्यावर अतिशय व्यवस्थित उपचार केले. दुसऱ्या दिवशी सकाळी मी इथे परत आलो, तेव्हा आदल्या रात्री इथे असलेल्या सर्व क्रांतिकारकांनी

माझ्यासाठी समोसे व ग्लासभर मधुर लस्सी आणली. त्या सर्वांनी माझ्या प्लॅस्टरवर सह्या केल्या अथवा अंगठा उठवला. हे बघा, हे ईस्ट परेज कोल माइन्समुळं विस्थापित झालेले हजारीबागचे संथाल आदिवासी. भोपाळहून इथे पायी चालत आलेले युनियन कार्बाईड वायुगळती पीडित- त्यांना इथे पोहोचण्यास तीन आठवडे लागले. त्या वायुगळतीवाल्या कंपनीचे आता नवे नाव आहे– डाऊ केमिकल्स. पण ज्या गरीब बिचाऱ्या लोकांचा त्यांनी विनाश केला, ते नवी फुफ्फुसे, नवे डोळे विकत घेऊ शकणार आहेत का? या लोकांना त्याच अवयवांनिशी जगावे लागणार आहे, जे अनेक वर्षांपूर्वी दूषित झाले आहेत, पण कुणाला पर्वा आहे! ती कुत्री मेरिडियन हॉटेलच्या खिडकीत बसून आमचे प्राण जाताना पाहत असतात.

ही सही आहे देवी सिंग सूर्यवंशीची. ते माझ्यासारखेच आहेत. अलिप्तवादी. त्यांनी मला त्यांचा दूरध्वनी क्रमांकही दिला आहे. ते भ्रष्टाचार व राजकारण्यांकडून होणारी देशाची फसवणूक याविरुद्ध लढा देत आहेत. त्यांची दुसरी मागणी काय आहे मला माहीत नाही. ते तुम्ही थेट त्यांनाच फोन करून विचारू शकता. आत्ता ते नाशिकला त्यांच्या मुलीकडे गेले आहेत; पण पुढच्या आठवड्यात परत येतील. आज त्यांचे वय सत्त्याऐंशी आहे; पण त्यांच्या दृष्टीने, अजूनही, देशाचा विचार प्रथम आहे.

ही सही आहे, रिक्षा युनियन राष्ट्रवादी जनता तिपहिया चालक संघाची. हा अंगठा आहे मध्य प्रदेशातील बैतूलच्या फूलबत्तीचा. ही बाई फार चांगली आहे. ती रोजंदारीवर शेतात काम करत असताना बी.एस.एन.एल. भारत संचार निगम लिमिटेडचा टेलिफोनचा खांब तिच्या अंगावर पडला. या अपघातामुळे तिचा डावा पाय काढावा लागला. बी.एस.एन.एल.ने तिच्यावरील उपचारांसाठी पन्नास हजार रुपये दिले. पण आता एका पायानं ती काम कसे करणार? ती विधवा आहे, ती खाणार काय? कोण तिच्या पोटाला घालणार? तिच्या मुलाची तिला सांभाळायची तयारी नसल्यामुळे त्याने तिला काहीतरी बैठे काम मिळावे या मागणीसाठी सत्याग्रह करायला येथे पाठवले आहे. ही बाई गेले तीन महिने या ठिकाणी आहे. कुणीही तिला भेटायला येत नाही. कुणी येणारही नाही. ती इथेच मरेल.

ही इंग्रजीतील सही पाहिलीत? ही एस. तिलोत्तमाची आहे. ही बाई इथे येत-जात असते. मी गेली अनेक वर्षे तिला पाहतो आहे. कधीकधी ती दिवसा येते. कधी रात्री उशिरा किंवा सकाळी लवकर. ती नेहमी एकटी असते. तिचे निश्चित वेळापत्रक असे नसते. तिचे हस्ताक्षर अतिशय सुंदर आहे. तीसुद्धा खूप चांगली आहे.

हे लातूरचे भूकंपग्रस्त. त्यांची नुकसानभरपाईची रक्कम भ्रष्ट जिल्हाधिकारी व तहसीलदारांनी खाऊन टाकली. तीन कोटी रुपयांपैकी फक्त तीन लाख रुपये या लोकांपर्यंत पोहोचले आहेत. फक्त तीन टक्के. बाकीचे पैसे वाटेतल्या या झुरळांनी गिळंकृत केले आहेत. हे लोक इथे १९९९ सालापासून बसून आहेत. तुम्हाला हिंदी वाचता येते का? त्यांनी काय लिहिले आहे पाहा-

भारत में गधे, गिद्ध और सूअर राज करते हैं।

हा माझ्यावरील दुसरा प्राणघातक हल्ला आहे. गेल्या वर्षी ८ एप्रिलला, होंडा सिटी डी.एल.८सीएक्स ४८५०, माझ्यावर येऊन आदळली. स्वच्छतागृहावर जी जाहिरात दिसतेय तीच कार, फक्त माझ्यावर आदळलेली कार रुपेरी नव्हती, मरून होती. तिचा ड्रायव्हर अमेरिकी एजंट होता. १७ जुलैच्या *हिंदुस्तान टाइम्स*च्या शहर विभागात *HTCity* मध्ये याबद्दलची बातमी आली होती. माझा उजवा पाय तीन ठिकाणी मोडला होता. आजही मला चालणे मुश्कील होते. मला लंगडावे लागते. लोक थट्टेने म्हणतात की, तुम्ही फूलबत्तीशी लग्न करा. म्हणजे तुम्हा दोघांनाही एक डावा व एक उजवा पाय धड मिळेल. मला यात अजिबात गंमत वाटत नाही. तरी मी त्यांच्यासोबत हसतो. कधीकधी हसणेही महत्त्वाचे असते. मी लग्नसंस्थेच्या विरुद्ध आहे. त्याचा शोध बायकांना ताब्यात ठेवण्यासाठी लावला गेला आहे. मी एकदा लग्न केले आहे. माझी पत्नी माझ्या भावाबरोबर पळून गेली. आता ते माझ्या मुलाला त्यांचा मुलगा म्हणवतात. तो मला 'काका' म्हणतो. मी त्यांना कधीही भेटलेलो नाही. ते पळून गेल्यानंतर मी इथे आलो.

कधीकधी मी रस्ता ओलांडून पलीकडे जातो व भोपाळी लोकांसोबत उपोषण करतो, पण तिथं उन्हाचा ताव जास्त असतो.

हे स्थान काय आहे तुम्हाला माहीत आहे का? हे जंतरमंतर? प्राचीन काळी इथे सावलीचे घड्याळ होते. कुठल्यातरी महाराजाने बांधलेले. मी त्याचे नाव विसरलो. १७२४मध्ये हे घड्याळ तयार केले होते. परदेशी लोक टूर गाईडना घेऊन अजूनही ते पाहायला इथे येतात. ते इथूनच जातात, पण त्यांना रस्त्याच्या एका बाजूला बसलेले, लोकशाहीच्या प्राणिसंग्रहालयापेक्षा अधिक सुस्थित जगासाठी लढणारे आम्ही लोक दिसत नाही. परदेशी लोकांना फक्त त्यांना जे पाहायचे असते तेवढेच दिसते. पूर्वी गारुडी व साधू असत, आता 'सुपरपॉवर'वाल्या गोष्टी असतात, 'बझार राज'. आम्ही येथे पिंजऱ्यातल्या प्राण्यांसारखे बसतो आणि सरकार या लोखंडी कठड्याच्या गजांमधून आम्हाला आशेचे छोटे छोटे निरुपयोगी तुकडे भरवते. ज्यावर जगणे शक्य नाही; पण फक्त आम्हाला मरण्यापासून रोखता येईल एवढेच. ते त्यांच्या पत्रकारांना

आमच्याकडे पाठवतात. आम्ही त्यांना आमच्या कहाण्या सांगतो. त्यामुळे क्षणभर आमचा भार हलका होतो. अशाप्रकारे ते आमच्यावर ताबा ठेवतात. शहरात बाकी सर्वत्र क्रिमिनल प्रोसिजर कोडचे कलम १४४ लागू असते.

हे बघा, त्यांनी बांधलेले नवे स्वच्छतागृह. ते म्हणतात, हे तुमच्यासाठी बांधले आहे. स्त्री-पुरुष दोघांसाठी स्वतंत्र. तिथे जाण्यासाठी आम्हाला पैसे मोजावे लागतात. आम्ही स्वत:ला त्या मोठमोठ्या आरशात पाहतो तेव्हा भीतीच वाटते.

प्रतिज्ञापन

मी येथे जाहीर करतो की, वर नमूद केलेली सर्व माहिती माझ्या समजुतीप्रमाणे सत्य व खरी असून, त्यातील काहीही लपवलेले नाही.

***

पेव्हमेन्टवरीन आपल्या जुन्यापुराण्या स्थानावरून डॉ. आझाद भारतीय यांनी त्या रात्री पेव्हमेन्टवर त्या गायब झालेल्या बाळासोबत तीन माता पाहिल्या होत्या... तिघीही प्रकाशाच्या धाग्यानं एकत्र बांधलेल्या.

जंतरमंतरवर घडणारी प्रत्येक गोष्ट त्यांना माहीत असते. ही गोष्ट माहीत असलेले पोलीस त्यांना प्रश्न करण्यासाठी त्यांच्याकडे आले. त्यांनी काही फटके लावले. जरासे, फार जोरात नाही. फक्त सवयीनं, ते फक्त इतकंच म्हणाले की,

मर गयी बुलबुल कफस में
कह गयी सय्याद से
अपनी सुनहरी गांड में
तू ठूस ले फस्ल-ए-बहार

(बुलबुल मरून गेली पिंजऱ्यात
कोंडणाऱ्याला सांगून गेली
सुगीचा सारा बहर
घे ठासून तुझ्या सोनेरी गांडीत)

पोलिसांनी त्यांना लाथा घातल्या. (नित्याचा भाग म्हणून) आणि त्यांच्या *'न्यूज अॅन्ड व्ह्यूज'*च्या सगळ्या प्रती, तसंच त्यांची *जयसीज सारी पॅलेस*ची पिशवी. त्यातील कागदपत्रांसह जप्त केली.

पोलीस गेल्यानंतर डॉ. आझाद भारतीय यांनी क्षणभरही दवडला नाही. ते

ताबडतोब कामाला लागले. त्यांनी शून्यातून, कागदपत्रे जुळवण्याच्या मेहनतीच्या कामाला सुरुवात केली.

पोलिसांकडे संशयित नव्हते (एस. तिलोत्तमा, डॉ. आझाद भारतीय यांच्या *'न्यूज अॅन्ड व्ह्यूज'*ची प्रकाशिका, नंतरच्या टप्प्यावर धप्पकन त्यांच्यासमोर आली.) तरी पोलिसांनी कलम १६१ (कायदेशीर पालकाच्या ताब्यातून अपनयन करणे), कलम ३६२ (अपहरण), कलम ३६५ (गुप्तपणे व गैरपणे एखाद्या व्यक्तीला परुद्ध करण्याकरता तिचे अपनयन किंवा अपहरण करणे, कलम ३६६ अ (अज्ञान मुलगी अनैतिक कृत्यासाठी मिळवणे), कलम ३६७ (एखाद्या व्यक्तीला जबर दुखापत पोहोचवणे, तिला गुलाम बनवणे, इत्यादींसाठी तिचे अपनयन किंवा अपहरण करणे.) कलम ३६९ (दहा वर्षांखालील बालकाच्या अंगावरील मालमत्ता चोरण्याच्या उद्देशाने त्याचे अपनयन किंवा अपहरण करणे) अन्वये गुन्हा नोंदवला.

हे गुन्हे दखलपात्र, जामीनपात्र व प्रथम वर्ग न्यायदंडाधिकाऱ्यांच्या कार्यक्षेत्रात येत होते. या गुन्ह्याची शिक्षा सात वर्षांहून अधिक तुरुंगवासापेक्षा जास्त नव्हती.

त्या वर्षात त्यांनी शहरातले अशा प्रकारचे एक हजार एकशे शेहेचाळीस गुन्हे नोंदवले होते. आणि आत्ता कुठं फक्त मे महिना होता.

पाच

एक हलकाफुलका पाठलाग

रिकाम्या रस्त्यावर घोड्यांच्या टापांचा आवाज गुंजत होता.

हडकुळी पायल शहराच्या अशा भागातून टॉगडॉग डॉगडॉग करत दौडत निघाली होती. जिथं तिनं असायला नको होतं.

तिच्या पाठीवर सोनेरी गोंडे लावलेल्या लाल कापडाचं खोगीर होतं आणि त्यावर दोनजण स्वार झाले होते. सद्दाम हुसैन आणि लावण्यवती इशरत. शहराच्या ज्या भागात त्यांनी असायला नको होतं, तिथून ते निघाले होते. म्हणजे तसं कुठल्या फलकावर लिहिलेलं नव्हतं... कारण फलकावर सगळं काही लिहिलेलं होतं, कुठल्याही मूर्खालासुद्धा वाचता येईल असं : शांतता राखा, रस्त्यांची रुंदी, झाडांची उंची, मनुष्यविरहित पदपथ, कातरलेली कुंपणे, फिकट पांढरे बंगले, ज्यांत राज्यकर्ते राहत असत. रस्त्यावरच्या उंचच उच दिव्यांमधून ओतला जाणारा पिवळा प्रकाशसुद्धा विलक्षण दिसत होता... द्रवरूपी सोन्याचे खांबच जणू.

सद्दाम हुसैननं गॉगल घातला.

"रात्रीच्या वेळी गॉगल घालणं वेडपटासारखं दिसतं," इशरत म्हणाली.

"तू याला रात्र म्हणतेस?" सद्दामनं विचारलं. मग त्यानं तिला समजावून सांगितलं की, मी चांगला दिसण्यासाठी गॉगल घालत नाही. दिव्यांची तिरीप आली की माझे डोळे चुरचुरतात. तुला माझ्या डोळ्यांची गोष्ट नंतर सांगीन, तो म्हणाला.

आजूबाजूला माश्या नसूनही पायलनं कान फडफडवत अंग आकसलं. आपण नेहमीची चौकट ओलांडल्याचं तिला जाणवलं होतं. तिला शहराचा हा भाग आवडला होता. तिथं श्वास घ्यायला हवा होता. त्यांनी तिला चौखूर उधळू दिलं असतं, तर ती मुक्त सुटली असती, पण ते तिला तसं करू देणार नव्हते.

पायल आणि तिच्यावर स्वार झालेले दोघे, पाठलाग करत होते. त्यांच्यापुढे असलेली ऑटोरिक्षा व त्यातल्या प्रवाशांचा पाठलाग करणं हे त्यांचं 'मिशन' होतं.

ते काही अंतर राखून पाठलाग करत होते. विविध शिल्पे, कारंजी, फुलांचे

ताटवे फुललेल्या बागा, रस्त्याच्या दुतर्फा वाढलेली चिंच, जांभूळ, कडुलिंब, लघुपिंपळी, अर्जुन अशी झाडे या आजूबाजूच्या विस्तीर्ण परिसरात ती रिक्षा हरवलेल्या मुलासारखी वाटत होती. टरटर आवाज करत ती पुढे जात होती.

"ते बघ, त्यांच्या गाड्यांसाठीसुद्धा बागा आहेत," इशरत चौकातून वळण घेताना म्हणाली.

सद्दाम हसला. तो आनंदात होता.

"त्यांच्याकडे त्यांच्या कुत्र्यांसाठी गाड्या असतात आणि गाड्यांसाठी बागा," तो म्हणाला.

अकस्मात, त्यांच्याजवळून गडद काचांच्या, बुलेटप्रूफ खिडक्या असलेल्या काळ्या मर्सेडिसचा ताफा वेगात गेला, साप सळसळत गेल्यासारखा.

बागांचे शहर मागे टाकून, पाठलाग करणारे व ज्यांचा पाठलाग केला जात होता ते, एका ओबडधोबड उड्डाणपुलावर आले. (ओबडधोबड म्हणजे वाहनांच्या दृष्टीने ओबडधोबड. घोड्यांच्या दृष्टीने नव्हे. दिव्यांची उतरती रांग उंच खांबावर बसवलेल्या यांत्रिक 'चेरब' (देवदूताच्या) पंखांसारखी दिसत होती. रिक्षा आवाज करत चढ चढली, मग उतारावरून खाली जाऊन दिसेनाशी झाली. पायल दुडक्या चालीनं मजेत तिचा पाठलाग करत होती. एक सडसडीत युनिकॉर्न त्या 'चेरब ब्रिगेड'वर लक्ष ठेवून होता.

उड्डाणपुलाच्या पलीकडील शहर स्वतःबद्दल जरा अनिश्चिततेनं वाढत गेलं होतं.

हा मंदगती पाठलाग दोन हॉस्पिटल्सना मागे टाकून पुढे गेला. ही हॉस्पिटल्स आजारांनी इतकी ओसंडून वाहत होती की रुग्ण व त्यांचे नातेवाईक बाहेर सांडले होते व रस्त्यावरच मुक्काम टाकून होते. काहींनी तिथं तात्पुरते बेड टाकले होते, तर काही जण चाकांच्या खुर्चीत होते. काहींच्या अंगावर हॉस्पिटलचे गाउन आणि बँडेज व आय.व्ही. ड्रिप्ससुद्धा होते. किमोथेरपीनं केस गळून गेलेली लहान मुलं हॉस्पिटलचे मास्क घालून, त्यांच्या भकास डोळ्यांच्या आईबापांना बिलगून होती. अहोरात्र सुरू असणाऱ्या केमिस्टच्या काउंटरवर लोक गर्दी करून इंडियन 'रोलेट' सारखा जुगार खेळत होते, त्या खेळातल्या वेगवेगळ्या भागांत इकडेतिकडे घरंगळत जाणाऱ्या बॉलसारखी वाटत होती. (ते जी औषधे विकत घेत होते ती अस्सल असण्याची, बनावट नसण्याची शक्यता ६०:४० होती.) काही कुटुंबे रस्त्यावरच स्वयंपाक करत होती, छोट्या रॉकेलच्या स्टोव्हवर. त्यांनी चिरलेल्या कांद्यात, उकडलेल्या बटाट्यात रस्त्यावरच्या धुळीची कचकच येत होती. त्यांनी धुतलेले कपडे झाडांच्या संरक्षक जाळ्यांवर व कठड्यांवर वाळत घातले होते. (सद्दामनं या सगळ्यांची नोंद घेतली– व्यावसायिक कारणाने.) पायांच्या कमानी

वळलेल्या वृद्धांचा घोळका तिथंच वर्तुळाकार बसला होता. ते कृश, धोतरवाले वृद्ध बूड टेकवून उकिडवे बसले होते. वर्तुळाच्या मध्यभागी प्रिंटेड साडी नेसलेली, वठलेली म्हातारी घायाळ पक्ष्यासारखी बसली होती. तिनं काळ्या कुळकुळीत काचांचा गॉगल घातला होता, त्याच्या कडा कापसानं बंद केलेल्या होत्या. तिच्या तोंडातून थर्मामीटरचं टोक बाहेर आलेलं दिसत होतं. सिगारेटसारखं. त्या लोकांचं पांढरा घोडा व त्यावर स्वार झालेल्यांकडे अजिबात लक्ष नव्हतं.

त्यानंतर आणखी एक उड्डाणपूल आला.

या खेपेला पाठलागवाले त्याच्या खालून निघाले. त्या भागात झोपलेल्या लोकांची गच्च गर्दी होती. कपाळावर टाल्कम पावडरचा जांभळा साका बसलेल्या व लांब, करड्या, झुडपासारख्या दाढीच्या एका उघड्याबंब टकल्या माणसानं मानेला झटके देत काल्पनिक ढोलावर ताल धरला होता, उस्ताद झाकिर हुसैन सारखा.

"धा धा धिन ति-र-कि-ट-धिन!" तिथून जाताना इशरत त्याला उद्देशून म्हणाली. त्यावर त्यानं हसून तिला तबल्याचे आणखी गुंतागुंतीचे बोल ऐकवले.

पुढे एक शटरवालं मार्केट. मध्यरात्री सुरू असणारी अंडा पराठ्याची गाडी. शीख गुरुद्वारा. आणखी एक मार्केट. गाड्यांची दुरुस्ती करणाऱ्या दुकानांची रांग. तिथं बाहेर झोपलेली माणसे व कुत्री गाड्यांच्या ग्रीसने माखली होती.

रिक्षा एका रहिवासी कॉलनीत वळली आणि मग लेफ्ट राइट लेफ्ट राइट लेफ्ट. एक गल्ली आली. तिथं या टोकापासून त्या टोकापर्यंत बांधकामाचं साहित्य रचलेलं होतं. सगळी घरं तीन ते चार मजली होती.

रिक्षा एका लोखंडी गजांच्या लॅव्हिंडर रंगाच्या गेटबाहेर थांबली. पायल तिथून काही अंतरावर सावल्यांच्या अंधारात थांबली. फुरफुरणारं भूत. फिकुटलेलं घोडा - भूत. तिच्या खोगिरावरचा सोनेरी दोरा रात्रीच्या अंधारात चमकत होता.

रिक्षातून एक बाई उतरली, रिक्षाचे पैसे देऊन आत घरात गेली. रिक्षा निघून गेल्यानंतर, सद्दाम हुसैन आणि लावण्यवती इशरत त्या लॅव्हिंडर रंगाच्या गेटमधून आत गेले. डुगडुगत्या वशिंडांचे दोन बैल बाहेर आळसावून पडले होते.

दुसऱ्या मजल्यावरच्या खिडकीतून उजेड येत येता.

"घर नंबर लिहून घे," इशरत म्हणाली.

सद्दाम म्हणाला, "त्याची काही गरज नाही, कारण मी एकदा पाहिलेलं ठिकाण कधी विसरत नाही. मी झोपेतसुद्धा शोधू शकतो."

ती त्याच्या अंगाला अंग घासत म्हणाली, "व्वा! काय मर्द आहे!"

त्यानं तिचे वक्ष कुस्करले. तिनं त्याचा हात फटकारत दूर केला.

“नाही; त्यांचा दर बराच जास्त आहे. मी अजून माझे हप्ते भरतेय.”

दुसऱ्या मजल्यावरच्या उजेडाच्या आयतातून एका बाईची आकृती दिसत होती. तिनं खाली पाहिलं, पांढऱ्या घोड्यावर दोन जण बसले होते. त्यांचंही लक्ष वर गेलं.

त्यांची क्षणभर जी नजरानजर झाली होती, त्याची जणू पावती म्हणून त्या बाईनं (जी देखणी होती, जी देखणी नव्हती, जी उंच होती, जी बुटकी होती) मान हलवली आणि तिच्या कडेवर असलेल्या ‘चोरीला गेलेल्या माला’चा पापा घेतला. तिनं त्यांना हात केला. त्यांनीही हात करून तिला प्रतिसाद दिला. तिनं अर्थातच त्यांना जंतरमंतरवरच्या झोंबाझोंबीतली ‘टीम’ म्हणून ओळखलं होतं. सद्दाम घोड्यावरून उतरला आणि त्याच्या हातात एक लहानसा अर्थातच आयताकृती पांढरा तुकडा होता. त्याचं व्हिजिटिंग कार्ड. त्यावर जन्नत गेस्ट हाउस व अंत्यविधी सेवा याचा पत्ता होता. त्यानं पत्र्याच्या पत्रपेटीत ते व्हिजिटिंग कार्ड टाकलं. त्या पत्रपेटीवर नाव लिहिलं होतं, *एस. तिलोत्तमा. दुसरा मजला.*

ते बाळ वाटभर पिसाळून रडत होतं; पण अखेर एकदाचं गाढ झोपी गेलं होतं. त्याच्या छातीचे इवले इवले ठोके आणि हाडे निघालेल्या खांद्यावर विसावलेला काळा मखमली गाल. तो घोडा व त्यावरील स्वार गल्लीतून बाहेर जात असताना, पाहत ती बाई बाळाला जोजवत होती.

ती याआधी शेवटची इतकी आनंदात कधी होती, ते तिला आठवतच नव्हतं. ते बाळ तिचं असल्यामुळे नव्हे, तर ते तिचं नव्हतं म्हणून.

सहा

नंतरसाठी काही प्रश्न

जेव्हा 'बेबी सील' मोठं होईल, उन्हानं रखरखणाऱ्या एका दुपारी आइस्क्रीमच्या गाड्याभोवतीच्या शाळकरी मुलींच्या गर्दीत उभं राहील, तेव्हा भगव्या रंगाच्या कांडीसाठी गलका करणाऱ्या शाळकरी मुलींपैकी एक... तेव्हा तिला तिच्या जन्माच्या दिवशी जंगलात भरून राहिलेल्या पक्व महुआच्या मादक गंधाची झुळूक अकस्मात जाणवेल का? जंगलातल्या भूमीवर पडलेल्या वाळलेल्या पानांचा, अथवा तिच्या आईच्या 'सेफ्टी कॅच' उघडलेल्या बंदुकीच्या नळीचा, तिच्या कपाळावरचा गरम धातूचा स्पर्श तिच्या देहाला आठवेल का?

की, तिचा भूतकाळ कायमचा पुसून गेलेला असेल?

मौत एक छरहरी नौकरशाह है, मैदानों से उड़कर आती हुई–
(मृत्यू, एक हडकुळा नोकरशहा लहरत येतो, पठारांवरून...)

– आगा शाहिद अली

सात

घरमालक

अंधूक, मळकट थंडी आहे. हिवाळ्यातला एक सर्द, मळकट, अंधारा दिवस. दोन दिवसांपूर्वी झालेल्या स्फोटांमुळे शहर अजूनही सुन्न होतं. बसस्टॉप, एक कॅफे व एका छोट्या शॉपिंग प्लाझाच्या बेसमेंटमधल्या पार्किंग लॉटमध्ये एकाच वेळी हे स्फोट झाले होते. त्यात पाच जणांचा मृत्यू झाला होता आणि कित्येक गंभीर जखमी झाले होते. या धक्क्यातून सावरायला आमच्या टीव्ही अँकर्सना सामान्य लोकांपेक्षा जरा जास्तच वेळ लागणार होता. माझ्याविषयी सांगायचं, तर त्या स्फोटांनी माझ्या मनात अनेक भावना जाग्या झाल्या, पण दुःखाची गोष्ट म्हणजे, आताशा कुठल्याही गोष्टीने धक्का बसत नाही.

मी या वरच्या मजल्यावरच्या 'बरसाती'मध्ये राहतो. दुसऱ्या मजल्याच्या छतावरच्या अपार्टमेंटमध्ये. कडुलिंबाच्या झाडांनी त्यांची पानं गाळली आहेत, पोपट अधिक उबदार (सुरक्षित?) स्थळी राहायला गेले असावेत. खिडक्यांच्या चौकटींवर धुक्याचा पडदा पसरला आहे. कबुतरं त्यांच्या विष्ठेचा थर बसलेल्या छज्जावर गुरगटून बसली आहेत. दिवस निम्म्यावर आला आहे. जवळजवळ दुपारच्या जेवणाची वेळ झाली आहे. पण मला अजून दिवे लावावे लागत आहेत. माझा 'रेड सिमेंट फ्लोअर'चा प्रयोग फसला आहे हे माझ्या लक्षात आलं आहे. मला दक्षिण भारतातल्या अभिरुचीसंपन्न, जुन्या घरांतल्या जमिनीसारखा गडद, हलकी चमक असलेला 'फ्लोअर' हवा होता. पण इथं, इतक्या वर्षांत, उन्हाळ्यातल्या कडक उष्णतेमुळे सिमेंटचा रंग उडाला आहे आणि हिवाळ्यातल्या कडक थंडीमुळे त्याचा पृष्ठभाग आकुंचन पावला असून, त्यावर केसांइतक्या बारीक तड्यांची नक्षी तयार झाली आहे. हे अपार्टमेंट धुळकट आणि मोडकळीला आलेले आहे. घाईगडबडीनं रिकामी झालेल्या या जागेच्या स्तब्धतेत काहीतरी विलक्षण आहे. त्यामुळे ही जागा सरकत्या चित्रातल्या थिजलेल्या चौकटीसारखी दिसते. या जागेत गतीची भूमिती आहे. जे काही घडलं होतं आणि अजून जे जे काही घडायचं होतं, त्या सगळ्यांचे

भौमितिक आकार इथे आहेत. या ठिकाणी जी व्यक्ती राहायची, तिची अनुपस्थिती इतकी जाणवते की, जणू ती व्यक्ती इथं उपस्थित असावी, तिचा स्पर्श जाणवावा.

रस्त्यावरून येणारा आवाज मूक झाला होता. स्तब्ध सिलिंग फॅनच्या कडा धूळ व काजळीनं भरल्या होत्या. दिल्लीच्या कुप्रसिद्ध गलिच्छ हवेचं विजयगान होतं ते. माझ्या फुप्फुसांच्या दृष्टीनं सुदैवाची गोष्ट म्हणजे मी इथे फक्त पाहुणा आहे किंवा किमान माझी तशी अपेक्षा आहे; मला रजेवर घरी पाठवण्यात आलं आहे. मी काही आजारीबिजारी नाहीये. तरी मी आरशात स्वत:ची छबी पाहतो तेव्हा माझी त्वचा लक्षात येण्याइतकी निस्तेज झाल्याचे व केस विरळ झाल्याचे मला जाणवतं. त्यातून माझं डोकं चमकतं. (हो, चमकतं) माझ्या भुवयांवर तर जवळजवळ काहीच उरलेलं नाहीये. हे चिंतातुरपणाचं लक्षण आहे असं मला सांगण्यात आलं आहे. मी मान्य करतो, माझं मद्यपान काळजीचाच विषय आहे. मी माझी बायको व माझा बॉस या दोघांच्याही सहनशक्तीची अशक्य पद्धतींनी कसोटी पाहिली आहे. आता मी स्वत:ला सुधारून दुर्गुणांची भरपाई करण्याचा निश्चय केला आहे. व्यसनमुक्ती केंद्रात माझं नाव नोंदवण्यात आलं आहे. तिथं मी सहा आठवडे फोन व इंटरनेटविना राहणार आहे आणि माझा जगाशी कुठल्याही प्रकारे संपर्क असणार नाही. मी तिथं आजच जायचं ठरवलं होतं; पण मी सोमवारी तिथं जाईन.

काबूलला परत जाण्यास मी अतिशय उत्सुक आहे. त्याच शहरात बहुधा मी कुठल्यातरी जुन्यापुराण्या, अ-वीरोचित पद्धतीने अखेरचा श्वास घेईन, कदाचित माझ्या राजदूताला फाइल देताना... धडाम्... मग मी असणार नाही. दोनदा आम्ही त्यांच्या तावडीत सापडण्याच्या बेतात होतो; पण दोन्ही वेळेला आमचं नशीब चांगलं होतं. दुसऱ्या हल्ल्यानंतर आम्हाला पश्तू मध्ये एक निनावी पत्र आलं होतं. (ते मला लिहिता-वाचता येतं.) *नुन जमोंग बद किस्मती वा. खो याद लरा चे मोंग सिर्फ यॉ वार पा किस्मत गत्ता कवो. ता बा दा हमेशा दपरा खुश किस्मता वे.*

याचा साधारण अर्थ असा :

आज आम्ही कमनशिबी ठरलो, पण लक्षात ठेवा, एकदाच आम्हाला नशीबवान ठरायचे आहे. तुम्हाला सदैव नशीबवान असणं आवश्यक आहे.

त्या शब्दांत असं काहीतरी होतं, ज्यामुळे माझ्या मनात घंटा वाजली. मी 'गुगल' केलं. (आता हे क्रियापदच झालं आहे, नाही का?) १९८४ साली मार्गारेट थॅचर ब्रायटनच्या ग्रँड हॉटेलवरील बॉम्ब हल्ल्यातून बचावल्यानंतर 'आयआरए'ने जे म्हटलं होतं, त्याचं भाषांतरच होतं जवळपास. मला वाटतं, हा जागतिकीकरणाचा दुसरा प्रकार आहे, हे 'युनिव्हर्सल टेरर स्पीक.'

काबूलमधला प्रत्येक दिवस म्हणजे बुद्धीची लढाई असते आणि मला त्याचं व्यसन आहे.

मी ‘नोकरी’साठी ‘फिट’ असल्याचं प्रमाणपत्र मिळण्याची वाट पाहत होतो. त्या दरम्यान मी माझ्या भाडेकरूंकडे जाऊन यावं व घराची अवस्था काय आहे ती पाहून यावी असं ठरवलं. हे घर मी पंधरा वर्षांपूर्वी विकत घेतलं होतं आणि जवळजवळ सगळं नव्यानं बांधलं होतं. म्हणजे किमान मी स्वत:ला तसं सांगितलं. मी इथं आलो तेव्हा मी मुख्य प्रवेशद्वारातून आत जायचं टाळतोय असं माझ्या लक्षात आलं. मी सगळा रस्ता पार करून, वळून मागच्या बाजूला आलो. टाउन हाउसच्या रांगेमागून जाणाऱ्या गल्लीत उघडणाऱ्या गेटमधून आत प्रवेश केला.

एके काळी ही गल्ली किती शांत, सुंदर होती. आता ती बांधकामाच्या साइटसारखी झाली होती. गाड्या पार्क केलेली जागा वगळून राहिलेली थोडीशी जागा लोखंडी सळया, दगड आणि वाळूचे ढीग अशा बांधकाम साहित्यानं व्यापली होती. गटारींच्या दोन उघड्या मॅनहोल्समधून येणारी भयंकर दुर्गंधी त्या भागात जमिनी-घरांचे जे प्रचंड दर होते, त्याच्याशी अगदी विसंगत होते. बहुतेक जुनी घरे आता उद्‌ध्वस्त झाली होती आणि त्यांच्या जागी नव्या विकसकांचे आलिशान फ्लॅट्‌स उभे राहत होते. काही स्टिल्टवर उभे होते. त्यामुळे ग्राउंड फ्लोअर पार्किंगसाठी मोकळे झाले होते. या कार वेड्या शहरात ही कल्पना मस्तच आहे, पण का कोण जाणे; मला त्याचं जरा दु:ख होतं, बहुधा जुन्या, अधिक शांत काळाबद्दलची ओढ... नॉस्टॅल्जिया.

मातकटलेल्या पोरांची एक टोळी, त्यातल्या काहींच्या काखोटीला लहान बाळं मारलेली, दारावरच्या बेल वाजवून हळूच पळून जाण्याचा खेळ मजेत खेळत होती. त्यांचे अत्यंत कृशकाय आईवडील नव्या बेसमेंटसाठी खणलेल्या खोल खड्ड्यातून सिमेंट-विटा काढत होते. एक दयाळू डोळ्यांचं छोटं गाढव पाठीवर विटा लादून नेत होतं. स्फोटानंतरची खबरदारी म्हणून मार्केटमधल्या पोलीस बूथवर इंग्रजी व हिंदीत सूचना देण्यात होत होत्या. तो आवाज इथं अस्पष्ट येत होता :

‘कृपया कोणतेही संशयास्पद सामान वा संशयास्पद माणूस दिसल्यास जवळच्या पोलीस ठाण्याशी संपर्क साधा...’

मी मागच्या वेळी इथं आलो होतो तेव्हापासून काही महिन्यांत मागच्या गल्लीत पार्क केलेल्या गाड्यांची संख्या वाढली आहे. त्यातल्या बहुतेकशा गाड्या अधिक मोठ्या व भपकेबाज आहेत. माझ्या शेजारी श्रीमती मेहरांचा नवा ड्रायव्हर, त्याच्या पूर्ण डोक्याला तपकिरी मफलर गुंडाळलेला असतो, फक्त डोळ्यांच्या जागी फट उघडी असते, नवी कोरी दुधी रंगाची टोयोटा कोरोला नळी लावून अशा प्रकारे धूत असतो, जणू काही ती म्हैस असावी. त्या गाडीच्या बॉनेटवर छोट्या भगव्या अक्षरात ‘ओम’ रंगवलेलं आहे. वर्षभरापूर्वी श्रीमती मेहरा त्यांचा घरातला केर त्यांच्या पहिल्या मजल्यावरच्या बाल्कनीतून सरळ रस्त्यावर फेकत असत. आता टोयोटा

घेतल्यावर त्यांची सार्वजनिक आरोग्याबद्दलची जाणीव काही सुधारली असेल का, असा विचार माझ्या मनात येतो.

दुसऱ्या आणि तिसऱ्या मजल्यावरची बहुतेक अपार्टमेंट्स आता अद्ययावत झालेली, काचाबिचा लावून सजलेली दिसत होती.

माझ्या घराच्या मागच्या गेटसमोरच्या काँक्रीट दिव्याच्या खांबाच्या आजूबाजूला अनेक वर्षे राहणारे काळे वळू, श्रीमती मेहरांनी खाऊ घालून पोसलेले व बिघडवलेले, आणि त्यांची गोपूजक मंडळी कुठं दिसत नव्हते. कदाचित फिरायला गेले असावेत.

छानसे हिवाळी कोट घातलेल्या दोन तरुण बायका हाय हिल्स घालून टॉकऽ टॉक करत सिगारेटी ओढत जाताना दिसल्या. त्या रशियन किंवा युक्रेनियन वेश्यांसारख्या दिसतात. फार्महाउस पार्ट्यांना बोलावता येतील अशा प्रकारच्या. मागच्या आठवड्यात मेहरौलीला माझा जुना मित्र बॉबी सिंगकडच्या 'स्टॅग पार्टी'त अशा काही जणी होत्या. त्यांच्यातली एक. टॅकोजची बशी घेऊन फिरणारी, खरोखरची 'डिप' होती. टॉपलेस. तिच्या छातीवर जवळजवळ कमी अधिक प्रमाणात सगळीकडे काबुली चण्यांची चटणी अर्थात हमुस होते. मला ते जरा अतीच वाटलं, पण बाकीचे पाहुणे मात्र ते 'एन्जॉय' करताना दिसत होते. त्या मुलीचाही आविर्भाव तोच होता. कदाचित तो तिच्या 'कामाचा' भाग असू शकेल. सांगणं कठीण आहे.

मालकांनी टाकलेले त्यांचे जुने महागडे कपडे घालणारे नोकर त्यांच्यापेक्षा चांगल्या कपड्यातल्या कुत्र्यांसोबत चालत जाताना दिसतात. लॅब्रॅडॉर, जर्मन शेपर्ड्स, डॉबरमन्स, बीगल्स, डेशहुंड्स, कॉकर स्पॅनिअल्स... *Superman* आणि *woof!* अशासारखं काहीतरी लिहिलेले लोकरी कोट घालून काही भटक्या कुत्र्यांनाही कोट घातले आहेत त्यामुळे ती कुत्रीही पेडिग्री खाणाऱ्या उच्चभ्रू कुत्र्यांसारखी दिसतात.

ट्रिकल-डाउन. हा! हा!

दोन माणसे-एक गोरा, एक भारतीय-हातात हात गुंफून इथून जातात. त्यांच्या गुबगुबीत काळ्या लॅब्रॅडोरच्या अंगात लाल निळी जर्सी असते, त्यावर लिहिलेलं आहे- *No. 7 Manchester United.* एखाद्या दयाळू साधूनं आशीर्वाद द्यावेत त्या थाटात, तो डुलत डुलत जाताना वाटेत उभ्या असलेल्या गाड्यांच्या टायर्सवर मुताची छोटीशी चिळकांडी सोडत असतो.

डिअर पार्कला लागून असलेल्या म्युनिसिपल प्रायमरी स्कूलला नवं पत्र्याचं गेट बसवलं आहे. त्यावर एक भयानक चित्र रंगवलेलं आहे. आनंदी मातेच्या कडेवर आनंदी मूल आणि त्याला पांढऱ्या पोशाखातली, पांढरे स्टॉकिंग्ज घातलेली आनंदी परिचारिका पोलिओचा डोस देते आहे. त्या चित्रातली सिरिंज साधारण क्रिकेट बॅट एवढी आहे. त्या शाळेतल्या मुलांचे आवाज माझ्या कानावर येतात, ती मोठ्यानं

म्हणत असतात- *Ba Ba Black Sheep...* त्यात *Wool* आणि *full* फुल! वर त्यांचा आवाज टिपेला पोहोचतो.

काबूलच्या तुलनेत किंवा अफगाणिस्तान वा पाकिस्तानातल्या किंवा आपल्या शेजारी देशांपैकी (श्रीलंका, बांगलादेश, बर्मा, इराण, इराक, सीरिया-हे भगवान!) कुठल्याही ठिकाणाच्या तुलनेत ही मागच्या बाजूची धुक्यात लपेटलेली छोटीशी गल्ली इथं रोजच निरस कंटाळवाणेपण असूनही, गावंढळपण असूनही, इथं दुर्दैवी पण सुसह्य अन्याय असूनही, इथं गाढवं आणि किरकोळ क्रौर्य असूनही नंदनवनातील एखाद्या छोट्याशा कोपऱ्यासारखी आहे. इथल्या दुकानात खाद्यपदार्थ, फुले, कपडे व मोबाइल फोन विकले जातात. हातबॉम्ब आणि मशीनगन्स नाही. लहान मुलं दारावरच्या बेल वाजवून खेळत असतात. आत्मघातकी बॉम्बर बनण्याचा खेळ खेळत नाहीत. आपल्याकडेही आपले वेगवेगळे त्रास वैताग आहेत, भयंकर क्षण आहेत; हो, आहेत; पण ते अपवादात्मक आहेत.

या महान देशाबद्दल सतत बारीकसारीक खुसपटं काढत तक्रार करणाऱ्या बुद्धिवंत व व्यावसायिक टीकाकारांची मला भयंकर चीड येते. स्पष्टच सांगायचं तर हे लोक असं करू शकतात; कारण त्यांना ते करू दिलं जातं आणि त्यांना ते करू दिलं जातं, कारण आपल्यात इतक्या सगळ्या उणिवा असूनही इथे खरीखुरी लोकशाही आहे. ही गोष्ट चारचौघांत सतत बोलण्याचा मूर्खपणा मी करणार नाही, पण वास्तव सांगतो की, भारत सरकारचा नोकर असणं ही माझ्यासाठी अत्यंत अभिमानाची गोष्ट आहे.

माझ्या अपेक्षेप्रमाणेच, मागच्या बाजूचं गेट उघडं होतं.

(तळमजल्यावरच्या भाडेकरूंनी त्याला लॅव्हिंडर रंग दिला आहे.) मी जिना चढून थेट दुसऱ्या मजल्यावर गेलो. दाराला कुलूप होतं. ते पाहून माझा अपेक्षाभंग झाला. मी खूपच अस्वस्थ झालो. जिन्याचं लँडिंग उजाड दिसत होतं. दाराजवळ पत्रे आणि जुन्या वर्तमानपत्रांचा गठ्ठा साठला होता. तिथल्या धुळीत कुत्र्याच्या पायांचे ठसे उठल्याचं माझ्या लक्षात आलं.

मी जिना उतरून खाली येताना पाहून माझ्या तळमजल्यावरच्या भाडेकरूची जाडजूड, देखणी, बायको स्वयंपाकघरातून बाहेर येऊन माझ्याशी बोलायला आली. हा भाडेकरू कुठलीशी व्हिडीओ प्रॉडक्शन कंपनी चालवतो. तिनं मला चहा घ्यायला तिच्या घरात (जे कधीकाळी माझं घर होतं. माझ्या बायकोचं व माझं, आमचं दोघांचंही पोस्टिंग दिल्लीत झालं होतं त्या वेळी) बोलावलं.

"मी अंकिता," ती मला आत नेत म्हणाली. ती काळजीत पडलेली दिसत होती. तिचे सोनेरी हायलाइट केलेले, रसायनांच्या मदतीनं इस्त्री केल्यासारखे ताठ

केलेले लांबसडक केस ओलसर दिसत होते. तिच्या उग्र शाम्पूचा वास माझ्या नाकात शिरला होता. तिच्या कानात हिरे होते आणि अंगात गुबगुबीत पांढरा लोकरी स्वेटर. तिच्या ऐसपैस पार्श्वभागावर ताणून पसरलेल्या तंग निळ्या जीन्सच्या त्याला 'जेगिंग्ज' म्हणतात असं माझ्या मुली सांगतात– मागच्या खिशांवर लवलवत्या जिभेच्या चिनी ड्रॅगन्सचं रंगीबेरंगी भरतकाम होतं. माझ्या आईला आवडला असता... कपडे आवडले नसते तरी तिचा गुबगुबीतपणा नक्की आवडला असता. *देखते बेश रोलीपोली* ती म्हणाली असती.

बिचारी आई, तिचं सगळं वैवाहिक आयुष्य दिल्लीत गेलं, कोलकात्यातील तिच्या बालपणीची स्वप्ने पाहत. त्या शब्दानं माझ्या डोक्यात वैतागवाणी भुणभुण सुरू केली... *रोलीपोली रोलीपोली रोलीपोली.*

खोलीच्या चार भिंतींपैकी तीन भिंतींना कलिंगडासारखा गुलाबी रंग दिला होता. सगळं फर्निचर, डायनिंग टेबलसुद्धा ठिपक्याठिपक्यांचं हिरवंगार होंतं, कलिंगडाच्या वरच्या रंगासारखं. आजकाल *डिस्ट्रेस्ड्* फर्निचर की काय म्हणतात ज्याला तसं. दारांना व खिडक्याच्या चौकटींना काळा रंग दिला होता. (बहुधा त्या बिया असणार.) त्यांना हवं तसं इंटिरिअर करण्याची मोकळीक दिल्याचा मला पश्चात्ताप होऊ लागला होता.

अंकिता आणि मी सोफ्यावर एकमेकांसमोर बसलो होतो. आमच्यात सोफ्याच्या लांबीएवढं अंतर होतं. (माझा जुना सोफा, आता त्याच्यावरचं कापड बदललं होतं.) काही वेळानं तिची कामवाली छोट्या बदकासारखी या कुल्ल्यावरून त्या कुल्ल्यावर वळत सरकत सिटोनला सारख्या उग्र वासाच्या कशाने तरी फरशीवर बोळा फिरवत तिथं आली तेव्हा आम्हाला गुडघे दुमडून पाय वर घ्यावे लागले. रोलीपोलीला तेवढ्या भागातली फरशी थोड्या वेळानं पुसून घेणं फार अवघड होणार होतं का? आपले लोक काही मूलभूत शिष्टाचार कधी शिकणार आहेत?

ती कामवाली अर्थातच गोंड किंवा संथाल दिसत होती. झारखंड किंवा छत्तीसगडची किंवा ओरिसातल्या एखाद्या आदिवासी जमातीतील. ती चौदा-पंधरा वर्षांच्या मुलीसारखी दिसत होती. मी बसलो होतो तिथून, तिच्या इवल्याशा वक्षांमध्ये विसावलेला इवलासा चंदेरी 'क्रूसीफिक्स' दिसत होता. माझ्या वडिलांनी, ते ख्रिस्ती धर्मप्रचारक व त्यांचा कळप यांच्या विरोधात असत, त्याला हॅलेलूया असं नाव ठेवलं असतं. त्यांच्या उच्च दर्जाच्या अतिआधुनिकतेला अनुचित वागण्याची जरा लुच्चेपणाची छटा होती, किंचितपेक्षा बरीच जास्त.

रोलीपोलीनं तिच्या भव्य कलिंगडामध्ये विराजमान होत, तिच्या रंगवलेल्या केसांच्या प्रभामंडलातून माझ्याकडं प्रफुल्लित नजरेनं पाहत, मला वरच्या मजल्यावर घडलेल्या गोष्टींचा असंबद्ध वृत्तान्त दबक्या आवाजात सांगितला, "माझ्या मते ती काही 'नॉर्मल' नाही," ती म्हणाली.

पुन्हा एकदा खरं सांगायचं तर, ती स्पष्ट सुसंगत असावी, मीच तिचं म्हणणं शांतपणे ऐकून घ्यायला तयार नव्हतो. ती काहीतरी सांगत होती... बाळ आणि पोलीस... ('पोलिसांनी दारावर थाप दिली तेव्हा मी सुन्नच झाले.') ... आणि घराचं, सगळ्या परिसराचं नाव खराब झालं वगैरे वगैरे. ते सगळं काहीसं दुष्टाव्याचं आणि अविश्वसनीय वाटत होतं. मी तिचे आभार मानले आणि तिनं माझ्या हातात कोंबलेलं गिफ्ट घेऊन तिथून बाहेर पडलो. ती डिव्हीडी होती, पर्यटन खात्यासाठी तिच्या नवऱ्यानं काश्मीरच्या दल सरोवरावर केलेल्या माहितीपटाची.

तासा-दोन तासांनी मी पुन्हा इथं आलो. मला बाजारात जाऊन किल्ल्या बनवणाऱ्या माणसाला इथं घेऊन यावं लागलं. थोडक्यात सांगायचं, तर मला कुलूप तोडावं लागणार होतं. माझा दुसऱ्या मजल्यावरचा भाडेकरू निघून गेलेला दिसत होता. रोलीपोलीवर विश्वास ठेवायचा तर 'सोडून गेला होता...' कदाचित त्यासाठी वापरलेला हा सौम्य शब्द असावा; पण मग 'भाडेकरू' हा शब्दही थोडा मृदू मुलायमच होता. नाही, आम्ही प्रेमी नव्हतो. तशा प्रकारच्या कुठल्याही नात्याला ती तयार असल्याचं तिनं कधी सूचितही केलं नव्हतं. जर केलं असतं तर सगळ्या गोष्टी कशा घडत गेल्या असत्या कोण जाणे. बऱ्याच वर्षांपूर्वी कॉलेजमध्ये असताना आम्ही पहिल्यांदा भेटलो होतो, तेव्हापासूनच मी तिच्याभोवती माझा तट बांधला आहे. बहुधा 'तिच्या'भोवती नाही. माझ्या तिच्यावरच्या प्रेमाच्या आठवणीभोवती. तिला माहीत नाही ते. कुणालाच माहीत नाही. बहुधा नागा, मुसा आणि मी सोडून. तिच्यावर प्रेम करणाऱ्या आम्हा तिघांना सोडून.

मी *प्रेम* हा शब्द ढोबळमानानं वापरतो आहे. त्याचं एकमात्र कारण म्हणजे त्या चक्रव्यूहाचं, भावनांच्या त्या जंगलाचं, ज्यांनी आम्हा तिघांना तिच्याशी आणि एकमेकांशी जोडून ठेवलं होतं, त्याचं नेमकं स्वरूप सांगण्याइतकी माझी शब्दसंपत्ती समृद्ध नाही.

मी तिला पहिल्यांदा पाहिलं ते जवळजवळ तीस वर्षांपूर्वी, १९८४साली. (१९८४ साल दिल्लीतलं कोण विसरू शकेल?) कॉलेजच्या नाटकाच्या तालमीच्या वेळी. मी त्या नाटकात काम करत होतो. त्याचं नाव *नॉर्मन, इज दॅट यू?* दुःखाची गोष्ट म्हणजे, आम्ही दोन महिने तालमी करूनही ते नाटक कधी सादर करू शकलो नाही. नाटकाचा पहिला प्रयोग होण्याच्या एक आठवडा आधी मिसेस इंदिरा गांधी यांची त्यांच्या शीख सुरक्षारक्षकांनी हत्या केली.

त्यांच्या हत्येनंतर पुढं काही दिवस, त्यांच्या समर्थकांच्या व अनुयायांच्या नेतृत्वाखालील जमावांनी दिल्लीत हजारो शिखांची हत्या केली. घरे, दुकाने, शीख लोक जिथे राहत होते त्या वसाहती जाळून भस्मसात करण्यात आल्या. शहरात

सगळीकडे आगीतून उठणारी धुराची काळी पिसं आभाळात उडत होती. मी एका छानशा, उबदार दिवशी, बसमधून निघालो होतो. मला खिडकीशेजारी जागा मिळाली होती. तिथून मी एका वृद्ध शीख सद्गृहस्थावर तुटून पडलेला जमाव पाहिला. लोकांनी त्याचा फेटा ओढून काढला होता. दाढी उपसून काढली होती, दक्षिण आफ्रिका शैलीत त्याच्या गळ्यात जळतं टायर घातलं होतं... आणि लोक त्याच्याभोवती जमून प्रोत्साहनपर आरोळ्या ठाकत होते. मी गडबडीनं घरी परत आलो आणि नुकताच जो प्रकार पाहिला होता त्याचा धक्का बसण्याची वाट पाहू लागलो; पण विचित्र म्हणजे, तसं झालंच नाही. मला फक्त धक्का बसला तो माझ्याच शांत, समतोल वृत्तीचा. मला त्या सगळ्यातला मूर्खपणा, निष्फळता याची किळस आली होती; पण कसं कोण जाणे, मला धक्का बसला नव्हता. कदाचित मी ज्या शहरात वाढलो त्याच्या रक्तरंजित इतिहासाची मला ओळख असल्यामुळेही असू शकेल. भारतातील सर्वांना ज्याच्या अस्तित्वाची सतत व तीव्र जाणीव असते ते भूत अचानक अथांग डोहातून गुरगुरत पृष्ठभागावर आलं होतं; आणि त्यानं जसं वागणं अपेक्षित होतं तसंच ते वागलं होतं. त्याची भूक पूर्णपणे भागल्यानंतर ते जमिनीखालच्या थरात पुन्हा गडप झालं आणि त्यावर 'सामान्य स्थिती'ची माती पसरली. बेभान मारेकऱ्यांनी त्यांचे सुळे आत ओढून घेतले आणि ते पुन्हा त्यांच्या दैनंदिन कामकाजाला लागले, कारकून, शिंपी, प्लंबर, सुतार, दुकानदार म्हणून... आयुष्य पुन्हा पूर्वीसारखंच सुरू झालं. जगातील आमच्या भागातीलही.

सामान्य स्थिती ही उकडलेल्या अंड्यासारखी असते. त्याच्या कंटाळवाण्या पृष्ठभागाच्या आत, त्याच्या केंद्रस्थानी अतिशय भयंकर असा क्रौर्याचा बलक असतो. या क्रौर्याची आपल्याला सतत चिंता वाटत असते. त्याचे भूतकाळातील 'कर्तृत्व' आपल्या मनातल्या त्या आठवणी व भविष्यात त्याची काय रूपे दिसू शकतील याबद्दलचं आपल्या मनातलं भय कायम ठेवतं आणि आपल्याला सहजीवनाचे नियम आखून देतं. आपण कितीही गुंतागुंतीचे आणि भिन्न भिन्न असलो तरी एकत्र जगण्याचे, परस्परांना सहन करण्याचे, वेळोवेळी एकमेकांचा जीव घेण्याचे नियम जोपर्यंत केंद्रस्थान टिकून आहे, जोपर्यंत बलक ओघळून जात नाही, तोवर आपण छान आहोत. आणीबाणीच्या प्रसंगी 'सामान्य स्थिती'त हा दीर्घकालीन दृष्टिकोन भविष्याचा वेध घेण्यास मदत होते.

आम्ही आमच्या नाटकाचा शुभारंभ महिनाभर पुढे ढकलायचं ठरवलं, तोवर सगळं स्थिरस्थावर झालेलं असेल अशा अपेक्षेनं. पण डिसेंबरच्या सुरुवातीला पुन्हा दुःखद तडाखा बसला, या वेळी आणखी भयंकर. भोपाळमधल्या युनियन कार्बाईड पेस्टिसाईड प्लॅन्टमध्ये अचानक वायुगळती झाली, त्यामुळे हजारो लोक मृत्युमुखी

पडले. विषारी ढगापासून सुटका करून घेण्याचा प्रयत्न करणाऱ्या लोकांच्या कहाण्यांनी वर्तमानपत्रांचे रकानेच्या रकाने भरत होते. तो ढग त्यांचे डोळे आणि फुप्फुसे जाळत होता. त्या हाहाकाराचं स्वरूप आणि प्रमाण भयंकरच होतं. मासिकात मृत, आजारी, मरणासन्न, छिन्नविच्छिन्न लोकांचे फोटो प्रसिद्ध होत होते. कायमसाठी दृष्टी गेलेल्या लोकांचे कॅमेऱ्याकडे वळलेले डोळे भीतिदायक वाटत होते. अखेर, आम्ही या निष्कर्षाप्रत आलो की देव काही आपल्यासोबत नाहीये, अशा परिस्थितीत *नॉर्मन* साकारणं योग्य होणार नाही. त्यामुळे सगळंच बासनात गुंडाळून ठेवावं लागलं. माझ्या या काहीशा रुक्ष निरीक्षणाबद्दल मला माफ करा; पण कदाचित हेच आयुष्य असेल किंवा बहुतेक वेळा हेच आयुष्य ठरत असेल : प्रत्यक्षात कधी साकारताच न येणाऱ्या भूमिकेची तयारी. मात्र 'नॉर्मन'च्या बाबतीत आम्हाला आमचं आयुष्य बदलण्यासाठी 'फायनल परफॉर्मन्स'ची आवश्यकता नव्हती. त्याच्या तालमीच गरजेपेक्षा जास्त झाल्या.

त्या नाटकाचा दिग्दर्शक होता डेव्हिड क्वार्टरमाईन. हा इंग्रज तरुण लीड्सहून दिल्लीला आला होत. तो सडपातळ, कमावलेल्या शरीराचा आणि हा शब्दप्रयोग वापरता येत असेल तर भयंकर म्हणजे भयंकर देखणा होता. त्याचे सोनेरी केस त्याच्या खांद्यावर रुळत असत. त्याचे डोळे मोठे विलक्षण होत, निळ्याशार हिऱ्यांसारखे... पीटर ओ टूलच्या डोळ्यांसारखे. तो बरेचदा टीकेचा धनी होत असे. तो उघडउघड समलिंगी होता. मात्र त्यानं बोलण्यात हा विषय कधीही आणला नव्हता. डिफेन्स कॉलनीतल्या त्याच्या पुस्तकांनी भरलेल्या घरात काळ्यासावळ्या किशोरवयीन मुलांचा राबता असे. ती मुलं त्याच्या बेडवर आळसावून पडलेली असत किंवा त्याच्या रॉकिंग चेअरवर बसून मासिके चाळत असत, त्यांना अर्थातच ती वाचता येत नसत. (त्याची सर्वहारा वर्गाला स्पष्ट पसंती होती.) आम्ही अशासारखं काही दूर दूर कुठंसुद्धा पाहिलं नव्हतं. आम्ही नाटकाच्या पहिल्या वाचनासाठी त्याच्या दोन खोल्यांच्या फ्लॅटमध्ये जमलो होतो. तेव्हा त्याच्या मूक, कार्यक्षम कामवालीनं कार्यक्षमपणे तिच्या तिसऱ्या मुलाला त्याच्या बाथरूममध्ये जन्माला घातलं होतं. आम्ही डेव्हिड क्वार्टरमाईनच्या त्याच्या बेधडक लैंगिकतेच्या, त्याच्या पुस्तकसंग्रहाच्या, त्याच्या लहरीपणाच्या, त्याच्या पुटपुटण्याच्या व त्याच्या आकस्मिक अनाकलीय मौनाच्या धाकात असायचो. या गोष्टी म्हणजे सच्च्या कलावंताची पूर्वाकांक्षित स्वभाववैशिष्ट्ये असतात असं आम्ही धरून चाललो होतो. आमच्यापैकी काहींनी मोकळ्या वेळात त्याच्या वागण्याचं अनुकरण करण्याचा प्रयत्न केला, आपण प्रेक्षागृहात आयुष्यासाठी स्वत:ला तयार करतोय अशी कल्पना करून. माझा वर्गमित्र नागा, म्हणजे नागराज हरिहरन नॉर्मनची भूमिका करत होता. मी त्याच्या प्रेमीची गॅर्सन हॉबर्टची भूमिका करत होतो. (तालमींच्या प्रारंभी आम्ही

या भूमिकांचा विचका केला होता. मला वाटतं, आम्ही काही खरेखुरे समलिंगी नाही आहोत हे दाखवण्याचा तो आमचा पोरकट, आचरट प्रयत्न होता.) आम्ही दोघांनीही दिल्ली विद्यापीठातून इतिहास विषयात मास्टर्स केलं होतं. आमच्या दोघांच्याही आईवडिलांची मैत्री असल्यामुळे (त्याचे वडील परराष्ट्र सेवेत होते आणि माझे ज्येष्ठ हृदयशल्यविशारद होते.) नागा आणि मी शाळेत व त्यानंतर विद्यापीठात एकत्रच होतो. अशा मुलांच्या बाबतीत बरेचदा जे असतं तेच आमच्याही बाबतीत होतं, आम्ही जिवलग मित्र कधीच नव्हतो. आम्हाला एकमेकांबद्दल तिरस्कार नव्हता; आमचं नातं विरोधात्मकतेच्या जरा पुढचं होतं.

तिलो 'आर्किटेक्चर स्कूल'मध्ये तिसऱ्या वर्षाला होती. ती नेपथ्य व लायटिंग डिझाइनचं काम करत होती. तिनं तिची ओळख करून देताना नाव सांगितलं. तिलोत्तमा. मी तिला पाहिलं त्या क्षणी, माझ्यातला एक अंश माझ्या शरीराबाहेर आला आणि तिच्याभोवती वेढून गेला. आणि आजही तो तिथेच आहे.

मला पूर्णत: नि:शस्त्र करणारं आणि प्रत्यक्षात मी जसा नाहीये तसं मला वागायला लावणारं उत्सुक, जरा अतिआतुरच असं तिच्यात काय आहे हे मला जाणून घ्यायचं आहे. ती कॉलेजमधल्या माझ्या माहितीच्या कुठल्याही निस्तेज, सुव्यवस्थित कमावलेल्या मुलीसारखी नव्हती. तिची कांती फ्रेंचमध्ये ज्याला 'कॅफे ओ ले' म्हणता येईल, म्हणजे दूध घातलेल्या कॉफीसारखी (अगदी जरासं दूध घातलेली) अशी होती, त्यामुळे बहुतेक भारतीयांच्या लेखी ती दिसायला सुंदर नव्हती. गेली कित्येक वर्षे माझ्यावर, माझ्या मनावर एखाद्या शिक्क्यासारखी वा मोहर उठवल्यासारखी छाप उमटवलेल्या व्यक्तीचं मला नीट वर्णन करता येत नाहीये. मी माझा हात किंवा पाय असा माझ्या शरीराचा अवयव पाहतो तसंच तिच्याकडे पाहतो. तिचा चेहरा लहानसा, रेखीव आहे. नाक सरळ आणि नाकपुड्या धीट, वर उचललेल्या. तिचे दाट, लांबसडक केस ना सरळ होते, ना कुरळे, पण ते गुंता झालेले व उपेक्षित दिसत होते. त्यामध्ये घरटी करणाऱ्या इवल्या इवल्या पक्ष्यांचं कल्पनाचित्र मी रंगवू शकत होतो. शाम्पूच्या जाहिरातीतल्या 'आधी' व 'नंतर' पैकी तिचे केस 'आधी'मध्ये सहज खपू शकले असते. तिनं त्या केसांची वेणी घातली होती. आणि अधूनमधून ती पिवळी पेन्सिल अडकवून तिचा मानेवर अजागळ अंबाडा वळत होता. तिनं कसलंही प्रसाधन केलं नव्हतं आणि सौंदर्यवर्धनासाठी बाकीही काही केलं नव्हतं. मुली केस, डोळे किंवा तोंडासाठी ज्या छान छान गोष्टी करतात, त्यातलं काहीही नाही. ती उंच नव्हती, पण रुंद बांध्याची होती. तिची पायाच्या चवड्यांवर स्वत:चं वजन तोलून उभं राहण्याची खास पद्धत हाती. तिचे खांदे रुंद होते. ते बरेचसे पुरुषी दिसत पण ते तसे नव्हते.

मी तिला पहिल्यांदा भेटलो त्या दिवशी तिनं पांढरा सुती पायजमा व किळसवाणा

तो किळसवाणेपणा मुद्दाम होता– प्रिंटेड, ढगळ पुरुषी शर्ट घातला होता. तो शर्ट तिचा दिसत नव्हता. (पण माझा हा अंदाज चूक होता : पुढं काही दिवसांनी, आमची चांगली ओळख झाल्यावर, तिनं मला सांगितलं की, तो शर्ट तिचाच होता. तिनं जामा मशिदीजवळच्या सेकंड हॅन्ड कपड्यांच्या बाजारातून तो एक रुपयाला विकत घेतला होता. नागानं टिपिकली तिला सांगितलं की, तिथं विकले जाणारे कपडे रेल्वे अपघातात मरण पावलेल्या लोकांच्या अंगावरून काढून घेतलेले असतात, असं मला विश्वासार्ह सूत्रांकडून कळलं आहे. त्यावर ती म्हणाली होती की, त्यावर रक्ताचे डाग नसले म्हणजे झालं, बाकी मला काही फरक पडत नाही.) तिच्या अंगावरचे दागदागिने म्हणजे तिच्या शाई लागलेल्या, लांबसडक मधल्या बोटातली चांदीची रुंद अंगठी आणि पायाच्या बोटातलं चांदीचं वळं. ती डनहिल सिगारेटच्या शेंदरी रंगाच्या पाकिटात ठेवलेल्या गणेश विड्या ओढायची. तिच्याकडून इम्पोर्टेड फिल्टर सिगारेट उकळायचा प्रयत्न करणाऱ्या आणि अखेर, बिडी हातात पडलेल्या लोकांच्या चेहऱ्यांवरची निराशा ती थेट नजरेला नजर देऊन पाहत असे. खासकरून, ती त्यांची बिडी पेटवून द्यायची तेव्हा बिडीला नकार देणं त्यांना फारच अवघड होत असे. हा प्रकार मी अनेकदा पाहिला होता; पण तिचा चेहरा कायम निर्विकार असे. तिच्या चेहऱ्यावर ना कधी स्मित असे, ना कधी नजरेत खट्याळ भाव असत. त्यामुळे ती विनोद म्हणून हे करत असे, का ही तिची वागण्याची पद्धतच होती हे मला कधीही समजलं नाही. बऱ्यापैकी खमक्या माणसाची एखाद्याला खूश करण्याची किंवा एखाद्याचा मूड ठीक करण्याची अजिबात इच्छा नसणं ही मग्रुरी समजली जाते. तिच्या बाबतीत ते एक प्रकारच्या बेधडक एकाकीपणातून आलेलं होतं. तिच्या साध्या, 'अनफॅशनेबल' चष्म्यामागे तिच्या किंचित तिरक्या डोळ्यांमध्ये पायरोमॅनिॲकसारखी रहस्यमय बेफिकिरी होती. आपण कसंही करून गळ्यातल्या पट्ट्यातून सुटका करून घेतली आहे असं ती भासवत होती. जसं काही ती स्वतःला फिरायला घेऊन निघाली होती आणि बाकी आम्ही सगळे पाळीव प्राण्यांसारखे फिरायला निघालो होतो. जसं काही आम्ही आमच्या मालकांबद्दल कृतज्ञता ठेवून आमच्या कायमच्या गुलामगिरीचा आनंद मानत दुडुदुडू चालत जात असताना ती दुरून कनवाळूपणे, काहीशा निरिच्छपणे पाहत होती.

मी तिच्याबद्दल आणखी जाणून घेण्याचा प्रयत्न केला, पण तिनं फारशी दाद लागू दिली नाही. मी तिला तिचं आडनाव विचारलं तेव्हा ती म्हणाली, 'माझं नाव एस. तिलोत्तमा आहे.'

मग मी तिला 'एस' म्हणजे काय असं विचारलं तेव्हा ती म्हणाली, ''एस म्हणजे एस.''

ती कुठे राहते, तिचे वडील काय करतात अशा माझ्या आडून विचारलेल्या

प्रश्नांना तिनं उत्तरं देणं टाळलं. त्या काळात तिला फारसं हिंदी बोलता येत नव्हतं, त्यामुळे ती दक्षिण भारतीय असावी असा मी अंदाज बांधला. तिच्या इंग्रजी उच्चारांना विशिष्ट वळण नव्हतं. फक्त कधीकधी 'झ'चा उच्चार मृदु होऊन 'स' व्हायचा. उदाहरणार्थ 'झिप'ला ती 'सिप' म्हणत असे. त्यावरून मी अंदाज बांधला, ती केरळची असणार.

माझा तो अंदाज बरोबर ठरला. बाकीच्या गोष्टींबाबत माझ्या लक्षात आलं की, ती उडवाउडवी करत नाहीये. कॉलेजमधल्या मुलांच्या सर्वसामान्य प्रश्नांची खरंच तिच्याकडं उत्तरं नव्हती.

तू कुठून आली आहेस? तुझे वडील काय करतात? वगैरे वगैरे वगैरे...

संभाषणाच्या काड्या काड्या जोडून मला एवढीच माहिती मिळाली की, तिची आई 'सिंगल' बाई होती. तिच्या नवऱ्यानं तिला सोडलं होतं किंवा तिनं त्याला सोडलं होतं. किंवा त्याचं निधन झालं होतं. ते सगळं जरा रहस्यमयच होतं. कुणीच तिच्याबद्दल ठाम सांगू शकत नव्हतं. ती दत्तक आहे अशीही अफवा होती; आणि ती दत्तक नाही अशीही अफवा होती; नंतर मला कॉलेजमधल्या एका ज्युनिअरकडून मामन पी. मामन या तिलोच्या गावच्या चहाडखोर मुलाकडून या दोन्ही अफवा खऱ्या असल्याचं समजलं. तिची आई तिची खरी आई होती; पण तिनं आधी तिला सोडून दिलं होतं आणि नंतर तिला दत्तक घेतलं होतं. त्यांच्या छोट्याशा गावात ते प्रेमप्रकरण खळबळजनक ठरलं होतं. तो माणूस 'अस्पृश्य' जातीचा होता. (मामन पी. मामननं खुसफुसत सांगितलं. 'परया' जसं काही त्यानं ते मोठ्यांन उच्चारलं असतं, तर तो अशुद्ध होणार होता.) भारतातील उच्च जातीच्या कुटुंबात अशा गैरसोयीच्या होणाऱ्या गोष्टींपासून ज्या पद्धतीनं सुटका करून घेतली जाते, तशा रिवाजानुसार त्या माणसाला घालवून देण्यात आलं. या प्रकरणात ते कुटुंब केरळमधील सीरियन ख्रिश्चन कुटुंब होतं. तिलोच्या आईला मूल जन्माला येईपर्यंत दुसरीकडे पाठवून देण्यात आलं होतं. मूल जन्माला आल्यानंतर त्याला ख्रिश्चन अनाथाश्रमात ठेवण्यात आलं. काही महिन्यांनी तिलोच्या आईनं अनाथाश्रमात येऊन स्वतःचंच मूल दत्तक घेतलं. तिच्या घरच्यांनी तिच्याशी संबंध पूर्णपणे तोडले. ती अविवाहित राहिली. उदरनिर्वाहासाठी तिनं छोटी बालवाडी सुरू केली. काही वर्षांनी त्या बालवाडीचं यशस्वी माध्यमिक विद्यालयात रूपांतर झालं. तिनं तिलोची खरी आई असल्याचं जाहीररीत्या कधीही मान्य केलं नाही. तिचं हे वागणं समजण्याजोगं आहे. मला इतकंच माहीत होतं.

तिलोत्तमा सुट्टीत कधीही घरी जायची नाही. तिनं त्याचं कारणही कधी सांगितलं नाही. तिची चौकशी करत कधी कुणी आलं नाही. कॉलेज सुटल्यावर व वीकेन्ड्सना तसंच सुट्टीत आर्किटेक्टच्या ऑफिसमध्ये ड्राफ्ट्समनचं काम करून ती तिच्या

फीची व्यवस्था करत असे. ती हॉस्टेलमध्ये राहत नसे. ती म्हणायची, ते मला परवडत नाही. ती जवळच्या एका झोपडपट्टीत एका खोपटात राहायची. एका पडक्या घराच्या बाहेरच्या भिंतीला लागून उभारलेल्या खोपटात. तिनं आम्हा कुणालाही कधी घरी बोलावलं नव्हतं.

*'नॉर्मन'*च्या तालमीदरम्यान ती 'नागा नागा' म्हणत असायची; पण का कोण जाणे मला मात्र ती फक्त गार्सन होबार्ट याच नावानं संबोधत असे. तर अशाप्रकारे नागा व मी, आम्ही दोघे इतिहासाचे विद्यार्थी, एका मुलीच्या मागे लागलो होतो. जिला भूतकाळ, कुटुंब, समाज, माणसं किंवा घरसुद्धा नव्हतं.

नागा तर तिच्या मागेही लागला नव्हता. त्या काळी तो इतर कुणाहीपेक्षा स्वत:च स्वत:वर अधिक लुब्ध होता. त्यांने तिलोला पाहिलं आणि स्वत:ची (लक्षणीय) मोहकता 'स्विच ऑन' केली, गाडीचे हेडलाइट सुरू करावेत तशी. याचं कारण एकच होतं, ती त्याच्याकडे अजिबात लक्ष देत नसे. त्याला या गोष्टीची सवय नव्हती.

मुसा– मुसा येस्वी– आणि तिलोचं खरं नातं काय होतं ते मला नीट कधी समजलंच नाही. ते दोघं एकत्र असायचे तेव्हा गप्प असायचे. त्यांनी कधीच काही व्यक्त केलं नाही. कधीकधी ते प्रेमी असण्यापेक्षा भावंडांसारखे वाटायचे. ते आर्किटेक्चर कॉलेजमध्ये एकाच वर्गात होते. दोघांनाही कलेची विलक्षण देणगी लाभली होती. मी त्यांचा थोडाफार कलाविष्कार पाहिला होता. तिलोची चारकोल व क्रेयॉन पोर्ट्रेट्स पाहिली होती. मुसाच्या जलरंगातील चित्रांतून साकारलेले दिल्लीच्या जुन्या भागातले तुघलकाबाद, फिरोजशाह कोटला व पुराना किल्ला इथले भग्न अवशेष; आणि त्याची पेन्सिल ड्रॉइंग्ज, घोड्यांची... कधीकधी घोड्यांचे फक्त काही भाग –डोकं, डोळा, जंगली आयाळ, उधळलेल्या टापा... मी त्याला एकदा त्याबद्दल विचारलं होतं की तू ही चित्रं फोटोवरून किंवा चित्रकलेच्या पुस्तकात पाहून काढतोस, का काश्मीरला तुमच्या घरी घोडे आहेत? त्यावर त्यानं सांगितलं की, मी ते कल्पनेनं काढतो. मला ते अतिशय अस्वस्थ करणारं वाटायचं. मला कलेतलं खूप काही कळतं असा मी आव आणत नाही; पण माझ्यासारख्या सर्वसामान्य माणसाच्या दृष्टीला तिलो व मुसा दोघांचीही, ती चित्रे, खूप वेगळी व आश्चर्यकारक वाटत. मला आठवतंय, त्या दोघांचंही हस्ताक्षरसुद्धा सारखंच होतं. कॉम्प्युटरचा वापर सुरू होण्याआधी आर्किटेक्चर स्कूलमध्ये ज्या प्रकारचं उभट, टोकदार सुलेखन शिकवत असत त्या प्रकारचं.

मी मुसाला चांगलं ओळखत होतो, असं मी म्हणू शकत नाही. तो शांत मुलगा होता. पारंपरिक वेशभूषा करणारा, लहानखुऱ्या चणीचा आणि तिलोच्याच उंचीचा. त्याच्या मितभाषी असण्याचं कारण त्यांचं इंग्रजी अस्खलित नसणं आणि ते

काश्मिरी लहेजात बोलणं, हे असू शकेल. चार लोकांत असताना स्वत:कडे अजिबात लक्ष वेधून घ्यायचं नाही, अशी त्याची पद्धत होती. ते अर्थातच कौशल्य होतं, कारण तो दिसायला अतिशय देखणा होता, बहुतेकसे काश्मिरी तरुण असतात तसाच. त्याला सणसणीत उंची नसली तरी त्याचे खांदे रुंद होते आणि त्याच्या लहानखुऱ्या चणीत त्याचा पिळदारपणा दडलेला होता. त्याचे केस काळेभोर होते, ते त्यानं बारीक कापले होते. त्याचे डोळे गडद तपकिरी हिरव्या रंगाचे होते. त्यानं गुळगुळीत दाढी केलेली असे. त्याची फिकट त्वचा तिलोच्या कांतीच्या अगदी विरुद्ध टोकाची होती. मला त्याच्या दोन गोष्टी अगदी स्पष्ट आठवतात- त्याचा पुढचा टवका उडालेला दात (त्यामुळे तो हसताना अतिशय लहान दिसायचा, मात्र तो क्वचितच हसायचा.) आणि त्याचे विलक्षण हात. त्याचे हात कलावंताचे हात अजिबात वाटत नसत. त्याचे हात शेतकऱ्याचे हात होते, मोठे व दणकट आणि जाडजूड बोटं.

मुसामध्ये एक सभ्यता होती, प्रसन्नता होती, जी मला आवडायची. अर्थात याच गुणांचं रूपांतर पुढे भयानक गोष्टींमध्ये होणार होतं. मला तिलोबद्दल काय वाटतं ते त्याला ठाऊक होतं याची मला खात्री आहे. तरीही त्यानं त्याच्या वागण्यातून तसं कधीही दाखवलं नाही... ना भीतीची छटा, ना विजयाची. त्यामुळे माझ्या लेखी त्याचं स्थान खूप उत्तुंग होतं.

त्याचं आणि नागाचं नातं संतुलित नव्हतं. त्याचा संबंध मुसापेक्षा नागाशीच अधिक असण्याची शक्यता होती. मुसासोबत असताना नागाच्या वागण्यात एक विशिष्ट असुरक्षितता दिसत असे; आणि त्याच्या वागण्यात गोडवा उरत नसे.

त्या दोघांमधला फरक लक्षणीय होता. जर मुसा कणखर, भिस्त ठेवण्याजोगा व पहाडासारखा खंबीर असेल (किंवा किमान तसं असल्यासारखं दाखवत तरी असेल) तर नागा खेळकर, विनोदी आणि पाऱ्यासारखा चंचल होता. त्याच्या आजूबाजूला असताना निवांत सैलावणं शक्यच नसे. तो जिथं असे तिथं सगळं लक्ष स्वतःकडे वळवल्यावाचून राहूच शकत नसे. तो 'ग्रेट शोमन' होता, दंगेखोर, गंमतीशीर, काहीसा उपद्रवीसुद्धा. आणि तो एखाद्याची क्रूरपणे जाहीर थट्टा करू शकत असे.

तो दिसायला देखणा, सडपातळ, लहान मुलासारखा होता. तो उत्तम क्रिकेटपटू होता (ऑफ स्पिनर)... उडते केस आणि चष्मा; कूल व बुद्धिमान क्रीडापटू. पण त्याच्या दिसण्यापेक्षा त्याच्या धूर्तपणावरच मुली भाळत असाव्यात. त्या त्याचा प्रत्येक शब्द झेलत, त्याच्या विनोदांवर खिदळत; ते विनोदी नसले तरीसुद्धा. त्याच्याभोवती घोळक्यानं जमत. त्याच्या मैत्रिणींची नोंद ठेवणंसुद्धा मुश्कील होतं. उत्तम अभिनेत्यात असतं तसं त्याच्यात सरड्याचं गुणवैशिष्ट्य होतं. रंगरूप बदलण्याची

क्षमता. फक्त वरवरचं नव्हे तर संपूर्ण... आमूलाग्र. त्या त्या वेळी आपल्या आयुष्यात कुणी असावं हे त्यानं ठरवलेलं असे, त्यानुसार तो रंग बदलत असे. आम्ही लहान होतो तेव्हा हे सगळं मनोरंजक व मजेशीर वाटायचं. नागाचा आता नवा अवतार काय असेल याची सगळे जण कुतूहलानं वाट बघत असत, पण जसजसे आम्ही मोठे होत गेलो, तसं ते काहीसं निरर्थक व कंटाळवाणं वाटू लागलं.

आर्किटेक्चर स्कूलमधून पदवी घेऊन बाहेर पडल्यानंतर, मुसा आणि तिलोचे मार्ग वेगळे झाले असावेत. तो काश्मीरला परत गेला. तिला एका आर्किटेक्चरल फर्ममध्ये 'ज्युनिअर आर्किटेक्ट' म्हणून नोकरी मिळाली. तिनं मला सांगितलं होतं त्यानुसार, नोकरीत तिची मुख्य जबाबदारी होती इतर लोकांच्या चुकांचं खापर स्वत:वर घेणं. तिच्या तुटपुंज्या पगारात (तिला दर ताशी पगार मिळत असे.) तिनं तिचं जीवनमान थोडं सुधारलं होतं. ती झोपडपट्टीतून एका भाड्याच्या जागेत आली होती. हे घर म्हणजे हजरत निजामुद्दीन अवलिया यांच्या दर्ग्याजवळची एक मोडकळीला आलेली खोली होती.

आमच्या शेवटच्या भेटींपैकी काही मिर्झा गालिबच्या कबरीवर झाल्या. भारतातील सगळ्या पवित्र स्थळांवर असते तशीच लुळ्यापांगळ्या, कुष्ठरोगी, फिरस्ते व विक्षिप्त लोकांच्या गराड्यात आणि बिड्या-सिगारेटच्या थोटकांच्या कोंडाळ्यात आम्ही भयंकर चवीचा दाट चहा पीत होतो.

"आपल्याकडच्या सर्वांत थोर कवीच्या स्मृती आपण अशा प्रकारे जपतो," मी काहीसं लबाडपणे म्हटल्याचं मला आठवतंय... त्या वेळी मला गालिबच्या कवितेतलं ओ का ठो माहीत नव्हतं. (आता ते मला माहीत आहे. मला माहीत असायलाच पाहिजे. व्यावसायिक कारणांसाठी; कारण उपखंडातील मुस्लीम माणसांच्या काळजाला, हात घालायचा असेल तर निवडक उर्दू शायरी ऐकवण्यासारखा दुसरा मार्ग नाही.)

त्यानंतर आम्ही भिकाऱ्यांच्या रांगांनी भरलेली गल्ली पार करून दर्ग्याकडे निघालो. गुरुवारी रात्रीच्या कव्वालीसाठी. मी आजवर ऐकलेल्या कव्वाल्यांपैकी ती सर्वोत्तम कव्वाली नव्हती; पण परदेशी पर्यटक डोळे मिटून त्यावर परमानंदात लहरत होते.

शेवटची कव्वाली सादर करून, वाद्यवृंदाने त्यांची मोडकीतोडकी वाद्ये आवरल्यानंतर, आम्ही कॉलनीमागून जाणाऱ्या अंधाऱ्या रस्त्यावरून निघालो. रस्त्यावर शेजारून वाहणाऱ्या पाण्याला गटारीसारखा वास येत होता. आम्ही अरुंद, खडा जिना चढून तिच्या खोलीत गेलो. तिथल्या धुळकट गच्चीवर कुणीतरी, बहुधा तिच्या घरमालकानं टाकाऊ फर्निचर रचून ठेवलं होतं. त्याचं लाकूड उन्हानं पांढरंफटक पडलं होतं. एक भगवट रंगाचा बोका प्रणयोत्सुकतेनं मांजरीसाठी केकाटत होता. ती मांजरी

एका मोडक्या खुर्चीतून निघालेल्या सैल धाग्याच्या घरट्याआड दडून बसली होती. मला तो बोका इतका स्पष्ट आठवण्याचं कारण म्हणजे त्यानं मला माझीच आठवण करून दिली.

तिची खोली छोटी होती, खोली म्हणण्यापेक्षा कोठीची खोली म्हणावी अशी. तिच्या खोलीत फक्त विणलेली खाट, पाण्याचा माठ आणि एक कार्डबोर्डचं खोकं- ज्यात कपडे व काही पुस्तकं एवढंच होतं. बाकी खोली रिकामी होती. एका जुन्या जीपच्या विंडस्क्रीनवर एक इलेक्ट्रिक रिंग होती आणि ते सगळं विटांच्या आधारे मांडलेलं होतं... स्वयंपाकघर म्हणून. खोलीच्या एका भिंतीवर अतिशय छान, कुशलतेनं रेखलेलं निळं-जांभळं कोंबड्याचं चमकदार चित्र होतं. तो पिवळ्याधमक उग्र डोळ्यांनी आपल्याकडं पाहत असे. तिलोनं बहुधा तिच्यावर लक्ष ठेवण्यासाठी खरे आईवडील नसल्यामुळे तो ग्राफिटी पालक तयार केलाय असं वाटत होतं.

आम्ही बाहेर गच्चीत गेलो तेव्हा मला त्या कोंबड्याच्या क्षुब्ध नजरेपासून सुटका झाल्यासारखं वाटलं.

आम्ही थोडं हशिश ओढलं. डासांकडून चावून घेतलं आणि अक्षरशः उगीच विनाकारण हसलो. तिलो गच्चीच्या कठड्याच्या भिंतीवर चढून मांडी घालून बसली होती... अंधारात पाहत. डागवाला चंद्र उगवला होता. रस्त्यापलीकडच्या उघड्या गटारीतल्या लौकिक उग्र वासासोबत त्याचं अलौकिक सौंदर्य विसंगत वाटत होतं. अचानक खाली रस्त्यावरून एक दगड भिरभिरत आला. तिलो थोडक्यात वाचली. तिनं भिंतीवरून बाजूला उडी मारली; पण ती तशी घाबरलेली वगैरे दिसत नव्हती.

"सिनेमाला आलेली गर्दी आहे. शेवटचा शो संपला असेल."

मी खाली पाहिलं. माझ्या कानावर दबक्या आवाजातलं हसू आलं; पण मला अंधारात काहीच दिसत नव्हतं. मी जरासा घाबरलो होतो हे मान्य करावेच लागेल. मी तिला विचारलं... तो मूर्ख प्रश्न होता... तू सुरक्षित राहण्यासाठी काय खबरदारी घेतेस? त्यावर तिनं सांगितलं की मी एका सुप्रसिद्ध ड्रग डीलरसाठी काम करते अशी आजूबाजूला अफवा आहे, ती मी खोडून काढत नाही आणि लोकांना वाटतं की मला संरक्षण आहे.

मग मी निर्लज्जपणे मुसाचा विषय काढायचं ठरवलं. तो कुठं आहे, ते दोघं अजूनही एकत्र आहेत का? त्यांनी लग्न करायचं ठरवलं आहे का?

त्यावर ती म्हणाली, "मी कुणाशीही लग्न करणार नाहीये." मग मी तिला विचारलं, तू असं का म्हणते आहेस?

त्यावर ती म्हणाली, "मला बेफिकीरपणे मरायला मोकळीक हवी आहे, कुणाच्या लक्षात न येता आणि विनाकारण."

त्या रात्री मी माझ्या घरी आल्यावर तिच्या-माझ्या आयुष्यात केवढी दरी आहे,

याच्या विचारातच झोपी गेलो. मी अजूनही ज्या घरात माझा जन्म झाला तिथं राहत होतो. शेजारच्या खोलीत माझे आईवडील गाढ झोपले होते. आमच्या रेफ्रिजरेटरची परिचित घरघर कानावर येत होती. सगळ्या वस्तू, गालिचे, कपाटे, दिवाणखाण्यातल्या खुर्च्या, जामिनी रॉयची पेंटिंग्ज, टागोरांच्या बंगाली व इंग्रजी पुस्तकांची पहिली आवृत्ती, माझ्या वडिलांचा गिर्यारोहणविषयक पुस्तकांचा संग्रह (ते गिर्यारोहक नव्हते, तो त्यांचा छंद होता.) कुटुंबाचे फोटो अल्बम्स, आमचे हिवाळी कपडे ठेवलेल्या ट्रंका, मी लहान असल्यापासून ज्या बेडवर झोपायचो तो बेड हे सगळे जणू पहारेकरी होते, इतकी वर्षं माझ्यावर नजर ठेवणारे. अजून माझं प्रौढ आयुष्य समोर पडलं होतं हे खरं आहे; पण ज्यावर त्या आयुष्याचा पाया उभारला जाणार होता त्या गोष्टी अगदी अचल, अभेद्य दिसत होत्या. त्याच वेळी, तिलोचं आयुष्य मात्र खवळलेल्या समुद्रातील कागदी बोटीसारखं होतं. ती पूर्णत: एकाकी होती. आपल्या देशातील अगदी गरिबांनांसुद्धा, त्यांना कितीही क्रूरपणे वागवलं गेलं असलं तरीही, कुटुंब होतं. ते कितीही क्रूर बनले असले ती कशी काय जगणार? तिची बोट किती काळ तरेल?

त्यानंतर मी ब्यूरोत रुजू झाल्यावर प्रशिक्षणासाठी गेलो आणि माझा तिच्याशी संपर्क तुटला.

त्यानंतर मी तिला पाहिलं ते तिच्या लग्नात.

इतक्या वर्षांनंतर मुसा व ती कसे एकत्र आले ते मला माहीत नाही; किंवा ती श्रीनगरमध्ये त्याच्यासोबत हाउसबोटमध्ये कशी आली तेही मला माहीत नाही.

मी त्याला जेवढं ओळखत होतो त्यावरून तो पथभ्रष्ट करणाऱ्या, मूर्ख अभिमानाच्या वादळात, काश्मीर 'स्वतंत्र' करण्याच्या विवेकशून्य कल्पनेत काश्मिरी तरुणांच्या संपूर्ण पिढीसारखाच कसा ओढला गेला ते मला कधी कळलं नाही. कधी कुणाच्या वाट्याला येऊ नये अशा प्रकारचं दु:ख त्याच्या वाट्याला आलं होतं, हे मात्र खरं होतं... पण त्या वेळी काश्मीर युद्धभूमी बनलं होतं. मी माझ्या काळजावर हात ठेवून शपथपूर्वक सांगू शकतो की परिस्थिती कितीही भडकवणारी असली तरी त्यानं जो विचार केला तो मी कधीही करणार नाही.

पण तो मी नव्हता, आणि मी तो नव्हतो. त्यानं त्याला जे करायचं होतं ते केलं. आणि त्याची किंमतही चुकती केली. पेराल तसं उगवेल.

मुसाच्या निधनानंतर काही दिवसांतच तिलोनं नागाशी लग्न केलं.

माझ्या दृष्टीनं सांगायचं तर आम्हाला सर्वांमधला सर्वांत सामान्य असणारा मी... मी तिच्यावर कसल्याही अहंकाराविना प्रेम केलं होतं. आणि कसलीही आशा न ठेवता, कसलीही आशा न ठेवण्याचं कारण म्हणजे, समजा तिनं माझ्या भावनांना

प्रतिसाद दिला अशी धूसर शक्यता गृहीत धरली तरी माझे आईवडील– माझे ब्राह्मण आईवडील– कसलाही भूतकाळ नसलेल्या, जात नसलेल्या मुलीला कुटुंबात कधीही स्वीकारणार नाहीत हे मला माहीत होतं. मी जर तिच्या मागे लागलो असतो तर जी उलथापालथ झाली असती, ती झेलण्याची माझी अजिबात तयारी नव्हती. अगदी शांत, घटनारहित जीवनातसुद्धा आपल्याला आपल्या लढाया निवडाव्या लागतात आणि ही लढाई माझी नव्हती.

आता, इतकी वर्षं उलटली आहेत. माझे आईवडील दोघेही हयात नाहीत. आणि मी ज्याला 'कुटुंबवत्सल' माणूस म्हणतात तसा आहे. माझी बायको (होय माझी ब्राह्मण बायको) चित्रा- चित्ररूपा- परराष्ट्र सेवेत आहे. तिची प्रागमध्ये नियुक्ती झाली आहे. आमच्या मुली राबिया व अनिया सतरा व पंधरा वर्षांच्या आहेत. त्या त्यांच्या आईसोबत राहतात आणि फ्रेंच स्कूलमध्ये शिकतात. राबियाची इंग्रजी साहित्याचा अभ्यास करायची इच्छा आहे. धाकट्या अनियाचं मानवाधिकार कायदा या क्षेत्रात करिअर करायचं पक्कं आहे. तिची ही निवड ठरावीक चाकोरीतली नाही, वेगळी आहे. तिचा ठाम निश्चय व इतर कुठल्या पर्यायांचा विचार करण्यातसुद्धा नकार देणं जरासं विचित्र आहे, विशेषतः इतक्या लहान मुलीच्या दृष्टीनं. सुरुवातीला मी त्यामुळे चांगलाच वैतागलो होतो. हा तिचा वडिलांविरुद्ध बंड पुकारण्याचा किशोर वयातला डाव आहे की काय असं मला वाटलं होतं, पण तसं काही असेल असं आता अजिबात वाटत नाही. गेल्या साधारण दहा वर्षांत मानवाधिकार या क्षेत्राला बऱ्यापैकी आदर मिळू लागला आहे, शिवाय ते अत्यंत किफायतशीर 'प्रोफेशन' बनलं आहे. मी तिला प्रोत्साहन देण्यात अजिबात कमी पडत नाही. काहीही असलं तरी, अंतिम निर्णय घेण्यास अजून काही वर्षं आहेत. काय होतं पाहू या. दोन्ही मुली हुशार आहेत. चित्राला व मला लवकरच 'जॉइंट पोस्टिंग' देण्याचं कबूल करण्यात आलं आहे. मुली ज्या विद्यापीठात असतील त्या देशात आमची नियुक्ती होईल अशी आशा आहे.

मी माझ्या कुटुंबाला कसली हानी पोहोचवेन किंवा त्यांना त्रास होईल असं वागेन असा विचारसुद्धा कधी माझ्या मनात आला नव्हता. पण जेव्हा तिलो पुन्हा माझ्या आयुष्यात आली, तेव्हा ते कायदेशीर बंध, ती अति उच्च नीतितत्त्वे विरून गेली. एवढंच नव्हे तर काहीशी हास्यास्पद वाटू लागली. माझ्या मनातली चिंता व्यर्थ होती हे सिद्ध झालं. माझी बिकट अवस्था किंवा अस्वस्थता तिच्या साधी लक्षातही आलेली दिसत नव्हती.

तिच्या गरजेच्या वेळी तिला या खोल्या भाड्याने देताना मला वाटत होतं की खूप हुशारीनं आणि सभ्यतेनं मी केलेल्या अतिक्रमणाची भरपाई करतोय. स्वतःला सांगत होतो की ही मी युक्तीनं व डोळ्यावर येणार नाही अशा पद्धतीनं. माझ्या

घुसखोरीची भरपाई करतोय. मी 'घुसखोरी' हा शब्द वापरतोय कारण मला कायम जाणवलं आहे की मी तिच्या अपेक्षा पूर्ण करण्यात अपयशी ठरलो. मी तिला थोडासा का होईना, पण धोका दिला आहे. ती त्याकडे तशा दृष्टीने अजिबात पाहत नसावी... पण ती तशा प्रकारची व्यक्ती नव्हतीच.

तिचं नागाशी लग्न झाल्यापासून मी तिला अधूनमधून कधीतरी पाहिलं होतं. दिल्लीतला त्यांचा विवाह माझ्या आठवणीत कोरला गेला होता. त्याचं कारण हृदयभंग किंवा निष्फळ प्रेम अशासारखं नव्हतं. खरंतर ही कारणं अगदी कमी असतील. त्या वेळी मी खरंच आनंदात होतो. माझ्या लग्नाला अजून दोन वर्षं व्हायची होती. माझ्यात आणि माझ्या बायकोमध्ये प्रेम नसलं तरी आपुलकी होती. आता आमच्या दोघांच्या कमकुवत नात्याचं विशेष लक्षण बनलेला ठिसूळपणा त्या वेळी नव्हता.

तिचं व नागाचं लग्न झालं त्यावेळपर्यंत नागाच्या आयुष्यात अनेक स्थित्यंतरे झाली होती. आदरशून्य, प्रस्थापित समजुतींवर हल्ला करणारा सुधारक विद्यार्थी ते अत्यंत पुरोगामी डाव्या विचारसरणीचा, नोकरीला ठेवण्यास अपात्र बुद्धिवंत, ते पॅलेस्टाईनचा झपाटलेला पुरस्कर्ता (त्यादरम्यान त्याचे हिरो होते जॉर्ज हॅबॅश) आणि त्यानंतर पत्रकारितेच्या मुख्य प्रवाहात.

बडबड करणाऱ्या बऱ्याच जहालमतवाद्यांप्रमाणेच त्यानंही जहाल राजकीय मतप्रणालीचा अख्खा वर्णपट पार केला होता. पण त्याचा बडेजाव मारण्याचा स्वभाव तसाच होता. आता 'इंटेलिजन्स ब्यूरो'मध्ये नागा 'हॅन्डलर' म्हणजेच प्रबंधकर्ता आहे. अर्थात तो त्याकडे तशा दृष्टीने पाहत नाही. वरिष्ठ पदावर असलेला नागा आमच्यासाठी मौल्यवान 'ॲसेट' आहे. त्याचा 'काळ्या बाजू'च्या दिशेनं प्रवास सुरू झाला, असं तुम्हाला म्हणायचं असेल तर म्हणा... मी नाही म्हणणार... त्याच्याकडे पंजाब 'बीट' होता. त्यावेळेपर्यंत बंड जवळपास चिरडून टाकण्यात आलं होतं, पण नागा जुन्या गोष्टी उकरून काढण्यात वेळ घालवत असे आणि 'पीपल्स ट्रिब्यूनल्स' म्हणून ओळखल्या जाणाऱ्या फार्सिकल विडंबनात्मक लिखाणासाठी दारूगोळा पुरवत असे. त्यानंतर त्यांनी पोलीस व पॅरामिलिटरी विरुद्ध आणखी फार्सिकल 'पीपल्स चार्ज-शीट्स' आणली. बेफाम विद्रोहाच्या जोडीनं असलेल्या युद्धपरिस्थितीत प्रशासन सामान्य, शांतता काळातले मापदंड लावून काम करू शकत नव्हतं; पण कानात सदैव गुंजणाऱ्या टाळ्यांचा कडकडाटात 'कॉपी' लिहिणाऱ्या त्या लढवय्या पत्रकाराला हे कोण समजावून सांगणार? एकदा तो त्याच्या या कामातून सुट्टी घेऊन गोव्याला गेला असताना तो त्याच्या टिपिकल नागा वैशिष्ट्यानुसार ऑस्ट्रेलियाच्या एका हिप्पी तरुणीच्या आकंठ प्रेमात बुडाला आणि

त्यानं भावनेच्या भरात तिच्याशी लग्नही केलं. मला वाटतं, तिचं नाव लिंडी. (का शरलॉट? मला नक्की माहीत नाही. त्यामुळे काही फरकही पडत नाही. मी तिला लिंडीच म्हणतो.) त्यांच्या लग्नानंतर वर्षभरातच लिंडीला हेरॉईन तस्करीच्या आरोपाखाली गोव्यात अटक झाली. तिला अनेक वर्षं तुरुंगवास भोगावा लागणार असं दिसत होतं. नागा भयंकर खवळला होता. त्याचे वडील मातब्बर असामी होते. ते या प्रकरणात सहज मदत करू शकले असते. पण त्याच्या वडिलांच्या आयुष्यात उशिरा आलेल्या नागाचे त्याच्या वडिलांशी नेहमीच ताणलेले संबंध होते. नागाला ही गोष्ट त्यांना कळायला नको होती. म्हणून त्यानं मला फोन केला. मग मी माझं वजन वापरलं. त्यानंतर पंजाबचे पोलीस महासंचालक गोव्याच्या पोलीस महासंचालकांशी बोलले. मग लिंडीला तुरुंगातून बाहेर सोडण्यात आलं आणि तिच्यावरचे सगळे आरोपही काढून घेण्यात आले. तुरुंगातून बाहेर आल्याबरोबर लिंडीनं तिच्या घरी पर्थला जाणारं पहिलं विमान धरलं. त्यानंतर काही महिन्यांत नागाचा व तिचा औपचारिक घटस्फोट झाला. नागा पंजाबमध्ये काम करतच राहिला, हे सांगण्याची गरज नाही. आणि मग लक्षणीयरीत्या सुधारलेला माणूस बनला.

एकदा आम्हाला एक लहानशा प्रकरणात पत्रकारांची मदत हवी होती. त्या प्रकरणात मानवाधिकारवाले कार्यकर्ते ओरड करत होते; पण नेहमीप्रमाणे त्यांच्या बऱ्याच 'फॅक्ट्स'मध्ये दुरुस्त्या आवश्यक होत्या. मग मी नागाला फोन केला. त्यानं मदत केली आणि अशाप्रकारे हे सुरू राहिलं. एका सहयोगी युतीचा आरंभ झाला.

हळूहळू नागा त्याच्या सहकाऱ्यांच्या स्पर्धेत आघाडी घेऊ लागला. कारण त्याला आमच्याकडून माहिती मिळत होती. ही केवढी विसंगती होती... वेगळ्या प्रकारचं ड्रग रॅकेट. या खेपेला आम्ही ड्रग डीलर्स होतो आणि तो आमचा व्यसनी गिऱ्हाईक होता. काही वर्षांतच तो प्रसारमाध्यमांच्या आकाशातील 'स्टार रिपोर्टर' आणि अतिशय मागणी असलेला 'सुरक्षा विश्लेषक' बनला. जेव्हा त्याचं ब्यूरोशी असलेलं नातं तात्पुरत्या संबंधांच्या पुढे गेलं, म्हणजे एका रात्रीपुरतं नातं न उरता लग्नगाठ बांधली गेली, तेव्हा आपण बाजूला होणं शहाणपणाचं असं मला वाटलं. माझा एक सहकारी आर.सी. अर्थात रामचंद्र शर्माने सूत्रे हाती घेतली आणि त्या दोघांचे चांगले सूर जुळले. त्या दोघांमध्ये क्रूर विनोदबुद्धी आणि 'रॉक ए रोल ए ब्लूज'चं प्रेम सारखंच होतं. नागाची मी एक गोष्ट आवर्जून सांगेन ती म्हणजे त्यानं कधी एक रुपया इकडचा तिकडे केला नाही. तो अतिशय प्रामाणिक होता आणि प्रामाणिकच राहिला. त्याची व्यावसायिक सचोटीची कल्पना त्याला त्याच्या तत्त्वांनुसार जगायला लावत असे, ती सचोटी टिकवण्यासाठी त्यानं त्याची तत्त्वे बदलली आणि आता तो आमच्यावर विश्वास ठेवतो. आमचा स्वतःचा स्वतःवर जितका विश्वास नसेल तितका. केवढी विसंगती आहे... शाळकरी मुलगा असताना त्याचा

माझ्यासाठी आवडता टोमणा होता, ‘साम्राज्यवादाचा लाळघोट्या गुलाम’ तेसुद्धा ज्या वयात आमच्यापैकी बहुतेक जण अजून आर्चीज कॉमिक्स वाचत होते त्या वयात.

नागा डाव्यांची धगधगती भाषा कुठे आणि कुणाकडून शिकला कोण जाणे. बहुधा त्याच्या कम्युनिस्ट नातेवाइकांकडून शिकला असावा. ती व्यक्ती, ती जी कुणी होती, तो अथवा ती उत्तम शिक्षक असावी. नागानं शिकलेल्या गोष्टींचा अगदी पुरेपूर वापर केला, पाहण्याजोगा. त्यामुळे तो एकेक मुलूख जिंकत गेला.

शाळेत असताना एकदा वादविवाद स्पर्धेत मी त्याच्याविरुद्ध उभा होतो. त्या वेळी आम्ही तेरा-चौदा वर्षांचे असू. विषय होता. ‘देव अस्तित्वात आहे का?’

मी त्याच्या बाजूनं बोलणार होतो आणि नागा विरोधात होता. मी आधी बोललो. त्यानंतर नागानं आवेशपूर्ण भाषण दिलं. तेव्हा त्याचा हडकुळा देह चाबकाच्या वादीसारखा ताणून ताठ झाला होता, त्याचा आवाज तिरस्कारयुक्त संतापानं कापत होता, त्याच्या वाणीनं मंत्रमुग्ध झालेली आमच्या वर्गातली मुलं त्याच्या खुल्लमखुल्ला ईश्वरनिंदेच्या नोट्स मेहनतीनं लिहून घेत होती.

“आपल्या तेहतीस कोटी मूक मूर्तींबाबतची असत्य गोष्ट... आपण ज्यांना राम व कृष्ण म्हणतो त्या आपमतलबी देवता आपल्याला भूक, आजार व गरिबीपासून वाचवणार नाहीत. आपली माकडाच्या व हत्तीच्या तोंडांच्या मूर्तींवरची मूर्ख श्रद्धा आपल्या उपाशी जनतेचं पोट भरणार नाही...”

मला संधीच मिळाली नाही. नागाच्या भाषणामुळं माझं भाषण कुठल्यातरी धर्मनिष्ठ, वयस्क काकूनं लिहिलेलं असल्यासारखं वाटू लागलं होतं. विचित्र म्हणजे, मला आपण कमी पडलो होतो याची अगदी स्पष्ट, स्वच्छ आठवण असली, तरी मी नेमकं काय बोललो होतो ते मात्र मला अजिबात आठवत नाही.

त्यानंतर पुढं कित्येक महिने मी कुणाच्याही नकळत आरशासमोर स्वत:शीच नागाचा पवित्र गोष्टींबद्दलचा अनादर हावभावासहित म्हणायचो : ‘आपली माकडाच्या व हत्तीच्या तोंडाच्या मूर्तींवरची मूर्ख श्रद्धा आपल्या उपाशी जनतेचं पोट भरणार नाही...’ माझ्या थुंकीचा फवारा माझ्याच प्रतिबिंबावर पावसासारखा बरसत असे.

नागाच्या मैलाचा दगड ठरलेल्या अभिव्यक्तींपैकी एक म्हणजे, पुढे काही वर्षांनी झालेला कॉलेजचा वार्षिक सांस्कृतिक कार्यक्रम. तो त्याच्या दोन मित्रांसमवेत बस्तरची उन्हाळी सफर करून ताजातवानं होऊन आला होता. ते तिथं जंगलात तंबू ठोकून राहिले होते. आदिम जमातींचे लोक जिथं राहत असत त्या खेड्यात फिरून आले होते. नागा मंचावर शांतपणे आला... लांब केस, अंगावर फक्त लुंगी, बाकी उघडा अनवाणी आणि खांद्यावर धनुष्य व बाणांचा भाता. त्यानं वाळवी लागलेले (त्याच्या म्हणण्यानुसार) टोस्ट कुरुकुरू खात मंचावर जबरदस्त अभिनय केला. ते

पाहून श्रोत्यांमधल्या मुलींच्या– त्यापैकी बऱ्याच जणींची त्याच्याशी लग्न करण्याची इच्छा होती, चेहऱ्यावर बुजरे किळसयुक्त भाव उमटले.

टोस्टचा शेवटचा तुकडा खाऊन झाल्यानंतर तो माइकपाशी गेला आणि त्यानं 'स्टोन'चं 'सिंपथी फॉर द डेव्हिल्स' सादर केलं, काल्पनिक गिटारच्या तारा छेडल्याचा अभिनय करत त्यानं गीताचे सूर छेडले. तो चांगला, (कदाचित उत्तमसुद्धा असेल) गायक होता. मला मात्र ते अजिबात आवडलं नाही. मला त्यातून आदिवासी लोकांबद्दल अत्यंत अनादर व्यक्त झाल्यासारखं वाटलं आणि माईक जॅगरबद्दलही. माझ्या आयुष्याच्या त्या टप्प्यावर माईक जॅगर माझा देव होता. (शाळेतल्या माझ्या देवाच्या बाजूनं असलेल्या भाषणाच्या वेळी माझ्या मनात हा विचार असायला हवा होता असं मला वाटतं.) मी नागाला तसं बोलूनही दाखवलं. त्यावर तो हसला त्याचा 'परफॉर्मन्स' ही दोघांनाही आदरांजली होती, असं त्यानं ठासून सांगितलं.

एके काळी एका देशात स्वस्तिकाची लाट आली होती, तशी आज आपल्या देशात हिंदू राष्ट्रभक्तीची भगवी लाट उधाणली आहे. अशा वातावरणात नागाच्या 'मूर्ख श्रद्धे'बद्दलच्या शाळकरी मुलाच्या भाषणामुळे बहुधा त्याला हाकलून दिलं जाईल, शाळा प्रशासनाकडून नाही तर नक्कीच एखाद्या पालक चळवळीमार्फत. खरंतर, सध्याच्या वातावरणात, फक्त हकालपट्टीवर भागणं हे सुदैवच म्हणावं लागेल. यापेक्षा क्षुल्लक गोष्टींसाठी जमाव लोकांना देहान्त शासन देतो. ब्यूरोतले माझे सहकारीसुद्धा धार्मिक श्रद्धा व देशभक्ती यातला फरक ओळखू शकत नाहीत. त्यांना एक प्रकारचा हिंदू पाकिस्तान हवा आहे असं दिसतं आहे. त्यांच्यापैकी बहुतेक जण परंपरानिष्ठ आहेत. सफारी सूटच्या आत जानवी घालणारे आणि त्याच्या शाकाहारी कवट्यांच्या आत पवित्र 'पोनीटेल्स' लटकत असलेले छुपे ब्राह्मण आहेत. ते मला सहन करतात ते फक्त माझा उपनयन संस्कार झाल्यामुळे. (खरंतर माझी जात आहे बैद्य, पण आम्ही स्वत:ला ब्राह्मणांत गणतो.) पण मी माझी ही मतं माझ्यापाशीच ठेवतो. त्या वेळी नागानं मात्र एका फटक्यात नव्या रूपात प्रवेश केला होता. त्याच्या पूर्वीच्या आदरशून्यतेचा आता लवलेशही उरला नव्हता. नागा सध्या ट्वीडचा ब्लेझर घालतो, सिगार ओढतो. मी त्याला कित्येक वर्षांत भेटलेलो नाही; मात्र टीव्हीवरील त्या रोमांचक चर्चांमध्ये राष्ट्रीय सुरक्षा तज्ज्ञ म्हणून भूमिका वठवताना पाहिलं आहे. आपण दुसऱ्यांच्या इशाऱ्यावर नाचणाऱ्या हुशार बोलक्या बाहुल्यासारखे आहोत, त्यापेक्षा अधिक काही नाही, हे त्याच्या लक्षातसुद्धा येत नाही असं दिसतं. नागा त्याच्या दाढीमिश्यांच्या बाबतीत सतत काही ना काही करत असतो. कधीकधी तो फ्रेंच बोकड दाढी ठेवतो, कधी पिळदार, पोमेड चोपडलेल्या, साल्वादोर डालीसारख्या मिशा, कधीकधी खुंटीसारख्या मिशा, तर कधी सफाचट, गुळगुळीत. तो कुठल्या एका 'रूपा'वर स्थिरावत नाहीये असं दिसत

होतं. हा त्याचा 'वीक पॉइंट'असावा. यातून त्याचं खरं रूप प्रकट होत असे. किंवा कमीत कमी मला तसं वाटत होतं.

दुर्दैवानं नंतर त्याचा हस्तक्षेप वाढला; आणि त्याचा बेलगामपणा डोईजड होत गेला. वर्षातून दोनदा ब्यूरोला (अर्थातच गुप्तपणे) त्याच्या वृत्तपत्राच्या चालकांसमवेत त्याच्या संपादकांशी होणाऱ्या झगड्यांमध्ये हस्तक्षेप करावा लागत असे; कारण त्या झगड्यांची परिणती तडकाफडकी राजीनामा देण्यात होत असे. गेल्या खेपेला आम्हाला असंच ते प्रकरण मिटवून त्याला वाढ देऊन टिकवून ठेवावं लागलं होतं.

आम्ही दोघे बालवाडीत, शाळेत व विद्यापीठात एकत्र असणं आणि नाटकात समलिंगी प्रेमिकांची भूमिका करणं पुरेसं नव्हतं म्हणून की काय माझी श्रीनगरला ब्यूरोचा 'डेप्युटी स्टेशन हेड' म्हणून नियुक्ती झाली होती, त्यादरम्यान नागा त्याच्या वृत्तपत्राचा संवाददाता म्हणून काश्मीरमध्येच होता. बहुतेक वार्ताहर जिथं राहायचे त्या अहदूस हॉटेलमध्येच त्याची कायमची खोली होती. त्यावेळेपर्यंत त्याचे ब्यूरोशी भावबंध दृढ झाले होते; पण आत्ता ते जसे उघड दिसत होते, तसे नव्हते. आमच्या दृष्टीनं तेच जास्त बरं होतं. त्याच्या वाचकांच्या दृष्टीनं आणि बहुधा त्याच्या स्वत:चाही मते तो अजूनही निर्भीड पत्रकार होता, ज्याच्यावर भारतातील तथाकथित 'गुन्हे' उघड करण्यासंदर्भात विश्वास ठेवला जाऊ शकतो.

श्रीनगरपासून सुमारे वीस किलोमीटरवर असलेल्या दाचीगाम राष्ट्रीय उद्यानातील 'फॉरेस्ट गेस्ट हाउस' मध्ये, राज्यपालांच्या हॉटलाइन मार्फत फोन आला तेव्हा मध्यरात्र उलटून गेली होती. मी तिथं 'हिज एक्सलन्सींच्या' लवाजम्याचा भाग म्हणूनच होतो. (एव्हाना आम्ही चांगलेच अडचणीत सापडलो होतो. ते १९९६ साल होतं, मुलकी सरकार बरखास्त झालं होतं. राज्यात राज्यपाल राजवटीचं ते सहावं वर्ष होतं.)

महामहीम राज्यपाल, जे भारताचे माजी लष्करप्रमुखही होते, त्यांना शक्य होईल तितकं शहरातल्या रक्तपातापासून दूर राहायचं होतं. ते वीकेन्ड दाचीगाममध्ये घालवत असत. त्यांचे कुटुंबीय व मित्रांसोबत पर्वतातून धावणाऱ्या प्रवाहांजवळ भटकंती करत असत. प्रचंड हत्यारबंद, दक्ष सुरक्षारक्षकांच्या छायेत असलेली लहान मुलं काल्पनिक दहशतवाद्यांना गोळ्या घालत असत. (ते प्राण सोडताना *अल्लाह-हु-अकबर!* असं ओरडत असत.) आणि खारोट्यांच्या जातकुळीतल्या लांब शेपटाच्या मार्मोट्सचा त्यांच्या बिळापर्यंत पाठलाग करत असत. ते नेहमी 'पिकनिक लंच' करत असत. रात्रीचं जेवण मात्र नेहमी गेस्ट हाउसच्या मागे होत असे. भात आणि ट्राउट माशाची करी. ते मासे जवळच्याच फिशफार्ममधले असत.

हाडं गोठवणारं तापमान तुम्हाला सहन होत असेल, तर तुम्ही पाण्यात हात घालून इंद्रधनुषी ट्राउट पकडू शकाल, इतके मासे फिशफार्मच्या तळ्यामध्ये असत.

शरद ऋतू होता. जंगल विलक्षण सुंदर दिसत होतं. फक्त हिमालयातलं जंगलच जसं सुंदर असू शकतं तसं. चिनारचे वृक्ष रंग बदलू लागले होते. गवताची कुरणे तांबूस सोनेरी दिसत होती. नशीब असेल तर तुम्हाला काळेभोर अस्वल किंवा चित्ता किंवा दाचीगामचं प्रसिद्ध हरीण– हंगुल दिसू शकत असे. मी जणू 'बर्ड मॅन' बनलो होतो. माझ्या मनात जपून असलेली आवड जोपासत होतो. आता मी हिमालयी गिधाड आणि बिअर्डेड व्हल्चर, पट्ट्यापट्ट्यांचा हसरा थ्रश, ऑरेंज बूलफिंच, टायटलर्स लिफ वार्ब्लर व काश्मिरी बुलबुल (जे त्या वेळी धोक्यात होते, एव्हाना ते लुप्त झाले असतील,) ओळखू शकत होतो. दाचीगाममध्ये राहण्यातली अडचण म्हणजे त्या वातावरणात माणसाचा निश्चय डळमळत असे. तिथं सगळ्याच गोष्टींची निरर्थकता अधोरेखित होत असे. तिथं एखाद्याला असं वाटत असे की, खरंतर काश्मीर त्या प्राण्यांचंच आहे; त्यासाठी लढणाऱ्या आपल्यापैकी कुणाचंच नाहीये ते. काश्मिरी, भारतीय, पाकिस्तानी, चिनी (त्यांचासुद्धा त्यात एक तुकडा आहे. अक्साई चीन, जो जम्मू आणि काश्मीरच्या राज्याचा भाग होता) यांचं किंवा पहाडी, गुज्जर, डोग्रा, पश्तून, शिन, लडाखी, बालती, गिलगिती, पुरिकी, वाखी, यशकुन, तिबेटी, मोंगोल, तातर, मोन, खोवर कुणाचंच नाही... आपल्यापैकी कुणालाच– ना संतांना, ना सैनिकांना, त्या स्थळाचं खरोखरच स्वर्गीय सौंदर्य आपलं आहे असा दावा करण्याचा अधिकार नाही.

मी एकदा हे इम्रानसमोर अगदी सहज बोललो होतो. इम्रान तरुण काश्मिरी पोलीस अधिकारी होता. त्यानं आपल्यासाठी आदर्श कामगिरी बजावली होती, 'अंडरकव्हर.'

त्यावर तो म्हणाला होता, "हा विचार खूप महान आहे, सर. तुमच्यासारखाच मीही प्राणिप्रेमी आहे. मी भारतभ्रमंती करतो तेव्हासुद्धा मला नेमकं हेच जाणवतं की भारत, पंजाबी, बिहारी, गुजराती, मद्रासी, मुस्लीम, हिंदू, ख्रिश्चन यातल्या कुणाचाच नाहीये. तर तो आहे सुंदर पशुपक्ष्यांचा... मोर, हत्ती, वाघ, अस्वले..."

तो अगदी थुंकी झेलायला तत्पर म्हणावा इतका विनम्र होता; पण त्याला काय म्हणायचं होतं ते मला माहीत होतं. हे फार विलक्षण होतं, तुम्ही जी माणसं तुमच्या बाजूनं आहेत असं गृहीत धरलेलं असतं, त्यांच्यावरसुद्धा तुम्ही विश्वास ठेवू शकत नव्हता आणि अजूनही ठेवू शकत नाही. पोलिसांवरसुद्धा नाही.

उंच पर्वतरांगावर बर्फवृष्टी झालेली होती; पण बॉर्डर पास अजूनही मिळवता येत असल्यामुळे लढवय्यांच्या काही तुकड्या-साधेभोळे तरुण काश्मिरी आणि रक्तपिपासू पाकिस्तानी, अफगाणी, काही सुदानीसुद्धा जे उरलेल्या तीसेक (ही

संख्या जवळजवळ शंभरवरून इथवर आली होती.) दहशतवादी गटांचे होते-ते अजूनही नियंत्रण रेषा ओलांडून धोकादायक प्रवास करत होते. वाटेत मारले जात होते. मरत होते. बहुधा हे वर्णन कमीच पडेल. आता प्रलयाचं थोर वचन कोणतं होतं? टर्मिनेट विथ एक्स्ट्रीम प्रेजुडीस (बिनदिक्कत मारून टाका.) नियंत्रण रेषेपाशी आपल्या सैनिकांना अशा प्रकारच्याच सूचना होत्या.

त्या आणखी काय असायला हव्या होत्या? त्यांच्या आयांना बोलवायचं? जे दहशतवादी यातून पार होत असत ते खोऱ्यात दोन किंवा फार फारतर तीन दिवसांपेक्षा क्वचितच जगत असत. जर ते सुरक्षा दलांकडून पकडले वा मारले गेले नाहीत, तर ते एकमेकांना संपवत असत. त्या मार्गावर आम्ही त्यांना मार्गदर्शन करत असू... अर्थात त्यांना फारशी मदत नको असे. अजूनही नको असते. समर्थक त्यांच्या बंदुका, जपाच्या माळा व त्यांचं स्वत:ला उद्ध्वस्त करा. 'मॅन्युअल' असे आत्मघाती घेऊनच येत असत.

काल माझ्या एका पाकिस्तानी मित्रानं मला हे फॉरवर्ड केलं आहे. सध्या हे मोबाइलवर फिरतंय. त्यामुळे कदाचित तू हे आधीच पाहिलं असशील :

मी पुलावर एक माणूस पाहिला,
तो तिथून उडी मारण्याच्या बेतात होता.
मी त्याला म्हणालो, "असं करू नकोस!"
तो म्हणाला, "माझ्यावर कुणीच प्रेम करत नाही."
मी म्हणालो, "देव तुझ्यावर प्रेम करतो. तुझा देवावर विश्वास आहे का?"
तो म्हणाला, "हो."
मी म्हणालो, "तू मुस्लीम आहेस का बिगरमुस्लीम?"
तो म्हणाला, "मुस्लीम."
मी म्हणालो, "शिया का सुन्नी?"
तो म्हणाला, "सुन्नी."
मी म्हणालो, "मीसुद्धा! देवबंदी का बरेलवी?"
तो म्हणाला, "बरेलवी."
मी म्हणालो, "मीसुद्धा! तनजीही का तफकीरी?"
तो म्हणाला, "तनजीही."
मी म्हणालो, "मीसुद्धा! तनजीही अज्मती का. तनजीही फरहती?"
तो म्हणालो, "तनजीही फरहती."
मी म्हणालो, "मीसुद्धा तनजीही फरहती जमिआ.
उल उलूम अजमेर, का तनजीही फरहाती जमिआ उल नूर मेवात?"
तो म्हणाला, "तनजीह फरहती जमिआ उल नूर मेवात."

मी म्हणालो, “मर, काफिर!”
आणि मी त्याला ढकललं.

सुदैवानं त्यांच्यापैकी काही जणांपाशी अद्याप विनोदबुद्धी आहे.

***

काश्मीरमधील ही जिहादची मूर्ख कल्पना पाकिस्तान व अफगाणिस्तानमधून झिरपत आली आहे. मला वाटतं, गेल्या पंचवीस वर्षांत काश्मीरमध्ये 'खऱ्या' इस्लामची आठ-नऊ रूपे लढत आहेत. त्यातल्या प्रत्येकाचे आपापले मुल्ला व मौलाना आहेत. त्यांच्यातील काही कट्टर मूलतत्त्ववादी आमच्या पे-रोलवर आहेत. जे राष्ट्रीयत्वाच्या संकल्पनेच्या विरोधात व महान 'इस्लामिक उम्माह'च्या समर्थनार्थ उपदेश करतात. अलीकडेच, त्यातल्या एकाला सायकल बॉम्बनं त्याच्या मशिदीबाहेर उडवून देण्यात आलं. त्याची जागा भरून काढणं काही अवघड जाणार नाही. काश्मीरला (पाकिस्तान व अफगाणिस्तानच्या वाटेने न जाता) आत्मविनाशापासून रोखणारी एकमात्र गोष्ट म्हणजे इथली उत्तम, जुनी रूढीगत भांडवलशाही. धर्म कोणताही असला तरी काश्मिरी उत्तम व्यावसायिक आहेत आणि सगळे व्यावसायिक अखेर, कोणत्या ना कोणत्या प्रकारे, परिस्थिती आहे तशी राखण्यामध्ये किंवा ज्याला आपण 'शांतता प्रक्रिया' म्हणतो, त्यामध्ये महत्त्वाची भूमिका बजावतात. (शांतता प्रक्रिया ही शांतीपेक्षा खूप वेगळी व्यावसायिक संधी असते.)

इथं आलेले पुरुष खूप लहान होते, किशोरवयीन किंवा विशीतले. एका संपूर्ण पिढीनं अक्षरशः आत्महत्या केली. सीमा ओलांडण्याचे प्रमाण १९९६पर्यंत थोडे कमी झाले होते; पण आम्ही तो ओघ पूर्णपणे थांबवू शकलो नव्हतो. आम्हाला आमच्या सैनिकांबद्दल मिळालेल्या काही अत्यंत गंभीर खबरीचा आम्ही तपास करत होतो. त्या माहितीनुसार काही सीमा सुरक्षा नाक्यांपाशी सैनिक 'सेफ पॅसेज'चा धंदा करत होते. ते दुसरीकडे पाहत असताना. त्या डोंगररांगांची खडान्‌खडा माहिती असणारे, गुज्जर मेंढपाळ. त्या लोकांना वाट दाखवत असत. 'सेफ पॅसेज' हा या बाजारातला फक्त एक प्रकार होता. बाकी डिझेल, अल्कोहोल, बंदुकीच्या गोळ्या, हातबॉम्ब, लष्करी शिधा, काटेरी तारा, लाकूड या गोष्टीही होत्या. संपूर्ण जंगलंच्या जंगलं अदृश्य होत होती. लष्कराच्या छावण्यांमध्ये लाकूड कापण्याचे कारखाने उभे राहिले होते. काश्मिरी मजूर व काश्मिरी सुतारांना सक्तीनं कामाला लावण्यात आलं होतं. जम्मूहून काश्मीरमध्ये रसद घेऊन येणाऱ्या लष्कराच्या ताफ्यातील ट्रक दररोज येताना अक्रोडच्या लाकडाचे कोरीव फर्निचर भरून घेऊन येत असत. आपल्याकडे

जगातले 'बेस्ट इक्विप्ड' नसलं तरी 'बेस्ट फर्निश्ड' (जर मला असा शब्दप्रयोग करता आला तर) लष्कर होतं; पण विजयी लष्करामध्ये कोण हस्तक्षेप करणार?

दाचीगामच्या आजूबाजूचे पर्वत तुलनेनं शांत असले, तरीही हिज एक्सलन्सींची भेट असे तेव्हा तिथं कायमस्वरूपी तैनात केलेल्या पॅरामिलिटरी सैन्यदलाच्या जोडीला प्रत्येक वेळी एरिया डॉमिनेशन पॅट्रालवाले तिथं एक दिवस आधीच जाऊन पाहणी करत. त्यांचा सशस्त्र ताफा ज्या मार्गावरून जाणार असे, त्या मार्गाची माइनप्रूफ आर्मर्ड व्हेईकल्सद्वारे तपासणी केली जात असे.

ते उद्यान स्थानिक लोकांसाठी कायमचं बंद करण्यात आलं होतं. गेस्ट हाउसच्या सुरक्षेसाठी शंभरहून अधिक जण छतावर, त्या परिसराभोवतीच्या वॉचटॉवर्सवर व जंगलात एक किलोमीटर आत वर्तुळाकार परिघात नेमण्यात आले होते. फक्त आमच्या बॉसला ताजे मासे मिळावेत यासाठी आम्हाला काश्मीरमध्ये कुठवर जावं लागत होतं, यावर भारतातल्या अनेकांचा विश्वासच बसणार नाही.

त्या रात्री मी माझा 'डेली रिपोर्ट' तयार करत रात्री उशिरापर्यंत जागा होतो. हिज एक्सलन्सींच्या मॉर्निंग ब्रिफिंगमध्ये मला तो द्यायचा होता. माझ्या सोनीच्या जुन्या प्लेअरचा आवाज कमी केला होता. ठइयां बाई चैती गात होत्या. *यहीं रसूलन मोतिया हिराई गइली रामा.* केसरबाई आपल्याकडच्या उत्तम गायिका होत्या, हे नि:संशय; पण रसूलन बाईंचा आवाज नक्कीच सर्वांत मादक होता. त्यांचा खर्जातला पुरुषी आवाज वेगळाच होता. बॉलिवूडच्या वरच्या पट्टीतल्या कायमस्वरूपी किशोरवयीन आवाजापेक्षा पूर्ण वेगळाच. (माझे वडील हिंदुस्तानी शास्त्रीय संगीताचे जाणकार होते, आणि त्यांच्या मते रसलून जास्तच लोकानुययी होती. हा सुद्धा आम्हा दोघांमधल्या न सुटलेल्या मतभेदांपैकी एक होता.) माझ्या डोळ्यांसमोर चित्र उभं राहत होतं... प्रणयाच्या अधीरतेत तिच्या गाण्यातली मोत्यांची माळ तुटली आहे आणि बेडरूममधल्या जमिनीवर विखुरलेल्या मोत्यांसारखाच तिचा आवाजही विखुरला आहे... (हो, एखादी मुस्लीम दरबारी गायिका एखाद्या हिंदू देवतेला आर्तपणे आळवू शकेल, असा काळ होता तो!)

त्या दिवशी सकाळी शहरात भयंकर अस्वस्थता होती. सरकारनं काही महिन्यांत निवडणुका घेण्याचं जाहीर केलं होतं. जवळजवळ नऊ वर्षांत प्रथमच निवडणुका होणार होत्या. दहशतवाद्यांनी त्यावर बहिष्कार जाहीर केला होता. त्या वेळी ही गोष्ट स्पष्टच होती की, आमच्या बाजूनं त्यांचं मन वळवण्याचे गंभीर प्रयत्न झाल्याखेरीज लोक मतदानासाठी घराबाहेर पडणार नाहीत. (तेव्हा मतदान केंद्रांवर आत्तासारख्या लोकांच्या प्रचंड रांगा नसत.) 'स्वतंत्र' मीडियासुद्धा त्यांच्या शानदार मूर्खतेसह तिथं असणार होतं. त्यामुळे आम्हाला काळजी घ्यावी लागणार होती. आमच्या हुकुमाचा एक्का होता इखवान-उल-मुस्लिमून अर्थात मुस्लिम ब्रदरहूड. हे आमचं बंड-विरोधी

दल होतं. खरंतर हा एक संधिसाधू दहशतवादी गट; आता अगदी संपूर्ण शरणागती पत्करलेला. हळूहळू इतर जणही शरण येऊ लागले. म्हणजेच 'सरेन्डर' करू लागले. (काश्मिरींच्या भाषेत 'सिलिंडर') आम्ही त्यांचे पुन्हा गट पाडले. त्यांना शस्त्रे दिली आणि त्यांना लढ्यात उतरवलं. इखवानी राकट होते. मुख्यत्वे खंडणीखोर आणि किरकोळ गुन्हे करणारे. त्यांना दहशतवादात फायदा दिसला तेव्हा ते त्यात सहभागी झाले आणि तिथली वाटचाल खडतर झाली तेव्हा ते सर्वांत आधी 'सिलिंडर' झाले. आम्ही कधी ज्याची कल्पनासुद्धा करू शकत नव्हतो, अशा स्थानिक खबऱ्यांशी त्यांचा संपर्क होत असे. एकदा त्यांनी त्यांची भूमिका बदलल्यावर त्यांना अशी संधी मिळाली की आमच्या दलांना शक्य नसलेल्या मोहिमाही ते यशस्वीपणे पार पाडत. सुरुवातीला ते आमच्यासाठी अमूल्य ठेवा ठरले; पण नंतर त्यांना आवरणं अवघड होत गेलं. त्यांच्यातला सर्वांत खरतनाक होता तो 'अंधाराचा राजा'. सगळे जण त्याला घाबरत असत. गावात त्याला 'पापा' म्हणत असत. एके काळी त्याची फॅक्टरीतला वॉचमन यापेक्षा जास्त ओळख नव्हती; पण इखवान म्हणून त्याच्या शानदार कारकिर्दीत त्यानं अनेक लोकांना ठार मारलं होतं. (मला वाटतं, ही संख्या आता १०३वर गेली आहे.) त्यानं निर्माण केलेली दहशत सुरुवातीला आमच्या फायद्याची होती; ९६ सालानंतर मात्र आमच्या दृष्टीनं त्याची उपयुक्तता संपली; मग आम्ही त्याला लगाम घालायचा विचार करत होतो (तो आता तुरुंगात आहे). त्या वर्षीच्या मार्च महिन्यात आमच्याकडून निर्देश नसतानाही पापानं एका उर्दू दैनिकाच्या सुप्रसिद्ध संपादकाची हत्या केली होती. बेजबाबदार उर्दू दैनिकाची असं म्हणायला हवं. (बेजबाबदार भारतविरोधी दैनिके मृतदेहांची अतिशयोक्त संख्या देत असत आणि वस्तुस्थितीचे विपर्यस्त चित्र उभं करत. आमच्यासाठी हे फायदेशीर होतं, कारण त्यामुळे स्थानिक मीडिया दुबळं ठरत होतं. परिणामी, एकाच ब्रशनं रंगवणं आमच्यासाठी सोपं झालं होतं. हा त्याचा उपयोगही होता. खरं सांगायचं तर त्यातल्या काहींना आम्ही अर्थसाहाय्यही केलं होतं.)

मे महिन्यात पापानं पुलवामामधील सामाजिक कब्रस्तानावर कब्जा मिळवला आणि ते इतरांसाठी बंद केलं. ही त्याची खानदानी मिळकत आहे, असा त्याचा दावा होता. त्यानंतर त्यानं सीमेवरच्या खेड्यातल्या एका अत्यंत लोकप्रिय शिक्षकाला ठार केलं. त्याचा मृतदेह 'नो मॅन्स लॅन्ड'मध्ये जिथं सुरुंग पेरले होते, तिथं फेकला. त्यामुळे मृतदेहाजवळ जाता येत नव्हतं. अंत्यविधीच्या प्रार्थना होऊ शकत नव्हत्या. मृताच्या विद्यार्थ्यांना त्यांच्या शिक्षकाचं प्रेत घारी व गिधाडं टोचून खाताहेत, हे दृश्य पाहावं लागलं होतं.

पापाला झालेला लाभ पाहून प्रभावित झालेल्या इतर इखवानींनी त्याच्या पावलावर पाऊल टाकायला सुरुवात केली.

त्या दिवशी सकाळी श्रीनगरच्या भर वस्तीत एका 'सिक्युरिटी बॅरिअर'पाशी त्यांच्या एका गटानं एका म्हाताऱ्या काश्मिरी जोडप्याला अडवलं होतं. त्या माणसानं त्यांना त्याचं पैशाचं पाकीट देण्यास नकार दिल्यावर, त्यांनी त्याला गाडीत घालून पळवून नेलं. सीमा सुरक्षा दलाच्या छावणीजवळच इखवानी लोकांचाही तळ होता. तिथपर्यंत लोकांनी त्याचा पाठलाग केला. त्या वृद्धाला छावणीच्या अगदी जवळच जिप्सीतून बाहेर फेकून देण्यात आलं. ते आत गेल्यानंतर - हे मी कसं सांगू– त्यांचं डोकंच फिरलं. त्यांनी भिंतीवरून हातबॉम्ब फेकले आणि जमावावर मशीनगननं गोळीबार केला. त्यामध्ये एक मुलगा ठार झाला आणि डझनभर लोक जखमी झाले, त्यातले निम्मे गंभीर जखमी होते. त्यानंतर इखवानी पोलीस ठाण्यात गेले. त्यांनी पोलिसांना धमकावून त्यांना तक्रार नोंदवण्यापासून रोखलं. दुपारी, ते दबा धरून बसलेले इखवानी त्या मुलाच्या अंत्ययात्रेत घुसले आणि त्यांनी शवपेटी घेऊन धूम ठोकली. म्हणजे आता मृतदेह नसल्यामुळे खुनाचा आरोप लावता येणार नव्हता. संध्याकाळी लोकांची निदर्शने हिंसक बनली. तीन पोलीस ठाणी जाळून भस्मसात करण्यात आली. सुरक्षा दलांनी जमावावर गोळीबार केला, त्यात आणखी चौदा लोक ठार झाले. सोपोर, बारामुल्ला आणि अर्थातच श्रीनगर... अशा सगळ्या थोड्या मोठ्या गावांमध्ये संचारबंदी जाहीर करण्यात आली.

मी फोनची रिंग ऐकली आणि हिज एक्सलन्सींच्या एडीसी अंगरक्षकाचा आवाज ऐकला, तेव्हा मला वाटलं, परिस्थिती हाताबाहेर गेल्यामुळे नव्या आदेशांची विचारणा करण्यासाठी फोन केला आहे. पण तसं नव्हतं.

फोनवरच्या माणसानं तो 'जेआयसी'मधून बोलत असल्याचं सांगितलं. जेआयसी म्हणजे जॉइंट इन्ट्रोगेशन सेंटर. ते 'शिराज' सिनेमा मध्ये कार्यरत होतं.

आम्ही सिनेमा हॉल बंद पाडून ते उभारलं असेल, असं तुम्हाला वाटलं असेल, तर तसं नाही. शिराज दोन वर्षांपूर्वीच 'अल्लाह टायगर्स' नामक संघटनेनं बंद पाडलं होतं. या संघटनेनं सर्व चित्रपटगृहे, दारूची दुकाने व बार या गोष्टी अ-इस्लामी व भारताच्या सांस्कृतिक आक्रमणाची साधने असल्यामुळे बंद करण्याचे आदेश दिले होते. या उद्घोषणेवर एअर मार्शल नूर खान याची सही होती. या 'टायगर्स'नी संपूर्ण शहरात धमक्यांची पोस्टर्स चिकटवली होती आणि बारमध्ये बॉम्ब ठेवले होते. अखेर, जेव्हा त्या एअर मार्शलला पकडण्यात आलं तेव्हा समजलं की तो पर्वतरांगांमधल्या एका दुर्गम खेड्यातला जेमतेम साक्षर असलेला शेतकरी होता; त्यानं कधी विमान पाहिलंसुद्धा नसेल.

मी प्रश्नकर्त्यांच्या टीममधला ज्युनिअर सदस्य होतो. (माझी श्रीनगर मध्ये नियुक्ती होण्याच्या आधीची गोष्ट आहे ही.) आम्ही तुरुंगात त्याला व इतर अनेक ज्येष्ठ उग्रवाद्यांना भेटलो. त्यांना बोलतं करता येईल या आशेनं. त्याने आमच्या

प्रश्नांना घोषवाक्यांनी उत्तरे दिली, एखाद्या भव्य मोर्चाला संबोधित करत असल्याच्या थाटात :

जिस कश्मीर को खून से सींचा, वो कश्मीर हमारा है। किंवा 'अल्लाह टायगर्स'च्या युद्धघोषानं.

ला शरकेया वा ला गरबेया, इस्लामिया इस्लामिया

याचा आशय असा :

ना 'ईस्ट ना वेस्ट, इस्लाम इज बेस्ट!'

एअर मार्शल शूर माणूस होता. त्याचा निर्मळपणा, त्याची भोळी तळमळ पाहून मला चक्क त्याचा हेवा वाटला. 'कार्गो'त नेमून दिलेलं काम करूनही त्याला कसलाही पश्चात्ताप झाला नव्हता. प्रदीर्घ शिक्षा भोगून आता तो बाहेर आला आहे. आम्ही त्याच्यावर व त्याच्यासारख्या इतर लोकांवर अजूनही नजर ठेवून असतो. तो आता या भानगडीपासून लांब असावा असं वाटतंय. तो श्रीनगरमध्ये जिल्हा न्यायालयाच्या बाहेर स्टॅम्प्स विकून चार पैसे कमवतो. त्याचं डोकं थाऱ्यावर नाही असं मला समजलं; पण मी त्याबाबत खात्री देऊ शकत नाही. कार्गो ही तशी भलतीच भयानक जागा आहे.

तो फोन घेणाऱ्या एडीसीनं मला सांगितलं की फोन करणाऱ्या व्यक्तीनं त्याचं नाव मेजर अमरिक सिंग असं सांगितलं आणि त्याला तुमच्याशी बोलायचं आहे. त्यानं फक्त माझ्या पदाचाच नव्हे, तर (सहसा न घडणारी गोष्ट म्हणजे) माझ्या नावाचाही उल्लेख केला होता. बिप्लब दासगुप्ता, डेप्युटी स्टेशन हेड, इंडिया ब्राव्हो (इंटेलिजन्स ब्यूरोचा काश्मीरमधील रेडिओ कोड).

मला तो माणूस माहीत होता. व्यक्तिश: ओळख नसली तरी त्याची कीर्ती माहीत होती. मी त्याला कशाला पाहतोय! तो अमरिक सिंग 'स्पॉटर' म्हणून प्रसिद्ध होता. गवतातला साप हेरल्यासारखा नागरिकांच्या गर्दीत लपलेला दहशतवादी हेरण्याच्या त्याच्या विलक्षण क्षमतेमुळं (बाय द वे, तो आता प्रसिद्ध आहे, मरणोत्तर. नुकतंच त्यांनं स्वत:ला ठार केलं. बायकोला आणि तीन लहान मुलांना गोळ्या घातल्या आणि स्वत:च्याही डोक्यात गोळी घालून घेतली होती. त्याच्या बाबतीत मी 'आय ॲम सॉरी' असं म्हणू शकत नाही; पण त्याची बायको व मुलांच्या बाबतीत मात्र वाईट वाटतं.)

मेजर अमरिक सिंग भ्रष्ट होता... बॅड ॲपल... खराब सफरचंद... नव्हे नव्हे, मला शब्दप्रयोग सुधारू दे. रॉटन ॲपल. त्या मध्यरात्री त्यानं अतिशय तुफान वादळात फोन केला तेव्हासुद्धा तो तसाच होता... सडलेला माणूस.

मी श्रीनगरला आल्यानंतर काही महिन्यातच जानेवारी १९९५मध्ये, अमरिक

सिंगने बहुधा आदेशानुसार तपासणी नाक्यापाशी जालिब कादरी या प्रसिद्ध वकील व मानवाधिकार चळवळीतील कार्यकर्त्याला ताब्यात घेतलं होतं. कादरी उपद्रवी, उद्धट, आडदांड, कर्कश माणूस होता; ज्याला कोणत्याही गोष्टीतील बारकावे कळतच नसत. ज्या रात्री त्याला अटक झाली त्या रात्री तो दिल्लीला जाणार होता आणि तिथून तो ओस्लो येथे आंतरराष्ट्रीय मानवाधिकार परिषदेत साक्ष द्यायला जाणार होता. ती मूर्ख सर्कस रोखण्यासाठी त्याला अटक झाली होती. अमरिक सिंगनं कादरीला सर्वांसमक्ष ताब्यात घेतलं होतं; त्याच्या (कादरीच्या) बायकोच्या उपस्थितीत. मात्र त्या अटकेची औपचारिक नोंद झाली नव्हती. त्यातही अनोखं असं काहीच नव्हतं, पण कादरीच्या 'अपहरणा'बाबत बरीच ओरड सुरू झाली. आमच्या अपेक्षेपेक्षा बरीच जास्त, त्यामुळे काही दिवसांनी त्याला सोडून देणं शहाणपणाचं ठरेल असं आम्हाला वाटलं, पण तो कुठं सापडतच नव्हता. त्यामुळे प्रचंड गदारोळ माजला. आम्ही एक शोधसमिती स्थापन करून वातावरण शांत करण्याचा प्रयत्न केला.

काही दिवसांनी जालिब कादरीचा मृतदेह झेलममध्ये वाहत आलेल्या एका पोत्यात आढळला. त्याची अवस्था भयानक होती. कवटीचा चक्काचूर झालेला, डोळे काढून टाकलेले... भयंकर... अगदी कश्मिरी मापदंडानुसार पाहिलं तरी, हे जरा अतिच होतं. लोकांच्या संतापाचा प्रचंड उद्रेक झाला!... स्वाभाविकपणे... त्यामुळे स्थानिक पोलिसांना केस फाइल करण्याची परवानगी देण्यात आली. या संपूर्ण प्रकरणात लक्ष घालण्यासाठी एका उच्चस्तरीय समितीची स्थापना करण्यात आली.

अपहरणाचे साक्षीदार, लष्करी छावणीत कादरीला अमरिक सिंगच्या ताब्यात असलेले पाहणारे लोक, त्या दोघांच्या बाचाबाचीचे साक्षीदार असलेले लोक, ज्यामध्ये अमरिक सिंग संतापानं भडकला होता... असे लोक लेखी जबानी द्यायला खरोखर पुढं आले, ही गोष्ट दुर्मिळ होती. अमरिक सिंगचे गुन्ह्यातील साथीदार, त्यापैकी बहुतेक जण इखवानी होते, अनुमोदक बनायला व न्यायालयात साक्ष द्यायला तयार होते, पण त्यानंतर एका मागोमाग एक, त्यांचे मृतदेह आढळू लागले. शेतात, जंगलात, रस्त्याच्या कडेला... त्यानं त्या सगळ्या लोकांना ठार केलं. लष्कर व प्रशासनाला काहीतरी केल्याचं किमान भासवावं तरी लागत होतं, प्रत्यक्षात ते त्याच्याविरुद्ध काहीही कारवाई करू शकत नसले तरी. त्याला जरा जास्तच माहीत होतं आणि त्यानं स्पष्टच सांगितलं होतं की, जर मी बुडालो तर मी मला शक्य तितक्या माणसांना घेऊन बुडणार! तो अडचणीत आला होता. तो धोकादायक होताच मग त्याला देशाबाहेर नेणं व त्याला कुठंतरी आश्रय मिळवून देणं हा सर्वोत्तम मार्ग असा निष्कर्ष काढण्यात आला आणि अखेर, तेच घडलं, पण

ते ताबडतोब करता येणार नव्हतं. त्याच्यावर प्रकाशझोत असताना तर नाहीच. त्यासाठी 'कूलिंग ऑफ पिरियड' म्हणजेच उपशमन कालावधी सरणं आवश्यक होतं. त्याची पहिली पायरी म्हणून त्याला 'फील्ड ऑपरेशन्स'कडून काढून घेण्यात आलं आणि त्याला डेस्क जॉब देण्यात आला. शिराज 'जेआयसी'मध्ये, कटकटींपासून दूर किंवा आम्ही तसं समजत होतो.

तर मला फोन करणारा माणूस हा असा होता. मी त्याच्याशी बोलायला अतिशय उत्सुक होतो असं म्हणता येणार नाही. अशा 'प्लेग' सारख्या लोकांना दूर ठेवणंच बरं असतं.

मी फोन घेतला तेव्हा तो अतिशय रोमांचित वाटला. तो इतकं भरभर बोलत होता की तो इंग्रजी बोलतोय, पंजाबी नाही हे मला कळायलासुद्धा थोडा वेळ लागला. त्यानं सांगितलं की, एका हाउसबोटवरील एका जबरदस्त 'कॉर्डन अ‍ॅन्ड सर्च ऑपरेशन'मध्ये त्यांनी 'ए-कॅटेगरी'तला दहशतवादी पकडला आहे. कमांडर गुलरेज, हिज्ब उल मुजाहिदिनचा खतरनाक कमांडर.

हे काश्मीर होतं, इथं विभक्ततावादी घोषवाक्यात बोलत आणि आमची माणसे 'प्रेस रिलीजेस'मध्ये. त्यांची 'कॉर्डन अ‍ॅन्ड सर्च ऑपरेशन्स' नेहमी 'जबरदस्त' असत. ते त्यांना पकडत ते नेहमी 'खतरनाक' असत आणि 'ए-कॅटेगरी'च्या खालचे क्वचितच असत आणि त्यांनी पकडलेल्या लोकांकडून हस्तगत केलेल्या गोष्टी नेहमी युद्धसदृश असत. यात काहीच आश्चर्य नव्हतं, कारण यातल्या प्रत्येक विशेषणासाठी काहीतरी प्रोत्साहनपर लाभ होणार होता. रोख बक्षीस, त्यांच्या सेवा पुस्तिकेत गौरवपर उल्लेख, शौर्यपदक वा बढती. त्यामुळे त्या माहितीमुळे तुम्हाला वाटत असेल तशी माझी धडधड वगैरे वाढली नाही.

त्यानं सांगितलं की, तो दहशतवादी सुटण्याचा प्रयत्न करत असताना मारला गेला आहे. त्याचंही मला फार काही वाटलं नाही. एखाद्या सुदिनी अथवा कुदिनी ते तुमच्या दृष्टिकोनावर अवलंबून असतं, असा प्रकार दिवसभरात कित्येकदा घडत असे. मग इतक्या नित्याच्या बाबीसाठी अर्ध्या रात्री मला कशासाठी फोन केला होता? आणि त्याच्या उत्साहाचा माझ्या खात्याशी अथवा माझ्याशी काय संबंध होता?

त्यानं कमांडर गुलरेज सोबत एका 'लेडीज'लाही ताब्यात घेतल्याचं सांगितलं; ती काश्मिरी नव्हती.

आता हे काहीतरी विचित्रच होतं, खरंतर, कधी न ऐकलेलं. त्या 'लेडीज'ला चौकशीसाठी एसीपी पिंकीच्या ताब्यात देण्यात आलं होतं.

आम्हा सर्वांना असिस्टंट कमांडंट पिंकी सोधी माहीत होती... गोरीपान, पीच कांतीची. तिच्या लांबसडक काळ्याभोर केसांच्या वेणीची गुंडाळी तिच्या टोपीखाली

दडपून बसवलेली असे. तिच्या जुळ्या भावाची बलबीर सिंग सोधीची– तो वरिष्ठ पोलीस अधिकारी होता- दहशतवाद्यांनी गोळ्या घालून हत्या केली होती, तो सोपोरमध्ये सकाळी जॉगिंगला बाहेर पडलेला असताना (वरिष्ठ पोलीस अधिकाऱ्यानं हे करणं मूर्खपणाचं होतं, अगदी एखाद्याला आपण स्थानिकांना प्रिय आहोत याचा अभिमान असला, किंवा तसा भ्रम असला, जे सिद्ध झालंच तरीही.)

भावाच्या मृत्यूनंतर अनुकंपा तत्त्वावर तिला सीआरपीएफ अर्थात केंद्रीय राखीव पोलीस दलामध्ये नोकरी देण्यात आली. ती कायमच युनिफॉर्ममध्ये असे. ती दिसायला कितीही देखणी असली, तरी ती चौकशीचं काम अत्यंत निष्ठुरपणे करत असे. अनेकदा त्यासाठी ती तिची चौकट ओलांडत असे, कारण तिला स्वतःच्या मनातली भुतं पळवायची असत. ती अमरिक सिंग लीगमध्ये नव्हती. तरीही तिच्या तावडीत सापडलेल्या कुठल्याही काश्मिरीचं 'देव रक्षण करो', अशीच अवस्था असे. जे लोक तिच्या तावडीत सापडत नसत, त्यापैकी बहुतेक जण तिच्यासाठी प्रेमकविता लिहिण्यात गर्क असत. ते तिला लग्नाची मागणीसुद्धा घालत. एसीपी पिंकीची मोहिनी अशी प्राणघातक होती.

त्यांनी अटक केलेली 'लेडीज' स्वतःचे नाव सांगत नव्हती. ती 'लेडीज' काश्मिरी नसल्यामुळे मला वाटते की, पिंकीने तिच्या बाबतीत थोडी सौम्यता दाखवलेली दिसते आहे; आणि ती तिच्यावर पूर्णपणे तुटून पडलेली नाही. नाहीतर ना 'लेडीज' ना 'जेन्ट्स' कुठलीच माहिती राखून ठेवू शकले नसते. असो. एव्हाना माझा धीर सुटत चालला होता. यातल्या कशाशीही माझा काय संबंध असू शकेल हे मला समजत नव्हतं.

अखेर अमरिक सिंग मुद्द्यावर आला : चौकशी करत असताना 'माझं' नाव समोर आलं होतं. त्या बाईनं मला निरोप द्यायला सांगितलं होतं. त्यानं सांगितलं की, मला तो निरोप समजला नाहीये. पण ती बाई म्हणाली की, तुम्हाला समजेल तो. त्यानं तो फोनवर मोठ्यानं वाचून दाखवला, त्यानं निरोप वाचून दाखवला म्हणण्यापेक्षा ती अक्षरं वाचून दाखवली :

जी-ए-आर-एस-ओ-एन एच-ओ-बी-ए-आर-टी

गार्सन होबार्ट

विखुरलेले मोती शोधणारा रसूलनचा आवाज, अजून हा पुन्हा माझ्या डोक्यात भरून राहिला :

कहाँ वइका ढूँढूँ रे? ढूँढ़त ढूँढ़त बौरा गइली रामा...

गार्सन होबार्ट म्हणजे त्यांना दहशतवादी हल्ल्याच्या 'सीक्रेट कोड' किंवा हत्यारे पोचल्याची पावती असं काहीतरी वाटलं असणार. फोनच्या पलीकडच्या टोकाला असलेला दुष्ट निर्बुद्ध माझ्याकडून स्पष्टीकरणाची वाट बघत होता.

मला कुठून सुरुवात करावी तेच कळत नव्हतं. कमांडर गुलरेजचा मुसाशी काही संबंध असेल का? का तोच मुसा होता?

श्रीनगरला आल्यापासून मी अनेकदा त्याच्याशी संपर्क करण्याचा प्रयत्न केला होता. त्याच्या कुटुंबाची जी अवस्था झाली, त्याबद्दल मला शोक व्यक्त करायचा होता; पण माझा त्याच्याशी संपर्क झाला नाही. त्या दिवसांत याचा फक्त एकच अर्थ होता. तो भूमिगत झाला होता.

तिलो दुसऱ्या कुणासोबत असू शकते? त्यांनी मुसाला तिच्यासमोर ठार केलं की काय? अरे देवा!

मी अमरिक सिंगला शक्य तितक्या तुटक तुसडेपणे 'मी नंतर फोन करतो' असं साांगितलं.

माझ्या मनात सर्वप्रथम विचार आला तो माझं जिच्यावर प्रेम होतं तिच्यात आणि माझ्यात शक्य तितकं जास्त अंतर राखण्याचा. त्यामुळे मी भेकड ठरेन का? समजा ठरत असलो, तरी निदान मी सच्चा आहे.

समजा मला तिच्याकडं जायचं असतं, तरी ते शक्य नव्हतं. मध्यरात्रीच्या वेळी मी जंगलाच्या मध्यात होतो. इथून बाहेर जाणं म्हणजे गजर, भोंगे, किमान चार जीप आणि हत्यारबंद वाहन म्हणजे कमीत कमी सोळा जणांना सोबत घेऊन जाणं. हा किमान प्रोटोकॉल होता. अशा प्रकारची सर्कस घेऊन जाण्यानं तिलोला काही मदत होणार नव्हती किंवा मलाही. शिवाय त्यामुळे हिज एक्सलन्सींच्या सुरक्षेबाबत अनेक अर्थांनी तडजोड करावी लागली असती, त्याचे कल्पनेपलीकडले परिणाम घडले असते. हा मला बाहेर काढण्यासाठी लावलेला सापळा असू शकत होता. कारण मुसाला गार्सन होबार्टबद्दल माहिती होती. हा विचार वेडगळपणाचा होता, पण त्या काळात सावधगिरी व वेडगळपणा यात फारसा फरक नव्हता.

माझ्याजवळ काही पर्यायच नव्हता. मग मी अहदूस हॉटेलमध्ये फोन करून नागा आहे का विचारलं. सुदैवानं तो तिथंच होता. त्यानं ताबडतोब शिराजमध्ये येण्याची तयारी दाखवली. त्याची आस्था व मदत करण्यातली तत्परता जितकी जास्त दिसेल तितका मला जास्त त्रास होत होता. मी त्याला जी भूमिका देऊ करत होतो त्या भूमिकेत तो शिरताना मला अक्षरशः ऐकू येत होतं. त्याला जी गोष्ट सर्वांत प्रिय होती ती गोष्ट करण्याची संधी त्यानं दोन्ही हातांनी झेलली होती... देखावा... प्रदर्शन. त्याच्या आतुरतेमुळे मला धीर आला होता आणि त्याच वेळी संतापही.

मग मी अमरिक सिंगला फोन केला आणि नागराज हरिहरन नावाच्या पत्रकाराचा तुला फोन येईल असं सांगितलं. तो आमचा माणूस आहे. त्या बाईविरुद्ध जर काही पुरावा नसेल तर तिला ताबडतोब सोडून द्या आणि तिला त्याच्या ताब्यात सोपवा

असंही मी त्याला सांगितलं.

त्यानंतर काही तासांत नागाचा फोन आला. त्यानं तिलो अहदूसमध्ये त्याच्या शेजारच्या खोलीत असल्याचं सांगितलं. त्यावर मी त्याला तिला उद्या सकाळच्या विमानानं दिल्लीला पाठवून दे असं सुचवलं.

''ती सामान नाही, दास-गूज.'' तो म्हणाला.

''ती म्हणतीय की, ती त्या कमांडर गुलरेजच्या अंत्यविधीला जाणार आहे. तो जो कुणी आहे त्याच्या.''

'दास-गूज' आम्ही कॉलेजमध्ये असताना तो मला या नावानं हाक मारत असे, त्यानंतर कधी त्यानं हा शब्द वापरला नव्हता. कॉलेजमध्ये असताना, त्याच्या अतिरेकी पुरोगामी काळात, तो मला चेष्टेनं 'बिप्लब *दास-गूज-दा* (का कोण जाणे पण नेहमी जर्मन उच्चारात) म्हणत असे. बिप्लब दासगुप्ता या माझ्या नावाचं त्यांनं केलेलं रूप! 'द रेव्होल्यूशनरी ब्रदर गूज.'

माझ्या आईवडिलांनी माझं नाव बिप्लब ठेवल्याबद्दल मी त्यांना कधीही माफ करणार नाही. माझ्या आजोबांच्या -वडिलांचे वडील- नावावरून माझं नाव ठेवण्यात आलं. काळ बदलला आहे. माझा जन्म झाला त्यावेळपर्यंत ब्रिटिश निघून गेले होते. आपण स्वतंत्र झालो होतो. त्यांनी लहान मुलाचं नाव 'रेव्होल्यूशन' म्हणजे क्रांती असं कसं ठेवलं? असलं नाव घेऊन माणसानं आयुष्य कसं काढायचं? एकदा तर मी कायदेशीररीत्या माझं नाव बदलण्याचा विचार केला होता. सिद्धार्थ किंवा गौतम किंवा असंच काहीतरी थोडं शांततामय नाव घ्यावं असं मला वाटत होतं; पण मी तो विचार रद्द केला कारण मला माहीत होतं, की नागासारखे मित्र असल्यामुळे माझ्या नावाची गोष्ट मांजराच्या शेपटाला बांधलेल्या पत्र्याच्या डबीसारखी माझ्या मागून खडखडत येत राहणार...

त्यामुळे तिथं मी बिप्लब होतो आणि इथंही; स्वत:ला भारत सरकार म्हणवणाऱ्या आस्थापनेच्या गुप्त हृदयाच्या सर्वांत आतल्या कप्प्यात मी बिप्लबच आहे.

''तो मुसा होता?'' मी नागाला विचारलं.

''ती सांगणार नाही; पण मग दुसरं कोण असणार?''

सोमवारी सकाळी आठवडा अखेरीच्या मृतदेहाची संख्या एकोणीसवर पोहोचली होती; गोळीबारात चौदा निदर्शक ठार झाले होते, इखवानींनी एका लहान मुलाला गोळी घातली होती; आणि मुसा वा कमांडर गुलरेज वा तो स्वत:ला जो कुणी म्हणवत असेल तो, आणि गांदरबलमधील गोळीबारात जे तीन दहशतवादी ठार

झाले होते ते, अशा त्या एकोणवीस शवपेट्यांना हुतात्म्यांच्या कब्रस्तानापर्यंत खांदा देण्यासाठी हजारो शोकमग्न लोक जमले होते. (त्या एकोणीस शवपेट्यातली एक शवपेटी रिकामी होती, त्या लहान मुलाची, ज्याचा मृतदेह पळवून नेला होता.)

आम्हाला राज्यपालांच्या कार्यालयातून फोन करून सांगण्यात आलं होतं की, आम्ही दुसऱ्या दिवशीपर्यंत शहरात परत जाणं शहाणपणाचं नाही

दुपारी माझ्या सेक्रेटरीचा फोन आला.

"सर, सुन लीजिए, प्लीज ऐका, सर..."

मी दाचीगाम फॉरेस्ट गेस्ट हाउसच्या व्हरांड्यात पक्ष्यांची किलबिल आणि रातकिड्यांची किरकिर ऐकत बसलो होतो, पण फोनवर लाखभर वा त्यापेक्षा जास्तच लोकांचा एकत्र आवाज दुमदुमताना ऐकला. ते स्वातंत्र्याची हाक देत होते : *आझादी! आझादी! आझादी!*... पुन:पुन्हा, पुन:पुन्हा ते फोनवर ऐकणंसुद्धा धैर्यहीन करणारं होतं. तुरुंगातल्या कोठडीत असलेल्या एअर मार्शलच्या घोषणांपेक्षा हे अगदी वेगळं होतं. जणू सगळं शहर एकाच फुप्फुसाच्या जोडीनं श्वासोच्छ्वास करत होतं; आग्रही, आर्त हाकांनी घसा बसवून घेत होतं. त्यावेळेपर्यंत, मी देशाच्या इतर भागांमध्ये भरपूर निदर्शने पाहिली होती, त्यापेक्षाही जास्त घोषणा ऐकल्या होत्या, पण हे... हा काश्मिरी राग वेगळाच होता. हे राजकीय मागणीपेक्षा अधिक काहीतरी होतं. हे गान होतं, स्तवन होतं, प्रार्थना होती. यात विसंगती अशी होती- आणि आहे की, जर तुम्ही चार काश्मिरींना एका खोलीत घातलंत आणि त्यांना *आझादी* म्हणजे नेमकं काय, त्या सिद्धान्ताच्या पायाभूत संकल्पना आणि भौगोलिक रूपरेषा काय आहेत ते उलगडून सांगा असे सांगितले, तर बहुधा ते एकमेकांचे गळे चिरून हा विषय संपवतील. तरीही हे अशा पद्धतीने केवळ भ्रम ठरवणे ही चूकच होती. मनातला गोंधळ किंवा भ्रम ही त्यांची खरी समस्या नाही. तर ती यथार्थतेची आहे. ती इतकी स्पष्ट आहे की, भीतिदायक आहे; तिचं अस्तित्व आधुनिक काळातील भू-राजकीय भाषेच्या बाहेरचं आहे. या संघर्षाच्या सर्व बाजूंना, जे धुरंधर आहेत, त्या सर्वांनी, खासकरून आम्ही, या दुर्बलतेचा निष्ठुरपणे वापर करून घेतला आहे . त्यामुळे या युद्धाची पृष्ठभूमी तयार झाली. अशा युद्धाची, ज्यात कधीही जय-पराजय होऊ शकत नाही... एक अंतहीन युद्ध.

त्या दिवशी सकाळी मी फोनवर जो घोष ऐकला ते तीव्रतम झपाटलेपण होतं. 'पॅशन'–सामान्यत: 'पॅशन' जसं आंधळं आणि निरर्थक असतं तसंच. ज्या वेळी ते शिगेला पोहोचलेलं असे अशा प्रसंगी (सुदैवानं ते अल्पजीवी असतं.) त्याच्यात इतिहास व भूगोलाचे, विवेकविचार व राजकारणाचे इमले भेदण्याची ताकद असे. आमच्यासारख्या कठोर लोकांनासुद्धा, क्षणभर का होईना, आपण काश्मीरमध्ये काय करतोय... लोक आपला इतका पोटतिडिकीनं तिरस्कार करत असताना आपण इथं

राज्य चालवतोय असं वाटायला लावण्याची त्यामध्ये ताकद होती.

तथाकथित हुतात्म्यांचे अंत्यविधी ही नेहमीच दबाव खेळी असे. पोलीस व सुरक्षा दलांना दक्ष राहण्याचे, पण दृष्टीला न पडण्याचे आदेश होते. याचं कारण, अशा प्रसंगी स्वाभाविकपणे वातावरण तापतं आणि समोरासमोर उभं ठाकलं की त्याची परिणती हमखास आणखी एका हत्याकांडात होते. हे आम्ही कटू अनुभवांतून शिकलो होतो. यामागे आमचा असा विचार होता की, जनतेला त्याच्या भावनांना वाट करून देण्याची व घोषणा देण्याची वेळोवेळी परवानगी दिली की, त्यांचा संताप साठत साठत जाऊन त्याचा आवरता न येण्याएवढा डोंगर होणं टाळता येतं. आत्तापर्यंत, काश्मीरमधल्या पाव शतकाहून दीर्घ काळच्या संघर्षात या धोरणाचा उपयोग झाला आहे. काश्मिरींनी शोक व्यक्त केला आहे, ते रडले आहेत, त्यांनी जोरजोरात घोषणा दिल्या आहेत; पण अखेर ते नेहमी घरी गेले आहेत. हळूहळू काळाच्या ओघात, हा रिवाजच बनला, अपेक्षित, स्वीकार्य चक्र... ते त्यांच्यावरच अविश्वास दाखवू लागले, त्यांचाच अनादर करू लागले... त्यांचा आकस्मिक जोश आणि त्यांची सहज शरणागती. हा आम्हाला अनायसे झालेला फायदा होता.

तरीही कुठल्याही परिस्थितीत-फक्त बंड होतं तेव्हाच नव्हे- पाच लाख लोकांना कधीकधी, तर कधी दहा लाख लोकांना रस्त्यावर उतरू देणं हा भयंकर मोठा जुगार असतो.

दुसऱ्या दिवशी सकाळी, सगळे रस्ते सुरक्षित झाल्यानंतर, आम्ही शहरात परत आलो. मी थेट अहदूसच्या दिशेनं निघालो. मला तिलो व नागा तिथून बाहेर पडले आहेत असं कळलं. नागा काही दिवस श्रीनगरला परत आला नाही. तो रजेवर आहे असं मला कळलं.

त्यानंतर काही आठवड्यांनी, मला त्यांच्या लग्नाचं आमंत्रण मिळालं. मी अर्थातच त्यांच्या लग्नाला गेलो. मी न जाणं कसं शक्य होतं? या थट्टेला आपणच जबाबदार आहोत असं मला वाटत होतं. तिलोला अशा माणसाच्या बाहुपाशात लोटल्याबद्दल, जो तिच्याशी प्रामाणिक नाही, असा मला संशय होता. तिनं तिचा भावी नवरा व इंटेलिजन्स ब्यूरो यांच्यातील नातं समजून घेतलं आहे, असं मला वाटत नव्हतं. तिला आपण अभियानवाल्या पत्रकाराशी, न्यायपरायण माणसाशी, ज्या माणसावर आपण प्रेम करत होतो त्या माणसाला ठार करणाऱ्या व्यवस्थेचा कर्दनकाळ असलेल्या माणसाशी लग्न करतोय असं वाटलं असेल. मला या बनवेगिरीचा राग आला होता; पण मी अर्थातच तिचा हा भ्रम दूर करू शकत नव्हतो.

नागाच्या आईवडिलांच्या डिप्लोमॅटिक एन्क्लेव्हमधील प्रशस्त पांढऱ्याशुभ्र 'आर्ट डेको' हाउसमध्ये स्वागतसमारंभ होता. चांदण्या रात्री. तो छोटा व अतिशय

छान समारंभ होता. अलीकडे जसे बेफाट उधळे अतिउत्साही समारंभ लोकप्रिय झाले आहेत, तसा प्रकार तिथं अजिबात नव्हता. सगळीकडे शुभ्र फुलांची अतिशय कलात्मक सजावट होती. लिली, गुलाब, मोगऱ्याच्या लटकत्या माळा होत्या. ही सुंदर सजावट नागाच्या आईनं व मोठ्या बहिणीनं केली होती. त्या दोघीही अजिबात खूश नव्हत्या किंवा खूश असल्याचं दाखवतसुद्धा नव्हत्या. घराच्या प्रवेशद्वारापासून आत येणाऱ्या मार्गावर व फुलांच्या ताटव्यांच्या कडेने मातीच्या पणत्या लावल्या होत्या. झाडांवर जपानी आकाशदिवे लटकत होते. झाडांच्या फांद्यांमधून इवल्या इवल्या दिव्यांच्या माळा गुंफल्या होत्या. जुन्या काळी राजेरजवाड्यांच्या घरातल्या नोकरांचा जसा विशिष्ट पोशाख असे, तशा पोशाखातले पितळी बटणे लावलेले कपडे, लाल-सोनेरी कमरबंद व पांढरेशुभ्र कडक स्टार्चचे फेटे बांधलेले-बेअरर खाद्यपदार्थ व पेयांचे ट्रे घेऊन लगबग करत होते. फरशी पुसायच्या 'मॉप'सारखे केस असलेल्या झिपऱ्या कुत्र्यांची एक टोळी परफ्यूम व सिगारेटचा गंध हुंगत पाहुण्यांमधून सैरावैरा पळत होती; फरशी पुसायच्या फर्रऽ फर्र आवाज करणाऱ्या मशिन्सची छोटीशी तुकडी असावी तशी.

तिथं तयार केलेल्या एका मंचावर पांढऱ्याशुभ्र चादरी अंथरल्या होत्या. तिथं बारमेरहून बोलावलेला शुभ्र धोती कुर्ता व भडक रंगाचे प्रिंटेड फेटे बांधलेला वाद्यवृंद आपल्याला राजस्थानच्या वाळवंटाची सफर घडवत होता. अशा प्रकारच्या लग्नसमारंभात मुस्लीम लोकसंगीत गायकांची निवड विसंगत वाटत होती; पण माझा मित्र नागा चोखंदळ होता. त्याला त्याच्या वाळवंटाच्या सहलीदरम्यान या वाद्यवृंदाचा शोध लागला होता. ते अतिशय उत्तम कलाकार होते. मनाचा ठाव घेणाऱ्या त्यांच्या नैसर्गिक संगीतानं शहरातलं आभाळ खुलं करून, चांदण्यांवरची धूळ झटकली होती. त्यांच्यातील सर्वांत महान कलाकार भुंगरखान यांनी पावसाच्या आगमनाचं गीत सादर केलं. त्यांच्या वरच्या पट्टीतल्या, तुफानी, जवळपास बायकी आवाजात त्यांनी पावसासाठी व्याकूळ झालेल्या वाळवंटातील शुष्क रेतीविषयीच्या गाण्याचं रूपच बदलून टाकलं... आणि त्या गीतातून त्यांनी प्रियकराच्या परतण्याची आतुरतेने वाट पाहणारी स्त्री उभी केली. तिलोच्या लग्नाची आठवण माझ्या मनात सदैव त्या गाण्याशी गुंफलेली आहे.

तिलो आणि माझी भेट होऊन दहा वर्षांपेक्षा जास्त काळ उलटला होता. त्या दिवशी रात्री तिच्या गच्चीत आम्ही दोघांनी जॉइंट ओढली होती. त्यानंतर मी तिला आजच पाहत होतो. मला ती आठवत होती. त्यापेक्षा ती बरीच बारीक झाली होती. तिच्या गळ्याजवळची हाडं वर आली होती. तिनं मावळतीच्या रंगाची तलम साडी नेसली होती. तिनं डोक्यावरून पदर घेतला असला, तरी त्यातून मला तिचं डोकं

दिसत होतं. तिच्या डोक्यावर केस नव्हते. जवळजवळ गोटाच दिसत होता. तिचे केस मखमली खुंटासारखे दिसत होते. ते पाहिल्यावर माझ्या मनात आलेला पहिला विचार म्हणजे, तिची तब्येत बरी दिसत नाही, ती किमोथेरपीतून बरी होते आहे, असं दिसतंय किंवा इतर कुठल्यातरी भयंकर आजारामुळे हिचे केस गळलेले दिसताहेत. पण तिच्या दाट, जवळपास सुरवंटी भुवयांनी व जाड पापण्यांनी तो अंदाज खोडून काढला. ती आजारीबिजारी नक्कीच नव्हती.

तिचा चेहरा ढिम्म होता, त्यावर ना मेकअप होता, ना काजळ, ना कुंकू. तिच्या हातापायावर मेंदी नव्हती. ती वधूच्या जागी कुणीतरी 'बदली' उभी केल्यासारखी दिसत होती. खरी वधू तयार होऊन येईपर्यंत तात्पुरती उभी केलेली. तिचं एका शब्दात वर्णन करायचं, तर मी म्हणेन वैराण. तिला पाहून ती अत्यंत, अगम्य एकाकी आहे– तिच्या स्वतःच्या लग्नातसुद्धा– असं वाटत होतं. तिच्या चेहऱ्यावरची ती बेपर्वाई निघून गेली होती.

मी तिच्यापाशी गेलो तेव्हा तिथं थेट माझ्या नजरेला नजर भिडवली; पण तिच्या डोळ्यांतून दुसरंच कुणी पाहत आहे असं मला वाटलं. मला त्या नजरेत राग असणं अपेक्षित होतं, पण मला दिसला तो शून्य रितेपणा. कदाचित मलाच भास झाला असू शकेल; पण माझ्याशी नजरानजर होताच तिच्या अंगातून कंपलहर दौडत गेली असं मला वाटलं. नऊ हजाराव्यांदा माझ्या लक्षात आलं की, तिचं मुख किती सुंदर आहे. त्याची हालचाल पाहून मी जागीच खिळलो होतो. त्याला शब्द जुळवायला व त्या शब्दांना आवाजाची जोड द्यायला काय कष्ट पडत होते ते मला दिसत होतं :

"हा हेअरकट आहे."

हेअरकट... तुळतुळीत... ही एसीपी पिंकी सोधीची कल्पना असणार. एका महिला पोलिसाची थेरपी... तिच्या भावाच्या खुन्यांसोबत- शत्रूसोबत- झोपणारी. तिच्या दृष्टीनं देशद्रोहीसाठीची थेरपी. पिंकी सोधीला सगळ्या गोष्टी साध्या, सरळ ठेवणं भावत असे.

मी नागाला इतकं अस्वस्थ, इतकं चिंतातुर कधी पाहिलं नव्हतं. तो त्या समारंभात पूर्ण वेळ तिचा हात धरून होता. मुसाचं भूत त्या दोघांच्या मध्ये पाय रोवून होतं. मला तर तो दिसल्याचाच भास होत होता. बुटका, लहानखुऱ्या चणीचा हसताना तुटका दात दिसणारा आणि शांत, मितभाषी. जणू त्या तिघांचं लग्न होत होतं. बहुधा शेवटी तसंच झालं.

नागाची आई अभिरुचीसंपन्न बायकांच्या घोळक्याच्या मधोमध होती. त्या बायकांच्या परफ्यूमचा सुवास हिरवळ पार करून माझ्यापर्यंत पोहोचत होता. मीरा आंटी मध्य प्रदेशातील एका राजघराण्यातील होत्या. त्यांना किशोरवयातच वैधव्य

आलं होतं. त्यांचा नवराही राजघराण्यातलाच होता. त्याच्या फुफ्फुसात गाठ झाली आणि लग्नानंतर अवघ्या तीन महिन्यांत त्यांचा मृत्यू झाला. आता मुलीच्या बाबतीत काय करावं हे तिच्या आईवडिलांना उमगत नव्हतं. त्यांनी तिला इंग्लंडला 'फिनिशिंग स्कूल'मध्ये पाठवलं. तिथं लंडनमध्ये एका पार्टीत त्यांची नागाच्या वडिलांशी ओळख झाली. 'राज्ञीत्व' नसलेल्या राणीसाठी परराष्ट्र सेवेतील सभ्य अधिकाऱ्याची पत्नी होण्यापेक्षा उत्तम काय असू शकेल?

त्यांनी स्वत:ला उत्तम यजमान म्हणून सादर केलं होतं. मुद्दाम कमावलेले ब्रिटिश उच्चार असलेली आधुनिक भारतीय महाराणी अशा रूपात. हे उच्चार त्यांनी बालपणीच्या खासगी शिक्षिकेकडून आत्मसात केले होते आणि 'फिनिशिंग स्कूल' मध्ये ते पूर्णत: निर्दोष केले होते. त्या शिफॉनच्या साड्या व मोत्यांचे दागिने परिधान करत असत आणि नेहमी डोक्यावरून पदर घेत असत, राजपूत राजघराण्यातील स्त्रियांनी घ्यायला हवा तसा. नव्या सुनेच्या धक्कादायक रंगरूपामुळं त्यांच्यावर जो आघात झाला होता, त्याला धैर्यानं तोंड देत त्या शौर्याचा मुखवटा चढवण्याचा प्रयत्न करत होत्या. त्या स्वत: संगमरवरी गोऱ्या होत्या. त्यांचे पती, तामिळी असले तरी, ब्राह्मण होते आणि रंगानं त्यांच्यापेक्षा जरासे... एक शेड कमी गोरे होते.

मी त्यांच्याजवळून जाताना त्यांच्या छोट्या नातीचं, मुलीच्या मुलीचं बोलणं कानावर पडलं :

ती विचारत होती, "नानी, ती 'निगर' आहे?"

"नाही गं,बाळा, नाही, असं काय वेड्यासारखं... आणि बाळा, आपण आता *'निगर'* सारखे शब्द वापरत नाही. हा वाईट शब्द आहे. आपण 'निग्रो' म्हणतो.

"निग्रो."

"गुड गर्ल."

अपमानित झालेल्या मीरा आंटी चेहऱ्यावर शूर हास्य धारण करून त्यांच्या मैत्रिणींकडे वळल्या आणि त्यांच्या कुटुंबातल्या नव्या सदस्याबद्दल म्हणाल्या, "पण तिची मान किती सुंदर आहे ना?"

त्यावर सगळ्या मैत्रिणींनी हो ला हो म्हटल्यासारखी मान डोलावली.

"पण नानी, ती कामवालीसारखी दिसते."

त्यावर त्या छोट्या मुलीला कानपिचक्या देण्यात आल्या आणि काहीतरी कामाच्या बहाण्यानं तिला तिथून घालवून देण्यात आलं.

इतर पाहुणे, नागाचे जुने कॉलेजमित्र-मित्रांपेक्षा चमचेच असलेले- हिरवळीवर एकत्र जमले होते. नागाच्या क्रूर विनोदाच्या अनोख्या मुशीत तयार झालेल्या या लोकांनी 'गॉसिप'ला कधीच सुरुवात केली होती. यातल्या कुणीही कधी तिलोला

पाहिले नव्हते. त्यातल्या एकाने प्याला उंचावला.

"टु गॅरिबॉल्डी!" (हा अभिषेक. तो त्याच्या वडिलांच्या कंपनीसाठी काम करत असे. त्याचा सांडपाण्याच्या पाइप्सचा व्यवसाय होता.)

त्यावर ते सगळे मोठ्यानं हसले, मोठी माणसं मूल होण्याचा प्रयत्न करत असल्यासारखे.

"तिच्याशी बोललास? ती बोलत नाही."

"तिच्याकडे पाहून हसलास? ती हसत नाही."

"याला कुठं सापडली ही?"

***

मी माझा शेवटचा पेग संपवून बाहेर पडत होतो तेवढ्यात नागाच्या वडिलांनी– राजदूत शिवशंकर हरिहरन यांनी मला हाक मारली, "बाबा!"

ते वेगळ्याच युगातले होते. इंग्रज लोक 'बार्बर' शब्दाचा उच्चार जसा करतील तसा त्यांनी 'बाबा' शब्द उच्चारला होता. (ते त्याचं स्वत:चं नाव 'शिवर' असं उच्चारत असतं.) ते 'बेलिओल'चे आहेत हे लोकांना कळावं याची एकही संधी ते कधी दवडत नसत.

"अंकल शिवा, सर."

सामर्थ्यशाली पुरुषाच्या बाबतीत निवृत्ती क्वचितच दयाळूपणे वागते. ते अकस्मात वृद्ध झाले आहेत असं लक्षात येत होतं. ते वाळलेले दिसत होते आणि अंगावरच्या सूटमध्ये अगदीच बारकुळे वाटत होते. त्यांनी योग्य मापाच्या, मोतिया रंगाच्या कवळ्यांमध्ये सिगार धरली होती. त्यांच्या कानशिलाजवळच्या पांढरट त्वचेवर जाड शिरा दिसत होत्या. त्यांच्या कॉलरच्या मानानं त्यांची मान फारच काटकुळी दिसत होती. त्यांच्या काळ्याभोर बुबुळांना मोतीबिंदूच्या फिकट वर्तुळांनी वेढा दिला होता. त्यांनी अतिशय आपुलकीनं माझ्याशी हस्तांदोलन केलं, आजवर त्यांनी मला इतकी आपुलकी कधीच दाखवली नव्हती. त्यांचा आवाज किनरा आणि कर्कश होता.

"पळून चालला आहेस का? या आनंदाच्या प्रसंगी आम्हाला एकट्याला सोडून?"

आपल्या मुलाच्या ताज्या साहसी कृत्याचा त्यांनी केलेला हा एकमात्र उल्लेख होता.

"तुझी सुंदर बायको कुठे आहे? सध्या तुमचं पोस्टिंग कुठं आहे?"

मी त्यांना त्याबद्दल सांगताच अकस्मात त्यांचा चेहरा कठोर झाला. त्यांच्यात घडलेला तो बदल धडकी भरवणारा होता.

"गेट देम बाय द बॉल्स, बाऽबऽ (बाबा) हार्ट्स ॲन्ड माईंडस विल फॉलो."

काश्मीरने आमची ही अवस्था केली होती.

त्यानंतर मी त्यांच्या आयुष्यातून बाजूला झालो. तेव्हापासून आत्तापर्यंत मी तिला फक्त एकदा भेटलो होतो. तेसुद्धा अगदी योगायोगानं. माझ्यासोबत आर. सी.- आर. सी. शर्मा- व अजून एक सहकारी होता. आम्ही लोधी गार्डन्समध्ये पायी फिरताना ऑफिसमधल्या कुठल्यातरी त्रासदायक राजकारणाबद्दल बोलत होतो. तितक्यात मला ती दूरवर दिसली. ती ट्रॅकसूटमध्ये होती आणि पूर्ण वेगाने पळत होती. तिच्यासोबत एक कुत्रंही होतं. ते कुत्रं तिचं होतं का लोधी गार्डन्समधलं कुठलं भटकं कुत्रं होतं, ज्यानं तिच्यासोबत पळायचं ठरवलं होतं, ते मला सांगता येणार नाही. मला वाटतं तिनंही आम्हाला पाहिलं असावं, कारण ती पळण्याचा वेग मंद करत चालू लागली. आम्ही आमनेसामने आलो तेव्हा ती घामानं निथळत होती आणि धापत होती. माझ्यात काय संचारलं कोण जाणे. कदाचित आर.सी.सोबत असल्यामुळे अवघडल्यासारखं झालं होतं का, तिच्यासोबत असताना नेहमी माझ्या मनाचा जो गोंधळ उडायचा तसंच आत्ताही झालं होतं कोण जाणे. काहीही असेल, पण त्यामुळे माझ्या तोंडून मूर्खासारखं काहीतरी गेलं, जे मी एखाद्या सहकाऱ्याची बायको एखाद्या कॉकटेल पार्टीत वगैरे समोर आली तर म्हणेन असं वाक्य.

"हॅलो! व्हेअर इज द हबी?"

ते वाक्य माझ्या तोंडून गेल्याबद्दल मी स्वत:चा जीवच घेतला असता.

तिनं हातातला पट्टा आवळून धरला. (ते कुत्रं तिचंच होतं.) आणि म्हणाली, "द हबी? ओह, कधीकधी तो मला स्वत:ला फिरायला घेऊन जाण्याची परवानगी देतो."

ते भयंकर वाटण्याजोगं होतं; पण ते तसं नव्हतं. ती ते सस्मित चेहऱ्यानं म्हणाली होती. तिचं स्मित.

चार वर्षांपूर्वी, एके दिवशी तिचा फोन आला. दुसऱ्या मजल्यावरील अपार्टमेंट भाड्याने देण्याबाबत वृत्तपत्रात जाहिरात देणारे बिप्लब दासगुप्ता तुम्हीच का, तिनं विचारलं. (या जगात असं हास्यास्पद नाव असलेले आम्ही अनेक जण आहोत.) मी म्हणालो, मीच तो. त्यावर तिनं सांगितलं की, मी फ्रीलान्स इलस्ट्रेटर व ग्राफिक डिझायनर म्हणून काम करते. मला ऑफिससाठी जागा हवी आहे. सध्या जो काही दर असेल त्यानुसार भाडे द्यायला मी तयार आहे. मी म्हणालो, मग फारच छान. त्यानंतर दोन दिवसांनी. माझ्या दारावरची बेल वाजली. ती आली होती. अर्थातच बरीच वयस्क. पण एका अर्थानं अगदी तशीच... काहीतरी खास, नेहमीसारखीच. तिनं जांभळी साडी नेसली होती आणि काळा-पांढरा चौकड्यांचा ब्लाउझ खरंतर

शर्टच घातला होता, त्याला कॉलर होती आणि लांब बाह्या कोपरापर्यंत दुमडलेल्या होत्या. तिचे केस पूर्ण पांढरे झाले होते आणि अगदी बारीक कापले होते...'स्पाईकी' दिसण्याइतके. ती तिच्या वयापेक्षा बरीच तरुण तरी दिसत होती किंवा बरीच म्हातारी. नेमकं काय ते मला ठरवता येत नव्हतं.

त्या वेळी मी संरक्षण मंत्रालयात 'डेप्युटेशन'वर होतो आणि खालच्याच मजल्यावर राहत होतो. (आता ते कलिंगड आहे तिथं) तो शनिवारचा दिवस होता. चित्रा आणि मुली बाहेर गेल्या होत्या. घरी मी एकटाच होतो.

माझा आतला आवाज मला सांगत होता, भूतकाळात रमू नकोस. मैत्रीपूर्ण वागण्याऐवजी औपचारिक स्तरावर अधिक राहा. म्हणून मी तिला थेट वरच्या मजल्यावर घेऊन गेलो, अपार्टमेंट दाखवायला. मी तिला दोन्ही खोल्या दाखवल्या. एक छोटी बेडरूम आणि एक थोडी मोठी वर्करूम. तिच्या निजामुद्दीन मधल्या कोठीच्या खोलीपेक्षा हे फारच चांगलं होतं, पण तिच्या 'डिप्लोमॅटिक एन्क्लेव्ह' मधल्या अनेक वर्षांच्या जुन्या घराच्या तुलनेत काहीच नाही. तिनं आजूबाजूला जेमतेम नजर टाकली असेल– नसेल आणि तिनं सांगितलं, 'मला इथं शक्य तितक्या लवकर यायला आवडेल.'

तिनं रिकाम्या खोल्यांमधून फेरी मारली आणि काचेच्या मोठ्या खिडकीजवळ बसून खाली रस्त्यांकडे पाहू लागली. तिनं जे पाहिलं होतं त्यामुळे ती भारून गेल्यासारखी दिसत होती. मी खाली वाकून तेच दृश्य पाहिलं तेव्हा आम्ही दोघं त्याच गोष्टी पाहत होतो असं वाटलं नाही.

तिनं संभाषण वाढवण्याचा अजिबात प्रयत्न केला नाही. ती मौनात निवांत वाटत होती. तिच्या उजव्या हाताच्या मधल्या बोटात अजूनही तीच चांदीची गुळगुळीत अंगठी होती. ती स्वत:शीच काहीतरी बोलते आहे हे माझ्या लक्षात आलं. अचानक ती व्यवहारी बनली.

"मी तुला चेक देऊ का? काही डिपॉझिट म्हणून?"

मी म्हणालो, मला काही घाई नाही. येत्या काही दिवसांत मी करारपत्र तयार करतो.

मग तिनं सिगारेट ओढली तर चालेल का असं विचारलं.

मी म्हणालो, अर्थातच चालेल. ही जागा आता तिची होती आणि ती इथं तिला हवं ते करू शकत होती.

तिनं सिगारेट काढून शिलगावली, पुरुष शिलगावतात तशी, हातांच्या कंसात ज्योत सांभाळत.

"बिड्या सोडल्यास?" मी विचारलं.

त्यावर ती हसली आणि तिच्या हास्यानं खोलीत दिवे उजळले.

ती सिगारेट ओढत होती तेवढ्या वेळात मी दिवे, पंखे, स्वयंपाकघरातले व बाथरूमधले पाण्याचे नळ तपासले. ती जाण्यासाठी उठली तेव्हा म्हणाली, आमचं सुरू असलेलं संभाषण पुढं सुरू ठेवल्यासारखं... "बराच डेटा आहे, पण कुणाला खरं काय ते जाणून घ्यायचंच नाहीये. तुला नाही वाटत असं?"

ती कशाबद्दल बोलत होती ते मला कळत नव्हतं. त्यानंतर ती गेली. तेव्हासुद्धा तिचं नसणं अपार्टमेंटमध्ये भरून राहिलं होतं. आत्तासारखंच.

एक-दोन दिवसांत ती या जागेत आली. तिच्याकडे फर्निचर जवळपास नव्हतं.

तिनं नागाला सोडलं आहे आणि तिला ही जागा फक्त कामासाठीच नव्हे तर राहायलाच हवी होती हे तिनं त्या वेळी मला सांगितलं नव्हतं. भाड्याची रक्कम दर महिन्याला न चुकता माझ्या खात्यावर जमा होत होती.

तिचं माझ्या आयुष्यात येणं, वरच्या मजल्यावर तिचं असणं... यामुळे माझ्याच आत दडलेलं काहीतरी खुलं झालं होतं.

मी भूतकाळ वापरतो आहे या गोष्टीची मला चिंता वाटते आहे.

खोलीत सहज जरी नजर टाकली... नोटीसबोर्डांवर पिनांनी अडकवलेले (क्रमांकित,शीर्षके दिलेले) फोटो, जमिनीवर नीट रचलेले कागदपत्रांचे गठ्ठे, लेबले लावलेली खोकी, बॉक्स फाइल्समध्ये व्यवस्थित लावलेली कागदपत्रे पुस्तकांची शेल्फ, कपाटे व दारांवर चिकटवलेल्या पिवळ्या पोस्ट-इट्स... तरी इथं काहीतरी असुरक्षित आहे, इथं कशालाही हात लावू नये हे उत्तम असं वाटत होतं. ते नागाकडे किंवा पोलिसांकडे सोपवावं असं वाटत होतं. पण मी हे करू शकेन? मी हे जवळ येण्याचं आमंत्रण, गुपितं जाणण्याची संधी घेण्याचा मोह आवरला पाहिजे का? मी तो मोह आवरावा का?

खोलीच्या दुसऱ्या टोकाला दोन लोखंडी स्टॅन्डवर लांब, जाड फळी आडवी टाकलेली होती, ते टेबल होतं. त्यावर पेपर जुन्या व्हिडीओ टेप्स आणि डीव्हीडींचा ढीग रचला होता. नोटीसबोर्डावर फोटोसोबत नोट्स आणि स्केचेस पिनांनी अडकवलेली होती. एका जुन्या डेस्कटॉप कॉम्प्युटरशेजारी लेबले, व्हिजिटिंग कार्डे, माहितीपत्रके आणि लेटरहेड्सनं भरलेला एक ट्रे होता. बहुधा तिच्या मिळकतीचं साधन असलेलं ते ग्राफिक डिझाइनचं काम असावं. (तिचं ते मिळकतीचं साधन असू दे!) त्या खोलीत तेवढंच फक्त नॉर्मल म्हणण्याजोगं दिसत होतं.

तिथं काही प्रिंटआउट्स दिसत होते... ती शाम्पूच्या लेबल्सची निरनिराळ्या टाइपफेस मधली डिझाइन्स वाटत होती.

Naturelle Ultra Doux Nourishing Conditioner
With Walnut Oil and Peach Leaf

Naturelle Ultra Doux has combined and nourishing and relaxing virtues of walnut oil and the soothing qualities of peach leaf in a rich detangling cream that melts instantly in your hair.

Results : Very easy to comb. your hair regains its irrresistible softness, without heaviness. Deeply nourished, your hair is perfectly flowing and smooth.

A DEIGHTFUL EXPERIENCE.

सगळ्या डिझाइन्समध्ये Delightful मधला 'l' गायब होता. आयुष्याच्या या टप्प्यावर ती शाम्पूच्या लेबलांवरचं स्पेलिंग चुकली होती.

झपाट्यानं गायब होणाऱ्या केसांसाठी कुठला शाम्पू असतो?

कॉम्प्युटरच्या जरासं वर, भिंतीवर दोन छोट्या फोटोफ्रेम्स होत्या. त्यातील एका फ्रेममध्ये लहान मुलीचा फोटो होता, चार-पाच वर्षांच्या. तिचे डोळे मिटलेले होते आणि तिचा देह कफनमध्ये गुंडाळलेला होता. तिच्या कानशिलावरच्या जखमेतून वाहणारं रक्त त्या पांढऱ्या कापडातून झिरपून त्याचा गुलाबाच्या आकाराचा डाग तयार झाला होता. तिला बर्फावर ठेवलेलं होतं. तिच्या उशाला हातांची एक ओंजळ होती, त्यात तिचं डोकं किंचित वर उचललेलं होतं. त्या फोटोच्या वरच्या बाजूला पावलांची रांग होती. सगळ्या प्रकारचे हिवाळी बूट घातलेल्या पावलांची रांग. ते पाहून माझ्या मनात आलं, ही चिमुरडी मुसाची मुलगी असू शकेल. फ्रेम करून भिंतीवर लावायला काय पण विचित्र फोटो निवडला होता!

दुसरा फोटो इतका यातनादायी नव्हता. हा फोटो हाउसबोटीच्या पोर्चमधून घेतलेला होता. अगदी छोटा आणि जीर्ण फोटो होता तो. त्या फोटोत पार्श्वभूमीवर सरोवरात ठिपक्यांसारखे दिसणारे काही शिकारे होते; आणि त्यामागे पर्वत दिसत होते.

तो फोटो एका तरुणाचा होता, उंचीनं अतिशय कमी, दाढीवाला आणि अंगात तपकिरी रंगाचां जुनं काश्मिरी फिरन घातलेला. त्याचं डोकं मोठं होतं, ते त्याच्या उर्वरित देहाच्या आकाराशी विसंगत दिसत होतं. त्यानं दोन्ही कानांपाशी इवल्या इवल्या रानफुलांचा गुच्छ अडकवला होता. तो हसताना त्याचे हिरवे डोळे चमकत होते आणि वेडेवाकडे दात दिसत होते. त्याच्या हास्यात सावधपणा नव्हता. ते दिलखुलास होतं. त्यामुळेच तो लहान मुलासारखा दिसत होता. त्याच्या मोठ्या हातांच्या ओंजळीत त्यानं दोन इवलीशी मांजराची पिल्लं धरली होती. एक काळ्या पट्ट्याचा राखाडी करडा कोट घातल्यासारखं दिसणारं आणि दुसरं मूकाभिनय

करणाऱ्या नटासारखी डोळ्यापाशी काळ्या रंगाची वर्तुळे असणारं. फोटोग्राफरला त्यांना हात लावता अथवा थोपटता यावं, यासाठी तो ती मांजराची पिल्लं पुढं करतोय असं दिसत होतं आणि ती पिल्लं त्याच्या जाड बोटाच्या गजाआडून टुकुटुकू बघत होती. त्यांच्या पाणीदार डोळ्यांत सावध आणि भयभीत भाव होते.

हा कोण असेल? मला काहीच कल्पना नव्हती.

मग मी टेबलावरच्या फायलींच्या ढिगातून एक जाडजूड हिरवी फाइल उचलली. तिचं असंच एक पान उघडलं. त्या पानावर दोन फोटो चिकटवलेले होते. पहिल्या फोटोत, एक अंधूक, आउट ऑफ फोकस सायकलस्वार सहा ते सात फूट उंचीच्या गुलाबी कुंपणाच्या भिंतीत बसलवेल्या लोखंडी सळयांच्या दाराजवळून निघाला होता. ते प्रवेशद्वार पुरुषांच्या सार्वजनिक स्वच्छतागृहासारखं दिसत होतं. ते ठिकाण गजबजलेल्या भागातलं दिसत होतं. आजूबाजूला एक किंवा दोनमजली विटांच्या इमारती होत्या, बाल्कनी असलेल्या. त्या भिंतीवर मोठ्या, हिरव्या अक्षरांत 'रॉक्सी फोटोकॉपिअर'ची जाहिरात रंगवलेली होती. दुसरा फोटो स्वच्छतागृहाच्या आतला होता. उन्हाळे पावसाळे झेलून तिथल्या गुलाबी भिंतींवर दमट भिजके पट्टे उठले होते आणि शेवाळं साचलं होतं. त्या भिंतीवरून उभे-आडवे जाणारे पाइप गंजले होते. भिंतीवर बसवलेलं पांढरं सिंक धुळीनं भरलेलं दिसत होतं आणि काँक्रीटच्या फ्लोअरवर गटारीची तीन उघडी तोंडे एका ओळीत होती. त्यांच्या शेजारी हॅन्डलवाली लोखंडी झाकणे विशाल सॉसपॅनच्या झाकणांसारखी पडली होती. एक जुनी, मोडकी खिडकीची चौकट आणि एक लाकडी फळी एका भिंतीला टेकून उभे होती. मी आजवर कधी असे फोटो पाहिले नव्हते. इतके नीरस, इतके फालतू... कुणी घेतले असतील हे फोटो? मुळात असे फोटो कोण कशाला घेईल? आणि असले फोटो कुणी इतक्या काळजीपूर्वक का जपून ठेवेल?

पुढच्याच पानावर मला त्याचं उत्तर मिळालं :

कहाणी गफूरची

या ठिकाणाला 'नवाब बझार' म्हणतात. ते सार्वजनिक स्वच्छतागृह पाहिलंत? रॉक्सी फोटो कॉपिअर लिहिलंय तिथं? याच ठिकाणी ती घटना घडली होती. २००४मध्ये; एप्रिल महिना असावा. त्या वेळी थंडी होती आणि पाऊस धुवाधार कोसळत होता. आम्ही माझ्या मित्राच्या दुकानात चहा पीत बसलो होतो. न्यू इलेक्ट्रॉनिक्स मध्ये. रफिक टेलर शॉपच्या शेजारी. तारिक आणि मी. रात्री साधारण आठचा सुमार असेल. अचानक आम्ही करकचून ब्रेक लावल्याचा आवाज ऐकला. साधारण चार ते पाच गाड्या आल्या आणि त्यांनी स्वच्छतागृहाला वेढा दिला. त्या एसटीएफच्या गाड्या होत्या. एसटीएफ

म्हणजे स्पेशल टास्क फोर्स... विशेष कृती दल. त्यानंतर आठ जवान दुकानात आले आणि आम्हाला बंदुकीच्या टोकावर त्यांच्यासोबत रस्ता ओलांडून पलीकडे घेऊन गेले. आम्ही स्वच्छतागृहापाशी पोहोचल्यावर त्यांनी आम्हाला आत जाऊन शोध घ्यायला सांगितलं. ते म्हणाले की, एक अफगाणी दहशतवादी हातावर तुरी देऊन निसटला आहे आणि तो या स्वच्छतागृहात लपला आहे. त्यांनी आम्हाला आत जाऊन त्याला शरण यायला सांगा असं सांगितलं. आम्ही आत जायला तयार नव्हतो, कारण त्या मुजाहिदकडे बंदूक असणार असं आम्हाला वाटत होतं. एसटीएफवाल्यांनी आमच्या डोक्याला पिस्तुले लावली. मग आम्ही आत गेलो. आत काळाकभिन्न अंधार होता. आम्हाला काहीही दिसत नव्हतं. आत कुणीही मनुष्यप्राणी नव्हता. आम्ही बाहेर येऊन त्यांना सांगितलं की, आत कुणीही नाही. तरी त्यांनी आम्हाला पुन्हा आत जायला सांगितलं. त्यांनी आम्हाला बॅटरी दिली. आम्ही एवढी मोठी बॅटरी कधी पाहिली नव्हती. त्यांच्यातल्या एकानं आम्हाला ती बॅटरी कशी सुरू करायची, बंद करायची, सुरू करायची, बंद करायची ते दाखवलं. त्या वेळी दुसरा एकजण आमच्यावर नजर रोखून त्याच्या बंदुकीचा 'सेफ्टी कॅच' चालू-बंद, चालू-बंद करत होता. त्यानंतर त्यांनी आम्हाला बॅटरी घेऊन पुन्हा आत पाठवलं. आम्ही बॅटरीच्या प्रकाशात पाहिलं, पण कुणीही आढळलं नाही. आम्ही हाका मारल्या, पण कुणी उत्तर दिलं नाही. आम्ही चिंब भिजलो होतो.

एसटीएफच्या जवानांनी शेजारच्या इमारतीत 'पोझिशन' घेतली होती. दोघे जण पहिल्या मजल्यावरच्या बाल्कनीत होते. त्यांनी सांगितलं, की गटारीत कुणीतरी दिसतो आहे. कसं शक्य आहे? इतका गर्द अंधार होता, त्यात त्यांना इतक्या दूरवरून कसं काय दिसत होतं? मग मी त्या गटारीच्या उघड्या तोंडावर बॅटरी मारली, तेव्हा मला एक माणसाचं डोकं दिसलं. मी त्याच्याकडे बंदूक असणार या विचारानं एका बाजूला सरकलो. मग जवानांनी मला सांगितलं, त्याला बाहेर यायला सांग. माझ्या मागे उभ्या असलेल्या तारिकनं मला हळूच सांगितलं, "ते फिल्म बनवताहेत. ते सांगतील तसं कर!"

त्याला 'फिल्म' म्हणजे खरोखरची 'फिल्म' म्हणायचं नव्हतं. ते कथा रचण्यासाठी प्रसंगनिर्मिती करत आहेत असं त्याला म्हणायचं होतं

मी त्या माणसाला गटारीच्या तोंडातून बाहेर यायला सांगितलं. पण त्यानं काहीच उत्तर दिलं नाही. तो काश्मिरी होता, अफगाणी नव्हता. हे मी सांगू शकत होतो. त्यानं फक्त मागे वळून पाहिलं. त्याच्या तोंडून शब्दही फुटत नव्हता. आम्ही एसटीएफची टॉर्च घेऊन त्याला घेरून उभे होतो. पाऊस

अजूनही धुवाधार कोसळत होता. गटारीच्या उघड्या तोंडाशी असह्य दुर्गंधी येत होती. असाच जवळजवळ दीड तास गेला असेल. आम्ही एकमेकांशी बोलायचं धाडसच केलं नाही. आम्ही फक्त बॅटरी चालू-बंद, चालू-बंद करत होतो. त्यानंतर त्या माणसाची मान एका बाजूला कलंडली. तो संपला होता... घाणीत बुडाला होता.

मग एसटीएफच्या माणसांनी आम्हाला पहारी आणि फावडी दिली. त्या माणसाला बाहेर ओढून काढण्यासाठी आम्हाला गटारीच्या उघड्या तोंडाजवळच्या काँक्रीटच्या कडा फोडून काढाव्या लागल्या. आम्ही सगळेच भिजून चिंब झालो होतो, काकडलो होतो आणि आम्हाला भयंकर दुर्गंधी येत होती. आम्ही त्या माणसाचा मृतदेह बाहेर ओढून काढला तेव्हा दिसलं, की त्याचे दोन्ही पाय एकत्र बांधून त्याला मोठा दगड बांधला होता.

एसटीएफच्या फिल्ममध्ये आधी काय घडलं होतं ते आम्हाला नंतर समजलं.

पहिल्यांदा त्यांच्यापैकी काही जण एका गाडीतून गुपचूप तिथं आले होते. त्यांनी त्या माणसाला बांधून त्याला मॅनहोलमध्ये कोंबलं होतं. त्याचा अतोनात छळ करण्यात आला होता. त्यामुळे तो माणूस मरायला आला होता. त्यानंतर ते लोक पुन्हा तिथं आले तेव्हा तिथल्या एका आडोशात त्यांना आणखी एक तरुण दिसला. त्यांनी त्याला अटक केली आणि ते त्याला घेऊन गेले. कदाचित आम्ही जे काम करायला तयार झालो, ते काम करायला त्यानं नकार दिला असावा. मग ते पुन्हा गाड्या घेऊन आले आणि मग बाकीची फिल्म वठवली, ज्यामध्ये आम्हालाही भूमिका होत्या.

मग त्यांच्या अधिकाऱ्यानं आम्हाला एका कागदावर सही करायला सांगितलं. आम्ही जर सही केली नसती, तर त्यांनी आम्हाला ठार मारलं असतं. आम्ही त्या एन्काउंटरचे साक्षीदार म्हणून सह्या केल्या, ज्यामध्ये एसटीएफनं एका खतरनाक अफगाणी दहशतवाद्याचा माग काढून त्याला ठार केलं होतं. या दहशतवाद्याला नवाब बझार येथील सार्वजनिक स्वच्छतागृहात जेरबंद करण्यात आलं होतं. हे न्यूजमध्ये आलं होतं.

त्यांनी ज्या माणसाला ठार केलं होतं तो बांदीपुरातील मजूर होता.

विचित्र व गैरसोयीच्या वेळी तिथं मुतायला गेल्यामुळे ज्याला अटक झाली तो तरुण गायब झाला आहे. तारिक आणि माझ्या सदसद्विवेकबुद्धीला खोटारडेपणा व विश्वासघाताची टोचणी लागून राहिली आहे.

ते डोळे... दीड तास आमच्याकडे रोखून पाहणारे डोळे... ते क्षमाशील डोळे. समजूतदार डोळे. आम्हा काश्मिरींना एकमेकांना समजून घेण्यासाठी आता एकमेकांशी बोलण्याची गरज नसते.

आम्ही एकमेकांच्या बाबतीत भयंकर गोष्टी करतो, आम्ही एकमेकांना घायाळ करतो, एकमेकांचा विश्वासघात करतो आणि एकमेकांना ठारसुद्धा करतो, पण आम्ही एकमेकांना समजून घेतो.

***

अतिशय दुःखद कहाणी. खरंतर भयंकर. जर खरी असेल तर... या गोष्टींची शहानिशा कशी करायची? लोक विश्वासार्ह नसतात. ते सदैव अतिशयोक्ती करत असतात. खास करून काश्मिरी आणि मग ते स्वत:चीच अतिशयोक्ती हे जणू ईश्वराचे सत्य असल्यासारखे मानू लागतात. तिलोत्तमा मॅडम हे असलं निरर्थक गोळा करून काय करत होत्या, ते मला समजत नव्हतं. त्यांनी आपली त्यांची शाम्पूची लेबल्स करावीत. एनी वे, हा एकमार्गी रस्ता नसतो. याच्या दुसऱ्या बाजूचीही आपली अशी भयकथा असतेच. यातले काही दहशतवादी वेडे होते. जर निवड करायची झाली तर मला मुस्लीम मूलतत्त्ववाद्यापेक्षा हिंदू मूलत्त्ववादी बरे वाटतात. आम्ही काश्मीरमध्ये काही भयंकर गोष्टी केल्या करत आहोत. हे खरं आहे, पण... मला असं म्हणायचं आहे की, पाकिस्तानी लष्करानं पूर्व पाकिस्तानमध्ये जे केलं ती नि:संशय वांशिक हत्येची केस होती. ओपन ॲन्ड शट केस. जेव्हा भारतीय लष्करानं बांगलादेश मुक्त केला तेव्हा जुन्या काश्मिरी लोकांनी त्याला *'ढाक्याचं पतन'* असं संबोधलं. अजूनही तसंच संबोधतात. त्यांना इतर लोकांच्या यातनांची फार चांगली जाणीव आहे असं नाही; पण तशी ती कुणाला आहे? पाकिस्तानकडून भयंकर त्रास दिला जात असलेले बलुची काश्मिरींचा विचार करत नाहीत. ज्या बांगलादेशींना आपण स्वतंत्र केले ते हिंदूंना इजा पोहोचवत आहेत. जुने कम्युनिस्ट स्टॅनिलच्या 'गुलाग'ला क्रांतीचा आवश्यक भाग मानत आहेत. अमेरिकन सध्या व्हिएतनामींना मानवाधिकाराबद्दल व्याख्याने देत आहेत. आपल्या समोर आहे ती प्रजातीची समस्या. त्याला आपल्यापैकी कुणीही अपवाद नाही आणि शिवाय इतर गोष्टीही आहेतच, ज्या अलीकडे बऱ्याच विस्तारल्या आहेत. लोक समाज, जाती, वंश व देशसुद्धा त्यांचे शोकात्म इतिहास व त्यांचं दुर्दैव पदकांसारखं किंवा विक्रीच्या मालासारखं सोबत वागवत आहेत, माझ्याकडे असा खुल्या बाजारात खरेदी-विक्रीला आणण्यासाठी कुठला माल नाही आणि माझ्या बाबतीत शोकात्म कहाणीही नाही. मी प्रत्येक कोनातून उच्च जातीचा, उच्च वर्गातील जुलूमशहा आहे.

त्यासाठी चिअर्स!

इथं आणखी काय काय आहे बरं?

इथं एक उघडं खोकं आहे. हेल्वेट पॅकर्डच्या प्रिंटरच्या कार्ट्रिजचं जुनं खोकं टेबलावर उघडं पडलं आहे. त्यातल्या जरा बऱ्या वस्तू पाहून मला सुटल्यासारखं

झालं, त्यात दोन पिवळे फोटो सॅशे होते. एकावर लेबल होतं. ऑटर पिक्स आणि दुसऱ्यावर ऑटर किल्स. छान. तिला ऑटर्समध्ये म्हणजे पाणमांजरांत रस होता. हे मला माहीत नव्हतं. त्यामुळे अकस्मात ती मला जरा कमी–कसं सांगावं बरं–जरा कमी धोकादायक वाटू लागली. ती समुद्रकिनारी किंवा नदीच्या तीरावर फिरायला निघाली आहे... तिच्या केसांशी वाऱ्याचं हितगुज सुरू आहे... ती निवांत.. मुक्त आहे... ती पाणमांजरे शोधते आहे... या कल्पनाचित्रानं मला बरं वाटलं. मला पाणमांजरे आवडतात. मला वाटतं तो माझा आवडता प्राणी आहे असं म्हणता येईल. एकदा आम्ही कॅनडाच्या पश्चिमी किनाऱ्यावर 'पॅसिफिक क्रूज'वर कौटुंबिक सहलीला गेलो होतो. तेव्हा मी अख्खा आठवडाभर त्यांचं निरीक्षण केलं आहे. जेव्हा वादळी हवामान असे आणि समुद्र भयंकर खवळलेला असे, तेव्हासुद्धा ती साली आगाऊपणे पाठीवर पडून बेफिकीरपणे तरंगत असायची. सकाळी वृत्तपत्रे वाचत सगळ्या जगाची खबरबात घेत असल्यासारखी.

मी त्यातल्या एका सॅशेमधून फोटो बाहेर काढले.

त्यात पाणमांजरांचा एकही फोटो नव्हता.

हे माझ्या लक्षात यायला हवं होतं. मला कुणीतरी माझी मस्करी केल्यासारखं वाटलं. त्या फोटोंच्या गठ्ठ्यातला सर्वांत वरचा फोटो श्रीनगरमधील दाल गेट परिसरात फेरफटका मारताना घेतल्याचं लक्षात येत होतं. त्या फोटोत रायफल कमरेच्या मागे टेकवलेला, फ्लॅक जॅकेट घातलेला एक काळासावळा शीख सैनिक होता. एका तरुणाच्या प्रेतासमोर विजयानंदात उभा होता. एक गुडघा उभा आणि एक टेकलेला असा. त्या तरुणाचा देह असा पडला होता की, तो मेला आहे, हे अगदीच स्पष्ट कळत होतं. सरोवराभोवतीच्या फूटभर उंचीच्या काँक्रीटच्या कठड्यावर त्याची हनुवटी टेकलेली होती आणि बाकीच्या देहाची कमान वळली होती. त्याचे पाय फाकलेले होते. त्याचा एक गुडघा काटकोनात वळलेला होता. त्याच्या अंगावर गडद करडा शर्ट होता. त्याच्या नरड्यात गोळी घातली होती. फारसा रक्तस्राव झालेला दिसत नव्हता. फोटोत मागच्या बाजूला हाउसबोटींच्या धूसर आकृत्या दिसत होत्या. त्या सैनिकांच्या डोक्याभोवती जांभळ्या मार्करने गोल केलेला होता. मृत माणसाच्या अंगावरचे कपडे आणि सैनिकाच्या हातातले शस्त्र यावरून तो फोटो बराच जुना असावा असं वाटत होतं. बाकीच्या यापेक्षा कमी नाट्यपूर्ण फोटोत सैनिकांचे गट दिसत होते, बाजारपेठांत, तपासणी नाक्याजवळ किंवा महामार्गावर वाहनांना सूचना देणारे. प्रत्येक फोटोत एका सैनिकाला तशाच जांभळ्या मार्करने वेगळं काढलं होतं. त्यांच्यामध्ये कुठलं दृश्य सूत्र लक्षात येत नव्हतं. त्यांच्यापैकी काही गुळगुळीत दाढी केलेले होते, काही शीख होते, काही मुस्लीम आहेत हे कळत होतं. त्या फोटोंपैकी एक फोटो काश्मीरमधला नव्हता. त्या फोटोत एक कंटाळलेला दिसणारा सैनिक वाळूच्या पोत्यांच्या बंकरमध्ये प्लॅस्टिकच्या निळ्या खुर्चीत

बसला होता. तो भर वाळवंटात बसल्यासारखा दिसत होता. त्यानं त्याचं हेल्मेट मांडीवर ठेवलं होतं. त्याच्या हातात माश्या मारण्याची केशरी बॅट होती. तो दूरवर कुठंतरी बघत होता. त्याच्या डोळ्यांत काहीतरी चमत्कारिक होतं... काहीतरी रिते, शून्य भाव, तुमचं लक्ष वेधून घेणारे. त्याच्या डोक्याभोवतीही त्या जांभळ्या मार्करने गोल केलेला होता.

आता ही माणसं कोण आहेत?

मग मी, ते सगळे फोटो टेबलावर पसरले आणि माझ्या लक्षात आलं. त्या सगळ्या फोटोंत एकच सैनिक होता. तो प्रत्येक फोटोत वेगवेगळा दिसत होता, फक्त त्याचे डोळे वगळता. तो मायावी रूप धारण करणारा बहुरूपी दिसत होता... शेप शिफ्टर. कदाचित आमचा एखादा काउंटर इंटलिजन्सचा माणूस. त्याच्या डोक्याभोवती हे जांभळं वर्तुळ कशासाठी काढलं असेल?

तिथल्या एका खोक्यात 'ऑटर' असं लिहिलेली एक फाइल होती. त्या फाइलमधला पहिला कागद कुणाचा तरी 'सीव्ही' वाटत होता. लेटरहेडवर लिहिलं होतं. राल्फ एम. बॉवर, एलसीएसडब्ल्यू परवानाप्राप्त क्लिनिकल सोशल वर्कर आणि त्याखाली त्याच्या शैक्षणिक अर्हतांची मोठी यादी होती. त्यातला एक शब्द माझ्या अंगावर आला. *'क्लोविस'*. राल्फ बॉवरचा पत्ता होता, ईस्ट बुलर्ड अॅव्हेन्यू, क्लोविस, कॅलिफोर्निया.

क्लोविस म्हणजे जिथं अमरिक सिंगने स्वत:ला व त्याच्या कुटुंबाला गोळ्या घालून संपवलं होतं ते शहर. एका छोट्या उपनगरातील रहिवासी वसाहतीतल्या त्यांच्या घरी. आणि मग माझ्या डोक्यात प्रकाश पडला. स्पॉटर, ऑटर अर्थातच. फोटोत जो माणूस होता तो अमरिक सिंग 'स्पॉटर' आहे. काश्मीरमध्ये माझी त्याच्याशी प्रत्यक्ष भेट कधी झाली नव्हती. तो तरुणपणी कसा दिसायचा ते मला माहीत नव्हतं. (तो गुगल पूर्व काळ होता.) त्याच्या आत्महत्येनंतर त्याचे वृत्तपत्रात जे फोटो आले होते, त्यात तो वयस्क, जाडजूड, गुळगुळीत दाढी केलेला व पूर्णत: भरकटल्यासारखा दिसत होता. त्या फोटोंत आणि या फोटोंत काहीही साधर्म्य नव्हतं.

माझ्या धमन्यांत रक्ताऐवजी कुठलंतरी वेगळंच रसायन दौडत असावं असं मला वाटत होतं. तिच्याजवळ ही कागदपत्रं कशी आली? आणि कशासाठी? का? तिला त्याचा काय उपयोग आहे? याला काय म्हणायचं? एक प्रकारची 'वूडू' सुडाची कल्पना... जादूटोणा?

त्या फाइल्समधल्या पहिल्या काही पानांवर एक प्रश्नावली दिसत होती. टिपिकल बुरसटलेले, मूर्ख, मनोवैज्ञानिक परिभाषेतल्यासारखे -*तुम्हाला कधी त्या घटनेची दु:खद स्वप्ने पडली आहेत का? तुमच्या मनात दु:खी वा प्रेमळ भावना*

कधी तयार होत नाहीत का? आपण दीर्घायुषी आहोत व त्या दीर्घ जीवनकालात आपली ध्येये साध्य करत आहोत अशी कल्पना करणं तुम्हाला अवघड वाटतं का?

अशा प्रकारचे प्रश्न.

त्या प्रश्नावलीसोबत दोन लेखी शपथपत्रे होती. त्यावर अमरिक सिंग व त्याच्या पत्नीची स्वाक्षरी होती. (तिचं दीर्घ होतं, त्याचं अगदी छोटं.) अमेरिकेत आश्रय मिळण्यासाठी व्यवस्थित भरलेल्या जाडजूड अर्जांच्या फोटोकॉपी होत्या. त्यावरही त्यांची स्वाक्षरी होती.

हे बसून पाहावं लागणार होतं. आता मला हे बसून पाहावं लागणार होतं. मला ड्रिंकची गरज होती. माझ्याकडं कार्धूची बाटली होती. काबूलहून परत येताना मी ती 'ड्यूटी फ्री'मधून घ्यायला नको होती. आणि माझ्यासोबत इथं आणायला नको होती. खासकरून चित्राला वचन दिल्यावर तर अजिबात नाही... मी तिला इथून पुढं दारूला स्पर्श न करण्याचं कबूल केलं होतं. एक पेगसुद्धा नाही. एक थेंबसुद्धा नाही. खासकरून माझी नोकरी धोक्यात आहे हे माहीत असताना तर अजिबात नाही. खासकरून माझ्या बॉसनं मला ही शेवटची संधी दिली आहे हे माहीत असताना तर नाहीच नाही. त्याचे चावून चोथा झालेले शब्द होते... 'शेप अप ऑर शिप आउट... तुझं वागणं सुधार नाहीतर चालता हो.'

मला थोडं बर्फ हवं होतं; पण इथं ते नव्हतं. फ्रिजरमध्ये बर्फाची मोठी लादी तयार झाली होती. फ्रिज 'डिफ्रॉस्ट' करणं गरजेचं होतं. फ्रिज रिकामा होता, पण स्वयंपाकघरात फळाच्या खोक्यांचा ढीग होता. बहुधा ती त्या नव्या फॅशनच्या 'डिटॉक्स डाएट'वर असावी किंवा आहे, ज्यात फक्त फलाहार घेतला जातो. कदाचित ती अशाच एखाद्या ठिकाणी गेली असावी. योगाश्रमात किंवा तत्सम ठिकाणी.

नाही. ती तिथं गेलेली नाही.

आता मला 'कार्धू' कोरी करकरीत प्यावी लागणार होती... थंडी चांगलीच आहे. खिडकीच्या टप्प्यांवरची ती साली कबुतरं... त्यांनी खरोखर व्यभिचार थांबवला पाहिजे. का थांबवत नाहीत ती?

दिनांक १६ एप्रिल २०१२.

संदर्भ : लवलीन सिंग (पूर्वाश्रमीची कौर) व अमरिक सिंग

अमरिक सिंग त्यांची पत्नी लवलीन सिंग (पूर्वाश्रमीची कौर) यांचे 'सायको सोशल इव्हॅल्यूएशन' करण्याविषयीची विनंती.

भारतात त्यांच्या मायदेशी त्यांना जे गैरवर्तन, पोलिसी भ्रष्टाचार व पिळवणूक सोसावी लागली, त्यामुळे ते छळणुकीचे बळी ठरले आहेत का, याची निश्‍चिती करण्यासाठी. त्यांना त्यांच्या सरकारकडून छळ होण्याची अथवा ठार

केले जाण्याची खरी 'साधार भीती' आहे का? अमरिक सिंग भारतात परत गेले तर त्याचा छळ केला जाईल अथवा त्याला ठार केले जाईल असे त्यांचे म्हणणे आहे. त्यामुळे ते आश्रय शोधत आहेत.

मी मुलाखतींदरम्यान केलेल्या चाचण्या :

Trauma Symptom Inventory (TSI-2), Mental Status Checklist, Post Traumatic Stress Disorder (PTSD) Screening Interview and Davidson Trauma Scale.

त्या दोघांच्याही दोन तासांच्या प्रत्यक्ष मुलाखतीदरम्यान त्यांचा सविस्तर इतिहास समजून घेतला. चाचण्यांच्या मदतीने त्यांची मुलाखत घेतली असून त्यामध्ये त्यांनी काश्मीर, भारत येथे प्रत्यक्ष अनुभवलेल्या घटनांचे संपूर्ण कथन आहे.

पार्श्वभूमी :

श्री व सौ. अमरिक सिंग यांचे क्लोविस, कॅलिफोर्निया येथे वास्तव्य आहे. लवलीन सिंग (पूर्वाश्रमीची कौर) यांचा जन्म काश्मीर, भारत येथे १९ नोव्हेंबर १९७२ रोजी झाला. अमरिक सिंगचा जन्म ९ जून १९६४ रोजी चंदीगड, भारत येथे झाला. या जोडप्याला तीन मुले असून, त्यातील सर्वांत धाकट्या मुलाचा जन्म अमेरिकेत झाला आहे. हे जोडपे त्यांच्या दोन मोठ्या मुलांसह भारतातून कॅनडात पळून आले होते. तिथून १ ऑक्टोबर २००५ रोजी ते पायी अमेरिकेत प्रवेशले. ते प्रथम ब्लेन, वॉशिंग्टन येथे आले होते, पण आता ते क्लोविस कॅलिफोर्निया येथे राहतात. तिथे श्री. अमरिक सिंग ट्रकचालक म्हणून काम करतात. लवलीन कौर गृहिणी आहेत. ते त्यांच्या कुटुंबाच्या सुरक्षेबाबत सतत चिंताक्रांत असतात.

लवलीनचे कथन :

हे लिखित स्वरूपातील कथन लवलीनच्या मुलाखतीवर आधारित आहे.

माझा नवरा अमरिक सिंग लष्करात मेजर होता. त्याची श्रीनगर, काश्मीर येथे नियुक्ती झाली होती. तो तिथे या पदावर असताना मी त्यांच्यासोबत छावणीत राहत नव्हते. मी आमच्या मुलासोबत श्रीनगरच्या जवाहर नगरातील एका इमारतीच्या दुसऱ्या मजल्यावरील फ्लॅटमध्ये राहत होते. त्या वसाहतीत बरीच शीख कुटुंबे व अगदी मोजकी मुस्लीम कुटुंबे राहतात. १९९५ साली मानवाधिकार क्षेत्रातील जलिब कादरी नावाच्या वकिलाचे अपहरण व हत्या

झाली आणि स्थानिक पोलिसांनी माझ्या नवऱ्यावर त्याचा आरोप ठेवला. मुस्लीम लोक त्याला या प्रकरणात अडकवत आहेत असे आम्हाला वाटले. माझा नवरा लाच स्वीकारत नव्हता आणि त्याला मुस्लीम दहशतवादी आवडत नव्हते. तो सज्जन माणूस होता. त्याच्याच शब्दांत सांगायचे तर : 'मी माझ्या देशाला फसवणार नाही आणि तुम्ही मला लाच देऊ शकत नाही.'

माझी मैत्रीण मनप्रीत त्या काळात श्रीनगरमध्ये पत्रकार होती. तिने माझ्या नवऱ्याला कोण अडकवते आहे व जालिब कादरीची हत्या कुणी केली आहे हे शोधून काढले. ती आणि माझी आई पोलिसांना ही माहिती सांगण्यासाठी पोलीस ठाण्यात गेल्या, पण पोलिसांनी तिचे म्हणणे ऐकून घेतले नाही, कारण ती स्त्री होती आणि आरोपीची नातेवाईक होती. आणखी एक कारण म्हणजे जम्मू आणि काश्मीरचे बहुतेक पोलीस काश्मिरी मुस्लीम आहेत. तपासकामातील एक प्रमुख पोलीस त्यांना म्हणाला, "मला हवं तर मी तुम्हां बायकांना! माझ्याकडे इथंच जिवंत जाळू शकतो. मला ती 'पॉवर' आहे."

एक वर्षाने पोलिसाच्या तुकड्यांनी जवाहरनगर वसाहतीला वेढा दिला. मी नवऱ्याविना एकटी राहत होते त्या वसाहतीला, 'कॉर्डन, अॅन्ड सर्च' साठी. मग त्यांनी आत प्रवेश केला. त्यांनी मला केसांना धरून दरादरा ओढत दुसऱ्या मजल्यावरून पहिल्या मजल्यावर आणले. एका पोलिसानं माझ्या मुलाला धरलं होतं. त्यांनी माझे सगळे दागदागिने चोरले. ते तिथे होते तेवढा सर्व वेळ ते मला लाथाबुक्क्यांनी मारहाण करत होते आणि म्हणत होते, 'आमच्या नेत्याला ठार मारणाऱ्या अमरिक सिंगचं कुटुंब आहे हे.' त्यानंतर ते मला पोलीस मुख्यालयात नेऊन एका लाकडी फळीला बांधून घातले आणि मला लाथा घातल्या, थपडा लावल्या, मारहाण केली. त्यांनी रबरी पट्ट्यानं माझ्या डोक्यावर मारलं. त्यांनी मला सांगितलं की, 'आम्ही तुला आयुष्यभरासाठी ठार वेडी करू.' धातूचे बूट घातलेल्या माणसाने माझ्या छातीवर व पोटावर लाथा घातल्या, त्यानंतर ते माझ्या पोटऱ्यांवर लाकडी सोट मारत राहिले. मग त्यांनी माझ्या अंगाला आणि अंगठ्यांना चिकट काहीतरी लावले आणि मला पुन:पुन्हा विजेचे शॉक दिले. त्यांना माझ्याकडून माझ्या नवऱ्याबद्दल खोटी साक्ष वदवून घ्यायची होती. त्यांनी मला दोन दिवस तिथेच ठेवले. त्यांनी माझ्या मुलाला दुसऱ्या खोलीत ठेवले होते. तू खोटे स्टेटमेंट दे, तरच तुला तुझा मुलगा परत मिळेल असं त्यांनी मला सांगितलं होतं. अखेर त्यांनी मला सोडलं. मी माझ्या मुलाला पाहिलं. आम्ही दोघेही रडत होतो. माझ्या पायात इतक्या वेदना होत होत्या की मला त्याच्यापर्यंत चालत जातासुद्धा येत नव्हते. एका रिक्षावाल्यानं

मला उचलून माझ्या आईच्या घरी नेऊन सोडलं.

मुस्लीम दहशतवादी ठार करतील या भीतीने कुठलाही डॉक्टर माझ्यावर उपचार करायला तयार होणार नव्हता. माझ्यावर व माझ्या नवऱ्यावर सदैव पहारा होता. आम्ही अतिशय तणावपूर्ण आयुष्य जगत होतो.

तीन वर्षांनी आम्ही काश्मीर सोडले व जम्मूत राहू लागलो. २००३ मध्ये आम्ही आमचा देश सोडून कॅनडाला गेलो. तिथे आश्रय मिळावा यासाठी आम्ही अर्ज केला. पण त्यांनी नकार दिला. हे निर्दयीपणाचे होते. आम्हाला मदतीची गरज होती. आम्ही त्यांना आमच्याकडचे सगळे पुरावे दाखवले; तरीही त्यांनी आम्हाला आश्रय नाकारला.

ऑक्टोबर २००५मध्ये आम्ही सिएटलला आलो. माझ्या नवऱ्याला ट्रकचालक म्हणून नोकरी मिळाली आणि २००६मध्ये आम्ही क्लोविस, कॅलिफोर्नियाला आलो. आम्हाला संरक्षण नाही. आम्ही कुठेही जात नाही, आम्हाला बाहेर फिरायला जाणे शक्य नाही. आमच्या जीवनात काहीही आनंद उरलेला नाही. समजा आम्ही बाहेर गेलो, तर पुन्हा घरी जिवंत परत येऊ का ते सांगता येणार नाही. आमच्यावर दहशतवाद्यांची सदैव नजर आहे, असे आम्हाला जाणवते. कसला आवाज आला की, मला वाटते आता माझी शंभरी भरली. मोठ्या आवाजानंसुद्धा मला धडकी भरते. गेल्या वर्षी २०११मध्ये माझा नवरा आमच्या मुलांना शिस्त लावण्यासाठी म्हणून काहीतरी सांगत असताना त्याचा आवाज चढला, त्यामुळे मी भयंकर घाबरले होते. ते आम्हाला मारायला इथे आले आहेत, असे मला वाटले होते. मी ९११ला फोन करायला फोनच्या दिशेने धावले होते. पळताना मी माझ्या डोक्याला, छातीला आणि पायांना भयंकर दुखापत करून घेतली होती. त्याने फक्त आमच्या मुलांना शिस्त लावण्यासाठी म्हणून आवाज चढवला होता. तरी मला आपण आता मरणार असे वाटले होते. माझ्या हृदयाची धडधड इतकी वाढते की, मला वेड्यासारखे होते. आरडाओरडा व मोठे आवाज ऐकले की, त्यावर माझी प्रतिक्रिया नाट्यपूर्ण घडते. माझा नवरा आमच्या मुलांना फक्त शिस्त लावण्यासाठी ओरडला होता, तर मी पोलिसांना पाचारण केलं. त्यांना मी काय सांगितलं कोण जाणे. त्यांनी माझ्या नवऱ्याला अटक केली. नंतर त्यांनी त्याला जामिनावर सोडले. त्या दिवशी काय झालं ते मला अजूनही नीट सांगता येणार नाही. त्याच्या अटकेची बातमी वृत्तपत्रात आली. त्यात माझा नवरा अमुक अमुक असून त्यानं काश्मीरमध्ये सेवा बजावल्याचा उल्लेख होता. त्यांनी माझ्या नवऱ्याचा आणि आमच्या घराचा फोटोही टाकला होता. आम्ही इथे राहतो हे त्यांनी जगजाहीरच केले. ती बातमी इंटरनेटवरून काश्मीरमध्येही गेली. मुस्लीम

दहशतवाद्यांनी माझ्या नवऱ्याला परत पाठवावे अशी मागणी पुन्हा सुरू केली. काही दिवसांनी आम्हाला एका पत्रकाराचा फोन आला. भारतातील मासिकासाठी लिहिणारा एक लेखक तुम्हाला शोधतोय, असं त्यानं आम्हाला सांगितलं. तो स्वत:ची जी ओळख सांगतोय ती खरी नाही हे आम्हाला माहीत होतं. मी त्याला आमच्या घराजवळून गाडीतून जाताना पाहिलं. मी त्याला बरेचदा पाहिलं. मग मी माझ्या नवऱ्याला सांगितलं की, आपण इथून दुसरीकडे जाऊ या. त्यावर तो म्हणाला, ''असं फिरत राहायला आपल्याकडे पैसे नाहीत. मला पळत राहायचं नाही, मला जगायचं आहे.''

तो माणूस सदैव आसपासच होता. इतरही काही जण होते. सगळे मुस्लीम दहशतवादी. मी सतत धास्तावलेली असते. मी सगळे पडदे ओढून घेते आणि त्यामधून बाहेर डोकावते. ते लोक रस्त्यावर उभे राहून आमच्या घराकडे रोखून बघत असतात. आता मी सगळीकडे कुलपं ठोकते. त्याआधी मी माझ्या घरातच छोटेसे ब्यूटीपार्लर चालवत होते. बायकांच्या भुवयांचे थ्रेडिंग, पायाचं वॅक्सिंग वगैरे करत होते; पण आता मला अनोळखी व्यक्तीला घरी येऊ देणे धोक्याचे वाटते.

आता सतरा वर्षे उलटली आहेत तरी अजूनही काश्मिरी मुस्लीम दहशतवादी त्या वकिलाची पुण्यतिथी साजरी करतात. वृत्तपत्रांत व इंटरनेटवर ते अजूनही माझ्या नवऱ्यावर आरोप करतात. माझी मुले भयभीत असतात. ती नेहमी विचारतात, ''मॉम आपण मजेत कधी जगायचं?'' त्यावर मी त्यांना सांगते, ''मी प्रयत्न करतेय, पण ते माझ्या हातात नाही.''

***

फोनच्या दिशेनं पळताना तिने डोक्याला, छातीला आणि पायांना दुखापत करून घेतली होती... कमालच आहे. माझ्या मनात आलं, तिला तक्रार मागे घ्यायला लावण्यासाठी तिच्या नवऱ्यानं काय केलं असेल? तिनं तक्रार केली नसती तर कदाचित आज ती आणि तिची मुले जिवंत असते. मला त्यातला खासकरून आवडलेला भाग म्हणजे स्थानिक पोलिसांनी सगळ्या जागा सोडून जवाहरनगरमध्ये 'कॉर्डन अॅन्ड सर्च' मोहीम राबवली. मग लष्करात सेवा बजावणाऱ्या मेजरच्या बायकोला अटक केली. तिचा अत्यंत छळ केला. हे अद्वितीय होतं. ही कहाणी काश्मीरमध्ये 'फार्स' मानली गेली असती. 'भयभीत डॉक्टर्स' ही जोडही छानच होती. सत्याचा भास झाला की झालं! तिचा ज्या पद्धतीनं छळ झाला त्याचे सविस्तर व हुशारीनं सांगितलेले तपशील वाचल्यावर, तिच्या नवऱ्यानं तिला फक्त त्याची तंत्रे शिकवली असतील, त्यांचा तिच्यावर प्रत्यक्ष वापर केला नसेल अशी मला आशा होती.

त्याने फक्त मुलांना शिस्त लावण्यासाठी आवाज चढवला होता, हे वाक्य एकाच परिच्छेदात तीनदा येणं मला भयंकर वाटलं.

अमरिक सिंगचं कथन सैनिकासारखं होतं. थोडक्यात आणि नेमकं... टु द पॉइंट...

मी भारतीय लष्करात 'कमिशन्ड ऑफिसर' म्हणून सेवा बजावली आहे. माझी भारतात व परदेशात विविध जवाबी कारवाया व शांततास्थापन कार्यासाठी नेमणूक झालेली होती. १९९०सालापासून जिथे विद्रोह सुरू आहे, त्या काश्मीरमध्ये माझी १९९५साली नियुक्ती झाली. १९९५साली मानवाधिकार चळवळीतील एका कार्यकर्त्याचे अपहरण व हत्या झाली. तो कार्यकर्ता एका प्रतिबंधित दहशतवादी संघटनेचा होता हे मला नंतर समजले. काश्मीर पोलीस व भारत सरकार या घटनेचा आरोप माझ्यावर ठेवत आहेत. मला बळीचा बकरा बनवले जात आहे. मला माझ्या कुटुंबासह भारत सोडून पळून जाण्याखेरीज कुठला पर्यायच उरला नव्हता. मी जर परत गेलो तर भारत सरकारला मी कोणत्याही न्यायालयासमोर, जिथे मी माझी बाजू मांडू शकेन, उभे राहणे मानवणार नाही. मारहाण, विजेचे शॉक, वॉटरबोर्डिंग, उपाशी ठेवणे व झोपण्यास मज्जाव करणे अशा मार्गांनी माझा प्रचंड छळ केला जाईल किंवा मला ठार मारले जाईल. पुन्हा कधी मी दिसू नये वा माझा आवाज कानावर पडू नये याची दक्षता घेतली जाईल.

ते अर्ज हातानं लिहिलेले होते. अमरिक सिंगचं हस्ताक्षर अगदी सुबक वळणदार होतं, बायकी हस्ताक्षरासारखं आणि त्याची सहीसुद्धा अक्षराला साजेशी बायकीच होती. सुबक वळणदार... बायकी. त्याच्या हस्ताक्षराकडे पाहताना काही तरी गूढ, भीतिदायक वाटत होतं. काहीतरी विलक्षण इशारा असल्यासारखं.

आपलं काम कसं काढून घ्यायचं ते त्यांना चांगलंच ठाऊक होतं, त्या दोघांनाही. त्यांची कहाणी अगदी खरीखुरी वाटण्याजोगी आहे. कारण ती *खरीच* आहे, फक्त अपराधाचे बळी आणि अपराधकर्ते यांच्या भूमिकांची अदलाबदल झालेली आहे. बिचाऱ्या वयस्क राल्फ बॉअर, एलसीएसडब्ल्यू यांना कशी समजणार?

त्यामुळे त्यांनी या निष्कर्षाप्रत येणं यात फार काही आश्चर्य नव्हतं :

निष्कर्ष :

वर सादर केलेल्या माहितीवरून श्रीमती लवलीन सिंग व श्री. अमरिक

सिंग या दोघांनाही तीव्र स्वरूपाच्या Post Traumatic Stress Discorder चा त्रास आहे याबद्दल माझ्या मनात जराही शंका नाही. ज्या व्यक्तींनी छळ, अनिश्‍चित कालावधीसाठी तुरुंगवास व कुटुंबापासून अलग होणे अशा प्रकारच्या विध्वंसक व अत्यंत क्लेषकारक घटना प्रसंग भोगलेले असतात, त्यांच्यामध्ये इतक्या प्रमाणात 'स्ट्रेस' आढळून येतो.

आपण जर भारतात परत गेलो तर या घटनांची पुनरावृत्ती होईल, अशी त्यांना प्रचंड भीती वाटते आहे. वर्ल्ड वाईड वेबवरील विविध ब्लॉग्जमध्ये असे लोक आहेत जे मोकाटपणे सूड घेतील आणि राग काढण्यासाठी ते सूडसत्र सुरूच ठेवतील यात शंका नाही.

वरील सर्व गोष्टींचा विचार करता, श्री व श्रीमती अमरिक सिंग व त्यांच्या कुटुंबाला युनायटेड स्टेट्स ऑफ अमेरिका येथे संरक्षण व आश्रय द्यावा, ज्यायोगे ते त्यांना शक्य तितके सामान्य आयुष्य जगण्यास आरंभ करू शकतील, अशी मी आग्रही शिफारस करत आहे.

श्री व श्रीमती सिंग यांनी कामगिरी तर व्यवस्थित फत्ते करत आणलेली दिसत होती. ते अमेरिकेचं कायदेशीर नागरिकत्व मिळण्याच्या उंबरठ्यावर होते आणि तरीही काही महिन्यांतच अमरिक सिंगनं स्वत:ला आणि त्याच्या संपूर्ण कुटुंबाला गोळ्या घालून संपवलं होतं.

याचा अर्थ काय?

या प्रकरणाला आत्महत्येखेरीज दुसरं काही म्हणता येऊ शकेल का?

त्याच्या पत्नीच्या शपथपत्रात तिनं ज्या माणसाचा त्याच्या घराजवळून गाडीतून चकरा मारणारा म्हणून उल्लेख केला होता तो 'ड्राइव्ह बाय आर्टिस्ट' माणूस कोण होता? आणि ते बाकीचे लोक कोण होते?

यात आणखी काही महत्त्वाचे आहे का?

माझ्या दृष्टीने तरी नाही.

भारत सरकारच्या दृष्टीनेही नाही.

कॅलिफोर्नियाच्या पोलिसांच्या दृष्टीने तर नाहीच नाही; त्यांच्या डोक्यात नक्कीच इतर गोष्टी असतील.

मात्र त्याची बायको व मुलांबद्दल खेद वाटतो.

माझ्या भाडेकरू एस. तिलोत्तमा मॅडम यांच्याकडे ही फाइल कशी काय?

आणि त्या आहेत तरी कुठे?

माझ्या फोनवर 'बीप' झालं. आश्‍चर्य आहे. हा नंबर कुणाकडेही नाहीये. जगाच्या दृष्टीनं पाहिलं तर मी 'रिहॅब'मध्ये आहे. किंवा 'स्टडी लीव्ह'वर 'रिहॅब'मध्ये

आहे हे सांगण्याचा दुसरा मार्ग. मग मला टेक्स्ट कोण करतंय? ओह.

'थायकरोकेअर'चा मेसेज होता :

Dear Client please attend our health camp. VitD+B12, Sugar, Lipid, LFT, KFT, Thyroid, Iron. CBC, Urine Test For Rs. 1800/-

प्रिय थायरोकेअर, त्यापेक्षा मी मरणाला पसंती देईन.

एव्हाना माझी पाव बाटली संपली होती. आता दुपारच्या डुलकीची गरज होती... वर्जित गोष्ट. काम करणाऱ्या माणसांनी डुलक्या काढू नयेत. मी ती कार्धू बेडरूममध्ये नेता काम नये. पण न्यायलाच हवी. तिचा आग्रहच आहे तसा.

इथं बेड नाहीये. फक्त जमिनीवर गादी अंथरलेली आहे. इथं पुस्तके, वह्या, शब्दकोश, नीट रचून ठेवलेले आहेत.

मी लॅम्पशेडवाला उंच दिवा लावला. त्याच्या रुंद काठाच्या लॅम्पशेडवर एक रंगीत कागद चिकटपट्टीनं चिकटवलेला दिसत होता. आठवणीसाठी नोंद? स्वत:साठी चिठ्ठी?

त्यावर लिहिलं होतं :

As for their death, need I tell you about it? It will be for all of them, the death of him who, when he learned of his from the jury, merely mumbled in a Rhenish accent, 'I' m already way beyond that.

Jean Genet

त्यांच्या मृत्यूविषयी मी तुला खरंच काही सांगायला हवं आहे? त्या सगळ्यांच्या नजरेत तो त्याचा मृत्यू असेल, जो ज्यूरींकडून आपल्या मृत्यूविषयी ऐकल्यावर ऱ्हाइनिश लहेजात कुजबुजला होता, 'मी तर कधीच त्याच्या पलीकडे गेलो आहे.'

-ज्यो जेनेट

ता. क. : ही लॅम्पशेड कुठल्याशा जनावराच्या कातड्यांपासून बनवलेली आहे. तुम्ही नीट पाहिलंत, तर तुम्हाला त्यावर काही केस उगवताना दिसतील.

धन्यवाद.

या खोल्यांनी कसलीतरी वीण उसवताना... धागे उलगडताना पाहिलेले दिसते आहे. एखाद्या मनुष्यप्राण्याला असं उसवताना पाहणं बहुधा फार भयंकर असावं,

पण ‘या’ मनुष्यप्राण्याला? गुन्ह्याच्या घटनास्थळी बंदुकीच्या दारूचा मंद पण तीव्र जळका वास वातावरणात तरंगत असावा, तशी इथं धोक्याची चाहूल होती.

मी जेनेट वाचलेला नाही, वाचायला हवा का? तुम्ही वाचला आहे?

ही कार्धू व्हिस्की मस्त आहे... आणि साली भरपूर महाग आहे. मी ती आदरपूर्वक प्यायला हवी. मला आत्ताच जरासं गरगरायला होतं आहे...

***

काळाकुट्ट अंधार आहे.

माझ्या स्वप्नात सॉसपॅनच्या झाकणांचा उंच मनोरा आणि चित्रविचित्र गोष्टींनी भरलेली उघडी मॅनहोल्स येत होती... त्यात मुख्यत्वे फाइल्स होत्या आणि मुसानं काढलेली घोड्यांची चित्रे आणि बर्फाचे मोठे मोठे बोल्ट्स... हाडांसारखे दिसणारे.

व्हिस्की कुणी संपवली?

माझ्या कारपासून अपार्टमेंटपर्यंत व्होडका व बिअरचा क्रेट वर खोलीत कुणी आणला?

दिवसाची रात्र कुणी केली?

किती दिवसांचं रूपांतर किती रात्रीत झालं आहे?

आणि दारापाशी कोण आहे? मला किल्ली लावल्याचा आवाज येतोय.

ती आली आहे?

नाही, तसं नाही.

दोन माणसं आली आहेत आणि तीन आवाज, चमत्कारिकच आहे. त्यांनी आत येऊन दिवे लावले, त्यांचं स्वतःचं घर असल्यासारखे. आता आम्ही एकमेकांसमोर आहोत. गडद काचांचा गॉगल घातलेला एक तरुण आणि एक वयस्क माणूस. वयस्क बाई, पुरुष. बाई-पुरुष. काय असेल ते. विचित्र पठाणी सूट आणि स्वस्तातलं प्लॅस्टिकचं टोपडेवालं जाकीट घातलेला. चांगला सणसणीत उंच. पानानं रंगलेलं तोंड आणि एक चमकदार दात असलेला... की हे सुद्धा एक स्वप्नच आहे? मी अजून स्वप्नातच होतो... माझ्या जाणिवा एकाच वेळी तीव्र आणि बोथट होत होत्या. सगळीकडे बाटल्याच बाटल्या पडल्या आहेत... पायांखाली चिरडल्या जात आहेत... फर्निचरखाली घरंगळत निघाल्या आहेत... आणि उघड्या मॅनहोल्समध्येही.

आमच्यामध्ये बोलण्यासारखं फार काही नसल्यामुळे आणि मी झोकांड्या खात असल्यामुळे... मी मक्याच्या शेतातल्या मक्यासारखा डुलतोय... लहरतोय असं माझं मलाच जाणवत होतं, मी बेडरूममध्ये जाऊन आडवा झालो. मी करण्याजोगं तिथं आणखी काय होतं? .

ते दोघं माझ्या मागून आत आले. स्वप्नातसुद्धा... म्हणजे हे स्वप्न असेल तर... मला त्यांचं वागणं वेगळंच वाटलं. ती बाई-पुरुष माझ्याशी दोन आवाजात बोलत होती. ती अतिशय सुंदर उर्दू बोलतेय. तिनं सांगितलं, तिचं नाव अन्जुम आणि ती तिलोत्तमाची मैत्रीण आहे. सध्या तिलोत्तमा तिच्यासोबत राहते आहे. तिलोला तिच्या कपाटातल्या काही वस्तू हव्या होत्या म्हणून अन्जुम तिचा मित्र सद्दाम हुसैनसोबत इथं आली होती.

मी तिला म्हणालो की, मीही तिलोचा मित्रच आहे. तुम्हाला जे हवं ते तुम्ही घेऊन जाऊ शकता. मग त्या तरुणानं किल्ली काढली आणि कपाट उघडलं.

त्यातून फुग्यांचा थवा तरंगत बाहेर आला.

मग त्या तरुणानं एक पोतं काढलं आणि तो त्यात वस्तू भरू लागला. मला आठवतं त्यानुसार त्या पोत्यात गेलेल्या वस्तू म्हणजे एक रबरी बदक, लहान बाळाचा अंघोळीचा टब– हवा भरून फुगवण्याचा, एक मोठा कापूस भरलेला झेब्रा, काही पांघरुणं, पुस्तकं आणि गरम कपडे. त्यांचं काम झाल्यावर त्यांनी माझ्या सहनशक्तीबद्दल माझे आभार मानले. मग त्यांनी 'तुम्हाला तिलोला काही निरोप द्यायचा आहे का!' असं विचारलं.

मी म्हणालो, "हो, देतो."

मी तिच्याच एका वहीतलं पान टरकावलं आणि त्यावर लिहिलं GARSON HOBART. मला ती अक्षरं ज्या आकारात लिहायची होती, त्यापेक्षा ती बरीच मोठी उमटली होती. काहीतरी घोषणा असल्यासारखी. मी ती चिठ्ठी त्यांच्याकडे दिली.

आणि मग ते दोघं निघून गेले.

त्यांना तिथून बाहेर पडताना पाहण्यासाठी मी खिडकीपाशी जाऊन उभा राहिलो. त्या दोघांतील एक जण-वयस्क, ऑटोरिक्षात बसला आणि दुसरा, माझ्या मुलांची शपथ घेऊन सांगतो, तो दुसरा माणूस घोड्यावरून गेला. कापूस भरलेल्या खेळण्यांनी भरलेलं लुटीचं पोतं घेऊन, मरतुकड्या पांढऱ्या घोड्यावरून. ती विचित्र जोडी धुक्यात दौडत चालली होती.

माझं मन भेलकांडत होतं. मला जे भ्रम होत आहेत, ते किती केविलवाणे आहेत. हे सगळं खरंखुरं होतं. मला त्याचा वास येतोय. मी शेवटचं कधी खाल्लं होतं तेसुद्धा मला आठवत नाहीये. माझा फोन कुठं आहे? किती वाजले आहेत? आज कोणता वार आहे, की आत्ता रात्र आहे?

मी पुन्हा खोलीत नजर टाकली. ते फुगे 'स्क्रीन सेव्हर'सारखे आजूबाजूला तरंगत होते. कपाटाची दारे सताड उघडी होती. एका दारावर काहीतरी खुणा केलेल्या दिसत होत्या.

जिथं उभा होतो तिथून ते तक्त्यासारखं काहीतरी दिसत होतं... वाढत्या

मुलाच्या उंचीची नोंद... पेरेन्ट्स रेकॉर्ड. अनिया आणि राबिया लहान होत्या, तेव्हा आम्ही अशी नोंद ठेवायचो; पण ही कुठल्या मुलाची उंची मोजते आहे, माझ्या मनात आलं. जवळ जाऊन पाहिल्यावर माझ्या लक्षात आलं की, तसं काही अजिबात नाहीये. क्षणभर का होईना, पण इतका घरगुती आणि ममतापूर्ण विचार माझ्या मनात आला तरी कसा?

तो कसलातरी शब्दकोश होता, त्याचं काम अजून चालू होतं. त्यात वेड्यावाकड्या अक्षरात व वेगवेगळ्या रंगांनी नोंदी केलेल्या होत्या :

Kashmiri – English Alpbhbet

A : Azadi / army / Allah / America / Attack / AK-47 / Ammunition / Ambush / Aatankwadi / Armed Forces Special Powers Act / Area Domination / Al Badr / Al Mansoorian / Al Jehad / Afghan / Amarnath yatra

b : BSF / body / blast / bullet / battalion / barbed wire / brust) / border cross / booby trap / bunker / byte / begaar (forced labour)

C : Cross – border / Crossfire / camp / civilian / curfew / Crackdown / Cordon and serach / CRPF / Checkpost / Counter isurgency / Ceasefire / Counter Intelligence / Catch and kill / custodial killing / compensation / Cylinder (surrender) Concertina wire / collaborator

D : Disappeared / Defence Spokesman / Double Cross / Double Agent / Disturbed Areas Act / Dead body

E : Encounter / EJK (extrajudicial killing) / Ex Gratia / Embedded Journalists / Elections / enforced disappearance

F : Funerals / Fidayeen / Foregin Militant / FIR (First Information REport) / Fake Encounter.

G : Grenade Blast / Gunbattle / G Brach (General brach – BSF intelligence) / Graveyard / Gun Culture

H : HM (Hizb – ul- Mujahadeen) / HRV (Human Rights Violations) / HRS (Human Rights Activist / Hartal / Harkat-ul-Mujahiden / Honeymoon / Half widows / Half – orphans / Human shields / Healing Touch / Hideout.

I : Interrogation / India / Intelligence / Insurgent / Informer /

I-card / ISI / intercepts / Ikhwan / Information warefare / IB / Indefinite Curfew .

J : Jail / Jamaat / JKP/JIC (Joint Interrogation Centre_ JKLF (Jammu & Kashmir Liberation front) / Jihad / jannat / jahannum / Jamiat ul Mujahideen / Jaish-e-Mohammed.

K : Kills / Kashmir / Koshmiriyat / Kalashinkov (See also AK) / Kilo Force / Kafir

L : Laskhar-e-/taiba/ LMG / Launcher ? Love letter / Lahore / Landmine.

M : Mujahideen / Military / Mintree / Media / Mines / MPV (Mine Proff Vehicle) / Militant (also Milton, Mike) / Muslim Mujahidden / Mistaken Identity / Martyrs / Mukhbir (Informer) / Misfire (Accidental death) / Muskaan (army orphanage) / Massacre / Mout / Moj.

N : NGO / New Delhi / Nizam-e-Mustapha / Nabad (see also Ikhwan) / Night patraolling / NTR (nothing to report) / nail parade / normalcy

O : Occupatio / Ops / OGW (overground worker) / overground / offical version / operation Tiger / operation Sadbhavana.

P : Pakistan / POSA (Public Security Act) / POT A (nrevention of Terrorism Act) Picked up / Prima Facie / Peace / Police / Papa I, Papa II, (interrogation Centres) / Psyops (psychological warfare) / Pandits / Press Conference / Peace Process / Paramilitary / PTSD (Post Traumatic Stress Disorder) / Paar / Press release.

Q : Quran / Questioning.

R : RR (Rashtriya Rifles) Regular Army / rape / rigging / Road opening Patrol / RDX / RAW / Renegades / RPG (rocket propelled grenade) / razor wire / referendum

S : Separatists / surveillance / Spy / SOG / STF/Suspected / shaheed / Shohadda (martyrs) / Sources / Security / Sadbhavana / Surrender (aka cylinder) / SRO 43 (special Relief order – a lakh.)

T : Third Degree / Tourture / Terrorist / tip-off / tourism / TADA (Terrorist and Disruptive Activities Act) / threats / target / task force.

U : Unidentified gunmen / unidentified body / Ultras / underground

V : Viloence / Victor Force / Village Defence Committee / Version (local / offical / police / army) / Victory

W : Warnings / wireless / waza / wazwaan

X : X gratia.

Y : Yatra (Amarnath)

Z : Zulm (Oppression) / Z plus security

आता मुसा नाही, तरी हिच्या डोक्यात असला कचरा कोण भरत आहे?

ती अजूनही या जुन्या कहाणीच्या चिखलात का लोळते आहे?

सगळे जण पुढं गेले आहेत.

तीसुद्धा पुढं गेली आहे असं मी समजत होतो.

मी तिच्या बिछान्यावर पडलोय.

माझं डोकं माझा जीव घेत आहे.

आणि खोली फुग्यांनी भरली आहे.

तिच्या बाबतीत माझी अवस्था नेहमी अशी का होते?

मी ज्या वहीतलं पान फाडलं होतं, ती वही उघडली. वहीच्या पहिल्या पानावर लिहिलं होतं :

प्रिय डॉक्टर,

मी लिहिते तेव्हा देवदूत माझ्या आजूबाजूला घिरट्या घालत असतात. त्यांच्या पंखांना कोंबड्याच्या खुराड्याच्या तळासारखा वास येतो हे त्यांना कसं सांगायचं?

खरंच, काबूलमध्ये यापेक्षा खूपच सोपं होतं.

ती यापूर्वीच चार-पाच वेळा मेली होती.
त्यानंतर अपार्टमेंट तिच्या स्वतःच्या मृत्यूपेक्षा गहिऱ्या नाट्यासाठी उपलब्ध राहिलं होतं.

– ज्यो जेनेट

आठ

भाडेकरू

रस्त्यावरच्या दिव्यावर बसलेल्या ठिपक्याठिपक्यांच्या घुबडाच्या पिल्लानं एखाद्या जपानी उद्योगपतीच्या सफाईदारपणानं व अत्यंत शिष्टाचारसंपन्नतेनं वाकून पाहिलं. तिथून त्याला एका छोट्या, रिकाम्या खोलीच्या खिडकीतून आतपर्यंतचं दृश्य विनाव्यत्यय दिसत होतं. त्या खोलीत बिछान्यावर एक विचित्र, अनावृत्त बाई दिसत होती. तिथून तिलाही ते घुबडाचं पिल्लू व्यवस्थित दिसत होतं, विनाव्यत्यय. काही वेळा ती रात्री बाहेर डोकावून *'मोशी मोशी'* असं म्हणालीसुद्धा.

त्या खोलीतल्या भिंतीतूनसुद्धा वैतागवाणा, हटवादी उकाडा झिरपत होता. मंद फिरणारा पंखा गरम हवा ढवळून त्यावर धुळीचा थर पांघरत होता.

त्या खोलीत समारंभाच्या खुणा दिसत होत्या. खिडकीच्या जाळीला बांधलेले फुगे एकमेकांच्या अंगावर कसेही चेंगरले होते आणि उष्णतेमुळं मऊ व शुष्क झाले होते. खोलीच्या मध्यभागी एका बुटक्या, रंगवलेल्या स्टुलावर एक केक होता. भडक स्ट्रॉबेरी आयसिंगचा. त्यावर साखरेची फुले होती. जवळच एक जळक्या टोकाची मेणबत्ती, काडेपेटी आणि काही जळक्या काड्या पडल्या होत्या.

केकवर 'हॅपी बर्थडे मिस जबीन' अशी अक्षरे होती.

केक कापलेला होता आणि त्याचा छोटा तुकडा खाल्लेला होता. केकवरचं आयसिंग वितळून तळातल्या सिल्व्हर फॉइल लावलेल्या कार्डबोर्डच्या केक-बेसवर पसरलं होतं. मुंग्या त्या केकचे त्यांच्या आकारापेक्षा मोठे कण घेऊन निघाल्या होत्या. काळ्या मुंग्या, गुलाबी कण.

ज्या बाळाचा वाढदिवस आणि नामकरण असं दोन्हीही एकत्रच साजरं होऊन, यशस्वीरीत्या पार पडलं होतं, ते बाळ गाढ झोपलं होतं.

त्या बाळाची अपहरणकर्ती– तिचं नाव होतं एस. तिलोत्तमा– जागी होती आणि ध्यानमग्न होती. तिला तिच्या केसांच्या वाढण्याचा आवाज ऐकू येत होता, काहीतरी चुरगळल्यासारखा. काहीतरी जळलेलं चुरगळल्यासारखा. कोळसा. टोस्ट.

दिव्याभोवती पतंग जळून कुरकुरीत झाले होते. तिला कुठंतरी वाचलेलं

आठवलं की, माणूस मेल्यावरसुद्धा त्याचे केस व नखे वाढत राहतात. तारे स्वत: संपून गेल्यानंतरसुद्धा ब्रह्मांडात सफर करत राहतात. फसफसत्या बुडबुड्यासारखे. फसफसत्या बुडबुड्यांच्या... ज्या ग्रहाला त्यांनी लुटलं आहे, तो ग्रह त्यांच्या आजूबाजूला निष्प्राण पडलेला असताना जीवनाचा भ्रम निर्माण करणाऱ्या... शहरांसारखे.

ती रात्री शहराबद्दल विचार करत होती. शहरांबद्दल विचार करत होती. जुन्या ताऱ्यांचे निरुपयोगी पुंज... आभाळातून पडलेले... पृथ्वीवर विशिष्ट आकारांत, रस्ते व मनोऱ्यांत पुन्हा जडले होते. त्यांच्यावर टोक्यांनी हल्ला चढवला होता... थेट वर चढायला शिकलेल्या टोक्यांनी.

एक तत्त्वज्ञानी- टोका... वागण्याबोलण्यात भारदस्त विचारशीलता व पिळदार मिश्यांचा– वर्गात शिकवत होता. पुस्तकातून काहीतरी मोठ्यानं वाचून दाखवत होता. त्याच्या ज्ञानी-टोक्याच्या ओठांमधून सांडलेला शब्दन्‌शब्द टिपण्यासाठी आटोकाट प्रयत्न करणाऱ्या, उमलत्या वयातील टोक्यांचं कौतुक करत होता.

'नित्शेच्या मते, जर करुणा हा नीतिशास्त्राचा महत्त्वपूर्ण भाग होणार असेल तर दुःख संसर्गजन्य बनेल व आनंद ही संशयाची बाब बनेल.'

तरुण टोक्यांनी त्यांच्या इवल्या नोटपॅड्‌सवर खरडून घेतलं.

त्याच वेळी, शॉपेनहॉवरच्या मते, 'करुणा हा टोक्याचा सर्वश्रेष्ठ सद्‌गुण आहे व तो असला पाहिजे.' पण यांच्या आधी, सॉक्रेटिसनं सर्वांत महत्त्वाचा प्रश्न विचारला आहे, 'आपण नैतिक मूल्ये का मानली पाहिजेत?'

या प्रोफेसरनं 'टोक्यांच्या चौथ्या जागतिक महायुद्धात' एक पाय गमावला होता. तो काठी घेऊन येत असे. त्याचे उर्वरित पाच (पाय) उत्तम अवस्थेत होते.

त्याच्या वर्गाच्या मागच्या भिंतीवर एअरब्रशने 'ग्राफिटी' फवारलेली होती :

Evil Weevils Always Make the Cut.

दुष्ट टोके...

आधीच गर्दीनं गच्च भरलेल्या वर्गात इतर प्राण्यांचीही गर्दी झाली होती.

मानवी कातड्याची पर्स घेतलेली मगर

उपोषणाला बसलेला मासा

झेंडा घेतलेला कोल्हा

जाहीरनामा घेतलेली अळी

नवतावादी सरडा

'आयकॉन' घोरपड

कम्युनिस्ट गाय

पर्यायवादी घुबड

टीव्हीवरची पाल... बातम्या देत होती...

नमस्कार. आपलं स्वागत आहे. आपण पाहत आहात नऊच्या बातम्या... पालीच्या बातम्या.. यू आर वॉचिंग लिझार्ड न्यूज अॅट नाइन. देअर हॅज बीन अ ब्लिझार्ड ऑन लिझार्ड आयलंड.

ते बाळ हा कशाचा तरी आरंभ होता. अपहरणकर्तीला एवढंच माहीत होतं. त्या रात्री तिच्या हाडांनी तिला हे हळूच सांगितलं होतं, तिनं पेव्हमेन्टवर तिची चाल खेळली होती त्या वेळी (ही रात्र म्हणजे, ती संबंधित रात्र, याआधी उल्लेख केलेली रात्र... त्या रात्रीचा उल्लेख यापुढे 'ती रात्र' असा केला जाईल.) आणि तिची झाडे हे जर विश्वासार्ह खबरी नसतील तर काय अर्थ आहे... ती पक्की विश्वासू होती. ते बाळ म्हणजेच कुमारी जबीन परत आली होती. परत आली होती म्हणजे, तिच्याकडे नव्हे, या जगात परत आली होती (आधीची कुमारी जबीन, द फर्स्ट, कधीच तिची नव्हती) आताची कुमारी जबीन, द सेकंड, जेव्हा मोठी बाई होईल, तेव्हा ती सगळे हिशेब चुकते करणार होती. कुमार जबीन बाजी पलटवणार होती.

अजून आशा होती... दुष्ट टोक्यांच्या जगात.

खरं होतं, सुखाचं हिरवंगार कुरण पिवळं पडलं होतं; पण कुमारी जबीनचं आगमन झालं होतं.

***

नागानं तिलोला विचारलं की, तू मला का सोडून जात आहेस... एक कारण सांग.

मी तुझ्यावर प्रेम करत नाही का? मी तुझी काळजी घेत नाही का? मी तुझ्या भावना समजून घेत नाही का? मी उदारपणे विचार करत नाही का? मी तुला समजून घेत नाही का? आत्ताच का?

इतक्या वर्षांनी का?

तो म्हणाला की, चौदा वर्षे हा एखाद्या व्यक्तीला कशातूनही बाहेर येण्याच्या दृष्टीने पुरेसा काळ आहे. फक्त त्या व्यक्तीची त्यातून बाहेर यायची इच्छा हवी. लोक यापेक्षा भयंकर गोष्टी सोसत असतात.

"ओह, ते..." ती म्हणाली, "मी त्यातून खूप पूर्वीच बाहेर आले आहे. मी आनंदी आहे आणि आता मी छान जुळवूनही घेतलं आहे. काश्मीरमधल्या लोकांसारखंच. मी माझ्या देशावर प्रेम करायला शिकले आहे. पुढच्या निवडणुकीत कदाचित मी मतदानसुद्धा करेन."

त्यावर त्यानं काहीही प्रतिक्रिया दिली नाही. तो म्हणाला, "तू मानसोपचार तज्ज्ञाकडं जाण्याबाबत विचार कर."

विचार करण्यामुळे तिचा घसा दुखू लागला. मानसोपचार तज्ज्ञाला दाखवण्याचा विचार न करण्यासाठी हे कारण चांगलं होतं.

नागा आता ट्वीडचे कोट घालू लागला होता. त्याच्या वडिलांसारखा सिगार ओढू लागला होता. आणि नोकरचाकरांशी अधिकारयुक्त उद्दामपणे बोलू लागला होता. त्याच्या आईसारखं. टोस्टवरची वाळवी, खादीची लुंगी आणि 'रोलिंग स्टोन्स' वगैरे भूतकाळात जमा झालं होतं... तापातल्या भ्रमांसारखं.

नागाची आई त्यांच्या भल्यामोठ्या घराच्या तळमजल्यावर एकटी राहायची. (त्याचे वडील, राजदूत शिवशंकर हरिहरन यांचं निधन झालं होतं.) तिनं नागाला सल्ला दिला, तिलोला जाऊ दे. 'तिला स्वतःच्या पायावर उभं राहता येणार नाही. ती तुझ्याकडं परत येण्यासाठी पदर पसरेल.'

नागा ओळखून होता. तिलो स्वतःच्या पायावर उभं राहू शकते आणि समजा ती नाही राहू शकली, तरी ती पदरबिदर मुळीच पसरणार नाही. ती अशा लाटेसोबत वाहत चालली आहे, ज्या बाबतीत तो किंवा ती फार काही करू शकत नाहीत, हे त्यानं ओळखलं होतं. तिची अस्वस्थता, तिचं शहरात असुरक्षितपणे भटकणं आणि त्याची तिला जाणवणारी अपरिहार्य निकड ही सगळी तिची मानसिक अवस्था बिघडण्याची सुरुवात होती का? अतिशय तल्लख, भयंकर म्हणावी अशी मानसिकदृष्ट्या निरोगी अवस्था. का या दोन्ही गोष्टी एकत्र होत्या? त्यालाच कळत नव्हतं.

तिच्या या नव्याने समोर आलेल्या बेचैनीला तिच्या आईचं विचित्र मरण कारणीभूत आहे असं त्याला वाटत होतं. तो फक्त याच एका गोष्टीचा संबंध तिच्या वागण्याशी जोडू शकत होता. त्याला हे चमत्कारिक वाटत होतं, कारण त्या दोघींमध्ये नात्याचे भावबंध जवळजवळ नव्हते. आईच्या अखेरच्या दोन आठवड्यांमध्ये तिलो हॉस्पिटलमध्ये तिच्या शेजारी बसून होती हे खरं होतं. पण तेवढं सोडलं तर गेल्या कित्येक वर्षांत ती आईला क्वचितच भेटली होती.

नागाचं एका अर्थानं बरोबर होतं, आणि एका अर्थानं चूक. तिच्या आईच्या मृत्यूनं (तिचं २००९ च्या हिवाळ्यात निधन झालं.) तिलोला एक प्रकारच्या स्थानबद्धतेतून मुक्त केलं होतं; ज्या बंधनाची कुणालाच, तिला स्वतःलासुद्धा जाणीव नव्हती. कारण त्यानं नेहमी याच्याविरुद्ध एक विशिष्ट, अभेद्य, स्वतंत्र रूप पाहिलं होतं. तिलोच्या प्रौढ आयुष्यात तिनं कायम तिच्या व आईच्या– तिची खरी दत्तक आई–दरम्यान एक विशिष्ट अंतर ठरवलं व राखलं होतं. आता जेव्हा त्याची आवश्यकता उरली नाही, तेव्हा गोठलेलं काहीतरी वितळू लागलं होतं आणि त्याच्या जागी दुसरं काहीतरी येऊ लागलं होतं... काहीतरी अपरिचित.

नागाचे प्रयत्न अयशस्वी ठरले. तिलोचा पाठपुरावा करणं त्यानं ठरवल्यानुसार घडत नव्हतं. तिनं फक्त एक सहजसाध्य विजय असणं अपेक्षित होतं... आणखी

एक बाई... त्याच्या अफाट बुद्धिमत्तेला व त्याच्या तीव्र मोहकतेला वश झालेली... शिवाय हृदयभंग झालेली. पण तिलोच त्याला घेरत गेली आणि जवळपास व्यसन म्हणावं तशी सक्तीची बनली. व्यसनाला त्याची स्वतःची अशी आठवणींची कुपी असते. प्रिय व्यक्तीची त्वचा, गंध,लांबसडक बोटे.

तिलोच्या बाबतीत तिचे उतरते डोळे, तिच्या मुखाचा आकार, तिच्या ओठांची समानता किंचित बदलणारा, तिला बेफिकीर बनवणारा, जवळपास अदृश्यच व्रण - तिला तसं दाखवायचं नसे तेव्हासुद्धा दाखवणारा– तिच्या डोळ्यांनी तिची नापसंती जाहीर करण्याआधीच ती दाखवणाऱ्या तिच्या फुरफुरत्या नाकपुड्या, तिच्या खांद्यांची ढब, तिचं पूर्ण नागव्यानं कमोडवर बसून सिगारेट फुंकणं. त्यांच्या लग्नाला बरीच वर्षे झाली होती; ती आता तरुण राहिली नव्हती आणि ते भासवण्यासाठी ती काहीही करत नव्हती. तरीही नागाला तिच्याबद्दल जे वाटायचं ते जराही बदललं नव्हतं. कारण त्याचा त्यापेक्षाही आणखी कशाशीतरी संबंध होता– ते म्हणजे तिची घमेंड... तिचा अहंकार (तिच्या 'घराण्या'बद्दल त्याच्या आईनं सरळसरळ प्रश्नचिन्ह उपस्थित केलं असलं तरी). त्याचा तिच्या जीवनपद्धतीशी संबंध होता... ती तिच्या स्वतःच्या ज्या जगात राहत होती त्याच्याशी होता... अशा देशात जिथं व्हिसा दिले जात नसत आणि दूतावासही नसत.

अगदी सर्वोत्तम क्षणीसुद्धा तो देश खास मैत्रीपूर्ण नव्हता हे खरं होतं. त्याच्या सीमा बंद होत्या आणि शिराज सिनेमागृहातल्या प्रसंगांनंतर कमी-अधिक प्रमाणात पूर्ण एकांतवास सुरू झाला होता. नागानं तिलोशी लग्न केलं होतं, कारण तो खऱ्या अर्थानं कधी तिच्यापर्यंत पोहोचू शकला नव्हता आणि त्यामुळेच तो तिला जाऊ देऊ शकत नव्हता. (पण त्यामुळे अर्थातच आणखी एक प्रश्न उपस्थित झाला. तिलोनं नागाशी लग्न का केलं? एखादा उदारमतवादी माणूस म्हणेल की, तिला आसरा हवा होता म्हणून केलं. एखादा कमी उदारमतवादी माणूस म्हणेल की, तिला संरक्षक कवच हवं होतं म्हणून केलं. कहाणीत नागाची भूमिका अगदी छोटी असली तरी, त्या शिराजच्या 'आधी' व 'नंतर'; कधीकधी हे 'इसवी सन पूर्व' आणि 'इसवी सन' सारखं वाटत असे.)

बिप्लव दास-गूज-दा चा दाचीगाममधून मध्यरात्री फोन आल्यानंतर, नागाला अहदूसमधून निघून शिराजमध्ये पोहोचण्याची व्यवस्था करण्यासाठी काही तास आणि बरेच गोपनीय फोन करावे लागले होते. संचारबंदी जाहीर करण्यात आली होती. श्रीनगरची नाकाबंदी करण्यात आली होती. वीकेन्डला ज्यांची हत्या झाली होती त्या लोकांची प्रेतयात्रा दुसऱ्या दिवशी सकाळी निघणार होती. त्या वेळी रस्त्यांवर जनक्षोभ उसळणार होता. त्या दृष्टीनं चोख सुरक्षाव्यवस्था करण्यात आली

होती. दिसताक्षणी गोळी घालण्याचे आदेश होते. त्या रात्री शहरात बाहेर पडणं ही अशक्यप्राय गोष्ट होती. नागानं वाहनाची व्यवस्था करून, संचारबंदीतून व तपासणीनाक्यावरून पार होण्याची आणि शिराजमध्ये प्रवेश करण्याची परवानगी मिळवेपर्यंत जवळजवळ पहाट झाली होती.

शिराज सिनेमाच्या लॉबीबाहेर एक ऑर्डर्ली त्याची वाट पाहत होता. एके काळी जिथं तिकिटाची खिडकी होती, त्याच्या जवळ आता तिथं चौकी होती. त्या ऑर्डलीनं त्याला सांगितलं की, मेजरसाहेब (अमरिक सिंग) बाहेर पडले आहेत; पण त्यांच्या ऑफिसमध्ये त्यांचे डेप्युटी तुम्हाला भेटतील. मग त्या ऑर्डर्लीनं नागाला त्या ऑफिसमध्ये नेलं. त्यानं नागाला तिथं बसायला सांगितलं आणि 'साहेब एका मिनिटात येतील' असं सांगितलं. नागानं खोलीत प्रवेश केला. तेव्हा त्याला दाराकडे पाठ करून खुर्चीत जी काश्मिरी फिरन व स्कार्फ बांधलेली व्यक्ती बसली होती, ती तिलो आहे हे माहीत असायचं कारणच नव्हतं. त्यानं बऱ्याच दिवसांत तिला पाहिलं नव्हतं. तिनं मागं वळून पाहिलं तेव्हा तो तिच्या नजरेतले भाव पाहून दचकला नसेल इतका तिच्या हसून 'हॅलो' करण्याच्या प्रयत्नांनी दचकला. त्याच्या दृष्टीनं ही भगदाड पडण्याची खूण होती. ही व्यक्ती ती नव्हतीच. त्याच्याकडे पाहून हसून त्याला 'हॅलो' म्हणणारी बाई ती नव्हतीच. काळाच्या ओघात तिलोच्या जवळच्या मित्रपरिवाराला कळलं होतं की, तिचं हाय-हॅलो वगैरे अभिवादन न करणं हे तिचं जवळीक दाखवणार बिनधास्त वर्तन असतं. तिच्या स्कार्फला धन्यवाद द्यायला हवेत कारण तिचा तो 'हेअरकट' लगेच त्याच्यासमोर आला नाही, नंतर आला. नागानं गृहीत धरलं की, तो काश्मिरी स्कार्फ ही फक्त एका दक्षिण भारतीय व्यक्तीची थंडीवरची अतिशयोक्त प्रतिक्रिया आहे. (त्याच्याकडं दक्षिण भारतीय लोक व माकडटोप्यांवरच्या विनोदांचा खजिनाच होता. तो ते विनोद अगदी साभिनय सांगायचा; न घाबरता कारण तो स्वत: अर्धा-दक्षिण भारतीयच होता.)

ती त्याला पाहताच उठली आणि झट्‌कन दाराजवळ आली.

"तू आला आहेस! मला वाटलं गार्सन..."

"मला त्याचा फोन आला होता. तो राज्यपालांसोबत दाचीगाममध्ये आहे. मी इथंच होतो. तू ठीक आहेस ना? आणि मुसा...? तो...?"

त्यानं तिच्या खांद्याभोवती हात टाकला. ती थरथरत होती... खरंतर थडथड उडत होती. तिच्या त्वचेखाली एखादी 'मोटर' बसवली असल्यासारखी. तिच्या तोंडाजवळची शीर उडत होती.

"आपण आता निघू शकतो का? आपण निघू या का?"

त्यावर नागानं काही उत्तर देण्याआधीच शिराज सिनेमा जे आयसीचा डेप्युटी कमांडंट अशफाक मीर तिथं आला. तो तिथं पोहोचण्याआधीच त्याच्या कोलोनचा

उग्र वास तिथं पोहोचला होता. कल्पित बेकायदेशीर कृत्याबद्दल अपराधी वाटून घेत नागानं तिच्या खांद्यावरचा हात काढला. (त्या काळी काश्मीरमध्ये, अपराधीपण व निष्पापपणा कशाला म्हणायचं यातला फरक अगम्य बनला होता.)

अशफाक मीर आश्चर्यकारक बुटका होता, आश्चर्यकारक मजबूत दिसणारा होता आणि आश्चर्यकारक गोरापान होता. अगदी काश्मिरी माणसाच्या दृष्टीनेसुद्धा. त्याचे कान व नाकपुड्या गुलाबी होत्या, त्यातून धातूसारखा चमकदार प्रकाश पाझरतोय असं वाटत होतं. तो अत्यंत देखणा होता आणि त्याची वेशभूषाही एकदम नीटनेटकी होती. कडक इस्त्रीची खाकी पॅन्ट, पॉलिश केलेले तपकिरी बूट, चमचमणारी बकले; त्याच्या गुळगुळीत, चमकत्या कपाळावरून मागे वळवून जेल लावून बसवलेले केस. तो अल्बानिया किंवा बाल्कनचा एखादा तरुण लष्करी अधिकारी असावा असं वाटत होतं. तो बोलू लागला तेव्हा मात्र त्याचं बोलणं, पिढ्यान्‌पिढ्या काश्मिरी रक्तात भिनलेल्या अतिथ्यशीलतेनं जुन्या गिऱ्हाइकाचं स्वागत करणाऱ्या जुन्या काळातील हाउसबोट मालकासारखं वाटलं.

"वेलकम, सर! वेलकम! वेलकम! सर, मी तुमचा खूप मोठा फॅन आहे! माझ्यासारख्या लोकांना योग्य मार्गावर ठेवण्यासाठी आपल्याला तुमच्यासारख्या लोकांची गरज आहे!" त्याच्या प्रसन्न, लहान मुलासारख्या चेहऱ्यावर उमललेलं हास्य म्हणजे पारितोषिक होतं. त्याच्या स्तिमित, निळ्याशार डोळ्यांत ते चमकून उठलं होतं. तो खराखुरा आनंद वाटत होता. त्यानं नागाचे हात दोन्ही हातांत घेऊन आपुलकीनं आणि आनंदानं त्याच्याशी बराच वेळ हस्तांदोलन केलं. मग तो डेस्कमागे त्याच्या जागेवर गेला व त्यानं नागाला त्याच्या समोर बसण्याची खूण केली. "माफ करा. मामला थोडा गंभीर झाला आहे. मी रात्रभर बाहेर होतो. शहरात अशांतता आहे... तुम्ही ऐकलं असेलच... निदर्शने, गोळीबार, हत्या, अंत्यसंस्कार... आमचं नेहमीचं श्रीनगर स्पेशल. मी आत्ताच परत आलो. माझ्या सीओ सरांनी मला, तू स्वत: जाऊन मॅमना तुमच्या 'स्वाधीन कर' असं सांगितलं होतं."

तो तिला "मॅम" म्हणाला असला तरी त्याचं वागणं तिलो तिथं हजरच नसल्यासारखं होतं. (त्यामुळे तिलोलाही ती तिथं हजरच नसल्यासारखं वागण्याची परवानगी मिळाली.) त्यानं तिचा उल्लेख केला तेव्हासुद्धा त्यानं तिच्याकडे पाहिलं नव्हतं. ते आदर दाखवण्यासाठी होतं, अनादर व्यक्त करण्यासाठी होतं का, फक्त स्थानिक प्रथा होती, ते कळत नव्हतं.

त्या दिवशी त्या खोलीत जे जे घडलं त्यातलं फारसं कळण्याजोगं नव्हतंच. एकतर अशफाक मीरची कृती काळजीपूर्वक आखलेली तरी होती, त्याच्या प्रवेशाची वेळ व पद्धतसुद्धा किंवा ती आयत्या वेळची सफाईदार हुशारी असू शकेल. एक गोष्ट मात्र नि:संदिग्ध होती, ती म्हणजे – लगबग व सुहास्यतेमागची धमकी :

'मॅम'ना व्यक्तिश: स्वाधीन करण्यात येईल; पण फक्त अशफाक मीर सांगेल तेव्हाच सर व मॅम तिथून जाऊ शकतील. तरीही तो असं दाखवत होता की, तो फक्त त्याला नेमून दिलेले कर्तव्य त्याला शक्य तितक्या चांगल्या पद्धतीने पार पाडणारा नम्र अधिकारी आहे. तो असं दाखवत होता की, काय घडलं आहे हे त्याला अजिबात माहीत नाही. तिलो जेआयसीमध्ये काय करते आहे किंवा तिला 'स्वाधीन' करण्याची काय आवश्यकता आहे, हेही त्याला माहीत नाही, असा त्याचा आविर्भाव होता.

त्या खोलीतल्या वातावरणावरून (ती थरथरत होती) एक गोष्ट स्पष्ट होती की, अतिशय नीच, आत्यंतिक घृणास्पद असं काहीतरी घडलं होतं. ते काय घडलं होतं किंवा पापी कोण होतं आणि ते पाप कुणाच्या बाबतीत घडलं होतं हे स्पष्ट नव्हतं.

अशफाक मीरनं बेल वाजवून चहा-बिस्किटे मागवली. पाहुण्यांना ते हवं आहे का हे न विचारताच. ते चहा येण्याची वाट बघत असताना, नागाची नजर भिंतीवरच्या फ्रेमवर खिळल्याचं अशफाक मीरच्या लक्षात आलं.

We follow our own rules
Ferocious we are
Lethal in any form
Tamer of tides
We play with storms
U guessed it right
We are
Men in Uniform

आम्ही मानतो नियम आमचे
आम्ही आहोत निर्दय
कोणत्याही रूपात प्राणनाशक
आम्ही लाटांवर स्वार होतो
आम्ही तुफानांशी खेळतो
बरोबर ओळखलंत तुम्ही
आम्ही आहोत
गणवेशधारी लोक

"हे आमचं इथलंच काव्य'..." अशफाक मीर मान मागे वाकवून सातमजली हसला.

चहा... किंवा स्क्रिप्ट... कशामुळे तरी तो बडबडत सुटला होता. त्याचे श्रोते बेचैन (आणि गप्पही) आहेत या गोष्टीचा त्याला जाणीव नव्हती. तो त्याचे कॉलेजचे दिवस, त्याचं राजकारण, त्याची नोकरी याबद्दल अगदी प्रेमानं बडबड करत होत. तो सांगत होता की, तो विद्यार्थी नेता होता आणि त्याच्या पिढीतल्या बहुतेक तरुणांप्रमाणेच तो कट्टर फुटीरतावादी होता. पण १९९०च्या दशकाच्या सुरुवातीचा रक्तपात पाहिल्यामुळे, एक चुलतभाऊ व पाच जिवलग मित्र गमावल्यामुळे त्याच्या डोक्यात स्पष्ट प्रकाश पडला होता. आता त्याची धारणा बनली होती की, काश्मीरचा आझादीसाठीच्या लढ्याचा रस्ता चुकला आहे. 'विधी शासन' म्हणजेच कायद्याचे राज्य आल्याखेरीज काहीही साध्य करता येणार नाही. म्हणूनच तो जम्मू आणि काश्मीर पोलीस दलात दाखल झाला होता आणि त्याची एसओजी, द स्पेशल ऑपरेशन्स ग्रूपमध्ये नियुक्ती झाली होती.

अंगठा व तर्जनीमध्ये बिस्कीट हळुवारपणे धरून त्यानं हबिब जालिब यांची एक कविता म्हणून दाखवली. त्यानं सांगितलं की, त्याच्या हृदयपरिवर्तनाच्या क्षणी त्याला ही कविता भेटली.

मुहब्बत गोलियों से बो रहे हो,
वतन का चेहरा खून से धो रहे हो।
गुमान तुम को कि रास्ता कट रहा है,
यकीन मुझको कि मंजिल खो रहे हो।

(बंदुकीच्या गोळ्यांनी प्रेम पेरत आहात
मातृभूमीचा चेहरा रक्ताने धूत आहात
तुम्हाला वाटतंय की, रस्ता पार होतोय
मला खात्री आहे, तुम्ही भरकटले आहात)

यावर त्यांच्या प्रतिक्रियेची वाट न पाहता त्यानं त्याचा स्वर बदलला... तो भावनोत्कटतेवरून षडयंत्रपूर्णतेवर आला :

"आणि आझादीनंतर? कुणी विचार केला आहे? बहुसंख्य असलेले लोक अल्पसंख्याकांचे काय करतील? काश्मिरी पंडित आधीच सोडून गेले आहेत. आता फक्त आम्ही मुस्लिम उरतो. आम्ही एकमेकांशी कसे वागू? सलफी बरेलवींशी कसे वागतील? सुन्नी शियांचं काय करतील? ते म्हणतात की, जर त्यांनी हिंदूची हत्या केली तर त्यांना 'जन्नत' लाभण्यापेक्षा, जर त्यांनी शियाची हत्या केली तर त्यांना अधिक खात्रीनं 'जन्नत' लाभेल. मग लडाखी बौद्धांचं भवितव्य काय असेल? जम्मू हिंदूंचं? जे अॅन्ड के म्हणजे फक्त काश्मीर नव्हे. ते जम्मू आणि काश्मीर व लडाख

आहे. कुठल्याही फुटीरतावाद्यानं याचा विचार केला आहे का? तुम्हाला सांगतो याचं स्पष्ट, स्वच्छ उत्तर आहे 'नाही'.

अशफाक मीरच्या बोलण्याशी नागा सहमत होता. हे साशंकतेचं बीज प्रशासनानं कसं काळजीपूर्वक रुजवलं आहे हे त्याला माहीत होतं. अशफाक मीरचं बोलणं ऐकणं म्हणजे मौसम बदलताना आणि पीक कापणीला येताना पाहण्यासारखं होतं. त्यामुळे क्षणभर नागाच्या मनात सर्वज्ञतेची सणक उसळली. पण ती भेट लांबेल असं त्याला काहीही करायचं नव्हतं, म्हणून तो गप्प बसला. मग अशफाक मीरनं मान उंचावून डेस्कच्या मागच्या बाजूला व्हाइट बोर्डवर हिरव्या मॅजिक मार्करनं लिहिलेली यादी दाखवली, 'मोस्ट वॉन्टेड' लोकांची... त्यात जवळजवळ पंचवीस नावे होती. त्यातल्या निम्म्यापेक्षा जास्त नावांसमोर (ठार) (ठार) (ठार) असं लिहिलेलं होतं.

"हे सगळे पाकिस्तानी व अफगाणी आहेत," अशफाक मीर मागे वळून न पाहता, नजर नागावर रोखून म्हणाला.

"त्यांचं 'शेल्फ-लाइफ' सहा महिन्यांपेक्षा जास्त नाही. या वर्षाअखेरपर्यंत ते सगळे संपतील. पण आम्ही कधीही काश्मिरी मुलांना मारत नाही. कधीही नाही. ते कट्टर नसतील तर कधीही नाही."

ते निर्लज्ज खोटं कसल्याही आव्हानाविना तसंच तरंगत राहिलं. तोच त्याचा उद्देश होता... अंदाज घेणं.

अशफाक मीर स्तिमित नजरेनं, पापणी न पाडता नागाकडे बघत चहा पीत होता. अचानक... किंवा कदाचित तितकं अचानक नाही... त्याच्या मनात काही तरी आलं.

"तुम्हाला एक नमुना पाहायचा आहे का... *मिल्टन*? इथं माझ्या कस्टडीत एक जखमी आहे. एक काश्मिरी. त्याला आणायला सांगू का?

त्यानं पुन्हा बेल वाजवली. काही सेकंदात एक जण हजर झाला आणि त्यानं 'ऑर्डर' घेतली. चहाबरोबर आणखी स्नॅक्स आणण्याच्या ऑर्डरसारखीच.

अशफाक मीर खोडकरपणे हसला आणि म्हणाला, "माझ्या बॉसना सांगू नका, प्लीज. ते मला झापतील. अशा गोष्टींची परवानगी नसते. पण तुम्हाला... आणि मॅडमना ते खूप इंटरेस्टिंग वाटेल."

तो नवा खाद्यपदार्थ येण्याची वाट पाहत होता. दरम्यान त्यानं लक्ष त्याच्या डेस्कवरच्या कागदपत्रांकडे वळवत त्यातल्या बऱ्याच कागदांवर भराभर सह्या केल्या. त्या शांततेत त्याच्या पेनाचे विजयोन्मादी ओरखडे कागदांवर उठत होते. तिलो त्या खोलीत मागच्या बाजूला एका खुर्चीत बसली होती. ती उठून खिडकीपाशी गेली आणि तिथून बाहेर पाहू लागली. उदासवाणा पार्किंग लॉट लष्करी ट्रक्सनी

भरला होता. तिची अशफाक मीरच्या कार्यक्रमाची श्रोता व्हायची इच्छा नव्हती. ही जेलर विरुद्ध कैदी यांच्यात कैद्याच्या बाजूने ठाम उभे राहण्याची अंत:प्रेरणा होती– मग कैद्याला कैदी बनवणारी व जेलरला जेलर बनवणारी कारणे काही का असेनात.

त्या खालोखाल स्वत:चं ती अस्तित्व पुसून टाकण्याचा प्रयत्न करत होती. पण तिचं ते अ-अस्तित्व आता उबदार बनून खोलीभर जाणवू लागलं होतं. त्याची त्या खोलीतल्या दोन्ही माणसांना व्यवस्थित कल्पना होती; फक्त वेगवेगळ्या अर्थानं.

काही मिनिटांतच, एक मजबूत अंगाचा पोलीस एका हडकुळ्या मुलाला घेऊन तिथं आला. त्यानं त्या मुलाला उचलून घेतलं होतं. त्या मुलाच्या पॅन्टचा एक पाय वर दुमडलेला होता. त्यातून त्या मुलाच्या काडेपेटीतल्या काडीइतकी बारीक पोटरी दिसत होती. त्याच्या त्या पायाला घोट्यापासून गुडघ्यापर्यंत फळी लावलेली होती. मोडलेलं हाड जुळवण्यासाठी बांधतात तशी. त्याच्या एका हाताला प्लॅस्टर होतं आणि मानेला बँडेज होतं. त्याचा चेहरा वेदनेनं पिळवटला असला तरी, त्या पोलिसानं त्याला खाली जमिनीवर जोरात ठेवलं तेव्हा त्यानं चेहऱ्यावरची रेघही हलवली नाही.

आपली वेदना दाखवायची नाही असा त्या मुलानं स्वत:शीच करार केला होता. संपूर्ण, दयनीय पराभवानंतरसुद्धा त्यानं मान तुकवण्यास नकार दिला होता आणि म्हणूनच त्याचं कृत्य तेजस्वी वाटत होतं. फक्त ते कुणाच्या लक्षात आलं नाही. तो स्तब्ध होता, विद्ध पक्ष्यासारखा. अर्धवट बसलेला, अर्धवट आडवा, एका कोपरावर टेकून. त्याचा श्वासोच्छ्वास वरवर होता, आणि नजर आत वळलेली होती. त्याच्या चेहऱ्यावरून काहीही समजत नव्हतं. त्यानं त्याच्या आजूबाजूच्या गोष्टींबद्दल किंवा त्या खोलीतल्या माणसांबद्दल काडीचं औत्सुक्य दाखवलं नाही.

खोलीत मागच्या बाजूला बसलेल्या तिलोनं, तितक्याच बेफिकीर उद्ध्वस्ततेनं, त्याच्याबद्दल काडीचं औत्सुक्य दाखवलं नाही.

अशफाक मीरनं ज्या भावनोत्कटतेनं ती कविता वाचली होती त्याच भावनोत्कट स्वरात तो सांगू लागला. आत्ताही तो जे सांगत होता ते एक प्रकारचं आख्यानच होतं.

"मिल्टनचं सरासरी वय सतरा ते वीस यादरम्यान असतं. त्याचं 'ब्रेनवॉश' केलं जातं. त्याच्या मनावर शिकवण बिंबवली जाते आणि त्याच्या हातात बंदूक दिली जाते. ही मुले बरेचदा गरीब आणि खालच्या जातीतली असतात. हो, तुमच्या माहितीसाठी सांगतो, आम्ही मुस्लिमसुद्धा जात-पात आनंदानं पाळतो. त्यांना काय हवे आहे हेच त्यांना माहीत नसते. पाकिस्तान त्यांना भारताला रक्तबंबाळ करण्यासाठी सरळ वापरून घेते. यालाच आपण त्यांचं 'प्रिक ॲन्ड ब्लीड' धोरण म्हणू शकतो.

या मुलाचं नाव आहे एजाज. याला पुलवामाजवळच्या एका सफरचंदाच्या बागेत राबवलेल्या मोहिमेत पकडण्यात आलं आहे. तुम्ही त्याच्याशी बोलू शकता. त्याला कुठलाही प्रश्न विचारा. हा एका नव्या *'तन्जीम'* सोबत होता. नुकत्याच त्यांनी इथं कारवाया सुरू केल्या आहेत. लष्कर-ए-तयबा त्याचा कमांडर, अबू हमजा पाकिस्तानी होता. त्याला निष्प्रभ केलं आहे.''

आता सगळा खेळ नागाच्या लक्षात आला. त्याला एक 'डील' ऑफर करण्यात आलं होतं. काश्मीरच्या खास चलनात. एका पकडलेल्या दहशतवाद्याची मुलाखत घ्यायची. तुलनेनं नव्या असलेल्या अत्यंत घातक संघटनेतील दहशतवादी. गुप्तहेर अहवालांनुसार तो त्यांचा गुप्त खबरी होता... आणि त्या बदल्यात आदल्या रात्रीच्या घटनांवर पडदा... तिलोच्या बाबतीत जे काही घडलं असेल व तिनं जे काही भयंकर पाहिलं असेल त्याला पूर्णविराम.

अशफाक मीर त्याच्या 'शिकारी'जवळ येऊन त्याच्याशी काश्मिरीत बोलू लागला. एखाद्या बहिऱ्या माणसाशी बोलताना ज्या स्वरात बोललं जाईल तशा स्वरात.

''*यी चुई* नागराज हरिहरन साहिब. ते भारतातले प्रसिद्ध पत्रकार आहेत.'' (काश्मीरमध्ये राजद्रोह संसर्गजन्य होता– कधीकधी तो निष्ठावंतांच्या बोलण्यातसुद्धा आपसूक डोकावत असे.) ''ते आपल्याविरुद्ध उघडपणे लिहितात, पण तरीही आपण त्यांचा आदर करतो, त्यांची स्तुती करतो. हाच लोकशाहीचा खरा अर्थ आहे. ही किती सुंदर गोष्ट आहे ते एक दिवस कळेल तुला.''

मग तो नागाकडे वळून इंग्रजीत बोलू लागला. (त्या मुलाला इंग्रजी समजत होतं, पण बोलता येत नव्हतं.)

''आमच्यासोबत राहिल्यानंतर आणि आम्हाला नीट ओळखल्यानंतर, या मुलाला त्याच्या मार्गातील चूक लक्षात आली आहे. आता तो आम्हाला त्याचं कुटुंबच मानतो. त्यानं त्याच्या भूतकाळाचा त्याग केला आहे; त्याचे तेव्हाचे सहकारी व त्याच्या मनावर सक्तीने विचार बिंबवणाऱ्या लोकांशी त्यानं संबंध जोडले आहेत. त्याला दोन वर्षे कस्टडीत ठेवावं अशी त्यानं स्वत: आम्हाला विनंती केली होती; म्हणजे तो त्या लोकांपासून सुरक्षित राहू शकेल. त्याच्या आईवडिलांना त्याला भेटण्याची परवानगी दिली जाते. काही दिवसांतच त्याला तुरुंगात हलवलं जाईल, न्यायालयीन कोठडीत. आमच्या इथं त्याच्यासारखी बरीच मुलं आहेत, जी आमच्यासोबत काम करायला तयार आहेत. तुम्ही त्याच्याशी बोलू शकता. त्याला काहीही विचारा. काही प्रॉब्लेम नाही. तो सांगेल.''

त्यावर नागा काहीही बोलला नाही. तिलो खिडकीजवळून हलली नाही. बाहेर गारठा होता, पण वातावरणात बारीक घरघर आणि डिझेलचा वास भरला होता. तिनं पाहिलं, ट्रक्स व सैनिकांच्या चक्रव्यूहातून, कडेवर बाळ घेतलेल्या एका बाईला

सैनिक घेऊन निघाले होते. ती बाई जायला तयार नसावी असं वाटत होतं. ती सारखं मागे वळून काहीतरी पाहत होती. सैनिकांनी तिला शिराजच्या उंच लोखंडी गेटबाहेर नेऊन सोडलं... मुख्य रस्त्यावरून छळ केंद्रापर्यंत येणाऱ्या मार्गावर अडसर म्हणून घातलेल्या काटेरी तारांच्या वेटोळ्यांच्या कुंपणापलीकडे. ती बाई तिला जिथं नेऊन सोडलं होतं तिथंच उभी होती. लहानखुरी, अस्वस्थ, भयभीत आकृती... ट्रॅफिक आयलंडसारखी... जिथून रस्ते कुठंच जात नव्हते.

क्षणभर त्या खोलीतली शांतता अवघडल्यासारखी झाली.

"ओह आय सी. मी समजू शकतो... तुम्हाला थेट त्याच्याशीच बोलायचं आहे का? मी बाहेर जाऊ का? इट्स नो प्रॉब्लेम. मी बाहेर जाऊ शकतो," असं म्हणून अशफाक मीरनं बेल वाजवली.

"मी बाहेर जातोय," बेल वाजताच आत आलेल्या गोंधळलेल्या ऑर्डर्लीला त्यानं सांगितलं.

"आपण बाहेर जातोय. आपण बाहेरच्या खोलीत बसू."

त्यानं स्वत:ला स्वत:च्याच ऑफिसमधून बाहेर जाण्याचा आदेश दिला आणि त्यानं तिथून बाहेर जात दार लावून घेतलं. तिलोनं त्याला बाहेर जाताना पाहण्यासाठी किंचित मागे वळून पाहिलं. दाराची खालची बाजू व जमीन या दरम्यानच्या फटीतून तिला त्याचे उजेड अडवणारे तपकिरी बूट दिसत होते. त्यानं तर काही सेकंदांत तो परत आत आला. त्याच्यासोबत एक माणूस प्लॅस्टिकची निळी खुर्ची घेऊन आला होता. त्यानं जमिनीवरच्या मुलासमोर खुर्ची आणून ठेवली.

"सर, प्लीज बसा तुम्ही. तो बोलेल. तुम्ही काळजी करण्याची गरज नाही. तो तुम्हाला काहीही इजा करणार नाही. मी जातो आता, ओके? तुम्ही खासगीत बोलू शकता."

तो बाहेर गेला, जाताना त्यानं दार ओढून घेतलं. त्यानंतर तो लगेचच पुन्हा आत आला.

"मी तुम्हाला सांगायचं विसरलो, याचं नाव एजाज आहे. त्याला काहीही विचारा."

त्यानं एजाजकडे पाहिलं आणि त्याचा स्वर किंचित करडा झाला.

"ते तुला जे विचारतील त्याची उत्तरे दे. उर्दूची काही अडचण नाही. तू उर्दूत बोलू शकतोस."

"जी, सर," तो मुलगा मान वर न करता म्हणाला.

"हा काश्मिरी आहे, मीही काश्मिरी आहे. आम्ही भाऊ आहोत... आणि बघा आमच्याकडे! ओके. मी बाहेर जातोय."

अशफाक मीर पुन्हा एकदा तिथून बाहेर गेला आणि पुन्हा एकदा दाराबाहेर त्याच्या बुटांची टकटक ऐकू आली.

"तुला काही सांगायचं आहे का?" नागानं एजाजला विचारलं. तो खुर्चीकडे दुर्लक्ष करून, सरळ एजाजसमोर खाली वाकून बसला होता.

"सांगितलंच पाहिजे असं नाही. फक्त जर तुला काही सांगायचं असेल तर. ऑन ऑर ऑफ द रेकॉर्ड."

एजाजनं क्षणभर नागाच्या नजरेला नजर दिली. त्याचं विश्वासघातकी म्हणून जे वर्णन झालं होतं, त्यामुळे झालेला अपमान त्याच्या शारीरिक वेदनांपेक्षा जास्त भयंकर होता. त्याला नागा कोण आहे हे माहीत होतं. त्यानं त्याला चेहरा पाहून अर्थातच ओळखलं नव्हतं, पण दहशतवादी गटांत नागाचं नाव निर्भय पत्रकार म्हणून सुपरिचित होतं. सहयात्री म्हणून नव्हे, तर उपयोगी पडू शकेल अशी व्यक्ती- 'मानवाधिकार विंग'चा सदस्य म्हणून. काही दहशतवादी भारतीय पत्रकारांबद्दल विनोदाने म्हणत असत, ते सुरक्षादले व दहशतवादी यांच्या अतिरेकाबद्दल समान न्यायबुद्धीने व समान सदसद्विवेकबुद्धीने लिहीत असतात. नागासुद्धा अशांपैकी एक होता. (नागाची राजकीय भूमिका अजून स्पष्टपणे समोर आली नव्हती, त्याला स्वत:लाही ती अजून कळली नव्हती.) आपण काय करायचं आहे हे ठरवण्यासाठी आपल्याजवळ फक्त काही क्षण आहेत हे एजाज ओळखून होता. 'पेनल्टी' मिळालेल्या गोलरक्षकासारखा त्याला कुठला ना कुठला पर्याय निवडावाच लागणार होता. तो तरुण होता. त्यानं थोडा जास्त धोक्याचा पर्याय निवडला. तो शांत व सुस्पष्ट शब्दांत बोलू लागला... काश्मिरी वळणाच्या उर्दूत. त्याचं बाह्यरूप व त्याचे शब्द यांमधली विसंगती त्याच्या शब्दांइतकीच धक्कादायक होती.

"सर, तुम्ही कोण आहात ते मला माहीत आहे. संघर्ष करणाऱ्या लोकांना, आपलं स्वातंत्र्य व सन्मान यासाठी लढणाऱ्या लोकांना नागराज हरिहरन सच्चे, प्रामाणिक पत्रकार म्हणून माहीत आहेत. जर तुम्ही माझ्याबद्दल लिहिणार असाल, तर तुम्ही वास्तव लिहिले पाहिजे. ते - अशफाकसाहेब- सांगत होते ते वास्तव नाही. त्यांनी माझे हाल हाल केले आहेत, मला विजेचे शॉक दिले आहेत आणि मला कोऱ्या कागदावर सही करायला लावली आहे. सर्वांच्या बाबतीत इथं असंच होतं. त्या कागदावर त्यांनी नंतर काय लिहिले ते मला माहीत नाही. वास्तव हे आहे, की मी कुणाच्याही विरोधात गेलेलो नाही. वास्तव हे आहे की, ज्यांनी मला जिहादचं ट्रेनिंग दिलं, त्यांना मी माझ्या आईवडिलांपेक्षा जास्त मान देतो. त्यांनी मला त्यांच्यामध्ये सहभागी होण्याची सक्ती केलेली नाही. मीच त्यांना शोधत त्यांच्यामध्ये गेलो होतो."

तिलोनं मागे वळून पाहिले.

"मी तंगमर्गमध्ये एका सरकारी शाळेत बारावीच्या वर्गात होतो. मला तिथं भरती व्हायला पूर्ण एक वर्ष लागलं. माझ्या कुटुंबात कुणाची हत्या झालेली नाही, कुणाचा छळ झालेला नाही, किंवा कुणाला बेपत्ता व्हावे लागलेले नाही. त्यामुळे ते –लष्कर– माझ्याबद्दल साशंक होते. मी हे आझादी व इस्लामसाठी केलं आहे. त्यांनी माझ्यावर विश्वास ठेवायला, माझी पारख करायला, मी सैन्याचा एजंट आहे का किंवा मी जर दहशतवादी बनलो तर माझ्या कुटुंबाच्या उपजीविकेची काही व्यवस्था आहे, का ते वाऱ्यावर पडेल याची खातरजमा करून घ्यायला त्यांना एक वर्ष लागलं. ते याची अतिशय काळजी घेतात की..."

तेवढ्यात चार पोलीस धाड्कन दार उघडून तिथं आले. त्यांच्या हातात ट्रे होते... आम्लेट, ब्रेड, कबाब, कांद्याच्या चकत्या, गाजराच्या चकत्या आणि आणखी चहा. अशफाक मीर त्यांच्यामागून प्रकटला... रथाचे घोडे हाकणाऱ्या सारथ्याच्या थाटात. त्यानं स्वत: ते खाद्यपदार्थ बश्यांमध्ये वाढले... अगदी व्यवस्थित. बशीच्या काठावर गाजराच्या चकत्या, आतल्या बाजूला कांद्याच्या चकत्या... जणू दुर्भेद्य लष्करी रचनाच. खोलीत शांतता पसरली. तिथं फक्त दोनच बश्या होत्या. एजाजनं नजर पुन्हा खाली जमिनीवर वळवली. तिलो पुन्हा खिडकीपाशी गेली. ट्रकची ये-जा सुरू होती. कडेवर बाळ घेतलेली ती बाई अजूनही रस्त्याच्या मध्यातच उभी होती. आकाश गडद गुलाबी रंगानं माखलं होतं. दूरवर दिसणाऱ्या पर्वतरांगा स्वर्गीय सुंदर होत्या; पण पर्यटनाच्या दृष्टीने ते वर्षही आणखी एक भयानक वर्ष ठरले होते.

"प्लीज गो अहेड. घ्या. तुम्हाला कबाब आवडतात ना? आत्ता घेणार का नंतर? प्लीज, तुमचं चालू दे. नो प्रॉब्लेम. ओके, मी जातोय," असं म्हणून अशफाक मीर दहा मिनिटांत चौथ्यांदा त्याच्या ऑफिसमधून बाहेर पडला आणि दाराबाहेर जाऊन उभा राहिला.

एजाज नागाबद्दल जे बोलला होता त्यामुळे नागा खूश झाला होता आणि ते तिलोसमोर बोलल्यामुळे अत्यानंदित. त्याला छोटासा 'परफॉर्मन्स' दिल्यावाचून राहवलं नाही.

"तू तिकडं गेला होतास? तुला पाकिस्तानमध्ये प्रशिक्षण दिलं का?" अशफाक मीर ऐकू येण्याच्या अंतरापलीकडे गेल्याची खात्री झाल्यावर नागानं एजाजला विचारलं.

"नाही- मला इथंच प्रशिक्षण मिळालं. काश्मीरमध्ये. आता इथं आमच्याकडं सगळं काही आहे. प्रशिक्षण, शस्त्रं... आम्ही लष्कराकडून युद्धसामग्री विकत घेतो. बंदुकीची गोळी वीस रुपयांना, नऊशे रुपयांना..."

“लष्कराकडून?”

“हो. त्यांना दहशतवाद संपायला नको आहे. त्यांना काश्मीर सोडायची इच्छा नाहीये. ते परिस्थिती जशी आहे त्यात अतिशय खूश आहेत. सगळ्या बाजूंचे सगळे जण तरुण काश्मिरींच्या मृतदेहांवर पैसे कमवत आहेत. कितीतरी बॉम्बस्फोट आणि संहार त्यांनीच केले आहेत.”

“तू काश्मिरी आहेस. तू हिज्ब किंवा जेकेएलएफऐवजी ‘लष्कर’ची निवड का केलीस?’

“कारण हिज्बलासुद्धा काश्मीरमधल्या काही विशिष्ट राजकीय नेत्यांबद्दल आदर आहे. ‘लष्कर’मध्ये आम्ही कुणीच कोणत्याच नेत्याचा आदर करत नाही. मला कुठल्याही नेत्याबद्दल आदर वाटत नाही. त्यांनी आमची फसवणूक केली आहे, आमचा विश्वासघात केला आहे. त्यांच्यापाशी कसलीही योजना नाही. मी ‘लष्कर’मध्ये दाखल झालो कारण मला मरायचं होतं. मी मरणं अपेक्षित आहे. मी जिवंत पकडलो जाईल असं माझ्या कधी मनातसुद्धा आलं नव्हतं.”

“पण आधी... तू मरण्याआधी... तुला हत्या करायच्या होत्या...?”

एजाज नागाच्या थेट डोळ्यांत पाहत म्हणाला.

“हो. माझ्या लोकांच्या खुन्यांना ठार करायचं होतं मला. यात काही गैर आहे का? हे तुम्ही लिहू शकता.”

अशफाक मीर धाड्कन आत आला. त्याच्या चेहऱ्यावर रुंद हास्य होते; पण त्याचे अ-स्मित डोळे एकेकाचा वेध घेत होते. त्यांच्या दरम्यान काय संभाषण झालं आहे याचा अंदाज घेण्याचा प्रयत्न करत होते.

“झालं पुरेसं? हॅपी? त्यानं को-ऑपरेट केलं ना? प्रसिद्ध करण्याआधी मला दाखवाल प्लीज; कारण सत्य योग्य पद्धतीनं यायला हवं. आफ्टर ऑल, तो दहशतवादी आहे. माझा दहशतवादी बंधू.”

आणि तो पुन्हा एकदा सातमजली हसला. मग त्यानं बेल वाजवली. त्याबरोबर तो मजबूत अंगाचा पोलीस पुन्हा तिथं आला. त्यानं एजाजला उचलून बाहेर नेलं.

मग स्नॅक्सचा भरभक्कम ट्रे तिथून हलवल्यानंतर नागा व तिलोला तिथून जाण्याची आनंदानं (पण अव्यक्त) परवानगी देण्यात आली. बश्यांमधले खाद्यपदार्थ अस्पर्श राहिले होते... लष्करी रचना अभेद्य राहिली होती.

सशस्त्र जिप्सीत जीव कोंडल्यासारखे करणाऱ्या मागच्या बाजूच्या सीटवर बसून अहदूसमध्ये जाताना नागा तिलोचा हात धरून होता. तिलोनेही त्याचा हात धरून ठेवला होता. ते हळुवारपणाचं आदानप्रदान कोणत्या परिस्थितीत घडत आहे

याची त्याला नीट जाणीव होती. त्याला तिची थडथड- तिच्या त्वचेखालची मोटर -जाणवत होती. तरीही, जगातल्या सगळ्या स्त्रियांमधल्या या स्त्रीचा हात हातात घेताना त्याला अवर्णनीय आनंद झाला होता.

जीपमधला उग्र वास डोक्यात चढत होता. धातू, बंदुकीची दारू, केसांची तेलं, भय आणि बेइमानीच्या जहाल कॉकटेलचा वास. त्यातले नेहमीचे प्रवासी होते. मास्कधारी खबरी, 'कॅट्स' म्हणून ओळखले जाणारे, कॉर्डन-ॲन्ड-सर्च ऑपरेशनदरम्यान ज्या परिसराला वेढा दिला जात असे, तिथल्या प्रौढ पुरुषांना ताब्यात घेऊन सशस्त्र जिप्सीमागून नेलं जात असे... काश्मीर खोऱ्यातलं भयाचं सार्वत्रिक प्रतीक होतं ते. जिप्सीच्या लोखंडी पिंजऱ्यात बंदिस्त असलेले 'कॅट' मानेनं किंवा डोळ्यानं इशारा देत असे आणि मग त्या माणसाला रांगेतून बाहेर काढलं जात असे, हालहाल करायला, 'बेपत्ता' करायला किंवा मारायला. नागाला हे सगळं अर्थातच माहीत होतं; पण त्यामुळे त्याचा आत्ताचा आनंद जराही कमी झाला नव्हता.

उदास शहर टक्क जागं होतं; पण झोपल्याचा बहाणा करत होतं. रिकामे रस्ते, बंद बाजारपेठा, शटर ओढलेली दुकानं आणि कुलूपबंद घरं जीपच्या 'स्लिट विंडोज'मधून मागे पडताना दिसत होती. स्थानिक लोक या स्लिट विंडोंना 'मृत्यूच्या खिडक्या' म्हणत असत. कारण त्यांतून बाहेर डोकावत असत त्या सैनिकांच्या बंदुका किंवा खबऱ्यांचे डोळे. हिवाळ्याच्या चाहुलीने अंगावरचे केसांचे कोट जाड झाल्याने खांदे पाडून चालणाऱ्या छोट्या अस्वलांसारख्या दिसणाऱ्या भटक्या कुत्र्यांची टोळी रस्त्यावरून निघाली होती. बंदुकीच्या चापावर बोट ठेवून सज्ज असलेल्या तणावग्रस्त सैनिकांखेरीज बाकी कुठलाही मनुष्यप्राणी दिसत नव्हता. सकाळी अकराच्या सुमाराला संचारबंदी उठवली जाणार होती आणि सुरक्षा काढून घेऊन काही तास शहर पुन्हा लोकांचं होणार होतं. ते हजारोच्या संख्येनं घरातून बाहेर पडणार होते आणि कब्रस्तानाच्या दिशेने कूच करणार होते... मनातल्या दुःखाला आणि क्षोभाला वाट करून देणे हासुद्धा व्यूहरचनात्मक, लष्करी, व्यवस्थापन योजनेचा भाग बनला आहे याची त्यांना अजिबात जाणीव नव्हती.

तिलो काहीतरी बोलेल म्हणून नागा वाट पाहत होता; पण ती काहीच बोलली नाही. त्यानं संभाषणाला सुरुवात करण्याचा प्रयत्न केला तेव्हा ती म्हणाली,

''प्लीज... आपण... शक्य असेल तर... बोललं नाही तर... चालेल?''

''गार्सन म्हणत होता की त्यांनी एका माणसाला ठार केलं आहे, कमांडर गुलरेजला... असं ते समजत आहेत, असं कुणाला वाटतं आहे ते मला माहीत नाही... गार्सनला वाटतंय... किंवा कदाचित तो मुसा असल्याचं त्यांनी त्याला सांगितलं आहे. खरंच तसं आहे का? एवढंच. मला फक्त एवढंच सांगशील?''

मग ती क्षणभर गप्प राहिली. नंतर तिनं वळून थेट त्याच्याकडे पाहिलं. तिचे

डोळे तडकलेल्या काचेसारखे दिसत होते.

''ओळखणं कठीण होतं.''

नागानं पंजाबमधल्या संघर्षाचं वार्तांकन केलं होतं, तेव्हा त्यानं हे दृश्य बरेचदा पाहिलं होतं. चौकशी केंद्राबाहेर येणाऱ्या मृतदेहांची अवस्था त्यानं पाहिलेली होती. त्यामुळे तिलोच्या बोलण्यानं त्याच्या मनातल्या संशयांवर शिक्कामोर्तब झालं. तिलो ज्या प्रसंगातून गेली आहे त्यातून बाहेर पडायला तिला थोडा वेळ द्यावा लागणार हे त्याच्या लक्षात आलं. त्याची थांबायची तयारी होती. त्यानं विचार केला, जे काही घडलं आहे त्याबद्दल आपल्याला पुरेसं... किंवा किमान जेवढं माहीत असणं खरोखर आवश्यक आहे तेवढं तरी कळलं आहे. तिलोच्या अपरिमित यातना त्याच्या दृष्टीनं परम समाधानाचा स्रोत होत्या, या वस्तुस्थितीबद्दल त्यानं स्वतःला माफ केलं.

नागाच्या प्रश्नाला तिलोनं दिलेलं उत्तर पूर्ण खोटं नव्हतं; पण ते नक्कीच खरंही नव्हतं. वास्तव हे होतं की तिनं जो मृतदेह पाहिला होता, त्यावरून ती व्यक्ती कोण आहे ते तिला कळलं नसतं, तर ते सांगणं अशक्य झालं असतं. पण तिला ती व्यक्ती कोण आहे ते कळलं होतं. तो मृतदेह मुसाचा नाही हे तिला व्यवस्थित कळलं होतं.

त्या अ-वास्तव अथवा अर्ध-वास्तव अथवा एक दशांश वास्तवाच्या (अथवा वास्तवाचा जो काही अंश असेल त्याच्या) आधारे, प्रतिबंधाचे 'बॅरिअर्स' खाली आले होते आणि देशाच्या सीमा बंद करण्यात आल्या होत्या. शिराजमधला तो अध्याय 'संपलेला विषय' म्हणून फाइलमध्ये बंद झाला.

ते दोघे दिल्लीला परत आल्यानंतर, तिलो निजामुद्दीन वस्तीतल्या तिच्या घरी, नागा ज्याला 'कोठीची खोली' म्हणत असे तिथं एकटीनं राहण्याच्या अवस्थेत नसल्यामुळे नागानं तिला त्याच्या आईवडिलांच्या घराच्या छतावरच्या त्याच्या छोट्या फ्लॅटमध्ये राहायला बोलावलं. अखेर, जेव्हा त्यानं तिचा 'हेअरकट' पाहिला तेव्हा तो तिला म्हणाला की, हा तुला खरोखर शोभून दिसतो आहे. ज्या कुणी हा केलाय त्या व्यक्तीनं 'हेअरड्रेसर' बनायला हवं. हे ऐकल्यावर ती हसली.

त्यानंतर काही आठवड्यांतच त्यानं तिला लग्नाची मागणी घातली. तो तिच्या होकारानं हर्षभरित झाला. त्यानंतर लगेचच, त्याच्या आईवडिलांची भयंकर नाराजी पत्करून, लग्नविधी होऊन १९९६च्या नाताळ दिनी ते दोघं विवाहबद्ध झाले.

जर तिलोला सुरक्षित छत्राचीच आवश्यकता असेल तर तिला यापेक्षा चांगला पर्याय लाभणं शक्यच नव्हतं. 'डिप्लोमॅटिक एन्क्लेव्ह'मधील निवासी पत्ता असलेल्या, राजदूत शिवशंकर हरिहरन यांची सून बनणं हा त्यासाठी सर्वोत्तम पर्याय होता.

चौदा वर्षांच्या त्या सहजीवनानंतर, अचानक ते आयुष्य सहन करणं तिला अशक्य झालं. असं का, याची अनेक स्पष्टीकरणे होती, पण त्यातलं सर्वांत प्रमुख कारण होतं शीण. ज्या पत्त्यावर तिनं असायला नको होतं त्या ठिकाणी, तिचं स्वत:चं नसलेलं आयुष्य जगण्याचा तिला शीण आला होता. गंमत म्हणजे, जेव्हा ती दूर जाऊ लागली होती तेव्हा तिला नागा कधी नव्हे इतका आवडू लागला होता. तिला शीण आणला होता तो तिचा स्वत:चाच. ती स्वत:चं विश्व वेगळं ठेवण्याची क्षमताच हरवून बसली होती. बरेच जण हे कौशल्य म्हणजे शहाणपणाच्या पायाचा दगड मानतात. तिच्या मनातल्या रहदारीने जणू सिग्नलचे दिवे मानायचं बंदच करून टाकलं होतं. परिणाम... अविरत गोंगाट, भयंकर आदळाआदळी आणि अखेर... वाहतुकीची प्रचंड कोंडी.

आता मागे वळून पाहताना नागाच्या लक्षात येत होतं की, इतकी वर्षं तो सुप्त मनातल्या दहशतीखाली जगत होता की, तिलो फक्त त्याच्या आयुष्यातून वाटचाल करत आहे, एखादा उंट वाळवंटातून निघालेला असावा तशी... आणि एक दिवस ती त्याला नक्की सोडून जाणार...

तरीही, ते प्रत्यक्षात घडलं तेव्हा त्याचा त्यावर विश्वास बसायला थोडा वेळ लागला.

त्याचा जुना मित्र आर.सी.ने नागाची सूत्रं हाती घेतली. आर.सी. नेहमी म्हणायचा की, इंटेलिजन्स ब्यूरोमध्ये काम करण्यानं व तपासकामाशी संबंधित नकला वाचण्यामुळे माणसाला मानवी स्वभावाची जी विलक्षण समज लाभते, ती कुठलाही उपदेशक, कवी अथवा मानसोपचारतज्ज्ञ कधी मिळवण्याचं स्वप्नसुद्धा पाहू शकत नाही.

"आय ॲम सॉरी टू से, पण तिच्या दोन मुस्कटात लावण्याची गरज आहे. तुझा हा आधुनिक 'ॲप्रोच' नेहमी उपयोगी पडत नाही. शेवटी आपण सगळेच प्राणी असतो. आपल्याला आपली लायकी दाखवून देण्याची आवश्यकता असते. थोडी स्पष्टता सर्व संबंधित लोकांना दीर्घकाळ उपयुक्त ठरते. तू तिच्यावर उपकारच करशील, ज्याबद्दल, एक दिवस तिलाही कृतज्ञता वाटेल. माझ्यावर विश्वास ठेव. मी अनुभवांवरून सांगतोय."

आर.सी. बोलताना नेहमी वाक्याच्या मध्येच आवाज उतरवायचा आणि असेच शब्द फेकायचा, एखाद्या चोरून ऐकणाऱ्या काल्पनिक माणसाला हूल देत असल्यासारखा... ज्याला त्याचं उच्चारण माहीत नाही अशा माणसाला. तो माणसांबद्दल नेहमी 'पार्टीज' असा शब्द वापरत असे आणि 'ॲट द एन्ड ऑफ द डे' हे त्याच्या सर्व सल्ल्यांसाठी व ज्ञान प्रकटीकरणासाठी आवडते 'लॉन्चिंग पॅड' असे. त्याला एखाद्या माणसाला कमी लेखायचं असे तेव्हा तो वाक्याची सुरुवात नेहमी 'विथ ऑल ड्यू रिस्पेक्ट'ने करत असे.

तिलोला मूल होऊ न देण्याबाबत साथ दिल्याबद्दल आर.सी.नं. नागाला चांगलंच झापलं. मुलांमुळे ती तुमच्या संसाराला जशी बांधली गेली असती, तसं कशानंही शक्य झालं नसतं, असं त्याचं म्हणणं होतं. तो लहानखुऱ्या चणीचा, मृदु, करड्या मिशा राखलेला नेभळट माणूस होता. त्याची बायकोही लहानसर चणीची, नाजूक होती आणि त्याची लहानशी, नाजूकशी किशोरवयीन मुलगी 'मॉलिक्युलर बायलॉजी'चा अभ्यास करत होती. इवल्याशा सॉफ्ट टॉईजचं आदर्श कुटुंब असावं तसं ते दिसत असे. त्यामुळे त्याच्याकडून असा मर्दानी सल्ला मिळाल्यावर त्याला अनेक वर्षं ओळखणारा नागासुद्धा दचकला. श्रीमती आर.सीं.ना जागच्या जागी ठेवण्यासाठी ज्या मुस्कटात लावल्या जात असतील, त्यांचं स्वरूप व प्रमाण कसं व किती असेल... नागा विचार करत होता. वरकरणी त्याची बायको शांत व तिच्यापाशी जे आहे त्यात– म्हणजे घरात गच्च भरलेल्या शोभेच्या वस्तू आणि तिच्याकडचा काहीसा अभिरुचीहीन दागिन्यांचा व महागड्या काश्मिरी शालींचा संग्रह – अगदी खूश होती. प्रत्यक्षात तिच्या आतमध्ये दडलेल्या संतापाचा ज्वालामुखी आहे, ज्याला वेळोवेळी वळणावर आणावं लागतं व मुस्कटात लावावी लागते, याची कल्पनासुद्धा त्याला करता येत नव्हती.

आर.सी.ला 'ब्लूज' खूप आवडत असे. त्यानं नागासाठी गाणं लावलं. बिली हॉलिडेचं 'नो गुड मॅन.'

आय ॲम द वन हू गेट्स
द रन-अराउंड,
आय ऑटा हेट हिम
ॲन्ड यट
आय लव्ह हिम सो
फॉर आय रिक्वायर
लव्ह दॅट इज मेड ऑफ फायर

आर.सी.नं 'आय ऑट्टा हेट हिम' हे शब्द 'ऑल द हिटिन' असे ऐकले होते.

"बायका," तो म्हणाला, "*सगळ्या* बायका. कुणीही अपवाद नाही. कळलं?"

तिलो नागाला कायमच बिली हॉलिडेची आठवण करून देत असे. खास करून तिचा आवाज. नागाच्या मते बिली हॉलिडेच्या आवाजाचं मूर्त रूप म्हणजे तिलो. अगदी तसाच आवाज. लवचीक, हृदयाचे ठोके थांबवणारा... अनपेक्षितसुद्धा. आर.सी.नं त्याचा मुद्दा सांगण्यासाठी बिली हॉलिडेचा संदर्भ दिला तेव्हा आपण कुठली तार छेडली आहे याची त्याला कल्पना नव्हती.

एके दिवशी सकाळी, नागानं- ज्याच्यात बाकी कितीही दोष असले तरी त्याचं

वागणं अत्यंत सभ्य, हळुवार होतं- बायकोच्या अंगावर हात टाकला. अगदी जोरात असं नाही; पण त्यानं तिला मारलं होतं. मग तो तिला मिठी मारून रडू लागला, "जाऊ नकोस. प्लीज जाऊ नकोस."

त्या दिवशी तो त्याच्या ऑफिसच्या गाडीतून बाहेर पडत असताना तिलो गेटपाशी उभी राहून पाहत होती. ऑफिसचा ड्रायव्हर गाडी चालवत होता. नागा मागच्या सीटवर बसून ऑफिसमध्ये पोहोचेपर्यंत वाटभर रडत होता हे तिला दिसू शकत नव्हतं. नागा असा रडणारा माणूस नव्हता. (नंतर, त्या दिवशी रात्री तो टीव्हीवर 'प्राइम-टाइम'ला राष्ट्रीय सुरक्षेबाबतच्या चर्चेत निमंत्रित म्हणून सहभागी झाला तेव्हा त्यानं वैयक्तिक दु:खाची छाया पुसटतीसुद्धा दिसू दिली नाही. तो अगदी हुशारीनं, चपखल उत्तरे देत होता. नवा भारत फॅसिझमच्या दिशेनं चालला आहे असं म्हणणाऱ्या मानवाधिकार चळवळीतल्या बाईलाही त्यानं गप्प केलं होतं. नागाच्या मितभाषी पण अर्थपूर्ण प्रतिक्रियेवर स्टुडिओतील काळजीपूर्वक निवडलेला प्रेक्षकवर्ग फिदिफिदी हसला. त्यामध्ये अतिशय व्यवस्थित पोशाख केलेले विद्यार्थी व महत्त्वाकांक्षी तरुण प्रोफेशनल्स होते. कार्यक्रमातील दुसरे निमंत्रित-लष्करातील निवृत्त जनरल– म्हातारे, मिश्या व पदकांच्या लवाजम्यासह आलेले – टाळ्या वाजवून हसले. राष्ट्रीय सुरक्षाविषयक सर्व चर्चांना मूर्खतेचा आणि विखारी स्पर्श घडवण्यासाठी त्यांची नियमित टीव्ही स्टुडिओत ने-आण केली जात असे.)

तिलोने शहराच्या दुसऱ्या टोकाला जाणारी बस धरली. मैलोन्‌मैल पसरलेल्या कचरा डेपोच्या परिसरातून ती चालत निघाली होती. शहरातला कचरा आणि प्लॅस्टिकच्या पिशव्यांच्या ढिगातून कचरा निवडणाऱ्या मुलांच्या फौजा पार करत, कित्येक मैल चालत. आकाशात घिरट्या घालणारे कावळे आणि घारी कचऱ्यासाठी भांडणाऱ्या मुलांशी, डुकरांशी व कुत्र्यांच्या झुंडींशी स्पर्धा करत होते. काही अंतरावर कचऱ्याचे ट्रक वळण घेऊन कचऱ्याच्या पर्वताकडे निघाले होते. त्याचे अंशत: कोसळलेले कडे... टाकाऊ गोष्टींचे, त्यात काय काय साठलं आहे याचा आवाका दाखवत होते.

तिनं नदीकडे जाणारी दुसरी बस धरली. पुलावर थांबून ती मिनरल वॉटरच्या टाकाऊ बाटल्या व प्लॅस्टिकचे कॅन यापासून बनवलेल्या वर्तुळाकार तराफ्यातून संथ, दाट, गलिच्छ नदी पार करणारा माणूस पाहू लागली. काळ्या पाण्यात म्हशी मजेत डुंबत होत्या. फुटपाथवर विक्रेते रसरशीत टरबूज आणि चमकदार हिरव्या काकड्या विकत होते... कारखान्यातून बाहेर पडणाऱ्या विशुद्ध सांडपाण्यावर पिकवलेल्या.

तिसऱ्या बसमध्ये तासभर वेळ काढून ती प्राणिसंग्रहालयापाशी उतरली. बराच वेळ ती प्रशस्त, रिकाम्या पिंजऱ्यात ठेवलेल्या बोर्निओहून आणलेल्या छोट्याशा माकडाकडे पाहत राहिली. तो केसाळ ठिपका एका उंच झाडाला कवळून होता,

त्याचं आयुष्य त्यावर अवलंबून असल्यासारखा. त्या झाडाखाली बराच कचरा साठला होता. पर्यटकांनी त्याचं लक्ष वेधून घेण्यासाठी त्याच्याकडे फेकलेल्या वस्तूंचा. माकडाच्या पिंजऱ्याबाहेर माकडाच्या आकाराची सिमेंटची कचराकुंडी होती आणि पाणघोड्याच्या पिंजऱ्याबाहेर पाणघोड्याच्या आकाराची. सिमेंटच्या पाणघोड्याचं तोंड खुलं होतं. त्यात कचरा कोंबलेला होता. खरी पाणघोडी फेसाळ तलावात लोळत होती. तिचं चकचकीत रुंद फुग्यासारखं, ओल्या टायरच्या रंगाचं फुगीर ढुंगण आणि गुलाबी जाडजूड पापण्यांमध्ये रुतलेले तिचे इवले सावध डोळे पाण्यावर दिसत होते. तिच्या आसपास प्लॅस्टिकच्या बाटल्या आणि सिगारेटची रिकामी पाकिटं तरंगत होती.

झगझगीत फ्रॉक आणि काजळ घातलेल्या एक छोटीला तिच्या बापानं खाली झुकवून पाणघोडा दाखवला,

''क्रोकोडाइल''

''कोकोडाइल'', ती मुलगी त्याच्या मागोमाग गोड स्वरात म्हणाली.

तेवढ्या बोंबाबोंब करत आलेल्या तरुणांच्या घोळक्यानं त्या तलावाच्या सिमेंटच्या काठांवर आणि त्या गजांनी बंदिस्त केलेल्या परिसरात रेझर ब्लेड फेकायला सुरुवात केली. त्यांचाकडची ब्लेड संपल्यानंतर त्यांनी तिलोला त्यांचा फोटो काढणार का, असं विचारलं. सगळ्या बोटांत अंगठ्या आणि मनगटाभोवती विटके लाल धागे असलेल्या त्यांच्यातील एकानं फोनवर फ्रेम आखली आणि तिच्या हातात तो फोन दिला. मग तो पळत जाऊन त्या फ्रेममध्ये उभा राहिला. त्यानं सोबत्यांच्या गळ्यात हात टाकून बोटांनी 'व्ही' असं विजयी चिन्ह केलं होतं.

तिलोनं त्यांना फोन परत केला तेव्हा तिनं पिंजऱ्यात बंद पाणघोडीला रेझर ब्लेड्स खाऊ घालण्यासाठी जे साहस लागतं त्याबद्दल त्यांचं अभिनंदन केलं.

तो अपमान त्यांच्या डोक्यात शिरायला थोडा वेळ लागला. जेव्हा ते शिरलं तेव्हा ते हलकटपणे तिच्या मागून आरोळ्या ठोकत- दिल्लीवाल्या लहेज्यात- फिरू लागले.

''ओए! हाप्शी मॅडम!''

तिचा वर्ण भारतात काही वेगळा वाटत असल्यामुळे त्यांचे हे टोमणे नव्हते. तर ती त्यांना हबशी म्हणजे ॲबिसिनियन वाटल्यामुळे होते. अशी हबशी जी कामवाली किंवा मजूर नक्कीच नव्हती.

सर्पगृहात प्रत्येक पिंजऱ्यात अजगर होते... इंडियन रॉक पायथॉन. सर्प घोटाळा. काळविटांच्या विभागात गायी होत्या. हरीण घोटाळा. सायबेरियन वाघांच्या विभागात बांधकाम मंजूर बायका सिमेंटची पोती आणून टाकत होत्या. सायबेरियन वाघ घोटाळा. पक्षिगृहातील बहुतेक पक्षी तेही नेहमीचे झाडांवरचे होते. पक्षी घोटाळा.

पिवळ्या तुऱ्याच्या पोपटाच्या पिंजऱ्याजवळ एक तरुण तिलोशेजारी उभा राहून तिलोवर डोळा ठेवून पोपटाला उद्देशून गाणं म्हणू लागला. एका प्रसिद्ध बॉलिवूड गीताच्या चालीत स्वतःचे शब्द बसवून :

दुनिया खतम हो जाएगी
चुदाई खतम नहीं होगी
(जगाचा अंत होईल.
पण झवण्याचा कधीही नाही)

हे दुप्पट अपमानास्पद होतं, कारण तिलो त्याच्या किमान दुप्पट वयाची होती.

लालगुलाबी पेलिकन पक्ष्यांच्या विभागाबाहेर असताना, तिच्या फोनवर टेक्स्ट मॅसेज आला.

Organic Homes on NH24 Ghaziabad
1 BHK 15 L*
2 BHK 18 L*
3 BHK 31 L*
Booking starting at Rs. 35000
For Discount call 91-103-957-9-8

एक म्हातारा कळकट निकारागुअन जग्वार... चित्ता त्याच्या पिंजऱ्याच्या धुळकट काठावर हनुवटी टेकवून उभा होता. कित्येक तास तो तसाच उभा होता. अत्यंत उदासीनपणे कदाचित वर्षानुवर्षंसुद्धा.

तिलोला आपण त्याच्यासारखेच आहोत, असं वाटलं. कळकट, म्हातारे आणि अत्यंत उदासीन.

बहुधा ती तो चित्ता *होती.*

कदाचित एक दिवस तिच्या नावाचीही महागडी गाडी असेल जग्वारप्रमाणेच.

घराबाहेर पडताना तिनं फारशा गोष्टी सोबत घेतल्या नव्हत्या. सुरुवातीला, ती घराबाहेर पडली आहे ही गोष्ट नागाला किंवा तिला स्वतःलासुद्धा नीट कळली नव्हती. तिनं त्याला ऑफिससाठी एक भाड्याची जागा घेतल्याचं सांगितलं होतं; पण ती कुठं घेतली आहे हे सांगितलं नव्हतं. (गार्सन हॉबर्टनंही ते त्याला सांगितलं नव्हतं.) हळूहळू तिच्या येण्यापेक्षा तिचं जाणं वाढत गेलं आणि अखेर तिनं घरी येणंच बंद करून टाकलं.

नागाने आयुष्याला सुरुवात केली; नव्याने. अविवाहित माणूस म्हणून. त्यानं स्वतःला कामात आणि निराशाजनक प्रेमप्रकरणांच्या मालिकेत बुडवून घेतलं. तो

टीव्हीवर जितका वरचेवर दिसायचा (त्यामुळे) मासिके व वृत्तपत्रे ज्याला 'सेलेब्रिटी' म्हणतात, तसा 'सेलेब्रिटी' तो बनला होता. रेस्टॉरन्टमध्ये व विमानतळांवर अनोळखी लोक त्याची स्वाक्षरी घ्यायला गोळा होत असत. त्यातल्या बहुतेक जणांना तो कोण आहे किंवा तो नेमकं काय करतो किंवा त्याचा चेहरा ओळखीचा का वाटतो आहे हेही नक्की माहीत नसे. नागाला त्यांना नकार द्यायचासुद्धा कंटाळा येत असे. त्याच्या वयाच्या बहुतेक माणसांच्या बाबतीत जे आढळत नाही ते त्याच्याजवळ होतं. तो अजूनही सडपातळ होता आणि त्याच्या डोक्यावर भरपूर केस होते. 'यशस्वी' असण्यानं त्याला बायकांच्या बाबतीत अनेक पर्याय उपलब्ध केले होते... काही 'सिंगल' व वयानं त्याच्यापेक्षा बऱ्याच लहान, काही त्याच्याच वयाच्या वा त्याच्यापेक्षा मोठ्या, विवाहित व वैविध्याच्या शोधात असलेल्या, अथवा घटस्फोटित व दुसऱ्या संधीच्या शोधात असलेल्या. या सगळ्याजणींत अग्रस्थानी होती एक सडपातळ, स्टायलिश विधवा. पस्तिशीच्या दरम्यानची. गोरी गोरीपान. चमकदार केसांची – छोट्या राजघराण्याचा वारसा असलेली – जिच्यात नागाच्या आईला तिचं तरुणपण दिसलं होतं. नागाला ती जितकी आवडली होती, त्यापेक्षा त्याच्या आईलाच ती जास्त आवडली होती. तिनं त्या बाईला व प्रिन्स चार्ल्सला... तिच्या 'चिवावा' जातीच्या कुत्र्याला पाहुणे म्हणून खालच्या मजल्यावर तिच्यासोबत राहायला बोलावलं, त्यामुळे एकमेकींच्या सोबतीनं त्या त्यांचा हेतू साध्य करू शकणार होत्या.

त्यांच्या अफेअरला काही महिने झाल्यानंतर, ती 'राजकुमारी' त्याला 'जान' म्हणू लागली होती. राजपूत घराण्यांतल्या संकेतानुसार घरातले नोकर तिला 'बाईसा' म्हणू लागले होते. ती नागासाठी तिच्या कुटुंबाच्या शाही मुदपाकखान्यातील खास कौटुंबिक डिशेस बनवत होती. तिनं नव्या पडद्यांची, भरतकाम केलेल्या कुशन्सची व जमिनीवर अंथरायला सुंदर 'धुरी'ची ऑर्डर दिली होती. तिनं त्या भयंकर दुर्लक्षित अपार्टमेंटला मधुर, उबदार, 'बायको' स्पर्श घडवला होता. तिचं लक्ष नागाच्या घायाळ अभिमानाला बाम लावण्यावर केंद्रित होतं. तो तिच्या भावनांना तिच्या इतक्या उत्कटतेनं प्रतिसाद देत नसला, तरी तो तिची आपुलकी थकल्या सभ्यतेनं स्वीकारत होता. नवरा-बायकोंमध्ये आपुलकी-आपलेपणा वगैरे काय असतं, हे तो जवळजवळ विसरलाच होता.

छोट्या कुत्र्यांबद्दल त्याच्या मनात पूर्वग्रह असला तरी त्याला प्रिन्स चार्ल्सबद्दल विलक्षण प्रेम वाटू लागलं होतं. तो त्याला जवळच्या बागेत नियमित फिरायला नेत असे. त्यानं प्रिन्स चार्ल्ससाठी ऑनलाइन खरेदी केलेली इवलीशी, बशीच्या आकाराची फ्रिस्बी तो त्याच्याकडं फेकत असे. मग प्रिन्स चार्ल्स जवळजवळ त्याच्याच उंचीच्या गवतातून ती शोधून काढून नागाला परत आणून देत असे. नागानं दिलेल्या

काही पार्ट्यांत राजकुमारीनं यजमानपदही भूषविलं. तिला पाहून आर.सी. इतका भारावला होता की, नागानं आता वेळ न दवडता तिच्याशी लग्न करावं; ती मूल होण्यायोग्य वयाची आहे तोपर्यंत, असं तो नागावर ठसवत होता.

नागा अजूनही भ्रमिष्टावस्थेतच होता आणि आर.सी.चा अनर्थकारक सल्ला त्याला अजूनही पचत नव्हता. त्यामुळे त्यानं राजकुमारीला विचारलं की आपण एकत्र राहून बघायचं का... तू माझ्याकडे येशील का... 'ट्रायल रन' म्हणून. त्यावर तिनं त्याच्याजवळ जाऊन हळुवारपणे त्याच्या बेफिकीरपणे विस्कटलेल्या भुवया नीट करत... अंगठा व पहिल्या बोटाच्या चिमटीत पकडून भुवयांचे केस दाबून व्यवस्थित बसवले. माझ्यासाठी यापेक्षा आनंदाची दुसरी गोष्ट नाही असं ती म्हणाली; पण त्याच्या घरी राहायला जाण्याआधी तिला घरात अजूनही घुटमळणारी तिलोची *'ची'* मुक्त करायची होती.

मग तिनं नागाच्या परवानगीनं अख्ख्या लाल मिरच्या कोरड्या भाजल्या आणि ते धगधगतं तांब्याचं भांडं या खोलीतून त्या खोलीत फिरवलं... नाजूकपणे खोकत... तिनं मिरच्यांचा खाट व तिखट धुराचा त्रास होऊ नये म्हणून तिचं चमकदार डोकं दुसऱ्या बाजूला वळवून डोळेही मिटून घेतले होते. मिरच्यांचा खाट व धूर विरल्यानंतर तिनं प्रार्थना म्हटली आणि त्या मिरच्या त्या भांड्यासकट बागेत नेऊन पुरल्या. मग तिनं नागाच्या मनगटाभोवती लाल धागा बांधला आणि प्रत्येक खोलीत एकेक महागडी, सुवासिक मेणबत्ती लावली... आणि त्या मेणबत्त्या पूर्ण संपेपर्यंत तशाच तेवत ठेवल्या. तिनं डझनभर कार्डबोर्डची मोठी खोकी विकत आणली. तिलोच्या सगळ्या वस्तू त्यात भरून ती खोकी बेसमेंटमध्ये रवाना होणार होती. त्यासाठी तिलोचं कपाट आवरत असताना (त्या कपाटाला तिचा गंध येत होता, अगदी नि:संकोचपणे) नागाला तिच्या आईची मेडिकल फाइल दिसली. कोचीनच्या लेक व्ह्यू हॉस्पिटलची.

तिलोचं आणि त्याचं लग्न झाल्यापासून, इतक्या वर्षांत तो तिच्या आईला कधी भेटला नव्हता. तिलो तिच्या आईबद्दल कधीही काही बोलली नव्हती. त्याला तिच्या आईबद्दल ढोबळ माहिती होती. तिचं नाव मरियम आईप. ती एका जुन्या, उच्चकुलीन सीरियन ख्रिश्चन कुटुंबातील होती. पुढं त्या कुटुंबाचे दिवस फिरले होते. तिच्या कुटुंबातील दोन पिढ्या– तिचे वडील व तिचा भाऊ – ऑक्स्फर्डमध्ये शिकले होते आणि तिचं स्वत:चं शिक्षण निलगिरीमधल्या उटकमंड या थंड हवेच्या ठिकाणी असलेल्या कॉन्व्हेन्ट स्कूलमध्ये आणि पुढं मद्रासच्या ख्रिश्चन कॉलेजमध्ये झालं होतं. त्यानंतर तिला तिच्या वडिलांच्या आजारपणामुळे केरळमध्ये घरी परत येणं भाग पडलं. स्वत:ची शाळा सुरू करण्याआधी ती स्थानिक शाळेत इंग्लिशची

शिक्षिका होती, हे नागाला माहीत होतं. पुढं तिची शाळा अत्यंत यशस्वी शाळा बनली. ही शाळा अध्यापनाच्या नावीन्यपूर्ण पद्धतींसाठी ओळखली जात असे. तिलो दिल्लीत कॉलेजला येण्याआधी याच शाळेत होती. त्यानं तिलोच्या आईबद्दलचे काही लेख वृत्तपत्रांत वाचले होते. त्यात तिलोचं नाव कधीही नसे, फक्त दिल्लीत राहणाऱ्या तिच्या दत्तक मुलीचा उल्लेख असे. आर.सी.नं (त्याचं काम होतं, प्रत्येकाबद्दलची प्रत्येक गोष्ट माहीत करून घेणं आणि त्याला प्रत्येकाबद्दलची प्रत्येक गोष्ट माहीत आहे ही गोष्ट प्रत्येकालाच माहीत करून देणं) एकदा त्याच्यासाठी कात्रणांची फाइल तयार केली होती. "तुझी दत्तक सासू काय भारी आहे यार... कूल चिक," तो नागाला म्हणाला होता.

ते लेख अनेक वर्षांचा मागोवा घेणारे होते... काही लेख तिच्या शाळेबद्दलचे होते. तिथली अध्यापनपद्धती, शाळेचा मनोहर परिसर याबद्दलचे होते, काही लेख ती ज्या सामाजिक व पर्यावरणविषयक मोहिमांचे नेतृत्व करत असे, त्याबाबत होते किंवा तिला जे पुरस्कार लाभले त्या संदर्भात होते.

त्या लेखांत अशा एका महिलेची कहाणी होती, जी आयुष्याच्या सुरुवातीच्या काळातल्या प्रचंड प्रतिकूल परिस्थितीवर मात करून आज या स्थानी पोहोचली होती. एक आदर्श स्त्रीवादी व्यक्ती, जी कधी मोठ्या शहरात गेली नाही, उलट तिनं खडतर रस्ता निवडला आणि ती स्वत:च्याच छोट्याशा, परंपरानिष्ठ गावात राहून संघर्ष करत राहिली. त्या लेखांत, तिनं दुर्बलांना छळणाऱ्या कारस्थानी पुरुषांविरुद्ध कसा लढा दिला, तिला त्रास देणारे लोकच अखेर तिला कसा मान देऊ लागले व तिची प्रशंसा करू लागले आणि तिनं तरुण स्त्रियांच्या संपूर्ण पिढीला स्वत:ची स्वप्ने व इच्छाआकांक्षांचा पाठपुरावा करण्याची प्रेरणा कशी दिली आहे, याचं वर्णन होतं.

त्या लेखांतल्या फोटोंमध्ये जी बाई होती, त्या बाईची तिलो दत्तक मुलगी नाही हे तिलोला ओळखणाऱ्या कुणीही सहज सांगितलं असतं. त्यांचा वर्ण पूर्णत: वेगळा असला, तरी त्यांच्यात लक्षणीय साम्य होतं.

नागाला तिलोबद्दल जे काही थोडंफार माहीत होतं त्यावरून त्याच्या लक्षात आलं होतं की, वृत्तपत्रातल्या लेखांमध्ये कोड्याचा एक महत्त्वाचा तुकडा आलेला नाही... एक प्रकारचा 'मॅकोन्डो' पागलपणा... नागानं तसं कधी बोलून दाखवलं नसलं तरी तिलोची तिच्या आईबद्दलची वृत्ती शिक्षात्मक आणि असयुक्तिक आहे असं त्याला वाटायचं. त्याच्या मते, तिलो तिची खरी पोटची मुलगी असली आणि ते ती जाहीररीत्या मान्य करत नसली, तरी रूढीबद्ध समाजातल्या तरुण मुलीच्या दृष्टीने हे प्रचंड धाडसाचं व अत्यंत प्रेमाचं कृत्य होतं. जिनं स्वतंत्र आयुष्य निवडलं होतं. लग्नाच्या चौकटीविना जन्माला घातलेल्या अपत्याचा ताबा घेण्यासाठी तिनं लग्नबंधन दूर ठेवलं होतं–त्यासाठी स्वतःच्या अपत्याची दत्तक आई असल्याची

बतावणी केली असली आणि परोपकराचा मुखवटा चढवला असला तरीही हे धाडसाचं आणि प्रेमाचंच होतं.

सगळ्या वृत्तपत्रीय लेखांत तिलोबद्दलचा परिच्छेद कायम ठरावीकच असतो हे नागाच्या लक्षात आलं होतं. ''सिस्टर स्कॉलस्टिकांनी मला बोलावून सांगितले की, माउन्ट कार्मेल अनाथाश्रमाच्या बाहेर एक मजूर महिला नवजात बाळाला एका टोपलीत सोडून गेली आहे. त्यांनी मला विचारले, तू या बाळाला नेशील का? माझ्या घरच्यांचा त्याला कडाडून विरोध होता; पण मी विचार केला, मी जर या बाळाला दत्तक घेतले तर या छोटीला नवे जीवन देऊ शकेन. ती मुलगी काळी कुळकुळीत होती, कोळशाच्या तुकड्यासारखी. ती इतकी लहान होती की, माझ्या तळव्यात मावत होती. म्हणून मी तिला तिलोत्तमा म्हणू लागले, या संस्कृत शब्दाचा अर्थ आहे 'तीळ'.

हे तिलोच्या दृष्टीनं खूप मन दुखावणारं असलं तरी तिनं याकडे तिच्या आईच्या दृष्टिकोनातून पाहावं असं नागाचं मत होतं. तिला तिच्या बाळाला दूर करावं लागलं ते त्याचा पुन्हा ताबा मिळवता यावा, त्याला 'आपलं' बनवता यावं, त्याच्यावर प्रेम करता यावं... यासाठी. फक्त यासाठीच.

नागाच्या मते, तिलोचं स्वतंत्र व्यक्तिमत्त्व, तिचा विचित्रपणा आणि असामान्यतेचं श्रेय थेट तिच्या आईला होतं– कुठल्या शाळेत शिक्षण झालं किंवा जडणघडण कशाप्रकारे झाली याच्याशी त्याचा काहीही संबंध नव्हता. पण प्रत्यक्ष वा अप्रत्यक्ष कशानंही त्यांच्यात समेट घडला नव्हता.

त्यामुळे इतकी वर्षं आईपासून तोडून राहिल्यानंतर तिलो कोचीनला जाऊन, हॉस्पिटलमध्ये असलेल्या आईची शुश्रूषा करायला इतकी तत्परतेनं कशी तयार झाली याचं नागाला कोडं पडलं होतं. त्याला वाटलं होतं (तिलोनं 'आई' या विषयात कधी कुठलं औत्सुक्य दाखवल्याचं त्याला स्मरण नव्हतं तरीही) की, कदाचित काही माहिती मिळण्याची आशा असेल, कदाचित मृत्युशय्येवर असताना एखादा गौप्यस्फोट होण्याची आशा, तिच्याबद्दल किंवा तिचे वडील कोण होते याबद्दल काही...कळण्याची आशा. नागाला जे वाटत होतं ते बरोबर होतं. पण तशा प्रकारचं काही घडण्याच्या दृष्टीनं उशीर झाला होता.

***

तिलो कोचीनला पोहोचली तेव्हा, तिच्या आईच्या क्षीण होत चाललेल्या फुप्फुसांमुळे तिच्या रक्तप्रवाहात कार्बनडायऑक्साईड साचू लागला होता... त्यामुळे तिच्या मेंदूला सूज आली होती... त्यामुळे तिचा स्मृतिभ्रंश झाला होता. यात भरीस भर म्हणून, तिच्यावरील औषधोपचार व तिचा अतिदक्षता विभागातील वाढीव

मुक्काम यामुळे एक प्रकारचा 'सायकोसिस' म्हणजे रुग्णाची विचित्र मनोवस्था तयार झाली होती. डॉक्टरांच्या मते, अशा अवस्थेचा ताकदवान, खंबीर लोकांवर विपरीत परिणाम घडतो. अशा लोकांना अकस्मात आपण असाहाय्य आहोत आणि कधी काळी आपण ज्यांना जी हुजुरी करायला लावत होतो त्यांच्या दयेवर जगतोय अशी भावना घेरून येते. हॉस्पिटलच्या कर्मचाऱ्यांखेरीज तिच्या संतापाचा व मनातल्या गोंधळाचा आसूड तिचे जुने निष्ठावंत सेवक व शाळेतले शिक्षक यांच्यावर कडाडत असे. ते सगळे आळीपाळीनं हॉस्पिटलमध्ये थांबत असत. ते हॉस्पिटलच्या कॉरिडॉरमध्ये घिरट्या घालत असत. त्यांना दर काही तासांनी, अतिदक्षता विभागात असलेल्या त्यांच्या प्रिय अम्माचींना काही मिनिटे भेटण्याची परवानगी दिली जात असे.

तिलो तिथं आलेली पाहताच तिच्या आईचा चेहरा उजळला. "मी सारखी खाजवत असते," ती स्वागतपर स्वरात म्हणाली. "तो म्हणतो, खाजवणं चांगलंच असतं, पण आता मला ते नाही सहन होत, म्हणून मी खाजण्यावरचं औषध घेतलंय. कशी आहेस तू?"

तिनं तिचे गडद जांभळे हात वर उचलून- त्यातल्या एकाला ड्रिप लावलं होतं- तिलोला तिच्या त्वचेची अवस्था दाखवली. डॉक्टरांनी सतत शिरा शोधण्याच्या नादात तिच्या हातावर सुयांनी ठिकठिकाणी टोचलं होतं. तिच्या बहुतेकशा शिरांनी मान टाकली होती. त्या बंद झाल्या होत्या. त्या ठिकाणी, तिच्या आधीच जांभळ्या असलेल्या त्वचेखाली आणखी गडद जांभळं जाळं तयार झालं होतं.

'दीज वुन्ड्स हॅड आय ऑन क्रिस्पीन्स डे.' आठवतंय? मी तुला शिकवलं होतं ते."

"हो."

"पुढची ओळ काय आहे?"

"ओल्ड मेन फरगेट. यट ऑल शॅल बी फरगॉट. बट ही विल रिमेम्बर विथ अॅडव्हान्टेजेस व्हॉट फीट्स ही डिड दॅट डे."

हे आपल्या लक्षात आहे हेच तिलो विसरली होती. शेक्सपिअर तिच्या मनात पुन्हा परत आला. आठवणीचा प्रताप म्हणून नव्हे, संगीतासारखा... एखादी जुनी धून पुन्हा आठवावी तसा. ती आईची अवस्था पाहून अस्वस्थ झाली होती, पण डॉक्टर मात्र खूश झाले होते. त्यांच्या दृष्टीने, तिच्या आईनं तिला ओळखणं ही तिच्यातील लक्षणीय सुधारणा होती. त्या दिवशी त्यांनी तिला स्वतंत्र खोलीत हलवलं. त्या खोलीच्या खिडकीतून खाऱ्या पाण्याचं तळं दिसत असे आणि त्यात डोकावणारी नारळाची झाडे. त्या तळ्यावरून मान्सूनची वादळे वाहत असत.

तिच्या आईच्या तब्येतीतली सुधारणा टिकली नाही. त्यानंतरच्या दिवसांत ती

जाणिवेनेणिवेच्या हिंदोळ्यावर वर-खाली होत होती. प्रत्येक वेळी ती तिलोला ओळखत होती असं नाही. तिच्या आजारपणाच्या ग्रंथातला प्रत्येक दिवस नव्या अनपेक्षित अध्यायानं उगवत होता. तिच्या नित्य नव्या विचित्र लहरी आणि डोकं फिरल्यासारखं वागणं सुरू होतं. हॉस्पिटलचे कर्मचारी, डॉक्टर, परिचारिका आणि तिच्या जवळ थांबणारे लोक सहृदय होते. ते तिचं बोलणं मनावर घेत नव्हते. तेसुद्धा तिला अम्माची म्हणत होते, तिचं अंग पुसत होते, तिच्या नॅपी बदलत होते आणि तिचे केस विंचरत होते. त्यांच्या वागण्यात जराही वैतागलेपणा किंवा कसलंही किल्मिष नव्हतं. उलट, ती जितका गोंधळ घालेल, तितकं ते तिच्यावर अधिक प्रेम करत होते.

तिलो आल्यानंतर काही दिवसांनी, तिच्या आईनं एक विचित्र प्रकार सुरू केला. ती जातीपातीबद्दलच्या चौकश्या करू लागली. तिच्याजवळ थांबणाऱ्या प्रत्येकाला ती जात, पोटजात, पोट-पोटजात विचारू लागली. त्यावर त्यांनी ते 'सीरियन ख्रिश्चन' असल्याचं असल्याचं सांगितलं तरी विषय संपत नसे. मग तिला ते मार्थोमा आहेत, याकोबा, चर्च ऑफ साउथ इंडिया का कुठले ते जाणून घ्यायचं असे. समजा ते 'हिंदू' असतील. तर फक्त 'इजावा' सांगून भागत नसे, तिला ते 'तिया' आहेत का 'चेकवर' हे जाणून घ्यायचं असे. जर त्यांनी ते 'अनुसूचित' जातींचे असल्याचं सांगितलं तर ते 'पराया' आहेत का 'पुलया', 'परवन' आहेत का 'उल्लडन' हे तिला जाणून घ्यायचं असे. तू मूलतः नारळ तोडणाऱ्या जातीतला आहेस का? त्याचे पूर्वज काय काम करत होते? शव वाहून नेण्याचं, मैला साफ करण्याचं, कपडे धुण्याचं का उंदीर पकडण्याचं? हे सगळे तपशील जाणून घेण्याचा तिचा आग्रह असे आणि ते कळल्यानंतरच ती त्यांना तिला हात लावू देत असे.

जर ते सीरियन ख्रिश्चन असले, तर त्यांच्या घराण्याचं नाव काय? कुणाच्या पुतण्याचं कुणाच्या नणंदेच्या पुतणीशी लग्न झालं आहे? कुणाच्या आजोबांचं कुणाच्या पणजोबांच्या बहिणीच्या मुलीशी लग्न झालं आहे?

''सीओपीडी'', तिलोच्या चेहऱ्यावरचे भाव पाहून सुहास्यवदना परिचारिका तिला सांगत असत. ''काळजी करू नका. असं नेहमी घडतं.''

तिनं त्याबद्दल शोधलं. क्रॉनिक ऑब्स्ट्रक्टिव्ह पल्मनरी डिसीज

परिचारिकांनी तिलोला सांगितलं की, या आजारात निरुपद्रवी म्हाताऱ्या आज्या कुंटणखान्याच्या मालकिणींसारख्या वागू शकतात आणि बिशप प्यायलेल्या माणसासारखे बरळू शकतात. त्यामुळे काहीही व्यक्तिशः लावून न घेणं हा उत्तम मार्ग होता. त्या परिचारिका फार चांगल्या मुली होत्या. अगदी व्यवस्थित काम करणाऱ्या आणि प्रोफेशनल. त्या सगळ्या जणी अशा नोकरीची वाट पाहत होत्या जी त्यांना आखाती

देशात किंवा इंग्लंड वा अमेरिकेत घेऊन जाईल. जिथं त्या मल्याळी परिचारिकांच्या उच्चभ्रू समुदायात सहभागी होतील. तोपर्यंत त्या लेक व्ह्यू हॉस्पिटलमधल्या रुग्णांभोवती उपचारक फुलपाखरांसारख्या भिरभिरत होत्या. त्यांची तिलोशी मैत्री झाली होती आणि त्यांच्यात फोन नंबर्स आणि ई-मेल ॲड्रेसेसचं आदानप्रदान झालं होतं. त्यानंतर पुढं कित्येक वर्षं तिला त्यांच्याकडून व्हॉट्स ॲपवर नाताळच्या शुभेच्छा आणि मल्याळी परिचारिकांबद्दलचे सर्वत्र फिरणारे विनोद येत असत.

तिचा आजार जसजसा वाढला, तसं ती अस्वस्थ बनली. मग तिला सांभाळणं जवळपास अशक्यच बनलं. झोप तिला सोडून गेली होती. ती रात्र न् रात्र जागी असायची. तिची बुबुळं मोठी झाली होती. तिचे डोळे भयंकर दिसायचे. ती स्वत:शी आणि जो कुणी ऐकायला तयार असेल त्याच्याशी अविरत बोलत असायची. जणू ती असं सतत दक्ष राहून मृत्यूला चकवा देऊ शकणार होती. त्यामुळे ती अखंड बोलत असायची. कधी भांडखोरपणे, कधी आनंदी आणि मजेशीर. ती जुनी गाणी, स्तोत्रे, ख्रिसमस कॅरोल्स, ओणमच्या वेळी होणाऱ्या होड्यांच्या शर्यतीची गाणी तुकड्यातुकड्यांनी म्हणत असायची. ती तिच्या शुद्ध कॉन्व्हेन्ट-स्कूल इंग्रजीत शेक्सपिअर पाठ म्हणत असायची. पण तिचं जेव्हा काहीतरी बिनसायचं तेव्हा ती सडकछाप भाषेत आजूबाजूच्या लोकांचा अपमान करायची, तेव्हा तिच्या योग्यतेची व तिच्यासारख्या घराण्यातली बाई हे कसं (आणि कुठं) शिकली असेल हे कुणालाही समजत नसे. जसजसे दिवस पुढं जातील, तसतशी ती आणखी आक्रमक होत गेली. तिची भूकही आश्चर्यकारक वाढली होती. पॅरोलवर सुटलेल्या कैद्याच्या निकडीनं ती उकडलेली अंडी आणि पायनॅपल पेस्ट्रीजचा फडशा पाडत असे. तिची शारीरिक ताकदही प्रचंड वाढली होती, तिच्या वयाच्या बाईच्या दृष्टीनं 'सुपरह्यूमन' म्हणावं इतकी. ती परिचारिका व डॉक्टरांशी भांडत होती, शिरेत टोचलेले पोर्ट्स आणि सिरिंजेस उचकटून काढत होती. तिला झोपेची औषधेही देता येत नव्हती. कारण त्यांचा तिच्या फुफ्फुसांच्या कार्यक्षमतेवर दुष्परिणाम होत होता. अखेर, तिला पुन्हा अतिदक्षता विभागात हलवण्यात आलं. त्यामुळे ती भयंकर चिडली आणि 'सायकोसिस'च्या आणखी पुढच्या पायरीवर पोहोचली.

तिचे डोळे धूर्त आणि त्रस्त बनले होते. ती तिच्या सुटकेसाठी सतत डावपेच आखत असायची. ती परिचारिका आणि मदतनिसांना लाच देऊ करायची. तिनं एका तरुण डॉक्टरला सांगितलं होतं की, तू जर मला इथून बाहेर काढलंस तर मी तुला माझी शाळा व शाळेची मैदाने लिहून देईन. ती दोनदा हॉस्पिटलच्या गाउनवरच हॉस्पिटलच्या कॉरिडॉरपर्यंतसुद्धा पोहोचली होती. त्या प्रकारानंतर तिच्यावर लक्ष ठेवण्यासाठी दोन परिचारिकांची नियुक्ती झाली. कधीकधी तर त्यांना तिला बेडवर जखडूनसुद्धा ठेवावं लागत असे. जेव्हा तिनं तिच्या आजूबाजूच्या सगळ्यांना

थकवून सोडलं तेव्हा डॉक्टरांनी सांगितलं की, हॉस्पिटलला तिला चोवीस तास सेवा पुरवणं परवडणार नाही, त्यामुळे तिच्या चळवळेपणाला आवर घालण्यासाठी तिला बेडला बांधून ठेवावं लागेल. यासाठी परवानगी देणाऱ्या फॉर्मवर तिची जवळची नातेवाईक म्हणून तिलोला सही करायला सांगितलं. तिलोनं त्यांना सांगितलं की, माझ्या आईला शांत करण्याचा फक्त एकदा शेवटचा प्रयत्न करा. त्याला डॉक्टर जरा नाखुशीनंच कबूल झाले.

तिलोनं नागाला हॉस्पिटलमधून शेवटचा फोन केला होता तेव्हा तिनं त्याला सांगितलं होतं की, तिला अतिदक्षता विभागात तिच्या आईजवळ राहण्याची खास परवानगी दिली आहे, कारण तिनं अखेर आईला शांत करण्याचा मार्ग शोधला होता. त्या वेळी त्याला तिच्या आवाजात किंचितशी हास्याची व प्रेमाचीसुद्धा छटा जाणवली होती. तिला अगदी साधा, व्यवहार्य उपाय सापडला असल्याचं तिनं त्याला सांगितलं होतं. ती आईच्या बेडजवळ खुर्ची टाकून आणि वही घेऊन बसत असे आणि तिची आई तिला डिक्टेशन देत असे... अखंड. कधीकधी त्यात पत्रंही असत. *डिअर पेरेन्ट. स्वल्पविराम, पुढची ओळ... इट हॅज बीन ब्रॉट टू माय नोटीस दॅट... डिअर पेरेन्टनंतर स्वल्पविराम दिलास ना?*

बरेचदा ती चर्पटपंजरी असे, पण तिलो सांगत होती की, डिक्टेशन घेण्याच्या कल्पनेमुळे तिच्या आईला आपण अजूनही जहाजाचे कप्तान आहोत असं वाटू लागलं होतं... आपल्याकडे अजूनही कशाची तरी सूत्रे आहेत असे तिला वाटत असल्याने ती बरीच शांत झाली होती.

नागाला ती कशाबद्दल बोलते आहे याची कल्पना नव्हती. त्यामुळे तो तिला 'तू स्वतःच जराशी भ्रमिष्ट झाल्यासारखी वाटत आहेस' असं म्हणाला. त्यावर ती हसली आणि म्हणाली की, तू नोट्स पाहशील तेव्हा कळेल तुला. त्या वेळी त्याला आश्चर्य वाटल्याचं त्याला अजूनही आठवत होतं की, ही कसली बाई आहे... आई अतिदक्षता विभागात मृत्युशय्येवर असताना... भ्रमविभ्रमांच्या आंदोलनात हेलकावत असताना हिने तिच्याशी छान जुळवून घेतलं आहे आणि ती आईचा स्टेनोग्राफर असल्याची बतावणी करते आहे.

अखेर, लेक व्ह्यू हॉस्पिटलमध्ये कहाणी सुफळ संपूर्ण झाली नाही. तिलो तिच्या आईच्या अंत्यविधीनंतर परत आली ती उदास, वाळलेली आणि कधी नव्हे इतकी मितभाषी... एकांतप्रिय होऊन. तिनं आईच्या मृत्यूचं वर्णन अगदी त्रोटक आणि जवळपास 'क्लिनिकल' म्हणावं अशाप्रकारे केलं. दिल्लीला परत आल्यानंतर काही आठवड्यांत तिची बेचैन भटकंती सुरू झाली.

नागानं त्या नोट्स कधीही पाहिल्या नव्हत्या.

***

त्या दिवशी सकाळी, तो तिलोच्या कपाटातली ती मेडिकल फाइल निरुद्देश चाळत असताना त्याला त्या नोट्सची काही पाने सापडली. तिलोच्या अक्षरातली. वहीतून फाडलेल्या आखीव कागदांवर लिहिलेल्या नोट्स. हॉस्पिटलची बिले, मेडिकल प्रिस्क्रिप्शन्स, ऑक्सिजन-सॅच्युरेशन चार्ट्स आणि ब्लड-गॅस टेस्ट रिझल्ट्समध्ये खुपसून ठेवलेली, घड्या घातलेली. ते वाचत असताना त्याच्या लक्षात आलं, की आपण ज्या बाईशी लग्न केलं आहे तिच्याबद्दल आपल्याला किती कमी माहीत आहे... आणि किती कमी माहिती असणार आहे...

९/७/२००९

कुंड्यांतल्या रोपांची काळजी घे, ती पडू शकतात.

आणि ती डी-ब्लॅन्केटवरती सुरकुती-मला ते सगळं नीट करावं लागणार वाटतं.

मॅडम ॲम्बॅसडर मास्टर बिल्डर 'परया' मुली, तुझ्याबद्दल ते काय सांगत आहेत?

ते निळ्या कपड्यातले लोक. ते गू काढतात, ते तुझे नातेवाईक आहेत का?

मला जेवढं माहीत आहे त्यानुसार पावलोचं ऑर्किडशी काही जमत नाही. तो त्यांना मारतोय. 'परया' प्रॉब्लेम असेल.

बीजू किंवा रेजूला काम हाती घ्यायला सांगा.

तू रात्री कुत्र्यांचा आवाज ऐकला आहेस का? ती मधुमेही लोकांचे कापून फेकलेले पाय न्यायला येतात. मला त्यांचं केकाटणं ऐकू येतं. ते लोकांचे हात-पाय घेऊन पळून जातात. असं करू नका, असं त्यांना कुणीही सांगत नाही.

ती कुत्री तुझी आहेत? नर आहेत की मादी? त्यांना गोड आवडतं बहुधा.

मला चांगल्या प्रकारची 'जूजूबे मिठाई' आणून देशील?

निळ्या माणसांनी आपल्या अवतीभवती फिरणं बंद केलं पाहिजे.

आपण खूप काळजी घेतली पाहिजे. तू आणि मी. कळतंय ना तुला? नाही कळत?

त्यांनी माझे अश्रू मोजले आहेत; आणि क्षार व पाण्याच्या बाबतीत ते

ओके आहेत. माझे डोळे कोरडे आहेत. त्यामुळे त्यांना अंघोळ घालत राहायला हवं आणि अश्रू बनण्यासाठी सार्डीन खायला हवेत. सार्डीन अश्रूंनी भरलेले असतात.

ही चौकड्यातली मुलगी लॉटरीतून उत्तम काम करेल.

आपण जाऊ या. रेजूला गाडी घ्यायला सांग. मला शक्य नाही ते. माझी इच्छाही नाही.

हॅलो! हाऊ नाइस टू मीट यू! ही माझी नात. तिला आवरणं शक्यच नाही. कृपया ही जागा स्वच्छ होईल असं बघा.

रेजू आला रे आला की आपण गाडी घेऊ आणि ती फिरवून आणू. पॉटीसोबत घ्या. शी काढून टाका.

आता तूच इकडे ये. मला हळूच सांग. मी वाटेत अडकले आहे. तूही वाटेत अडकली आहेस का?

आपण पॉटीवर बसू आणि पहिला नंबर मारू.

माझ्याकडे जॉनी वॉकर आहे.

मी फक्त दोन चादरी घेईन. पण मग आपल्या पायांनी काय करायचं?

तिथं घोडा असेल?

माझ्या आणि फुलपाखरांदरम्यान महायुद्ध सुरू झालं आहे.

तू प्रिन्सी, नाईसी आणि मैत्रिणींबरोबर ताबडतोब बाहेर पडशील का? ती पितळी फुलदाणी. व्हायलिन आणि सुई-दोरा घे. सोड ती घाण आणि गॉगल. त्या मोडक्या खुर्च्यांचा विचार सोडून दे. त्या कायमच भोवती फिरत असतात... येतात... जातात.

ही चौकड्यांची मुलगी तुला तुझी शी काढायला मदत करेल. थोड्या वेळात तिचे वडील केरकचरा भरून न्यायला इथं येतील. ते तुझ्याबरोबर सापडायला नको आहेत मला. मला वाटतं आपण साफ करून टाकू या.

त्या पडद्यांमागे तुला माणसांची गर्दी आहे असं जाणवतं? मला जाणवतं. तिथं नक्कीच वास आहे. गर्दीचा वास. जरासा सडका, समुद्रासारखा.

मला वाटतं, तू तुझ्या कविता आणि सगळ्या योजना ॲलिसकुट्टीकडं

द्याव्यास. ती अतिशय कुरूप घाणेरडी आहे. मला तिचा फोटो हवा आहे, तिला पाहून हसण्यासाठी. मी अशी दुष्ट आहे ना.

बिशपना मला शवपेटीत पाहायचं असेल. अगदी सुटल्यासारखं वाटतंय, कारण माझा अंत्यविधी आहे. मी तिथं जाईन असं मला कधीसुद्धा वाटलं नव्हतं. बाहेर पाऊस पडतोय, बाहेर झगझगीत उजेड आहे, बाहेर अंधार आहे, आत्ता दिवस आहे का आत्ता रात्र आहे? प्लीज, कुणी सांगाल का मला?

आता 'बंक'... दांडी.

आणि या घोड्यांना बाहेर घेऊन जा.

या मुलीला घेऊन जायचं आणि तिचं सगळं काढून घ्यायचं हा हलकटपणा आहे.

उऽऽऽऽठ!!!

मी बाहेर चाललीये. तू तुला हवं ते कर. तुला असं झोडपून काढेन ना!

मी तिलोत्तमा आईप आहेस असं तू सांगत फिरतेस ते किती लाजिरवाणं आहे, तेसुद्धा तू तिलोत्तमा आईप नसताना. मी तुला माझ्याबद्दल किंवा तुझ्याबद्दलही काही सांगणार नाही.

मी फक्त इथे उभी राहून 'हे कर, ते कर' एवढंच सांगणार आहे आणि तू ते आनंदानं करणार आहेस. उद्यापासून तुला पगार मिळणार नाही. लिहून घेतलंस ना हे? मी तुला प्रत्येक वेळी दंड करणार आहे.

जा, जाऊन सांग सगळ्यांना की, ही माझी आई आहे, मिसेस मरियम आईप, आणि ती दीडशे वर्षांची आहे.'

त्यांच्याकडं सगळ्या घोड्यांसाठी औषध आहे ना?

लोक जांभया देतात तेव्हा ते कसे घोड्यासारखे दिसतात हे कधी लक्षात आलंय तुझ्या?

तुझ्या दातांची कसून काळजी घे, कुणालाही ते काढून देऊ नकोस.

काही वेळा ते 'डिस्काऊन्ट' देऊ करतात... मूर्खपणा सगळा.

सगळं नीट बघ, मग जाऊ या आपण.

आणि ही हॅना. मी तिचे पैसे देणं आहे आणि मला सगळ्या कॅथेटरवाल्या मुलांना ओलांडून जावं लागणार आहे.

कितीतरी कॅथेटर्स आहेत आणि मिसेस आईपना किती कळतंय हे पाहून सगळे खूश आहेत. पण त्या या मुलाशी किती चांगलं वागतात. तू माझा कॅथेटर काढला नाहीस, पण त्यांनी काढला. ती अगदी चांगली पराया आहे. तू विसरली आहेस ते.

कुणीतरी आलं... आणखी कुणीतरी... कुणीतरी.

धक्कादायक गोष्ट अशी आहे की, 'तू' सर्वांना तुझे नियम घालून देत आहेस. पण लोकांनी माझी आता पाळावी अशी माझी अपेक्षा आहे.

पण मी 'इन चार्ज' आहे. तो सोडणं फार कठीण असतं, नक्कीच. अन्नम्मा आपल्या समाजातली सर्वांत शांत प्राणी आहे.

शेरलॉक होम्स- शेरलॉक होम्स खेळणारी अन्नम्मा आहे तरी कोण? ती दोन्हीही खूप छान करते. ती माझी हेड टीचर होती. किती छान मरण आलं तिला. ती घरी गेली आणि माझ्यासाठी खोकला घेऊन आली.

हॅलो डॉक्टर ही माझी मुलगी. घरी राहूनच शिकते. फार वांड आहे ही. आज शर्यतीत ती भयंकरच होती. पण मीसुद्धा भयंकर होते. आम्ही सगळ्यांना लाथा घातल्या.

मी माझं आयुष्य मूर्ख गोष्टी करण्यात घालवलं. मी मूल जन्माला घातलं. हिला.

आणि तो घाणेरडे कपडे घातलेला मुलगा आणि घाणेरडा कॅथेटर आणि मी घाणेरड्या नदीत तासन्‌तास बसून राहिले होते.

माझ्या भोवती हिजड्यांचा गराडा आहे असं मला वाटतंय. आहे का?

गाणी... काय झालंय काय? मला एकही आठवत नाहीये.

आवाज ऐकलास... ऑक्सिजनचा आहे. बुडबुडे विरत आले आहेत. मला ऑक्सिजन कमी पडतोय. पण मी संपत चाललेय का बरी होतेय याची मी फिकीर करत नाही.

मला झोपायचं आहे. मी मरायला आनंदानं तयार आहे. माझे पाय गरम पाण्यात बुडवा.

मला झोपायला आवडेल. मी परवानगी मागत नाहीये.

छुक छुक छुक... कुक! कुक! कुक!

माझं इंजिन आहे हे.

तू मरशील तेव्हा ढगावर लटकून राहा. आम्हाला तुझी सगळी माहिती कळेल. मग ते तुला तुझं बिल देतील.

माझे पैसे कुठे आहेत?

'आर्टेरिअल पोर्ट' म्हणजे जीझस ख्राइस्टचा स्क्रू आहे. त्यामुळे दुखापत होत नाही.

मी फक्त एक लहानशी 'मॅनिकिन' आहे... दुकानात पुतळा ठेवतात तशी.

मला माझं ढुंगण आवडतं. डॉ. वर्गीसना ते का काढून टाकायचं आहे ते मला कळत नाही.

गोठलेली फुलं कधीही निघून जात नाहीत. ती सदैव कुठंतरी घुटमळत राहतात. मला वाटतं आपण फुलदाण्यांबद्दल बोलायला हवं.

तू पांढऱ्या फुलाचा आवाज ऐकलास?

नागाला जे सापडलं होतं तो फक्त नमुना होता. जर त्या नोट्सचं संकलन हॉस्पिटलच्या कचऱ्यातून गेलं नसतं तर त्याचे कित्येक खंड झाले असते.

***

आठवडाभर अविरत नोट्स घेऊन विटलेली तिलो एके दिवशी सकाळी तिच्या आईच्या बेडजवळ उभी होती; ती नेहमी बसायची त्या खुर्चीच्या पाठीवर हात टेकून. अतिदक्षता विभागात ती गडबडीची वेळ होती. डॉक्टर राउंडला आले होते, परिचारिका व मदतनीस धांदलीत होते, वॉर्डची साफसफाई सुरू होती. त्या दिवशी मरियम आईपची सकाळ अत्यंत वाईट होती. तिचा चेहरा लाल झाला होता. तिच्या डोळ्यांत अस्वस्थ चमक होती. तिनं अंगावरचा हॉस्पिटल गाउन काढून टाकला होता आणि ती फक्त नॅपीवर होती. पाय ताठच्या ताठ फाकून पडली होती. ओरडताना तिचा आवाज पुरुषासारखा येत होता.

"परयांना सांग, माझं हगलेलं स्वच्छ करायची वेळ झाली आहे!"

तिलोच्या रक्तानं जणू काही महामार्ग सोडला आणि ते जंगलातल्या वेड्या वाटांवरून धावू लागलं. अचानक, ती ज्या खुर्चीवर रेलली होती. ती खुर्ची तिनं उचलली आणि धाड्दिशी आपटली. लाकूड फुटतानाचा आवाज वॉर्डमध्ये घुमत

राहिला. शिरांमधल्या सुया उड्या मारून वर आल्या. औषधांच्या बाटल्या त्यांच्या ट्रेमध्ये खडखडल्या. कमजोर हृदयांचा ठोका चुकला. तिलो तो आवाज तिच्या आईच्या देहातून पार होताना पाहत होती... पायाकडून वरच्या दिशेनं... मृतदेहावर प्रेतवस्त्र ओढावा तसा.

ती तिथं तशीच किती वेळ उभी होती किंवा तिला डॉ. वर्गीस यांच्या ऑफिसमध्ये कुणी नेलं... तिला काहीच कळलं नाही.

'क्रिटिकल केअर' विभागाचे प्रमुख डॉ. जेकब वर्गीस चार वर्षांपूर्वीपर्यंत अमेरिकी लष्करात 'मेडिक' होते. कुवेत युद्धात ते त्यांच्या युनिटमध्ये 'क्रिटिकल केअर'चे सेकंड-इन-कमान्ड' होते. त्यांचा कार्यकाल संपल्यानंतर ते केरळला परत आले होते. आयुष्यातली बहुतेक वर्षं परदेशात घालवूनही त्यांच्या बोलण्यात अमेरिकी उच्चारांचा लवलेशही नव्हता ही विशेष गोष्ट होती, केरळमधले लोक विनोदानं म्हणत असत की, अमेरिकेच्या व्हिसासाठी अर्ज केला तरी लोकांचे उच्चार अमेरिकी वळणाचे होतात. डॉ. वर्गीस यांच्याकडे पाहून कुणालाही वाटलं नसतं की, ते केरळमध्ये आयुष्य घालवलेले पक्के स्थानिक सीरियन ख्रिश्चन व्यक्ती नाहीत. ते तिलोकडे पाहून प्रेमळपणे हसले व त्यांनी कॉफी मागवली. ते मरियम आईपच्या गावचेच होते. त्यांना बहुधा सगळ्या अफवा-कंड्या व कुजबुज माहीत असावी. त्यांच्या ऑफिसमधल्या एअरकंडिशरचं सर्व्हिसिंग सुरू होतं, त्या खुडबुड आवाजानं खोलीतलं अवघडलेपण दूर केलं होतं. तिलो त्या मेकॅनिकचं बारकाईनं निरीक्षण करत होती. तिचं आयुष्य त्यावर अवलंबून असल्यासारखी. हिरवे ट्यूनिक व विजारी घातलेले स्त्री-पुरुष, शस्त्रक्रियेच्या वेळी घालतात ते मास्क घालून व ऑपरेशन-थिएटरच्या स्लिपर्स घालून आवाज न करता कॉरिडॉरमधून तरंगत होते. त्यापैकी काहींच्या हातमोज्यांना रक्त लागलेलं होतं. डॉ. वर्गीसनी त्यांच्या वाचण्याच्या चष्म्याच्या वरच्या कडांमधून तिलोकडं पाहिलं, जणू ते निदान करत असावेत असं. बहुधा ते खरंच करत असावेत. काही वेळातच ते टेबलाच्या पलीकडं आले आणि त्यांनी तिचा हात हातात घेतला. आपण वीज पडलेल्या इमारतीला सावरण्याचा प्रयत्न करतो आहोत हे त्यांच्या लक्षात आलं नसावं. आता त्यात सावरण्यासारखं काही उरलंच नव्हतं. त्यांची कॉफी पिऊन झाल्यावर- तिनं कॉफीला हातही लावला नव्हता. ते म्हणाले की, "आपण अतिदक्षता विभागात जाऊ या, तू आईची माफी माग."

"तुझी आई असामान्य महिला आहे. तुला कळायला हवं की, हे घाणेरडे शब्द उच्चारणारी ती नाहीये."

"ओह, मग कोण आहे?"

"दुसरीच कुणीतरी. तिचा आजार. तिचं रक्त. तिचे दु:खभोग. आपल्यावरचे संस्कार, आपले पूर्वग्रह, आपला इतिहास..."

"मग मी माफी कुणाची मागायची? पूर्वग्रहांची? का इतिहासाची?"

पण एव्हाना ती त्यांच्या मागून कॉरिडॉरमधून अतिदक्षता विभागाच्या दिशेने निघाली होती.

ते तिथं गेले तेव्हा तिची आई कोमामध्ये गेली होती. ऐकण्याच्या पलीकडे, इतिहासाच्या पलीकडे, पूर्वग्रहांच्या पलीकडे, माफीच्या पलीकडे गेली होती. तिलो तिच्या बेडवर मुडपून बसली आणि तिनं तिच्या पायांवर चेहरा ठेवला... तिचे पाय थंडगार होईपर्यंत ती तशीच बसली होती. मोडकी खुर्ची त्यांच्याकडे पाहत होती... विषादाच्या देवदूतासारखी. तिलोच्या मनात आलं, खुर्ची काय करेल हे तिच्या आईला कसं कळलं होतं? तिला हे कसं कळलं असेल?

त्या मोडक्या खुर्च्यांचा विचार सोडून दे. त्या कायमच भोवती फिरत असतात.

मरिअम आईप दुसऱ्या दिवशी सकाळी गेली.

सीरियन ख्रिश्चन चर्च तिच्या पापाला क्षमा करणार नव्हतं. त्यांनी तिचं दफन करायला नकार दिला. त्यामुळे तिच्या अंत्यविधीला मुख्यत्वे शाळेतले शिक्षक व तिच्या काही विद्यार्थ्यांचे पालक उपस्थित होते. तिच्यावर सरकारी स्मशानभूमीत अंत्यसंस्कार करण्यात आले. तिलो तिच्या आईची रक्षा घेऊन दिल्लीला परत आली. ती नागाला म्हणाली की, आता त्याचं काय करायचं याचा खूप काळजीपूर्वक विचार करायला हवा. तिनं त्याला बाकी फारसं काही सांगितलं नव्हतं. त्याला आठवत होतं, तो रक्षाकलश तिच्या कामाच्या टेबलवर ठेवलेला होता. नंतर तो तिथं दिसत नाहीये हे नागाच्या लक्षात आलं होतं. तिलोला रक्षाविसर्जनासाठी (किंवा ती पसरून टाकण्यासाठी, वा ती पुरण्यासाठी) सुयोग्य स्थान मिळालं, का तो रक्षाकलश तिच्यासोबत तिच्या नव्या घरी गेला हे नागाला माहीत नव्हतं.

***

तो खाली जमिनीवर बसून जाडजूड मेडिकल फाइल चाळत होता. 'राजकुमारी' अचानक नागाजवळ आली. ती त्याच्यामागे उभी राहून त्याच्या खांद्यावरून पुढं झुकून त्या नोट्स मोठ्यानं वाचू लागली.

"आर्टेरिअल पोर्ट म्हणजे जीझस ख्राइस्टचा स्क्रू आहे..."

'तू पांढऱ्या फुलाचा आवाज ऐकलास?' "जान, तू हे काय भंपक वाचतो आहेस? फुलं कधीपासून आवाज करू लागली आहेत?"

नागा तसाच बसून राहिला... कितीतरी वेळ, काहीच न बोलता तो खोल विचारात गढला होता. मग तो उठला आणि तिचा सुंदर चेहरा त्याच्या हातांच्या

ओंजळीत धरून म्हणाला.

"आय ॲम सो सॉरी..."

"कशाबद्दल, जान?"

"हे नाही जमणार..."

"काय?"

"आपलं..."

"पण ती निघून गेली आहे! तिनं तुला सोडलंय!"

"सोडलंय. हो, सोडलंय तिनं... पण ती परत येईल. तिला यावंच लागेल. ती येईल."

राजकुमारीनं नागाकडे कीवयुक्त नजरेनं पाहिलं आणि ती गेली... आयुष्यात पुढं गेली. काही काळातच तिचं एका टीव्ही न्यूज चॅनेलच्या मुख्य संपादकाशी लग्न झालं. त्यांची देखणी व सुखी जोडी बनली आणि त्यांना सुदृढ, खेळकर मुलंही झाली.

***

तिलोनं भाड्यानं घेतलेली जागा दुसऱ्या मजल्यावर होती. तिथून एक सरकारी प्राथमिक शाळा दिसत असे, तुलनेनं गरीब मुलांची. आणि एक कडुलिंबाचं झाड, चांगल्या समृद्ध पोपटांनी लगडलेलं. रोज सकाळी शाळेतली मुलं 'असेम्ब्ली'त "हम होंगे कामयाब" मोठ्यानं म्हणत असत, तेव्हा तीही त्यांच्यासोबत गात असे. वीकेन्ड्सना व सुट्टीच्या दिवशी तिला त्या मुलांची व 'असेम्ब्ली'ची आठवण होत असे म्हणून ती सकाळी ठीक सात वाजता एकटीच ते गाणं म्हणत असे. ज्या दिवशी ती गाणं म्हणत नसे त्या दिवशी तिला आदला दिवसच लांबला आहे; अजून नव्या दिवसाची पहाट उजाडलेली नाही असं वाटत असे. त्यामुळे सकाळी बरेचदा, तिच्या दाराला कुणी कान लावला तर त्याला तिचं गाणं ऐकू आलं असतं.

पण तिच्या दाराला कुणीही कान लावला नाही.

कुमारी जबीनचा वाढदिवस व नामकरण समारंभ झाला तेव्हा तिलोला त्या जागेत येऊन चार वर्षं झाली होती. ती रात्र तिच्या तिथल्या मुक्कामाची शेवटची रात्र ठरणार होती. वाढदिवसाच्या उरलेल्या केकचं काय करायचं याचा ती विचार करत होती. कदाचित मुंग्या त्यांच्या शेजारपाजारच्या नातेवाइकांना मेजवानीचं आमंत्रण देतील आणि तो खाऊन टाकतील किंवा त्याचा कण न् कण त्यांच्या भांडारात घेऊन जातील.

उकाडा वाढला होता, त्याची धग खोलीत भरून राहिली होती. दूरवर रहदारीचा

आवाज येत होता. शहरात ढगांचा गडगडाट सुरू होता.

पण पावसाचं नाव नव्हतं.

घुबडाचं पिल्लू भुर्रकन उडून गेलं, पुन्हा कुठल्यातरी दुसऱ्या खिडकीतून दुसऱ्या बाईकडे वाकून पाहायला, आपल्या चांगल्या शिष्टाचारांचा सराव करायला.

ते घुबडाचं पिल्लू उडून गेलेलं पाहून तिलोला भयंकर वाईट वाटलं. आता आपणही इथून जाणार आणि ते कदाचित पुन्हा कधीही दिसणार नाही, हे तिला माहीत होतं. ते घुबड *'कुणीतरी'* होतं. ते कुणीतरी म्हणजे कोण हे तिला खात्रीनं सांगता येत नव्हतं. कदाचित मुसा. मुसाचं नेहमी असंच असायचं. त्याची नेहमी धावती, रहस्यमय भेट असायची, वेश बदलून. तो विशिष्ट वेशात येत असे. तो 'कुठेही नाही' जिल्ह्यातल्या 'श्रीयुत कुणीही नाही' सारखा दिसत असे. तो परत जाताना, तो कदाचित पुन्हा कधीही भेटणार नाही याची तिला जाणीव असे. नेहमी तो बेपत्ता होत असे आणि ती प्रतीक्षा करत असे. या खेपेला बेपत्ता होण्याची तिची पाळी होती. ती कुठे आहे हे त्याला कळवण्याचं तिच्यापाशी कुठलंही साधन नव्हतं. तो मोबाइल फोन वापरत नसे. त्याचे फोन फक्त तिच्या लॅन्डलाइनवर येत असत. आता ते फोन उचलले जाणार नव्हते. त्या रात्री, तिला त्या घुबडाला 'निरोप' द्यायची अनिवार इच्छा झाली होती; पण तिनं त्यावर मात केली.

तिनं कागदाच्या एका तुकड्यावर एक ओळ खरडली आणि ती त्याला वाचता येईल अशा बेतानं खिडकीत चिकटवली.

'Who can know from the word goodbye what
kind of parting is in store for us.'

गुडबाय या शब्दावरून, आपली कशा प्रकारे ताटातूट होणार आहे हे कोण सांगू शकतं.

ती परत येऊन गादीवर आडवी झाली, स्वत:वर आणि तिच्या निरोपातील उसन्या स्पष्टतेवर खूश होऊन. पण त्यानंतर लगेचच तिला लाज वाटू लागली. ओसिप मँडेलस्टामनं ही ओळ लिहिली तेव्हा त्याच्या डोक्यात कितीतरी गंभीर गोष्टी असतील. तो स्टॅलिनच्या 'गुलाग'शी वाटाघाटी करत होता. तो घुबडांशी बोलत नव्हता. मग तिनं तो खिडकीवरचा कागद काढून घेतला आणि ती बिछान्यात पुन्हा परत आली.

ती ज्या ठिकाणी टक्क जागी पडली होती, तिथून काही मैलांवर आदल्या रात्री तीन माणसं एका बेदरकार ट्रकखाली चिरडून मेली होती. बहुधा ड्रायव्हरला गाढ झोप लागली असावी. टीव्हीवर सांगत होते की, त्या उन्हाळ्यात बेघर लोक प्रचंड वर्दळीच्या रस्त्याच्या कडेला झोपत होते. जवळून जाणाऱ्या ट्रक व बसच्या डिझेलच्या वाफा डास पळवण्याचं काम प्रभावीरीत्या करत असल्याचा त्यांना शोध

लागला होता. त्यामुळे त्यांचं डेंग्यूच्या उद्रेकापासून- ज्यानं शहरात हजारो लोकांचा बळी घेतला होता- संरक्षण होत असल्याचं त्यांचं म्हणणं होतं.

तिनं डोळ्यांसमोर चित्र आणलं : शहरात आलेले नवे स्थलांतरित, दगड फोडण्याचं काम करणारे. त्यांच्या आगाऊ आरक्षित, 'प्री-पेड' स्थानी आले होते. ज्याचं भाडं वाहनांमधून बाहेर पडणाऱ्या वाफांची घनता भागिले डासांचं स्वीकारार्ह प्रमाण यानुसार ठरवलं जात असे. अचूक गणित, पाठ्यपुस्तकात सहजासहजी न आढळणारं.

बांधकामाच्या साइटवर दिवसभर काम करून ती माणसं थकली होती. वेगानं वाढणाऱ्या जंगलासारख्या शहरात बहुमजली शॉपिंग सेंटर्स आणि वसाहती उभ्या राहत होत्या. त्यामधल्या फरश्या अंथरून आणि त्यासाठी दगड, फरश्या कापून, फोडून त्यांच्या पापण्या आणि फुप्फुसं निस्तेज झाली होती. कुत्र्याची विष्ठा पसरलेल्या, उतरत्या भरावावरच्या धुळकट गवतावर मऊ विटके पंचे अंथरून ते आडवे झाले होते. जवळच स्टेनलेस स्टीलची शिल्पं होती. पमनानी समूहानं प्रायोजित केलेल्या सार्वजनिक कलाकृती. हा समूह स्टेनलेस स्टील माध्यमात काम करणाऱ्या कल्पक आधुनिक कलाकारांना प्रोत्साहन देत असे, हे कल्पक व आधुनिक कलाकार स्टील उद्योगाला चालना देतील अशा हेतूनं. ही शिल्पं स्टीलच्या शुक्राणूंच्या गुच्छांसारखी दिसत होती किंवा कदाचित ते फुगे असू शकतील. ते नीट कळत नव्हतं. पण ते दिसत मात्र छान होतं. त्या लोकांनी शेवटची बिडी पेटवली. धुराची वर्तुळं अंधारात मिसळत गेली. रस्त्यावरच्या निऑन दिव्यांमुळे गवत चकचकीत निळं दिसत होतं आणि माणसं करड्या रंगाची दिसत होती. मग त्यांच्यात थोडी चिडवाचिडवी झाली, थोडे हास्याचे फवारेही उडाले, कारण त्यातले दोघे धुराची वर्तुळं काढत होते; पण तिसऱ्याला ती काढता येत नव्हती. तो शिकण्याच्या बाबतीत अगदीच बेकार होता. कायम ठोक नंबरवर.

त्यांच्याकडे झोप आली, झटपट व सहज, कोट्यधीशांकडं पैसा येतो तशी.

जर ते ट्रकखाली चिरडून मेले नसते तर ते कशानं मेले असते?

(अ) डेंग्यूचा ताप

(ब) उष्णता

(क) बिड्या फुंकून

किंवा

(ड) दगड कापताना उडणाऱ्या धुळीमुळे

किंवा असं नसतं झालं. ते पुढीलपैकी काहीही होऊ शकले असते.

अ) करोडपती

ब) सुपर मॉडेल किंवा ब्यूरो प्रमुख

ते ज्या गवतावर झोपले होते तिथंच त्यांचा चिखल झाला ही गोष्ट महत्त्वाची होती का? कुणाच्या दृष्टीनं महत्त्वाची होती? ही गोष्ट ज्यांच्यासाठी महत्त्वाची होती ते महत्त्वाचे होते का?

डिअर डॉक्टर,
चिखल झालो
आम्ही चिरडून गेलो आहोत. यावर काही उपचार आहे का?
रिगार्ड्स
बिरू, जयराम, राम किशोर

तिलोनं हसून डोळे मिटले.

बेफिकीर साले मादरचोद. यांना ट्रकच्या वाटेत यायला कुणी सांगितलं?

काही विशिष्ट गोष्टी मनातून कशा पुसून टाकाव्यात याचा ती विचार करत होती... काही विशिष्ट गोष्टी... तिला माहीत असलेल्या. पण माहीत असण्याची इच्छा नाही अशा. त्या मनातून कशा पुसून टाकायच्या... माहीतच नसल्यासारख्या. उदाहरणार्थ, दगडाचं कूट श्वासात भरून भरून काही माणसे मेली, तेव्हा त्यांच्या फुप्फुसांनी जाळून घेण्यास नकार दिला. त्यांचे उर्वरित देह जळून राख झाल्यानंतरसुद्धा दोन फुप्फुसाच्या आकाराच्या दगडाच्या फरशा मागे उरल्या, न जळता.

तिलोचे मित्र डॉ. आझाद भारतीय- जंतरमंतरच्या पेव्हमेन्टवर राहणारे- यांनी तिला त्यांच्या मोठ्या भावाची- जितेन वाय. कुमारची कहाणी सांगितली होती. तो ग्रॅनाइटच्या खाणीत कामाला होता. त्याचं वयाच्या पस्तिसाव्या वर्षी निधन झालं. त्याच्या अंत्यविधीनंतर, त्याचा आत्मा मुक्त करण्यासाठी त्यांना भावाची फुप्फुसे पहारीनं कशी फोडावी लागली होती त्याचं वर्णन डॉ. आझाद भारतीय यांनी केलं होतं. ते म्हणाले होते की, मी ते केलं, मी कम्युनिस्ट असूनही व माझा आत्मा वगैरे गोष्टींवर विश्वास नसूनही.

त्यांनी ते त्यांच्या आईच्या समाधानासाठी केलं होतं.

ते सांगत होते की, त्यांच्या भावाची फुप्फुसे चमचमत होती, कारण त्यात गारेचे कण भरले होते.

डिअर डॉक्टर,

खरंच, काही नाही. मला फक्त तुम्हाला 'हॅलो' करायचं होतं. खरंतर, काहीतरी सांगायचं आहे. तुम्ही तुमच्या आईच्या समाधानासाठी तुमच्या भावाची फुप्फुसे फोडावी लागताहेत. याला तुम्ही सामान्य मानवी कृती असं म्हणाल?

तिच्या मनात आलं, मुक्त न झालेला आत्मा, चितेवरचा आत्म्याच्या आकाराचा दगड कसा दिसत असेल? कदाचित तारामाशासारखा किंवा गोम किंवा जिवंत देह व दगडी पंख असलेल्या चित्रविचित्र ठिपक्यांच्या पतंगासारखा... बिचारा पतंग... त्याला उडायला साहाय्य करण्यासाठी असलेल्या सगळ्या गोष्टींनी विश्वासघात केलेला, ठेचलेला.

कुमारी जबीन द सेकंड झोपेत चुळबुळली.

लक्ष केंद्रित कर, अपहरणकर्तीनं बाळाच्या भिजक, घामट कपाळावर थोपटताना, स्वत:ला बजावलं, *नाहीतर गोष्टी पूर्ण हाताबाहेर जातील.* सगळ्या लोकांमधली ती – तिला कधीच मुलं नको होती- बाळ उचलून का पळाली होती ते तिलाच कळत नव्हतं. पण आता ते घडून गेलं होतं. कहाणीतला तिचा भाग लिहून झाला होता. पण तो तिनं लिहिला नव्हता. मग कुणी लिहिला होता? दुसऱ्या कुणीतरी.

डिअर डॉक्टर,

तुम्हाला हवे तर तुम्ही माझा इंच न् इंच बदलू शकता. मी फक्त एक कहाणी आहे.

कुमारी जबीन शहाणी मुलगी होती. तिलो तिच्यासाठी जे बिनमिठाचं सूप आणि उकडून कुस्करलेल्या भाज्या करायची, ते तिला आवडतंय असं दिसत होतं. लहान मुलांना सांभाळण्याचा तसा फारसा अनुभव नसलेली तिलो तिला अगदी सहज व आत्मविश्वासपूर्ण रीतीनं सांभाळत होती. कधीतरी कुमारी जबीन रडू लागायची तेव्हा तिलो क्षणार्धात तिला गप्प करत असे. तिलोला सगळ्यात आवडायचं ते (खाऊ घालणं हा अपवाद होता), तिला जमिनीवर कॉम्रेड लालीच्या काळ्या करड्या रंगाच्या पाच पिल्लांच्या फौजेसमवेत खेळायला खाली सोडणं. तांबड्या केसांच्या, मॅंग्रेल जातीच्या कुत्रीनं कॉम्रेड लालीनं -पाच आठवड्यांपूर्वी तिच्या दाराबाहेर जिन्याच्या लँडिंगवर त्या पिल्लांना जन्म दिला होता. दोन्ही पार्ट्यांना (पिल्ले व कुमारी जबीन) एकमेकांशी बरंच काही बोलायचं आहे असं वाटायचं. दोन्ही आयांची एकमेकींशी खास दोस्ती होती. त्यामुळे त्यांची गेट-टुगेदर नेहमी यशस्वी होत असत. मग सगळे कंटाळले की, तिलो त्या पिल्लांना लँडिंगवरच्या त्यांच्या तरटाच्या पोत्यावर नेऊन ठेवत असे आणि कॉम्रेड लालीला छोट्या वाटीत दूध आणि ब्रेड घालत असे.

त्या दिवशी, केकवरची मेणबत्ती लावण्याआधी, तिलो नामकरण झालेल्या बाळाला- कुमारी जबीनला घेऊन खोलीत गिरक्या घेत, 'हॅपी बर्थडे' असं गुणगुणत

असताना, खालच्या मजल्यावरची भाडेकरू- अंकिताचा फोन आला होता. तिनं सांगितलं की, सकाळी पोलीस आला होता, तो तुमची (तिलोची) चौकशी करत होता. या इमारतीत कुणाला नवीन बाळाबद्दल काही माहिती आहे का याची चौकशी करत होता. तो घाईत होता. तो तिच्याकडे एक वृत्तपत्र देऊन गेला होता. त्यामध्ये पोलिसांनी शिरस्त्यानुसार नोटीस प्रसिद्ध केली होती. अंकितानं तिच्या छोट्या आदिवासी गुलाम मुलीसोबत ते तिलोकडे वर पाठवलं होतं.

अपहरण सूचना – डीपी / ११४६

नवी दिल्ली ११०००१

सर्व नागरिकांना कळविण्यात येते की, एक निर्वस्त्र, अज्ञात अर्भक, वडील : अज्ञात, पत्ता : अज्ञात, जंतरमंतर, नवी दिल्ली येथे सोडून देण्यात आले होते. याबाबतची माहिती पोलिसांना कळवण्यात आली होती; परंतु पोलीस कुमक घटनास्थळी दाखल होण्यापूर्वी अज्ञात व्यक्ती/व्यक्तींनी सदर अर्भकाचे अपहरण केले आहे. यासंदर्भात कलम ३६१, ३६२, ३६५, ३६६ अ, ३६७ व ३६९ अन्वये एफआयआर (फर्स्ट इन्फर्मेशन रिपोर्ट) नोंदवण्यात आला आहे. या संदर्भात सर्व वा कसल्याही माहितीसाठी कृपया स्टेशन हाउस ऑफिसर, पार्लमेंट स्ट्रीट पोलीस स्टेशन, नवी दिल्ली यांच्याशी संपर्क साधावा. अर्भकाचे वर्णन खालीलप्रमाणे :

नाव : अज्ञात, वडिलांचे नाव : अज्ञात,

पत्ता : अज्ञात, वय : अज्ञात,

अंगावरील कपडे : निर्वस्त्र

फोनवर अंकिताचा स्वर कुणीतरी श्रेष्ठ वगैरे असल्यासारखा व नाराजीचा होता. पण ती तिलोशी नेहमीच तशी वागत असे. नवरा-असलेल्या-बाईनं नवरा-नसलेल्या – बाईशी बोलताना काहीतरी आत्मसंतुष्ट, विजयोत्सवी असणं ती गृहीत धरत असे. त्याचा त्या बाळाशी काहीही संबंध नव्हता. तिला कुमारी जबीनबद्दल माहीत नव्हतं. (सुदैवानं, गार्सन हॉबर्टनं घराचं बांधकाम भक्कम व भिंती ध्वनिरोधक असण्याची दक्षता घेतली होती.) आसपासच्या कुणीही ती दक्षता घेतली नव्हती. तिलोनं कुमारी जबीनला बाहेर आणलं नव्हतं. ती स्वत:ही फारशी बाहेर पडत नसे. छोटी झोपली असेल तेव्हा ती अधूनमधून अत्यावश्यक तेव्हाच बाजारात जाऊन येत असे. दुकानदारांना ती बाळासाठी खाद्यपदार्थ विकत घेते याचं आश्चर्य वाटत असू शकेल. पण पोलीस इतका दूरवर तपास करतील असं तिलोला वाटत नव्हतं.

तिलोनं वृत्तपत्रातली पोलिसांची ती नोटीस पहिल्यांदा वाचली, तेव्हा तिनं त्याचा गांभीर्यानं विचार केला नाही. शिरस्त्यानुसार पूर्ण केलेली ती नोकरशाहीची

आवश्यक प्रक्रिया आहे, जी काही विचार न करता निरर्थकपणे पूर्ण केली आहे असं दिसत होतं. पण ती नोटीस दुसऱ्यांदा वाचताना तिच्या लक्षात आलं, की यातून गंभीर संकट उद्‌भवू शकतं. मग तिनं स्वत:ला विचार करायला वेळ देण्यासाठी, ती नोटीस एका वहीत उतरवून काढली... अगदी शब्द न् शब्द... तिनं ती अक्षरं जुन्या शैलीतील सुलेखनात उतरवून त्याच्या कडेनं फळं व वेलींची सजावट केली, जणू ते 'टेन कमांडमेंट्स' असावेत.

पोलिसांनी तिचा माग कसा काढला असेल आणि ते तिच्या दारावर येऊन धडकले असतील हे तिच्या लक्षात येत नव्हतं. आता काहीतरी योजना आखण्याची गरज आहे हे तिला कळत होतं, पण तिच्यापाशी कुठलीच योजना नव्हती. म्हणून तिनं अशा माणसाला फोन केला, जो तिची समस्या समजून घेईल व तिला ठोस सल्ला देईल असा तिला विश्वास होता. अखिल जगात तिच्या दृष्टीनं तो एकमात्र विश्वासार्ह माणूस होता.

त्यांच्या मैत्रीला चार वर्षांहून अधिक काळ झाला होता. ती आणि डॉ. आझाद भारतीय. त्या दोघांची पहिली भेट झाली ती कॅनॉट प्लेसमध्ये रस्त्याकडेच्या एका चर्मकाराकडे – तो त्याचं कौशल्य व त्याच्या लहानखुऱ्या चणीबद्दल प्रसिद्ध होता- ते सॅन्डल्स दुरुस्त करून मिळण्याची वाट बघत थांबलेले असताना. तो जी कुठली चप्पल, बूट वा स्लिपर दुरुस्त करत असेल ती त्याच्या हातात पाहताना, ती एखाद्या राक्षसाची असावी असं वाटत होतं. तिलो व डॉ. आझाद भारतीय एक सॅन्डल पायात आणि एक काढून ठेवलेलं अशा अवस्थेत तिथं उभे असताना, डॉ. भारतीय यांनी तिलोला 'सिगारेट आहे का' असं (इंग्रजीत) विचारून आश्चर्याचा धक्का दिला होता. त्यावर तिनं त्यांना 'माझ्याकडं सिगारेट नाही. पण बिडी देऊ शकते' असं (हिंदीत) उत्तर देऊन त्यांना आश्चर्याचा धक्का दिला होता. मग त्या एवढ्याशा चर्मकारानं त्या दोघांना धूम्रपानाच्या परिणामांबद्दल सविस्तर व्याख्यान दिलं होतं. त्याचे वडील... चेन-स्मोकर... कर्करोगानं कसे गेले याची कहाणी त्यानं त्यांना ऐकवली. त्यानं त्याच्या वडिलांच्या फुप्फुसात जी गाठ झाली होती तिची रूपरेषा धुळीत बोटांनी काढून दाखवली.

"एवढी मोठी होती ती."

डॉ. भारतीय यांनी त्याला खात्री दिली की, मी चप्पल दुरुस्त करून घ्यायला येतो, तेव्हाच फक्त धूम्रपान करतो. मग त्यांचं संभाषण तिथून राजकारणावर आलं. चर्मकारानं सध्याच्या वातावरणाला शिव्या घातल्या. प्रत्येक संप्रदाय व धर्माच्या देवांबद्दल निंदात्मक उद्‌गार काढले आणि अखेर, खाली वाकून, त्याच्या हत्याराचं चुंबन घेत त्याच्या कडाडत्या टीकेची समाप्ती केली. मी फक्त हा देव मानतो, तो म्हणाला. त्यांच्या पादत्राणांचे तळ दुरुस्त होईपर्यंत, चर्मकार व त्याच्या ग्राहकांची

मैत्री झाली होती. डॉ. भारतीय यांनी त्यांच्या दोन्ही नव्या दोस्तांना जंतरमंतरच्या पेव्हमेन्टवरच्या त्यांच्या घरी येण्याचं आमंत्रण दिलं. तिलो त्यांच्या घरी गेली. तेव्हापासून येणं-जाणं सुरू झालं.

ती आठवड्यातून दोनदा किंवा त्याहीपेक्षा जास्त वेळा त्यांच्याकडे येत असे, बरेचदा संध्याकाळी येऊन पहाटे परत जात असे. अधूनमधून ती त्यांच्यासाठी जंताची गोळी घेऊन येत असे, का कोण जाणे पण तिला प्रत्येकाच्या कल्याणासाठी ती आवश्यक वाटत असे; आणि उपोषण सुरू असतानासुद्धा, डॉ. भारतीय यांना ती गोळी घेणं नैतिकतेला धरून वाटत असे. ती त्यांना जगातल्या तिच्या माहितीच्या सर्वांत सुज्ञ व समजूतदार माणसांत सर्वोच्च मानत असे... मॅन ऑफ द वर्ल्ड. काही काळातच ती त्यांच्या एकपानी ब्रॉडशीट : 'माय न्यूज ॲन्ड व्ह्यूज'ची अनुवादक/नक्कल उतरवण्याचे काम करणारी 'ट्रान्स्क्राइबर', तसंच मुद्रक/प्रकाशक बनली. डॉ. भारतीय दरमहा 'माय न्यूज ॲन्ड व्ह्यूज'ची सुधारित व अद्ययावत आवृत्ती आणत असत. ते प्रत्येक आवृत्तीच्या जास्तीत जास्त आठ किंवा नऊ प्रती विकू शकत असत. एकूण पाहता ही भरभराटीला आलेली 'मीडिया पार्टनरशिप' होती... राजकीयदृष्ट्या आक्रमक, कट्टर व पूर्णत: लाल.

कुमारी जबीनच्या आगमनामुळे या मीडिया पार्टनर्सना भेटून आठवडा उलटून गेला होता. तिलोनं डॉ. भारतीय यांना पोलिसांच्या नोटिशीबद्दल सांगायला फोन केला तेव्हा ते अगदी हळू आवाजात बोलू लागले... अगदी कुजबुजत्या स्वरात. त्यांनी तिला आपण फोनवर कमीत कमी बोलू या असं सांगितलं. कारण त्यांच्यावर आंतरराष्ट्रीय संस्थांची अखंड नजर होती. पण सुरुवातीच्या सावध क्षणानंतर त्यांनी अघळपघळ गप्पा मारल्या. त्यांनी तिला पोलिसांनी त्यांना कशी मारहाण केली व त्यांची सगळी कागदपत्रे ताब्यात घेतली हे सांगितलं. ते म्हणाले की, पोलिसांनी त्यातून धागा पकडला असण्याची शक्यता आहे. (कारण पॅम्प्लेटच्या तळाशी प्रकाशकाचे नाव व पत्ता दिलेला होता.) एकतर तो धागा असू शकेल किंवा त्यांच्या हाताच्या प्लॅस्टरवरची तिची भपकेबाज सही. त्यांच्या हाताच्या प्लॅस्टरचे विविध कोनांतून जबरदस्तीनं फोटो काढण्यात आले होते. ''बाकी कुणी हिरव्या पेनानं सही करून, पत्ता लिहिलेला नाही,'' ते म्हणाले.

''त्यामुळे तुम्ही त्यांच्या यादीतली पहिली व्यक्ती असणार. ही त्यांची रुटीन चौकशी असणार.'' तरीही, तिनं कुमारी जबीनसह ताबडतोब तिथून निघावं, किमान काही काळासाठी तरी, असं त्यांनी सुचवलं. त्यांनी तिला जुन्या शहरातील 'जन्नत गेस्ट हाउस व फ्यूनरल सर्व्हिसेस'शी संपर्क करायला सांगितलं.

डॉ. भारतीय म्हणाले की, तिथं सद्दाम हुसैन किंवा खुद्द प्रोप्रायटर डॉ. अन्जुमशी संपर्क करा. त्या खूप चांगल्या आहेत. त्या घटनेनंतर (*'ती'* रात्र) त्या

मला बाळाची चौकशी करण्यासाठी खूपदा भेटल्या आहेत. डॉ. भारतीय यांनी स्वत:च स्वत:च्या मनानं स्वत:ला आदरार्थी विशेषण बहाल केलं होतंच (त्यांचं 'पीएच.डी.' अद्याप 'प्रलंबित' असूनही), शिवाय ते त्यांना आवडणाऱ्या लोकांनाही 'डॉक्टर' म्हणत असत. त्या व्यक्ती त्यांना आवडतात व ते त्यांचा आदर करतात म्हणून... याव्यतिरिक्त त्याला दुसरं काही कारण नव्हतं.

तिलोनं त्या गेस्ट हाउसचं नाव व सद्दाम हुसैन हेही नाव ओळखलं. जंतरमंतरपासून तिच्या घरापर्यंत तिचा पाठलाग करत आलेल्या पांढऱ्या घोड्यावरच्या माणसानं ('त्या' रात्री) तिच्या पत्रपेटीत टाकलेल्या व्हिजिटिंग कार्डवर ही नावं होती.

तिनं सद्दामला फोन केला तेव्हा त्यानं सांगितलं की, डॉ. भारतीय संपर्कात आहेत आणि तो (सद्दाम) तिच्या फोनची वाट पाहत होता. सद्दाम म्हणाला की, मीही डॉ. भारतीय यांच्याशी सहमत आहे आणि मी काहीतरी प्लॅन ठरवूनच तुमच्याकडे येईन. तसंच, आमच्याकडून काही कळेपर्यंत, तुम्ही कोणत्याही परिस्थितीत बाळाला घेऊन घर सोडू नका असा सल्लाही त्यानं दिला. तो म्हणाला की, पोलीस सर्च वॉरंट असल्याखेरीज तुमच्या घरात येऊ शकणार नाहीत; पण जर ते तुमच्या घरावर नजर ठेवून असतील; आणि ती शक्यता आहे आणि त्यांनी तुम्हाला बाळासोबत रस्त्यावर पकडलं, तर ते त्यांना हवं ते करू शकतील. तिलोला फोनवरच्या त्याच्या स्वरानं आणि बोलण्याच्या मैत्रीपूर्ण व परिणामकारक पद्धतीमुळे धीर आला. आणि सद्दामच्या दृष्टीनं सांगायचं, तर त्याला तिच्या बोलण्यानं धीर आला.

त्यानं काही तासांत तिला फोन करून सगळी व्यवस्था झाल्याचं सांगितलं. तो तिला पहाटे, शक्यतो चार ते पाचच्या दरम्यान न्यायला येणार होता. त्या भागात ट्रकना प्रवेश बंद होण्याच्या वेळेआधी. समजा तिच्या घरावर पाळत ठेवलेली असली, तरी रस्ते रिकामे असतात अशा वेळी त्यांना तिथून निघणं सोपं होतं. तो त्याच्या एका मित्राला घेऊन येणार होता. तो दिल्ली नगर निगमच्या पिकअप ट्रकवर ड्रायव्हर होता. त्यांना हौज खासमधल्या मुख्य कचरा संकलन केंद्राजवळून एका गाईचा मृतदेह घ्यायचा होता. ती गाय भरपूर प्लॅस्टिकच्या पिशव्या खाऊन मेली-फुटली होती. तिलोचं घर तिथून फार दूर नव्हतं.

हा अगदी बिनधोक प्लॅन आहे, त्यानं सांगितलं.

"एमसीडीच्या कचऱ्याच्या ट्रकजवळ कुठलाही पोलीस कधी थांबणार नाही," तो हसत म्हणाला, "तुम्हीसुद्धा जर खिडकी उघडी ठेवलीत, तर तुम्हाला आम्ही दिसण्याआधी आमचा वास येईल."

अशाप्रकारे ती पुन्हा एकदा दुसरीकडे निघाली होती.

तिलोनं घरात चोरासारखी नजर टाकली. यातलं काय घेऊन जावं, ती विचार करत होती. निकष काय ठेवावा? आपल्याला लागतील अशा गोष्टी घ्याव्यात? का, इथंच अशाच टाकून देता कामा नयेत असं वाटणाऱ्या गोष्टी? का दोन्ही घ्याव्यात? का काहीच घेऊ नये? तिच्या मनात अस्पष्ट विचार आला की, जर पोलीस इथं जबरदस्तीनं घुसले, तर अपहरण हा तिचा सगळ्यात किरकोळ गुन्हा ठरू शकेल.

तिच्या अपार्टमेंटमधील सगळ्या वस्तूंपैकी सर्वांत आक्षेपार्ह गोष्ट म्हणजे, गेल्या काही दिवसांत एका काश्मिरी फळविक्रेत्यानं तिच्या दाराशी आणून पोहचवलेल्या, भडक रंगाच्या, फळांच्या खोक्यांचा ढीग. त्यानं एकावेळी एकच खोकं पाठवलं होतं. या खोक्यांत मुसा ज्याला त्याची 'पुनर्प्राप्ती' म्हणायचा त्या वस्तू होत्या. वर्षभरापूर्वी श्रीनगरला तडाखा देणाऱ्या पुरातून वाचलेल्या.

झेलमच्या पाण्याची पातळी वाढून त्यानं तिचे किनारे ओलांडले तेव्हा शहर अदृश्य झालं. सगळ्या वस्त्या पाण्याखाली गेल्या. लष्करी तळ, छळ केंद्रे, हॉस्पिटल्स, न्यायालये, पोलीस ठाणी- सगळं बुडून गेलं होतं. एके काळी जिथं बाजार भरत, तिथं हाउसबोटी तरंगत होत्या. हजारो लोक धोकादायकरीत्या उतरत्या छपरांवर व उंचावरच्या सखल प्रदेशात उभारलेल्या तात्पुरत्या निवाऱ्यांत कसेबसे सामावले होते. मदतीची प्रतीक्षा करत होते, जी कधीच आली नाही. पाण्याखाली गेलेलं शहर पाहण्याजोगं होतं. बुडालेलं गृहयुद्ध अपूर्व होतं. लष्करानं टीव्ही क्रूजसाठी हेलिकॉप्टरद्वारे उत्तम बचावकार्य केलं. चोवीस तास सुरू असणाऱ्या 'लाइव्ह' बातमीपत्रांमध्ये, वृत्तनिवेदक कृतघ्न, उर्मट काश्मिरींसाठी- ज्यांची खरोखर मदत करायची लायकी नाही – शूर भारतीय सैनिक किती कष्ट घेत आहेत याबद्दल आश्चर्य व्यक्त करत होते.

पूर ओसरल्यावर मागे उरलं होतं ते चिखलात बरबटलेलं उन्मुक्त शहर... दुकानं चिखलानं भरलेली, घरं चिखलानं भरलेली, बँका चिखलानं भरलेल्या, उर्मट माणसे... मदतीशिवायही जिवंत वाचलेली.

ज्या काळात पूरपरिस्थिती होती, त्या दरम्यान तिलोला मुसाची काहीच खबर नव्हती. तिला तो काश्मीरमध्ये आहे का नाही हेही माहीत नव्हतं. तो जिवंत आहे की त्याला जलसमाधी मिळाली आहे आणि त्याचा मृतदेह कुठल्याशा दूरच्या किनाऱ्यावर जाऊन पडला आहे हेही तिला माहीत नव्हतं. त्या काळात, ती त्याची काही खबर मिळण्याची वाट पाहत असायची तेव्हा, ती रात्री झोपेच्या गोळ्यांचा मोठा डोस घेऊन स्वत:ला झोपवायची; दिवसा मात्र ती पुराच्या विचारांत हरवून टक्क जागी असायची... पाऊस व पाण्याचे लोढे... गवत असल्याचं भासवणाऱ्या काटेरी तारांच्या भेंडोळ्यांनी भरलेले. मासे म्हणजे कल्लेवाल्या मशीनगन होत्या आणि बंदुकीच्या गोळ्या जलकन्येच्या शेपट्यांसारख्या. त्या कुणावर रोखल्या गेल्या आहेत ते सांगता येत नव्हतं आणि त्या बरसतील तेव्हा त्यात कुणाचा जीव जाईल हेही सांगता येत नव्हतं. सैनिक आणि

दहशतवादी यांची पाण्याखाली जणू कुस्ती चालली होती.. स्लो-मोशनमध्ये, जेम्स बॉन्डच्या जुन्या सिनेमातल्यासारखी. गढूळ पाण्यावर त्यांच्या श्वासाचे बुडबुडे फुटत असत... बंदुकीच्या चकचकीत रुपेरी गोळ्यांसारखे. प्रेशर कुकर (त्यांच्या शिट्यांपासून वेगळे झालेले), गॅस हीटर, सोफे, पुस्तकांची शेल्फं, टेबलं आणि स्वयंपाकाची भांडीकुंडी, पाण्यातून भिरभिरत जाताना दिसत तेव्हा बेशिस्त वर्दळीच्या हमरस्त्यावर असल्यासारखं वाटत असे. गुरंढोरं, कुत्री, याक आणि कोंबड्या पाण्यात गोलगोल फिरत असत. प्रतिज्ञापत्रे, चौकशीचे अहवाल आणि लष्करी प्रेस रिलीज कागदाच्या बोटी बनून सुरक्षित दिशेनं जात होते. राजकारणी आणि टीव्हीचे निवेदक, स्त्री-पुरुष-दोन्हीही खोऱ्यातले तसेच देशाच्या अन्य भागातलेही– चकचकीत बेदिंग सूट घालून तिथं उड्या मारत होते. समुद्री घोड्यांसारखे. अतिशय उत्तमरीत्या कोरिओग्राफ केलेला अॅक्वाबॅले करत असल्यासारखे... पाण्यात सूर मारत होते, पृष्ठभागावर येत होते, गिरक्या घेत होते, चवड्यावर उभे राहत होते... खाचखळगे झाकणाऱ्या पाण्यात रुंद हसत खुशीत होते. सूर्यप्रकाशात त्यांचे दात काटेरी तारेसारखे चमकत होते. खास करून एक राजकारण्याने- (त्याची मते नाझी जर्मनीच्या शुत्झस्टाफेलपेक्षा वेगळी नव्हती.) स्टार्चच्या पांढऱ्या धोतरात पाण्यात कार्टव्हील केलं. त्याच्या चेहऱ्यावर विजयाचा आनंद दिसत होता. त्यामुळे त्याचं धोतर वॉटरप्रुफ असावं, असं पाहणाऱ्याला वाटत होतं.

असे दिवसांमागून दिवस सुरू होतं... हे दिवास्वप्न प्रत्येक वेळी नव्या नव्या साजात समोर येत होतं.

अखेर, एक महिन्यानंतर मुसाचा फोन आला. त्याच्या आवाजातून तो आनंदी असल्याचं कळत होतं. त्यामुळे तिलो त्याच्यावर भडकली होती. तो म्हणाला की, त्याचं पुरातून वाचलेलं सामान ठेवायला श्रीनगरमध्ये सुरक्षित जागा उरलेली नाही. शहरात पुन्हा सगळं पूर्ववत होईपर्यंत हे सामान तुझ्या फ्लॅटवर ठेवलं तर चालेल का?

ते चालणार होतं, अर्थातच चालणार होतं.

ती उत्कृष्ट प्रतीची काश्मिरी सफरचंदं होती... खास तयार केलेल्या खोक्यांतून पोहोचती केलेली... लालभडक, थोडी फिकट लाल, हिरवी आणि जवळजवळ काळीसुद्धा... डिलिशस, गोल्डन डिलिशस, अंबरी, काला मस्ताना... सगळी कागदी पिंजरात स्वतंत्ररीत्या पॅक केलेली. प्रत्येक खोक्यावर एका कोपऱ्यात मुसाचं 'कॉलिंग कार्ड' चिकटलेलं होतं– घोड्याच्या डोक्याचं छोटंसं चित्र आणि या प्रत्येक खोक्याला तळाशी एक छुपा चोरकप्पा होता आणि या प्रत्येक छुप्या चोरकप्प्यात त्याच्या 'पुनर्प्राप्त' वस्तू होत्या.

तिलोनं ती खोकी उघडून त्यात काय आहे याचं व त्याचं काय करायचं हे

ठरवलं पाहिजे या गोष्टीचं स्वत:ला स्मरण दिलं... त्या वस्तू सोबत न्यायच्या का इथंच ठेवून जायचं? मुसाकडे अपार्टमेंटची एकमात्र दुसरी किल्ली होती. गार्सन हॉबर्ट अफगाणिस्तानला रवाना झाला होता. काहीही असलं तरी त्याच्याकडे किल्ली नव्हती. त्यामुळे त्या वस्तू तिथेच ठेवून जाण्यात फारसा धोका नव्हता. पण... पण... पण... पोलीस दार फोडून आत येण्याची शक्यता कितपत होती?

मुसाच्या 'पुनर्प्राप्त' वस्तू मोजक्याच होत्या आणि त्या घाईगडबडीनं पाठवल्या होत्या हे उघड होतं. त्या वस्तू पहिल्यांदा आल्या तेव्हा त्यातल्या काहींवर चिखलाचा... जाड, गडद, नदीतल्या गाळाचा थर होता. काही वस्तू सुस्थितीत होत्या. पुराच्या पाण्यातून तरून-वाचून आल्या होत्या. त्या वस्तूंमध्ये एक खराब झालेला अल्बम होता. त्यात कौटुंबिक फोटो होते, पाण्याचे डाग पडलेले. त्यातले बरेचसे फोटो जेमतेम ओळखता येतील इतपत अवस्थेत होते... त्यात मुसाच्या मुलीचा – कुमारी जबीन द फर्स्टचा आणि तिच्या आईचा – अरिफाचा फोटो होता. एका प्लॅस्टिकच्या झिपलॉकमध्ये पासपोर्टचा गठ्ठा होता – त्यात एकूण सात पासपोर्ट होते – दोन भारतीय व पाच इतर देशांचे –

इयाद खरीफ (मुसा – साधासुधा लेबनीज माणूस),
हदी हसन मोहसेनी (मुसा – इराणी विद्वान व मार्गदर्शक),
फारिस अली हलाबी (मुसा – सीरियन घोडेस्वार),
मोहम्मद नबील अल-सालेम (कतारचा धनाढ्य माणूस मुसा)
अहमद यासिर अल-कासमी (मुसा – बहारिनचा धनाढ्य माणूस).

मुसा... गुळगुळीत दाढी केलेला,
मुसा... काळी-पांढरी, करडी दाढी ठेवलेला,
मुसा... केस बारीक राखलेला व कोरीव दाढी ठेवलेला,

तिलोनं पहिलं नाव ओळखलं – इयाद खरीफ... हे नाव मुसाला कायमच आवडत असे. कॉलेजमध्ये असताना ते दोघं या नावाला हसले होते. कारण त्याचा अर्थ होता, 'हिवाळ्यात जन्मलेलं कबुतर'.

तिलोला ज्या लोकांचा वैताग येत असे त्यांच्यासाठी तिनं या संकल्पनेत थोडा बदल केला होता – गांडू खरीफ. हिवाळ्यात जन्माला आलेला गांडू. (तरुणपणी ती भयंकर गटारतोंडी होती, ती पहिल्यांदा हिंदी शिकू लागली होती, तेव्हा ती नव्यानं शिकलेले वाक्यपूरक शब्द तिच्या शब्दसंग्रहाचा पाया म्हणून वापरण्याचा आनंद घेत असे. याच पायावर तिनं तिच्या शब्दसंग्रहाची इमारत उभी केली होती.

त्या सामानात आणखी एका प्लॅस्टिकच्या पिशवीत चिखलाचा थर बसलेली क्रेडिट कार्डे– त्यावरची नावे पासपोर्टवरच्या नावाशी मिळतीजुळती होती, बोर्डिंग

पासेस आणि काही विमानाची तिकिटे होती – जेव्हा विमानाची तिकिटे अस्तित्वात होती त्या काळातील अवशेष. त्याचबरोबर, त्यात काही टेलिफोन डायऱ्याही होत्या. त्यात नाव-पत्ता आणि नंबर कोंबून भरले होते. त्यातल्याच एका डायरीच्या मागच्या बाजूला, मुसानं तिरप्या अक्षरात गाण्याचा एक तुकडा खरडला होता.

Dark to light and light to dark
Three black carriages, three white carts,
What brings us together is what pulls us apart,
Gone our brother, gone our heart

तो कुणाबद्दल शोक व्यक्त करत होता, तिला माहीत नव्हतं. कदाचित संपूर्ण पिढीबद्दलच.

त्यात एक अर्धवट लिहिलेलं पत्र होतं, निळ्या इनलॅन्डवर. त्या पत्राला मायना नव्हता. कदाचित तो ते पत्र स्वत:लाच लिहीत असेल... किंवा तिला... कारण त्या पत्राच्या सुरुवातीला उर्दू कविता होती आणि त्यानं त्या कवितेच्या अनुवाद करण्याचाही प्रयत्न केला होता. तो तिच्यासाठी हे काम बरेचदा करत असे.

दुनिया की महफिलों से उक्ता गया हूँ या रब
क्या लुत्फ अन्जुमन का, जब दिल ही बुझ गया हो
शोरिश से भागता हूँ, दिल ढूँढता है मेरा
ऐसा सुकू जिस पे तकरीर भी फिदा हो

जगातल्या मैफलींचा उबग आलाय रे देवा
काळीजच विझलंय इथे, तर काय त्यांचा आनंद?
गर्दीपासून दूर पळतो मी, माझं काळीज शोधतं आहे
अशी शांती जिच्यावर वक्तृत्वानंसुद्धा भाळावं...

त्याखाली त्यानं लिहिलं होतं :

मला कुठं थांबायचं ते कळत नाही, किंवा पुढं कसं जायचं हेही. जेव्हा थांबायला नको तेव्हा मी थांबतो. जेव्हा थांबायला हवं तेव्हा पुढं जात राहतो. एक कंटाळलेपण घेरून आलं आहे. पण मनात विरोधाची धारही आहे. सध्या या गोष्टी मिळून माझी व्याख्या होते. त्या मिळून माझी झोप हिरावतात आणि त्या मिळून माझा आत्मा पूर्ववत करतात.

> अनेक समस्या आहेत, ज्यांची उकल नजरेच्या टप्प्यात नाही. मित्रच शत्रू बनले आहेत. उघडउघड नसले तरी छुपे, न बोलणारे स्वत:च्या मनाचा थांगपत्ता लागू न देणारे. पण मी अजून एखादा शत्रू मित्र बनलेला पाहिलेला नाही. आणि तशी आशाही दिसत नाही. आशावादी असल्याचं भासवत राहणं हा आपल्यातला एकमात्र सद्गुण...

त्यानं कुठल्या मित्रांचा उल्लेख केला आहे ते तिला कळलं नाही.

मुसा अजून जिवंत आहे ही गोष्ट एखाद्या चमत्कारापेक्षा कमी नाही एवढं तिला कळत होतं. १९९६ सालापासून... गेल्या अठरा वर्षांत, तो असं आयुष्य जगला होता, ज्यात प्रत्येक रात्र ही भल्यामोठ्या सुऱ्यासारखी होती.

"ते मला पुन्हा कसे ठार करू शकतील?" तिलोच्या बाजूनं चिंतेचा ढग दाटतोय असं जाणवलं की तो म्हणायचा,

"तू माझ्या अंत्यविधीला आलेली होतीस. तू माझ्या कबरीवर फुलं वाहिली आहेतच. आता ते माझं यापेक्षा काय करणार आहेत? मी टळटळीत दुपारच्या वेळच्या सावलीसारखा आहे. मी अस्तित्वातच नाही."

ती त्याला शेवटचं भेटली होती तेव्हा तो तिच्याशी काहीतरी बोलला होता. सहज, गंमतीनं... पण त्याच्या डोळ्यांत काळीज तुटल्याची वेदना होती. त्यामुळे तिच्या अंगातलं रक्त गोठल्यासारखं झालं होतं. "सध्या काश्मीरमध्ये, जिवंत राहण्यासाठी तुम्हाला ठार केलं जाऊ शकतं."

मुसा तिलोला म्हणाला होता, युद्धात शत्रू तुमची हिंमत खचवू शकत नाहीत, फक्त मित्रच खचवू शकतात.

दुसऱ्या खोक्यात एक कोयता होता आणि नऊ मोबाइल फोन... स्वत: मोबाइल न वापरणाऱ्या माणसाजवळ इतके मोबाइल होते... छोट्या विटांच्या आकाराचे जुने मोबाइल फोन, नोकियाचा इवलासा फोन, सॅमसंगचा स्मार्टफोन आणि दोन आयफोन्स. चिखलानं बरबटलेले ते फोन तिच्याकडे पोहोचते झाले तेव्हा अश्मीभूत चॉकलेटच्या मोठ्या वड्यांसारखे दिसत होते. आता, त्यावरचा चिखल दूर केल्यानंतर ते जुनेपुराणे व वापरता न येण्याजोगे दिसत होते.

त्या सामानात कडक झालेल्या, पिवळ्या पडलेल्या वृत्तपत्रीय कात्रणांचा गठ्ठा होता. त्यातल्या वरच्या कात्रणात काश्मीरच्या तत्कालीन मुख्यमंत्र्यांचं विधान होतं. कुणीतरी ते अधोरेखित केलं होतं.

आम्ही सगळ्या कबरी उकरून पाहू शकत नाही. आम्हाला बेपत्ता लोकांबद्दल

त्यांच्या नातेवाइकांकडून अगदी सुस्पष्ट, विशिष्ट नसली तरी किमान सर्वसाधारण माहिती तरी मिळणे आवश्यक आहे. त्यांच्या बेपत्ता आप्तांचे दफन कुठे झालेले असण्याची सर्वाधिक शक्यता आहे, हे कळणे आवश्यक आहे.

तिसऱ्या खोक्यात एक पिस्तूल, काही बंदुकीच्या सुट्या गोळ्या आणि गोळ्यांची एक बाटली होती. (त्या गोळ्या कसल्या आहेत ते तिला माहीत नव्हतं. पण ती त्याबद्दलचा अंदाज बांधण्याइतकी शिक्षित होती... 'सी' या इंग्लिश आद्याक्षरानं सुरू होणारे काहीतरी). त्यात एक वहीही होती, ती पुराच्या विध्वंसात खराब झालेली दिसत नव्हती. तिलोनं ती वही ओळखली, त्यातलं अक्षर तिचंच आहे हेही तिच्या लक्षात आलं; पण ते जणू दुसऱ्याच कुणीतरी लिहिलं असल्यासारखं, तो ती मजकूर औत्सुक्यानं वाचू लागली.

सध्या तिच्या मेंदूला आपण चिखलात बरबटलेली 'पुनर्प्राप्ती' आहोत असं वाटत होतं. फक्त तिच्या मेंदूलाच नव्हे, तर तिलाही... तिच्या संपूर्ण अस्तित्वाला... आपण 'पुनर्प्राप्त' गोष्ट आहोत... चिखलातून परत मिळवून, कसेही एकत्र जोडलेल्या वस्तूसारखे आहोत असं वाटत होतं.

तिच्या आईची व डॉ. आझाद भारतीय यांची 'स्टेनोग्राफर' बनण्याच्या खूप पूर्वी, ती पूर्ण वेळ लष्करी राजवटीतील अजब, अर्धवेळ स्टेनोग्राफर होती. शिराजमधल्या त्या प्रकरणानंतर ती दिल्लीला परत आली होती आणि तिनं नागाशी लग्न केलं होतं. त्यानंतर ती महिनोन्‌महिने झपाटल्यासारखी काश्मीरच्या वाऱ्या करत होती. जणू ती मागे सोडून आलेलं काहीतरी शोधत असल्यासारखी. त्या काश्मीरभेटीत मुसा व ती क्वचितच भेटले (ते भेटले ते बहुतेकदा दिल्लीतच.) पण ती काश्मीरमध्ये यायची तेव्हा तो त्याच्या गुप्त अड्ड्यावरून तिच्यावर लक्ष ठेवून होता. अकस्मात कुठून तरी अवतरणारे स्नेहपूर्ण लोक... तिच्यासोबत फिरायला येणारे, प्रवास करणारे, तिला त्यांच्या घरी येण्याचं आमंत्रण देणारे, मुसाचे लोक आहेत हे तिला माहीत होतं. ते तिचं स्वागत करायचे आणि ज्या गोष्टी ते स्वत:लासुद्धा सांगणार नाहीत अशा गोष्टी तिला सांगायचे ते केवळ त्यांच्या मुसावरच्या प्रेमाखातर... किंवा त्यांच्या मनातल्या त्याच्या प्रतिमेखातर. त्यांना तो माहीत होता ते सावल्यांमधली सावली असणारा माणूस म्हणून. ती कशाच्या शोधात आहे हे मुसाला कळत नव्हतं आणि तिलाही ते कळत नव्हती. ती तिच्या डिझाइन व मुद्रणकलेच्या कामांमधून मिळवलेले सगळे पैसे या काश्मीरवाऱ्यांवर खर्च करायची. कधीकधी ती चमत्कारिक फोटो काढायची. विचित्र गोष्टी लिहायची. ज्या गोष्टींचा काही उपयोग नाही असं वाटणाऱ्या गूढ वस्तू आणि कथांचे निरुपयोगी तुकडे गोळा करायची. तिथं तिला रस असण्याजोगं काही असेल असं वाटत नव्हतं. तिच्याकडे ना कुठलं काम होतं,

ना कुठलं प्रोजेक्ट. ती कुठल्या वृत्तपत्र किंवा मासिकासाठी लिहीत नव्हती. ती कुठलं पुस्तक लिहीत नव्हती किंवा फिल्म बनवत नव्हती. बहुतेकशा लोकांना ज्या गोष्टी महत्त्वाच्या वाटतील अशा गोष्टींकडं तिचं अजिबात लक्ष नव्हतं. काळाच्या ओघात, तिचा चमत्कारिक, जीर्ण खजिना चमत्कारिक धोकादायक बनला होता. तो पुरातून वाचलेल्या पुनर्प्राप्त वस्तूंचा खजिना नव्हता, त्या खजिन्यात वेगळ्या प्रकारच्या अनर्थातून वाचलेल्या गोष्टींचा संग्रह होता. तो तिनं अंत:प्रेरणेनं नागापासून लपवून ठेवला होता. त्याबद्दल स्वत:चं असं तर्कशास्त्रही तिच्या आतल्या आवाजानुसार, तयार केलं होतं. ते तर्कशास्त्र तिच्या मनाला माहीत होतं; तिला मात्र नेमकं कळत नव्हतं. खऱ्या जगातल्या खऱ्या वादाच्या गलक्यात त्यातल्या कशातूनही काहीही निष्पन्न होणार नव्हतं. पण त्यानं काही फरक पडत नव्हता.

वास्तव हे होतं की, ती तिचं क्षुब्ध काळीज शांत करण्यासाठी आणि तिनं जो गुन्हा केलेला नाही त्याची भरपाई करण्यासाठी काश्मीरला जात होती.

आणि कमांडर गुलरेजच्या कबरीवर ताजी फुलं वाहण्यासाठी.

मुसानं त्याच्या पुनर्प्राप्त वस्तूंसोबत जी वही पाठवली होती, ती वही तिचीच होती. तिच्या काश्मीरभेटींदरम्यान कधीतरी ती वही ती तिथंच विसरून आली असणार. त्या वहीची पहिली काही पानं तिच्या अक्षरांनी भरली होती, बाकीची पानं कोरी होती.

पहिलं पान पाहून तिला हसू आवरेना :

The Reader's Digest Book of English Grammer and
Comprehenstion for very Young children
By
S.Tilottama

मग ती ॲश ट्रे घेऊन, जमिनीवर मांडी घालून बसली आणि तिनं एकामागून एक बिड्या ओढत सोबतीनं सगळी वही वाचून काढली. त्यात कथा होत्या, कात्रणं होती आणि काही रोजनिशीच्या नोंदी होत्या :

म्हातारा व त्याचा मुलगा

मंजूर अहमद गनाई दहशतवादी बनल्यानंतर, सैनिकांनी त्याच्या घरी जाऊन त्याच्या वडिलांना ताब्यात घेतले. देखण्या, कायम नीटनेटक्या असणाऱ्या अजीज गनाईंना. त्यांना 'हैदर बेग इन्टेरगेशन सेंटर'मध्ये ठेवण्यात आले होते. मंजूर अहमद गनाई दहशतवादी म्हणून दीड वर्षे काम करत होता. त्याचे वडील दीड वर्षे तुरुंगात होते.

ज्या दिवशी मंजूर अहमद गनाई ठार झाला, त्या दिवशी सुहास्य वदन

सैनिकांनी त्याच्या वडिलांच्या कोठडीचा दरवाजा उघडला.

"जनाब, तुम्हाला आझादी हवी होती ना? *मुबारक हो आपको. अभिनंदन!* आज तुमची इच्छा पूर्ण झाली आहे. तुम्ही मुक्त झाला आहात."

खेड्यातले लोक ज्या मुलाची हत्या झाली होती त्याच्यासाठी जितके रडले नसतील त्यापेक्षा जास्त रडले ते अंगावर फाटके-तुटके कपडे असलेल्या, डोळ्यांत अंगार फुललेल्या आणि दीड वर्षांत दाढी व केस न कापलेल्या, फळांच्या बागेतून पाय ओढत धावत आलेला, एखाद्या पडक्या इमारतीसारखा वाटणारा उद्ध्वस्त जीव त्याच्या मुलाच्या दफनाआधी पोहोचला तेव्हा.

लंगडत लंगडत जेमतेम तिथे पोहोचून, कफन बाजूला करून त्या उद्ध्वस्त जीवाने त्याच्या मुलाच्या चेहऱ्याचे चुंबन घेतलं.

प्रश्न क्र. १ : खेडूत त्या उद्ध्वस्त जीवासाठी जास्त का रडले?

प्रश्न क्र. २ : तो उद्ध्वस्त जीव पाय ओढत का चालत होता?

बातमी

काश्मीर गाईडलाइन न्यूज सर्व्हिस (केजीएनएस)

राजौरीमध्ये बऱ्याच जनावरांनी नियंत्रण रेषा (एलओसी) ओलांडली.

जम्मू आणि काश्मीरमधील राजौरी जिल्ह्याच्या नौशेरा सेक्टरमध्ये किमान ३३ जनावरांनी पाकिस्तानच्या बाजूची नियंत्रण रेषा ओलांडली. त्यामध्ये २९ म्हशींचा समावेश होता.

'केजीएनएस'ला मिळालेल्या माहितीनुसार, कलसियान सब-सेक्टरमध्ये जनावरांनी नियंत्रण रेषा ओलांडली.

'राम सरुप, अशोक कुमार, चरणदास, वेद प्रकाश व अन्य लोकांची जनावरे नियंत्रण रेषेपाशी चरत असताना ती रेषा ओलांडून दुसऱ्या बाजूला गेली' असे स्थानिकांनी केजीएनएसला सांगितले.

योग्य पर्यायावर 'बरोबर' खूण करा.

प्रश्न क्र. १ जनावरांनी नियंत्रण रेषा का ओलांडली?

(अ) प्रशिक्षणासाठी

(ब) गुप्त मोहिमेसाठी

(क) वरीलपैकी कोणताच पर्याय नाही.

द परफेक्ट मर्डर ('जे'ची कहाणी)

काही वर्षांपूर्वीची गोष्ट आहे, मी माझ्या नोकरीचा राजीनामा देण्याच्या आधीची. बहुधा २००० किंवा २००१ मधील. मी त्या वेळी डीवायएसपी होतो. डेप्युटी

सुपरिंटेंडंट ऑफ पोलीस. पोलीस उपअधीक्षक. माझी मट्टनमध्ये नियुक्ती झाली होती.

एकदा रात्री साडेअकराच्या सुमारास आम्हाला जवळच्या एका खेड्यातून फोन आला. फोन करणारी व्यक्ती खेडूत होती, पण त्यानं त्याचं नाव सांगितलं नाही. त्यानं तिथं खून झाला असल्याचं सांगितलं. त्यामुळे आम्ही तिकडे निघालो. माझ्यासोबत माझे बॉस एसपीसुद्धा होते. जानेवारी महिना होता. कडाक्याची थंडी होती. सगळीकडे बर्फच बर्फ होतं.

आम्ही त्या खेड्यात पोहोचलो. सगळे लोक आपापल्या घरात होते. दारे कुलूपबंद होती. दिवे बंद होते. बर्फवृष्टी थांबली होती. वातावरण स्वच्छ होते. पौर्णिमेचे चांदणे पडले होते. ते बर्फावरून परावर्तित होत होते. आजूबाजूचे सगळे अगदी लख्ख दिसत होते.

आम्ही एका चांगल्या धिप्पाड माणसाचा मृतदेह पाहिला. तो बर्फात पडला होता. त्याची नुकतीच हत्या झाली होती. त्याचं रक्त बर्फावर पसरलं होतं. ते अजून गरम होतं, त्यामुळे बर्फ वितळलं होतं. बर्फ अजूनही धगधगत होतं. तो तिथंच पडून होता काहीतरी शिजायला घातल्यासारखा...

त्याचा गळा चिरल्यानंतर तो एका घराचे दार ठोठावण्यासाठी कसाबसा धडपडत तीस मीटर अंतर घसटत गेला होता हे त्याला पाहून कळत होतं, पण भीतीमुळे कुणीही दार उघडलं नव्हतं. त्यामुळे तो रक्तस्त्रावाने तिथंच संपला होता. मी याआधी म्हणालो, तसा तो चांगला धिप्पाड माणूस होता, त्यामुळे रक्तही भरपूर होतं. त्याच्या अंगावर पठाणी ड्रेस होता– सलवार कमीज. त्यानं कॅमोफ्लाज बुलेटप्रूफ अंगरखा आणि दारूगोळ्याने भरलेला पट्टा घातला होता. त्याच्या शेजारी एके-४७ पडली होती. तो दहशतवादी होता याबद्दल आम्हाला शंकाच नव्हती... पण त्याला कुणी ठार केले होते, हे काम लष्कराचे असते तर अर्थातच त्यांनी त्याचा मृतदेह तिथून हलवला असता आणि ताबडतोब या हत्येचा दावा केला असता. हे काम जर प्रतिस्पर्धी दहतशवादी गटाचे असते, तर त्यांनी त्याच्याकडचे शस्त्र काढून घेतले असते... त्यामुळे आमच्यासाठी हे मोठे कोडे होते.

आम्ही खेडुतांना गोळा करून त्यांना प्रश्न विचारले. पण त्यांच्यापैकी कुणीही काही पाहिल्याचं अथवा ऐकल्याचं अथवा माहीत असल्याचं कबूल करत नव्हतं. मग आम्ही तो मृतदेह घेऊन मट्टन पोलीस ठाण्यात आलो. तिथं माझ्या एसपींनी जवळच्या लष्करी छावणीत राष्ट्रीय रायफल (आरआर) कॅम्पच्या कमांडिंग ऑफिसरला फोन केला आणि त्यांना या संदर्भात काही माहिती आहे का याची चौकशी केली. पण नाही. त्यांना काहीच माहीत नव्हतं.

त्या मृतदेहाची ओळख पटणे अजिबात अवघड नव्हते. तो सुप्रसिद्ध, बराच

ज्येष्ठ दहतशवादी कमांडर होता. तो 'हिज्ब'चा होता. हिज्ब-उल-मुजाहिदीन. पण कुणीही त्याच्या हत्येचा दावा केला नाही. मग अखेर लष्करांचे सीओ व माझ्या एसपींनी त्याबद्दल दावा करायचं ठरवलं. आरआर व जेकेपी (जम्मू आणि काश्मीर पोलीस) यांनी संयुक्तरीत्या राबवलेल्या सर्च-अॅन्ड-कॉर्डन ऑपरेशन दरम्यान झालेल्या चकमकीत तो ठार झाल्याचे त्यांनी जाहीर केले.

ही बातमी नॅशनल प्रेसमध्ये अशी आली :

राष्ट्रीय रायफल्स आणि जम्मू आणि काश्मीर पोलिसांनी संयुक्तरीत्या राबवलेल्या मोहिमेदरम्यान खतरनाक दहशतवादी ठार. या मोहिमेची नेतृत्व मेजर 'क्ष' व पोलीस अधीक्षक 'य' यांनी केले.

आम्हा दोघांनाही, आरआर व जेकेपीला प्रशस्तिपत्रे मिळाली व आम्ही रोख बक्षीस विभागून घेतले. आम्ही त्या दहशतवाद्याचा मृतदेह त्याच्या कुटुंबीयांच्या स्वाधीन केला आणि त्याची हत्या कुणी केली असेल, याबाबत त्यांना काही माहिती आहे का याबद्दल कसून चौकशी केली. पण आमच्या हाती काहीच लागलं नाही.

त्यानंतर सात वर्षांनी, दुसऱ्या एका खेड्यात हिज्बचा आणखी एक दहशतवादी शिर उडवलेल्या अवस्थेत आढळला. आम्हाला आधी ज्या माणसाचा मृतदेह आढळला होता त्याचा हा सेकंड-इन-कमांड होता. हिज्बने त्याच्या हत्येची जबाबदारी स्वीकारली. खासगीमध्ये त्यांनी असं सांगितलं की, त्याला त्याच्या कमांडरची हत्या केल्याबद्दल आणि रोख पंचवीस लाख रुपये चोरल्याबद्दल- जे पैसे त्यांच्या लोकांमध्ये वाटण्यासाठी होते, ठार मारण्यात आलं होतं.

ही बातमी नॅशनल प्रेसमध्ये अशी आली :

दहशतवाद्यांकडून निष्पाप नागरिकाची निर्घृण हत्या

प्रश्न क्र. १ : या कहाणीचा नायक कोण?

खबरी – १

त्राल या अधिसूचित क्षेत्रात. खेड्याचे नाव नव दल. १९९३ साल आहे. खेड्यात दहशतवाद्यांची वर्दळ आहे. हे 'स्वतंत्र' झालेले खेडे आहे. लष्कराचा तळ बाहेरच्या बाजूला आहे; पण सैनिक खेड्यात प्रवेश करण्याची हिंमत करत नाहीत. दोन्ही बाजू स्तब्ध आहेत... पूर्ण स्टॅन्ड-ऑफ. कुठलाही खेडूत लष्कराच्या छावणीशी संपर्क करत नाही. सैनिक व खेडूत यांच्यादरम्यान कसल्याही प्रकारचे आदानप्रदान होत नाही.

आणि तरीही, कॅम्पच्या कमांडिंग ऑफिसरला दहशतवाद्यांची प्रत्येक कारवाई माहीत असते. कोणते खेडूत 'चळवळी'ला पाठिंबा देतात, कोण देत नाहीत,

दहतशवाद्यांना अन्न व निवारा खुशीने कोण देऊ करते, कोण देत नाही... हे सगळं.

कितीतरी दिवस डोळ्यांत तेल घालून पहारा ठेवण्यात येतो. एकही माणूस छावणीत जात नाही. एकही सैनिक खेड्यात येत नाही. आणि तरीही, लष्कराला माहिती मिळते.

अखेर, दहतशवाद्यांच्या लक्षात आलं की, खेड्यातून एक काळा देखणा बैल रोज छावणीत जातो. ते त्याला अडवतात. त्याच्या शिंगांना 'तावीज' वगैरे जे बांधलेलं असतं (तो आजारी पडू नये, त्याला दृष्ट लागू नये, तो कमजोर होऊ नये यासाठी) त्यासोबत माहिती लिहिलेल्या छोट्या चिठ्ठ्या पाठवलेल्या असतात.

दुसऱ्या दिवशी, दहशतवाद्यांनी त्या बैलाच्या शिंगांना 'आयईडी' बांधलं आणि तो बैल छावणीत पोहोचताच ते उडवून दिलं. त्यात कुणाचाही मृत्यू झाला नाही. बैल गंभीर जखमी झाला. खेड्यातल्या कसायानं 'हलाल' करण्याची तयारी दाखवली, जेणेकरून खेडुतांना मटणावर ताव तरी मारता येईल.

मग दहशतवाद्यांनी फतवा काढला. तो 'खबरी बैल' आहे. कुणीही मटण खायचे नाही.

आमेन.

प्रश्न क्र. १ : या कहाणीचा नायक कोण?

खबरी – २

त्याला लोकांचा विश्वासघात करायला आवडत असे, कारण त्यामुळे त्याचे जास्तीत जास्त अमानवीकरण होत असे. स्वतः अमानवीय बनवणे ही माझी स्वत:ची सर्वांत मूलभूत उपजत वृत्ती आहे.

- जीन जेनेट

मी अजून आनंदातून बरी झालेली नाही.

- ॲना अख्मातोवा

प्रश्न क्र. १ : या कहाणीचा नायक कोण?

कौमार्य

लष्करी छावणीवर जी फिदाईन हल्ल्याची योजना आखली होती ती योजना अखेरच्या क्षणी रद्द करण्यात आली. तीसुद्धा दुसऱ्या कुणी नव्हे तर खुद्द फिदायीननीच रद्द केली. त्यांनी हा निर्णय घेतला कारण अबिद अहमद ऊर्फ अबिद सुझुकी; ते ज्या मारुती सुझुकीत होते, त्या गाडीचा चालक, गाडी अतिशय वाईट पद्धतीने

चालवत होता. ती छोटीशी गाडी अकस्मात डावीकडे वळत होती, मग कर्रकन उजवं वळण घेत होती... काहीतरी चुकवत असल्यासारखी. पण रस्ता तर रिकामा होता. वाटेत चुकवल्यासारखे काहीच नव्हते. मग अबिद सुझुकीच्या साथीदारांनी (त्यातल्या कुणालाच गाडी चालवता येत नव्हती.) त्याला असे का करतो आहेस, काय झाले असे विचारले तेव्हा तो म्हणाला, आपल्या सर्वांना स्वर्गात न्यायला अप्सरा आल्या आहेत, त्यामुळे माझे लक्ष विचलित होत आहे.

त्या विवस्त्र अप्सरा शुद्ध कुमारिका होत्या की नाही हे निश्चित कळण्याचा काही मार्ग नव्हता.

पण अबिद सुझुकी मात्र नक्कीच होता.

प्रश्न क्र. १ : अबिद सुझुकी गाडी अतिशय वाईट पद्धतीने का चालवत होता?

प्रश्न क्र. २ : तुम्ही पुरुषाचे कौमार्य कसे सिद्ध करता?

शूर

मेहमूद बडगाममध्ये शिंपीकाम करत असे. त्याची आत्यंतिक इच्छा होती, बंदुकांसमवेत पोझ देऊन फोटो काढून घेणे. अखेर एका दहशतवादी गटात सामील झालेल्या त्याच्या एका शाळकरी मित्राने त्याला त्यांच्या अड्ड्यावर नेलं आणि त्याचं स्वप्न साकार करून दिलं. मेहमूद त्या फोटोंच्या निगेटिव्ह्ज घेऊन श्रीनगरला परत आला आणि त्यांच्या प्रिंट काढण्यासाठी त्या 'ताज फोटो स्टुडिओ'मध्ये घेऊन गेला. घासाघीस करून त्याने प्रत्येक प्रतीमागे २५ पैसे डिस्काउंट घेतला. त्यानंतर तो त्या प्रिंट्स आणण्यासाठी गेला असता, सीमा सुरक्षा दलाने (बीएसएफ) 'ताज फोटो स्टुडिओ'ला वेढा दिला आणि त्याला त्या प्रिंट्ससह रंगेहाथ पकडले. मग त्याला छावणीत नेऊन त्याचा अनेक दिवस छळ करण्यात आला. त्यानं काहीही माहिती दिली नाही. त्याला दहा वर्षांच्या तुरुंगवासाची शिक्षा झाली.

फोटोग्राफी सेशनसाठी मदत करणाऱ्या दहशतवादी कमांडरला काही महिन्यांनी अटक झाली. त्याच्याकडून दोन एके-४७ आणि दारूगोळ्याचे बरेच राउंड्स जप्त करण्यात आले. त्याची दोन महिन्यांनी सुटका झाली.

प्रश्न क्र. १ : हा जरा जास्तच किंमत चुकवावी लागण्याचा प्रकार नाही का?

करिअरिस्ट

त्या मुलाला आयुष्यात नेहमीच काहीतरी बनायचं होतं. त्यानं चार दहशतवाद्यांना रात्री जेवायला बोलावलं आणि त्यांच्या जेवणात झोपेच्या गोळ्या घातल्या. मग ते

गाढ झोपी गेल्यानंतर त्यानं लष्कराला फोन केला. त्यांनी दहशतवाद्यांना ठार केलं आणि घर जाळून टाकलं. लष्करानं त्या मुलाला जमिनीचा तुकडा आणि एकशे पन्नास रुपये द्यायचे कबूल केले. त्यांनी त्याला फक्त एकशे पन्नास रुपये दिले आणि लष्करी छावणीबाहेरच त्याची राहण्याची व्यवस्था केली. त्यांनी त्या मुलाला सांगितलं की, तुला फक्त रोजंदारी कर्मचारी न राहता कायमस्वरूपी नोकरी हवी असेल, तर तू आम्हाला दोन परदेशी दहशतवादी मिळवून दे. त्यानं त्यांना एक 'जिवंत' पाकिस्तानी मिळवून दिला, पण त्याला दुसरा शोधण्यात अडचण येत होती.

"दुर्दैवानं सध्या धंद्याला बरे दिवस नाहीत," त्यानं पीआयना सांगितलं. "आता परिस्थिती अशी आहे की, तुम्ही कुणालाही ठार करून तो परदेशी दहशतवादी आहे असं भासवू शकत नाही. त्यामुळे माझी नोकरी कायमस्वरूपी होऊ शकणार नाही."

त्यावर पीआयनी त्याला विचारलं की, "जर सार्वमत घेतलं तर तू कुणाला मत देशील, भारताला का पाकिस्तानला?"

"अर्थातच पाकिस्तानला."

"का?"

"कारण तो आमचा 'मुल्क' (देश) आहे. पण पाकिस्तानी दहशतवादी आम्हाला या दृष्टीनं मदत करू शकत नाहीत. "जर मी त्यांना ठार केलं आणि चांगली नोकरी मिळवली, तर त्याचा मला उपयोग होईल."

त्यानं पीआयना सांगितलं की, 'जेव्हा काश्मीर हा पाकिस्तानचा भाग बनेल तेव्हा तुम्ही (पीआय) तिथं जिवंत राहू शकणार नाही. पण तो (म्हणजे तो मुलगा) जिवंत राहील.' पण हे फक्त सैद्धान्तितकदृष्ट्या. तो म्हणाला, 'कारण लवकरच मला ठार मारलं जाईल.'

प्रश्न क्र. १ : आपल्याला कोण ठार मारेल असे त्या मुलाला वाटत होते?

(अ) लष्कर

(ब) दहशतवादी

(क) पाकिस्तानी

(ड) जाळून टाकलेल्या घराचे मालक

नोबेल पुरस्कार विजेता

मनोहर मट्टू हा काश्मिरी पंडित अन्य सगळे हिंदू खोरे सोडून गेल्यानंतरही खोऱ्यातच राहिला होता. त्याच्या मुस्लिम मित्रांनी ओढलेल्या ओरखड्यांमुळे तो मनातून अतिशय दुखावला होता व कंटाळून गेला होता. त्याच्या मुस्लिम मित्रांचं

म्हणणं होतं की, काश्मीरमधील सर्व हिंदू, खरंतर, कोणत्या ना कोणत्या प्रकारे, 'इंडियन ऑक्युपेशन फोर्सेस'चे 'एजंट' आहेत. मनोहर सर्व भारत-विरोधी निदर्शनांत सहभागी होता. त्यानं इतर सर्वांपेक्षा जास्त जोरात 'आझादी!'च्या घोषणा दिल्या होत्या. पण कशाचाच काही उपयोग नव्हता. एकदा तर, हाती शस्त्रे घ्यावीत आणि हिज्बमध्ये सामील व्हावं असा विचारसुद्धा त्याच्या मनात आला होता, पण अखेर त्यानं तो बेत रद्द केला.

एके दिवशी, त्याचा जुना शाळकरी मित्र-अजीज मोहम्मद त्याच्या घरी आला. अजीज मोहम्मद गुप्तचर अधिकारी होता. त्यानं त्याला काळजी वाटत असल्याचं सांगितलं. त्यानं त्याची (मट्टूची) 'सर्व्हेलन्स फाइल' पाहिली होती. त्यामध्ये, त्याची 'राष्ट्रविरोधी वृत्ती' दिसून आल्यामुळे त्याच्यावर पाळत ठेवावी अशी सूचना केली होती.

मट्टूनं हे ऐकलं तेव्हा आनंदानं त्याचा चेहरा उजळला. त्याला आपली छाती अभिमानानं फुगल्यासारखं वाटलं.

"तू मला 'नोबेल पुरस्कार' दिला आहेस!" तो मित्राला म्हणाला.

तो अजीज मोहम्मदला 'कॅफे अरेबिका'मध्ये घेऊन गेला आणि त्याला कॉफी व पेस्ट्रीज खिलवण्यासाठी पाचशे रुपये खर्च केला.

त्यानंतर वर्षभरानं त्याला (मट्टूला) अज्ञात बंदूकधाऱ्यानं 'काफिर' असल्याबद्दल गोळ्या घातल्या.

प्रश्न क्र. १ : मट्टूला गोळ्या का घालण्यात आल्या?

(अ) कारण तो हिंदू होता.

(ब) कारण त्याला 'आझादी' हवी होती.

(क) कारण त्याला नोबेल पुरस्कार मिळाला होता.

(ड) यापैकी कोणतेही कारण नाही.

(इ) वरीलपैकी सर्व कारणांमुळे

प्रश्न क्र. २ : तो अज्ञात बंदूकधारी कोण असू शकेल?

(अ) सर्व 'काफिरांना' ठार केले पाहिजे असे मानणारा कट्टर इस्लामी दहशतवादी.

(ब) 'ऑक्युपेशन'चा 'एजंट', ज्याची अशी इच्छा होती की, सर्व 'काफिरांना' ठार केले पाहिजे असे सर्व कट्टर इस्लामी दहशतवादी मानतात, असे लोकांनी मानले पाहिजे.

(क) वरीलपैकी कोणतेही कारण नाही.

(ड) अशी व्यक्ती, जिला हे शोधून काढण्याच्या प्रयत्नात सगळे पागल व्हावेत असे वाटत होते.

खदिजा म्हणते...

काश्मीरमध्ये आम्ही सकाळी उठल्यावर 'Good Morning!' (शुभप्रभात!) म्हणतो, तेव्हा त्याचा खरा अर्थ 'Good Mourning!' (शुभ-शोक) असतो.

ते काळ बदलत आहेत

बेगम दिल अफरोज एक सुप्रसिद्ध संधीसाधू स्त्री होती. काळासोबत बदललं पाहिजे अशी तिची शब्दश: धारणा होती. जेव्हा चळवळ पुढे-पुढे जाताना दिसायची, तेव्हा ती तिचे मनगटी घड्याळ पाकिस्तानी प्रमाण वेळेच्या अर्धा तास पुढे लावायची. जेव्हा 'ऑक्युपेशन'ची पकड पुन्हा मजबूत व्हायची तेव्हा ती घड्याळ पुन्हा भारतीय प्रमाण वेळेनुसार लावायची. खोऱ्यामध्ये म्हटलं जात असे, 'बेगम दिल अफरोजचं घड्याळ खरंतर घड्याळ नाही; ते वृत्तपत्र आहे.'

प्रश्न १ : या कहाणीचे तात्पर्य काय?

'एप्रिल फूल'चा दिवस, २००८ :

खरंतर ही 'एप्रिल फूल'ची रात्र आहे. संपूर्ण रात्रभर मधून मधून बातमी येत होती... या मोबाइलवरून त्या मोबाइलवर. त्या मोबाइलवरून या मोबाइलवर... : "बांडीपोरातील एका खेड्यात 'एन्काउन्टर'." बीएसएफ व एसटीएफ म्हणत आहेत की, त्यांना दहशतवाद्यांबद्दल ठोस माहिती मिळाली होती– चिट्टीबांडी खेड्यातल्या एका घरात लष्कर-ए-तयबाचा 'चीफ ऑफ ऑपरेशन्स' व इतर काही जण लपले असल्याची. त्यामुळे कारवाई करण्यात आली. रात्रभर चकमक सुरू होती. मध्यरात्रीनंतर लष्करानं मोहीम यशस्वी झाल्याचं जाहीर केलं. त्यांनी दोन दहशतवाद्यांना ठार केल्याचं सांगितलं; पण पोलिसांनी तिथे मृतदेह नसल्याचं सांगितलं.

मी 'प'सोबत बांडीपोराला गेले. आम्ही पहाटेच निघालो.

श्रीनगर ते बांडीपोराचा रस्ता मोहरीच्या शेतांतून वळणे घेत जातो. वुलर सरोवर काचेसारखं दिसत होतं... निस्तेज, गूढ. त्यात सडपातळ बोटी फॅशन मॉडल्ससारख्या मुरकत होत्या. 'प'ने मला सांगितलं की, नुकतंच, 'ऑपरेशन गुड विल'चा भाग म्हणून लष्करानं एकवीस मुलांना नौदलाच्या बोटीतून पिकनिकला नेलं होतं. ती बोट उलटली. त्यात ती सगळीच्या सगळी एकवीस मुले बुडाली. त्या मुलांच्या पालकांनी निदर्शने केली तेव्हा त्यांच्यावर गोळीबार करण्यात आला. नशीबवान लोक ठार झाले.

ते म्हणतात, बांडीपोरा 'स्वतंत्र' झाले आहे. एके काळी सोपोर स्वतंत्र झाले होते तसे. शोपियाँ अजूनही आहे तसे. बांडीपोराला उंच पर्वतरांगांची पार्श्वभूमी आहे. आम्ही तिथे पोहोचलो तेव्हा कारवाई अद्याप संपली नव्हती.

खेड्यातल्या लोकांनी सांगितलं की, आदल्या दिवशी दुपारी साडेतीन वाजता कारवाईला सुरुवात झाली होती. लोकांना बंदुकीच्या धाकावर घरातून बाहेर काढलं होतं. त्यांना त्यांची घरे उघडी टाकून बाहेर यावं लागलं होतं... गरमागरम चहा अजून प्यायचा होता, पुस्तके उघडी होती, गृहपाठ अपूर्ण होते, चुलीवर स्वयंपाक शिजत होता, कांदे परतायला ठेवले होते, चिरलेले टोमॅटो त्यात जाऊन मिसळण्याच्या प्रतीक्षेत होते.

खेड्यातल्या लोकांनी सांगितलं की, हजारपेक्षा जास्त सैनिक होते. कुणी म्हणालं, चार हजार. रात्रीच्या वेळी भयाची छाया अधिकच गडद होते, त्या वेळी चिनार वृक्षांची पानं सैनिकांसारखी दिसत असणार. कारवाई सुरू राहिली, पहाट झाली तेव्हा लोक फक्त अधूनमधून सणसणत येणाऱ्या बंदुकीच्या गोळ्यांनीच नव्हे, तर त्यापेक्षा हलक्या आवाजांनीसुद्धा उद्ध्वस्त झाले... त्यांची कपाटे उघडल्याच्या, त्यांचे रोखे पैसे व दागदागिने चोरल्याच्या, त्यांचे विणण्याचे माग चक्काचूर झाल्याचे, त्यांची जनावरे त्यांच्या गोठ्यात जिवंत 'बार्बेक्यू' झाल्याचे...

कवीच्या भावाचं भलंमोठं घर जमीनदोस्त झालं होतं. दगडविटांचा ढीग पडला होता. एकही मृतदेह सापडला नव्हता. दहशतवादी पसार झाले होते किंवा कदाचित ते तिथं कधी आलेलेच नव्हते.

पण लष्कर अद्याप तिथं का होतं? मशीनगन्स, फावडी व मॉर्टर लाँचर्स घेतलेले सैनिक जमावावर नियंत्रण ठेवत होते.

आणखी काही बातम्या :

जवळच्या पेट्रोल पंपावरून दोघा तरुणांना ताब्यात घेण्यात आले.

जमाव उग्र झाला.

चिट्टीबांडीमध्ये दोन दहशतवाद्यांना ठार केल्याचे लष्कराने यापूर्वीच जाहीर केले आहे. त्यामुळे आता त्यांना मृतदेह सादर करावे लागतील. वास्तव जीवन कसे असते ते लोकांना माहीत आहे. कधीकधी 'स्क्रिप्ट' आधीच लिहिलेले असते.

'जर त्या मुलांचे मृतदेह आत्ताच जाळलेले असतील तर आम्ही लष्कराची कहाणी मान्य करणार नाही.'

गो इंडिया! गो बॅक!

खेड्यातल्या मशिदीबाहेर उभ्या असलेल्या एका सैनिकाकडे लोकांचे लक्ष गेले. त्या पवित्रस्थानी त्यानं पायातले बूट उतरवले नव्हते. आवाज वाढत गेले. हळूहळू बंदुकीच्या नळ्या वर झाल्या, त्यांनी नेम धरला. वातावरण भीतीनं शहारलं आणि परिस्थिती बिकट बनली.

कवीच्या भावाच्या भूतपूर्व-घरात गोळीचा आवाज घुमला. ती घोषणा होती.

लष्कर मागे फिरणार होते. खेड्यातला रस्ता आम्ही व ते एकाच वेळी मावण्याइतका रुंद नसल्यामुळे, आम्ही त्यांना जागा करून देण्यासाठी घरांच्या भिंतींना खेटून ताठ उभे राहिलो. सैनिक मधल्या भागातून पार झाले. खेड्यातल्या रस्त्यावरून वाऱ्याची शीळ घुमावी तशा तिरस्कारयुक्त आरोळ्या घुमल्या की ते कान टवकारतात. त्यांचा संताप व शरम आपल्याला जाणवते. त्यांचा असाहाय्यपणासुद्धा आपल्याला जाणवतो. ते चित्र एका सेकंदात बदलू शकतं.

त्यांना फक्त मागे वळून गोळ्या झाडाव्या लागतात.

लोकांना फक्त आडवं होऊन मरावं लागतं.

शेवटचा सैनिक परत गेल्यावर, लोक जळून राख झालेल्या घरावर चढले. जे लोखंडी पत्रे आजवर छताचं काम करत होते ते अजूनही धगधगत होते. जळून राख झालेल्या ट्रंकमधून अजूनही ज्वाळा लपलपत बाहेर झेपत होत्या. इतकं सुंदररीत्या जळत राहण्यासारखं असं त्यात काय होतं?

दगडविटांच्या छोट्या, धुरकट पर्वतावर चढून लोक घोषणा देत होते :

हम क्या चाहते?

आझादी।

आणि मग ते 'लष्कर'ला हाक देत होते :

आयवा आयवा!

लष्कर-ए-तयबा!

आणखी बातम्या येत होत्या.

मुदस्सर नजीरला एसटीएफने ताब्यात घेतले.

त्याचे वडील आले. ते धापत होते. त्यांचा चेहरा राखाडी झाला होता. ऐन वसंतात शरद ऋतूतील पानासारखा.

त्यांनी त्यांच्या मुलाला लष्करी तळावर नेलं होतं.

"तो दहशतवादी नाही. गेल्या वर्षी निदर्शनांच्या वेळी तो जखमी झाला होता. ते म्हणताहेत की, तुम्हाला तुमचा मुलगा परत हवा असेल तर तुमच्या मुलीला पाठवा. ते म्हणताहेत की ती ओजीडब्ल्यू आहे– ओव्हरग्राउन्ड वर्कर. ती हिज्बच्या माणसाला त्याच्या वस्तू पोहोचवण्यात मदत करते."

ती करत असेल किंवा करत नसेल, काहीही असलं तरी तिचं काही खरं नाही.

मी हिज्बच्या माणसाला त्याच्या वस्तू पोहोचवण्यात मदत करीन.

आणि मग ते मला मी 'मी' असल्याबद्दल ठार करतील.

अभद्र, बेपरदा बाई.

भारतीय
भारतीय?
काहीही असो.
हे असं आहे.

काहीच नाही

मला अशी एखादी छान-अभिरुचीपूर्ण कहाणी लिहायची आहे. ज्यामध्ये फार काही घडत नसलं तरी, त्यात लिहिण्याजोगं बरंच काही असतं. हे काश्मीरमध्ये करणं शक्य नव्हतं. इथं जे घडतं, ते अभिरुचीपूर्ण नसतं. उत्तम साहित्याच्या दृष्टीनं इथं भलताच रक्तपात आहे.

प्रश्न क्र. १ : हे अभिरुचीसंपन्न का नाही?
प्रश्न क्र. २ : उत्तम साहित्यासाठी किती प्रमाणात रक्त ग्राह्य मानले जाते?

***

त्या वहीच्या शेवटच्या पानावर लष्कराचं एक 'प्रेस रिलीज' चिकटवलेलं होतं.

प्रेस इन्फर्मेशन ब्यूरो (डिफेन्स विंग)
गव्हर्नमेंट ऑफ इंडिया पब्लिक रिलेशन्स ऑफिस,
मिनिस्ट्री ऑफ डिफेन्स, श्रीनगर

बांडीपोराच्या मुली सहलीला गेल्या.

बांडीपोरा, २७ सप्टेंबर : आजचा दिवस बांडीपोरा जिल्ह्यातील एरिन व दर्दपोरा या खेड्यांतील सतरा मुलींच्या आयुष्यातील महत्त्वाचा दिवस होता. आज त्या आग्रा, दिल्ली व चंडीगढच्या सहलीला रवाना झाल्या. एरिन खेड्यातील फिशरी ग्राउन्ट्स येथे ८१ माउंटन ब्रिगेडचे कमांडर, ब्रिगेडिअर अनिल मेहरा व श्रीमती सोनिया मेहरा यांच्या उपस्थितीत या मुलींना निरोप देण्यात आला. या मुलींसोबत दोन ज्येष्ठ महिला व या भागातील दोन पंच रवाना झाले असून त्यांच्यासोबत दिल्ली व चंडीगढ येथील ऐतिहासिक व शैक्षणिकदृष्ट्या महत्त्वाच्या स्थळांना भेट देण्याचे नियोजन केले आहे. या सहलीत त्यांना पंजाबच्या व त्यांच्या राज्याच्या राज्यपालांशी संवाद साधण्याचीही विशेष संधी मिळणार आहे.

ब्रिगेडिअर अनिल मेहरा, कमांडर, ८१ माउन्टन ब्रिगेड यांनी सहलीत

सहभागी मुलींना निरोप देताना केलेल्या भाषणात, त्यांना उपलब्ध करून दिलेल्या उत्तम संधीचा पुरेपूर उपयोग करून घेण्यास सांगितले. तसेच, इतर राज्यांनी केलेल्या प्रगतीचे त्यांनी बारकाईने निरीक्षण करावे व स्वत:ला शांततादूत मानावे असे आवाहन त्यांनी सहभागी मुलींना केले. कर्नल प्रकाश सिंग नेगी, कमांडिंग ऑफिसर, १४ राष्ट्रीय रायफल्स, दोन्ही खेड्यांचे निर्वाचित सरपंच व सहलीत सहभागी झालेल्या मुलींचे पालक व इतर स्थानिक गावकरी या निरोप समारंभाला उपस्थित होते.

हे *'द रीडर्स डायजेस्ट बुक ऑफ इंग्लिश ग्रामर अ‍ॅन्ड कॉम्प्रिहेन्शन फॉर व्हेरी यंग चिल्ड्रन'* वाचताना दोन बिड्या व चार सिगारेट संपल्या. अर्थातच वाचण्याचा/धूम्रपानाचा वेग परस्परांशी जुळवून घेत, दोन्हीचाही वेग कमी-जास्त होत होता.

तिलो स्वत:शीच हसली... तिला या 'प्रेस रिलीज'मध्ये वर्णन केलेल्यासारखीच आणखी एक सहल आठवली होती. लष्करानं श्रीनगरमधल्या लष्करी अनाथाश्रमातल्या-'मुस्कान'मधल्या मुलांसाठी अतिशय प्रेमानं आयोजित केलेली सहल.

मुसानं तिला लाल किल्ल्यावर भेटायला येण्याचा निरोप पाठवला होता. या गोष्टीला आता दहा वर्षं झाली असतील. त्या वेळी ती नागासोबत राहत होती.

त्या वेळी त्या मुलांसोबत मुसाही आला होता. फाजील धीटपणे. ते आग्र्याला ताजमहाल पाहायला जाताना दिल्लीवरून जाणार होते. दिल्लीतल्या मुक्कामात या अनाथ मुलांना कुतुबमिनार, लाल किल्ला, इंडिया गेट, राष्ट्रपती भवन, संसद भवन, बिर्ला हाउस (जिथं गांधींची हत्या झाली), तीन मूर्ती (जिथं नेहरू राहायचे) आणि १ सफदरजंग रोड (जिथं इंदिरा गांधींची त्यांच्या शीख अंगरक्षकांनी हत्या केली) दाखवायला नेलं होतं. मुसा त्या वेळी ओळखण्याजोगा नव्हता. त्यानं त्या वेळी जहूर अहमद हे नाव घेतलं होतं. तो गरजेपेक्षा जास्त हसत होता आणि कमरेत वाकून, थुंकी झेलायला तयार असल्यासारखं दाखवत होता.

तिलो व तो अनोळखी लोकांसारखेच भेटले. लाल किल्ल्यावर ध्वनिप्रकाशाचा कार्यक्रम असतो त्या वेळी ते दोघं अंधारात, एका बाकावर योगायोगानं शेजारी बसल्यासारखे बसले होते. दर्शकांमध्ये बाकी बहुतेकसे परदेशी पर्यटकच होते.

"हा आमचा व सुरक्षादलांचा संयुक्त सहकार्याचा उपक्रम आहे," मुसा तिच्या कानाशी कुजबुजला होता.

"कधीकधी, अशा प्रकारच्या संयुक्त सहकार्यात, सहभागी बाजूंना आपण भागीदार आहोत हेच माहीत नसतं. लष्कराला वाटतं, आपण मुलांना त्यांच्या मातृभूमीवर प्रेम करायला शिकवतोय आणि आम्हाला वाटतं, आम्ही त्यांना त्यांचा शत्रू ओळखायला शिकवतोय, म्हणजे जेव्हा त्यांच्या पिढीची लढाईची वेळ येईल

तेव्हा ते हसन लोनसारखं वागणार नाहीत.''

तेवढ्यात, एक अनाथ मुलगा, मोठमोठे कान असलेला छोटासा मुलगा, मुसाच्या मांडीवर चढून बसला. त्यानं मुसाला हजारो पापे दिले. त्यानंतर तो अगदी गप्प, स्तब्ध बसला. तो सुमारे तीन इंच अंतरावरून तिलोकडं तीव्र भावशून्य डोळ्यांनी पाहत होता. मुसा त्याच्याशी तुटकपणे वागत होता. त्याला काहीही प्रतिसाद देत नव्हता. पण तिलोनं त्याच्या चेहऱ्याचे स्नायू आकसलेले पाहिले. क्षणभर त्याच्या डोळ्यांत चमक आली होती. तिनं तो क्षण जाऊ दिला.

''कोण हसन लोन?''

''माझा शेजारी होता. चांगला माणूस. भावासारखा.''

'भाऊ' हा मुसाचा सर्वोच्च प्रशंसेचा शब्द होता.

''त्याला दहशतवादी गटात सामील व्हायचं होतं, पण तो भारतात पहिल्यांदा मुंबईला आला तेव्हा त्यानं व्हीटी स्टेशनवरची गर्दी पाहिली आणि त्यानं तो नादच सोडून दिला.

''परत आल्यावर त्यानं सांगितलं,

''भावांनो, ते कितीजण आहेत पाहिलं आहे का तुम्ही? आपल्याला जमणार नाही! मी हार मानतो.

आणि त्यानं *खरंच* नाद सोडला! आता तो काहीतरी छोटासा कापड व्यवसाय करतोय.''

मुसानं त्या अंधारात रुंद हसत, मांडीवरच्या मुलाच्या कपाळावर च्युक्कन पापा दिला... त्याच्या मित्राच्या – हसन लोनच्या आठवणीनं. तो छोटा मुलगा समोर टक लावून बसला होता, आनंदानं चमकत.

एव्हाना साउंड ट्रॅकवर १७३९ साल सुरू झालं होतं. सम्राट मोहम्मद शाह रंगीला जवळजवळ तीस वर्षे दिल्लीच्या मयूर सिंहासनावर होता. हा सम्राट मोठा इंटरेस्टिंग होता. तो स्त्रियांचे कपडे आणि रत्नजडित पादत्राणे घालून हत्तींच्या झुंजी पाहत असे. त्याच्या छत्रछायेखाली 'मिनिएचर पेंटिंग'चं नवं 'स्कूल' सुरू झालं, त्यामध्ये लैंगिकता व ग्रामीण जीवनाची चित्रं साकार झाली. पण हे फक्त सेक्स व वैषयिक सुखापुरतंच नव्हतं. त्याच्या दरबारात महान कथ्थक नर्तक व कव्वाल यांनीही कलाविष्कार सादर केले. विद्वान – गूढवादी शाह वलियुउल्लाह यांनी कुरआनचं पर्शियन भाषेत भाषांतर केलं. ख्वाजा मीर दर्द व मीर तकी मीर चांदणी चौकातल्या चहाच्या दुकानात त्यांच्या काव्यरचना सादर करत असत.

ले साँस भी आहिस्ता कि नाजुक है बहुत काम

आफाक की इस कारगाहे – ए – शिशागरी का

पण तितक्यात घोड्यांच्या टापांचा आवाज सुरू झाला. तो छोटा मुसाच्या मांडीवरून उठून आवाज कुठून येतोय हे पाहू लागला. तो आवाज होता पर्शियातून दिल्लीकडे वेगात येणाऱ्या नादिरशाहच्या घोडदळाचा... ते वाटेतल्या शहरांत लुटालूट करत पुढं सरकत होते. मयूर सिंहासनावरचा सम्राट मात्र स्वस्थ होता. युद्धासारख्या फडतूस तुच्छ गोष्टींमुळं काव्य-संगीत व साहित्य यांमध्ये व्यत्यय येता कामा नये असं त्याचं मत होतं.

दिवान-ए-खास मधले रंग बदलले... जांभळा... लाल... हिरवा. साउंडट्रॅकवर जनान्यातल्या बायकांचं हास्य ऐकू येऊ लागलं. नृत्यांगनांच्या पैजणांच्या घुंगरांची छन् छन्... दरबारातल्या हिजड्यांचं सुस्पष्ट, खर्जातलं, नखरेल खिदळणं...

लाल किल्ल्यातल्या कार्यक्रमानंतर, अनाथ मुलं व त्यांच्यासोबत आलेल्या लोकांनी 'डिप्लोमॅटिक एन्क्लेव्ह'मधील 'विश्व युवक केंद्रा'च्या वसतिगृहात रात्री मुक्काम केला. ते ठिकाण तिलोच्या (व नागाच्या) घरापासून अगदी जवळ त्याच रस्त्यावर होतं.

तिलो घरी परत आली तेव्हा नागा टीव्ही तसाच सुरू ठेवून गाढ झोपला होता. तिलोनं टीव्ही बंद केला आणि ती त्याच्या शेजारी आडवी झाली. त्या रात्री तिला वाळवंटातल्या वळणावळणाच्या रस्त्याची स्वप्ने पडत होती... विनाकारण वळणं घेणाऱ्या रस्त्याची. ती आणि मुसा त्या रस्त्यावरून निघाले होते. रस्त्याच्या एका बाजूला बस लावल्या होत्या आणि दुसऱ्या बाजूला शिपिंग कन्टेनर्स... प्रत्येकाला प्रवेशद्वार आणि चिंध्या चिंध्या झालेला तलम पडदा. काहींच्या दारात वेश्या होत्या आणि बाकी ठिकाणी सैनिक. उंच सोमाली सैनिक. भयंकर जखमी झालेल्या लोकांना बाहेर आणलं जात होतं. आणि साखळदंडांनी बांधलेल्या लोकांना आत नेलं जात होतं. मुसा पांढऱ्या कपड्यांतल्या एका माणसाशी बोलायला थांबला. तो त्याचा जुना मित्र असावा असं वाटत होतं. मुसा त्याच्या मागून शिपिंग कन्टेनरमध्ये गेला. तिलो बाहेर वाट पाहत थांबली होती. मुसा तिथून बाहेर आला नाही म्हणून ती त्याला शोधत आत गेली. त्या खोलीत लाल प्रकाश होता. कन्टेनरच्या एका कोपऱ्यात एका बिछान्यावर एक पुरुष व बाई सेक्स करत होते. तिथं जवळच आरसा असलेला मोठं ड्रेसिंग टेबल होतं. मुसा त्या भागात दिसत नव्हता; पण आरशात त्याचं प्रतिबिंब दिसत होतं. तो छताला लटकून झोके घेत होता. खोलीत बरीच टाल्कम पावडर होती, मुसाच्या काखांतसुद्धा.

तिलोला जाग आली तेव्हा आपण बोटीवर कशा आलो असा तिला प्रश्न पडला. ती बराच वेळ नागाकडे पाहत राहिली होती... प्रेमाची एक लहर तिच्या आत

तिला जाणवली. लहर आली आणि गेली. तिनं काहीही केलं नाही.

***

तिनं हिशेब केला... आपण सगळे– नागा, गार्सन हॉबर्ट, मुसा व ती- पहिल्यांदा *'नॉर्मन, इज दॅट यू?'* च्या निमित्तानं भेटलो त्याला आता तीस वर्षे झाली आहेत... आणि अजूनही आपण या चमत्कारिक मार्गांनी एकमेकांभोवती फिरतो आहोत.

***

शेवटचं खोकं फळांचं नव्हतं आणि त्यात पुरातून वाचलेल्या वस्तूही नव्हत्या. ते होतं हेल्वेट-पॅकर्डचं प्रिंटर – कार्ट्रिजचं छोटंसं खोकं. त्याध्ये अमरिक सिंगची कागदपत्रे होती. एका अमेरिका दौऱ्याहून परत आल्यानंतर मुसा ती कागदपत्रे तिच्याकडं ठेवून गेला होता. आपल्याला नेमकं आठवतंय ना याची पुन्हा खात्री करण्यासाठी तिनं ते खोकं उघडलं. त्यामध्ये जुन्या फोटोंचं एक पुडकं होतं आणि अमरिक सिंगच्या आत्महत्येच्या बातम्यांच्या कात्रणांचा एक फोल्डर होता. त्यातल्या एका बातमीसोबतच्या फोटोत अमरिक सिंगचं क्लोविसमधलं घर दिसत होतं, घराबाहेर पोलिसांच्या गाड्या थांबलेल्या आणि टीव्हीवरच्या मालिका व क्राइम फिल्म्समध्ये आपण पाहतो तशा पिवळ्या पट्टीनं आखलेल्या 'नो गो' क्षेत्रात फिरणारे पोलीस दिसत होते. 'इन्सेट'मध्ये 'झर्कसेस' फोटो होता... रोबो विथ कॅमेराचा.

कॅलिफोर्निया पोलिसांनी स्वत: आत जाण्याआधी तो आत पाठवून, आत कुणी दबा धरून बसलेलं नाही ना, याची खात्री करून घेतली होती. त्या कात्रणांखेरीज, एक फाइलही होती. त्या फाइलमध्ये अमरिक सिंग व त्याच्या पत्नीने अमेरिकेत आश्रय मिळण्यासाठी केलेल्या अर्जांच्या प्रती होत्या.

त्या फायली मुसानं कशा मिळवल्या याचा त्यानं तिला दीर्घ व मजेशीर किस्सा ऐकवला होता. तो एका वकिलासोबत क्लोविसमधल्या एका अमेरिकी समाजसेवकाकडे गेला होता, अमरिक सिंगची 'केस' त्याच्याकडे होती. मुसासोबत जो वकील गेला होता त्यानं 'वेस्ट कोस्ट'वर अशा हजारो केसेसमध्ये युक्तिवाद केला होता आणि तो 'भावा'चा मित्र होता.

मुसा सांगत होता की, तो समाजसेवक भारी माणूस होता, म्हातारा आणि वयोपरत्वे थरथर आलेला, पण तो त्याच्या कामाप्रति अगदी समर्पित होता. त्याचा कल समाजसत्तावादी विचारांकडे होता. सरकारच्या स्थलांतरविषयक धोरणाची त्याला चीड होती. त्याच्या छोट्याशा ऑफिसमध्ये फाइल्सची रांग होती... अमेरिकेत आश्रय मिळवून देण्यासाठी त्यानं साहाय्य केलेल्या शेकडो लोकांच्या कायदेशीर

कागदपत्रांच्या फाइल्सची. त्यापैकी बहुतेक जण शीख होते- १९८४ सालानंतर भारतातून इथं पळून आलेले. त्याला पंजाबमधील पोलिसांच्या भयानक कृत्यांच्या, सुवर्णमंदिरावरील लष्करी चढाईच्या व इंदिरा गांधींच्या हत्येनंतर, १९८४ सालच्या शीख संहाराच्या कहाण्या माहीत होत्या. तो काल्पनिक काळात जगत होता. त्याला चालू काळातल्या घटनांची अद्ययावत माहिती नव्हती. त्यामुळे त्याने पंजाब व काश्मीर हे एकमेकांत मिसळलं होतं आणि श्री व श्रीमती अमरिक सिंगांकडे त्या भिंगातून पाहिलं होतं... आणखी एक छळवणुकीनं गांजलेलं शीख कुटुंब म्हणून. त्यानं त्याच्या डेस्कवर पुढं झुकून कुजबुजत्या आवाजात सांगितलं होतं की, 'मला वाटतं, श्रीमती अमरिक सिंग जेव्हा पोलिसांच्या ताब्यात होत्या तेव्हा त्यांच्यावर बलात्कार झाला असणार आणि ते नवरा-बायको ही गोष्ट पचवू शकलेले नसल्यामुळे ही शोकांतिका घडली आहे.'

तुम्ही जर या घटनेचा उल्लेख केलात तर तुम्हाला इथं आश्रय मिळण्याच्या शक्यता बऱ्याच वाढतील ही गोष्ट तिला पटवून देण्याचा म्हातारबाबांनी खूप प्रयत्न केला होता. पण ती ते कबूल करायला तयार नव्हती आणि 'याबद्दल बोलण्यात लाज वाटण्याजोगं काही नाही' असं त्यांनी तिला समजावण्याचा प्रयत्न केला तेव्हा ती प्रचंड भडकली होती.

"ते दोघेही अगदी चांगले होते... त्यांना गरज होती ती फक्त थोड्या समुपदेशनाची. त्यांना आणि त्यांच्या लहान मुलांना," मुसाच्या हातात त्यांच्या कागदपत्रांच्या प्रती ठेवत म्हातारबाबा म्हणाले होते. "थोडं समुपदेशन आणि थोडे चांगले मित्र. जराशी जरी मदत मिळाली असती तरी ते आज जिवंत असते- पण या महान देशाकडून एवढी अपेक्षा ठेवणं जरा जास्तच आहे, नाही का?"

त्या प्रिंटर-कार्ट्रिजच्या खोक्यात अगदी तळाशी एक जाडजूड, जुन्या पद्धतीची 'लीगल फाइल' होती. तिलोला ती याआधी कधी पाहिल्याचं आठवत नव्हतं. त्यात कागदांचा गठ्ठा एका कार्डबोर्डवर रचून तो लाल पट्टे व पांढऱ्या दोरीनं बांधला होता. त्या फाइलमध्ये जवळजवळ वीस वर्षांपूर्वीच्या, जालिब कादरी केसमधील साक्षीदारांच्या साक्षी होत्या :

Memorandum of statement by -
गुलाम नबी रसूल, वडिलांचे नाव : मुश्ताक नबी रसूल
राहणार : बरबरशाह
व्यवसाय : पर्यटन खात्यात नोकरी, वय : ३७ वर्षे
Statement recorded under section 161/CrPC

साक्षीदार खालीलप्रमाणे कथन करतो की,

मी श्रीनगरमधील बरबरशाहचा रहिवासी आहे. ८.३.१९९५ रोजी मी पर्रेपोरा येथे लष्कराची तुकडी तैनात असलेली पाहिली. ते तेथे वाहनांची झडती घेत होते. एक लष्करी ट्रक व सशस्त्र वाहनही तेथे उभे होते. बऱ्याच गणवेशधारी लष्करी सैनिकांच्या वेढ्यात असलेला एक उंच शीख लष्करी अधिकारी झडती घेत होता. तेथे एक खासगी टॅक्सीही उभी होती. त्या टॅक्सीत लाल ब्लँकेटमध्ये गुंडाळलेले काही सामान्य नागरिक होते. मी घाबरून तिथून काही अंतरावर उभा होतो. त्यानंतर मी एक पांढरी मारुती कार येताना पाहिली. जालिब कादरी गाडी चालवत होते आणि शेजारच्या सीटवर त्यांची बायको होती. त्यांना पाहताच त्या उंच लष्करी अधिकाऱ्यानं त्यांची गाडी थांबवली आणि त्यांना गाडीतून उतरायला लावलं. त्यांनी त्यांना सशस्त्र वाहनात ढकललं. त्यानंतर त्या खासगी टॅक्सीसह सर्व गाड्यांचा ताफा बायपास रस्त्याने निघून गेला.

Memoramdum of statement by-
रहमत बजाड, वडिलांचे नाव : अब्दुल कलाम बजाड
राहणार : कुर्सू राजबाग, श्रीनगर. व्यवसाय : कृषी विभागात
वय : ३२ वर्षे
Statement recorded under section 161/CrPC

साक्षीदार खालीलप्रमाणे कथन करतो की :

मी कुर्सू राजबागचा रहिवासी असून मी 'फील्ड असिस्टन्ट ऑफिसर' म्हणून कृषी खात्यात काम करतो. आज, दिनांक २७-०३-१९९५ रोजी, मी माझ्या घरात असताना मला बाहेरून गलका ऐकू आला. मी बाहेर येऊन पाहिले असता लोक जमलेले दिसले. ते एका सॅक-बॅग मध्ये कोंबलेल्या मृतदेहाभोवती जमले होते. 'झेलम फ्लड चॅनल'मध्ये एका तरुणाला तो मृतदेह आढळला होता. त्या तरुणाने तो मृतदेह सॅक-बॅगमधून बाहेर काढला. तो मृतदेह जालिब कादरी यांचा असल्याचे माझ्या लक्षात आले. मी त्यांना ओळखले, कारण ते गेली बारा वर्षे माझ्या शेजारी राहत होते. अधिकृत तपासणीनंतर मी त्यांचे खालील कपडे ओळखले.

१. खाकी रंगाचा लोकरी स्वेटर
२. पांढरा शर्ट
३. करडी पॅन्ट
४. पांढरा गंजीफ्रॉक

त्याखेरीज त्यांचे दोन्ही डोळे गायब होते. त्यांचे कपाळ रक्ताने बरबटलेले होते.

त्यांचा मृतदेह आकसला व कुजला होता. त्यानंतर पोलीस आले व त्यांनी मृतदेह ताब्यात घेतला आणि 'कस्टडी मेमो' तयार केला. मी त्यावर स्वाक्षरी केली.

Memoramdum of statement by-
मारुफ अहमद डार, वडिलांचे नाव : अब्दुल अहद डार
राहणार : कुर्सू राजबाग, श्रीनगर. व्यवसाय : व्यापार. वय : ४० वर्षे
Statement recorded under section 161/CrPC

साक्षीदार खालीलप्रमाणे कथन करतो की,

मी कुर्सू राजबागचा रहिवासी असून व्यवसाय करतो. दिनांक २७-०३-१९९५ रोजी मी झेलम फ्लड चॅनेलवरून आवाज येताना ऐकले. मी घटनास्थळी गेलो. तेथे जालिब कादरी यांचा मृतदेह सॅक-बॅगमध्ये कोंबलेल्या अवस्थेत बांधावर पडलेला दिसला. मी मृत व्यक्तीला ओळखू शकलो, कारण ते बारा वर्षे माझ्या शेजारी राहत होते; आणि आम्ही एकाच स्थानिक मशिदीत नमाज पढण्यासाठी जात असू. मृतदेहावर खालील कपडे होते :

१. खाकी रंगाचा लोकरी स्वेटर
२. पांढरा शर्ट
३. करडी पॅन्ट
४. पांढरा गंजीफ्रॉक

त्याखेरीज त्यांचे दोन्ही डोळे गायब होते. त्यांच्या कपाळावर रक्ताचे डाग होते. त्यांचा मृतदेह आकसला आणि कुजला होता. त्यानंतर पोलीस आले व त्यांनी मृतदेह ताब्यात घेतला आणि 'कस्टडी मेमो' तयार केला. मी त्यावर स्वाक्षरी केली.

Memoramdum of statement by-
मोहम्मद शफीक भट
वडिलांचे नाव : अब्दुल अजीज भट. राहणार : गाँदरबाल. व्यवसाय : गवंडी. वय : ३० वर्षे
Statement recorded under section 161/CrPC

साक्षीदार खालीलप्रमाणे कथन करतो की :

मी गाँदरबालचा आहे. मी गवंडीकाम करतो. सध्या मी कुर्सू राजबागमध्ये मोहम्मद अयुब डार यांच्या घराचे काम करत आहे. आज, दिनांक २७-०३-

१९९५ रोजी, सकाळी साडेसहाच्या च्या सुमारास मी झेलम फ्लड चॅनलमध्ये तोंड धुण्यासाठी गेलो असता मी सॅक-बॅगमध्ये असलेला एक मृतदेह नदीत तरंगताना पाहिला. त्याचा एक पाय व एक हात सॅकबाहेर आलेला दिसत होता. भीतीमुळे मी याबद्दल कुणालाही काही बोललो नाही. त्यानंतर मी मोहम्मद शबीर वार यांच्या घरी गवंडीकामासाठी गेलो. मी जो सॅक-बॅगमधील मृतदेह पाहिला होता, तोच स्थानिक लोकांना आढळला होता. मृतदेह कुजला व पाण्यामुळे फुगला होता. मृतदेहावर खालील कपडे होते :

१. खाकी रंगाचा लोकरी स्वेटर
२. पांढरा शर्ट
३. करडी पॅन्ट
४. पांढरा गंजीफ्रॉक

त्याखेरीज त्याचे दोन्ही डोळे गायब होते. त्याच्या कपाळावर रक्ताचे डाग होते. मृतदेह आकसला व कुजला होता. त्यानंतर पोलीस आले व त्यांनी मृतदेह ताब्यात घेतला आणि 'कस्टडी मेमो' तयार केला. मी त्यावर स्वाक्षरी केली.

Memoramdum of statement by-
मृत व्यक्तीचा भाऊ -परवेज अहमद कादरी
वडिलांचे नाव : अल्ताफ कादरी
राहणार : अवंतीपोरा
व्यवसाय : कला, संस्कृती व भाषा अकादमीत नोकरी
वय : ३५ वर्षे
Statement recorded under section 161/CrPC

साक्षीदार खालीलप्रमाणे कथन करतो की :

मी अवंतीपोराचा रहिवासी असून मृत जालिब कादरी याचा भाऊ आहे. आज ओळख पटविणे व पोस्टमार्टेमनंतर मी पोलिसांकडून माझा भाऊ जालिब कादरी याचा मृतदेह ताब्यात घेतला आहे. पोलिसांनी मृतदेहाचा 'इन्जुरी मेमो' व पावती स्वतंत्ररीत्या तयार केली असून, या मेमोमधील मजकूर मला वाचून दाखवण्यात आला आहे, जो माझ्या माहितीनुसार खरा व बरोबर आहे.

Memoramdum of statement by-
मुश्ताक अहमद खान ऊर्फ उस्मान ऊर्फ भाईटोठ

राहणार : जम्मू शहर

वय : ३० वर्षे

Statement recorded on 12-6-95 under section 164/CrPC

साक्षीदार खालीलप्रमाणे कथन करतो की,

सर, मी बेकरीवाला आहे. माझे रावलपोरा येथे दुकान होते व मी १९९०-९१ यादरम्यान लष्करातील लोकांना ब्रेड पुरवत असे. त्यानंतर काश्मीरमधील परिस्थिती बिघडली. दहशतवाद्यांनी मला लष्करी लोकांना ब्रेड पुरवण्याबद्दल धमक्या दिल्या. हा माझ्या उपजीविकेचा एकमात्र मार्ग असल्याने आणि मला माझी बेकरी बंद करावी लागल्याने मी उरी येथील माझ्या मूळ गावी गेलो. माझ्या तेथील तीन महिन्यांच्या वास्तव्यानंतर, दहशतवाद्यांनी माझ्या पत्नीला त्रास द्यायला सुरुवात केली. एवढेच नव्हे, तर त्यांनी माझ्या १५ वर्षे वयाच्या बहिणीचे जबरदस्तीने अपहरण करून तिला त्यांच्या एका साथीदाराशी लग्न करायला भाग पाडले. यामुळे मी माझे मूळ गाव सोडून श्रीनगरला परत आलो आणि मगरमल बाग येथे भाड्याच्या घरात राहू लागलो. त्यानंतर काही दिवसांत 'जम्मू काश्मीर लिबरेशन फ्रंट' (जेकेएलएफ) चे दहशतवादी तिथे पोहोचले आणि त्यांनी मला त्यांच्या केडरमध्ये सहभागी होण्यास भाग पाडले. त्यानंतर वेगवेगळ्या दहशतवादी गटांच्या परस्पर संघर्षात अल-उमर संघटनेच्या दहशतवाद्यांनी मला त्यांच्यात घेतले. मी दोन वर्षे त्यांच्यासोबत होतो. त्यानंतर सुरक्षा दलांनी मला त्रास द्यायला सुरुवात केली आणि त्यांनी माझ्या मुलांनाही उचलले. मी इंडिया ब्रावो आयबीसमोर शरणागती पत्करली आणि माझी एके-४७ रायफल त्यांच्याकडे सोपवली. मला आठ महिने बारामुल्ला येथे कोठडीत ठेवण्यात आले होते, त्यानंतर मला सोडण्यात आले. पण मला दर पंधरा दिवसांनी आयबीकडे हजरी द्यावी लागत होती. मी तीन महिने हजेरी दिली; पण त्यानंतर मी भीतीने पळून गेलो, कारण जर कुणी मला आयबीसोबत पाहिले असते, तर माझ्या जिवाला धोका होता. श्रीनगरमध्ये मला अहमद अली भट ऊर्फ कोब्रा नावाचा माणूस भेटला. त्याने माझी कोठी बाग पोलीस ठाण्याच्या डीवायएसपींशी ओळख करून दिली. त्यांनी मला रावलपोरा छावणीत 'स्पेशल ऑपरेशन्स ग्रूप' (एसओजी) सोबत काम करण्यासाठी पाठवले. कोब्रा व परवाज भट इखवानी होते. ते मेजर अमरिक सिंग यांच्यासोबत छावणीत काम करत असत. त्यांनी अमरिक सिंगना माझ्याविरुद्ध भडकवले व त्यांना सांगितले की, हा सर्व अतिरेक्यांना ओळखतो, त्यामुळे याने तुम्हाला त्यांना अटक करण्यात मदत केली पाहिजे. एके दिवशी मेजर अमरिक सिंग वजीर बाग मधील दहशतवाद्यांच्या अड्ड्यावर धाड टाकण्यासाठी जात असताना, सोबत मला घेऊन गेले. या धाडीत दोन दहशतवाद्यांना पकडण्यात आले व ४०,००० रुपये दिल्यावर त्यांची मुक्तता करण्यात आली. मी मेजर अमरिक

सिंग यांच्यासोबत बरेच महिने काम केले व त्यांनी खालील लोकांना संपवल्याच्या घटनेचा मी साक्षीदार आहे.

१. गुलाम रसूल वाणी
२. बसित अहमद खांडे – हा इसम सेंच्युरी हॉटेलमध्ये काम करत होता.
३. अब्दुल हफीज पीर
४. इश्फाक वाझा
५. कुलदीप सिंग नावाचा एक शीख टेलर

तेव्हापासून हे सर्वजण बेपत्ता असल्याची नोंद आहे.

त्यानंतर एकदा मार्च १९९५मध्ये मेजर अमरिक सिंग व त्यांचा मित्र सलीम गोजरी – तोसुद्धा माझ्यासारखाच शरणागती पत्करलेला दहशतवादी होता आणि तो वरचेवर छावणीत येत असे – एका माणसाला धरून घेऊन आले. त्या माणसाच्या अंगात कोट, पांढरा शर्ट आणि करडी पॅन्ट होती. त्या वेळी, सुखन सिंग, बलबीर सिंग व डॉक्टरही तिथे हजर होते. तो कोट-पॅन्टवाला माणूस खूप शिकलेला हुशार होता. त्याने "तुम्ही मला अटक करून येथे का आणले आहे?" असे विचारत त्यांच्याशी वाद घातला. त्यामुळे मेजर अमरिक सिंग भयंकर चिडले आणि त्यांनी त्याला क्रूरपणे बदडले व त्याला स्वतंत्र खोलीत नेले. त्याला त्या खोलीत बंद करून ते बाहेर येऊन म्हणाले, "हा माणूस प्रसिद्ध ॲडव्होकेट जालिब कादरी आहे, माहीत आहे का? आम्ही त्याला अटक केली आहे. कारण जो कुणी लष्कराची निंदानालस्ती करेल व दहतशवाद्यांना मदत करेल त्याची गय केली जाणार नाही, मग तो कुणी का असेना." त्या दिवशी संध्याकाळी मी जालिब कादरीला ठेवले होते. त्या खोलीतून किंकाळ्या व ओरडण्याचा आवाज ऐकला. त्यानंतर मी त्या खोलीतून बंदुकीच्या गोळ्या झाडल्याचे आवाज ऐकले. नंतर मी एक सॅक-बॅग एका वाहनात चढवत असल्याचे पाहिले.

त्यानंतर काही दिवसांनी जालिब कादरीचा मृतदेह आढळला. त्या संदर्भातील बातम्या वृत्तपत्रांत प्रसिद्ध झाल्यानंतर, मेजर अमरिक सिंग खेदाने मला म्हणाले की, मी चुकीची गोष्ट केली, मी जालिब कादरीला ठार मारायला नको होते; पण मी या बाबतीत असाहाय्य होतो. कारण इतर अधिकाऱ्यांनी हे काम माझ्यावर व सलीम गोजरीवर सोपवले होते. त्यांनी मला हे सांगितले तेव्हा मला माझ्या जिवाला धोका असल्याचे जाणवले.

त्यानंतर सलीम गोजरी व त्याचे सहकारी, मोहम्मद रमजान – बांगलादेशातून आलेला बेकायदेशीररीत्या स्थलांतरित, मुनीर नासर हाजम व मोहम्मद अकबर लावे. हे सारे छावणीत यायचे बंद झाले. मेजर अमरिक सिंगनी मला सुखन सिंग व बलबीर सिंग यांच्यासोबत गाड्या घेऊन त्यांना शोधून छावणीत आणण्याच्या कामावर पाठवले. आम्हाला सलीम गोजरी बडगाममधील एका दुकानात बसलेला आढळला. आम्ही त्याला आठवडाभर छावणीत का आला नाहीस असे विचारले. त्यावर त्याने मी धाडी टाकण्याच्या कामात गर्क होतो असे सांगितले व मी उद्या छावणीवर येतो असे सांगितले. दुसऱ्या दिवशी तो त्याच्या तीन सहकाऱ्यांसह आला. ते ॲम्बेसिडर टॅक्सीतून आले होते. त्यांची शस्त्रे प्रवेशद्वाराजवळ काढून घेण्यात आली. सीओ छावणीला भेट देणार असल्यामुळे शस्त्रे घेण्यात आली. सीओ छावणीला भेट देणार असल्यामुळे शस्त्रे काढून घेतल्याचे मेजर अमरिक सिंगनी त्यांना सांगितले. त्यानंतर मेजर अमरिक सिंग, सलीम गोजरी व त्याचे सहकारी कंपाउंडमध्ये खुर्च्यांवर बसले आणि मद्यपान करू लागले. दोन तासांनी मेजर अमरिक सिंगनी सलीम गोजरी व त्याच्या सहकाऱ्यांना डायनिंग रूममध्ये नेले. मी व्हरांड्यात होतो. सुखन सिंग, बलबीर सिंग, अशोक नावाचे एक मेजर व डॉक्टरांनी सलीम गोजरी व त्याच्या सहकाऱ्यांना दोरखंडाने बांधले आणि दार बंद केले. दुसऱ्या दिवशी त्यांचे मृतदेह पंपोरमधील शेतात सापडले. त्यासोबत टॅक्सीचालक मुमताज अफजल मलिकचाही मृतदेह सापडला. त्यानंतर मी माझी पत्नी व मुलांना बायपास जवळ राहणाऱ्या माझ्या मित्राच्या घरी पाठवले आणि मी जम्मूला पळून गेलो. त्यानंतरचे काही मला माहीत नाही.

***

तिलोनं त्या फाइल्स व फोटोंचं पुडकं पुन्हा खोक्यात घातलं व ते खोकं टेबलावर ठेवलं. ती वैध कागदपत्रे होती, त्यात गुन्ह्याशी संबंध जोडला जाण्याजोगं काहीही नव्हतं.

तिनं मुसाच्या 'पुनर्प्राप्त' गोष्टी – बंदूक, सुरा, फोन, पासपोर्ट्स, बोर्डिंग पासेस व बाकीचं सगळं – प्लॅस्टिकच्या हवाबंद डब्यात भरलं आणि ते डबे फ्रिजरमध्ये रचून ठेवले. त्यातल्या एका डब्यात तिनं सद्दाम हुसैनचं व्हिजिटिंग कार्ड ठेवलं, कुठं यायचं ते मुसाला कळावं यासाठी. तिचा रेफ्रिजरेटर जुना होता. नियमित 'डिफ्रॉस्ट' केला नाही तर बर्फ साचणाऱ्या प्रकारचा. तिथून निघण्याआधी जर फ्रिजचं तापमान कमी केलं तर गुन्ह्याशी संबंध जोडला जाण्याजोग्या पुराव्याची बर्फाची लादी बनेल हे तिला माहीत होतं. जर त्या वस्तू इतक्या महाभयंकर पुरातून वाचल्या आहेत तर त्यांमध्ये नक्कीच विशेष शक्ती असणार; त्यामुळे त्या वस्तू बर्फाच्या

मिनी-वादळातूनही वाचतील असा तिचा तर्क होता.

मग तिनं छोटी बॅग भरली. कपडे, पुस्तके, बाळाच्या वस्तू, कॉम्प्युटर, टूथब्रश. तिच्या आईचा रक्षाकलश.

आता फक्त एकच गोष्ट ठरवणं बाकी होतं, त्या केक व फुग्यांचं काय करायचं?

ती बेडवर आडवी झाली. तिनं अंगात कपडे वगैरे व्यवस्थित घालून निघण्याची तयारी पूर्ण केलेलीच होती.

पहाटेचे तीन वाजले होते.

अजून सद्दाम हुसेनच्या येण्याची चाहूल (वा वास) नव्हता.

ती 'ऑटर'वाली कागदपत्रे वाचणं ही चूक झाली. भयंकर चूक. तिला आपण त्याच्यासोबत व त्यानं ठार केलेल्या सगळ्या लोकांसोबत डांबराच्या पिंपात बंद आहोत असं वाटत होतं. तिला त्याचा वास येत होता. आणि त्याची थंड, दगडी नजर... तो बोटीत तिच्या समोर बसून तिच्याकडं रोखून बघतोय असं तिला वाटत होतं. तिला तिच्या डोक्यावर त्याच्या हाताचा स्पर्श जाणवत होता.

ती ज्या बेडवर आडवी झाली होती, ते खरंतर बेड नव्हतंच. फक्त गादी होती. सिमेंटच्या लाल कोब्यावर टाकलेली गादी. केकचे कण घेऊन मुंग्यांची लगबग सुरू होती. उष्णता गादीतून झिरपून वर येत होती. गादीवरच्या चादरीचा तिच्या त्वचेला खरखरीत स्पर्श जाणवत होता. एक पालीचं पिल्लू जमिनीवरून तिडमिडत, सरपटत चालत निघालं होतं. ते दर थोड्या अंतरावर थांबून त्याचं मोठं डोकं वर करून, तेजस्वी व बटबटीत डोळ्यांनी तिच्याकडे पाहत होतं. तीही त्याच्याकडे पाहत होती.

"लप!" ती कुजबुजत्या स्वरात म्हणाली, "शाकाहारी येत आहेत."

मग तिनं एक कोऱ्या कागदावर जमा केलेल्या मारलेल्या डासांच्या ढिगातला एक डास त्याच्यासमोर ठेवला. ती आणि ते पालीचं पिल्लू यांच्या मधोमध. सुरुवातीला त्यानं त्याकडे दुर्लक्ष केलं, पण त्यानंतर ती दुसरीकडे पाहत असताना, तो खाऊ त्यानं क्षणार्धात फस्त केला.

तिच्या मनात आलं... आपण खरंतर पालीच्या पिल्लाला भरवणारे... 'फीडर' व्हायला हवं होतं... 'पाल-फीडर'

खिडकीतून चांदण्याची तिरीप आत यावी तसा झगझगीत निऑन लाइट आत येत होता. काही आठवड्यापूर्वी, रात्रीच्या वेळी, झगझगीत उजेडानं उजळलेल्या खड्या उड्डाणपुलावरून चालत जात असताना दोघा दुचाकीवाल्यांचं संभाषण तिच्या कानावर पडलं होतं.

'इस शहर में अब रात का सहारा भी नहीं मिलता'.

या शहरात आता रात्रीचासुद्धा आधार मिळत नाही.

ती स्तब्ध पडून होती. शवागारातल्या प्रेतासारखी.

तिचे केस वाढत होते.

पायाची नखंसुद्धा

तिच्या डोक्यावरचे केस पांढरेशुभ्र झाले होते.

तिच्या पायांमधला केसांचा त्रिकोण काळा कुळकुळीत होता.

याचा अर्थ काय म्हणायचा?

ती म्हातारी झाली होती का अजूनही तरुण होती?

ती मेली होती का अजून जिवंत होती?

आणि मग, मानसुद्धा न वळवता, तिला ते आल्याचं कळलं.

बैल. भल्यामोठ्या डोक्यावर कोयत्याच्या आकाराची शिंगे असलेले. त्याची काळी आकृती दिसत होती. दोन बैल होते. रात्रीच्या रंगाचे. जी रात्र असायची तिचा चोरलेला रंग. त्यांचे राठ केस त्यांच्या दमट कपाळांवर तांबूस स्कार्फसारखे दिसत होते. त्यांच्या ओलसर, मखमली नाकपुड्या चमकत होत्या आणि जांभळे ओठ हलत होते. ते कसलाही आवाज करत नसत. त्यांनी तिला कधीही कसली इजा केली नव्हती, ते फक्त तिच्याकडं रोखून पाहत असत. ते खोलीत आजूबाजूला नजर टाकायचे तेव्हा त्यांच्या डोळ्यांतल्या पांढऱ्या भागाची चंद्रकोर होत असे. ते उत्सुक किंवा खासकरून गंभीर वगैरे दिसत नव्हते. ते रुग्ण तपासणाऱ्या डॉक्टरांसारखे दिसत होते. रुग्णाच्या निदानाबाबत एकमतावर येण्याचा प्रयत्न करणाऱ्या डॉक्टरसारखे.

तुम्ही पुन्हा तुमचा स्टेथोस्कोप आणायला विसरलात?

ते असायचे तेव्हा काळाचं जणू वेगळंच वैशिष्ट्य असायचं. ते तिच्याकडं किती वेळ पाहत होते ते तिला सांगता येत नसे. तिनं त्यांच्या नजरेला कधीही भिडवली नव्हती. त्यांनी अडवलेला खोलीतला उजेड पुन्हा पूर्ववत झाला की, ते निघून गेल्याचं तिला कळत असे.

ते गेल्याची खात्री झाल्यावर ती उठून खिडकीपाशी गेली. तिनं त्यांना रस्त्याच्या लेव्हलला आक्रसून निघून जाताना पाहिलं. सिटी-स्लिकर्स... चोरांची जोडी. त्यांच्यातल्या एकानं कुत्र्यासारखा पाय वर केला आणि एका कारच्या काचेवर धार धरली. उंचच्या उंच कुत्रा. तिनं दिवा लावला आणि *insouciant* शब्दाचा अर्थ पाहिला. शब्दकोशात अर्थ दिला होता : *Cheerfully unconcerned or unworried about something* म्हणजे मस्त... चिंतामुक्त... बेपर्वा.

तिनं शब्दकोशांचा मनोरा बेडजवळ रचून ठेवला.

मग तिनं कागदांच्या ढिगातून एक कागद आणि कॉफी मगमध्ये ठेवलेल्या

टोक केलेल्या निळ्या पोन्सिलींतली एक पेन्सिल घेतली.

ती लिहू लागली.

प्रिय डॉक्टर,

मी एका औत्स्युक्यपूर्ण शास्त्रीय घटनेची साक्षीदार आहे. माझ्या फ्लॅटच्या बाहेरच्या बाजूच्या सेवामार्गावर दोन बैल राहतात. ते दिवसा अगदी नॉर्मल असतात. पण रात्री मात्र ते उंचच्या उंच होतात- मला वाटतं त्यासाठी 'उत्तुंग' शब्द योग्य होईल आणि माझ्या दुसऱ्या मजल्यावरच्या फ्लॅटच्या खिडकीतून माझ्याकडे बघतात. ते मुतताना कुत्र्यांसारखा पाय वर करतात. काल रात्री (आठव्या सुमारास) मी बाजारातून परत येत असताना, त्यातला एकजण माझ्यावर गुरगुरला, एवढं मी नक्की सांगेन. माझा प्रश्न असा आहे : ते आनुवंशिक परिवर्तन घडवलेले बैल असण्याची शक्यता आहे का? त्यांच्यामध्ये कुत्रा किंवा लांडगा यांच्या जीन्सचं रोपण केलेले... प्रयोगशाळेतून बाहेर निसटलेले? जर तसं असेल तर ते बैल आहेत का कुत्रे? का लांडगे?

मी अशा प्रकारचा प्रयोग कुठल्या जनावरावर केल्याचे ऐकलेले नाही. तुम्ही ऐकले आहे का? मानवी (विकास) गुणसूत्रांचा ट्राऊट माशावर प्रयोग करून त्यांना महाकाय बनवलं जातं हे मला माहीत आहे. जे लोक अशा महाकाय ट्राऊट जाती निर्माण करतात ते 'आम्ही हे गरीब देशांतील लोकांना खाऊ घालण्यासाठी करतो' असं सांगतात. माझा प्रश्न असा आहे की, या महाकाय ट्राऊट माशांना कोण खाऊ घालणार? मानवी विकास गुणसूत्रांचा डुकरांवरही प्रयोग करण्यात आला आहे.

मी त्या प्रयोगाचे निष्कर्ष पाहिले आहेत. मी त्यातून निर्माण झालेला चकणा जीव पाहिला आहे. ते इतके लडदू असतात की ते उभे राहू शकत नाहीत किंवा स्वतःचेच वजन पेलू शकत नाहीत. त्यांना आधार द्यावा लागतो. हे अतिशय घृणास्पद आहे.

सध्या एखादा बैल कुत्रा आहे का किंवा धान्याचं कणीस हा डुकराचा पाय आहे का गाईचा, हे कुणीही खात्रीनं सांगू शकत नाही. पण हा खऱ्या आधुनिकतेचा मार्ग आहे का? आफ्टरऑल, साळू काच का असू शकत नाही? झाडांचं कुंपण शिष्टाचार मॅन्युअल का असू शकत नाही, आणि बरंच काही?

तुमची,

तिलोत्तमा

ता.क. मला असं कळलं की, कुक्कुटपालन उद्योगात काम करणारे शास्त्रज्ञ कोंबड्यांमधील मातृत्वप्रेरणा नियंत्रित करण्याचा प्रयत्न करत आहेत, त्यांची प्रजननाची इच्छा कमी व पूर्णपणे नष्ट करण्यासाठी. वरकरणी पाहता त्यांचं ध्येय आहे कोंबड्यांना अनावश्यक गोष्टींमध्ये वेळ न घालवू देणं व त्यायोगे अंड्यांच्या उत्पादनाची क्षमता वाढवणं. मी व्यक्तिश: व तत्त्वत: कार्यक्षमतेच्या पूर्णत: विरुद्ध असले तरी माझ्या मनात येतं की, अशा प्रकारच्या हस्तक्षेपाचा (म्हणजे मातृत्वप्रेरणेवर कर लावण्याने) माजींना – The mothers of the disappared माता- उपयोग होईल का? आत्ता त्या अकार्यक्षम आहेत. उत्पादनक्षम नाहीत. नसलेल्या आशेच्या आधारावर जगत आहेत. त्यांच्या परसबागा फुलवत आहेत... तिथं काय रुजवावं आणि जर आपली मुलं परत आलीच, तर त्यांना काय रांधून खायला घालावं याचा विचार करत आहेत. तुम्ही हे अगदी बेकार आहे असं म्हणाल, याची मला खात्री आहे. तुम्ही यापेक्षा चांगलं काही सुचवू शकता का? एखादा प्रत्यक्षात उतरवता येण्याजोगा वास्तववादी फॉर्म्युला? (मी वास्तववादाच्या विरुद्ध असले तरी)... ज्यायोगे आपण सक्षम 'क्वान्टम ऑफ होप'वर पोहोचू शकू. त्यांच्या बाबतीत तीन 'चल घटक' आहेत. मृत्यू, बेपत्ता होणं व कौटुंबिक प्रेम. प्रेमाचे बाकीचे सर्व प्रकार- ते अर्थातच अस्तित्वात असतात असं गृहीत धरून पात्रता निकष पूर्ण करत नाहीत त्यामुळे ते जमेस धरले जाऊ नये. अर्थातच, अपवाद फक्त देवाच्या प्रेमाचा. (ते गृहीत आहे)

ता. ता. क. : मी जात आहे. कुठं जाते आहे, ते मला माहीत नाही. त्यामुळे माझ्या मनात आशा आहे.

पत्र लिहून झाल्यावर तिनं त्याची नीट घडी घालून ते तिच्या बॅगमध्ये ठेवलं. मग तिनं केक कापला, तो एका बॉक्समध्ये फाइलमध्ये घातला आणि फ्रिजमध्ये ठेवला. त्यानंतर तिनं एकेक करत फुगे सोडले आणि कपाटात ठेवले. मग तिनं टीव्ही लावला, आवाज बंद करून. एक माणूस त्याच्या भुवयांची बोली लावत होता. त्यानं सुरुवातीची पाचशे डॉलर्सची ऑफर नाकारली होती. अखेर तो चौदाशे डॉलर्सना इलेक्ट्रिक शेव्हरनं भुवया कापायला तयार झाला. त्याच्या चेहऱ्यावर मजेशीर, लाजरं हास्य होतं. तो 'द वॅकी वॅबिट' मधल्या एल्मर फडसारखा दिसत होता.

पहाट होत आली होती.

अद्याप सद्दाम हुसैनचा पत्ता नव्हता.

अपहरणकर्तीनं काहीशा अधीरपणे खिडकीतून खाली वाकून पाहिलं.

तिच्या फोनवर मेसेज आला :

आंतरराष्ट्रीय योगदिनी आपण गुरू हनुमंत भारद्वाज
यांच्या पूलसाइड कॅन्डललाइट योगा व ध्यान
कार्यक्रमासाठी एकत्र जमू या.

त्यावर तिनं उत्तर दिलं :

प्लीज लेट्स नॉट.

शाळेच्या गेटच्या बाहेरच – ज्या गेटवर रंगवलेली परिचारिका रंगवलेल्या बाळाला रंगवलेला पोलिओचा डोस देत होती – झोपाळलेल्या बायकांचा एक गट दिसत होता. जवळच चाललेल्या रस्त्याच्या कामावरच्या त्या स्थलांतरित मजूर बायका एका छोट्या पोराभोवती उभ्या होत्या. ते पोर एका उघड्या मॅनहोलच्या काठाशी उकीडवं बसलं होतं, स्वल्पविरामासारखं. त्या बायका त्यांच्या कुदळी व फावड्यांवर रेलून त्यांच्या 'ताऱ्या'च्या आविष्काराची वाट बघत होत्या. त्या स्वल्पविरामाची नजर त्यातल्या एका बाईवर खिळलेली होती. त्याच्या आईवर. मग त्याच्यात चैतन्य जागलं. त्यानं थारोळं केलं आणि एक पिवळं पान. त्याच्या आईनं हातातली कुदळ बाजूला ठेवली आणि बिसलेरीच्या जुन्या बाटलीतल्या गढूळ पाण्यानं त्याचं ढुंगण धुतलं. उरलेल्या पाण्यानं तिनं तिचे हात धुतले आणि ते पिवळं पान पाण्यानंच मॅनहोलमध्ये ढकललं. या शहरातलं काहीही त्या बाईचं नव्हतं. ना जमिनीचा छोटा तुकडा, ना झोपडपट्टीतलं एखादं गलिच्छ, अंधारं खोपटं, ना त्यांच्या माथ्यावर पत्र्याच्या पानाचा आडोसा होता. त्यांच्यासाठी सांडपाण्याची व्यवस्थासुद्धा नव्हती. पण आता त्यांनी ते परंपरा मोडून थेट व्यवस्थेतच 'एक्स्प्रेस डिलीव्हरी'नं पाठवून दिलं होतं. कदाचित ही निशाणी असेल, शहरात पाय रोवण्याच्या आरंभाची. स्वल्पविरामाच्या आईनं त्याला उचलून कडेवर घेतलं. कुदळ खांद्यावर टाकली आणि ती छोटीशी टोळी निघून गेली.

रस्ता रिकामा होता.

आणि मग, इतका वेळ त्या बायका जाण्याचीच वाट पाहत थांबला असल्यासारखा, सद्दाम हुसैन अवतरला.

खालील क्रमाने :

आवाज

दृश्य

वास (दुर्गंधी)

त्या छोट्याशा गल्लीत नगर निगमचा पिवळा ट्रक वळला आणि काही घरं सोडून पुढं थांबला. त्याबरोबर सद्दाम हुसैन चालकाशेजारच्या सीटवरून उडी मारून बाहेर आला. (तो घोडा दौडवताना जसा ऐटीत असायचा तशाच ऐटीत). त्याची नजर तिलोच्या इमारतीच्या दुसऱ्या मजल्यावरच्या खिडकीचा वेध घेतच होती. तिलोनं खिडकीतून डोकं बाहेर काढून त्याला गेट उघडं आहे, वर ये अशी खूण केली.

तो दारात येईपर्यंत ती भरलेली सुटकेस, बाळ व स्ट्रॉबेरी केकची बॉक्स फाइल घेऊन तिथं पोहोचली होती. जिन्याच्या लॅन्डिंगवर कॉम्रेड लालीनं सद्दामचं असं स्वागत केलं की, तिला तिचा हरवलेला प्रेमी पुन्हा भेटला असावा. तिचं डोकं स्थिर होतं, पण ती बाकी सगळं अंग दोन्ही बाजूंना लटलट हलवत होती. तिचे कान पडलेले होते आणि डोळे नखरलेपणे झुकले होते.

"तुमची आहे?" तिलोनं तिची व सद्दामची एकमेकांशी ओळख करून दिल्यावर सद्दामनं विचारलं. "आपण हिलाही नेऊ शकतो, आपण जिथं जाणार आहोत तिथं भरपूर जागा आहे."

"तिला पिल्लं पण आहेत."

"अरे... म्हणून काय झालं...?"

मग त्यानं पोत्यावरच्या पिल्लांना हळुवारपणे बाजूला सरकवलं. ते पोतं उघडलं आणि त्यात त्यात पिल्लांना सोडलं... कुईकुई करणारी, वळवळी वांगीच जणू.

तिलोनं दाराला कुलूप घातलं आणि ही छोटीशी वरात जिना उतरून रस्त्यावर आली.

भरलेली सुटकेस व पिल्लांचं पोतं घेऊन सद्दाम

बाळ व बॉक्स फाइल घेऊन तिलो

आणि कॉम्रेड लाली तिच्या नव्या प्रेमाच्या मागून... नि:संकोच निष्ठेनं.

चालकाची केबिन हॉटेलमधल्या छोट्या खोलीएवढी मोठी होती. चालक नीरज कुमार व सद्दाम हुसैन जुने मित्र होते. (कुशल दूरदर्शी व बारीकसारीक तपशिलांबाबतसुद्धा दक्ष असलेल्या) सद्दामनं ट्रकच्या दाराजवळ फळांचं लाकडी खोकं ठेवलं. तात्पुरती पायरी म्हणून. कॉम्रेड लाली टुणकन् आत गेली आणि तिच्यामागून तिलो व कुमारी जबीन द सेकंड. त्या मागच्या बाजूला लाल रेक्झिनच्या 'बंक बेड'वर बसल्या... दूरवरच्या प्रवासात एक चालक शिणला की, तो या बंक बेडवर झोपतो आणि दुसरा चालक ट्रक चालवतो. नगर निगमचे ट्रक दूरच्या प्रवासाला जात नाहीत, तरीही त्या ट्रकमध्ये बंक बेड होते.)

सद्दाम पुढं चालकाच्या जवळच्या सीटवर बसला. त्यानं पिल्लांचं पोतं दोन्ही

पायांत ठेवलं, हवा येण्यासाठी पोत्याचं तोंड उघडलं, गॉगल चढवला आणि ट्रकच्या दारावर दोनदा थाप दिली, बस कंडक्टरसारखी. आणि ते निघाले.

पिवळा ट्रक फुटून मेलेल्या गायीची दुर्गंधी मागे सोडत शहरातून निघाला. सद्दामनं मागच्या वेळीही अशाच गाडीतून राजधानीत प्रवास केला होता. फक्त आत्ता या वेळी तो नगर निगमच्या ट्रकमध्ये होता. गुजरात का लल्ला सिंहासनावर आरूढ होण्यास अजून एक वर्ष बाकी होतं. भगवे पोपट योग्य वेळ येण्याची वाट पाहत पंखांतच होते. त्यामुळे काही काळापुरतं तरी सुरक्षित होतं.

ट्रक खडखडत निघाला होता... गाड्यांच्या दुरुस्तीच्या दुकानांची रांग मागे पडली. ग्रीसनं माखलेली माणसे आणि कुत्री अजून गाढ झोपलेली होती.

मार्केट मागे पडलं... मग शीख गुरुद्वारा... मग आणखी एक मार्केट.. मग रुग्णांनी भरलेलं हॉस्पिटल व रस्त्यावर तळ ठोकलेले त्यांचे कुटुंबीय मागे पडले... २४×७ खुल्या असणाऱ्या औषधांच्या दुकानातील रेटारेटी करणारी गर्दी मागे पडली... उड्डाणपुलावर अजून रस्त्यावरचे दिवे सुरू होते.

त्यानंतर रसरशीत हिरवाई फुललेलं विस्तीर्ण 'गार्डन सिटी' मागे पडलं.

जसजसा ट्रक पुढे धावत होता, तसतशा बागा अदृश्य झाल्या, रस्त्यांवर हादरे आणि खड्डे वाढले. फुटपाथवर झोपलेल्या लोकांची गर्दी वाढली. कुत्री, बकऱ्या, गायी, माणसे. एका मागोमाग एक लावलेल्या, सायकलरिक्षा सरपटणाऱ्या प्राण्याच्या सांगाड्यातल्या मणक्याच्या भागासारख्या दिसत होत्या.

ट्रक दगडी कमानी पार करत, लाल किल्ल्याची तटबंदी मागे टाकून पुढं आला होता. आता तो जुन्या शहरात शिरला आणि 'जन्नत गेस्ट हाउस व फ्युनरल सर्व्हिसेस' जवळ आला होता.

अन्जुम त्यांची वाट पाहत होती. कबरीच्या दगडांमध्ये उभी राहून, अतिशय चमकदार हास्यासह.

तिनं उत्तम पोशाख केला होता... तिच्या वैभवी काळातल्या रेशीम व टिकल्यांचा. तिनं मेकअप केला होता, लिपस्टिक लावली होती, केसांना डाय केला होता आणि गंगावनाची जाड, काळीभोर वेणी घालून तिला लाल रिबीन लावली होती. तिनं तिलो व कुमारी जबीनला घट्ट मिठी मारली आणि त्या दोघींवरही चुंबनांचा वर्षाव केला.

तिनं स्वागतपर पार्टीचं आयोजन केलं होतं. जन्नत गेस्ट हाउस फुगे आणि फिती लावून सजवलं होतं.

सगळ्याच निमंत्रितांनी छानसा पोशाख केला होता. निमंत्रित होते : जैनब – ती आता अठरा वर्षांची झाली होती आणि चांगली गुटगुटीत. ती तिथल्याच एका पॉलिटेक्निकमध्ये फॅशन डिझायनिंगचा अभ्यास करत होती, सईदा (ती साडी नेसून थोड्या सौम्य रूपात आली होती. ती ख्वाबगाहची उस्ताद होतीच, शिवाय ती

ट्रान्सजेन्डर व्यक्तींच्या हक्कांसाठी कार्य करणाऱ्या एनजीओची प्रमुखही होती); निम्मो गोरखपुरी (ती पार्टीसाठी तीन किलो ताजे मटण घेऊन मेवातहून गाडी मारत आली होती); रोशन लाल (तो भावशून्य होता); इमाम झियाउद्दीन (त्यांनी कुमारी जबीनला त्यांच्या दाढीनं गुदगुल्या केल्या, मग तिला आशीर्वाद दिला आणि प्रार्थना म्हटली.) उस्ताद हमीदनी संवादिनीवर सूर छेडले आणि तिचं राग तिलक कामोद गाऊन स्वागत केलं.

आ री सखी मोरा पिया घर आए
बाग लगा इस आँगन को
(ये गं सखे, माझा प्रियतम घरी आला आहे
या अंगणात बाग बहरली आहे)

सद्दाम व अन्जुमनं ग्राउंड फ्लोअरवर तयार करून ठेवलेली खोली तिलोला दाखवली. ती तिथं कॉम्रेड लाली व तिचं कुटुंब, कुमारी जबीन व अहलाम बाजीची कबर यांच्यासमवेत राहणार होती. खिडकीबाहेर पायल घोडी बांधली होती. खोली फिती व फुग्यांनी सजवली होती. एका बाईसाठी- खऱ्याखुऱ्या बाईसाठी, 'दुनियेतल्या' बाईसाठी, (फक्त दुनियेतल्याच नव्हे तर दक्षिण दिल्ली दुनियेतल्या) काय व्यवस्था करावी हे त्यांना कळत नव्हतं, त्यांनी सेकंड-हॅन्ड फर्निचरच्या मार्केटमधून एक ड्रेसिंग टेबल आणि मोठा आरसा आणून पार्लरमधल्यासारखी सजावट केली होती. एका लोखंडी ट्रॉलीवर लॅक्मेचं नेलपॉलिश व लिपस्टिकच्या विविध छटांची मालिकाच मांडलेली होती. शिवाय कंगवा, केसांचा ब्रश, रोलर्स, डेअर ड्रायर आणि शाम्पूची बाटली.

निम्मो गोरखपुरीनं मेवातमधल्या तिच्या घरातून फॅशनविषयक मासिकांचा तिचा आयुष्यभराचा संग्रह तिथं आणला होता आणि ती मासिकं प्रशस्त कॉफी टेबलवर उंच रचून ठेवली होती.

बेडच्या शेजारी एक बेबी कॉट होती. त्या कॉटवर उशी आणि त्यावर मोठं टेडीबेअर ठेवलेलं होतं. (कुमारी जबीन द सेकंड कुठे झोपणार आणि कुणाला 'मम्मी' म्हणणार – 'बड़ी मम्मी' किंवा 'छोटी मम्मी' नाही, तर फक्त 'मम्मी'... हा विषय नंतर चर्चेला येणार होता. हा प्रश्न सहज सुटणार होता कारण तिलो अन्जुमच्या मागण्या अगदी आनंदानं मान्य करणार होती.)

अन्जुमनं तिलोची अहलाम बाजीशी ओळख करून दिली, ती जिवंत असल्यासारखी. अन्जुमनं तिची कामगिरी व कर्तबगारी तिलोला ऐकवली. शाहजहानाबादमधल्या अशा काही प्रसिद्ध व्यक्तींची यादी सांगितली, ज्यांना या जगात आणण्यात

अहलाम बाजीची मदत झाली होती– अकबरमियाँ बेकरीवाला, भिंतीने बंदिस्त शहरात सर्वोत्तम *'शीरमाल'* बनवणारा, जब्बार भाई टेलर, सबिहा अल्वी, जिच्या मुलीनं नुकतंच त्यांच्या घराच्या पहिल्या मजल्यावर 'बनारसी साडी एम्पोरियम' सुरू केलं होतं. अन्जुम असं बोलत होती की, जणू तिलोला ते जग माहीतच होतं... असं जग जे सर्वांना माहीत असलंच पाहिजे... खरंतर माहीत असण्याच्या लायकीचं असलेलं एकमात्र जग.

आयुष्यात पहिल्यांदा, तिलोला असं वाटलं की, तिच्या शरीरात सगळ्या अवयवांना सामावून घेण्यास पुरेशी जागा आहे.

ती ज्या लहानशा गावात लहानाची मोठी झाली होती, त्या गावातलं पहिलंवहिलं हॉटेल होतं 'हॉटेल अंजली'. या रोमांचक नव्या प्रगतीची जाहिरात करणाऱ्या, रस्त्यावरच्या फलकांवर लिहिलं होतं– *कम टू अंजली फॉर रेस्ट ऑफ युअर लाइफ.* ही कोटी निरुद्देश होती, पण तिलोच्या बालमनात कायम येत असे की, हॉटेल अंजली प्रेतांनी भरलेलं आहे... ज्यांना त्यांच्या मरणाची चाहूलसुद्धा नसेल अशा लोकांच्या प्रेतांनी भरलेलं... ज्यांचा झोपेत खून झाला होता आणि जे तिथं उरलेलं (मृत) आयुष्य घालवणार होते. तिलोला 'जन्नत गेस्ट हाउस'च्या बाबतीत ही 'टॅगलाइन' फक्त सुयोग्यच नव्हे तर दिलासा देणारी वाटली. तिचा आतला आवाज तिला सांगत होता की, बहुधा तुला उर्वरित आयुष्यभरासाठी घर सापडलं आहे... फॉर रेस्ट ऑफ हर लाइफ.

दावत सुरू झाली तेव्हा पहाट नुकती फुटत होती. अन्जुमनं दिवसभर बाजारहाट केला होता (मटण व खेळणी व फर्निचर) आणि रात्रभर स्वयंपाक केला होता.

पाकसिद्धी अशी होती :

मटण कोरमा
मटण बिर्याणी
भेजा करी
काश्मिरी रोगन जोश
फ्राइड कलेजी
शामी कबाब
नान
तंदुरी रोटी
शीरमाल
फिरनी
कलिंगडं-सैंधव घातलेलं

कब्रस्तानाच्या परिघातले नशेबाज आणि बेघर लोक त्या मेजवानीत व मौजमजेत

सहभागी होण्यासाठी आले. डॉ. आझाद भारतीय जरा उशिरा आले. पण त्यांनी सुटका व घरी परत येणं यात मदत केल्याबद्दल त्यांचं अतिशय प्रेमानं व टाळ्यांच्या कडकडाटात स्वागत झालं. त्यांच्या अनिश्चित काळासाठीच्या उपोषणानं अकरा वर्षे, तीन महिने आणि पंचवीस दिवस पूर्ण केले होते. ते काही खाणार नव्हते; पण त्यांनी जंतांवरची गोळी व पेलाभर पाणी घेतलं.

नगरपालिका कर्मचाऱ्यांसाठी थोडे कबाब व थोडी बिर्याणी बाजूला काढून ठेवली होती. ते लोक दिवसभरात नक्की येणार होते.

"ते लोक आम्हा हिजड्यांसारखेच आहेत," अन्जुम म्हणाली आणि प्रेमानं हसली. "कसं कोण जाणे, त्यांना समारंभाचा सुगावा लागतोच आणि ते त्यांचा वाटा मागायला येतातच."

बिरू आणि कॉम्रेड लालीनं हाडं व खरकट्यावर ताव मारला. सावधगिरीचा उपाय म्हणून जैनबनं बिरूला पोहोचता येणार नाही, अशा ठिकाणी लालीच्या पिल्लांना नेऊन ठेवलं आणि त्यांच्यासोबत धमाल केली. आणि सद्दाम हुसैनबाबत मनसोक्त फ्लर्टिंग. मिस जबीन द सेकंड एकाच्या कडेवरून दुसऱ्याच्या कडेवर फिरत होती. सगळे तिला जवळ घेत होते, तिचे पापे घेत होते, तिला अति खाऊ घालत होते. अशा प्रकारे तिनं तिच्या नव्याकोऱ्या आयुष्याचा प्रारंभ केला... अठरा वर्षांपूर्वी तिची चिमुरडी पूर्वज मिस जबीन द फर्स्टचा अंत जिथं आला होता, तशाच प्रकारच्या ठिकाणी आणि सर्वस्वी निराळ्या जगात.

कब्रस्तानात.

दुसऱ्या कब्रस्तानात, इथून थोडं दूर... पुढं उत्तरेच्या बाजूला.

आणि ते माझ्यावर विश्वास ठेवत नव्हते,
कारण मी जे सांगितलं ते खरं हे
त्यांना चांगलं माहीत होतं.

– जेम्स बाल्डविन

नऊ

मिस जबीन द फर्स्टचा अकाली मृत्यू

ती ठामपणे सांगण्याइतकी मोठी झाल्यापासून तिला मिस जबीन म्हणण्याबाबत ती आग्रही होती. ती फक्त अशी हाक मारल्यावरच ओ देत असे. सगळ्यांना– तिचे आईवडील, आजीआजोबा, शेजारी, सगळ्यांना– तिला याच नावानं हाक मारावी लागत असे. काश्मीर खोऱ्यामध्ये विद्रोहाच्या प्रारंभीच्या वर्षांमध्ये जे 'मिस'चं फॅड आलं होतं त्याची ती 'बालप्रौढ' भक्त होती.

अचानक, फॅशनेबल तरुणी, खासकरून गावातल्या, त्यांना 'मिस' म्हणून संबोधण्याबाबत आग्रही बनल्या होत्या... मिस मोमीन, मिस गजाला, मिस फरहाना... त्या काळात जी अनेक फॅडं आली होती त्यातलंच हे एक फॅड. त्या भय व दहशतीनं ग्रासलेल्या काळात काही लोक अशा फॅड्सचे गुलामच बनले होते. या 'मिस'च्या फॅडबरोबरच परिचारिका फॅड, पीटी (शारीरिक शिक्षण) प्रशिक्षक फॅड आणि रोलर स्केटिंग फॅड अशी फॅडं आली होती. त्यामुळे, तपासणीनाके, बंकर्स, शस्त्रास्त्रे, हातबॉम्ब, भूसुरुंग, कॅसपिर्स, पिळापिळाच्या काटेरी तारा, सैनिक, बंडखोर, बंडखोर-विरोधी, गुप्तहेर, विशेष गुप्तचर, डबल एजन्ट्स, ट्रिपल एजन्ट्स आणि सीमेच्या दोन्ही बाजूंच्या एजन्सीजकडून आलेल्या रोख रकमेच्या सूटकेस यांच्या जोडीला काश्मीर खोरे परिचारिका, पीटी प्रशिक्षक व रोलर-स्केटर्सनी गजबजून गेलं होतं... आणि अर्थातच बऱ्याच 'मिस'नेही.

मिस जबीन त्यांच्यापैकीच एक होती; पण तिला परिचारिका किंवा रोलर-स्केटर बनण्याइतकंसुद्धा आयुष्य लाभलं नाही.

मजार-ए-शोहदामध्ये अर्थात हुतात्म्यांच्या कब्रस्तानात दफन झालेली ती पहिली होती. तिचं त्या कब्रस्तानाच्या मुख्य प्रवेशद्वाराच्या कमानीवरच्या लोखंडी फलकावर दोन भाषांमध्ये लिहिलं होतं :

तुमच्या भविष्यासाठी आम्ही आमचे वर्तमान दिले आहे.

We gave our todays for your tomorrows.

तो फलक आता गंजला होता. त्यावरची हिरवी अक्षरे विटली होती. त्यावरच्या नाजूक अक्षरांना बारीक भोके पडून प्रकाशाचे ठिपके तयार झाले होते. तरीही तो तिथं होता. निळंभोर आकाश आणि करवतीच्या दातऱ्यांसारखे हिमपर्वत यांच्या पार्श्वभूमीवर इतकी वर्षं तो फलक एखाद्या कडक पट्टीसारखा तिथंच होता.

तो अजूनही तिथंच आहे.

त्या फलकावर काय लिहायचं हे ठरवणाऱ्या समितीत मिस जबीन नव्हती. त्या समितीच्या निर्णयाबाबत चर्चा करण्याजोग्या स्तरावरही नव्हती. त्याचबरोबर तिनं 'उद्या'साठी फारसे 'आज'ही पाहिले नव्हते. पण तेव्हा न्यायाचं गणित इतकं दुष्ट नव्हतं. अशाप्रकारे, या विषयावर तिच्याशी सल्लामसलत न होताच ती चळवळीतली वयानं सर्वांत लहान असलेली एक हुतात्मा बनली. तिचं तिच्या आईच्या – बेगम अरिफा यस्वीच्या शेजारीच दफन करण्यात आलं होतं. मायलेकींचा अंत एकाच गोळीनं झाला होता. ती गोळी मिस जबीनच्या डाव्या कानशिलातून घुसून तिच्या डोक्यात शिरली होती आणि तिथून निघून तिच्या आईच्या काळजात घुसून बसली होती. तिच्या अखेरच्या फोटोत ती गोळीची जखम तिच्या डाव्या कानावर घातलेल्या प्रफुल्ल वासंतिक गुलाबासारखी दिसत होती. त्याच्या काही पाकळ्या तिच्या कफनावर विखुरल्या होत्या... तिला चिरविश्रांती देण्याआधी तिला ज्या सफेद वस्त्रात गुंडाळलं होतं त्या वस्त्रावर.

मिस जबीन आणि तिच्या आईसोबत आणखी पंधरा जणांचं दफन झालं होतं. आता हत्याकांडाचा आकडा सतरावर पोहोचला होता.

त्यांच्या अंत्यविधीच्या वेळी मजार-ए-शोहदा तसं नवीनच होतं; पण तिथं गर्दी वाढत होती. तथापि, 'इंतजामिया' समितीला विद्रोहाच्या सुरुवातीपासूनच याची चाहूल लागली होती आणि येणाऱ्या काळाची त्यांना वास्तव कल्पना होती. त्यांनी कबरींची रूपरेषा अगदी काळजीपूर्वक ठरवली होती आणि उपलब्ध जागेचा अगदी व्यवस्थित उपयोग करून घेण्याची दक्षता घेतली होती. हुतात्म्यांच्या कब्रस्तानात सामूहिक दफन होणं आणि (या हजारोंच्या संख्येतील) मृतदेहांना पक्ष्यांचं खाद्य म्हणून वर पर्वतांवर किंवा लष्करी छावण्या व छळकेंद्रांच्या-जे खोऱ्यात सगळीकडे फोफावले होते– आजूबाजूच्या जंगलात तसंच टाकून न देण्याचं महत्त्व लक्षात आलं होतं. जेव्हा लढाई सुरू झाली आणि लष्कराची पकड आवळली गेली, तेव्हा सामान्य लोकांनी त्यांच्या मयत लोकांना एकत्र आणणं हेसुद्धा उघड विरोधी कृत्य बनलं.

त्या कब्रस्तानात चिरविश्रांती मिळालेली पहिली व्यक्ती अनामिक होती... गुमनाम शहीद. त्याची शवपेटी मध्यरात्री आणली होती. त्याला त्या कब्रस्तानात

दफन करण्यात आलं होतं जे अद्याप संपूर्ण कब्रस्तान बनायचं होतं– जिथं शोकमग्न लोकांच्या उपस्थितीत संपूर्ण विधिवत व सन्मानपूर्वक अखेरचा निरोप देता येईल असं संपूर्ण कब्रस्तान. दुसऱ्या दिवशी सकाळी, ताज्या कबरीवर ताज्या गुलाबांच्या पाकळ्या वाहण्यात आल्या. मेणबत्त्या लावण्यात आल्या आणि मशिदींमध्ये शुक्रवारच्या प्रार्थनेनंतर केलेल्या उद्घोषणेनुसार तिथं जमलेल्या हजारो लोकांच्या उपस्थितीत पुन्हा नव्यानं प्रार्थनाही म्हणण्यात आल्या. समितीनं मग छोट्या कुरणाच्या आकाराच्या त्या जमिनीच्या तुकड्याला कुंपण घालण्याचं काम सुरू केलं. त्यानंतर काही दिवसांनी तिथं पाटी लागली : मजार-ए-शोहदा.

अशी अफवा होती की, त्या रात्री ज्याचं दफन झालं तो – संस्थापक मृतदेह – मृतदेह नव्हताच, तर ती रिकामी डफल बॅग होती. पुढं बऱ्याच वर्षांनी या (कथित) योजनेच्या (कथित) मास्टरमाइंडला एका 'संग-बाज', *दगडफेकू* तरुणानं, स्वातंत्र्यसैनिकांच्या नव्या पिढीतील शिलेदारानं – ज्यानं ही कहाणी ऐकली होती आणि ती ऐकून तो व्यथित झाला होता– प्रश्न केला : ''पण जनाब, जनाब, याचा अर्थ आपली चळवळ, आपली 'तहरिक' असत्यावर आधारलेली आहे असा होत नाही का?''

त्यावर पिकल्या केसांच्या (कथित) मास्टरमाइंडचं उत्तर होतं : ''तुम्हा तरुणांच्या बाबतीत हीच अडचण आहे, युद्धे कशी लढली जातात याची तुम्हाला जराही कल्पनाच नाही.''

अर्थात, बऱ्याच जणांनी समजूत होती की, 'हुतात्मा-बॅग' ही फक्त एक अफवा होती. बदामी बाग, लष्करी मुख्यालय, श्रीनगरमधल्या 'अफवा विंग'नं निर्माण केलेल्या व पसरवलेल्या अनंत अफवांपैकीच एक; लष्करी दलांची आणखी एक युक्ती, 'तहरीक'ला सुरुंग लावण्याची आणि लोकांना खचवण्याची, लोकांच्या मनात संशयाचा किडा सोडण्याची व ढळलेल्या आत्मविश्वासामुळे त्यांना कमजोर करण्याची.

असा 'अफवा विंग' तिथं खरोखर होता आणि एका मेजर दर्जाच्या अधिकाऱ्याकडे त्याची सूत्रं होती, अशीही अफवा होती. अशी एक अफवा होतं की, नागालॅन्डची एक खतरनाक बटालियन आहे– डुकरं आणि कुत्री खाणारी. ते अधूनमधून माणसाचं मांससुद्धा खातात, खासकरून 'म्हाताऱ्यांचं.' अशीही अफवा होती की, जो कुणी उत्तम निरोगी घुबड- तीन किलो किंवा त्यापेक्षा जास्त वजनाचं - आणून देईल (एखाद्या माणसाला, पत्ता : अज्ञात) त्याला दहा लाख रुपयांचं बक्षीस मिळेल. (त्या भागातल्या अगदी जाडजूड घुबडांचं वजनसुद्धा याच्या फक्त निम्मं असे) मग लोक बहिरी ससाणे, ससाणे, छोटी घुबडे आणि सगळ्या प्रकारचे शिकारी पक्षी पकडत असत. त्यांना उंदीर, तांदूळ आणि बेदाणे खाऊ घालत असत आणि त्यांना स्टिरॉईडची इंजेक्शने देत असत आणि तासातासाला, दर तासाला त्यांचं वजन

करून बघत असत. ते पक्षी नक्की कुठे नेऊन द्यायचे आहेत, ते माहीत नसलं तरी निंदकांच्या मते, हेही लष्कराचंच काम होतं. ते सदैव भोळ्याभाबड्या लोकांना कशाततरी गुंतवून ठेवून त्यांना संकटापासून दूर ठेवण्याचे मार्ग शोधत असतात. अफवा पसरत होत्या, प्रतिअफवाही पसरत होत्या. कदाचित खऱ्या असू शकतील अशा अफवा होत्या आणि केवळ अफवा मानल्या जात असलेल्या खऱ्या गोष्टी होत्या. उदाहरणादाखल सांगायचं तर, सैन्याच्या 'मानवाधिकार सेल'चं प्रमुखपद कित्येक वर्षे लेफ्टनंट कर्नल स्टॅलिनकडे होतं हे वास्तव होतं. तो केरळचा होता. अगदी स्नेहशील माणूस. एका जुन्या कम्युनिस्ट पित्याचा मुलगा. ('मुस्कान'ची स्थापना ही त्याची संकल्पना होती अशी अफवा होती...) मुस्कान म्हणजे लष्करी 'गुडविल' केंद्रांची मालिका. विधवा, अर्धविधवा (म्हणजे ज्यांचा पती बेपत्ता आहे, तो जिवंत आहे की नाही तेही त्यांना माहीत नाही), अनाथ व अर्धअनाथ मुलं (आईवडिलांपैकी एकजण जिवंत असलेली) यांच्या पुनर्वसनासाठी ही केंद्रे स्थापन झाली होती. (अनाथ व विधवा निर्माण करण्याचा आरोप लष्करावर करणारे संतप्त लोक हे 'गुडविल' अनाथाश्रम व शिवणकाम केंद्रे जाळून टाकत होते; पण ते पुन्हा उभे राहत होते, अधिक मोठे, अधिक चांगले, अधिक शानदार व स्नेहशील.)

तथापि, हुतात्म्यांच्या कब्रस्तानाच्या बाबतीत, पहिल्या कबरीत बॅग दफन होती का मृतदेह या प्रश्नातून काहीही निष्पन्न झालं नाही. सबळ पुराव्यानिशी समोर आलेलं वास्तव म्हणजे, तुलनेनं नवं असलेलं कब्रस्तान; खऱ्या मृतदेहांनी भरत चाललं होतं तेसुद्धा प्रचंड वेगानं.

काश्मीर खोऱ्यात हौतात्म्य दबक्या पावलांनी आलं. नियंत्रण रेषा ओलांडून (चांदण्यात) उजळलेल्या, सैनिकांचा पहारा असलेल्या खिंडी पार करून... बर्फाच्या निळ्या कड्यांभोवती दोऱ्यासारख्या गुंडाळत गेलेल्या अरुंद, खाचखळग्यांचा वाटा रात्रन्‌रात्र तुडवत, प्रचंड हिमनद्या आणि कमरेपर्यंतच्या बर्फातून वाट काढत. बर्फाच्या डोंगरात गोळ्या घालून संपवलेल्या तरुणांच्या मृतदेहांची भयंकर दृश्यं, गोठलेल्या रात्री, आभाळातल्या फिकट चंद्राच्या दयाशून्य नजरेखालचं गोठलेलं चित्र आणि चांदण्या तर इतक्या खाली आलेल्या की, त्या हाताला येतील असं वाटतं... या साऱ्यातून हौतात्म्य पार होत गेलं.

ते खोऱ्यात पहिल्यांदा आलं तेव्हा ते जमिनीच्या अगदी समीपच राहिलं होतं आणि अक्रोडाच्या झाडांतून, केशराच्या शेतांतून, सफरचंद, बदाम व चेरीच्या बागांतून सरपटणाऱ्या धुक्यासारखं पसरलं होतं. डॉक्टर व इंजिनिअर, विद्यार्थी व मजूर, शिंपी व सुतार, विणकर व शेतकरी, मेंढपाळ, स्वयंपाकी आणि कवी... साऱ्यांच्या कानात त्यानं युद्धाची कुजबुज केली होती. त्यांनी ते काळजीपूर्वक ऐकलं

होतं आणि मग त्यांची पुस्तके व साधने, सुया, छिन्न्या, सोटे, नांगर, सुरे आणि त्यांचे चमचमते विदुषकी पोशाख उतरवून ठेवले. ज्या मागांवर त्यांनी जगातले सर्वांत सुंदर गालिचे आणि अत्यंत सुरेख, मुलायम शाली विणल्या होत्या, ते माग त्यांनी बंद केले. त्यांची घट्टे पडलेली, चकित बोटे क्लाश्निकॉव्हच्या गुळगुळीत नळ्यांवर फिरू लागली... त्यांच्याकडे आलेल्या अपरिचितांना त्या बंदुकांना हात लावायला सांगत. ते या नव्या 'पाईड पायपर्स'च्या मागं उंच कुरणांमध्ये गेले, उंच पर्वतांवरच्या पठारांवर गेले, जिथे प्रशिक्षण केंद्रे उभारली होती. त्यांच्या हातात त्यांच्या स्वत:च्या बंदुका आल्यानंतर, तिच्या चापाभोवती स्वत:चीच बोटं गुंफल्यानंतर आणि त्यांना हा योग्य पर्याय वाटल्यानंतरच, त्यांनी शतकानुशतकं सहन केलेल्या पराधीनतेबद्दलचा राग आणि शरम त्यांच्या शरीरात उसळून आली त्यांच्या धमन्यांतून वाहणाऱ्या रक्ताचा धूर होऊ दिला.

धुकं वेढत होतं आणि कुठलेही भेद न पाळता, विधिनिषेध न ठेवता भरती सुरू होती. काळाबाजारवाले, कट्टरपंथी, चोर, लुटारू, ठग, काळा धंदावाले, कट्टर, चोर,यांच्याही कानात ते कुजबुजलं. त्यांनीही त्यांच्या योजना ठरवण्याआधी ते नीट ऐकलं. मग त्यांची बोटं त्यांच्या वाट्याच्या हातबॉम्बच्या थंडगार ढिगांवर फिरली. ते हातबॉम्ब त्यांना (अतिशय) उदारपणे वाटण्यात आले होते. ईदला उत्तम मटणाची पार्सल यावीत, तसे. त्यांनी त्यांचे खून व नवे घोटाळे यावर भाषा कलम केली- देव आणि स्वातंत्र्याची, अल्लाह आणि आझादीची. त्यांनी पैसा मिळवला. 'इस्टेटी' केल्या आणि बायका मिळवल्या.

अर्थातच बायका.

बायका अर्थातच.

अशाप्रकारे बंड सुरू झालं. सगळीकडे मृत्यूची छाया होती. मृत्यू म्हणजेच सर्वकाही होतं. करिअर. इच्छाआकांक्षा. स्वप्न. कविता. प्रेम. तरुणाई. मरण ही जगण्याचीच एक पद्धत बनली होती. उद्यानांमध्ये, गवताच्या कुरणांमध्ये, नाल्यांच्या व नद्यांच्या काठांवर, शेताशिवारांत, जंगलातल्या मोकळ्या जागांवर कब्रस्ताने फोफावली होती. कबरींवरचे दगड लहान मुलांच्या दातांसारखे जमिनीवर उगवले होते. प्रत्येक खेड्यात, प्रत्येक वस्तीत त्यांचं स्वत:चं कब्रस्तान होतं. त्यांना त्यांच्या सहयोगी असण्याची काळजी वाटत नव्हती. दूरवरच्या सीमा भागात, नियंत्रण रेषेजवळ ज्या वेगानं व नियमितपणे मृतदेह आढळत होते आणि ज्या अवस्थेत आढळत होते ते झेलणं सोपं नव्हतं. काही मृतदेह पोत्यात बांधून टाकले जात होते, तर काही छोट्या प्लॅस्टिकच्या पिशव्यांत... फक्त मांसाचे तुकडे, थोडे केस व दात एवढंच. त्यावर 'मृत्यूच्या 'क्वार्टरमास्टर'* नी लावलेल्या चिठ्ठ्यांवर : *एक किलो,*

* क्वार्टरमास्टर : सैन्याची रसद व साधनसामग्रीची व्यवस्था पाहणारा अधिकारी.

दोन किलो सातशे ग्रॅम, पाचशे ग्रॅम असं लिहिलेलं असे. (हो, जे खरंतर केवळ अफवाच असायला हवं होतं, असं आणखी एक वास्तव.)

पर्यटक दूर उडून गेले होते. पत्रकार उडत उडत तिथं आले होते. मधुचंद्रवाले भुर्र उडून गेले होते. सैनिक आत आले होते. पोलीस ठाणी व लष्करी छावण्यांमध्ये बायका थव्यांनी जमत होत्या... डबडबल्या डोळ्यांनी, पासपोर्ट साईझचे फोटो घेऊन. *"प्लीज सर, माझ्या मुलाला कुठं पाहिलंत का हो? माझ्या नवऱ्याला पाहिलं आहेत? माझा भाऊ कधी तुम्हाला आढळला आहे का?"*

आणि सर लोक छात्या फुगवून, मिशांना पीळ भरत, त्यांच्या पदकांशी खेळत, डोळे बारीक करून त्यांना 'जोखत' होते... कोण किती घाईला आलं आहे हे पाहत होते. (काय करता येईल ते पाहतो मी) आणि कुणाला काय किमतीवर आशा लावायची, हे ठरवत होते. *(काही पैसे? एखादी मेजवानी? एखादा संभोग? ट्रक भरून अक्रोड?)*

तुरुंग भरून वाहत होते. नोकऱ्यांची वाफ झाली होती. गाईड, दलाल, घोड्यांचे मालक (व त्यांच्या घोड्या), हॉटेलमध्ये पाहुण्यांच्या दिमतीला असणारे 'बेलबॉय', वेटर, रिसप्शनिस्ट, बर्फावर ढकलगाड्या चालवणारे, स्वस्तातली आभूषणे विकणारे, फूलवाले, सरोवरातले बोटवाले सगळे आणखी गरीब झाले होते, त्यांची आणखी उपासमार होऊ लागली होती.

फक्त कबर खणणाऱ्या लोकांना मात्र उसंत नव्हती. त्यांना फक्त काम काम आणि काम होतं. त्यांना जादा वेळ कामाचे किंवा रात्रपाळीचे जादा पैसे मात्र मिळत नव्हते.

मजार-ए-शोहदामध्ये, मिस जबीन व तिच्या आईचं शेजारीशेजारी दफन केलं होतं. मुसा यस्वीनं त्याच्या पत्नीच्या कबरीवरच्या दगडावर लिहिलं होतं :

आरिफा यस्वी
१२ सप्टेंबर १९६८ – २२ डिसेंबर १९९५
मुसा यस्वी यांची पत्नी

आणि त्याखाली लिहिलं होतं :

अब वहाँ खाक उडाती है खिजा
फूल ही फूल जहाँ थे पहले

(आता जिथं फक्त धूळच उडते
तिथं पूर्वी फक्त फुलंच फुलं होती)

त्याच्या लगतच, मिस जबीनच्या कबरीवरच्या दगडावर लिहिलं होतं :

मिस जबीन

२ जानेवारी १९९२ – २२ डिसेंबर १९९५
अरिफा व मुसा यस्वी यांची लाडकी कन्या

आणि त्याच्या तळाशी, मुसानं ती अक्षरं करणाऱ्या माणसाला अगदी छोट्या अक्षरांत जे लिहायला सांगितलं होतं, ते अनेकांना हुतात्म्याच्या 'एपिटाफ'साठी अयोग्य वाटेल. त्यानं तो मजकूर अशा ठिकाणी लिहिला होता, जिथं तो हिवाळ्यात बर्फाखाली लपेल आणि उर्वरित वर्षभर तो उंच गवतात आणि नर्गिसच्या रानफुलांत झाकला जाईल. त्यानं लिहून घेतलं होतं :

अख दलीला वन
यथ मंझ न कहं बलाई अयासि!
न आयस सौ कुइनी जंगलस मंज रोजान

मिस जबीन रात्री गालिच्यावर त्याच्या शेजारी आडवी व्हायची तेव्हा ती या ओळी म्हणत असे... विटलेल्या मखमली (धुतलेल्या. रफू केलेल्या. पुन्हा पुन्हा धुतलेल्या) लोडावर विसावत, तिचं फिरन (धुतलेलं, रफू केलेलं. पुन्हा पुन्हा धुतलेलं) घालून... टीकोजी एवढी छोटीशी (गळ्यापाशी व बाह्यांना नक्षीकाम केलेले फिरोजी निळे व फिकट गुलाबी उबदार लोकरी कपडे घातलेली) आणि तिचे वडील जसे आडवे होते, अगदी तशीच आडवी होऊन... डावा पाय गुडघ्यात दुमडून (उजव्या पायाचा घोटा डाव्या पायाच्या गुडघ्यावर टेकवून) आणि तिचा इवलाशा पंजा त्याच्या मोठ्या पंज्याच्या शिंपल्यात विसावून. *अख दलीला वन.* मला गोष्ट सांग. आणि मग ती स्वतःच गोष्ट सांगू लागत असे. संचारबंदीनी साकळलेल्या उदासवाण्या रात्री तिचा आवाज घुमत असे. तिचा दंगा खिडक्यांतून आनंदानं नाचत बाहेर पडून आजूबाजूला चैतन्य पसरवत असे. *येथ मंज ने कन् बलई अयासि! ना अईस सोह कुन्नी जंगलस मंज रोजान!* तिथं कुणी चेटकीण *नव्हती* आणि ती जंगलात राहत *नव्हती.* मला गोष्ट सांग. आपण ती चेटकीण आणि जंगल असल्या गोष्टी बंद करू या का? तू मला *खरीखरी* गोष्ट सांगशील का?

उबदार वातावरणातून आलेले थंड सैनिक बर्फिल्या महामार्गावर गस्त घालत होते. कान टवकारून आणि बंदुका सज्ज करून. कोण आहे? हा आवाज कसला?

थांब. नाहीतर आम्ही गोळ्या घालू! ते दूरवरून आलेले असत. त्यांना *'थांबा'* किंवा *'गोळ्या घालू'* किंवा *'कोण'*ला काश्मिरीत काय म्हणतात हे माहीत नसे. त्यांच्याकडे बंदुका असत. त्यामुळे त्यांना ते माहीत असण्याची गरज नव्हती.

त्यांच्यातला वयानं सर्वांत लहान होता एस. मुरुगेसन. जेमतेम प्रौढ. त्यानं इतकी थंडी कधी अनुभवली नव्हती, त्यानं कधी बर्फ पाहिलं नव्हतं. गोठलेल्या हवेत थिजणारे श्वासांचे आकार पाहून अजूनही त्याला गंमत वाटत असे. ''हे बघा!'' तो पहिल्यांदा रात्रीच्या गस्तीला आल्यावर म्हणाला होता. ओठांवर दोन बोटं ठेवून काल्पनिक सिगारेटनं निळ्या धुराची पिसांसारखी वर्तुळं काढत. 'मोफत सिगारेट!' त्याच्या श्यामवर्णी चेहऱ्यावरचं धवलशुभ्र स्मित रात्रीच्या अंधारात मजेत तरंगत बाहेर पडलं होतं, पण त्याच्या सहकाऱ्यांच्या नीरस तिरस्कारानं विटून मावळून गेलं होतं.

''रजनीकांत, चालू दे तुझं,'' ते त्याला म्हणाले होते. ''सिगारेटचा अख्खा पॅक ओढ. ते तुझं मुंडकं उडवतील तेव्हा सिगारेटचा स्वाद इतका चांगला वाटणार नाही.''

ते.

अखेर तो त्यांच्या तावडीत सापडलाच. तो ज्या जीपमधून निघाला होता, ती जीप कुपवाडाजवळ महामार्गावर उडवून देण्यात आली. तो आणि इतर दोन सैनिक रस्त्याच्या कडेला पडले आणि रक्तस्राव होऊन मेले.

त्याचा मृतदेह शवपेटीतून त्याच्या कुटुंबाकडे पाठवण्यात आला. तमिळनाडूच्या तंजावर जिल्ह्यातील त्याच्या खेडेगावात. त्यासोबत एक डीव्हीडीही पाठवण्यात आली- मेजर राजू दिग्दर्शित व संरक्षण मंत्रालय निर्मित माहितीपटाची – 'सागा ऑफ अनटोल्ड व्हॅलर'. एस. मुरुगेसन त्या माहितीपटात नव्हता, पण त्याच्या कुटुंबाला तो त्यात आहे असं वाटत होतं.

ती डीव्हीडी त्यांनी कधी पाहिलीच नव्हती. त्यांच्याकडं डीव्हीडी प्लेअर नव्हता.

त्याच्या खेड्यात वन्नीयार लोक ('अस्पृश्य' नसलेले) एस. मुरुगेसनची (जो होता) अंत्ययात्रा स्मशानभूमीपर्यंत त्यांच्या घरावरून जाऊ देणार नव्हते. त्यामुळे ती अंतिमयात्रा वळण घेऊन अस्पृश्यांच्या स्वतंत्र स्मशानाकडे वळवण्यात आली. गावातला कचरा जिथं टाकला जात असे, त्याच्यालगतच हे स्मशान होतं.

एस. मुरुगेसननं काश्मीरमध्ये असताना मनातल्या मनात काही गोष्टींचा विशेष आनंद घेतला होता. त्यातली एक म्हणजे गोरेपान काश्मिरी भारतीय सैनिकांना त्यांच्या श्यामवर्णावरून नेहमी टोमणे मारत असत आणि त्यांना 'चमार नस्ल' म्हणत असत. त्यामुळे स्वत:ला उच्च जातीचे समजणाऱ्या आणि त्याला 'चमार'

म्हणण्यात काहीही गैर न वाटणाऱ्या त्याच्या सहकारी सैनिकांना भयंकर राग येत असे. हे संबोधन उत्तर भारतीय सगळ्याच दलितांसाठी वापरत असत. मग ते अस्पृश्य मानल्या जाणाऱ्या कोणत्याही जातीचे असोत. काश्मीर हे जगातील अशा काही मोजक्या स्थानांपैकी एक होतं, जिथं श्यामवर्णी लोक गौरवर्णीयांवर राज्य करत होते, त्यामुळे एक अस्वस्थता घेरून होती.

एस. मुरुगेसनच्या शौर्याच्या स्मरणार्थ लष्करानं त्याच्या खेडेगावाच्या प्रवेशद्वाराशी त्याचा लष्करी गणवेशातला, खांद्यावर रायफल घेतलेला पुतळा उभारला. जवान एस.मरुगेसनची तरुण विधवा त्यांच्या लहानगीला तो पुतळा नेहमी दाखवत असे. पुतळ्याकडे हात करून ती म्हणत असे, 'आप्पा' मग ती चिमुरडी हसत, आपले बाळसेदार हात हलवत म्हणे, "अप्पाप्पाप्पाप्पाप्पाप्पाप्पा...,"

त्या चिमुरडीचे बाबा हे जग सोडून गेले, तेव्हा ती केवळ सहा महिन्यांची होती.

अस्पृश्य माणसाचा पुतळा तोसुद्धा शस्त्रधारी अस्पृश्याचा, गावाच्या प्रवेशद्वाराशी उभारणं ही कल्पना गावातल्या सर्वांनाच पसंत नव्हती. त्यामुळे चुकीचा संदेश जाईल असं त्यांना वाटत होतं. लोकांना कल्पना मिळतील, असं त्यांना वाटत होतं. पुतळा उभारल्यानंतर तीन आठवड्यांत त्याच्या खांद्यावरची रायफल गायब झाली. जवान एस. मुरुगेसनच्या कुटुंबीयांनी तक्रार नोंदवण्याचा प्रयत्न केला; पण पोलिसांनी तक्रार नोंदवून घेण्यास नकार दिला. खराब दर्जाच्या सिमेंटमुळे- जे नेहमीच आढळतं – ती रायफल पडली असेल किंवा मोडली असेल, त्यासाठी कुणालाही दोषी धरता येणार नाही, असं त्यांचं म्हणणं होतं. त्यानंतर महिन्याभरानं पुतळ्याचे हातही तुटले. या वेळीसुद्धा पोलिसांनी तक्रार नोंदवून घेण्यास नकार दिला. या वेळी ते समजूनउमजून विकट हसले आणि त्यांनी कारण सांगण्याचीही तसदी घेतली नाही. जवान एस. मुरुगेसनच्या पुतळ्याचे हात गेल्यानंतर दोन आठवड्यांनी त्याचा शिरच्छेद झाला. त्यानंतर काही दिवस खूप तणाव होता. जवळपासच्या खेड्यांतल्या एस. मुरुगेसनच्याच जातीच्या लोकांनी निदर्शने आयोजित केली. त्यांनी पुतळ्याजवळ साखळी उपोषण सुरू केलं. या प्रकरणाची चौकशी करण्यासाठी न्यायालयीन समितीची स्थापना करण्यात येईल, असं स्थानिक न्यायालयानं सांगितलं. दरम्यान, त्यांनी परिस्थिती 'जैसे थे' ठेवण्याचा आदेश दिला. उपोषण खंडित झालं. न्यायालयीन समितीची स्थापना कधीही झाली नाही.

काही देशांत काही सैनिक दोनदा मरतात.

शिर नसलेला पुतळा गावाच्या प्रवेशद्वाराशी तसाच राहिला. ज्या माणसाच्या स्मरणार्थ तो उभारण्यात आला होता त्या माणसाशी त्याचं काहीही साधर्म्य उरलं नसलं, तरी ते काळाचे अधिक सच्चे प्रतीक ठरले.

एस. मुरुगेसनची चिमुरडी त्याच्याकडे पाहून हात हलवत राहिली. ''अप्पाप्पाप्पाप्पा...''

काश्मीर खोऱ्यात युद्धाच्या झळा तीव्र होत गेल्या, तशी कब्रस्तानंही वेगानं वाढणाऱ्या शहरांतल्या बहुमजली पार्किंग लॉटसारखी बनली. तिथं जागा कमी पडू लागली तेव्हा काही कबरी डबल-डेकर बससारख्या झाल्या. एके काळी श्रीनगरमध्ये लाल चौक ते बुलेवार्ड यांच्या दरम्यान पर्यटकांना नेणाऱ्या-आणणाऱ्या डबल-डेकरसारख्या.

सुदैवानं, मिस जबीनच्या कबरीला ते भोगावं लागलं नाही. बऱ्याच वर्षांनी सरकारनं विद्रोह नियंत्रणात आल्याचं जाहीर केल्यानंतर (मात्र, त्याची खातरजमा करण्यासाठी पाच लाख सैनिक तिथंच राहिले होते)... प्रमुख दहशतवादी गट एकमेकांवर तुटून पडल्यानंतर... यात्रेकरू... पर्यटक- मधुचंद्री जोडपी बर्फात मजा लुटण्यासाठी पुन्हा खोऱ्यात येऊ लागल्यानंतर (बर्फावरून वर-खाली घसरत... किंचाळत... भूतपूर्व दहशतवाद्यांनी खेचलेल्या ढकलगाड्यांवरून), हेर व खबऱ्यांना (सुव्यवस्था व दक्षतेच्या कारणास्तव) त्यांच्या 'हॅन्डलर्स'नी ठार केल्यानंतर... 'शांतता क्षेत्रांत काम करणाऱ्या हजारो बिगर-सरकारी संस्थांनी 'काफीर' लोकांना दैनंदिन कामात सामावून घेतल्यानंतर... बँकेच्या वरिष्ठ व्यवस्थापकांनी मृत दहतशवाद्यांच्या बँक खात्यात उरलेल्या, पण ज्यावर कुणी दावा केलेला नाही असे पैसे लाटल्यानंतर... छळ केंद्राचं रूपांतर राजकारण्यांसाठी आलिशान घरात झाल्यानंतर... हुतात्म्यांचं कब्रस्तान जरा दुर्लक्षित झाल्यानंतर व हुतात्म्यांची संख्या घटल्यानंतर (आणि आत्महत्यांची संख्या नाट्यमयरीत्या वाढल्यानंतर)... निवडणुका घेऊन, लोकशाही जाहीर झाल्यानंतर... झेलमचं पाणी वाढल्यानंतर व ओसरल्यानंतर... विद्रोह पुन्हा उफाळल्यानंतर व तो पुन्हा चिरडल्यानंतर... तो पुन्हा उफाळल्यानंतर... तो पुन्हा चिरडल्यानंतर... पुन्हा उफाळल्यानंतर... एवढं सगळं झाल्यानंतरही मिस जबीनची कबर 'एक-मजली'च राहिली होती... सिंगल-डेकर्ड.

तिच्या देखण्या कबरीभोवती रानफुलं बहरत होती आणि तिची आई तिच्या समीप होती.

तिची हत्या ही शहरात दोन महिन्यांत झालेली दुसरी हत्या होती.

त्या दिवशी जे सतरा लोक मारले गेले, त्यात फक्त बघ्याच्या भूमिकेत असलेले सात जण होते. मिस जबीन व तिच्या आईसारखे. (त्यांच्या बाबतीत तर, त्या उभं राहून पाहतही नव्हत्या, त्या बसलेल्या होत्या.) त्या त्यांच्या बाल्कनीतून बाहेरचं दृश्य पाहत होत्या. जबीनच्या अंगात जरा ताप होता, ती आईच्या मांडीवर बसली होती. त्या वेळी विद्यापीठातील प्रसिद्ध व्याख्याता उस्मान अब्दुल्लाह यांची

अंत्ययात्रा निघाली होती. त्यात हजारो शोकमग्न नागरिक सहभागी झाले होते. उस्मान अब्दुल्लाह यांची हत्या 'यूजी'ने म्हणजे 'अज्ञात बंदूकधाऱ्या'ने केल्याचे अधिकाऱ्यांनी जाहीर केले होते... त्याची 'ओळख' हे उघड गुपीत असूनही. उस्मान अब्दुल्लाह आझादीच्या संग्रामाचे प्रमुख समर्थक असूनही त्यांना नव्यानं उदयास येणाऱ्या कट्टर दहशतवादी गटांकडून अनेकदा धमक्या आल्या होत्या. हे दहशतवादी गट नियंत्रण रेषेपलीकडून पुन्हा परत आले होते, नव्या शस्त्रास्त्रांसह आणि नव्या कठोर संकल्पनांसह, त्यांना उस्मान अब्दुल्लाहनी जाहीर विरोध केला होता. उस्मान अब्दुल्लाह यांची हत्या म्हणजे ते ज्या काश्मीरच्या समन्वयात्मकतेचे प्रतिनिधित्व करत होते ती खपवून घेतली जाणार नाही याची घोषणाच होती. तशा प्रकारचं पारंपरिक, जुन्या जगातलं काहीही आता चालणार नव्हतं. या भूमीतल्या संतांची व स्थानिक तीर्थक्षेत्रांमधल्या सिद्धपुरुषांची पूजा करायची नाही. इथून पुढं अशी बेवकुफी चालणार नाही, असं नव्या दहशतवाद्यांनी जाहीर केलं होतं. आता संतमहात्मे आणि स्थानिक बाबा-महाराज यांचा बडेजाव चालणार नव्हता. फक्त अल्लाह, एकच परमेश्वर. कुरआन, प्रेषित मोहम्मद. प्रार्थनेची एकच पद्धत. दैवी विधानाचा एकच अर्थ आणि आझादीची एकच व्याख्या...

आझादी का मतलब क्या?
ला इलाह इलल्लाह

स्वातंत्र्याचा अर्थ काय? फक्त अल्लाह हाच परमेश्वर आहे.

यावर चर्चा होणार नव्हतीच. भविष्यात सगळे वादविवाद बंदुकीच्या गोळ्यांनीच थांबणार होते. शिया मुस्लिम नव्हते आणि स्त्रियांना योग्य पद्धतीनं पोषाख करणं शिकावं लागणार होतं.

स्त्रियांना अर्थातच.

अर्थातच स्त्रियांना!

यातल्या काही गोष्टींनी सामान्य लोक अस्वस्थ झाले. त्यांचा त्यांच्या तीर्थस्थळांवर – खास करून हजरतबालवर विशेष जीव होता. तिथं पवित्र स्मृती होत्या, 'मो-ए-मुकद्दस', प्रेषित मोहम्मद यांचा केस. सन १९६३च्या हिवाळ्यात तो हरवला, तेव्हा हजारो लोक रस्त्यावर येऊन ढसाढसा रडले होते. महिन्याभरानं तो पुन्हा सापडला. (आणि संबंधित अधिकाऱ्यांनी तो अस्सल असल्याचं प्रमाणित केलं.) तेव्हा हजारो लोकांच्या आनंदाला पारावार उरला नव्हता. पण जेव्हा हे 'कडक' लोक आपल्या प्रवासाहून परत आले तेव्हा त्यांनी स्थानिक संतांची पूजा पाखंडीपणा असल्याचं जाहीर केलं.

एका 'ठळक रेषे'नं खोरं गोंधळलं, द्विधा मनःस्थितीत गेलं. आपण ज्या स्वातंत्र्याची आस बाळगून आहोत ते स्वातंत्र्य युद्धाखेरीज लाभणार नाही, हे लोकांना माहीत होतं. 'कडक' लोक अधिक चांगले लढवय्ये आहेत हेही त्यांना माहीत होतं. त्यांना सर्वोत्तम प्रशिक्षण मिळालं होतं. अधिक चांगली शस्त्रे मिळाली होती; त्यांच्या विजारी लांड्या व दाढ्या लांब होत्या. नियंत्रण रेषेच्या पलीकडून त्यांना अधिक कृपाप्रसाद व अधिक पैसेही मिळाले होते. त्यांच्या पोलादी, अढळ श्रद्धेनं त्यांना शिस्त आली होती. ते अधिक सुटसुटीत झाले होते आणि जगातल्या दुसऱ्या क्रमांकाच्या मोठ्या लष्कराचा मुकाबला करण्यासाठी सुसज्ज होते. स्वत:ला 'धर्मनिरपेक्ष' म्हणवणारे दहशतवादी थोडे कमी कडक होते आणि अधिक आरामप्रिय. अधिक स्टायलिश, अधिक भपकेबाज. ते कविता लिहीत, परिचारिका व रोलर-स्केटर्सशी 'फ्लर्ट' करत; आणि खांद्यावर रायफली बेफिकीरपणे अडकवून रस्त्यांवर गस्त घालत; पण युद्ध जिंकायला जे लागतं, ते त्यांच्याजवळ दिसत नव्हतं.

लोकांना हे 'थोडे कमी कडक' लोक आवडत असत; पण 'कडक' लोकांबद्दल त्यांना भीती व आदर वाटत असे. या दोघांच्या संघर्षात शेकडो लोकांचे जीव गेले. अखेर 'कमी कडक' लोकांनी युद्धविराम जाहीर केला. ते सामोरे आले आणि त्यांनी गांधीवादी म्हणून त्यांचा संघर्ष सुरू ठेवण्याची शपथ घेतली. 'कडक' लोकांनी युद्ध सुरू ठेवलं आणि काळाच्या ओघात ते एकेक करत संपत गेले. ठार झालेल्या प्रत्येक माणसाची जागा दुसऱ्या माणसानं घेतली.

उस्मान अब्दुल्लाह यांच्या हत्येनंतर काही महिन्यांनी, त्यांच्या मारेकऱ्याला (सुप्रसिद्ध यू.जी.) लष्करानं पकडून ठार केलं. बंदुकीच्या गोळ्या आणि सिगारेटच्या चटक्यांचे व्रण असलेला त्याचा मृतदेह त्याच्या कुटुंबाकडे सुपुर्द करण्यात आला. कब्रस्तान समितीनं सविस्तर चर्चा करून निर्णय घेतला की तोसुद्धा हुतात्माच आहे आणि तोही हुतात्म्यांच्या कब्रस्तानात चिरविश्रांती घेण्यास पात्र आहे. त्यांनी त्याला कब्रस्तानाच्या दुसऱ्या टोकाला दफन केलं. बहुधा उस्मान अब्दुल्लाह व त्यांचा मारेकरी परस्परांपासून शक्य तितके दूर राहावेत व मृत्यूनंतरच्या आयुष्यात एकमेकांशी भांडत राहू नयेत यासाठी.

युद्धाच्या ज्वाळा भडकत गेल्या तसं खोऱ्यात लवचीक, मवाळ मतप्रणालीची 'सॉफ्ट लाइन' कडक होत गेली; आणि जहाल मताची 'हार्ड लाइन' अति कडक होत गेली. यातल्या प्रत्येक रेषेतून आणखी शाखा व उपशाखा तयार झाल्या. 'कडक' लोकांनी आणखी कडक लोकांना जन्म दिला. आश्चर्य म्हणजे, सामान्य लोकांनी त्यांना सर्वांना खूश केलं तसंच त्या सर्वांना उलथूनही टाकलं. 'मो-ए-मुकद्दस'चं राज्य अबाधित राहिलं. तरीही, पुण्यस्थळी लोक आणखी मोठ्या संख्येनं जमून अश्रू ढाळत राहिले आणि त्यांच्या भग्न काळजावरचं ओझं हलकं करत राहिले.

मिस जबीन आणि तिची आई त्यांच्या बाल्कनीतून ती अंत्ययात्रा सुरक्षितपणे पाहत होत्या. त्या रस्त्यावरच्या सगळ्या लाकडी बाल्कन्या स्त्रिया व लहान मुलांनी फुलून गेल्या होत्या. त्यांच्याप्रमाणेच मिस जबीन व आरिफानंही ताज्या गुलाबाच्या पाकळ्यांचं बाऊल तयार ठेवलं होतं. उस्मान अब्दुल्लाह यांच्या मृतदेहावर वाहण्यासाठी. थंडीमुळं मिस जबीनला दोन स्वेटर आणि लोकरी हातमोजे घातले होते. तिनं लोकरीचा इवलासा पांढरा हिजाबही घातला होता. अरुंद रस्त्यावरून हजारो लोक *आझादी! आझादी!* अशा घोषणा देत चालले होते. मिस जबीन आणि तिची आईही घोषणा देत होत्या. सदैव खोडकरपणा करणारी मिस जबीन कधीकधी *'आझादी!'*च्या ऐवजी *'माताजी!'* म्हणत होती... उच्चार साधर्म्यामुळे आणि असं म्हटलं की आई खाली तिच्याकडं बघून हसेल आणि तिचा पापा घेईल, हे माहीत असल्यामुळे.

अंत्ययात्रा सीमा सुरक्षा दलाच्या २६ बटालियनचा भलामोठा बंकर पार करून पुढे जाणार होती. आरिफा आणि मिस जबीन जिथं बसल्या होत्या, तिथून तो जवळच होता. शंभर फुटांपेक्षा कमी अंतरावर. लोखंडी पत्रे व लाकडी फळ्यांनी उभारलेल्या धुळकट बूथच्या खिडकीच्या लोखंडी जाळीतून मशीनगनची तोंडे बाहेर आली होती. बंकरपाशी वाळूची पोती आणि पिळापिळाच्या काटेरी तारांचा अडथळा तयार केला होता. ओल्ड मॉन्क आणि ट्रिपल एक्स रमच्या रिकाम्या बाटल्या काटेरी तारेजवळून जोडीजोडीनं घरंगळत येत होत्या. त्यांचा घंटांसारखा आवाज येत होता. ही अगदी आदिम, पण प्रभावी 'अलार्म' यंत्रणा होती. तारेपाशी काहीही छेडछाड केली तर त्या बाटल्या घरंगळत सुटणार होत्या. दारूच्या बाटल्या देशाच्या सेवेत होत्या. स्थानिक लोक ज्या भटक्या कुत्र्यांना हाकलून देत त्या कुत्र्यांना सैनिक खाऊ घालत असत. त्यामुळे सुरक्षेसाठी कुत्र्यांचंही अतिरिक्त कवच असे. कुत्री आजूबाजूच्या हालचाली टिपत दक्षपणे बसून असत. अंत्ययात्रा बंकरपाशी पोहोचल्यानंतर त्यात बसलेल्या लोकांच्या काळजाचं पाणी पाणी झालं. त्यांच्या हिवाळी गणवेश व बुलेटप्रूफ जाकिटांच्या आत, त्यांच्या पाठीवरून घामाच्या थंडगार धारा ओघळू लागल्या. अचानक स्फोट झाला. खूप मोठा नाही; पण भय माजण्याइतका मोठा व जवळ. सैनिक बंकरमधून बाहेर आले. त्यांनी 'पोझिशन' घेतली आणि अरुंद रस्त्यावर दाटीवाटीनं जमलेल्या नि:शस्त्र गर्दीवर लाइट मशीनगनद्वारे बेछूट गोळीबार सुरू केला. त्यांच्या गोळ्यांनी प्राण घेतले. लोक पळून जातानासुद्धा गोळ्यांनी त्यांचा वेध घेतला. आणि त्या त्यांच्या पाठीत, डोक्यात व पायात रुतून बसल्या. काही भयभीत सैनिकांनी त्यांची शस्त्रे खिडक्या व बाल्कन्यांतून पाहणाऱ्यांकडे वळवली आणि त्यांची 'मॅग्झीन्स' रिकामी केली... लोकांवर, कठड्यांवर, भिंतींवर, खिडकीच्या तावदानांवर आणि मिस जबीन व तिची आई – आरिफा यांच्यावरसुद्धा. उस्मान अब्दुल्लाह यांची शवपेटी आणि ती वाहून नेणारे लोकही या तडाख्यातून

सुटले नाहीत. त्यांची शवपेटी उघडली आणि पांढऱ्याशुभ्र प्रेतवस्त्रात अवघडून बांधलेला त्यांचा मृतदेह रस्त्यावर पडला... मृत आणि जखमींमध्ये... दुसऱ्यांदा मेलेला.

काही काश्मिरी असे असतात जे दोनदासुद्धा मरतात.

रस्ता जेव्हा रिकामा झाला. तेव्हा गोळीबार थांबला आणि जेव्हा तो रिकामा झाला. तेव्हा त्यावर देह मागे उरले होते, मृत आणि जखमी आणि बूट-चपला. हजारो बूट-चपला.

आणि कानठळ्या बसवणारी घोषणा द्यायला तिथं कुणीही उरलं नव्हतं :

जिस कश्मीर को खून से सींचा! वो कश्मीर हमारा है!

या संहारानंतरचा 'प्रोटोकॉल' झटपट आणि कार्यक्षमतेनं पाळला गेला... सरावानं परिपूर्ण झालेला. तासाभरात सगळे मृतदेह पोलीस नियंत्रण कक्षातील शवागारात हलवण्यात आले आणि जखमींना हॉस्पिटलमध्ये नेण्यात आलं. रस्ते धुऊन काढण्यात आले. रक्ताचे पाट उघड्या गटारीत वळवण्यात आले. (परिस्थिती सामान्य झाल्याचं घोषित केलं गेलं.)

त्यानंतर तो स्फोट शेजारच्या रस्त्यावर रिकाम्या मँगो फ्रूटीच्या कार्टनवरून गाडी गेल्यामुळे झाल्याचं सिद्ध करण्यात आलं. दोष कुणाला द्यायचा? मँगो फ्रूटी (फ्रेश एन् ज्यूसी)चं पाकीट रस्त्यावर कुणी टाकलं होतं? भारत का काश्मीर? का पाकिस्तान? त्यारून गाडी कुणी नेली? त्या संहाराच्या कारणांची चौकशी करण्यासाठी न्यायाधिकरण स्थापन करण्यात आलं. घटना कधीही सिद्ध झाल्या नाहीत. कुणावरही अपराध ठेवण्यात आला नाही. हे काश्मीर होतं. ही काश्मीरची चूक होती.

जीवन सुरू राहिलं. मृत्यू सुरू राहिले. युद्ध सुरू राहिलं.

***

मुसा यस्वीला त्याच्या पत्नी आणि मुलीचं दफन करताना ज्यांनी ज्यांनी पाहिलं त्या सगळ्यांच्या, त्या दिवशी तो किती गप्प होता, हे लक्षात आलं. त्यानं जराही दुःख दाखवलं नाही. तो अलिप्त आणि अंतर्मुख झाल्यासारखा वाटत होता... तिथं हजरच नसल्यासारखा. त्यामुळे अखेर त्याला अटक होऊ शकली असती किंवा त्याच्या हृदयाचे ठोके त्याला तिथं नेऊ शकले असते. निष्पाप नागरिकाच्या दृष्टीनं बहुधा हे अतिजलद किंवा फारच मंदगती होतं. कुख्यात तपासणी नाक्यावरचे सैनिक कधीकधी त्यांचे कान तरुणांच्या छातीला लावून त्यांच्या हृदयाचे ठोके ऐकत. काही सैनिक तर स्टेथोस्कोपसुद्धा बाळगतात, अशा अफवा होती.

'या माणसाचं हृदय स्वातंत्र्यासाठी धडकतंय,' ते म्हणत आणि हे कारण

अतिजलद वा अतिमंद हृदयाचा मालक असलेल्या देहाला कारगो किंवा पापा II किंवा शिराज सिनेमा –इथे पाठवायला पुरेसं होतं. ही खोऱ्यातील सर्वांत खतरनाक चौकशी केंद्रे होती.

मुसाला तपासणी नाक्यापाशी अटक झाली नाही. अंत्यविधीनंतर त्याला त्याच्या घरातूनच उचलण्यात आलं. तुमची पत्नी व मूल यांच्या अंत्यविधी वेळचा अतिशांतपणा दुर्लक्षित करणे त्या काळात शक्य नव्हते.

सुरुवातीला अर्थातच सगळे जण गप्प, भयभीत होते. अंत्ययात्रा उदासवाण्या, वितळत्या बर्फामुळं चिखलमय झालेल्या त्या छोट्याशा शहरातून पुढं सरकत होती. मजार-ए-शोहदाच्या दिशेनं जाणाऱ्या रुपेरी-ओल्या रस्त्यावर फक्त हजारो सॉकलेस बुटांचा *ठकठक* आवाज येत होता... फक्त तेवढाच आवाज होता. तरुणांनी सतरा शवपेट्यांना खांदा दिला होता. सतरा अधिक एक, म्हणजे उस्मान अब्दुल्लाह यांची पुनर्हत्या, जिची अर्थातच दोनदा नोंद करता येणार नव्हती. त्यामुळे सतरा अधिक एक पत्र्याच्या शवपेट्या हिवाळ्यातल्या सूर्याकडे किलकिल्या डोळ्यांनी पाहत रस्त्यावरून निघाल्या होत्या. त्या शहराला वेढा देणाऱ्या उंच पर्वतावरून एखाद्यानं खाली नजर टाकली, तर त्याला तपकिरी मुंग्यांची रांग सरकते आहे... खांबासारखी... असं दिसलं असतं... त्यांच्या राणीला खाऊ घालण्यासाठी वारुळात सतरा अधिक एक साखरेचे कण घेऊन निघालेल्या मुंग्या. इतिहास व मानवी संघर्ष यांचा अभ्यास करणाऱ्या विद्यार्थ्यांच्या दृष्टीनं, ती छोटीशी अंत्ययात्रा म्हणजे : उंच टेबलावरून खाली पडलेले कण घेऊन निघालेली मुंग्यांची रांग. युद्धे सुरू असतात, त्यात हे तर फक्त एक लहानसं युद्ध होतं. त्याकडे कुणी फारसं लक्ष दिलं नाही. त्यामुळे ते चालूच राहिलं... दशकानुदशकं चालत राहिलं... लोकांना त्याच्या पागल कह्यात घेत... चालूच राहिलं. त्याचं क्रौर्य ऋतूंच्या बदलण्याइतकंच स्वाभाविक बनलं... प्रत्येक ऋतू त्याचा स्वत:चा असा अपूर्व गंध आणि बहर घेऊन येतो तसं... प्रत्येक वेळी गमावणं आणि पुन्हा नव्यानं बहरणं, उद्ध्वस्त होणं आणि पुन्हा पूर्वपदावर येणं, प्रत्येक वेळचं बंड आणि प्रत्येक वेळेच्या निवडणुका...

हिवाळ्यात त्या सकाळी मुंग्या जे साखरेचे कण वाहून नेत होत्या, त्यातला सर्वांत लहान कण अर्थातच मिस जबीनचा होता.

रस्त्यावरच्या अंत्ययात्रेत सामील झालेल्या मुंग्या मनातून खूप घाबरलेल्या होत्या. त्या जुनाट तपकिरी बर्फाच्या निसरड्या काठावर उभ्या होत्या. फिरनमध्ये हातांची घडी घालून. त्यांच्या रिकाम्या बाह्या वाऱ्यावर फडफडत होत्या. सशस्त्र विद्रोहातील नि:शस्त्र लोक. ज्या लोकांना बाहेर पडायची फारच भीती वाटत होती, ते लोक त्यांच्या घराच्या खिडक्या व बाल्कन्यांतून पाहत होते. (अर्थात त्यातल्या

धोक्याचीही त्यांना चांगलीच कल्पना होती. छत, पूल, बोटी, मशिदी, पाण्याच्या मोठ्या टाक्यांवर शहरात सर्वत्र 'पोझिशन' घेऊन सज्ज असलेल्या सैनिकांच्या बंदुकींच्या पल्ल्यात आपण आहोत याची त्यातल्या प्रत्येकाला कल्पना होती. ते हॉटेल्स, शाळा, दुकाने आणि काही घरातही होते.

ती हॉटेल्स, शाळा, दुकाने आणि काही घरांतही होते.

ती सकाळ थंडीनं गारठलेली होती. कित्येक वर्षांत पहिल्यांदाच सरोवर गोठलं होतं आणि आणखी बर्फवृष्टी होईल असा अंदाज होता. दुःखानं व्याकूळ झालेल्या शोकमग्न माणसांसारखे झाडांनी त्यांचे उघडेबोडके, ठिपक्याठिपक्यांचे, फांद्यांचे हात आभाळात उंचावले होते.

कब्रस्तानात सतरा अधिक एक कबरी तयार झाल्या होत्या. व्यवस्थित, ताज्या, खोल. प्रत्येक खड्ड्यातली माती त्या खड्ड्याजवळच रचली होती, डार्क चॉकलेटच्या पिरॅमिडसारखी. 'ॲडव्हान्स पार्टी'नं रक्ताचे डाग पडलेले लोखंडी स्ट्रेचर्स आणून दिले होते. पोस्टमॉर्टमनंतर मृतदेह या स्ट्रेचर्सवरून त्यांच्या कुटुंबीयांकडं पाठवण्यात आले होते. ते झाडांच्या बुंध्यांभोवती टेकवून ठेवले होते... एखाद्या महाकाय मांसभक्षक फुलांच्या बहराच्या रक्तलांछित लोखंडी पाकळ्या असाव्यात तसे.

अंत्ययात्रा कब्रस्तानाच्या गेटमधून आत येताच, मीडियाच्या लोकांची झुंड शर्यतीच्या आरंभस्थानी उभ्या असलेल्या खेळाडूंनी झेप घ्यावी तशी धावत पुढं आली. शवपेट्या खाली उतरवण्यात आल्या, उघडण्यात आल्या आणि बर्फाळ जमिनीवर ओळीनं मांडण्यात आल्या. गर्दीनं मीडियासाठी आदरानं जागा करून दिली. त्यांना माहीत होतं की, पत्रकार व छायाचित्रकारांविना हा संहार पुसूनच टाकला जाईल आणि मृत लोक खरेखुरे मरतील. त्यामुळे, मृतदेह त्यांच्यासमोर सादर करण्यात आले. आशेनं व संतापानं. मरणाचा उत्सव. शोकमग्न नातेवाईक, जे कुठंतरी मागे राहिले होते, त्यांना 'फ्रेम'मध्ये पुन्हा यायला सांगण्यात आलं. त्यांचं दुःख संग्रहात जपून ठेवायचं होतं. आगामी वर्षांत, जेव्हा युद्ध रोजच्या जगण्याचाच भाग बनेल तेव्हा काश्मीरचं दुःख व हानी या संकल्पनेभोवती पुस्तके लिहिली जातील, फिल्म्स बनतील, छायाचित्रांची प्रदर्शने भरतील.

त्यातल्या एकाही चित्रात मुसा नसेल.

या प्रसंगी मिस जबीन हा सर्वांत मोठा 'ड्रॉ' होता. कॅमेरे तिला जवळून टिपत होते... क्लिकक्लिकाट सुरू होता. त्या छायाचित्रांच्या सुगीत, एक 'क्लासिक' ठरलं. ते पुढं कित्येक वर्षं वृत्तपत्रांत, मासिकांत व मानवाधिकार विषयक अहवालांत, जे कधी कुणी वाचतसुद्धा नाही, 'बर्फातील रक्तपात', 'अश्रूंचे खोरे' व 'दुःखाची अखेर कधी होणारच नाही का?' अशा शीर्षकांसोबत दिसत राहिला.

मुख्य भागांत, मिस जबीनचा फोटो तितका प्रसिद्ध झाला नाही, कारण स्पष्टच

होतं. दु:खाच्या सुपरमार्केटमध्ये 'युनियन कार्बाईड' गॅसगळतीचा बळी ठरलेला 'भोपाळ बॉय' क्रमवारीत तिच्या बराच पुढं राहिला. अनेक आघाडीच्या फोटोग्राफर्सनी कचऱ्याच्या ढिगात गळ्यापर्यंत बुडलेल्या, विषारी वायूनं गढुळलेल्या डोळ्यांच्या, मृत मुलाच्या प्रसिद्ध फोटोच्या 'कॉपीराइट'चा दावा केला. त्या भयानक रात्री जे काही घडलं होतं त्याची कहाणी ते डोळे सांगत होते. इतर कुणीही सांगू शकणार नाही अशी कहाणी. ते जगभरातल्या गुळगुळीत मासिकांच्या पानांवरून भेदकपणे पाहत होते.

अखेर, त्यामुळेही अर्थातच काही फरक पडला नाही. त्या बातमीनं थोडा धुरळा उठला, मग ती विरून गेली. त्या छायाचित्राच्या कॉपीराइटचा वाद वर्षानुवर्षं सुरू राहिला... वायुगळतीमुळं उद्ध्वस्त झालेल्या हजारो लोकांचा नुकसानभरपाईसाठी जो संघर्ष सुरू होता, त्याच तीव्रतेनं.

***

कॅमेऱ्यांची गजबज विरली. मिस जबीन जशीच्या तशी होती... गाढ झोपल्यासारखी दिसत होती. तिचं ते उन्हाळी गुलाबाचं फूल अजूनही जागच्या जागी होती.

मृतदेह कबरींमध्ये सोडले जाऊ लागले, तेव्हा जमलेले लोक प्रार्थना करू लागले.

रब्बिश- रहली सद्री; वा यस्सिर ली अमरी
वहलुल उकदतम्- मिल्- लिसानी, याफकहू कौली
(हे देवा! माझ्या मनाला मुक्त कर.
आणि माझं काम सुकर कर
आणि माझ्या जिभेची गाठ सैल कर.
म्हणजे त्यांना माझं बोलणं समजेल.)

कमरेएवढ्या उंचीची छोटी छोटी मुलं, त्यांच्या आयांच्या कपड्यांच्या खरबरीत लोकरीनं घुसमटणारी, फार काही पाहू न शकणारी, जेमतेम शासोच्छ्वास करू शकणारी... त्यांनी त्यांचे कमरेएवढ्या उंचीचे व्यवहार केले.

तू मला तुझा फुसका हातबॉम्ब दिलास तर मी तुला सहा पुंगळ्या देईन.

एका स्त्रीचा आवाज आभाळात उंच उंच गेला... भीती वाटण्याइतका उंच... आणि त्यातून करकरीत वेदना चिरत गेली.

रो रही है ये जमीं! रो रहा है आसमान...

त्यामध्ये आणखी एक आवाज मिसळला...

मग आणखी एक...

ही भूमी रडते आहे! आणि आकाशसुद्धा...

काही वेळ पक्ष्यांनी किलबिल थांबवली आणि ते आपल्या मण्यांच्या डोळ्यांनी टुकूटुकू बघत माणसाचं गाणं ऐकू लागले. भटकी कुत्री खालमानेनं तपासणीनाक्यावरून पार झाली, तपासणी न होताच, त्यांच्या हृदयाचे ठोकेही अगदी स्थिर होते. घारी आणि गिधाडं घोंगावू लागली. नियंत्रण रेषेच्या अलीकडे-पलीकडे घिरट्या मारू लागली. खाली जमलेल्या माणसांच्या इवल्याशा थव्याची चेष्टा करण्यासाठी... आभाळ शोकगीताच्या स्वरांनी भरून गेलेलं असतानाच, कुठंतरी ठिणगी चेतली. धगधगत्या निखाऱ्यातून ज्वाळा उजळाव्यात तसे तरुण हवेत झेपावले. उंच उंच उड्या घेऊ लागले. जणू त्यांच्या पायांखालची जमीन ट्रॅम्पोलीनसारखी उसळती असल्यासारखे. त्यांनी त्यांच्या व्यथेचं चिलखत चढवलं होतं आणि त्यांचा संताप बंदुकीच्या गोळ्यांच्या पट्ट्यासारखा अंगावर चढवला होता. त्या क्षणी... बहुधा शस्त्र सुसज्ज असल्यामुळे किंवा त्यांनी मृत्यूला कवटाळायचं ठरवलं असल्यामुळे किंवा आपण आधीच मेलो आहोत, हे ओळखल्यामुळे, ते अजेय बनले होते.

मजार-ए-शोहदाला वेढा दिलेल्या सैनिकांना स्पष्ट सूचना होत्या की, काहीही झालं तरी बंदूक चालवायची नाही. त्यांच्या खबरींना (भाऊ, चुलत-मावस भाऊ, वडील, काका-मामा, भाचे-पुतणे) जे गर्दीत मिसळून इतरांप्रमाणेच उत्कटपणे घोषणा देत होते (आणि त्यांना त्याचा अर्थही माहीत होता) संतापाच्या लाटेवर स्वार होऊन हवेत उडी घेणाऱ्या व स्वतःच धगधगती ज्वाळा बनलेल्या प्रत्येक तरुणाचे फोटो व शक्य तर व्हिडीओ आणून देण्याच्या स्पष्ट सूचना होत्या.

लवकरच त्या प्रत्येकाच्या दारावर थाप पडणार होती किंवा त्याला तपासणी नाक्यापाशी बाजूला घेतलं जाणार होतं.

तू अमुक... तमुक ना? अमक्या... तमक्याचा मुलगा? अमुक... तमुक ठिकाणी कामाला आहेस ना?

ते मुसाला शोधत त्यांच्या प्रथागत समयी आले... पहाटे चार वाजता. त्या वेळी तो जागा होता, त्याच्या डेस्कपाशी पत्र लिहीत बसला होता. त्याची आई शेजारच्या खोलीत होती. त्याला तिचं रडणं आणि त्याच्या बहिणी व नातेवाइकांची तिच्या सांत्वनपर कुजबुज ऐकू येत होती. मिस जबीनचा लाडका स्टफ्ड (आणि कापूस बाहेर आलेला) हिरवा पाणघोडा – 'व्ही' आकाराचं हास्य आणि गुलाबी पॅचवर्कचं हृदय असलेला- त्याच्या नेहमीच्या जागी होता. लोडाला टेकवून ठेवलेला... तो त्याच्या चिमुरड्या आईची आणि त्याच्या नेहमीच्या 'बेडटाइम स्टोरी'ची वाट पाहत होता. *(अख दलीला वान...)*

तेवढ्यात मुसाला गाडीचा आवाज आला. त्याच्या घराच्या पहिल्या मजल्याच्या खिडकीतून त्यानं पाहिलं. ती गाडी त्याच्याच गल्लीत वळून त्याच्या घरापाशी थांबली. सशस्त्र जिप्सीतून उतरणारे सैनिक पाहून त्याला काहीही वाटलं नाही... ना राग आला, ना भीती वाटली.

त्याचे वडील, शौकत यस्वी (मुसा आणि त्याच्या मित्रांच्या दृष्टीनं गॉडझिला)सुद्धा जागे होते. ते बाहेरच्या खोलीत पायावर पाय टाकून गालिच्यावर बसले होते. ते बिल्डिंग कॉन्ट्रॅक्टर होते. त्यांनी 'मिलिटरी इंजिनिअरिंग सर्व्हिसेस' सोबत काम केलं होतं. ते त्यांना बांधकाम साहित्य पुरवत असत व त्यांची बांधकामाची कॉन्ट्रॅक्ट घेत असत. त्यांनी त्यांच्या मुलाला दिल्लीला आर्किटेक्चरच्या अभ्यासासाठी पाठवलं होतं, ते त्याची व्यवसाय वाढवण्यात मदत होईल या अपेक्षेनं. पण १९९०मध्ये 'तहरीक' सुरू झाल्यावरही गॉडझिला लष्करासोबत काम करत राहिल्यामुळे मुसा त्यांच्यापासून पूर्ण दूर झाला. मुलगा म्हणून कर्तव्य निभावणे आणि सहयोगाचे लाभ घेण्याचे अपराधीपण या दोन्हींमध्ये त्याच्या मनाच्या चिंध्या चिंध्या झाल्या आणि त्याला वडिलांसोबत एकाच छताखाली राहणं अधिकाधिक मुश्कील होऊ लागलं होतं.

शौकत यस्वींना सैनिक येणं अपेक्षित असावं. ते अजिबात घाबरलेले दिसत नव्हते.

"अमरिक सिंगनी बोलावलं आहे. त्यांना तुझ्याशी बोलायचं आहे. बाकी काही नाही. काळजी करू नकोस. दिवस उजाडायच्या आत ते सोडतील तुला."

मुसा त्यावर काहीच बोलला नाही. त्यानं गॉडझिलाकडं साधा कटाक्षही टाकला नाही. त्याचे खांदे व पाठीचा ताठरपणा यातून त्याची चीड व्यक्त होत होती. तो घराच्या पुढच्या दारातून बाहेर पडला. त्याच्या दोन्ही बाजूंना एकेक सशस्त्र माणूस होता. तो त्यांच्या गाडीत बसला. त्याला बेड्या घातल्या नव्हत्या किंवा त्याला गचांडी धरून नेलं नव्हतं. जिप्सी निसरड्या, गोठलेल्या रस्त्यांवरून धावू लागली. पुन्हा बर्फवृष्टी सुरू झाली होती.

शिराज सिनेमा बराकी आणि अधिकाऱ्यांच्या निवासस्थानांच्या मधोमध होता. त्याला काटेरी तारेचं दुहेरी कुंपण होतं. तसंच त्याच्या उंचच उंच कुंपणाच्या भिंतीला काचांचे तुकडे लावलेले होते. तिथल्या लोखंडी प्रवेशद्वारांच्या दोन्ही बाजूंना टेहळणीसाठी वॉच टॉवर्स होते. तिथं मशीनगनधारी सैनिक तैनात असत.

मुसाला घेऊन येणारी जिप्सी तपासणी नाके पार करून वेगाने पुढे गेली. ते अपेक्षितच होतं. ती ते आवार पार करून मुख्य प्रवेशद्वारातून थेट आत गेली.

सिनेमाच्या लॉबीत झगझगीत उजेड होता. प्लॅस्टर ऑफ पॅरिसच्या पांढऱ्या 'फॉल्स सिलिंग'ला इवले इवले आरसे जडवले होते, ते एखादा भव्य आयसिंगवाला वेडिंग केक लटकवल्यासारखं दिसत होतं. स्वस्तातल्या, भडक झुंबरातून उजेडाचे तुकडे चमकत होते. लाल गालिचा, जीर्ण झाला होता, विटला होता. त्यातून सिमेंटचा तळ दिसत होता. आजूबाजूला बंदुका, डिझेल आणि जुन्या कपड्यांचा शिळा वास पसरला होता. एकेकाळी जो तिथला स्नॅक बार होता. तो आता यातना देणाऱ्या व सोसणाऱ्या माणसांचं रिसेप्शन-कम-रजिस्ट्रेशन काउन्टर बनला होता. आता तिथं ज्या गोष्टी उपलब्ध नव्हत्या त्यांची तो अजूनही जाहिरात करत होता कॅडबरीचं फ्रूट ॲन्ड नट चॉकलेट, क्वालिटी आइस्क्रीमचे निरनिराळे फ्लेवर्स, चोकोबार, ऑरेंज बार, मँगो बार. *जुन्या सिनेमांची विटलेली पोस्टर्स –(चांदनी, मैने प्यार किया, परिंदा आणि लायन ऑफ द डेझर्ट).* अल्लाह टायगर्सनी सिनेमांवर बंदी घालून सिनेमा हॉल बंद करण्याच्या आधीची –अजूनही भिंतीवर होती. त्यातल्या काहींवर पानाच्या लाल पिचकाऱ्या होत्या. बांधलेल्या व बेड्या घातलेल्या तरुणांच्या जमिनीवर उकिडव्या बसलेल्या ओळीच्या ओळी तिथं दिसत होत्या... कोंबड्यांसारख्या. त्यातल्या काहींना तर इतकी भयंकर मारहाण केली होती की त्यांना तोलही सांभाळता येत नव्हता. त्यांच्या कुडीत जेमतेम प्राण शिल्लक होता. ते घोट्यांना मनगटांचा विळखा घालून उकिडव्या अवस्थेतच होते. सैनिक आजूबाजूला धावपळ करत होते. कैद्यांना आत घेऊन येत होते. बाकीच्यांना चौकशीसाठी घेऊन जात होते. ऑडिटोरियमकडं जाणाऱ्या भल्यामोठ्या लाकडी दारातून येणारे पुसट आवाज एखाद्या हिंस्र सिनेमाचा 'म्यूट साउंडट्रॅक' बनू शकले असते. उदासवाणं हसणारे सिमेंटचे कांगारू आणि त्यांच्या पोटावर 'यूज मी' लिहिलेल्या केराच्या पिशव्या तिथं देखरेख करत होत्या.

मुसा आणि त्याला घेऊन जाणाऱ्या लोकांना रिसेप्शन किंवा रजिस्ट्रेशनच्या औपचारिकतेसाठी अडवलं नाही. ते तिथून थेट बाल्कनीत जाणाऱ्या- 'क्वीन्स सर्कल'- जिन्यावरून निघाले. तिथं बांधून घातलेल्या, मारहाणीच्या खुणा अंगावर वागवणाऱ्या माणसांच्या नजरा त्यांचा पाठलाग करत होत्या. तिथून ते आणखी एका अरुंद जिन्यावरून 'प्रोजेक्शन रूम'मध्ये गेले. त्या खोलीचं आता ऑफिस केलेलं होतं. हे सगळं जाणूनबुजून केलेलं आहे, निरागसपणे नाही, याची मुसाला कल्पना होती.

मेजर अमरिक सिंग टेबलापलीकडे उठून उभा राहिला. मुसाच्या स्वागतासाठी त्याचं टेबल मनमोहक पेपरवेट्सनी भरलं होतं– काटेरी, रंगीबेरंगी शिंपल्यांची, पितळी, जहाजाच्या आकराची, काचेत कैद केलेल्या नृत्यांगनांची. तो काळासावळा होता आणि चांगला उंच. सहा फूट दोन इंच. तो सहज पस्तिशीचा असेल. त्या रात्री

त्यानं शीख माणसाचं रूप घेतलं होतं. त्यानं गडद हिरवा फेटा, कानांभोवती व कपाळावर घट्ट बांधला होता. त्यामुळे त्याच्या डोळ्यांचे कोपरे व भुवया वर उचलल्या होत्या आणि तो झोपाळल्यासारखा दिसत होता. त्याला वरवर ओळखणारे लोकसुद्धा त्याचं ते झोपाळूपण किती भयंकर असू शकतं, हे जाणून होते. त्यानं पुढं येऊन मुसाचं अतिशय प्रेमानं व अगत्यानं स्वागत केलं. मुसाला घेऊन येणाऱ्या सैनिकांना जायला सांगण्यात आलं.

"*अस्सलाम अलैकुम हुजूर*... प्लीज, बसा. काय घेणार? चहा? का कॉफी?"

त्याचा स्वर प्रश्न आणि हुकूम यादरम्यान कुठंतरी होता.

"नको. *शुक्रिया.*"

मुसा खाली बसला. अमरिक सिंगने लाल इंटरकॉमचा रिसीव्हर उचलला आणि चहा व 'ऑफिसर्स बिस्किटे' मागवली. त्याचा आकार आणि अवाढव्यतेमुळं त्याचं डेस्क लहान आणि विसंगत दिसत होता.

ही काही त्यांची पहिलीच भेट नव्हती. मुसा अमरिक सिंगला यापूर्वी कित्येकदा भेटला होता. त्याच्या (मुसाच्या) घरीसुद्धा. अमरिक सिंग गॉडझिलाला भेटायला यायचा तेव्हा त्यानं गॉडझिलाला त्याच्या मैत्रीची भेट द्यायचं ठरवलं होतं... जी नाकारण्याचं गॉडझिलाला तसं स्वातंत्र्य नव्हतंच. अमरिक सिंगच्या मुसाच्या घरी काही फेऱ्या झाल्यानंतर, घरातील वातावरणात झालेला प्रचंड बदल त्याच्या लक्षात आला. त्याचं घर अधिक शांत झालं होतं. मुसा आणि त्याच्या वडिलांमधली कडवट राजकीय वादावादी बंद झाली होती; पण गॉडझिलाची अचानक संशयी बनलेली नजर सतत त्याच्यावर आहे, हे मुसाच्या लक्षात आलं होतं... जणू ते त्याला जोखत होते, त्याची रुंदी, खोली मोजत होते.

एके दिवशी दुपारी मुसा त्याच्या खोलीतून खाली येत असताना जिन्यावर घसरून पडला. पण त्यानं स्वत:ला सावरलं आणि तो उठला. गॉडझिला हे पाहत होता. त्यानं मुसाला छेडलं. त्यानं आवाज चढवला नव्हता; पण तो चांगलाच भडकला होता. त्याच्या कानशिलाजवळची शीर थाडथाड उडताना दिसत होती.

"हे असं पडायला तू कुठं शिकलास? असं पडायला तुला कुणी शिकवलं?"

त्यांनी सचिंत काश्मिरी पालकाच्या उत्कट अंत:प्रेरणेनं मुलाला बारकाईनं निरखलं. त्यांची नजर काही वेगळं दिसतंय का, हे शोधत होती... बंदुकीचा चाप ओढणाऱ्या बोटावर घट्टा दिसतोय का, गुडघे आणि कोपरं खडबडीत झाली आहेत का... दहशतवादी छावण्यांत मिळालेल्या 'प्रशिक्षणाच्या' इतर कुठल्या खुणा दिसत आहेत का हे त्यांनी बारकाईनं पाहिलं. पण त्यांना तसं काहीच आढळलं नाही. मग त्यांनी अमरिक सिंगनं त्यांना पुरवलेल्या संकटप्रद माहितीबद्दल मुसाला विचारायचं ठरवलं– गाँदरबलमधील त्यांच्या फळबागांमधून नेल्या जात असलेल्या

'मेटल'च्या बॉक्सेसबद्दल. मुसाच्या पर्वतराजीतील फेऱ्यांबद्दल. त्याच्या विशिष्ट 'मित्रांशी' होणाऱ्या भेटींबद्दल.

"तुला या सगळ्याबद्दल काय म्हणायचं आहे?"

"तुमचे मित्र मेजरसाहिबना विचारा ना. ते सांगतील तुम्हाला, ज्याबाबत कारवाई करता येत नाही, अशी माहिती कचऱ्यासमान असते," मुसा म्हणाला.

"त्से छुई मरनुई अस्सी सरनेई ती मरनवख," गॉडझिला म्हणाला.

'तू मरणार आहेस आणि आम्हाला तुझ्यासोबत घेऊन मरणार आहेस.'

पुढच्या वेळी अमरिक सिंग त्यांच्या घरी येऊन धडकला. त्या वेळी मुसानं घरी थांबावं असा गॉडझिलाचा आग्रह होता. त्या वेळी ते फुलाफुलांच्या प्लॅस्टिकच्या 'दस्तरखान'भोवती मांडी घालून बसले होते. मुसाच्या आईनं त्यांना चहा आणून दिला होता. (मुसानं आरिफाला तो पाहुणा जाईपर्यंत तिनं आणि मिस जबिननं खालच्या मजल्यावर अजिबात फिरकायचं नाही, असं बजावलं होतं.) अमरिक सिंगच्या वागण्यातून प्रेम आणि स्नेह पाझरत होता. तो लोडांना टेकून अगदी घरच्यासारखा पसरला होता. त्यानं संतासिंग आणि बंतासिंगचे काही फालतू मूर्ख विनोद सांगितले आणि त्यावर तो एकटाच मोठ्यानं हसला. आणि मग आपल्याला नीट खाता येत नाहीये असं भासवून त्यानं कमरेचा पट्टा काढून ठेवला. त्या पट्ट्याला त्याचं पिस्तूल होतं. ही कृती आपण यजमानांवर भरवसा ठेवतो आहोत व त्यांच्यासोबत आपल्याला अगदी मोकळं वाटतं असं दाखवण्यासाठी असली तर त्याचा उलटा परिणाम अपेक्षित होता. जलीब कादरीची हत्या अद्याप झालेली नव्हती, पण इतर हत्या व अपहरणांची मालिका सर्वांना माहीत होती. केक आणि खाण्याच्या बश्या व दुपारच्या खाऱ्या चहाच्या थर्मास फ्लास्कसोबत त्याचं पिस्तूल धमकी देत पडलं होतं. अखेर अमरिक सिंग ढेकर देत, आभार मानून जाण्यासाठी उठला. तेव्हा तो पिस्तूल विसरला किंवा त्यानं ते विसरल्यासारखं दाखवलं. गॉडझिलानं ते उचलून त्यांच्या हातात दिलं.

अमरिक सिंग थेट मुसाकडं पाहत, ते पुन्हा कमरेला लावत हसला.

"बरं झालं तुझ्या वडिलांच्या लक्षात आलं. कल्पना करा, हे कॉर्डन-ॲन्ड-सर्चमध्ये इथं सापडलं असतं तर?... मी तर सोडाच, देवसुद्धा तुम्हाला मदत करू शकला नसता. विचार करा."

त्यावर सगळे आज्ञाधारकपणे हसले. मुसानं पाहिलं. अमरिक सिंगच्या डोळ्यांत हास्याची लकेरही नव्हती. त्याच्या डोळ्यांत प्रकाश शोषला जात होता; पण तिथून तो परावर्तित होत नव्हता. त्याचे डोळे अपारदर्शक होते. काळ्या उथळ तबकड्यांसारखे. त्यात ना चमक होती, ना तेज.

आता तेच अपारदर्शक डोळे शिराजच्या 'प्रोजेक्शन रूममध्ये' पेपरवेटनी भरलेल्या टेबलापलीकडून मुसाकडं पाहत होते. ते दृश्य मोठं विलक्षण होतं.

टेबलाशी बसलेला अमरिक सिंग. स्मृतिचिन्हे ठेवण्याचं कॉफी टेबल. यापलीकडे त्याचा उपयोग कसा करायचा हे त्याला अजिबात माहीत नव्हतं हे स्पष्टच होतं. त्याचं टेबल अशा पद्धतीनं ठेवलं होतं की तो खुर्चीत मागे रेलला की त्याला भिंतीतल्या छोट्याशा चौकोनातून पलीकडचं दिसू शकेल– एके काळी त्यातून सिनेमा दाखवला जात असे. पण आता ते गुप्त देखरेखीचं माध्यम बनलं होतं. 'स्पायहोल'. मुख्य हॉलमध्ये जे काही घडत असेल त्यावर लक्ष ठेवण्यासाठी तिथून इन्टोरगेशन सेल्सकडं जाण्याचा रस्ता होता. लाल निऑन दिव्यांनी 'एक्झिट' लिहिलेल्या (कधीकधी त्याचा अर्थही तोच असे) दारातून बाहेर जाणारा. सिनेमाच्या पडद्याला अजूनही जुन्या पद्धतीचा वर-खाली करण्याचा लाल वेलवेटचा पडदा होता. स्टॉलमधल्या स्वस्तातल्या खुर्च्या बाजूला काढून त्यांचा कोपऱ्यात ढीग रचला होता आणि तिथं सैनिकांना विरंगुळा म्हणून 'इन्डोअर बॅडमिंटन कोर्ट' तयार केलं होतं. आत्ता यावेळीसुद्धा रॅकेट आणि फूल यांचं ठक ठक अमरिक सिंगच्या ऑफिसपर्यंत ऐकू येत होतं.

''मी तुला इथं आणलं आहे ते दिलगिरी व्यक्त करण्यासाठी आणि जे काही घडलं त्याबद्दल व्यक्तिश: तुझं सांत्वन करण्यासाठी.''

काश्मीरमध्ये विनाशाची पावलं इतकी खोलवर रुतली होती की, ज्या माणसाची पत्नी व लहान मुलीचा बंदुकीच्या गोळ्यांनी नुकताच जीव घेतला होता, त्या माणसाला पहाटे चार वाजता सशस्त्र रक्षकांकरवी जबरदस्तीनं चौकशी केंद्रात उचलून आणण्यात आलं होतं. फक्त त्याचं सांत्वन करण्यासाठी... यातला उपहास अमरिक सिंगच्या लक्षातसुद्धा आला नव्हता.

अमरिक सिंग सरड्यासारखा आहे, हे मुसाला माहीत होतं. त्याच्या पागोट्याखाली तो 'मोना' होता, त्याचे शीख लोकांसारखे लांब केस नव्हते, त्यानं बऱ्याच वर्षांपूर्वी केस कापून शिखांचे नियम मोडले होते. मुसानं त्याला गॉडझिलासमोर फुशारक्या मारताना एकदा ऐकलं होतं– तो एका बंडविरोधी मोहिमेवर असताना, आवश्यकतेनुसार स्वत:ला कधी हिंदू, कधी शीख तर कधी पंजाबी भाषिक पाकिस्तानी मुस्लिम असल्याचं कसं भासवत असे, याचे किस्से. आपण पाकिस्तानातून आलेले दहशतवादी असून आश्रयासाठी आलो आहोत अशा बहाण्यानं रात्री गावकऱ्यांच्या दारावर कशी थाप द्यायचो, तो आणि त्याची माणसं सलवार-कमीज- 'खान सूट' घालून कशी यायची आणि 'सहानुभूतीवाल्यांना' कशी शोधून टिपायची याचे किस्से त्यानं खदाखदा हसत ऐकवले होते. जर खेडुतांनी त्यांचं स्वागत केलं तर दुसऱ्याच दिवशी त्यांना 'ओजीडब्ल्यू' म्हणजेच 'ओव्हरग्राउन्ड वर्कर्स' म्हणून अटक केली जात असे.

''मध्यरात्रीच्या वेळी, बंदुका घेऊन त्यांच्या दारावर थाप देणाऱ्या माणसांना

गावकरी कसा नकार देणार? ते दहशतवादी आहेत का, लष्कर आहे हे माहीत नसताना?'' मुसाला विचारल्यावाचून राहवलं नव्हतं.

''ओह, आमच्याकडे स्वागतातली आत्मीयता जोखण्याचे मार्ग असतात,'' अमरिक सिंग म्हणाला. ''आमच्याकडे आमचे थर्मामीटर असतात.''

असतील कदाचित. पण तुम्हाला काश्मिरी दुटप्पीपणाची खोली माहीत नाही.

मुसाच्या मनात आलं, पण तो काही बोलला नाही.

आमच्यासारखी इतिहास आणि भूगोलातून तरलेली माणसं स्वतःचा अभिमान भूमिगत करायला कशी शिकली आहेत हे तुम्हाला माहीत नाही. ही लबाडी हे आमचं एकमात्र हत्यार आहे. आमचं हृदय भग्न असतं तेव्हा आम्ही किती चमकदार प्रसन्नतेनं हसतो ते तुम्हाला माहीत नाही. आमचं ज्यांच्यावर प्रेम असतं त्यांच्यावर आम्ही त्वेषानं तुटून पडतो आणि ज्यांच्याबद्दल आम्हाला तिरस्कार असतो त्यांना आम्ही प्रेमभरानं आलिंगन देतो. आम्हाला खरंतर तुम्ही निघून जावं असं मनातून वाटत असतं, तेव्हाही आम्ही किती आपुलकीनं तुमचं स्वागत करू शकतो याची तुम्हाला कल्पना नाहीये. तुमचा थर्मामीटर इथं अगदी निरुपयोगी आहे.

हा याकडे पाहण्याचा एक दृष्टिकोन होता. त्याच वेळी कदाचित हा मुसाचा भाबडेपणाही असू शकेल. कारण मुसा, तो ज्या आतंकराज्यात काम करत होता, ते आतंकराज्य तो चांगलंच ओळखून होता- असं राज्य, ज्याला सीमा नव्हत्या, जिथं निष्ठा नव्हत्या आणि कुठवर जायचं त्याच्या मर्यादाही नव्हत्या.

काश्मिरी मनोभूमिकेनुसार, जर खरोखरच असं असेल तर अमरिक सिंगला ना समज होती ना ज्ञान. त्याच्या दृष्टीनं हा फक्त खेळ होता. फक्त शिकार... जिथं त्याच्या सावजाच्या व त्याच्या बुद्धीचा मुकाबला होणार होता. तो स्वतःला सैनिक या भूमिकेपेक्षा खेळाडू या भूमिकेत अधिक पाहत होता. त्यामुळे तो असा उत्साही, तडफदार वगैरे बनला होता. मेजर अमरिक सिंग शिकारी होता... डेअरडेव्हिल ऑफिसर... खतरनाक इन्टोरोगेटर आणि प्रसन्न, थंड रक्ताचा कसाई.

त्याला त्याचं काम अतिशय आवडत असे. तो सतत मनोरंजनाचे मार्ग शोधत असे. तो काही दहशतवाद्यांच्या संपर्कात होता, ते अधूनमधून त्याला 'वायरलेस'वर संपर्क करत असत किंवा तो त्यांच्या 'वायरलेस'वर संपर्क करत असे. मग ते शाळकरी मुलांसारखे एकमेकांना टोमणे मारत असत. ''अरे यार, मी काय केलंय, मी तर फक्त साधा ट्रॅव्हल एजन्ट आहे,'' असं त्यांना म्हणायला त्याला फार आवडत असे. ''तुम्हा जिहादींसाठी काश्मीर हा फक्त एक थांबा आहे, नाही का? तुमचं खरं ध्येय तर 'जन्नत' आहे, तिथं अप्सरा तुमची वाट बघत आहेत. मी फक्त तुम्हाला तुमच्या प्रवासात मदत करतोय.''

तो स्वतःला 'जन्नत एक्स्प्रेस' म्हणवून घेत असे आणि जर तो इंग्रजीत बोलू

लागला असेल (याचा अर्थ तो प्यायला आहे) तर तो त्याचं 'पॅराडाईज एक्स्प्रेस' असं भाषांतर करत असे.

त्याचं एक सुप्रसिद्ध वचन होतं : देखो मियाँ, मैं भारत सरकार का लंड हूँ, और मेरा काम है चोदना.

त्याच्या या मनोरंजनाच्या अविरत शोधयात्रेत, त्यानं एकदा अतिशय परिश्रमपूर्वक पकडलेल्या दहशतवाद्याला सोडून दिलं होतं, त्याला पुन्हा पकडण्याचा थरार अनुभवण्यासाठी. त्याच्या याच मानसिकतेतून त्यानं मुसाला शिराजमध्ये बोलावून घेतलं होतं, दिलगिरी व्यक्त करण्यासाठी. गेल्या काही महिन्यांत अमरिक सिंगनं मुसा आपला जबरदस्त प्रतिस्पर्धी असल्याचं ओळखलं होतं; त्याच्यापेक्षा संपूर्ण निराळा, पण बाजी उलटवण्याची क्षमता असलेला... कोण शिकारी आहे व कोण शिकार हे सांगणं अवघड बनवू शकेल असा. त्यामुळेच मुसाची पत्नी व मुलगी ठार झाल्याचं ऐकून अमरिक सिंग भयंकर अस्वस्थ झाला होता. त्याचा या गोष्टीशी काहीही संबंध नाही, हे अनपेक्षितरीत्या घडून आलं आहे, हा त्याच्या योजनेचा भाग नव्हता, ही गोष्ट त्याला मुसाला सांगायची होती. शिकार सुरू ठेवण्यासाठी 'सावजा'ला हे सांगणं त्याला गरजेचं वाटत होतं.

शिकार हा अमरिक सिंगच्या प्रेमाचा एकमात्र विषय नव्हता. त्याला महागडे शौक होते. त्याची जीवनशैली त्याच्या पगारात भागण्याजोगी नव्हती. त्यामुळे त्यानं मिळकतीचे इतर मार्ग शोधले होते.

अपहरण व खंडणी यांच्या जोडीला त्याची एक सॉ-मिल होती. (बायकोच्या नावावर) व फर्निचरचाही व्यवसाय होता. तो जसा हिंस्र होता तसाच उतावीळ उदारही होता. त्याला जे लोक आवडत असत किंवा त्याला ज्या लोकांची गरज असे, त्यांना तो कोरीव काम केलेली कॉफी टेबल व अक्रोडाच्या लाकडाच्या खुर्च्या भेट देत असे.

अमरिक सिंगची बायको लवलीन कौर पाच बहिणीतली चौथी – तवलीन, हरप्रीत, गुरुप्रीत, लवलीन आणि डिंपल. या भगिनी त्यांच्या सौंदर्यासाठी प्रसिद्ध होत्या. त्यांना दोन लहान भाऊही होते. ते शिखांच्या एका छोट्या समाजातले होते. अनेक वर्षांपूर्वी ते खोऱ्यात स्थायिक झाले होते. त्यांचे वडील छोटे शेतकरी होते. त्यांच्या भल्यामोठ्या कुटुंबाच्या उदरनिर्वाहाचं काही साधन नव्हतं. असं म्हणतात की, हे कुटुंब इतकं गरीब होतं की एखाद्या मुलीचा शाळेत जाताना वाटेत जेवणाचा डबा सांडला तर या भुकेल्या बहिणी ते रस्त्यावर सांडलेलं अन्न खात असत. मुली जशा मोठ्या झाल्या, तसे सगळ्या प्रकारचे पुरुष गांधीलमाश्यांसारखे त्यांच्याभोवती घोंघावू लागले, सगळ्या प्रकारचे प्रस्ताव घेऊन. पण त्यात कुणाचाही लग्नाचा प्रस्ताव नव्हता. त्यामुळे या मुलींपैकी एका मुलीचा हात एका शिखाच्या- तेसुद्धा

लष्करी अधिकारी असलेल्या (आणि बिनहुंड्याचा) मुलाच्या हाती देताना तिच्या आईवडिलांना अतिशय आनंद झाला. लग्नानंतर लवलीन अमरिक सिंगची श्रीनगरमध्ये व आसपास जिथं नियुक्ती होईल तिथल्या क्वार्टर्समध्ये राहायला गेली नाही, कारण तिथं त्याची दुसरी बाई, दुसरी 'पत्नी' होती असं म्हटलं जायचं (अशी अफवा होती.) ही बाई म्हणजे 'केंद्रीय राखीव पोलीस'मधील त्याची सहकारी एसीपी पिंकी. ती फील्ड ऑपरेशन्सबरोबरच चौकशीच्या कामातही त्याच्यासोबत असे. वीकएन्डला अमरिक सिंग जवाहरनगरमधल्या त्यांच्या पहिल्या मजल्यावरील फ्लॅटमध्ये पत्नी व तान्ह्या बाळाकडे येत असे तेव्हा शेजारीपाजारी कौटुंबिक हिंसाचार आणि मदतीसाठीच्या तिच्या दबक्या किंकाळ्या याबद्दल कुजबुजत असत. पण मधे पडायचं कुणीही धाडस केलं नव्हतं.

अमरिक सिंगनं अगदी निष्ठुरपणे दहशतवाद्यांना टिपून संपवलं असलं तरी, प्रत्यक्षात तो त्यांना मानत असे- किमान त्यातल्या सर्वोत्तम लोकांना तरी- त्याला त्यांच्याबद्दल एक प्रकारचं कुरकुरतं कौतुक होतं. त्यातल्या काही जणांच्या कबरींवर त्यानं आदरांजली वाहिली असं म्हणतात. ज्यांना त्यानं स्वत:च ठार केलं होतं अशांनासुद्धा. (एकाला तर बंदुकीची अनधिकृत सलामीसुद्धा मिळाली होती.) त्याला ज्या लोकांबद्दल फक्त अनादरच नव्हे तर खराखुरा तिरस्कार होता असे लोक म्हणजे मानवाधिकार कार्यकर्ते- मुख्यत्वे वकील, पत्रकार व वृत्तपत्रांचे संपादक. त्यांच्या मते हे लोक समाजकंटक होते. ज्यांनी सतत तक्रारी व किरकिर करून सगळा खेळच बिघडवून टाकला होता. जेव्हा जेव्हा अमरिक सिंगला त्यांच्यापैकी एका माणसाला उचलण्याची अथवा 'प्रभावहीन' करण्याची परवानगी दिली जाईल तेव्हा तो कर्तव्यदक्षतेत कधीही कसूर करत नसे. (अशी परवानगी कधीही ठार करण्याच्या आदेशाच्या स्वरूपात येत नसे, पण 'ठार करू नये' असा आदेशही नसे.) त्याचे आदेश केवळ माणसाला घाबरवण्यासाठी आणि रोखण्यासाठी असत. पण सगळंच चुकत गेलं होतं. जलीब कादरीनं न घाबरण्याची चूक केली होती. उलट बोलण्याची चूक केली होती. अमरिक सिंगला स्वत:वरचा ताबा सुटल्याचा पश्चात्ताप झाला होता आणि त्याहूनही जास्त पश्चात्ताप त्याचा मित्र व सहप्रवासी इखवान सलीम गोजरी याला (परिणामस्वरूप) संपवावं लागलं होतं, या गोष्टीचा होत होता. त्यानं व सलीम गोजरीनं खूप चांगले क्षण अनुभवले होते. अनेक साहसांत ते एकत्र होते. परिस्थिती जर उलट असती तर सलीमनेही नक्की असंच केलं असतं, हे तो ओळखून होता. किंवा तो स्वत:ला तसं समजावत होता. त्यानं आजवर केलेल्या सगळ्या कृत्यांमध्ये, सलीम गोजरीची हत्या या गोष्टीनं तो थबकला होता. सलीम गोजरी हा जगातील- (त्यामध्ये त्याची पत्नी लवलीनचाही समावेश होता) असा एकमात्र माणूस होता. ज्याच्याबद्दल अमरिक सिंगला प्रेम

म्हणण्यासारखं काहीतरी वाटत होतं. त्याची पावती म्हणून, वेळ आली तेव्हा त्यानं स्वत:च त्याच्या मित्राला गोळ्या घातल्या.

मात्र, तो कुढत बसणारा नव्हता. तो या सगळ्यातून झट्कन बाहेर आला. आत्ता मुसासमोर बसलेला मेजर अमरिक सिंग नेहमीसारखाच होता. अहंकारी व स्वत:वर विश्वास असलेला. त्याला 'फील्ड'वरून काढून घेऊन 'डेस्क जॉब' दिला होता. पण अद्याप त्याला सगळ्या गोष्टी उलगडल्या नव्हत्या. अजूनही अधूनमधून तो बाहेर मोहिमांवर जात असे. विशेषतः ज्यामध्ये त्याला एखाद्या दहशतवाद्याची वा 'ओजीडब्ल्यू'ची 'केस हिस्ट्री' माहीत असे. अशा मोहिमांवर. आपण नुकसान सावरलंय व यातून सहीसलामत बाहेर पडलोय याबद्दल तो निर्धास्त झाला होता.

'ऑफिसर्स बिस्किटे' आणि चहा आला. बेअरर त्याच्यामागून ट्रे घेऊन तिथं येण्याआधीच मुसाला धातूच्या ट्रेमध्ये कपबश्यांची खडखड ऐकू आली होती. मुसा व त्या बेअररनं एकमेकांना लगेच ओळखलं; पण त्यांच्या चेहऱ्यावरचे भाव शून्य व अपारदर्शकच राहिले. अमरिक सिंग त्या दोघांवरही बारीक नजर ठेवून होता. त्या खोलीत कोंडल्यासारखं झालं होतं, तिथं पुरेशी हवा नव्हती. श्वास घेणं मुश्कील झालं होतं; पण मुखवटा चढवणं अपरिहार्य होतं.

हिज्ब-उल-मुजाहिदीनचा एरिआ कमांडर जुनैद अहमद शाह याला काही महिन्यांपूर्वी पकडण्यात आलं होतं. त्यानं सर्रास घडणारी, भयंकर चूक केली होती. तो सोपोरमधल्या त्याच्या घरी मध्यरात्री त्याची बायको व नवजात बाळाला पाहायला गेला होता. सैनिक दबा धरून होतेच. तो उंचापुरा, पिळदार देहयष्टीचा होता आणि त्याच्या राजबिंड्या रूपाबद्दल प्रसिद्ध होता. तसंच त्याच्या शंकास्पद, शौर्यपूर्ण कृत्यांसाठीही. एकेकाळी त्याचे केस खांद्यावर रुळणारे होते व दाट काळीभोर दाढी होती. आता त्यानं गुळगुळीत दाढी केलेली होती. त्याचे केसही बारीक कापलेले होते. भारतीय लष्करी-स्टाइलने. खोल, करड्या खोबणीतून त्याचे निस्तेज डोळे बाहेर बघत होते. त्यानं ट्रॅकसूटची विटकी लांडी पॅन्ट घातली होती आणि लोकरी पायमोजे. लष्करानं दिलेलं, पितळी बटणांचं वाळवी लागलेलं वेटर-जाकीट त्याला दाटकं होत होतं, त्यामुळे तो मजेशीर दिसत होता. त्याच्या हातांना जो कंप सुटला होता, त्यामुळे ट्रेमधलं काचसामान नाचल्यासारखं थरथरत होतं.

"ठीक आहे, आता चालायला लाग. इथं कशाला घुटमळतो आहेस?" अमरिक सिंग जुनैदला म्हणाला.

"जी जनाब! जय हिंद!"

जुनैद सलाम ठोकून, तिथून बाहेर गेला. मग अमरिक सिंग मुसाकडे वळला... सांत्वनासाठी. "तुझ्या बाबतीत जे घडलं आहे ते कधी कुठल्या माणसाच्या

वाट्याला येऊ नये. तुला धक्का बसला असेल. घे, क्रॅक-जॅक घे. तुझ्यासाठी खूप चांगलं आहे ते. फिफ्टी-फिफ्टी. पन्नास टक्के साखर, पन्नास टक्के मीठ.''

मुसा त्यावर काहीच बोलला नाही.

अमरिक सिंगनं त्याचा चहा संपवला. मुसानं चहाला हात लावला नव्हता.

''तुझ्याकडे इंजिनिअरिंगची पदवी आहे ना?''

''नाही. आर्किटेक्टरची.''

''माझी तुला मदत करायची इच्छा आहे. लष्कर कायम इंजिनिअर्सच्या शोधात असतं. बरंच काम आहे. पैसे खूप चांगले मिळतात. सीमेवर कुंपण घालण्याचं काम, अनाथाश्रम बांधण्याचं काम... त्यांची काही मनोरंजन केंद्रे उभारण्याचीही योजना आहे, तरुणांसाठी जिम... इथं या जागेचीही दुरुस्ती आवश्यक आहे... मी तुला काही चांगली कॉन्ट्रॅक्ट मिळवून देऊ शकतो. आम्ही तुझ्यासाठी निदान एवढं तरी करायला पाहिजे.''

मुसा मान वर न करता तर्जनीच्या टोकानं शंखांचं टोक पारखत होता.

''मला अटक केली आहे का, की मला जायची परवानगी आहे?''

त्यानं मान वर केलेली नसल्यामुळे त्याला अमरिक सिंगच्या डोळ्यांत मांजराच्या पावलांनी- बुटक्या भिंतीवरून शांतपणे व पट्कन उडी मारणाऱ्या मांजरासारखा- संतापाचा अर्धपारदर्शक तवंग उतरला होता.

''तू जाऊ शकतोस.''

मुसा उठून त्या खोलीतून बाहेर पडला तेव्हा अमरिक सिंग बसलेलाच होता. मग त्यानं बेल वाजवली व बेलला उत्तर देणाऱ्या माणसाला मुसाला बाहेर नेऊन सोडायला सांगितलं.

खालच्या मजल्यावर, सिनेमा लॉबीत छळसत्राची मधली सुट्टी झाली होती... अ टॉर्चर-ब्रेक. सैनिकांना मोठ्या वाफाळत्या किटल्यांमधून कपात ओतून चहा दिला जात होता. लोखंडी बादल्यांत थंडगार सामोसे होते, माणशी दोन.

लॉबी पार करून जाताना मुसाची एका मुलाशी नजरानजर झाली... तिथं बांधून ठेवलेल्या, मारहाण झालेल्या, रक्तबंबाळ मुलांपैकी एकाशी. त्या मुलाला तो चांगला ओळखत होता. त्या मुलाची आई त्याला शोधण्यासाठी वेडीपिशी होऊन या छावणीतून त्या छावणीत, या पोलीस ठाण्यातून त्या पोलीस ठाण्यात चकरा मारत होती हे मुसाला माहीत होतं. हे असं आयुष्यभरसुद्धा सुरू राहू शकलं असतं.

आज या रात्री किमान काहीतरी भयंकर चांगलं तरी निष्पन्न झालं... मुसाच्या मनात आलं.

तो दारातून बाहेर पडणार इतक्यात अमरिक सिंग जिन्याच्या वरच्या पायरीजवळ

आला. प्रसन्न चेहऱ्यानं, त्याच्या देहबोलीतून माधुर्य टपकत होतं... मुसा 'प्रोजेक्शन रूम'मध्ये ज्याला सोडून आला होता, त्यापेक्षा कुणी वेगळाच... सर्वस्वी निराळाच माणूस. त्याचा आवाज लॉबीमध्ये घुमला.

"अरे हुजूर! एक चीज मैं बिल्कुल भूल गया था।"

सगळ्यांच्या- छळ करणाऱ्या व तो सोसणाऱ्या दोघांच्याही – नजरा त्यांच्याकडे वळल्या. सगळ्या दर्शकांचं लक्ष आपल्याकडं आहे याच्या पूर्ण जाणिवेनिशी, अमरिक सिंग उत्साहानं दुडदुड जिना उतरून खाली आला... एखाद्या पाहुण्याला- ज्याचं येणं अतिशय आनंददायी होतं- निरोप द्यायला आलेल्या प्रफुल्ल यजमानासारखा. त्यानं मुसाला प्रेमभरानं आलिंगन दिलं आणि त्यानं सोबत आणलेलं एक पुडकं त्याच्या हातात दाबलं.

"हे तुझ्या वडिलांसाठी. त्यांना सांग, हे मी खास त्यांच्यासाठी मागवले आहे."

ती 'रेड स्टॅग' व्हिस्कीची बाटली होती.

लॉबीत सन्नाटा पसरला. सगळ्यांना, दर्शकांना व नाटकातल्या मुख्य पात्रांना समोर उलगडत असलेल्या नाटकाची संहिता समजली. जर मुसानं ही 'भेट' नाकारली, तर ते अमरिक सिंगशी जाहीररीत्या युद्ध पुकारल्यासारखं होणार होतं... त्याचा अर्थ मुसा संपल्यातच जमा होणार होता. जर त्यानं ती 'भेट' स्वीकारली, तर अमरिक सिंगनं दहशतवाद्यांसाठी मृत्युदंड 'आउटसोर्स' केला आहे असा त्याचा अर्थ होणार होता, कारण ही बातमी बाहेर जाणार, हे त्याला माहीत होतं आणि बाकी कशावरही मतभेद असले, तरी सगळ्या दहशतवादी समूहांचं लष्कराला मदत करणाऱ्या व त्यांच्याशी मैत्री असलेल्यांना 'मृत्यू हीच शिक्षा' यावर एकमत होतं आणि व्हिस्की पिणं ही- सहयोगी नसलेल्या लोकांनीसुद्धा इस्लामविरोधी कृती असल्याचं जाहीर करण्यात आलं होतं.

मुसानं 'स्नॅक बार'पाशी जाऊन व्हिस्कीची बाटली तिथं ठेवली.

"माझे वडील ड्रिंक्स घेत नाहीत."

"अरे... त्यात लपवण्यासारखं काय आहे? त्यात लाज वाटण्याजोगं काहीही नाहीये. तुझे वडील अर्थातच ड्रिंक्स घेतात! तुला ते चांगलं माहीत आहे. ही बाटली मी खास त्यांच्यासाठी आणली आहे. असू दे, मी स्वतःच देईन त्यांना."

मग अजूनही चेहऱ्यावर स्मित झळकवणाऱ्या अमरिक सिंगनं त्याच्या माणसांना मुसा सुरक्षित घरी पोहचेपर्यंत त्याच्या मागून जायला सांगितलं. सगळ्या गोष्टी ज्या प्रकारे घडल्या होत्या, त्यामुळे तो एकदम खूश होता.

पहाट फुटू लागली होती. आकाशात कबुतरी-करडी रंगछटा उमटली होती. मुसा निष्प्राण रस्त्यांवरून चालत घरी निघाला होता. जिप्सी त्याच्यामागून सुरक्षित

अंतर ठेवून निघाली होती. तिचा ड्रायव्हर एकेका तपासणीनाक्यावर मुसाला जाऊ देण्याच्या सूचना वॉकी-टॉकीवरून देत होता.

मुसा घरी परत आला तेव्हा त्याच्या खांद्यावर बर्फ साचलं होतं. त्याच्या आतमध्ये जो थंडगार शहारा गोठू लागला होता, त्या तुलनेत हा बाहेरचा गारठा काहीच नव्हता. त्याच्या आईवडिलांनी व बहिणींनी त्याचा चेहरा पाहिला तेव्हा त्याला काही सांगायला किंवा काय झालं हे विचारायला जाऊ नये हे त्यांच्या लक्षात आलं. मुसा थेट त्याच्या डेस्कपाशी गेला आणि सैनिक त्याला न्यायला येण्याआधी तो जे पत्र लिहीत होता, ते पत्र तो पुढं लिहू लागला. तो उर्दूत लिहीत होता. अगदी भरभर... त्याचं हे शेवटचंच कार्य असल्यासारखा... त्याची थंडीशी स्पर्धा सुरू असल्यासारखा... त्याच्या शरीरातून उबेचा शेवटचा थेंब बाहेर पडण्याआधी त्याला ते पत्र लिहून पूर्ण करायचं असल्यासारखा.

तो ते पत्र मिस जबीनला लिहीत होता.

बाबाजाना,

मला तुझी आठवण होईल असं वाटतंय तुला? मुळीच नाही. मला तुझी कधीही आठवण होणार नाही, कारण तू सदैव माझ्यासोबत असशील.

मी तुला खऱ्याखुऱ्या गोष्टी सांगाव्यात असं तुझं म्हणणं असायचं; पण आता खरं काय तेच मला उमगत नाही. जे खरंखुरं असायचं ते आता मूर्ख परीकथेसारखं वाटू लागलं आहे... मी तुला ज्या गोष्टी सांगायचो आणि तुला त्या आवडायच्या नाहीत तशा गोष्टींसारखं. आता मला खात्रीनं फक्त एकच गोष्ट माहीत आहे : आपल्या काश्मीरमध्ये मेलेले लोक सदैव जिवंत राहतील, आणि जे जिवंत आहेत, ते कधीच मेले आहेत, ते जिवंत असल्याचं भासवत आहेत.

पुढच्या आठवड्यात आम्ही तुझं 'ओळखपत्र' तयार करण्याचा प्रयत्न करणार आहोत. जाना, तुला माहीतच आहे, आता आपल्यापेक्षा आपली ओळखपत्रेच जास्त महत्त्वाची आहेत. आता हे ओळखपत्र हीच आपल्याजवळची सर्वांत मौल्यवान गोष्ट असणार आहे. अतिशय सुंदर विणलेला सर्वोत्तम गालिचा किंवा सर्वांत मुलायम व सर्वांत उबदार शाल किंवा सर्वांत मोठे उद्यान किंवा आपल्या खोऱ्यातल्या सगळ्या बागांमधल्या सगळ्या चेरी व अक्रोडांपेक्षाही जास्त मौल्यवान. तुला कल्पना करता येतीय का? माझ्या आयडी कार्डाचा नंबर आहे एम १०८६७२ जे. तू म्हणाली होतीस की हा लकी नंबर आहे कारण यात एम व जे आहे... एम फॉर मिस व जे फॉर जबीन. जर तसं असेल, तर ते मला तुझ्या व अम्मीजानच्या जवळ पट्कन

घेऊन येईल. त्यामुळे स्वर्गात तुझा गृहपाठ करायला तयार हो. तुझ्या अंत्यविधीला हजारो लोक आले होते असं मी तुला सांगितलं तर तुला काय समजणार आहे? तुला तर फक्त एकोणसाठपर्यंतचे आकडे मोठ्यानं ओरडून सांगता येतात. तू जिथं असशील तिथं आरडाओरडा करत नसशील अशी आशा करतो. तू मृदूपणे बोलायला शिकलं पाहिजेस, बाईसारखं, निदान काही वेळा तरी. एक लाख हा आकडा मी तुला कसा समजावून सांगू? खूप मोठी संख्या आहे ही. आपण ऋतूंनुसार विचार करून समजावून घेऊ या का? वसंत ऋतूत कुरणांमध्ये खसखशीच्या लालचुटुक फुलांचा बहर असतो... ती फुलं संख्येनं किती असतात वसंत ऋतूमध्ये? एक लाख म्हणजे किती याची तुला यावरून ढोबळ कल्पना येईल. हिवाळ्यामध्ये हीच संख्या चिनारच्या आपल्या पायांखाली चरचर वाजणाऱ्या पानांइतकी असते... त्या दिवशी मी तुला विद्यापीठ परिसरात फिरायला घेऊन गेलो होतो, तेव्हा आपल्या पायाखाली वाजणाऱ्या चिनारच्या पानांइतकी (त्या दिवशी तू मांजराला रोटीचा तुकडा खाऊ घालत होतीस आणि ते तुझ्यावर भरवसा ठेवून तो तुकडा खायला तयार नव्हतं म्हणून तुला राग आला होता. आपण सगळे काहीसे त्या मांजरासारखेच बनत चाललो आहोत, जाना. आपण कुणावरही भरवसा ठेवू शकत नाही. ते आपल्याला जी रोटी देऊ करत आहेत ती धोकादायक आहे, कारण ती आपल्याला गुलाम व हांजी हांजी करणारे नोकर बनवते. तुला बहुधा आमचा सर्वांचाच राग येईल) असो. आपण आकड्यांबद्दल बोलत होतो. एक लाख. हिवाळ्यात आकाशातून बर्फाचा कापूस पडतो ना, तो आठवून बघ. आपण तो कसा मोजायचो ते आठवतंय तुला? तू तो पकडायचा कसा प्रयत्न करायचीस ते आठवतंय? तेवढी माणसं म्हणजे एक लाख. तुझ्या अंत्यविधीच्या वेळी जमलेल्या गर्दीनं जमीन झाकून गेली होती... बर्फानं झाकते तशी. आता आलं डोळ्यांसमोर? छान. आणि हे फक्त माणसांबद्दल. मी तुला पर्वतावरून खाली आलेल्या अस्वलाबद्दल, जंगलातून नजर ठेवणाऱ्या काश्मिरी काळविटाबद्दल, बर्फात पाऊलखुणा मागे ठेवत जाणाऱ्या हिमतेंदुआंबद्दल आणि सगळ्या गोष्टींवर लक्ष आभाळात घिरट्या घालणाऱ्या पतंगांबद्दल सांगणार नाही. एकूणच ते दृश्य पाहण्याजोगं होतं. तुला आवडलं असतं ते. तुला गर्दी-गजबज आवडते हे माहीत आहे मला. तुला कायम शहरातली मुलगी व्हायचं होतं... अ सिटी गर्ल. सुरुवातीपासूनच एवढं नक्की होतं. आता तुझी पाळी. तू सांग मला...

वाक्याच्या मध्येच तो जणूकाही थंडीशी सुरू असलेली शर्यत हरला. त्यानं पत्र

थांबवलं, त्याची घडी घातली आणि ते खिशात ठेवलं. त्यानं ते पत्र लिहून कधीही पूर्ण केलं नाही; पण ते सदैव स्वत:सोबत बाळगलं.

आपल्याकडे फार वेळ नाही हे त्याला माहीत होतं. त्याला अमरिक सिंगची पुढची खेळी आधीच ओळखावी लागणार होती आणि तीही पट्कन. त्याला कधी काळी माहीत असलेलं आयुष्य आता संपलं होतं. काश्मीरनं आपल्याला गिळलं आहे, आता आपण फक्त त्याच्या पोटातला एक हिस्सा आहोत हे त्यानं ओळखलं होतं.

त्या दिवशी त्यानं त्याला शक्य त्या गोष्टी आवरल्या- त्यानं त्याचं सिगारेटचं बिल भागवलं, कागदपत्रे नष्ट केली, त्याच्या आवडीच्या व गरजेच्या मोजक्याच गोष्टी गोळा केल्या.

दुसऱ्या दिवशी सकाळी दु:खी यस्वी कुटुंब उठले तेव्हा मुसा निघून गेलेला होता. त्यानं त्याच्या एका बहिणीला शिराजमध्ये पाहिलेल्या त्या घायाळ मुलाबद्दल चिठ्ठी लिहून ठेवली होती. त्यात त्या मुलाच्या आईचं नाव व पत्ता लिहिला होता.

अशाप्रकारे त्याच्या भूमिगत आयुष्याची सुरुवात झाली. ते आयुष्य बरोब्बर नऊ महिने सुरू होतं- गर्भारपणासारखं. फक्त त्याची निष्पत्ती गर्भारपणाच्या अगदी विरुद्ध होती. त्याची अखेर एक प्रकारच्या जीवनाने होण्याऐवजी एक प्रकारच्या मरणाने झाली.

फरार म्हणून जगताना, मुसा या ठिकाणाहून त्या ठिकाणी फिरत होता. तो सलग दोन रात्री कधी एका जागी थांबत नव्हता. त्याच्या आजूबाजूला नेहमी माणसे असत- जंगलातल्या अड्ड्यांवर, उद्योगपतींच्या शानदार घरांत, दुकानांत, अंधारकोठड्यांत, गोदामांत... जिथं जिथं 'तहरीक'चं प्रेमानं व ऐक्यभावानं स्वागत होईल अशा ठिकाणी. त्यानं शस्त्रास्त्रांबद्दल सगळी माहिती घेतली होती. ती कुठं खरेदी करायची, ती कशी हलवायची, कुठं लपवायची, कशी वापरायची हे सगळं तो शिकला होता. त्याच्या वडिलांना जे कल्पनेत वाटत होतं, तसे त्याला खरेखुरे घट्टे पडले होते... गुडघ्यांवर, कोपरांवर, तर्जनीवर. तो बंदूक बाळगत असे; पण त्यानं तिचा कधीही वापर केला नव्हता. त्याचे सहप्रवासी- सगळे वयानं त्याच्यापेक्षा बरेच लहान होते. तो त्यांच्यावर खूप माया करत होता. ती गरम रक्ताची माणसं एकमेकांसाठी प्राण द्यायला आनंदानं तयार होती. त्यांचा जीवनकाल अल्प होता. त्यातल्या बऱ्याच जणांची हत्या झाली, अनेकांना तुरुंगात टाकण्यात आलं किंवा त्यांच्या डोक्यावर परिणाम होईपर्यंत त्यांचा छळ करण्यात आला. मग त्यांच्या जागी दुसरे आले. मुसा अनेक प्रसंगांतून सहीसलामत बचावला. त्याचे त्याच्या जुन्या आयुष्याशी असलेले बंध त्यानं हळूहळू (व जाणीवपूर्वक) तोडून टाकले. तो खरा कोण होता हे

कुणालाच माहीत नव्हतं. कुणी त्याबद्दल विचारलंही नाही. तो कुठल्या विशिष्ट अशा संघटनेत नव्हता. युद्धाच्या ओंगळवाण्या रूपात, ज्याची कल्पनासुद्धा करता येणार नाही अशा अमानुषतेत, त्यानं त्याच्या सहकाऱ्यांना मानवतेचा धर्म न सोडण्याची व आपण ज्या गोष्टीसाठी लढतोय ते ध्येय न विसरण्याची शक्य ती आर्जवं करत होता. त्यात त्याला कायम यश मिळालं नाही किंवा तो नेहमी अपयशीही ठरला नाही. तो आजूबाजूच्या वातवरणात मिसळून जाणं, गर्दीत हरवून जाणं, वेश बदलणं, हलक्या आवाजात बोलणं, गुपितं काढून टाकणं- इतकी खोलवर की आपल्याला ती माहीत आहेत हे विसरलं जाईल- या कलांत तो पारंगत झाला. तो विरक्ती, सहनशीलता व लादलेला कंटाळवाणेपणा यातही तरबेज झाला. तो क्वचितच कधी बोलला असेल. रात्रीच्या वेळी, नि:शब्दतेच्या राज्याला कंटाळून त्याचे अवयव एकमेकांशी रातकिड्यांच्या आवाजात कुरकुरत असत. त्याची प्लीहा त्याच्या मूत्रपिंडाशी संपर्क साधत असे. त्याचं स्वादुपिंड त्याच्या फुफ्फुसांच्या मूक पोकळीतून कुजबुजत असे.

हॅलो,

ऐकू येतंय का?

तू अजून आहेस ना?

तो अधिक थंड... अधिक मूक झाला होता. त्याच्यावर जाहीर झालेल्या बक्षिसाची रक्कम फार झपाट्यानं वाढत गेली होती- एक लाखावरून तीन लाखांपर्यंत.

नऊ महिने सरले, त्या दरम्यान तिलो काश्मीरमध्ये आली.

***

तिलो बहुतेक वेळा संध्याकाळी जिथं जायची तिथं, म्हणजे हजरत निजामुद्दीन अवलियांच्या दर्ग्याजवळच्या एका अरुंद गल्लीतल्या चहाच्या टपरीवर होती. कामावरून घरी परत जाताना ती तिथं थांबलेली असताना एक तरुण तिच्यापाशी आला. तिचं नाव एस. तिलोत्तमा असल्याची त्यानं खात्री करून घेतली. आणि मग तिला एक चिठ्ठी दिली. त्या चिठ्ठीत लिहिलं होतं :

घाट नंबर ३३, एच. बी. शाहीन, दल सरोवर

प्लीज कम 20th.

त्या चिठ्ठीवर सही नव्हती, फक्त एका कोपऱ्यात घोड्याच्या डोक्याचं इवलंसं पेन्सिल स्केच होतं. तिनं मान वर केली तोवर तो तरुण नाहीसा झाला होता.

मग तिनं नेहरू प्लेसमधल्या आर्किटेक्चर फर्ममधल्या तिच्या नोकरीतून दोन आठवड्यांची रजा घेतली आणि जम्मूला जाणारी ट्रेन धरली आणि तिथून पहाटेच्या दरम्यानची जम्मू ते श्रीनगर बस. मुसाचा आणि तिचा बऱ्याच दिवसांत काही संपर्क

नव्हता. ती काश्मीरला आली, कारण त्या दोघांमधले बंध असेच होते.

याआधी ती कधी काश्मीरला आली नव्हती.

बस पर्वतांचा वेध घेत जाणाऱ्या लांबच लांब बोगद्यातून- भारत व काश्मीरला जोडणारा तो एकमात्र धागा होता- पार झाली तेव्हा दुपार कलत आली होती. खोऱ्यामध्ये हिवाळ्यात बहराचा ऋतू असतो- केशराच्या बागांतल्या जांभळट धुक्यावरून सूर्य कलला होता.

बागा फळांनी लगडल्या होत्या, चिनार वृक्ष चमचमत होते.

तिलोचे सहप्रवासी, त्यातले बहुतेक जण काश्मिरी होते. वाऱ्याचं पृथक्करण करून त्यातला *कुठला* गंध सफरचंदांचा, *कुठला* पेअरचा आणि *कुठला* कापणीला आलेल्या शेताचा, हे अचूक सांगू शकत होते. एवढंच नव्हे, तर बसच्या खिडकीच्या काचांतून येणाऱ्या वाऱ्यावरून ती सफरचंद, पेअर व कापणीला आलेलं शेत कुणाचं आहे हेसुद्धा सांगू शकत होते. त्या सगळ्यांना आणखी एक गंध चांगला परिचयाचा होता. भयाचा गंध. त्यामुळे वातावरण गढूळ झालं होतं आणि त्यांची शरीरं दगडी बनली होती.

घरघर आवाज करणारी खडखडती बस तिच्यात बसलेल्या स्तब्ध, नि:शब्द प्रवाशांना घेऊन खोऱ्यात आत आत घुसली तसा जाणवण्याइतका ताण वाढला. रस्त्याच्या दुतर्फा, दर पन्नास मीटर अंतरावर शस्त्रसुसज्ज सैनिक होते, दक्ष व भयंकर तणावाखाली, शेताशिवारांत, फळबागांत दूरदूरवर, पुलांवर व नाल्यांवर, दुकानांत व बाजारपेठांत, छतांवर... सगळीकडे सैनिक होते, एकमेकांना 'कव्हर' करत... हे जाळं उंच पर्वतांपर्यंत पसरलेलं होतं. सुप्रसिद्ध काश्मीर खोऱ्याच्या प्रत्येक भागात, लोक काहीही करत असले- फिरणं, प्रार्थना, अंघोळ, विनोद, अक्रोड फोडणं, प्रेम करत असो किंवा बसनं घरी परत येणं असं काहीही करत असले– तरी ते रायफलधारी सैनिकांच्या नजरेच्या टप्प्यात असल्यामुळे ते काहीही करत असले– फिरणं, प्रार्थना, अंघोळ, विनोद, अक्रोड फोडणं किंवा बसनं घरी परत येणं असं काहीही करत असले तरी ते न्यायोचित लक्ष्य होते.

प्रत्येक तपासणी नाक्यापाशी हलते अडसर आडवे लावून रस्ता बंद केला होता. प्रत्येक तपासणी नाक्यापाशी बस थांबवावी लागत होती. सगळ्या प्रवाशांना सामानासह उतरून रांगेत उभं राहून झडती द्यावी लागत असे. बसच्या टपावरचं सामानही सैनिक तपासत होते. प्रवासी नजर खाली झुकवून होते. सहाव्या किंवा बहुधा सातव्या तपासणी नाक्यापाशी एक सशस्त्र जिप्सी रस्त्याकडेला थांबली होती. जिप्सीमध्ये दडलेल्या माणसाशी सल्लामसलत केल्यानंतर एका सुहास्य व ऐटबाज चाल असलेल्या तरुण अधिकाऱ्यानं प्रवाशांच्या रांगेतून तीन तरुणांना बाहेर ओढलं- तू... तू... आणि तू. त्यांना लष्करी ट्रकमध्ये ढकलण्यात आलं. ते निमूटपणे गेले.

प्रवाशांच्या नजरा तशाच खाली झुकल्या होत्या.

बस श्रीनगरला पोहोचेपर्यंत अंधार पडू लागला होता.

त्या काळात श्रीनगर हे छोटंसं शहर अंधार पडला की जणू निष्प्राण होत असे. दुकानं बंद होत, रस्ते रिकामे होत.

बस थांबल्यावर एक माणूस हळूच तिलोजवळ आला आणि त्यानं तिला नाव विचारलं. तिथून तो एकेका टप्प्यावरून एकेका माणसामार्फत पुढे जात राहिला. एका रिक्षावाल्यानं तिला बसस्टॅन्डवरून शहरातल्या मुख्य रस्त्यापर्यंत आणलं. त्यानंतर तिनं शिकाऱ्यातून सरोवर पार केलं. त्या शिकाऱ्यात बसण्याची सोय नव्हती, फक्त मस्तपैकी रेलून आडवं होता येत होतं. त्यामुळे ती भडक, फुलाफुलांच्या गाद्यागिरद्यांवर छानपैकी सैलावली... नवऱ्याविना मधुचंद्राला आल्यासारखी. नावाड्याच्या वल्ह्यांना बदामाचा आकार होता. सरोवरात भयाण शांतता होती. पाण्यात वल्हे मारल्याचा लयबद्ध आवाज येत होता... खोऱ्याच्या हृदयाच्या अस्वस्थ ठोक्यांसारखा.

चुळुक
बुळुक
चुळुक
बुळुक

पलीकडल्या किनाऱ्यावर नांगरलेल्या हाउसबोटी गालाल गाल लावून उभ्या होत्या- एचबी *शाहीन*, एचबी *जन्नत*, एचबी *क्वीन व्हिक्टोरिया*, एचबी *डर्बीशायर*, एचबी *स्नो व्ह्यू*, एचबी *डेझर्ट ब्रीझ*, एचबी *जम-जम*, एचबी *गुलशन*, एचबी *न्यू गुलशन*, एचबी *गुलशन पॅलेस*, एचबी *मंडालै*, एचबी *क्लिफ्टन*, एचबी *न्यू क्लिफ्टन*... सगळ्या अंधारात बुडलेल्या आणि ओक्याबोक्या होत्या.

तिलोनं एका बोटमनला 'एचबी' म्हणजे काय असं विचारलं असता, तो म्हणाला- एचबी म्हणजे हाउसबोट.

एचबी *शाहीन* सगळ्या हाउसबोटींतली सर्वांत लहान व सर्वांत जीर्ण-जर्जर सदस्य होती. शिकारा जवळ येताच, घोट्यापर्यंत आलेल्या विटक्या तपकिरी फिरनमध्ये हरवून गेलेला एक लहानखुरा माणूस तिलोच्या स्वागताला बाहेर आला. त्याचं नाव गुलरेज असल्याचं तिला नंतर समजलं. त्यानं तिचं अशा प्रकारे स्वागत केलं की, तो तिला चांगलं ओळखत असावा... जणू ती आयुष्यभर तिथंच राहत होती आणि आता बाजारातून सामानसुमान घेऊन परत आली होती. त्याचं डोकं आकारानं मोठं होतं. ते आणि विचित्र निमुळती मान त्याच्या रुंद, मजबूत खांद्यांवर आधारलेलं होतं. त्यानं तिलोला छोट्याशा डायनिंग रूममधून आणि बेडरूमच्या दिशेनं जाणाऱ्या गालिचा अंथरलेल्या अरुंद कॉरिडॉरमधून नेलं तेव्हा तिला मांजराच्या

पिल्लांचं क्षीण म्यॉव म्यॉव ऐकू आलं. गुलरेज त्या पिलांकडे पाहून अगदी प्रसन्न हसला. अभिमान वाटणाऱ्या पित्यासारखं. त्याचे पाचूचे, जादुई डोळे चमकत होते.

त्या छोट्याशा खोलीत एक डबल बेड होतं. ते जेमतेम मावेल एवढाच त्या खोलीचा आकार होता. बेडवर भरतकाम केलेली चादर अंथरलेली होती. बेडजवळच्या टेबलावर फुलाफुलांचा प्लॅस्टिकचा ट्रे होता आणि त्यात काशाचा नक्षीदार जग होता, पाण्याचा; दोन रंगीत ग्लास होते आणि एक छोटा सीडी प्लेअर होता. जमिनीवरच्या जुन्या विटक्या गालिच्यावर नक्षी होती. कपाटाच्या दारांवर ओबडधोबड कोरीव काम होतं. लाकडी छतावर मधमाशीच्या पोळ्यासारखी नक्षी होती, कचऱ्याच्या डब्यावर कागदाच्या लगद्यापासून बनवलेलं बारीक नक्षीकाम होतं. तिलो बिननक्षीची. बिना-भरतकामाची, बिना-कोरीव कामाची किंवा बिना-जर्दोसीची जागा कुठे दिसतीय का ते पाहत होती. तिला तशी एकही जागा आढळली नाही तेव्हा तिच्या मनात अस्वस्थतेची लाट उधाणली. मग तिनं लाकडी खिडक्या उघडल्या; पण तिथून काही फूट अंतरावरच्या शेजारच्या हाउसबोटीच्या लाकडी खिडक्यांची बंद दारे दिसत होती. सिगारेटची रिकामी पाकिटं आणि सिगारेटची थोटकं काही अंतरात वेगवेगळी तरंगताना दिसत होती. तिनं तिची बॅग खाली ठेवली आणि ती पोर्चमध्ये गेली. मग ती सिगारेट शिलगावून सरोवराचा काचेचा पृष्ठभाग रुपेरी होताना पाहत राहिली... आकाशात चांदण्या उगवू लागल्या होत्या. अंधार घेरून आल्यावरसुद्धा. पर्वतांवरचं बर्फ काही वेळ चमकत राहिलं; फॉस्फरससारखं.

दुसऱ्या दिवशी तिचा बराचसा वेळ वाट पाहण्यात गेला. ती गुलजेरला काम करताना बघत होती... फर्निचरवरची नसलेली धूळ झटकताना... बोटीच्या लगतच किनाऱ्यावरच्या त्याच्या भाज्यांच्या बागेतल्या जांभळ्या वांग्यांशी व मोठ्या मोठ्या पानांच्या 'हाख'शी बोलताना...

साध्याशा जेवणानंतर मागची सगळी झाकपाक उरकल्यावर त्यानं तिला त्याचा संग्रह दाखवला. तो खजिना त्यानं *'सी! बाय! फ्लाय'* असं लिहिलेल्या मोठ्या, पिवळ्या एअरपोर्ट ड्यूटी-फ्री शॉपिंग बॅगमध्ये ठेवला होता. त्यानं त्यातल्या वस्तू, एकेकक करत डायनिंग टेबलावर काढून ठेवल्या. हे त्याच्याकडचं 'व्हिजिटर्स बुक' होतं : पोलो आफ्टरशेव्ह लोशनची रिकामी बाटली, बरेच जुने विमानाचे बोर्डिंग पास, एक छोटी दुर्बीण, एक काच निसटलेला गॉगल, *'लोनली प्लॅनेट'* गाईड बुकची बरीच वापरलेली प्रत, क्वान्टस टॉयलेट बॅग, छोटीशी बॅटरी, डासांना पळवून लावणाऱ्या हर्बल रिपेलन्टची बाटली, सॅनटॅन लोशनची बाटली, पोट बिघडल्यावर घ्यायच्या गोळ्यांची चंदेरी स्ट्रीप आणि सिगारेटच्या जुन्या टिनमध्ये कोंबलेली मार्क्स ॲन्ड स्पेन्सरची बायकांच्या चड्ड्यांची जोडी. तो खिदळला आणि मिश्कीलपणे त्या चड्ड्यांची मुलायम सिगार वळून त्या पुन्हा टिनमध्ये ठेवल्या.

तिलोनं तिच्या स्लिंग बॅगमधून छोटंसं स्ट्रॉबेरीच्या आकाराचं खोडरबर आणि क्लच-पेन्सिलच्या लीड्सची इवलीशी कुपी काढली आणि त्याच्या संग्रहात भर घातली. गुलरेजनं रोमांचित होऊन त्या कुपीचं इवलंसं टोपण उघडलं, मग पुन्हा लावलं. त्याबाबत काही वेळ चिंतन केल्यानंतर, त्यानं ते खोडरबर एका प्लॅस्टिकच्या पिशवीत ठेवले आणि कुपी खिशात ठेवली. मग त्यानं बाहेर जाऊन एक पोस्टकार्डच्या आकाराचा फोटो आणला. फोटोत त्यानं मांजराची पिल्लं हातात घेतली होती. बोटीवर आलेल्या अखेरच्या पर्यटकानं त्याला तो फोटो काढून दिला होता. तो फोटो त्यानं तिलोला अगदी औपचारिकपणे, दोन्ही हात पुढे करून, तिला प्रशस्तिपत्र प्रदान करत असल्याच्या थाटात दिला. तिलोनंही तो लवून स्वीकारला. त्यांची देवाणघेवाण... 'बार्टर' व्यवहार पूर्ण झाला होता.

तिचं अडखळतं हिंदी आणि त्याचं चाचरतं उर्दू यांच्या संभाषणातून, तिलोला कळलं की, गुलरेज जे 'मुज्ज-काक' म्हणतोय, ते तो मुसाबद्दल म्हणतोय. त्यानं एका उर्दू वृत्तपत्रांतलं कात्रण आणून दाखवलं. त्यात मिस जबीन व तिच्या आईसोबत त्याच दिवशी गोळीबारात ठार झालेल्यांचे फोटो आले होते. त्यानं त्यातल्या एका लहान मुलीकडे व तरुणीकडे निर्देश करत त्या कात्रणाची अनेकदा चुंबनं घेतली. हळूहळू तिलोनं कथनाचे सगळे तुकडे एकत्र जुळवले :

ती तरुणी मुसाची पत्नी होती आणि ती लहान मुलगी त्यांची मुलगी होती. त्या फोटोंची छपाई इतकी बेकार होती की, फोटोत त्यांचं रंगरूप ओळखणं आणि त्या कशा दिसतात हे कळणं अशक्यच होतं.

तिलोला आपल्या बोलण्याचा अर्थ कळावा यासाठी गुलरेजनं त्याच्या तळव्यांच्या उशीवर डोकं टेकवलं, लहान मुलासारखे डोळे मिटले आणि तो आभाळाकडं बोट दाखवून म्हणाला,

"ते स्वर्गात गेले आहेत."

मुसा विवाहित असल्याचं तिलोला माहीत नव्हतं.

त्यानं तिला ते सांगितलं नव्हतं.

त्यानं तिला सांगायला हवं होतं का?

त्यानं तिला का सांगावं?

आणि तिला त्यामुळे का फरक पडावा?

त्याच्यापासून तीच तर दूर गेली होती.

पण तिला फरक पडला होता.

तो विवाहित असल्यामुळे नव्हे, तर त्यानं तिला ते सांगितलं नसल्यामुळे.

त्यानंतर दिवसभर एक मल्याळी मूर्ख बडबडगीत तिच्या डोक्यात वाजत राहिलं. ते लहान मुलांचं पावसाचं गाणं होतं. तीसुद्धा त्या मुलांमध्ये मिसळून

चिखलाच्या डबक्यात पचक पचक उड्या मारत मोठमोठ्यानं ते गाणं म्हणत असे

दम! दम! पट्टालम
सारिन्दे वीटील कल्याणम
आना पिन्डम छोरू
अट्टा वरथडू उप्पेरी
कोझी थीटम चमन्डी

ढॅण! ढॅण! हा आहे लष्करी बॅन्ड
जमीनदाराच्या घरी लग्न आहे लग्न
हत्तीच्या शेणाचा भात!
तळलेल्या गोमा!
चवीला कोंबडीला विष्ठेचा खिमा!

तिला समजत नव्हतं. तिला नुकतंच जे समजलं होतं त्यावर यापेक्षा अनुचित प्रतिसाद असू शकेल का? पाचव्या वर्षानंतर तिला हे गाणं पुन्हा कधी आठवलं नव्हतं. मग आत्ताच का आठवलं होतं?

बहुधा तिच्या डोक्यात पाऊस कोसळत होता. बहुधा ते मनाचं तग धरून राहण्याचं धोरण होतं... मुसाच्या दुःस्वप्नाचं तिच्याशी जे गुंतागुंतीचं नातं होतं त्याचा अर्थ लावण्याचा प्रयत्न केला तर कदाचित ते मोडून पडलं असतं.

काश्मीरची दुःस्वप्नं बरीच गुंतागुंतीची, गोंधळ माजवणारी असतात. हे तिला सांगायला कुठला 'टूर गाईड' नव्हता... ती त्यांच्याच मालकाशी निष्ठावंत नसतात, ती कुठंही उडी मारून कुणाच्याही स्वप्नात जातात. ती कोणत्याही सीमा जाणत नाहीत. ती छुपे रुस्तम असतात. कुठल्याही प्रकारचं कुंपण, कसलीही तटबंदी त्यांना ताब्यात ठेवू शकत नाही. काश्मीरमध्ये त्यांच्या बाबतीत फक्त एकच गोष्ट करता येण्याजोगी होती, ती म्हणजे त्यांना जुन्या मित्रांसारखं आलिंगन द्या आणि जुन्या शत्रूंसारखं तोंड द्या. ती हे अर्थातच शिकणार होती. लवकरच.

ती हाउसबोटीच्या पोर्चमध्ये बसून दुसरा सूर्यास्त पाहू लागली. सरोवराच्या तळातून एक उदास रात्रमासा वर आला होता आणि त्यानं पाण्यातलं पर्वतांचं प्रतिबिंब गिळून टाकलं होतं. संपूर्ण गुलरेज रात्रीच्या जेवणाचं टेबल मांडत होता (दोघांसाठी, त्याला काहीतरी माहीत होतं हे स्पष्टच होतं), तितक्यात मुसा तिथं अचानक आला, गुपचूप, बोटीच्या मागच्या बाजूनं.

"सलाम."

"सलाम."

“आलीस तू.”

“अर्थातच.”

“कशी आहेस? प्रवास कसा झाला?”

“ठीक. तू?”

“ठीक.”

तिलोच्या डोक्यात त्या गाण्याचा कल्लोळ माजला होता.

“सॉरी, मला यायला इतका उशीर झाला.”

त्यानं यापेक्षा जास्त स्पष्टीकरण दिलं नाही. तो थोडासा अशक्त वाटत होता. पण बाकी मात्र फारसा बदललेला नव्हता... आणि तरीही तो ओळखण्याजोगा राहिला नव्हता. त्यानं दाढीचे खुंट दाढी म्हणण्याइतके वाढवले होते. त्याचे डोळे एकाच वेळी उजळल्यासारखे व विझल्यासारखे वाटत होते. धुतले असल्यासारखे आणि एक रंग विटला असावा व दुसरा रंग तसाच असावा, असे. त्याच्या हिरवट-तपकिरी बुबुळांभोवती काळं वर्तुळ दिसत होतं. तिलोला ते आठवत नव्हतं. तिलोला त्याची बाह्यरेषा का कोण जाणे; पण अस्पष्ट व धूसर वाटली. तो त्याच्या भवतालामध्ये कधी नव्हे इतका मिसळून गेला होता. त्यानं अंगाभोवती गुंडाळलेल्या सार्वत्रिक तपकिरी फिरनशी त्याला काहीही देणंघेणं नव्हतं. त्यानं लोकरीची टोपी उतरवली तेव्हा तिलोला त्याच्या केसांत रुपेरी पट्टे दिसले. हे तिच्या लक्षात आल्यावर त्यानं अस्वस्थपणे केसांतून बाहेर बोटं फिरवली. घोड्याचं चित्र काढणारी मजबूत बोटं. पहिल्या बोटावर घट्टा असलेला तो तिच्याच वयाचा होता. एकतीस वर्षांचा.

नीरव शांतता होती. ॲकॉर्डियनवर फक्त त्यांनाच ऐकू येईल एवढ्या आवाजातली धून विरत जावी तसं सगळं शांत होतं. तिला कळतंय हे त्याला कळतंय हे तिला कळतंय हे त्याला कळत होतं. त्या दोघांमध्ये हे असंच होतं.

गुलरेजनं चहाचा ट्रे आणला. त्याच्या सोबतही फार नमस्कार-चमत्कार झाले नाहीत; पण त्यांची सलगी आहे हे दिसत होतं, त्यांच्यातलं प्रेमसुद्धा. मुसा त्याला गुल-काक म्हणत होता आणि काही वेळा ‘मुअत्’. मुसानं त्याच्यासाठी कानाचे ड्रॉप्स आणले होते. त्या कानाच्या ड्रॉप्सनी शांततेची घडी मोडली, फक्त कानाचे ड्रॉप्सच जशी मोडू शकतात तशी.

“त्याला कानाचं इन्फेक्शन झालंय आणि त्याला भीती वाटतीय– प्रचंड भीती,” मुसा म्हणाला.

“दुखतंय का त्याला? दिवसभर तर तो छान दिसत होता.”

“दुखण्याची नव्हे, दुखत नाहीये; गोळ्या घातल्या जाण्याची भीती वाटतेय.” तो म्हणतोय की, मला नीट ऐकू आलं नाही तर, याची त्याला काळजी वाटतेय.

काही वेळा ते आधी तुम्हाला जाऊ देतात आणि मग थांबवतात. त्यामुळे जर तुम्हाला ते ऐकू आलं नाही. तर...''

गुलरेजनं वातावरणातला ताण (आणि ममता) ओळखली आणि तो ताण कमी करण्यासाठी आपण काहीतरी करू शकतो, हे लक्षात ठेवून त्यानं मुसाच्या मांडीवर गाल टेकवला. त्याचा मोठ्या फुलकोबीसारखा कान औषधाचे थेंब टाकून घेण्यासाठी वर झाला होता. मग मुसानं दोन्ही फुलकोबींमध्ये औषध घातलं. ते कापूस घालून बंद केले आणि औषधाची बाटली त्याच्याकडे दिली.

''नीट जपून ठेव. मी इथं नसेन तेव्हा हिला सांग, ती ड्रॉप्स घालेल,'' तो म्हणाला. ''माझी मैत्रीण आहे ही.''

गुलरेज ती प्लॅस्टिकच्या तोटीची इवलाशी बाटली पाहून खूश झाला होता. त्याच्या *'सी! बाय! फ्लाय!* व्हिजिटर्स बुकमध्ये ती ठेवायची असं त्यानं ठरवलं आणि ती बाटली विश्वासानं तिलोकडं सोपवून तो हसला. क्षणभर त्याचं उत्स्फूर्तपणे कुटुंब तयार झालं होतं. फादर बेअर, मदर बेअर, बेबी बेअर.

बेबी बेअर अतिशय आनंदात होतं. रात्रीच्या जेवणात त्यानं पाच मांसाहारी पदार्थ वाढले होते.

गुश्ताबा, रिस्ता, मात्झवांगन कोरमा, शामी कबाब आणि चिकन यखनी.

''किती पदार्थ...'' तिलो म्हणाली.

''गाय, बकरी, कोंबडी... फक्त गुलाम असलं खाणं खातात.'' मुसा त्याच्या पानात भरपूर ढीग वाढून घेत म्हणाला, ''आमची पोटं म्हणजे कब्रस्तानंच आहेत.''

'बेबी बेअर'नं कुणाच्याही मदतीविना एकट्यानं सगळी पाकसिद्धी केली आहे यावर तिलोचा विश्वास बसत नव्हता.

''तो तर दिवसभर वांग्याशी बोलत होता आणि मांजराच्या पिल्लांशी खेळत होता. मी त्याला स्वयंपाक करताना पाहिलंसुद्धा नाही.''

''तू यायच्या आधी केला असेल त्यानं. तो उत्तम कुक आहे. त्याचे वडील प्रोफेशनल आहेत... *वझा*... गॉडझिलाच्या गावचेच आहेत.''

''तो इथं असा एकटा का आहे?''

''तो एकटा नाही. त्याच्या अवतीभवती डोळे, कान, हृदये आहेत. पण तो गावात राहू शकत नाही... त्याच्या दृष्टीनं ते फार धोक्याचं आहे. गुल-काकला आम्ही 'मुअत्' म्हणतो... तो त्याच्या स्वत:च्या विश्वात असतो, त्याच्या स्वत:च्या नियमांच्या चौकटीत. काही अर्थांनी, थोडा तुझ्यासारखाच आहे.'' मुसा तिलोकडे पाहत म्हणाला. अगदी गंभीरपणे, न हसता.

''म्हणजे मूर्ख... असं म्हणायचंय तुला.. मूर्ख गाववाला?'' तिलोनं त्याच्याकडे पाहत विचारलं, अजिबात न हसता.

“म्हणजे खास व्यक्ती. नशीबवान... ब्लेस्ड् पर्सन.”

“ब्लेस्ड् बाय हूम? एखाद्यावर कृपा करायचा साला मार्ग चांगला आहे हा... वेडावाकडा.”

“सुंदर मन लाभलेले... ही कृपा. इथं आम्ही आमच्या ‘मईत’ना पूज्य मानतो.”

मुसाला अशा प्रकारचे सारगर्भित शालजोडीतले ऐकून, तेसुद्धा एका बाईकडून, बराच काळ लोटला होता. ते शब्द त्याच्या विदीर्ण काळजावर रातकिड्यासारखे हलकेच येऊन बसले आणि त्यांनी आठवणींचा तळ ढवळून काढला... त्याचं तिलोवर का, कसं आणि किती किती प्रेम होतं... या सगळ्या आठवणी. आठवणींच्या कुलूपबंद कप्प्यातून, जिथून ती आठवण बाहेर आली होती, तिथं ती पुन्हा नेऊन बंद करण्याचा त्यानं प्रयत्न केला.

“दोन वर्षांपूर्वी आम्ही त्याला गमावल्यातच जमा होतं. त्याच्या खेडेगावात कॉर्डन- अॅन्ड- सर्च ऑपरेशन होतं. गावातल्या माणसांना बाहेर येऊन मैदानावर रांगेत उभं राहायला सांगितलं होतं. गुल सैनिकांना अभिवादन करायला धावला. त्याला पाकिस्तानी लष्कर त्यांच्या मुक्ततेसाठी आलं आहे असं वाटत होतं. तो *जीवे! जीवे! पाकिस्तान!* अशा घोषणा देत होता. त्याला त्यांच्या हातांचं चुंबन घ्यायचं होतं.

त्यांनी त्याच्या मांडीत गोळी घातली, त्याला रायफलच्या दस्त्यानं मारलं आणि त्याला रक्तबंबाळ अवस्थेत बर्फात सोडून दिलं. त्या प्रसंगानंतर तो डोकं फिरल्यासारखं वागू लागला. सैनिक दिसला की पळून जाण्याचा प्रयत्न करू लागला, ते तर भयंकर धोकादायक आहे. म्हणून मी ही त्याला श्रीनगरला आमच्यासोबत राहायला आणलं. पण आता आमच्याच घरी फारसं कुणी नाही- मी आता तिथं राहत नाही. त्यामुळे तोही तिथं राहायला तयार नव्हता. मग मी त्याला हे काम मिळवून दिलं. ही बोट एका मित्राच्या मालकीची आहे; गुल इथं सुरक्षित आहे. त्याला इथून बाहेर जावं लागत नाही. इथं जे थोडेफार पर्यटक येतात, त्यांच्यासाठी त्याला फक्त स्वयंपाक करायचं काम असतं. बाकी सगळं सामान त्याला पोहोचतं केलं जातं. इथं फक्त एकच धोका आहे, तो म्हणजे- ही बोट इतकी जुनी आहे की ती बुडू शकते.”

“खरंच?”

मुसा हसला.

“नाही. ती अगदी सुरक्षित आहे.”

फारसं कुणी नसणाऱ्या घरात जेवायला तिसरा पाहुणाही आला होता. बकासुराची भूक असलेला.

"काश्मीरमधल्या जवळजवळ सगळ्या 'मईत'ना ठार मारण्यात आलं आहे. सर्वांत आधी त्यांना ठार मारण्यात आलं, कारण त्यांना आज्ञा कशा पाळायच्या ते कळत नाही. बहुधा त्यामुळेच आम्हाला त्यांची गरज आहे. आम्हाला मुक्त कसं व्हायचं ते शिकवण्यासाठी."

"किंवा ठार कसं व्हायचं हे शिकवण्यासाठी?"

"इथं दोन्हींचा अर्थ एकच आहे. फक्त मृत व्यक्तीच मुक्त आहेत."

मुसानं तिलोच्या टेबलावर टेकवलेल्या हाताकडं पाहिलं. त्याला तो हात त्याच्या स्वत:च्या हातापेक्षा जास्त माहीत होता. खूप वर्षांपूर्वी, तो कुणी वेगळाच माणूस होता त्या वेळी त्यानं तिला दिलेली चांदीची अंगठी अजून तिच्या बोटात होती. अजूनही तिच्या मधल्या बोटाला शाई लागलेली होती.

ते आपल्याबद्दलच बोलत आहेत, याची व्यवस्थित कल्पना असलेला गुलरेज त्याच्या फिरनच्या प्रत्येक खिशात म्यॉव म्यॉव करणारं एकेक पिलू घेऊन टेबलाभोवती घिरट्या घालत होता. ग्लास भरत होता, पानात वाढत होता. त्यांच्या संभाषणात विराम आला तेव्हा त्यानं त्या मांजराच्या पिल्लांची ओळख करून दिली- आगा व खानुम. करड्या रेषांचं आगा आणि काळ्या-पांढऱ्या रंगाचं मूकाभिनय करणाऱ्या विदूषकासारखं होतं ते खानुम.

"आणि सुलतान?" मुसानं त्याला सस्मित चेहऱ्यानं विचारलं.

"तो कसा आहे?"

त्यावर जणू वाटच बघत असल्यासारखा गुलरेजचा चेहरा झाकोळला. त्याचं उत्तर संमिश्र होतं. काश्मिरी आणि उर्दू.

तिलोला फक्त त्यातलं शेवटचं वाक्य कळलं : *अरे उस बेवकूफ को अगर यहाँ मिंट्री के साथ रहना नहीं आता था, तो फिर वो साला इस दुनिया में आया ही क्यों था?*

त्या मूर्खाला जर इथं मिल्ट्रीसोबत राहणं जमणार नव्हतं, तर तो साला या जगात आलाच कशाला?

गुलरेजनं एखाद्या सचिंत पालकाला अथवा शेजाऱ्याला त्याच्याबद्दल बोलताना ऐकलं होतं, हे नक्की आणि त्यानं त्याचा सुलतानबद्दल तक्रार करायला वापर केला होता, हे नक्की.

मुसा मोठ्यानं हसला. त्यानं गुलरेजला जवळ ओढून त्याच्या कपाळाचं चुंबन घेतलं. गुल हसला. खोडकरपणे. प्रसन्न.

"सुलतान कोण?" तिलोनं मुसाला विचारलं.

"तुला नंतर सांगेन."

जेवण झाल्यावर ते सिगारेट ओढायला पोर्चमध्ये गेले. त्यांना ट्रॅन्झिस्टरवर बातम्याही ऐकायच्या होत्या.

तीन दहशतवादी ठार झाले होते. बारामुल्लामध्ये संचारबंदी असूनही तिथं मोठी निदर्शनं झाली होती.

तो अमावस्येचा दिवस होता. काळाकभिन्न अंधार होता. पाण्यावर तेलाचा तवंग पसरावा तसं पाणी काळंभोर दिसत होतं.

सरोवराच्या किनाऱ्यावर पसरलेल्या हॉटेलांच्या बराकी बनल्या होत्या. तिथं काटेरी तारांची कुंपणं आली होती. वाळूच्या पोत्यांचे ढीग रचले होते आणि तिथले मार्ग बंद केले होते. हॉटेलच्या डायनिंग रूम सैनिकांची निवासस्थाने बनली होती. खोल्यांची चौकशी केंद्रे आणि स्वागत कक्षाच्या कोठड्या. अतिशय मेहनतीनं नक्षीकाम केलेले पडदे व जाडजूड आलिशान गालिचे, तरुण मुलांच्या किंकाळ्या सामावून घेत होते... त्यांच्या गुप्तांगांना विजेचे झटके दिल्यावर व त्यांच्या ढुंगणात पेट्रोल ओतल्यावर त्यांनी जिवाच्या आकांतानं फोडलेल्या किंकाळ्या त्यांना माहीत होत्या.

"सध्या इथं कोण आहे, माहीत आहे तुला?" मुसानं विचारलं. "गार्सन हॉबर्ट. तुझा त्याच्याशी काही संपर्क आहे का?"

"गेल्या काही वर्षांत अजिबात नाही."

"तो आयबीचा डेप्युटी स्टेशन हेड आहे. खूप महत्त्वाच्या पदावर आहे."

"त्याच्या दृष्टीनं चांगलंच आहे."

वाऱ्याची झुळूकही नव्हती. सरोवर शांत होतं, बोट स्थिर होती, फक्त मौन अस्थिर होतं.

"तुझं तिच्यावर प्रेम होतं?"

"हो, होतं. मला हे तुला सांगायचं होतं."

"का?"

मुसानं सिगारेट संपवली आणि पुन्हा दुसरी शिलगावली.

"मला माहीत नाही. त्याचा मान राखण्याशी संबंध होता. तुझा, माझा आणि तिचा."

"मग तू मला पूर्वीच का नाही सांगितलंस?"

"कोण जाणे."

"हे ठरवून केलेलं लग्न होतं?"

"नाही."

तिलोच्या शेजारी बसून श्वास घेताना, त्याला रिकाम्या घरासारखं वाटत होतं... ज्या घराची बंद दारंखिडक्या कुरकुरत जराशी किलकिली होत होती, आत

अडकलेल्या भुतांना हवा मिळवून देत. तो पुन्हा बोलू लागला तेव्हा तो रात्रीच्या अंधारात बोलत होता. पर्वतांना उद्देशून. आता ते पर्वत अजिबात दिसत नव्हते. फक्त लष्करी छावण्यांमधले दिवे तेवढे लुकलुकत होते, कुठल्या तरी भयावह उत्सवासाठी किरकोळ सजावट केल्यासारखे.

"माझी तिच्याशी भेट झाली ती अतिशय भयानक परिस्थितीत... भयंकर पण सुंदर... हे फक्त इथंच घडू शकत होतं. ९१ सालची गोष्ट आहे. इथं सगळा गोंधळ होता. वसंत ऋतूचे दिवस होते. आम्हाला – मला वाटतं गॉडझिला सोडून सगळ्यांना – वाटत होतं की, आझादी अगदी उंबरठ्यावर येऊन ठेपली आहे.

"अगदी काळजाच्या ठोक्याइतक्या अंतरावर. दररोज गोळीबार होत होते. स्फोट, एन्काउन्टर होत होते. दहतशवादी रस्त्यांवर त्यांची शस्त्रास्त्रे मिरवत खुले फिरत होते..."

मुसा स्वत:चाच आवाज ऐकून अस्वस्थ झाला आणि गप्प होत गेला. त्याला त्याची सवय नव्हती. तिलोनं त्याला साहाय्य केलं नाही. मुसा तिला जी कहाणी सांगत होता, त्यापासून तिचा एक अंश बाजूला गेला होता. विषयानं व्यापक वळण घेतल्यामुळे तिला बरं वाटलं होतं. "एनी वे. त्या वर्षी- त्या वर्षी माझी तिच्याशी भेट झाली. मला नुकतीच एक नोकरी मिळाली होती. खरंतर ती खूप चांगली असायला हवी होती; पण तसं नव्हतं, कारण त्या काळी सगळंच बंद पडलं होतं. न्यायालये, कॉलेजं, शाळा... काहीच सुरू नव्हतं. सामान्य जीवन पूर्णत: ठप्प झालं होतं... त्या वेळी काय परिस्थिती होती तुला कसं सांगू... सगळा वेडेपणा... मोकळं रान... लुटालूट, अपहरण, खून... शाळेच्या परीक्षांमध्ये भरपूर फसवेगिरी. ती सर्वांत गमतीदार गोष्ट होती. युद्धाच्या मध्येच, अचानक सगळ्यांनाच 'मॅट्रिक पास' व्हायचं होतं. सरकारकडून स्वस्तात कर्ज मिळण्यास मदत होईल म्हणून... मला एक कुटुंब माहीत आहे, त्यांच्या तीन पिढ्या – आजोबा, वडील व मुलगा, तिघंही शालान्त परीक्षेला एकत्रच बसले होते. विचार कर. शेतकरी, मजूर, फळविक्रेते, सगळे जेमतेम साक्षर, दुसरी-तिसरीपर्यंत शिकलेले, परीक्षेला बसले होते. ते गाईडमधून उत्तरं उतरवून चांगल्या मार्कांनी पासही झाले. त्यांनी पानाच्या तळाशी 'प्लीज टर्न ओव्हर'ची बोट दाखवणारी खूण असते, आठवतीय?... आपल्या शाळेच्या पुस्तकांच्या तळाशी असायची बघ ती खूण... तीसुद्धा जशीच्या तशी उतरवली होती. आजही आम्ही एखादा माणूस मूर्खपणे वागत असल्याबद्दल त्याला फटकारायचं असेल तर म्हणतो, "तू 'नमतुक' पास आहेस का?"

तो विषयाला मुद्दाम वळसे घेतोय हे तिलोच्या लक्षात आलं होतं... तो त्याच्या कहाणीभोवती गोल गोल फिरत होता, कारण ती कहाणी सांगणं त्याला मुश्कील... फारच मुश्कील झालं होतं, कारण ऐकणारी तिलो होती.

"म्हणजे तू ९१च्या बॅचचा आहेस का?" मुसाच्या मुलायम हास्यात त्याच्या लोकांच्या कमजोरीबद्दल भरभरून प्रेम होतं.

मुसाचा हा गुण तिला नेहमी आवडायचा. तो ज्यांच्यावर प्रेम करायचा, ज्यांची थट्टा करायचा, ज्यांच्याबद्दल तक्रारी करायचा आणि ज्यांना शिव्या घालायचा... तो सर्वस्वी त्या लोकांचा असायचा, काहीही झालं तरी तो त्यांच्यापासून अलग व्हायचा नाही. तिला बहुधा ते आवडायचं कारण तिला कधी कुणी 'तिचं माणूस' वाटायचं नाही. त्याला अपवाद होता तो फक्त दोन कुत्र्यांचा आणि भटक्यांचा. ती कुत्री रोज सकाळी ठीक सहा वाजता तिच्या घराबाहेरच्या छोट्या बागेत येत असत, मग ती त्यांना खाऊ घालत असे; आणि निजामुद्दीन दर्ग्याजवळच्या चहाच्या टपरीवर ती भटक्या लोकांसमवेत चहा घेत असे. पण खरंतर तेही 'तिचं माणूस' मध्ये नव्हतेच.

खूप वर्षांपूर्वी तिला मुसा 'तिचं माणूस' वाटला होता. काही काळ ते कुठल्याशा विलक्षण देशात होते. एका बेटावर, ज्याचा उर्वरित जगाशी काहीही संबंध नव्हता. ज्या दिवशी त्यांनी आपापल्या मार्गांनी जायचं ठरवलं, तेव्हापासून तिला कुणी 'तिचं माणूस' नव्हतं.

"आम्ही हजारोंच्या संख्येनं आझादीसाठी लढत आणि मरत होतो आणि त्याच वेळी आम्ही ज्या सरकारशी लढत होतो, त्या सरकारकडून स्वस्तात कर्ज मिळवण्याचा प्रयत्न करत होतो. आम्ही म्हणजे मूर्ख व दुभंगलेल्या व्यक्तिमत्त्वाचं खोरं आहोत आणि आम्ही स्वातंत्र्यासाठी लढतोय, मूर्ख आणि..."

मुसा मान झटकत मधेच थांबला. काही अंतरावर गस्तीची बोट आली होती. त्यातले सैनिक बॅटरीच्या प्रखर झोतांनी पाण्याचा पृष्ठभाग पिंजून काढत होते.

ते गेल्यावर तो उठला.

"बाबाजाना, आपण आत जाऊ या. गारठा वाढतोय."

त्याच्या तोंडून किती सहजपणे निसटलं होतं... प्रेमाचं जुनं संबोधन... *बाबाजाना.* प्रिय. तिच्या ते लक्षात आलं. त्याच्या नाही आलं. गारठा नव्हता. तरी, ते आत गेले.

गुलरेज डायनिंग रूममधल्या गालिच्यावर गाढ झोपला होता. आगा व खानुम टक्क जागे होते. ते त्याच्या अंगावर मजेत खेळत होते. त्याचा देह फक्त त्यांच्या मौजेसाठी तयार करण्यात आलेलं 'ॲम्युझमेंट पार्क' असल्यासारखे. आगा त्याच्या गुडघ्याजवळच्या खाचेत लपलं होतं, तर खानूम त्याच्या कमरेवर उंच दबा धरून बसल्याच्या आविर्भावात होतं.

मुसा कोरीव कामयुक्त, भरतकामयुक्त, नक्षीदार, जर्दोसीयुक्त बेडरूमच्या दारात उभा राहून म्हणाला, "मी आत येऊ का?"

त्यामुळे तिच्या मनावर ओरखडा उठला.

"गुलामांनी इतका मूर्खपणा करायलाच हवा असं नाही, नाही का?" ती

बेडच्या काठावर बसत पाठीवर मागे सरकली. तिच्या हाताचे तळवे तिच्या डोक्याखाली होते आणि पायाचे जमिनीवर. मुसा तिच्याशेजारी बसला. त्यानं तिच्या पोटावर हात ठेवला. खोलीतला ताण नकोशा अपरिचितासारखा बाहेर निघून गेला. सर्वत्र अंधार होता, फक्त कॉरिडॉरमधला दिवा सुरू होता.

"मी तुझ्यासाठी काश्मिरी गाणं लावू?"

"नको, बाबा. आभारी आहे. मी काश्मिरी नॅशनलिस्ट नाही."

"लवकरच होशील. तीन-चार दिवसांत होशील."

"का बरं?"

"तू होशील, कारण मी तुला ओळखतो. तुला जे दिसतं ते तू पाहतेस तेव्हा आणि तुला जे ऐकू येतं ते तू ऐकतेस तेव्हा, तुझ्याजवळ पर्यायच नसतो. कारण तू... तू आहेस."

"दीक्षान्त समारंभ आहे का? मला पदवी मिळणार आहे?"

"हो. आणि तुला चांगले मार्कही मिळणार आहेत. मी ओळखतो तुला."

"तू मला खरं ओळखत नाहीस. मी देशभक्त आहे. राष्ट्रीय ध्वज पाहिला की माझ्या अंगावर रोमांच उभे राहतात. मी इतकी भावनावश होते की, मला नीट विचारही करता येत नाही. मला ध्वज, सैनिक आणि संचलन वगैरे सगळं खूप आवडतं. ते गाणं कुठलं?"

"तुला आवडेल ते. मी ते संचारबंदीतून तुझ्यासाठी घेऊन आलोय. ते आपल्यासाठी लिहिलं होतं, तुझ्या आणि माझ्यासाठी. लास कोन नावाच्या सहकाऱ्यानं. माझ्याच गावातल्या. आवडेल तुला ते."

"माझी खात्री आहे, मला नाही आवडणार."

"कम ऑन. ऐक तरी."

मुसानं त्याच्या 'फिरन'च्या खिशातून सीडी काढून ती प्लेअरमध्ये घातली. गाण्याची सुरुवात गिटारनं झाली. गाणं सुरू झालं तसे तिलोचे डोळे विस्फारले.

Trav'ling lady, stay awhile
until the night is over.
I'm just a station on your way,
I know I'm not your lover.

"लिओनार्ड कोहेन."

"यस. तो खरा काश्मिरी आहे हे त्यालाही माहीत नाहीये किंवा त्याचं खरं नाव लास कोन आहे..."

Well I lived with a child of snow

When I was a soldier,
and I fought every man for her
until the nights grew colder.

She used to wear her hair like you
except when she was sleeping,
and then she'd weave it on a loom
of smoke and gold and breathing

And why are you so quiet now
standing there in the doorway?
You choose your journey long before
You came upon the highway.

"त्याला काय माहीत?"

"लास कोनला सगळं माहीत आहे."

"ती केस माझ्यासारखेच ठेवायची?"

"ती सुसंस्कृत होती, बाबाजाना, 'मुअत्' नाही."

तिलोनं मुसाचं चुंबन घेतलं. तिनं त्याला घट्ट जवळ घेतलं होतं आणि ती त्याला जाऊ देणार नव्हती.

"दूर हो माझ्यापासून, गलिच्छ पहाडी कुठला."

"अति धुतलेल्या नदीबाई."

"तुला अंघोळ करून किती दिवस झाले?"

"नऊ महिने."

"नाही. खरं सांग."

"आठवडा झाला असेल. सांगता येणार नाही."

"हरामी, घाणेरडा."

मुसाची अंघोळ बराच वेळ सुरू होती. तिला त्याचं लास कोनसोबत गुणगुणणं ऐकू येत होतं. तो कमरेभोवती टॉवेल गुंडाळून उघडाबंब बाहेर आला. त्याला साबण आणि शाम्पूचा वास येत होता. त्याला पाहून ती प्रसन्न झाली.

"तुला उन्हाळी गुलाबाचा गंध येतोय."

"मला खरंच अपराधी वाटतंय." मुसा हसून म्हणाला.

"खरंय. तुझ्याकडं पाहून वाटतंय तसं."

"कित्येक आठवडे उवा आणि जळवांचं भरभरून आदरातिथ्य केल्यानंतर आता मी त्यांना घरातून हाकलून दिलं आहे."

तिच्या मनाशरीरात त्याच्याविषयीचे प्रेम आणखीच उफाळून आले.

ते दोघं कायम न सोडवलेल्या (आणि बहुधा न सुटणाऱ्या) कोड्याच्या तुकड्यांसारखे कायम एकत्र असत... तिचा धूर त्याच्या खंबीरपणात मिसळून जात असे. तिचा एकाकीपणा त्याच्या जवळ असण्यामध्ये. तिचा विचित्रपणा त्याच्या सरळमार्गीपणामध्ये आणि तिची बेफिकीरी त्याच्या अवरोधामध्ये मिसळून जात असे... आणि तिची शांतता त्याच्या शांततेत.

आणि अर्थातच इतर भागही होतेच... अनुरूप नसणारे. त्या रात्री एचबी शाहीनवर जे घडलं त्यात प्रणयापेक्षा विलाप अधिक होता. त्यांच्या जखमा फारच जुन्या आणि फारच नव्या... फारच वेगळ्या आणि बहुधा फारच खोल होत्या... भरून यायला अवघड. पण त्या निसटत्या क्षणी ते त्या जखमांना नाव न देता किंवा कुठली कुणाची आहे याची चौकशी न करता ती वेदना शेअर करू शकले होते. क्षणभर ते जणू हे जग सोडून गेले होते आणि दुसऱ्याच जगात पोहोचले होते. खऱ्या जगाइतक्याच खऱ्या जगात... अशा जगात जिथं *मईत* आदेश देत होते आणि सैनिकांना कानाच्या औषधाची गरज होती, त्यांना ते आदेश नीट ऐकू यावे आणि त्यांचे नीट पालन करावे, यासाठी.

गादीच्या खाली बंदूक आहे, हे तिलोला माहीत होतं. ती त्याबद्दल काही बोलली नाही. नंतर मुसाचे घट्टे पाहिल्यावर व त्यावर ओठ टेकवल्यानंतरसुद्धा नाही. ती त्याच्या अंगावर पसरली होती, गादीवर पसरल्यासारखी. त्याच्या हातांवर हनुवटी टेकवून. मुसाच्या आजवरच्या प्रवासाचं एका अर्थानं तिला फार आश्चर्य वाटलं नाही. तिला १९८४ सालची ती घटना आठवत होती. (१९८४ साल कोण विसरेल?) त्या वेळी वृत्तपत्रांमध्ये बातमी आली होती की, मकबूल बट्ट नावाच्या हत्या व राजद्रोहाच्या आरोपाखाली तुरुंगात असलेल्या काश्मिरी माणसाला तिहार जेलमध्ये फाशी देण्यात आली होती. त्याची कबर हे स्मारक बनू नये यासाठी त्याच्या मृतदेहाचं तुरुंगाच्या आवारातच दफन करण्यात आलं होतं. काश्मीर एव्हाना धुमसू लागलेलंच होतं. तिथं त्याचं स्मारक हे मोर्चास्थान बनू नये याची खबरदारी म्हणून हे पाऊल उचललं होतं. या बातमीनं त्यांच्या कॉलेजमधल्या एकाही व्यक्तीला काहीही फरक पडला नव्हता. ना विद्यार्थ्यांना, ना प्राध्यापकांना. पण त्या रात्री मुसानं तिला शांतपणे, वस्तुस्थिती मांडत असल्याच्या थाटात सांगितलं होतं की, "माझ्या दृष्टीनं इतिहासाचा आज का आरंभ झाला ते तुला कधीतरी कळेल."

त्या वेळी तिला त्याच्या बोलण्याचा अर्थ नीटसा समजला नव्हता. पण त्याच्या शब्दातली उत्कटता तिच्या कायम लक्षात राहिली होती.

"केरळमधल्या राजमाता कशा आहेत?" मुसानं विचारलं.

"माहीत नाही. मी तिकडे गेलेली नाही."

"जायला हवंस."

"हो रे."

"ती तुझी आई आहे. ती तुझी आहे. तू तिची आहेस."

"हा फक्त काश्मिरी दृष्टिकोन आहे. भारतात वेगळं असतं."

"खरंच सांगतोय. थट्टा करत नाही. तुझं हे वागणं बरोबर नाही. बाबाजाना तू जायला हवंस."

"हो रे."

मुसा तिच्या पाठीवरून हात फिरवत होता. सुरुवातीला तिला कुरवाळणारी त्याची बोटं तिची शारीरिक तपासणी करू लागली. क्षणभर तो जणू त्याचा संशयी बाप बनला. त्यानं तिचे खांदे, पिळदार घोटीव दंड चाचपून पाहिले.

"हे सगळं कुठं?"

"सराव."

क्षणभर शांतता पसरली. तिनं त्याला काहीही न सांगण्याचं ठरवलं... तिचा पाठलाग करणाऱ्या माणसांबद्दल. जे दिवसा रात्री कधीही, वेळी अवेळी तिचं दार वाजवत होते. त्यात ती ज्या आर्किटेक्चरल फर्ममध्ये काम करत होती तिथं प्रशासकीय पदावर असलेले निवृत्त पोलीस अधिकारी श्री. एस.पी.पी. राजेंद्रनसुद्धा. त्यांच्या प्रशासकीय कामातल्या कौशल्यापेक्षा त्यांच्या सरकारमध्ये असलेल्या संपर्कामुळं त्यांना हे पद मिळालं होतं. ऑफिसमध्ये ते तिच्याशी उघड लंपटपणा करत असत. असभ्य प्रस्ताव देत असत. तिच्या टेबलवर भेटवस्तू ठेवून जात असत. ती त्याकडे दुर्लक्ष करत असे. पण रात्री उशिरा बहुदा दारूमुळं जोर चढून ते गाडी घेऊन निजामुद्दीनला येत असत आणि तिचं दार जोरजोरानं वाजवून उघडायला सांगत. त्याचा निर्लज्जपणा हे सांगत होता की, हे प्रकरण पुढं आलं, लोकांच्या डोळ्यावर आलं किंवा न्यायालयात गेलं तर तिच्याविरुद्ध त्यांच्याच शब्दाला मान मिळेल हे माहीत असल्यामुळेच हा निर्लज्जपणा सुरू होता. त्यांना उत्तम लोकसेवेची पार्श्वभूमी होती व शौर्यपदकही मिळालेलं होतं आणि ती एकटी बाई, निलाजरी वेशभूषा करणारी, सिगारेट ओढणारी. ती सभ्य कुटुंबातली आहे आणि तिच्या बचावासाठी ते कुटुंब पुढे येईल असं वाटण्याजोगी परिस्थिती नव्हती. त्यामुळे तिलोनं आधीच खबरदारीच्या उपाययोजना केल्या होत्या. समजा श्री. राजेंद्रननी हिंमत केलीच असती, तर काय होतंय हे कळण्याआधीच तिनं त्यांना आडवं केलं असतं.

तिनं यातलं काहीही सांगितलं नाही, कारण मुसा ज्यातून पार होत होता, त्या तुलनेत ते अगदीच क्षुद्र आणि फालतू होतं. ती त्याच्या अंगावरून बाजूला झाली.

"मला सुलतानबद्दल सांग... मघाशी गुलरेज इतका अस्वस्थ झाला होता, त्या बेवकूफ माणसांबद्दल."

मुसा हसला.

"सुलतान? सुलतान माणूस नव्हता आणि तो बेवकूफ नव्हता. पण तो फार हुशार होता. तो कोंबडा होता, एक अनाथ कोंबडा. 'गुल'नं तो अगदी इवलंसं पिल्लू असल्यापासून त्याला वाढवलं होतं. सुलतान त्याच्याशी निष्ठावंत होता. गुल जिथं जाईल, तिथं तो त्याच्यामागून जात असे. आजूबाजूला कुणी नसताना त्या दोघांच्या खूप वेळ गप्पा होत. त्या दोघांची टीम होती... वेगळी न करता येणारी. सुलतान या भागात प्रसिद्ध होता. जवळपासच्या खेड्यातले लोक त्याला पाहायला येत असत. त्याचा पिसारा मोठा सुंदर होता. जांभळा, केशरी, लाल. तो खऱ्याखुऱ्या सुलतानासारखा तोऱ्यात चालत असे. मी त्याला चांगलं ओळखत होतो... आम्ही सगळेच ओळखत होतो. तो अतिशय... गर्विष्ठ होता. तो कायम आपण त्याचं काहीतरी देणं लागतो अशा आविर्भावात असायचा. एके दिवशी लष्करातला एक कॅप्टन काही सैनिकांसमवेत गावात आला... तो स्वत:ला कॅप्टन जाँबाज म्हणवून घेत होता, त्याचं खरं काय नाव होतं कोण जाणे... हे लोक स्वत:ला नेहमी अशी फिल्मी नावं देतात... ते तिथं कॉर्डन-ॲन्ड-सर्च वगैरेसाठी आलेले नव्हते... फक्त गावकऱ्यांशी बोलण्यासाठी, त्यांना जरा घाबरवण्यासाठी, त्यांच्याशी थोडं गैरवर्तन करण्यासाठी... नेहमीसारखंच. गावातल्या सगळ्या पुरुषांना चौकात जमायला लावलं होतं. गुल-काक आणि सुलतान ही प्रसिद्ध जोडीही तिथं गेली होती. सुलतान मनुष्यप्राणी असल्यासारखा... गावाचा कुणी बुजुर्ग असल्याच्या थाटात लक्षपूर्वक ऐकत होता. कॅप्टनसोबत एक कुत्रा होता. पट्टा बांधून आणलेला, दांडगा जर्मन शेफर्ड. धमक्या आणि कानउघाडणीचा कार्यक्रम संपल्यानंतर त्यानं 'जिमी', 'फेच!' असं म्हणून कुत्र्याला मोकळं सोडलं. त्याबरोबर जिमीनं सुलतानवर झडप घातली. त्याला ठार केलं. मग सैनिक त्याला त्यांच्या रात्रीच्या जेवणासाठी घेऊन गेले. इकडं गुल-काक पुरता कोसळला. तो पुढं कित्येक दिवस रडत होता... मारल्या गेलेल्या लोकांचे नातेवाईक रडतात तसा. त्याच्या दृष्टीनं सुलतान नातेवाईकच होता... त्याचं स्थान त्यांच्यापेक्षा कमी नव्हतं आणि त्याला दु:ख झालं होतं ते सुलताननं त्याला निराश केल्यामुळे. सुलताननं हल्ला परतवून लावण्याठी लढा न दिल्याचं किंवा सुटका करून घेण्याचा प्रयत्न न केल्याचं त्याला अतिशय दु:ख झालं होतं... जसं काही सुलतान दहशतवादीच होता आणि त्याला या सगळ्या युक्त्या माहीत असायला हव्या होत्या. त्यामुळे गुल सुलतानला शिव्या द्यायचा आणि रडत

म्हणायचा, 'जर तुला मिल्ट्रीसोबत जगता येत नव्हतं, तर तू या जगात आलास कशाला?'''

"मग तू त्याला या गोष्टीची आठवण कशाला करून देत होतास? हा अगदी हलकटपणा..."

"गुल माझा धाकटा भाऊ आहे, यार. आम्ही एकमेकांचे कपडे घालतो. आम्ही एकमेकांवर आमचे जीव सोपवतो. मी त्याच्याशी कसंही वागू शकतो."

"तुझं ते वागणं बरोबर नाही, मुसाकुट्टन. भारतात आम्ही असं करत नाही..."

"आमचं दोघांचं नावसुद्धा एकच आहे..."

"म्हणजे?"

"मी याच नावानं ओळखला जातो. कमांडर गुलरेज. मला मुसा यस्वी म्हणून कुणीही ओळखत नाही."

"इट्स ऑल फकिंग माइन्डफक."

"श्श्श... काश्मीरमध्ये आम्ही असली भाषा वापरत नाही."

"भारतात आम्ही वापरतो."

"आपण झोपू या, बाबाजाना."

"झोपू या."

"पण त्याआधी आपण कपडे घालू या."

"का?"

"प्रोटोकॉल. हे काश्मीर आहे."

झोप प्रसन्न व्हायची काही शक्यता नव्हती. अंगावर पूर्ण कपडे चढवलेली तिलो 'प्रोटोकॉल'मध्ये काय अभिप्रेत आहे याबद्दल जराशी साशंक होती, पण प्रेमामुळं टवटवीत झाली होती आणि प्रणयानं तृप्त. कोपर टेकून हातावर मान तोलत म्हणाली,

"माझ्याशी बोल ना..."

"मग एवढा वेळ आपण करत होतो. त्याला काय म्हणतात?"

"त्याला 'प्री-टॉक' म्हणतात."

तिनं त्याच्या खरखरीत दाढीवर तिचा गाल घासला आणि मग ती त्याच्या शेजारी आडवी झाली, मुसाच्या शेजारच्या उशीवर डोकं टेकून पडून राहिली.

"काय सांगू तुला?"

"सगळं. प्रत्येक गोष्ट. काहीही न गाळता."

तिनं दोन सिगारेटी पेटवल्या.

"मला दुसरी कहाणी सांग. ती भयंकर आणि सुंदर कहाणी... प्रेमकथा... मला

खरी गोष्ट सांग.''

मुसानं तिला घट्ट का धरलंय आणि त्याचे डोळे का चमकून उठले आहेत... बहुधा अश्रूंनी, ते तिलोला समजत नव्हतं. तो तोंडातल्या तोंडात 'अख दलीला वान...' म्हणत होता. त्याचा अर्थ काय, ते तिला माहीत नव्हतं.

आणि मग. जणू त्याचं जीवन त्यावर अवलंबून असावं असं तिला घट्ट जवळ घेऊन मुसानं तिला जबीनबद्दल सांगितलं... तिचा तिला मिस जबीन म्हणण्याचा कसा आग्रह असे, रात्री झोपताना गोष्ट ऐकण्यापासून ते तिच्या विशिष्ट आवडीनिवडीपर्यंत, तिच्या सगळ्या खोड्या वगैरे. त्यानं तिला आरिफाबद्दल आणि त्यांच्या पहिल्या भेटीबद्दलही सांगितलं. श्रीनगरमध्ये एका स्टेशनरीच्या दुकानात त्यानं तिला पाहिलं होतं.

''त्या दिवशी माझं गॉडझीशी कडाक्याचं भांडण झालं होतं. माझ्या नव्या बुटांवरून. फार छान बूट होते ते. ते बूट आता गुल-काक घालतो बघ. असो... मी काही स्टेशनरी आणायला बाहेर निघालो होतो तेव्हा ते बूट घातले होते. गॉडझीनं मला ते बूट काढून ठेव आणि नेहमीचे बूट घाल, असं सांगितलं. कारण चांगले बूट घातलेल्या तरुणांना बरेचदा दहशतवादी समजून अटक केलं जात असे- त्या काळी एवढा पुरावा पुरेसा होता. पण मी त्याचं ऐकायला तयार नव्हतो. मग शेवटी तो म्हणाला,

'तुला हवं ते कर, पण माझे शब्द लक्षात ठेव. हे बूट संकट आणणार.'

त्याचं बरोबर होतं... त्यांनी संकट आणलंच- खूप मोठं संकट, पण ते संकट त्याला अपेक्षित होतं; त्या प्रकारचं नव्हतं. मी ज्या स्टेशनरीच्या दुकानात जायचो, ते जेके स्टेशनरी शहराच्या मध्यवर्ती लाल चौकात होतं. मी दुकानात गेलो असताना बाहेर रस्त्यावर एका हातबॉम्बचा स्फोट झाला. एका दहशतवाद्यानं एका सैनिकावर हातबॉम्ब फेकला होता. माझ्या कानाचा पडदा फाटायचा बाकी होता. दुकानाच्या आतल्या काचांचा चक्काचूर झाला होता. सगळीकडं काचांचा सडा पडला होता, बाजारात हलकल्लोळ माजला होता, सगळे जण किंचाळत होते. सैनिक साहजिकच भडकून उठले. त्यांनी सगळी दुकानं फोडून टाकली आणि आत येऊन दिसेल त्याला बदडून काढलं. मी जमिनीवर आडवा झालो होतो. त्यांनी मला लाथा घातल्या, रायफलच्या दस्त्यानं बदडलं. मला आठवतंय, मी माझं डोकं वाचवण्याचा प्रयत्न करत होतो आणि जमिनीवर पसरणारं स्वत:चं रक्त पाहत तिथं पडून राहिलो होतो. खूप भीषण नसल्या तरी मला जखमा झाल्या होत्या. मला तिथून हलायची फार भीती वाटत होती. एक कुत्रं माझ्याकडं रोखून पाहत होतं. ते अगदी दयाळू वाटत होतं. सुरुवातीच्या धक्क्यातून सावरल्यानंतर, मला माझ्या पायांवर वजन जाणवलं. मग मला माझ्या नव्या बुटांची आठवण झाली आणि ते व्यवस्थित

असतील ना, असा मनात विचार आला. आता हालचाल करायला हरकत नाही, अशी सुरक्षिततेची जाणीव येताच मी शक्य तितक्या सावधपणे हळूच मान उंचावून नजर टाकली, तर त्यावर एक सुंदर चेहरा विसावलेला दिसला. हे म्हणजे नरकात डोळे उघडावेत आणि पायातल्या बुटावर परी दिसावी, तसं घडलं होतं. ती आरिफा होती. तीसुद्धा जागीच थिजली होती. तीसुद्धा प्रचंड घाबरली होती, काही हालचाल करत नव्हती. पण ती अतिशय शांत होती. ती हसली नाही, तिनं डोकं हलवलं नाही. ती फक्त माझ्याकडं पाहून म्हणाली, 'नाइस बूट.. बूट्स' माझा त्या शांतपणावर विश्वासच बसत नव्हता. रडारडी, आरडाओरडा, बोंबाबोंब, गळा काढणं, हुंदके यातलं काहीही नाही... जस्ट ॲब्सल्यूटली कूल. आम्ही दोघंही हसलो. तिनं नुकतीच पशुवैद्यकशास्त्राची पदवी घेतली होती. मी मला लग्न करायचं आहे असं सांगितलं तेव्हा माझ्या आईला धक्काच बसला. मी कधी लग्न करणार नाही, असं तिला वाटत होतं. तिनं माझा नाद सोडला होता.''

तिलो आणि मुसाला तिसऱ्याच व्यक्तीबद्दल असं चमत्कारिक संभाषण करणं शक्य झालं होतं, कारण ते परस्परांचे प्राणप्रिय आणि एक्सप्राणप्रिय, प्रेमी आणि एक्स-प्रेमी, भावंडं आणि एक्स-भावंडं, वर्गमित्र आणि एक्स-वर्गमित्र होते. तसंच त्यांचा परस्परांवर इतका विश्वास होता की, त्या गोष्टीनं त्यांचं मन दुखावलं असतं तरी, त्यातल्या कुणाचंही ज्या व्यक्तीवर प्रेम असेल ती व्यक्ती प्रेम करण्याजोगीच असणार होती. मनाच्या बाबतीत त्यांच्याकडे जणू सुरक्षा जाळ्यांचं जंगलच होतं.

मुसानं तिलोला त्यानं पाकिटात ठेवलेला मिस जबीन व आरिफाचा फोटो दाखवला. आरिफानं चंदेरी भरतकामाचं, करड्या छटेचं मोतिया रंगाचं फिरन आणि पांढरा हिजाब घातला होता. मिस जबीननं आईचा हात धरला होता. तिनं डेनिमचा जंपसूट घातला होता. त्याच्या पिनोफरवर बदामाचं भरतकाम केलं होतं. तिच्या सफरचंदी गालांच्या सस्मित चेहऱ्याभोवती पांढरा हिजाब होता. तिलो बराच वेळ तो फोटो पाहत राहिली. मग तिनं तो फोटो त्याला परत दिला. मुसा अचानक ओढलेला आणि कोमेजलेला दिसू लागल्याचं तिच्या लक्षात आलं. पण काही वेळातच तो सावरला. त्यानं तिला आरिफा व मिस जबीनचा मृत्यू कसा झाला ते सांगितलं. अमरिक सिंगबद्दल सांगितलं. जलीब कादरीची हत्या आणि त्यापाठोपाठ झालेलं हत्यासत्र याबद्दल सांगितलं. शिराजमधल्या त्याच्या मनहूस दिलगिरीबद्दलही सांगितलं.

''माझ्या कुटुंबाच्या बाबतीत जे घडलं ते मी कधीही व्यक्तिशः घेणार नाही. पण मी ते *केवळ व्यक्तिशः घेणारही नाही.* कारण तेही महत्त्वाचं आहे.''

कितीतरी वेळ ते बोलत होते. बऱ्याच वेळानं तिलो पुन्हा त्या फोटोवर आली.

''तिला डोक्याला स्कार्फ बांधायला आवडायचं?''

''आरिफाला?''

"नाही. तुझ्या मुलीला."

मुसानं खांदे उडवले. "ही प्रथा आहे. आमची प्रथा."

"तू असला प्रथावाला माणूस आहेस हे मला माहीत नव्हतं. म्हणजे, समजा मी तुझ्याशी लग्न करायला तयार झाले असते तर तू मलाही घालायला लावला असतास?"

"नाही, बाबाजाना, तू माझ्याशी लग्न करायला तयार झाली असतीस, तर मी हिजाब घातला असता आणि तू भूमिगत होऊन बंदूक घेऊन पळत सुटली असतीस."

त्यावर तिलो मोठ्यानं हसली.

"आणि माझ्या सैन्यात कोण असतं?"

"माहीत नाही. पण माणसं नसती, हे नक्की."

"पतंग स्क्वाड्रन आणि मुंगूस ब्रिगेड..."

मग तिलोनं मुसाला तिची कंटाळवाणी नोकरी आणि निजामुद्दीन दर्ग्याजवळच्या तिच्या गोदामातल्या घरातलं रोमांचक आयुष्य याबद्दल सांगितलं. तिथल्या भिंतीवर तिनं कोंबड्याचं चित्र काढलं होतं त्याबद्दलही सांगितलं. "किती विचित्र आहे ना. सुलतान बहुधा टेलिपथीनं माझ्याकडं आला असावा. टेलिपथी, असाच शब्द आहे ना?" (तो मोबाइल फोन येण्यापूर्वीचा काळ होता. त्यामुळे तिच्याकडे त्याला दाखवायला त्या चित्राचा फोटो नव्हता.)

मग तिनं त्याला तिच्या शेजाऱ्याबद्दल – बनावट सेक्स – हकीमबद्दल सांगितलं. त्या पिळदार मिशावाल्या माणसाच्या दाराबाहेर रुग्णांची अखंड रांग असे; तिनं तिच्या मित्रांबद्दल- ज्यांच्यासोबत ती रोज सकाळी रस्त्यावर चहा पीत असे त्या भटक्या व भिकारी लोकांबद्दल सांगितलं. ती अमली पदार्थांच्या सम्राटासाठी काम करते असा त्या सर्वांचा समज होता.

"मी हसते. पण मी ते नाकारत नाही. मी ते संदिग्ध ठेवते."

"असं का? ते धोक्याचं आहे."

"नाही. त्याच्या बरोबर उलट आहे. ही माझ्यासाठी मोफत सुरक्षा आहे- त्यांना वाटतं की, मला गँगस्टरचं संरक्षण आहे. त्यामुळे मला कुणी त्रास देत नाही. आपण झोपण्याआधी कविता वाचू या."

ही त्यांची जुनी सवय होती. कॉलेजमध्ये असल्यापासूनची. त्यांच्यातला एकजण पुस्तकाचं कुठलंही पान उघडायचा आणि दुसरा ती कविता वाचायचा. बरेचदा त्या कवितेचा त्यांच्या आयुष्याशी आणि ते जगत असलेल्या क्षणाशी काहीतरी विलक्षण संबंध असायचा. ते त्यांचं कविता-रुलेट असायचं.

तिलो पट्कन उठली आणि ओसिप मॅन्डेलस्टॅमचं जुनकट, बारकंसं पुस्तक

घेऊन आली. मुसानं पुस्तक उघडलं. तिलो वाचू लागली :

I was washing at night in the courtyard,
Harsh stars shown in the sky.
starlight, Like salt on an axe-head-
The rain-butt was brim- full and frozen.

"रेन-बट म्हणजे काय? कळत नाही... पाहिलं पाहिजे."

The gates are locked,
And the earth in all conscience is bleak
There's scarcely anything more basic and pure
Than truths clean canvas.

A star melts, like salt, in the barrel
And the freezing water is blacker,
Death cleaner, misfortune saltier,
And the earth more truthful, more awful.

"आणखी एक कश्मिरी कवी."

"रशियन काश्मिरी," तिलो म्हणाली.

"स्टॅलिनच्या गुलाग दरम्यान प्रिझन कॅम्पमध्ये त्याचं निधन झालं. त्याचं स्टॅलिन स्तवन पुरेसं गंभीर नसल्याचं मानलं गेलं."

तिला ही कविता वाचल्याचा पश्चात्ताप होत होता.

त्यांना अस्वस्थ झोप लागली. पहाट होण्याआधी, अजून अर्धवट झोपेत असलेल्या तिलोला मुसाच्या बाथरूममध्ये खुडबुडण्याचा आवाज ऐकू आला... पाणी ओतल्याचा, अंघोळीचा, दात घासल्याचा (अर्थातच तिच्या टूथब्रशने). तो बाहेर आला. त्यानं केस चपटे बसवले होते. त्यानं टोपी चढवली, अंगात फिरन घातलं. ती त्याला प्रार्थना म्हणताना पाहत होती. तिनं त्याला यापूर्वी कधी प्रार्थना करताना पाहिलं नव्हतं. ती बेडवर उठून बसली. पण त्यामुळे त्याचं लक्ष विचलित झालं नाही. त्याची प्रार्थना झाल्यावर तो तिच्याजवळ येऊन बेडच्या काठावर बसला.

"तुला याची काळजी वाटते आहे?"

"वाटायला हवीय?"

"हा. मोठा बदल आहे..."

"हो. नाही. फक्त यामुळे मी... विचार करतो."

"हे आपण फक्त आपल्या शरीरानं मिळवू शकत नाही. त्यासाठी आपल्याला आपल्या आत्म्यालाही कामाला लावावं लागतं."

तिनं आणखी दोन सिगारेटी शिलगावल्या.

"आमच्यासाठी सर्वांत अवघड गोष्ट कुठली आहे, माहीत आहे? जिच्याशी लढणं सर्वांत कठीण असतं अशी? कीव. स्वत:ची कीव करणं आमच्यासाठी अगदी सोपं आहे... आमच्या लोकांच्या बाबतीत इतक्या भयंकर गोष्टी घडल्या आहेत... प्रत्येक घरात काही ना काही भयानक घडलेलंच आहे... पण स्वत:चीच कीव करणं हे इतकं... इतकं खचवणारं असतं. अतिशय अपमानास्पद. आता, आझादीपेक्षा लढा आहे तो सन्मानासाठी. आणि आमचा सन्मान अबाधित राखण्याचा एकमात्र मार्ग म्हणजे पलटवार करणं. त्यात आम्ही हरलो तरी... त्यात आमचा जीव गेला तरी. पण त्यासाठी आम्ही जनतेनं... सामान्य जनता म्हणून... लढाऊ दल बनावं लागेल... सैन्यच. पण त्यासाठी आम्ही स्वत:शी स्पष्ट असायला हवं, स्वत: आदर्शांनुरूप बनायला हवं, एकत्र यायला हवं... सर्वांची विचारसरणी एकच असायला हवी, ध्येय एकच असायला हवं... अखंड... बेअकली... आम्हाला सामना करावा लागतो त्या लष्करासारखेच; पण ते प्रोफेशनल्स आहेत आणि आम्ही फक्त जनता. हा 'ऑक्युपेशन'चा सर्वांत वाईट भाग आहे... जे ते आम्हाला आमच्या बाबतीत करायला लावतात. ही एकात्मता, हे आदर्शानुरूप बनणं, हे बेअकलीकरण... असा काही शब्द आहे का?"

"आताच बनला आहे असा शब्द."

"हे बेअकलीकरण... हा मूर्खपणा... आम्ही जर आणि जेव्हा साध्य करू... तेव्हा आम्हाला मुक्ती मिळेल. त्यामुळे आम्हाला पराजित करणं अशक्य होईल. पहिल्यांदा ती आमची मुक्ती असेल आणि मग... आम्ही जिंकल्यानंतर तो आमचा अभिशाप बनेल. आधी आझादी आणि मग सर्वनाश, असं त्याचं स्वरूप आहे."

तिलो काहीच बोलली नाही.

"ऐकते आहेस का?"

"अर्थातच."

"मी इतकं गहन गंभीर बोलतो आहे आणि तू काहीच प्रतिसाद देत नाहीस."

तिनं वर त्याच्याकडं पाहिलं आणि त्याच्या पुढच्या तुटक्या दातांमधल्या इवल्याशा उलट्या 'व्ही'वर तिचा अंगठा दाबला. त्यानं तिचा हात धरला आणि तिच्या चांदीच्या अंगठीवर ओठ टेकले.

"तू अजूनही घालतेस याचा मला आनंद होतो."

"अडकून बसली आहे. मला काढायची इच्छा असली ती मी काढू शकत नाही."

मुसा हसला. ते दोघं अंधारात धुराची वर्तुळं काढत राहिले. मूकपणे. सिगारेट ओढून झाल्यावर ती ॲश ट्रे घेऊन खिडकीपाशी गेली आणि त्यातली थोटकं पाण्यात टाकली. ती थोटकं तिथल्या तरंगत्या थोटकांना जाऊन मिळाली. बेडवर परत येण्याआधी तिनं वर आभाळाकडं पाहिलं.

"मी आत्ता एक अत्यंत गलिच्छ कृत्य केलं. सॉरी."

मुसानं तिच्या कपाळावर ओठ टेकले आणि तो उठला.

"निघाला आहेस?"

"हो. माझ्यासाठी बोट येत आहे. पालक, टरबूजं, गाजरं, कमळाची देठं असा माल घेऊन. मी *'हाईन्ज'* असेन... तरंगत्या बाजारात माझा माल विकणारा. स्पर्धेमुळे मी भाव कमी करेन, गृहिणींशी कठोरपणे घासाघीस करेन आणि तिथल्या सगळ्या गलबल्यातून निसटून जाईन."

"मला कधी भेटशील?"

"एक जण तुला न्यायला येईल- खदीजा नावाची बाई येईल. तिच्यावर भरवसा ठेव. तिच्यासोबत जा. तुझा प्रवास सुरू राहील. तू सगळं पाहावंस. सगळं जाणून घ्यावंस, अशी माझी इच्छा आहे. तू सुरक्षित राहशील."

"मला कधी भेटशील?"

"तुझ्या अपेक्षेपेक्षा लवकर. मी तुला शोधत येईन. खुदा हाफिज, बाबाजाना."

आणि तो निघून गेला.

सकाळी गुलरेजनं तिला काश्मिरी नाश्ता दिला– चिवट लवासा रोटी, सोबत लोणी आणि मध आणि बदामाचे छोटे छोटे काप घातलेला बिनसाखरेचा काहवा. तिला ते कपाच्या तळातून वर काढून खावे लागले. आगा आणि खानूम खेदजनक शिष्टाचार दाखवत होते. डायनिंग टेबलवरून वर-खाली पळापळी करत होते. काट्या-चमच्यांची पाडापाडी करत होते. मीठ लवंडत होते. ठीक दहा वाजता खदिजा तिच्या दोन तरुण मुलांसह आली. ते शिकाऱ्यातून सरोवर पार करून नंतर लाल मारुती ८००मधून गावात गेले.

पुढे दहा दिवस तिलो काश्मीर खोऱ्यात फिरत होती. रोज तिच्यासोबत वेगळे सोबती असत- कधी पुरुष, कधी बायका, कधी मुलं सोबत असलेली कुटुंबं. तिच्या अनेक वर्षांच्या अनेक सफरीतली ही अशी पहिलीच सफर होती. तिनं बसनं प्रवास केला. शेअर्ड टॅक्सीनं केला आणि कधीकधी कारनं प्रवास केला. हिंदी सिनेमानं प्रसिद्ध बनवलेल्या पर्यटन स्थळांनाही तिनं भेट दिली- गुलमर्ग, सोनमर्ग, पहलगाम आणि बेताब व्हॅली... या सिनेमाचं इथं चित्रीकरण झाल्यानंतर या स्थानाला त्याचंच नाव देण्यात आलं- बेताब व्हॅली. ज्या हॉटेलांमध्ये चित्रपट सितारे राहायचे ती आता

रिकामी होती. हनीमून कॉटेज उजाड झाली होती. (तिचे प्रवासातले सोबती विनोदानं सांगत होते की, त्यांचे अत्याचारी तिथंच जन्माला आले होते.) ती गवताच्या कुरणांतून भटकत होती, जिथून वर्षभरापूर्वी सहा पर्यटकांचं अपहरण झालं होतं- अमेरिकी, ब्रिटिश, जर्मन आणि नार्वेजियन. हे काम फारशा परिचित नसलेल्या अल-फरान या नव्यानं स्थापन झालेल्या दहशतवादी संघटनेचं होतं. त्या सहा पर्यटकांपैकी पाच जणांची हत्या करण्यात आली, एक जण त्यांच्या तावडीतून निसटला. त्यातला एक नॉर्वेचा तरुण कवी आणि नर्तक होता. त्याचा शिरच्छेद करून त्याचा मृतदेह पहलगामच्या कुरणात टाकला होता. त्याला ठार करण्याआधी, त्याचे अपहरणकर्ते त्याला या ठिकाणाहून त्या ठिकाणी हलवत होते. त्या वेळी त्यानं गुपचूप मिळवलेल्या कागदाच्या तुकड्यांवर कविता लिहून त्या वाटेत भेटणाऱ्या लोकांना दिल्या होत्या.

ती लोलाब खोऱ्यात गेली. हे संपूर्ण काश्मीरमधील सर्वांत सुंदर आणि सर्वांत धोकादायक ठिकाण मानलं जात असे. इथल्या जंगलात दहशतवादी सैनिक आणि इखवानी भामटे असत. ती नियंत्रण रेषेच्या जवळून जाणाऱ्या, रफियाबादजवळच्या फारशा परिचित नसलेल्या जंगलवाटांवरून चालत होती. पर्वतांवरून वाहणाऱ्या प्रवाहांच्या गवताळ किनाऱ्यांवर थांबून दोन्ही हात, दोन्ही पाय टेकून तहानलेल्या प्राण्यासारखी निर्मळ पाणी पीत होती. थंडीनं तिचे ओठ निळे पडत होते. ती फळबागा आणि कब्रस्तानांनी वेढलेल्या खेडेगावात जात होती. ते उंच पर्वतावरच्या एका रिकाम्या दगडी झोपडीत शेकोटीजवळ बसले होते. उन्हाळ्यात गुज्जर मेंढपाळ, त्यांच्या शेळ्या-बकऱ्या पठारावरून वर आणत तेव्हा ते ही झोपडी वापरत असत. दहशतवाद्यांनी नियंत्रण रेषा पार करण्यासाठी बरेचदा जो मार्ग वापरला होता, त्याकडे निर्देश करत मुसा म्हणाला, "बर्लिनला भिंत होती. आमच्याकडं जगातील सर्वांत उंच पर्वतरांग आहे. ती पडणार नाही, पण ती पाडली जाईल."

कुपवाडामधल्या एका घरी तिलोची मुमताज अफजल मलिकच्या थोरल्या बहिणीशी भेट झाली. मुमताज अफजल मलिक म्हणजे- त्या दिवशी अमरिक सिंगचा साथीदार सलीम गोजरीला छावणीपर्यंत नेणाऱ्या टॅक्सीचा ड्रायव्हर. त्याच दिवशी त्यांची हत्या झाली होती. त्याची बहीण सांगत होती. तिच्या भावाचा मृतदेह शेतात सापडला होता. तो घरी आणला तेव्हा तो ताठर झाला होता. त्याच्या आवळलेल्या मुठीत माती भरली होती आणि त्याच्या बोटांमधून मोहरीची पिवळी फुलं उमलली होती.

खोऱ्यातील भटकंतीनंतर तिलो एचबी *शाहीन*वर परत आली. एकटीच. तिनं आणि मुसानं निरोप घेतलाच होता. अगदी सहज, गरज पडली तर म्हणून. तिलोच्या

पट्कन लक्षात आलं होतं की, अशा बाबींत, सहजपणा आणि विनोद कटाक्षानं गंभीरच होते आणि गांभीर्य विनोदासारखं होतं. आवश्यकता नसेल तेव्हासुद्धा ते सांकेतिक भाषेत बोलत होते. अशा प्रकारे अमरिक सिंग 'स्पॉटर'ला सांकेतिक नाव मिळालं : ऑटर. (तसा काही औपचारिक दीक्षान्त समारंभ झाला नव्हता, पण त्यांना ज्या प्रमाणात चेष्टा करायची होती, त्यानुसार त्यांनी ही पदवी बहाल केली होती. तिलोलाही आता देशाची शत्रू म्हणता येणार होतं.)

ती परत आल्याच्या दुसऱ्या दिवशी तिनं गुलरेजला दोन माणसांसाठी टेबल लावताना पाहिलं तेव्हा तिला मुसा येणार असल्याचं कळलं.

तो रात्री बराच उशिरा आला. तो चिंतातुर दिसत होता. त्यानं शहरात अतिशय गंभीर परिस्थिती असल्याचं सांगितलं. मग त्यांनी रेडिओ लावला :

इखवानींच्या एका गटानं एका मुलाची हत्या करून त्याचा मृतदेह 'गायब' केला आहे. त्यानंतर घडलेल्या निदर्शनात चौदा लोक गोळीबारात ठार झाले. चकमकीत तीन दहशतवादी ठार झाले. तीन पोलीस ठाणी जाळण्यात आली. आजची मृताची संख्या अठरा आहे.

मुसानं पट्कन जेवण उरकलं आणि तो जायला निघाला. त्यानं गुलरेजचा निरोप घेतला. तिलोच्या कपाळाचं चुंबन घेतलं.

"खुदा हाफिज, बाबाजाना. नीट जा."

त्यानं तिला 'आतच थांब. मला निरोप द्यायला बाहेर येऊ नकोस,' असं सांगितलं. पण तिनं ऐकलं नाही. ती त्याच्यासोबत बाहेर आली. बाहेर एक छोटी लाकडी नाव सज्ज होती. मुसा त्या नावेत चढला आणि तळाशी आडवा झाला. नावाड्यानं त्याच्या अंगावर गवताची विणलेली चटई टाकली आणि त्यावर रिकाम्या टोपल्या व भाज्यांची काही पोती कलात्मकपणे रचली. तिलो ती बोट तिचा प्रिय माल घेऊन जाताना पाहत होती. ती बोट सरोवरापलीकडल्या हमरस्त्याच्या दिशेने गेली नाही. ती हाउसबोटींची न संपणारी रांग पार करत दूर गेली.

त्या बोटीच्या तळाशी मुसा आहे. त्याच्यावर रिकाम्या टोपल्यांचं आच्छादन आहे. या विचारानं तिच्या आत काहीतरी हललं. तिला पर्वतावरून आलेल्या प्रवाहातल्या करड्या रंगाच्या गोट्यासारखं वाटलं... त्यावरून बर्फाळ काहीतरी सरसरत गेल्यासारखं.

वेळेवर जाग यावी म्हणून तिनं गजर लावला आणि ती झोपायला गेली. तिला जम्मूची बस धरायची होती. सुदैवानं तिनं काश्मिरी प्रोटोकॉल पाळला होता. तिला पाळायचा होता म्हणून नव्हे, तर तिला कपडे उतरवायचा अतिशय कंटाळा आला होता म्हणून. गुल-काक गुणगुणत आजूबाजूला फिरतोय हे तिला कळत होतं.

तासाभराच्या आत तिला जाग आली... अचानक नाही, हळूहळू; झोपेच्या एकेक थरातून पोहत पोहत. सुरुवातीला आवाजामुळे आणि नंतर आवाज बंद झाल्यामुळे. आधी इंजिनांची घरघर सगळ्या दिशांनी ऐकू येते आहे, असं वाटत होतं; नंतर ती बंद झाली तेव्हा अकस्मात सन्नाटा पसरला.

त्या मोटरबोटी होत्या. बऱ्याच–

एचबी *शाहीन* थरथरली. खूप नाही, जराशी.

ती संकटाला तोंड द्यायला सज्ज उभीच होती, तितक्यात तिच्या कोरीव काम, भरतकाम, नक्षीकाम असलेल्या बेडरूमचा दरवाजा लाथेनं धाडदिशी उघडला आणि बेडरूम बंदूकधारी सैनिकांनी भरून गेली.

पुढच्या काही तासांत जे काही घडलं ते खूप जलद घडलं असावं किंवा खूप संथपणे. नक्की काय ते तिला सांगता येत नव्हतं. चित्र स्पष्ट झालं होतं. आवाजही कळला होता. पण दूरवर. भावना खूप मागं पडल्या होत्या. तिचं तोंड आवळलं होतं, हात बांधले होते आणि खोलीची झडती सुरू होती. तिला त्यांनी कॉरिडॉरमधून ढकलत डायनिंग रूममध्ये नेलं. तिथं कमीत कमी दहा जण गुल-काकला लाथा-बुक्क्यांनी तुडवत होते.

"कुठं आहे तो?"

मला माहीत नाही.

तू कोण आहेस?

गुलरेज. गुलरेज. गुलरेज आबरू. गुलरेज आबरू.

प्रत्येक वेळी त्यानं खरं सांगितलं की, ते त्याला आणखी जोरात मारत होते.

त्याच्या किंकाळ्या तिच्या अंगात भाल्यांसारख्या आरपार घुसत होत्या आणि सरोवरात जाऊन विरत होत्या. तिचे डोळे बाहेरच्या अंधाराला सरावले तेव्हा तिला सैनिकांनी भरलेल्या बोटींचा ताफा दिसला. त्यांच्या बोटी पाण्यावर डुलत होत्या. ते पाण्यातलं कॉर्डन-ॲन्ड-सर्च होतं. त्या बोटींची दोन समकेंद्री वर्तुळे तयार केली होती. बाहेरच्या वर्तुळात 'एरिया डॉमिनेशन टीम' होती आणि आतल्या वर्तुळात 'सपोर्ट टीम' होती. 'सपोर्ट टीम'मधले सैनिक बोटीत उभं राहून, लांबच लांब काठीच्या टोकाला सुरे बांधून, त्या काठ्या पाण्यात खुपसत होते... ते ज्या माणसाच्या शोधात होते... तो माणूस पाण्याखालून निसटून जाऊ नये, याची दक्षता घेत होते. हे बरचीचं सुधारित रूप होतं. (नुकताच हारून गादे- हारून द फिश त्यांच्या तावडीतून निसटल्यामुळे त्यांचा अपमान झाला होता. तिथून बाहेर पडण्याचा एकमात्र संभाव्य मार्ग फक्त या सरोवरातूनच होता आणि त्या मार्गाजवळ मरीन

कमांडोंची टीम दबा धरून बसलेली होती. पण हारून गादे पाणवनस्पतींमध्ये लपत बांबूच्या नळीनं श्वास घेत त्यांच्या तावडीतून निसटला होता. तो काही तास लपून राहिला होता... त्याचे गांगरलेले पाठलागकर्ते त्याचा नाद सोडून निघून जाईपर्यंत.

'ॲसॉल्ट टीम'ला घेऊन आलेली बोट अजून उभीच होती. सहप्रवासी चषकासहित परत येण्याची वाट बघत. या मोहिमेचा प्रमुख होता एक उंच शीख माणूस, गडद हिरवा फेटा बांधलेला. तो अमरिक सिंग असणार हे तिलोनं गृहीत धरलं आणि तिचा अंदाज बरोबर ठरला. तिलोला त्या बोटीत ढकलून खाली बसवण्यात आलं. तिच्याशी कुणीही काहीही बोललं नाही. तिथं काय चाललं आहे हे पाहायला जवळपासच्या हाउसबोटीतलं कुणीही आलं नाही. सैनिकांच्या छोट्या तुकड्यांनी त्या सर्व बोटींची आधीच झडती घेतली होती.

थोड्या वेळात गुलरेजला बाहेर आणलं. त्याला चालता येत नव्हतं म्हणून त्याला फरफटत आणलं. त्याच्या मोठ्या डोक्यावर आता हूड चढवलं होतं. म्हणून डोकं पुढच्या बाजूला लटकत होतं. त्याला तिलोच्या समोरच्या बाजूला बसवलं होतं. तिलोला फक्त त्याचं हूड, त्याचं फिरन आणि त्याचे बूट दिसत होते. ते हूडसुद्धा खऱ्या टोपड्यासारखं नव्हतंच. ती सूर्या ब्रॅन्ड बासमती तांदळाची जाहिरात करणारी पिशवी होती. गुल-काक गप्प होता. त्याला भयंकर जखमा झालेल्या दिसत होत्या. त्याला आधाराविना बसतासुद्धा येत नव्हतं. दोघा सैनिकांनी त्याला धरलं होतं. त्याची शुद्ध हरपावी असं तिलोला वाटत होतं.

मुसाची नाव ज्या दिशेला गेली होती, त्याच दिशेनं सगळा ताफा निघाला. अंधाऱ्या रिकाम्या हाउसबोटींची न संपणारी रांग मागे टाकत. काही वेळानं ते उजवीकडं वळले. तिथं दलदल दिसत होती.

सगळे जण गप्प होते. काही वेळ निरव शांतता होती. फक्त बोटीच्या इंजिनांचे आवाज होते आणि मांजरांचं शोकाकुल केकाटणं. त्या आवाजानं सैनिक अस्वस्थ झाले होते. ती म्याव म्याव त्यांच्यासोबतच प्रवास करत आहे, असं वाटत होतं, पण बोटीत कुठं मांजराचं पिल्लू दिसत नव्हतं. अखेर ती दिसली... खानुम. मूकाभिनयवाली... गुलरेजच्या खिशात. एका सैनिकानं तिला खिशातून बाहेर ओढून काढलं आणि तिला सरोवरात भिरकावून दिलं... ती कचरा असल्यासारखं. ती हवेत उडाली. आर्तपणे केकाटत. सुळे बाहेर काढून आणि तिचे इवले इवले पंजे उगारून... ती अख्खं भारतीय लष्कर एकटी अंगावर घ्यायला तयार होती. ती बुडाली, आवाजही न करता. ही आणखी एका बेवकूफची अखेर होती, जिला 'मिंट्री'सोबत जगता आलं नव्हतं. (तिचा भाऊ आगा मात्र वाचला होता. सहयोगी म्हणून. सामान्य नागरिक म्हणून का मुजाहिद म्हणून, ते कधीही कळलं नाही.)

आभाळात चंद्र वर आला होता. वेळूच्या बनातून वाट काढताना तिलोला

हाउसबोटींचे आकार दिसत होते. पर्यटकांसाठी असतात त्यापेक्षा खूप छोट्या आकाराच्या हाउसबोटींचे... दलदलीच्या मागे जुनं मार्केट. वर्षानुवर्षांत गिऱ्हाईक न पाहिलेलं... दुकानं, औषधाचं दुकान, ए वन लेडीज स्टोअर, स्थानिक कलाकृतींची कित्येक एम्पोरियम्स मागं पडत होतं. छोट्या नावा किनाऱ्यावर नांगरल्या होत्या. अधूनमधून फक्त रेडिओची खरखर आणि सावल्यांतून लहरत येणारे गाण्यांचे तुकडे कानावर पडत होते. बोट पाण्यात बसल्यासारखी झाली. सरोवराच्या त्या भागात लव्हाळं गच्च भरलं होतं; त्यामुळे आपण गडद द्रवरूप हिरवळीतून वाट काढत चाललो आहोत, असं वाटत होतं. सकाळच्या तरंगत्या भाजीमंडईतला कचरा आजूबाजूला तरंगत होता. तिलोच्या मनात फक्त मुसाच्या छोट्या नावेचा विचार होता. तासाभरापूर्वी त्याची नाव याच मार्गानं गेली होती आणि त्याच्या नावेला मोटर नव्हती.

"प्लीज देवा, तू जो कुणी असशील. तू जिथं कुठं असशील... आमचा वेग कमी कर. त्याला निसटायला वेळ दे. वेग कमी कर, वेग कमी कर, वेग कमी कर, वेग कमी कर, वेग कमी कर, वेग कमी कर."

कुणीतरी तिची प्रार्थना ऐकली आणि तिच्या प्रार्थनेला उत्तरही दिलं. तो देव असण्याची शक्यता नव्हती.

तिलो आणि गुलरेजच्या बोटीतच असलेला अमरिक सिंग उठून उभा राहिला आणि त्यानं एस्कॉर्ट बोटींना हात केला. तुम्ही पुढे जा, अशी सूचना देत. त्या बोटी पुढं गेल्यावर त्यानं त्यांच्या बोटीच्या चालकाला डावीकडं वळायला सांगितलं. त्या बाजूला मार्ग इतका अरुंद होता की, त्यांना वेग कमी करून लव्हाळ्यातून अक्षरश: बोट ढकलत वाट काढावी लागली. या दहा मिनिटांच्या कोंडमाऱ्यानंतर ते पुन्हा खुल्या पाण्यात आले. मग त्यांनी पुन्हा एक डावं वळण घेतलं. चालकानं मोटर बंद केली आणि बोट किनाऱ्याला लागली. त्यानंतर जे काही घडलं ते नेहमीच्या सरावाचं असावं; कुणालाही सूचनांची गरज दिसत नव्हती. गुलरेजला उचलून बाहेर नेलं आणि पाण्यातून काही फूट अंतर फरफटत किनाऱ्यावर नेलं. एक सैनिक तिलोसोबत बोटीतच थांबला. अमरिक सिंगसह बाकीचे किनाऱ्याच्या दिशेनं गेले. तिलोला एका भल्यामोठ्या जुनाट घराची बाह्यरेषा दिसत होती. त्या घराचं छत कोसळलं होतं. छताच्या सांगाड्यातून चांदणं चमकत होतं... हडकुळ्या सापळ्यात प्रकाशमान हृदय असावं तसं. एका छोट्याशा स्फोटानंतर बंदुकीच्या गोळीचा आवाज आला. त्यामुळे घरट्यातले पक्षी दचकून जागे झाले. क्षणात आकाशात बगळे, पाणकावळे, टिटव्या यांची गर्दी उसळली. दिवस उजाडल्यासारखी त्यांची कलकल सुरू झाली. त्यांचं फक्त नाटक सुरू होतं. काही वेळातच ते शांत होऊन स्थिरावले. त्यांच्यासाठी आता विचित्र वेळा आणि लष्कराचे आवाज हा नित्याचाच

विषय बनला होता. सैनिक परत आले, तेव्हा गुलरेज नव्हता. मात्र, त्यांनी एक जड आकारहीन पोतं वाहून आणलं होतं, जे उचलणं एका माणसाच्या आवाक्यात नव्हतं.

अशाप्रकारे बोटीवरून गुल-काक आबरू म्हणून गेलेला कैदी परत आला. ते खतरनाक दहशतवादी कमांडर गुलरेजचा मृतदेह म्हणून, ज्याला पकडण्याबद्दल व ठार केल्याबद्दल त्याच्या मारेकऱ्यांना तीन लाख रुपये मिळणार होते.

त्या दिवशीची मृतांची संख्या आता अठरा अधिक एक झाली होती.

***

अमरिक सिंग बोटीत पुन्हा स्थिरस्थावर झाला. या वेळी तो तिलोच्या थेट समोर बसला होता; "तू जी कोणी आहेस. तुझ्यावर दहशतवाद्याची साथीदार असल्याचा आरोप आहे. पण तू आम्हाला सगळं सांगितलंस तर आम्ही तुला काहीही इजा करणार नाही." तो अगदी मधुरपणे हिंदीत बोलत होता.

"तुला हवा तेवढा वेळ घे. पण आम्हाला सगळे तपशील हवे आहेत. तू त्याला कसं ओळखतेस, तुम्ही कुठे गेला होता. तुम्ही कुणाला भेटला होता, सगळं. तुला हवा तेवढा घे आणि आम्हाला हे सगळे तपशील आधीच माहीत आहेत हे लक्षात ठेव. तू काही आम्हाला मदत करत नाहीयेस. आम्ही तुझी परीक्षा घेतोय."

मुसाच्या घरी पिस्तूल विसरल्याचा बहाणा करत हसणारे तेच उथळ, भकास, काळे डोळे आता चांदण्या रात्री, दलदलीत तिलोवर रोखले होते. त्या नजरेनं तिच्या रक्तात काहीतरी उसळलं... मूक संताप, हट्टी आत्मघाती ऊर्मी, मूर्ख निश्चय... काहीही झालं तरी तोंड उघडायचं नाही.

सुदैवानं, त्याची कधी परीक्षाच झाली नाही. तिथपर्यंत कधी काही पोहोचलंच नाही.

तो नौकाविहार आणखी वीस मिनिटे चालला. किनाऱ्यावर एका झाडाखाली शस्त्र सुसज्ज जिप्सी आणि उघडा लष्करी ट्रक थांबला होता. ते त्यांना शिराजमध्ये घेऊन जाणार होते. गाडीत बसण्याआधी अमरिक सिंगनं तिलोचं तोंड मोकळं केलं, पण तिचे हात तसेच बांधलेले ठेवले.

सिनेमाची लॉबी बसस्टॅन्डइतकी गजबजलेली होती. त्या प्रहरीसुद्धा तिथं तिलोला एसीपी पिंकीकडं सोपवण्यात आलं. एसीपी पिंकीला या अनोख्या कैद्यासाठी झोपेतून उठवून बोलावलं होतं. अटकेची नोंद केली नव्हती. त्यांनी कैद्याला (त्याचं) नावसुद्धा विचारलं नव्हतं. एसपी पिंकीनं तिला रिसेप्शन काउन्टरच्या मागे नेलं... ज्या काउन्टरवर मुसानं नऊ महिन्यांपूर्वी अमरिक सिंगची रेड स्टॅग व्हिस्कीची बाटली ठेवली होती... जिथं कॅडबरी चॉकलेट आणि क्वालिटी आइस्क्रीमच्या जाहिराती व *चांदनी, मैंने प्यार किया, परिंदा* आणि *लायन ऑफ द डेझर्ट*ची जुनी-

पुराणी विटकी पोस्टर लावली होती... तिथं पकडून आणून मारझोड केलेल्या ताज्या फळीतल्या लोकांच्या रांगा आणि सिमेंटच्या कांगारूंचे केराचे डबे पार करून त्या थिएटरमध्ये आल्या. त्यांनी तिथलं बॅडमिंटन कोर्ट पार केलं, मग पडद्याजवळच्या दारातून बाहेर पडून त्या आणखी एका दारातून बाहेर पडल्या. ते दार मागच्या आवारात उघडत होतं. शिराजच्या मुख्य चौकशी केंद्रातून जाणाऱ्या बायकांना पाहून बऱ्याच चकित नजरा व घाणेरडी शेरेबाजी झाली.

तो भाग स्वतंत्र होता- मोठी आयताकृती सामान्य खोली होती. जिचं मुख्य वैशिष्ट्य होतं, तिची दुर्गंधी. शिळ्या रक्ताचा गोडसर वास, मुताच्या व घामाच्या वासावर कडी करत होता. त्या खोलीच्या दारावर 'चौकशी केंद्र' अशी पाटी असली, तरी प्रत्यक्षात ते 'छळ केंद्र' होतं. काश्मीरमध्ये इन्टरोगेशन वेगळं होतं. तिथं प्रश्न केले जात, म्हणजे काही थपडा व लाथा आणि 'इन्टरोगेशन' म्हणजे 'टॉर्चर' म्हणजे 'छळ' असा होता.

त्या खोलीला फक्त एक दार होतं, खिडक्या नव्हत्याच. एसीपी किंवा कोपऱ्यातल्या टेबलाशी गेली. तिनं ड्रॉवरमधून काही कोरे कागद व पेन काढलं आणि ते टेबलावर आदळलं.

"आपण एकमेकींचा वेळ वाया घालवायला नको. लिही. मी दहा मिनिटांत परत येते."

तिनं तिलोचे हात मोकळे केले आणि ती दार ओढून बाहेर गेली.

तिलो बधिर झालेले हात पूर्ववत होण्याची, बोटांत पुन्हा रक्तपुरवठा सुरू होण्याची वाट बघत होती, म्हणजे तिला पेन उचलता येणार होतं. तिचे लिहिण्याचे पहिले तीन प्रयत्न असफल झाले. तिचे हात इतके कापत होते की, तिला स्वतःचंच अक्षर वाचता येत नव्हतं. मग तिनं डोळे मिटले आणि श्वासोच्छ्वासाचे धडे आठवले. त्याचा उपयोग झाला. मग तिनं स्पष्ट-स्वच्छ अक्षरांत लिहिलं.

प्लीज कॉल मि. बिप्लब दासगुप्ता, डेप्युटी स्टेशन हेड इंडिया ब्रावो
गिव्ह हिम धिस मॅसेज : गा-र्स-न हॉ-ब-र्ट.

एसीपी पिंकी परत येईपर्यंत तिनं खोलीचं निरीक्षण केलं. प्रथमदर्शनी तिला ती नेहमीची 'टूल शेड' वाटली. सुताराच्या कार्यशाळेसारखी– टेबलं, हातोड्या, स्क्रू-ड्रायव्हर, पक्कड, दोर, दगडी किंवा कॉंक्रीटचे खांब हलवण्यासाठी वापरतात. तसल्या दोऱ्या, घाणेरड्या पाण्याचा टब, पेट्रोलचे कॅन, धातूची नाळकी, वायर, विजेचे एक्स्टेन्शन बोर्ड, तारांची भेंडोळी, सगळ्या आकाराच्या सळ्या, फावडी, पहारी...

शेल्फवर एका बरणीत लाल मिरच्यांचा बुक्का होता. जमिनीवर सिगारेटची थोटकं पडली होती. गेल्या दहा दिवसांत तिलो एवढं नक्की शिकली होती की, अशा सामान्य गोष्टींचा असामान्य उपयोग करून घेता येऊ शकतो.

काश्मीरमध्ये सोट हे छळाचं सर्वांत आवडतं साधन होतं ही गोष्ट तिलोला माहीत होती. कैद्यांना जमिनीवर आडवं पाडलं जात असे आणि दोन जण त्यांच्या अंगावर सोट लाटण्यासारखे फिरवत असत. अक्षरशः त्यांच्या अंगाचा चुराडा करत. बरेचदा या लाटणे उपायाची परिणती मूत्रपिंडे निकामी होण्यात होत असे. तिथं एक टब दिसत होता. वॉटर बोर्डिंगसाठी, नखे उचकटण्यासाठी पक्कडी दिसत होत्या. पुरुषांच्या गुप्तांगांना विजेचे शॉक देण्यासाठी वायर होत्या. सामान्यतः मिरच्यांचा बुक्का दंडुक्यांवर लावून ते दंडुके कैद्यांच्या ढुंगणात खुपसले जात किंवा तो पाण्यात मिसळून कैद्यांच्या घशात ओतला जात असे. (पुढे बऱ्याच वर्षांनी आणखी एक बाई, अमरिक सिंगची बायको लवलीन अमेरिकेत आश्रय मिळण्यासाठीच्या तिच्या अर्जात या पद्धतीचं विस्तृत ज्ञान पाजळणार होती. ही हत्यारे व उपकरणांची शेड हे तिच्या 'फील्ड रिसर्च'चं ठिकाण होतं. फक्त ती इथं आली होती. ते बळीचा बकरा म्हणून नाही. तर अत्याचारी प्रमुखाची पत्नी म्हणून, जिला तिच्या नवऱ्याच्या ऑफिसची सहल घडवली होती.)

एसीपी पिंकी मेजर अमरिक सिंगसोबत परत आली. त्यांची देहबोली व एकमेकांशी ते ज्या जवळिकीनं बोलत होते, त्यावरून ते फक्त सहकारी नाहीत, त्यापेक्षा बरंच काही आहे, हे तिलोच्या पाहताक्षणी लक्षात आलं. एसीपी पिंकीनं तिलोचा कागद उचलला व तो मोठ्यानं सावकाश अडखळत वाचला. वाचणं हा तिच्या प्रावीण्याचा विषय नक्कीच नव्हता. अमरिक सिंगनं तिच्या हातातला कागद काढून घेतला. तिलोनं त्याच्या चेहऱ्यावरचे भाव बदलताना पाहिले.

"ते तुझे कोण आहेत, हे दासगुप्ता?"

"मित्र."

"*मित्र?* एका वेळी किती जणांना चढवून घेतेस?" हे एसीपी पिंकी.

तिलो काहीच बोलली नाही.

"मी तुला प्रश्न विचारला आहे. तू एका वेळी किती जणांना चढवून घेतेस?"

तिलोच्या मौनामुळे अपमानाच्या फुलबाजा तडतडल्या आणि काही अपेक्षित वाक्येसुद्धा. (तिलोला त्यातले 'काळी' 'रंडी' आणि 'जिहादी' हे शब्द ओळखता आले.) मग पुन्हा तोच प्रश्न विचारण्यात आला. तिलो गप्प राहिली. तिच्या मौनाचा धैर्य किंवा चिवटपणा यांच्याशी काहीही संबंध नव्हता. तिच्यासमोर पर्यायच नव्हता. तिचं रक्त थिजलं होतं.

अमरिक सिंगच्या चेहऱ्यावरचं खोटं हास्य एसीपी पिंकीच्या लक्षात आलं होतं.

कुठंतरी त्या अवज्ञेचं त्याला कौतुक वाटत होतं हे स्पष्ट दिसत होतं. तिनं त्या भावमुद्रेचे खंडच्या खंड वाचले होते. त्यामुळे ती भयंकर भडकली होती. अमरिक सिंग तो कागद घेऊन बाहेर गेला. जाताना दारापाशी तो मागं वळून म्हणाला,

''तुला काय शोधायचंय ते शोध. पण जखमेच्या खुणा नकोत. हिनं ज्यांचं नाव लिहिलं आहे ते एक वरिष्ठ अधिकारी आहेत. मी खात्री करून घेतो. कदाचित मूर्खपणा असेल. पण तोपर्यंत खुणा नकोत.''

'खुणा नकोत' हा एसीपीसाठी अडचणीचा विषय होता. तिला या क्षेत्रातला अनुभव नव्हता; ती काही प्रशिक्षित 'टॉर्चरर' नव्हती. तिनं ही कला रणांगणावरच आत्मसात केली होती; आणि 'खुणा नकोत' हे सौजन्य काश्मिरींच्या बाबतीत दाखवलं जात नसे. अमरिक सिंगच्या सूचनांचा त्या वरिष्ठ अधिकाऱ्याशी काही संबंध आहे, यावर तिचा विश्वास नव्हता. त्याच्या डोळ्यांतले ते भाव तिनं ओळखले होते. त्याला बायकांच्या कुठल्या गोष्टीचं आकर्षण आहे, हे तिला माहीत होतं. स्वत:ला अशाप्रकारे रोखावं लागल्यानं तिच्या आत्मसन्मानाला धक्का पोहोचला होता. त्यामुळे तिचा पारा आणखी चढला होता. तिच्या थपडा आणि लाथा (जे 'चौकशी' मध्ये येतात.) काहीच करू शकल्या नव्हत्या. तिची कैदी भावशून्य व मूक होती.

बिप्लब दासगुप्ताचा ठावठिकाणा शोधून दाचिगामच्या फॉरेस्ट गेस्टहाउसमध्ये हॉटलाइनवर त्याच्याशी प्रत्यक्ष बोलणं होण्यात अमरिक सिंगचा तासाभराहून जास्त वेळ गेला. तो राज्यपालांच्या वीकएन्डच्या ताफ्याचा भाग होता, ही गोष्ट पुरेशी गंभीर होती. ती बाई त्याला ओळखत होती यात शंकाच नव्हती आणि इंडिया ब्रावोच्या डेप्युटी डायरेक्टरला 'गा-र्स-न हॉ-ब-र्ट' म्हणजे नेमकं काय ते माहीत आहे, असं दिसत होतं. पण 'शिकारी' अमरिक सिंगला द्विधा मन:स्थितीचा, आणि संशयाचासुद्धा वास आला होता. आपण आणखी अडचणीत येऊ, खूप मोठ्या संकटात सापडू, हे त्याला माहीत होतं. पण जर त्यानं त्या बाईला काहीही इजा न करता सहीसलामत सोडलं तर यावर पांघरूण घालता येणार होते. अजून फार उशीर झाला नव्हता. अजून यातून बाहेर पडता येण्यासारखं होतं. मग तो आणखी नुकसान टाळण्यासाठी घाईघाईनं चौकशी केंद्रात गेला. त्याला थोडा उशीरच झाला होता, पण फार उशीर झाला नव्हता. एसीपी पिंकीनं तिच्या समस्येवर एक फालतू, घासून गुळगुळीत झालेला उपाय शोधला होता. तिनं त्या बाईसाठी- जिला धडा शिकवावाच लागणार होता तिच्यासाठी एका आदिकालीन शिक्षा ठरवली. तिच्या खुनशीपणाचा दहशतवाद विरोधाशी किंवा काश्मीरशी फारसा संबंध नव्हता. ते ठिकाण म्हणजे उन्मादाचं उबवणकेंद्र आहे या वास्तवापलीकडं बहुधा तिला बाकी काही देणंघेणं नव्हतं.

अमरिक सिंग घाईगडबडीनं त्या खोलीत शिरला तेव्हा छावणीचा नाभिक- मोहम्मद सुभान हजाम तिथून बाहेरच पडत होता.

तिलो लाकडी खुर्चीत बसली होती. तिचे हात खाली बांधले होते. तिचे लांबसडक केस जमिनीवर पडले होते... तिच्या बटा, ज्या आता तिच्या राहिल्या नव्हत्या. जमिनीवर विखुरल्या होत्या आणि तिथल्या घाणीत व सिगारेटच्या थोटकांत मिसळून गेल्या होत्या. तिचं मुंडन करत असताना सुभान हजाम हलक्या स्वरात म्हणाला होता,

"सॉरी, मॅडम, व्हेरी सॉरी."

मग अमरिक सिंग व एसीपी पिंकी यांचा प्रेमळ खटका सुरू झाला. तो जवळपास गुद्दागुद्दीवर येऊन ठेपला. पिंकी फुरंगटली होती; पण ऐकायला तयार नव्हती.

"केस कापायचे नाहीत असं कुठल्या कायद्यात लिहिलंय दाखवा मला."

अमरिक सिंगनं तिलोला मोकळं केलं आणि तिला उठून उभं राहायला मदत केली. त्यानं तिच्या खांद्यावर पडलेले केस झटकतोय असं दाखवलं. त्यानं त्याचा रुंद पंजा तिच्या डोक्यावर रक्षणकर्त्याच्या थाटात ठेवला... कसायाचे आशीर्वाद. त्या किळसवाण्या स्पर्शातून बाहेर पडायला तिलोला कित्येक वर्षे लागणार होती. त्यानं तिचं डोकं झाकण्यासाठी कानटोपी आणायला सांगितली. ते टोपी येण्याची वाट बघत असताना तो म्हणाला, "याबद्दल सॉरी. असं घडायला नको होतं. आम्ही तुम्हाला मुक्त करायचं ठरवलं आहे. जे झालं ते झालं. त्याबद्दल तुम्ही काही बोलू नका. मीही काही बोलत नाही. जर तुम्ही काही बोललात तर मीही बोलेन आणि जर मी बोललो, तर तुम्ही आणि तुमचा अधिकारी मित्र फार मोठ्या अडचणीत याल. दहशतवाद्यांशी हातमिळवणी करणं ही छोटी गोष्ट नाही."

कानटोपी आली. तिच्यासोबत पॉन्ड्स ड्रीमफ्लॉवर टॅल्कचा छोटा डबाही आला. अमरिक सिंगनं तिलोच्या मुंडन केलेल्या डोक्यावर पावडर थापली. कानटोपीला मेलेल्या माशापेक्षाही भयंकर दर्प येत होता; पण तिनं त्याला ती टोपी घालू दिली आणि ते चौकशी केंद्रातून बाहेर आले, आवार पार करून संकटकालीन दरवाजातून बाहेर पडून छोट्याशा ऑफिसमध्ये आले. ऑफिस रिकामं होतं. अमरिक सिंगनं सांगितलं की, हे छावणीचे डेप्युटी कमांडंट स्पेशल ऑपरेशन्स ग्रूपच्या अशफाक मीर यांचं आहे. ते मोहिमेवर गेले होते. पण थोड्याच वेळात परत येऊन तिला बिप्लव दासगुप्ता सर पाठवत असलेल्या माणसाच्या ताब्यात देणार आहेत.

तिलोनं अमरिक सिंगनं देऊ केलेला चहाच नव्हे, तर पाणीसुद्धा नम्रपणे नाकारलं. तो तिला तिथं सोडून बाहेर गेला. तो हा अध्याय संपवण्यासाठी खासकरून उत्सुक होता हे स्पष्ट होतं. त्या दिवशी तिनं त्याला पाहिलं ते शेवटचंच. त्यानंतर

सुमारे सोळा वर्षांनी तिनं सकाळचे पेपर उघडले, त्यात तिला त्याची बातमी दिसली. त्यानं अमेरिकेच्या एका छोट्या गावातल्या त्याच्या घरी त्याची पत्नी व तीन मुलांना आणि स्वत:लाही गोळ्या घालून संपवलं होतं. तिला पेपरमधला त्याचा फोटो ओळखता येईना... भेदरलेल्या डोळ्यांचा, गुळगुळीत दाढी केलेला, गोबऱ्या, गब्दुल चेहऱ्याचा हाच तो माणूस होता, ज्यानं गुल-काकची हत्या केली होती आणि नंतर हळुवारपणे म्हणता येईल अशाप्रकारे तिच्या डोक्याला पावडर लावली होती.

ती त्या रिकाम्या ऑफिसमध्ये व्हाइट बोर्डवर नजर लावून वाट पाहत बसली होती. व्हाइट बोर्डवर नावांची यादी होती, त्यापुढे (किल्ड) (किल्ड) (किल्ड) असं लिहिलेलं होतं. भिंतीवर एक पोस्टर होतं, त्यावर लिहिलं होतं.

आम्ही मानतो नियम आमचे
आम्ही आहोत निर्दय
कोणत्याही रूपात प्राणघातक
आम्ही लाटांवर स्वार होतो
आम्ही तुफांनाशी खेळतो
बरोबर ओळखलंत तुम्ही
आम्ही आहोत
गणवेशधारी

दोन तासांनी नागा तिथं आला आणि त्याच्यामागून प्रसन्न अशफाक मीर. त्यांच्यासोबत त्यांच्या कोलनचा सुवासही आला. त्यानंतर लष्करच्या जखमी दहशतवाद्याला 'प्रॉप' बनवून अशफाक मीरचं नाटक पार पडण्यात, ऑम्लेट आणि कबाब येण्यात आणि 'ताब्यात देण्याची प्रक्रिया' पूर्ण होण्यात आणखी तासभर गेला. या सगळ्या घडामोडींदरम्यान आणि रिकाम्या रस्त्यांवरून अहदूसपर्यंतच्या पहाटफेरीत – त्या वेळी नागानं तिचा हात धरला होता, तिच्या डोक्यात फक्त आणि फक्त सूर्या बॅन्डच्या बासमती तांदळाच्या पोतातल्या टोपड्यातलं गुल-काकच्या पुढच्या बाजूला लटकलेल्या डोक्याचं (का कोण जाणे, त्या पोत्याचे बंध, खासकरून बंध, अतिशय उर्मट, अपमानास्पद होते.) आणि छोट्या नावेत रिकाम्या टोपल्यांच्या आडोशाला नावेच्या तळाशी आडवा होऊन अनंताच्या प्रवासाला निघालेल्या मुसाचा विचार होता. नागानं अहदूसमध्ये तिच्यासाठी अत्यंत कनवाळूपणे त्याच्या शेजारचीच रूम घेतली. त्यानं तिला 'मी तुझ्याजवळ थांबू का,' असं विचारलं, (त्याच्याच शब्दांत सांगायचं तर 'ऑन अ प्युअरली सेक्युलर बेसिस' तिनं 'नको' म्हणून सांगितल्यावर त्यानं तिला मिठी मारली आणि तिला झोपेच्या दोन गोळ्या दिल्या.

('का तुला जॉइंट हवा आहे? माझ्याकडं एक वळून तयार आहे.') मग त्यानं हाउसकीपिंगला बोलावून तिच्यासाठी दोन बादल्या पाणी आणायला सांगितलं. त्याचा आपलेपणा, त्याची प्रेमळ बाजू तिलोच्या काळजाला स्पर्शून गेली होती. तिला त्याचं हे रूप याआधी कधी दिसलं नव्हतं. तिला कपडे बदलायचे असतील तर म्हणून त्यानं तिला त्याचा इस्त्रीचा शर्ट व पॅन्ट दिली. आपण उद्या दुपारच्या विमानानं दिल्लीला जाऊ या, तो म्हणाला. त्यावर ती म्हणाली, सांगते. मुसाकडून काही कळल्याखेरीज ती निघू शकणार नव्हती हे तिला माहीत होतं. तिला ते शक्यच नव्हतं. आणि त्याच्याकडून निरोप येईल हे तिला माहीत होतं. कसाही करून येईल. ती बेडवर आडवी झाली. पण तिला डोळे मिटताच येत नव्हते. तिला पापणी मिटायचीसुद्धा भयंकर भीती वाटत होती, समोर कोणतं भूत उभं राहील कोण जाणे... तिच्या अस्तित्वाचा एक भाग तिला समजलाच नव्हता, त्या भागाला शिराजमध्ये परत जाऊन पिंकीशी दोन हात करायचे होते... अ फेअर फाइट. हे म्हणजे एखादा क्षण पार झाल्यानंतर, समोरच्याला सुनावण्यासाठी काहीतरी हुशारीचं वाक्य सुचण्यातला प्रकार होता. तिच्या ध्यानात आलं की, हेही 'चीप' आणि नीचपणाचंच आहे. एसीपी पिंकी फक्त एक हिंस्र, असमाधानी स्त्री होती. ती 'ऑटर' नव्हती... ठार करणारं यंत्र नव्हती. मग ही सुडाची मार्गभ्रष्ट कल्पना कशासाठी?

तिलोला तिच्या केसांची आठवण होत होती. ती पुन्हा तसे लांब केस कधीही वाढवणार नव्हती. गुल-काकच्या स्मृत्यर्थ.

सकाळी दहाच्या सुमाराला दारावर अगदी हलकी टकटक झाली, जेमतेम ऐकू येण्याएवढी. तिला वाटलं, नागा असेल, पण ती खदिजा होती. त्या दोघींची फारशी ओळख नव्हती, पण तिलोला ज्या व्यक्तीला पाहून खूप आनंद होईल अशी या जगात (मुसाखेरीज) दुसरी कुणीही नव्हती- खदिजानं तिचा ठावठिकाणा कसा शोधून काढला हे पट्कन सांगितलं : "आमचीही माणसं आहेत." या प्रकरणात कॉर्डन-अ‍ॅन्ड-सर्च टीमच्या बोटींपैकी एका बोटीचा चालक, शेजारच्या बोटींवरचे लोक आणि त्या मार्गावरचे लोक मदतीला होते. त्यांनी ताबडतोब खबर पोहोचवली होती. शिराज सिनेमात मोहम्मद सुभान हजाम होता. तर अहदूसमध्ये बेलबॉय त्यांचा होता.

खदिजानं बातमी आणली होती. लष्करानं खतरनाक दहशतवादी कमांडर गुलरेजला पकडल्याचं व ठार केल्याचं जाहीर केलं होतं. मुसा अद्याप श्रीनगरमध्येच होता. तो अंत्यविधीच्या वेळी येणार होता. अनेक समूहातील दहशतवादी कमांडर गुलरेजला बंदुकीच्या सलामीनं निरोप देण्यासाठी उपस्थित राहणार होते. आता आजूबाजूला फिरणं त्यांच्यासाठी सुरक्षित असणार होतं. कारण रस्त्यांवर हजारो लोक उतरणार होते. पूर्ण संहार टाळण्यासाठी लष्कराला मागे सरकावं लागणार

होतं. तिलो खानकाह-ए-मौला मधल्या सेफ हाउसमध्ये जाणार होती. अंत्यविधीनंतर मुसा तिला तिथंच भेटणार होता. मुसानं तिला भेटणं महत्त्वाचं आहे, असा निरोप दिला होता. खदिजानं तिच्यासाठी स्वच्छ कपडे आणले होते– सलवार कमीज, फिरन व पोपटी हिजाब. तिलोनं स्वत:ला आत्मदयेच्या दलदलीत रुतू दिलं होतं. पण खदिजाच्या वस्तुनिष्ठतेमुळे ती त्यातून वर आली. त्यानं तिला स्मरण दिलं की, ती अशा लोकांमध्ये होती, ज्यांच्या दृष्टीनं तिनं आदल्या रात्री पार केलेलं दिव्य हा सामान्य आयुष्याचाच भाग होता.

गरम पाणी आलं. तिलोनं अंघोळ केली. नवे कपडे चढवले. खदिजानं तिला हिजाब चेहऱ्याभोवती कसा बांधायचा, ते दाखवलं. त्यामुळे ती अगदी शाही दिसू लागली. इथिओपियन राणीसारखी. तिला ते रूप आवडलं. पण तिला तिचं केशसंभारातील रूपच अधिक आवडत असे. माजी-केशसंभारातलं.

तिलोनं नागाच्या दाराखालून चिठ्ठी आत सरकवली. त्यात तिनं संध्याकाळपर्यंत परत येत असल्याचं लिहिलं होतं. मग त्या दोघी हॉटेलमधून बाहेर पडल्या आणि रस्त्यावर आल्या, त्या शहराच्या रस्त्यावर, जे शहर फक्त तिथल्या मृत व्यक्तीला दफन करायचं असे, तेव्हाच जिवंत होत असे.

अंत्ययात्रेच्या शहराला अचानक जाग आली होती. तिथं गजबज सुरू झाली होती. आजूबाजूला सगळीकडं हालचाल दिसत होती. रस्त्यांवर लोकांचे लोंढे दिसत होते. माणसांच्या छोट्या नद्याच. त्या समुद्राच्या दिशेनं वाहत होत्या... मजार-ए-शोहदाच्या दिशेनं. छोट्या तुकड्या, मोठ्या तुकड्या, जुन्या शहरातले लोक, नव्या शहरातले लोक, खेड्यापाड्यातले लोक, इतर शहरातले लोक भराभर गोळा होत होते. अगदी छोट्या छोट्या गल्लीबोळांतूनसुद्धा स्त्री-पुरुषांचे घोळके, अगदी लहान मुलंसुद्धा *'आझादी! आझादी'* अशा घोषणा देत होते. मार्गावर ठिकठिकाणी तरुणांनी दूरवरून आलेल्या लोकांसाठी पाणपोई आणि अन्नछत्र उभारलं होतं. तिथं पाणी भरून देताना, ताटात भोजन वाढताना, लोक खात-पीत असताना, श्वास घेताना, चालताना, फक्त त्यांनाच ऐकू येणाऱ्या ढोलाच्या ठोक्यावर ते गर्जत होते, *'आझादी! आझादी!'*

खदिजाच्या डोक्यात जणू तिच्या शहरातील रस्त्यांचा छोट्या-मोठ्या गल्लीबोळांचा तपशीलवार नकाशाच असावा. तिलोला त्याचं फारच विशेष वाटलं. (कारण तिच्यापाशी असली कौशल्ये नव्हती.) त्यांनी दीर्घ, वळणावळणांचा मार्ग निवडला, *'आझादी!'*च्या घोषणा दुमदुमत होत्या, वादळाची चाहूल देत असल्यासारख्या (राज्यपालांच्या ताफ्यासोबत गेलेला गार्सन हॉबर्ट दाचिगाममध्ये बिळात लपून बसला होता, रस्ते सुरक्षित झाल्याचं त्याच्या सेक्रेटरीकडून कळल्याखेरीज तो शहरात परत येऊ शकणार नव्हता.) मिस जबीनच्या अंत्ययात्रेनंतर नऊ महिन्यांनी

ही आणखी एक अंत्ययात्रा होती. या खेपेला एकोणीस शवपेट्या होत्या. त्यातली एक रिकामी होती. इखवानींनी ज्या मुलाचा मृतदेह पळवून नेला होता, त्याची. एका शवपेटीत पाचूच्या डोळ्यांच्या लहानखुऱ्या माणसाच्या देहाच्या चिंधड्या होत्या, तो माणूस स्वर्गाच्या वाटेवर होता. त्याच्या परमप्रिय बेवकूफ सुलतानला भेटण्यासाठी.

''मला अंत्यविधीला जायचं आहे,'' तिलो खदिजाला म्हणाली.

''आपण जाऊ शकतो; पण त्यात धोका आहे. आपल्याला उशीर होऊ शकेल. आणि आपल्याला जवळपास काहीही मिळणार नाही. स्त्रियांना कबरीजवळ जाता येत नाही. सगळे तिथून गेले की मग आपल्याला जाता येईल.''

बायकांना परवानगी नाही. बायकांना परवानगी नाही. बायकांना परवानगी नाही.

हे कबरींना बायकांपासून वाचवण्यासाठी होतं का बायकांना कबरींपासून वाचववण्यासाठी?

तिलोनं विचारलं नाही.

पंचेचाळीस मिनिटांच्या प्रवासानंतर खदिजानं गाडी पार्क केली आणि त्या अरुंद, वळवळणांच्या रस्त्यांच्या भूलभुलय्यातून झटपट निघाल्या. शहराच्या या भागातले रस्ते एकमेकांशी अनेक मार्गांनी जोडलेले दिसत होते. जमिनीच्या खालून, जमिनीच्या वरून, उभे, तिरके, रस्त्यांवरून, छतांवरून, गुप्त मार्गांवरून... जणू एक अखंड आकृतिबंध असावा. प्रवाळाचं प्रचंड मोठं बेट किंवा वारुळ असावं तसं.

''शहराचा हा भाग अजून आपला आहे,'' खदिजा म्हणाली.

''लष्कर इथं येऊ शकत नाही.''

त्या दोघी छोट्या लाकडी दारातून आत गेल्या, एका रिकाम्या खोलीत. तिथं हिरवा गालिचा अंथरला होता. एका तरुणानं त्यांचं स्वागत केलं आणि त्यांना आत नेलं. त्याचा चेहरा कोरा होता. तो त्या दोघींना झट्कन दोन खोल्या पार करून तिसऱ्या खोलीत गेला. तिथं त्यानं एक दार उघडलं. ते मोठ्या कपाटासारखं दिसत होतं, पण तो छुपा दरवाजा होता. तिथून गुप्त तळघरात जाण्यासाठी खड्या, अरुंद पायऱ्या होत्या. तिलो खदिजाच्या मागून पायऱ्या उतरून खाली गेली. तिथं फर्निचर नव्हतं, पण जमिनीवर दोन गाद्या अंथरलेल्या होत्या आणि काही उशा होत्या. तिचं बॅकपॅक एका कोपऱ्यात टेकवून ठेवलं होतं. कुणीतरी धोका पत्करून एचबी *शाहीन* मधून वाचवून आणलं होतं. तितक्यात एक तरुण मुलगी पायऱ्या उतरून खाली आली. तिनं प्लॅस्टिकचं लेस लावलेलं 'दस्तरखान' अंथरलं. तिच्यापाठोपाठ एक वयस्क स्त्री चहा, चहाचे कप, रस्क आणि स्पंज केकच्या स्लाइसचा ट्रे घेऊन आली. तिनं तिलोचा चेहरा हातांच्या ओंजळीत धरून तिच्या कपाळाचं चुंबन घेतलं.

कुणी फारसं काही बोललं नाही; पण त्या मायलेकी तिथंच थांबल्या.

तिलोचा चहा संपल्यावर, खदिजानं त्या ज्या गादीवर बसल्या होत्या त्यावर हातांनी थापटलं.

"झोप. त्याला इथं पोहोचायला किमान दोन ते तीन तास लागतील."

तिलो आडवी झाल्यावर खदिजानं तिला गोधडी पांघरली. तिलोनं गोधडीखालून खदिजाचा हात धरला. त्यानंतरच्या काळात त्या सख्ख्या मैत्रिणी बनणार होत्या. तिलोनं डोळे मिटले. आजूबाजूला बायकांची कुजबुज सुरू होती. त्या काय बोलत आहेत ते तिलोला समजत नव्हतं; पण ते खरखरीत झालेल्या त्वचेवर मलम लावल्यासारखं वाटत होतं.

मुसा आला तेव्हा ती गाढ झोपलेली होती. तो तिच्या शेजारी मांडी घालून बसला होता... कितीतरी वेळ तिच्या झोपलेल्या चेहऱ्याकडं पाहत. त्याच्या मनात आलं, हिला दुसऱ्या, अधिक चांगल्या जगात उठवता आलं तर किती बरं होईल. तिला पुन्हा भेटायला खूप दिवस लागतील, हे त्याला माहीत होतं आणि तेसुद्धा त्यांचं तेवढं सुदैव असलं तर.

त्याला फार वेळ नव्हता. भरतीची लाट उधाणलेली होती आणि रस्ते अजून लोकांचे होते; तोवरच त्याला निघावं लागणार होतं. त्यानं शक्य तितक्या हळुवारपणे तिला उठवलं.

"बाबाजाना. उठ."

तिने डोळे उघडले आणि त्याला तिच्याजवळ ओढलं. बराच वेळ झाला... बोलण्यासारखं काहीच नव्हतं... काहीही नव्हतं.

"मी माझ्या स्वत:च्याच अंत्यविधीसाठी आलोय. मी मलाच एकवीस बंदुकांची सलामी दिली," मुसा म्हणाला.

आणि मग तिलोनं त्याला घडलेलं सगळं सांगितलं. अगदी हलक्या, कुजबुजत्या स्वरात, कारण ती जे सांगायचा प्रयत्न करत होती त्याच्या भारानं तो सारखा चिरकत होता. तिलोनं त्याला सगळं सांगितलं. ती काहीही विसरली नाही. एक गोष्टसुद्धा नाही. एक आवाजसुद्धा नाही. एकही भावना नाही. उच्चारलेला किंवा न उच्चारलेला एक शब्दसुद्धा नाही.

मुसानं तिच्या कपाळावर ओठ टेकले.

"त्यांनी काय केलं आहे ते त्यांना माहीत नाही. खरंच त्यांना कल्पना नाही."

आणि मग त्याची निघण्याची वेळ झाली.

"बाबाजाना. नीट ऐक. तू दिल्लीला परत गेल्यावर कोणत्याही परिस्थितीत एकटी राहू नकोस. ते फार धोक्याचं आहे. मित्र-मैत्रिणींसोबत राहा... नाहीतर नागाबरोबर. मी तुला हे सांगतोय म्हणून तू माझ्यावर चिडशील... पण तू लग्न तरी

कर; नाही तर, तुझ्या आईकडं जा. तुला संरक्षणाची गरज आहे. निदान काही काळ तरी. आम्ही 'ऑटर'चा विषय संपवत नाही, तोवर. आम्ही हे युद्ध जिंकू आणि मग आपण एकत्र येऊ. तू आणि मी. मी हिजाब घालीन... खरंतर तुलाच हिजाब जास्त छान दिसतो आहे– आणि तू शस्त्र घेऊ शकतेस. ओके?''

''ओके.''

पण अर्थातच तसं घडलं नाही.

मुसानं जाण्याआधी तिलोला एक बंद लखोटा दिला.

''आत्ता उघडू नकोस. खुदा हाफिज.''

तो तिला पुन्हा दोन वर्षांनी दिसणार होता.

खदिजा आणि तिलो मजार-ए-शोहदामध्ये गेल्या तेव्हा सूर्य अजून मावळला नव्हता. कमांडर गुलरेजची कबर इतर कबरींमध्ये उठून दिसत होती. त्यावर बांबूची छोटी चौकट उभी केली होती. ती रुपेरी कलाबतू, सोनेरी झालर आणि हिरवा झेंडा लावून सजवली होती. आपल्या लोकांच्या भविष्यासाठी स्वतःचा वर्तमान देणाऱ्या प्रिय स्वातंत्र्यसेनानीचं तात्पुरतं पुण्यस्थळ होतं ते. डोळ्यांतून अश्रुधारा लागलेला एक माणूस काही अंतरावरून ते पाहत होता.

''अनेक वर्षं तुरुंगात होता. बिचारा. तो चुकीच्या माणसासाठी रडतोय.''

''तसं नसेल कदाचित,'' तिलो म्हणाली, ''गुल-काकसाठी सगळ्या जगानं रडायला हवं.''

त्यांनी गुल-काकच्या कबरीवर गुलाबाच्या पाकळ्या वाहिल्या आणि मेणबत्ती लावली. खदिजानं आरिफा व मिस जबीन द फर्स्टच्या कबरी शोधल्या आणि तिनं तिथंही तसंच केलं. तिनं मिस जबीनच्या कबरीवर बसवलेल्या दगडावरचा मजकूर तिलोला वाचून दाखवला.

मिस जबीन

२ जानेवारी १९९२ – २२ डिसेंबर १९९५

अख दलीला वन

येथ मंझ ने कहँ बलाई आयसि

न आयसि सोह कुन्नी जंगलस मंज रोजान

तिलोच्या डोक्यात मँडेलस्टानच्या त्या कवितेच्या शेवटच्या ओळी घुमू लागल्या, जी तिने मुसासोबत वाचली होती. (आणि नसती वाचली तर बरं झालं असतं असं तिला वाटलं होतं ती...) खदिजा गेल्यानंतर तिलोनं नागाला फोन करून ती परत आल्याचं आणि आता झोपी जात असल्याचं सांगितलं. का कोण जाणे, पण मुसानं

तिला दिलेला लखोटा उघडण्याआधी तिनं छोटी प्रार्थना म्हटली. (कोणत्या देवाची कोण जाणे.) त्या लखोट्यात डॉक्टरांनी दिलेलं कानाच्या ड्रॉप्सचं प्रिस्क्रिप्शन होतं आणि गुल-काकचा फोटो होता. फोटोत त्यानं खाकी शर्ट आणि लष्करी पोशाख घातला होता आणि त्याच्या पायात मुसाचे 'असल बूट' होते. तो कॅमेऱ्यात पाहून हसत होता. त्याच्या दोन्ही खांद्यांवरून बंदुकीच्या गोळ्यांचा पट्टा लटकत होता आणि कमरेला पिस्तुलाची चामडी पिशवी होती. तो सशस्त्र होता. गोळीच्या प्रत्येक खोबणीत हिरव्या मिरच्या होत्या आणि पिस्तुलाच्या चामडी पिशवीत ताज्या टवटवीत पानांचे पांढरे शुभ्र रसरशीत मुळे होते.

त्या फोटोच्या मागच्या बाजूला मुसानं लिहिलं होतं : *आपला लाडका कमांडर गुलरेज.*

मध्यरात्रीच्या सुमाराला तिलोनं नागाच्या दारावर थाप दिली. त्यानं दार उघडलं आणि तिच्याभोवती हात टाकला. त्यांनी ती रात्र सोबत घालवली... ऑन अ प्युअरली सेक्युलर बेसिस.

***

तिलोनं खबरदारी घेतली नव्हती.

ती मृत्यूच्या खोऱ्यातून एक छोटा जीव घेऊन परत आली.

तिलोला ती गरोदर असल्याचं कळलं तेव्हा नागा व तिच्या लग्नाला दोन महिने झाले होते. त्यांचं लग्न अद्याप ज्याला 'सुफळ संपूर्ण' म्हणतात तसं झालेलं नसल्यामुळे तिच्या बाळाचा बाप कोण, याबद्दल तिच्या मनात जराही शंका नव्हती. तिनं त्या बाळाला जन्म द्यायचं ठरवलं की नाही? मुलगा झाला, तर गुलरेज. मुलगी झाली, तर जबीन. ती स्वत:ला वधूच्या रूपात जसं पाहू शकत नव्हती, त्यापेक्षाही ती स्वत:ला आईच्या रूपात पाहू शकत नव्हती. पण ती वधू बनली होती आणि त्यातून तगलीही होती. मग हे का नाही?

तिनं घेतलेल्या निर्णयाचा तिच्या नागाबद्दलच्या भावनांशी वा मुसावरच्या प्रेमाशी काहीही संबंध नव्हता. तिचा निर्णय त्याहीपेक्षा आतून आला होता. तिला काळजी वाटत होती की, आपण जन्माला घातलेल्या छोट्या जीवाला आपल्यासारखंच विचित्र आणि भयंकर माशांनी भरलेल्या त्याच महासागरात झगडावं लागणार... तिच्या आणि तिच्या आईच्या नात्यात तिला करावं लागलं होतं तसंच. आपण मरिअम आईपेक्षा चांगले पालक होऊ यावर तिचा विश्वास नव्हता. आपण अतिशय वाईट पालक होऊ, असं तिला स्वत:बद्दल वाटत होतं. तिला स्वत:ला त्या मुलावर लादायची इच्छा नव्हती आणि तिची तिचं प्रतिरूप जगावर लादण्याची इच्छा नव्हती.

पैसा ही समस्या होतीच. तिच्याकडं थोडे पैसे होते, पण खूप नव्हते. तिच्या सुट्टयांमुळे तिला नोकरीवरून कमी करण्यात आलं होतं आणि तिला दुसरी नोकरी मिळाली नव्हती. तिला नागाकडे पैसे मागायचे नव्हते, त्यामुळे ती सरकारी दवाखान्यात गेली.

मूल होत नसल्यामुळे घराबाहेर काढलेल्या व्याकूळ बायकांनी वेटिंग रूम गच्च भरली होती. त्या तिथं वंध्यत्व तपासणीसाठी आल्या होत्या. तिलो तिथं मूल काढून टाकण्यासाठी म्हणजे एमटीपीसाठी- मेडिकल टर्मिनेशन ऑफ प्रेग्नन्सी– आल्याचं कळलं, तेव्हा त्यांना तिची भयंकर चीड व किळस आली. डॉक्टरांनाही ते पसंत नव्हतं. तिनं त्यांचा उपदेश शांतपणे ऐकून घेतला आणि तिचा निर्णय बदलणार नसल्याचं त्यांना स्पष्टपणे सांगितलं तेव्हा ते म्हणाले की, तुमच्यासोबत संमतिपत्रावर सही करण्यासाठी कोणीतरी- शक्यतो बाळाचे बाबा- असल्याशिवाय आम्ही तुम्हाला संपूर्ण भूल देऊ शकत नाही. तिनं त्यांना बिनाभुलीचं करा, असं सांगितलं. ती वेदनांनी बेशुद्ध झाली. तिला जाग आली, तेव्हा ती जनरल वॉर्डमध्ये होती. बेडवर तिच्याशेजारी आणखी कुणीतरी होतं. एक लहान मूल. दुखण्यानं किंचाळत होतं. त्याला मूत्रपिंडाचा आजार होता. प्रत्येक बेडवर एकापेक्षा जास्त रुग्ण होते. जमिनीवरसुद्धा रुग्ण होते. रुग्णांना भेटायला येणारे बहुतेकसे लोक आणि कुटुंबातले सदस्य त्यांच्यासारखेच आजारी दिसत होते. त्याच गोंधळातून डॉक्टर्स आणि परिचारिका घाईनं वाट काढत होत्या. ते दृश्य युद्धकालीन दृश्यासारखं वाटत होतं. हे कोणतं वेगळं युद्ध नव्हतं. दिल्लीतील नेहमीचंच युद्ध. श्रीमंत आणि गरीब यांच्यातील युद्ध.

तिलो उठली आणि धडपडत वॉर्डबाहेर आली. आजारी व मरणासन्न लोकांनी गच्च भरलेल्या गलिच्छ कॉरिडॉरमध्ये ती रस्ता चुकली. तळमजल्यावर तिनं एका लहानखुऱ्या माणसाला- त्याचे दंड पिळदार होते. ते दुसऱ्याच कुणाचे तरी असल्यासारखे दिसत होते- बाहेर जाण्याचा रस्ता विचारला. त्यानं सांगितलेल्या दिशेनं गेल्यावर ती हॉस्पिटलच्या मागच्या बाजूनं बाहेर पडली. शवागाराच्या बाजूला. त्यापलीकडं एक ओसाड मुस्लिम कब्रस्तान होतं. ते वापरात नसल्यासारखं दिसत होतं.

जुन्या, भल्यामोठ्या झाडांच्या फांद्यांवर वटवाघळं लटकली होती, जुन्या मोर्चांमधल्या निर्जीव काळ्या झेंड्यांसारखी. आजूबाजूला कुणीही नव्हतं. तिलो एका भग्न कबरीवर बसून स्वत:ला सावरण्याचा प्रयत्न करत होती.

तितक्यात, एक हडकुळा, टकल्या. भडक, लाल रंगाचा वेटरचा कोट घातलेला माणूस जुन्या सायकलवरून खडखडत तिथं आला. त्यानं सायकलच्या मागच्या बाजूला झेंडूच्या फुलांचा छोटा गुच्छ आणला होता. तो फुलं आणि एक फडकं घेऊन, वाट काढत एका कबरीपाशी गेला. ती कबर पुसून त्यानं त्यावर फुलं

ठेवली. क्षणभर मूकपणे उभा राहिला आणि मग गडबडीनं निघून गेला.

तिलो त्या कबरीपाशी गेली. कबरीवरच्या दगडावरचा मजकूर इंग्रजीत असलेली ती एकमात्र कबर होती. ती बेगम रेनाता मुमताज मॅडमची कबर होती, रोमानियाची बेली डान्सर, जिचं हृदयभंगाच्या दुःखानं निधन झालं होतं.

तो माणूस होता रोशनलाल. रोजबड रेस्ट-ओ-बारमधल्या सुट्टीच्या दिवशी तिथं आलेला. तिलो सतरा वर्षांनी त्याला पुन्हा भेटणार होती. मिस जबीन द सेकंडसोबत ती या कब्रस्तानात पुन्हा येईल तेव्हा. अर्थातच. ती त्याला ओळखणार नाही. कारण त्या वेळपर्यंत हे विस्मृतीत गेलेल्या मृतांचं ओसाड ठिकाण असणार नव्हतं.

रोशनलाल गेल्यानंतर तिलो बेगम रेनाता मुमताज मॅडमच्या कबरीवर आडवी झाली. थोडं रडली आणि मग गाढ झोपी गेली. तिला जाग आली तेव्हा, घरी जाऊन उर्वरित आयुष्याला तोंड द्यायला आपण अधिक सज्ज आहोत, असं तिला वाटलं.

त्या आयुष्यामध्ये आठवड्यातून किमान एकदा राजदूत शिवशंकर व त्यांच्या पत्नीसोबत जवळपास सगळ्याच गोष्टींबद्दलची, काश्मीरसह, मते ऐकून तिलोचे हात थरथरत असत आणि तिच्या बशीत काटे-चमचे खडखडत असत.

भारताच्या मुख्य भागाचे बेअकलीकरण कधी नव्हे इतक्या वेगाने वाढत चालले होते आणि त्याला 'मिलिटरी ऑक्युपेशन'चीही गरज नव्हती.

आणि मग ऋतू बदलले.
'हासुद्धा एक प्रवास आहे,' 'एम' म्हणाला.
'आणि तो आपल्यापासून ते काढून घेऊ शकत नाहीत.'

– नडेश्डा मॅन्डेलस्टाम

दहा

असीम आनंदाचा पंथ

एक हुशार बाई कब्रस्तानात राहायला आल्याची बातमी गरिबांच्या वस्तीत झटपट पसरली. आजूबाजूच्या भागातले पालक तिलोच्या जन्नत गेस्ट हाउसमधल्या क्लासेसमध्ये आपल्या मुलाला प्रवेश घेण्यासाठी गर्दी करू लागले. तिचे विद्यार्थी तिला तिलो मॅडम म्हणत असत. कधीकधी 'उस्तानीजी'सुद्धा म्हणत.

तिलोच्या अपार्टमेंटसमोरच्या शाळेतल्या मुलांच्या सकाळच्या गाण्याची तिला आठवण होत असली तरी, तिनं तिच्या विद्यार्थ्यांना कुठल्याही भाषेतलं 'हम होंगे कामयाब' शिकवलं नव्हतं, कारण कुणाच्याही बाबतीत कुठल्याही क्षितिजावर कुठं 'कामयाबी' आहे का याची तिलाच खात्री नव्हती; पण ती त्या मुलांना गणित, चित्रकला, कॉम्प्युटर ग्राफिक्स (ती जी अगदी अल्प फी घेत असे, त्या पैशातून तिनं तीन सेकंड-हॅन्ड डेस्कटॉप कॉम्प्युटर्स विकत घेतले होते.) थोडंफार मूलभूत विज्ञान, इंग्रजी आणि विक्षिप्तपणा शिकवत होती. ती त्यांच्याकडून उर्दू आणि थोडीफार आनंदाची कला शिकली होती. ती दिवसभर काम करायची आणि आयुष्यात पहिल्यांदाच तिला रात्रभर गाढ झोप लागली होती. (कुमारी जबीन द सेकंड अन्जुमजवळ झोपत होती.) रोजचा दिवस तिच्या मनातला आपण मुसाच्या 'पुनर्प्राप्त' वस्तूंपैकी एक आहोत हा विचार पुसून टाकायला मदत करत होता. ती रोज ठरवत होती की, एकदा आपल्या अपार्टमेंटमध्ये फेरी मारून येऊ या; पण तिथून निघाल्यापासून एकदाही ती तिथं गेली नव्हती. गार्सन हॉबर्टचा निरोप मिळाल्यावरसुद्धा नाही. अन्जुम व सद्दाम तिलोच्या काही वस्तू आणायला (त्यांच्या आयुष्यात अवतरलेली ही विचित्र बाई कुठं व कशी राहत होती हे पाहण्याच्या उत्सुकतेमुळं) तिथं गेले होते तेव्हा त्यानं त्यांच्यामार्फत तिलोला निरोप पाठवला होता. तिलो भाड्याची रक्कम त्याच्या खात्यात भरत होती. आपण सगळं सामान तिथून हलवेपर्यंत भाडं द्यायला हवं असं ती मानत होती.

काही महिने उलटले तरी मुसाची काहीच खबर नव्हती. मग तिनं मुसाचं सामान आणून देणाऱ्या त्या फळविक्रेत्यामार्फत निरोप पाठवला; पण तरीही

त्याच्याकडून काहीच प्रतिसाद आला नाही, तरीही मुसाच्या मृत्यूची बातमी अकस्मात कधीही येऊ शकेल या गोष्टीच्या भीतीचं ती जे सदैव ओझं वागवत आली होती, ते ओझं काहीसं हलकं झालं होतं... म्हणजे, तिचं त्याच्यावरचं प्रेम कमी झालं होतं म्हणून नाही तर कब्रस्तानातल्या उद्ध्वस्त देवदूतांनी दोन जगांदरम्यानची दारं उघडली होती. (अवैधरीत्या, फक्त एक फट) ज्यायोगे वर्तमानातले व जग सोडून गेलेले आत्मे भेटू शकतील. एकाच पार्टीला आलेल्या पाहुण्यांसारखे. त्यामुळे आयुष्याची चौकट थोडी सैल झाली होती आणि मृत्यूची निर्णायकताही. कसं कोण जाणे, पण सगळ्या गोष्टी सहन करणं थोडं सोपं झालं होतं.

तिलोच्या ट्यूशन क्लासेसचं यश व लोकप्रियता यांमुळं प्रोत्साहित होऊन, उस्ताद हमीद यांनी पुन्हा एकदा त्यांना आश्वासक वाटणाऱ्या विद्यार्थ्यांना संगीताचे धडे द्यायला सुरुवात केली होती. ती प्रार्थनेची हाक असावी तसं अन्जुम त्या वर्गांना बसत होती. आत्ताही ती गायची नाही, पण जैनब उंदरिणीला गाणं शिकवण्याचा प्रयत्न करत असताना ती जसं गुणगुणायची, तसं ती गुणगुणू लागली होती. अन्जुम आणि तिलोला कुमारी जबीन द सेकंडला सांभाळायला मदत करण्याच्या बहाण्यानं (ती आता भराभर मोठी होत होती) जैनब दुपारी, संध्याकाळी आणि कधीकधी रात्रीसुद्धा कब्रस्तानात थांबू लागली होती. त्याचं खरं कारण- जे अजून कुणाच्या लक्षात आलं नव्हतं– होतं, तिचं सद्दाम हुसैनशी सुरू असलेलं जबरदस्त प्रेमप्रकरण. तिनं पॉलिटेक्निमधला अभ्यासक्रम पूर्ण केला होता. आता ती गोलमटोल, छोटी फॅशनिस्टा बनली होती. ती ऑर्डरप्रमाणे बायकांचे कपडे शिवून देत असे. तिला निम्मो गोरखपुरीची जुनी फॅशनविषयक मासिकं आणि तिलो तिथं आली तेव्हा तिच्या स्वागतासाठी आणलेली सौंदर्यप्रसाधनं, केसांचे 'कलर्स' वारसाहक्काने मिळाले होते. सद्दामची प्रेमाची पहिलीवहिली, अव्यक्त कबुली म्हणजे त्यानं जैनबला त्याच्या हातापायांच्या नखांना शेंदरी नेलपॉलिश लावू दिलं होतं. ते लावताना दोघंही खिदळत होते. ते नेलपॉलिश टवके उडून आपलं आपण जाईपर्यंत सद्दामनं ते तसंच ठेवलं होतं.

जैनब व सद्दामनं मिळून कब्रस्तानाचं प्राणिसंग्रहालय बनवलं होतं... जखमी प्राण्यांसाठी 'नोहाची नौका'. त्यामध्ये एक मोराचं पिल्लू होतं, त्याला उडता येत नव्हतं. एक लांडोर होती. बहुधा त्याची आई, ती त्याला सोडून जाणार नव्हती. त्याखेरीज तीन म्हाताऱ्या गायी होत्या. त्या दिवसभर झोपून असत. एके दिवशी जैनब ऑटोरिक्षातून बरेच पिंजरे घेऊन आली. त्या पिंजऱ्यांत तीन डझन इवले इवले पक्षी होते, भडक रंगवलेले. जुन्या शहराच्या रस्त्यांवरून सायकलला हे पिंजरे मागे लावून फिरणाऱ्या एका पक्षी-विक्रेत्याकडून तिनं संतापाच्या भरात हे पिंजरे विकत घेतले होते. सद्दाम म्हणाला की, अशा रंगवलेल्या पक्ष्यांना मोकळं सोडता येणार

नाही, कारण ते क्षणार्धात भक्षकांचं लक्ष वेधून घेतील. त्यामुळे त्यानं या पक्ष्यांसाठी दोन कबरींच्या रुंदीएवढा उंच व हवेशीर पिंजरा तयार केला. ते इवले इवले पक्षी रात्रीच्या वेळी काजव्यांसारखे लुकलुकत, त्यात भराऱ्या मारत असत. सद्दामला एका बागेत छोटं कासव सापडलं होतं. कुणीतरी सोडून दिलेलं. त्याच्या एका नाकपुडीत तिपतिया गवताचा एक तुकडा अडकला होता. आता ते गच्चीवर त्याच्या स्वत:च्या चिखलाच्या डबक्यात मस्त लोळत होतं. पायल घोडीच्या सोबतीला एक पांगळं गाढव आलं होतं. त्याला का कोण जाणे महेश म्हणत असत. बीरू आता म्हातारा होऊ लागला होता, पण त्याचा आणि कॉम्रेड लालीचा वंश बहुगुणित झाला होता आणि ते परिसरात दुडदुडत असत. बरीच मांजरं तिथं ये-जा करत असत... जन्नत गेस्ट हाउसमधल्या मानवी पाहुण्यांसारीखच.

गेस्ट हाउसच्या मागच्या बाजूला भाज्यांची बागही चांगली फुलली होती. कब्रस्तानातल्या मातीमुळं, कारण तो प्राचीन काळातला 'कॉम्पोस्ट खड्डा'च होता. तिथं जवळजवळ कुणालाच भाज्या खाण्याचं प्रेम नव्हतं. (जैनबला सर्वांत कमी) तरी ते वांगी, घेवडा, मिरच्या, टोमॅटो, अनेक प्रकारच्या भोपळावर्गीय भाज्या पिकवत असत. रस्त्यावरच्या प्रचंड वाहतुकीमुळे त्या कब्रस्तानाला धूर आणि गरम वाफांची झळ बसत असली तरी, भाज्यांच्या बागेमुळं विविध प्रकारची फुलपाखरं तिथं आकर्षित होत असत. काही त्यातल्या त्यात धडधाकट व्यसनी लोकांना बागेच्या व पशुपक्ष्यांच्या देखभालीसाठी कामावर ठेवलं होतं.

जन्नत गेस्ट हाउसमध्ये 'स्विमिंग पूल' झाला पाहिजे अशी कल्पना अन्जुमनं मांडली.

''का नाही?'' ती म्हणाली. ''फक्त श्रीमंत लोकांकडेच स्विमिंग पूल का असावेत, आपल्याकडे का नाहीत?''

त्यावर सद्दामनं स्विमिंग पूलसाठी पाणी हा महत्त्वाचा मुद्दा आहे याकडं लक्ष वेधलं आणि पाणी नसेल तर अडचणीचं होईल असं सांगताच अन्जुम म्हणाली की, गरीब लोकांना बिनपाण्याच्या स्विमिंग पूलचंसुद्धा अप्रूप वाटेल.

मग तिनं मोठ्या पाण्याच्या टाकीच्या आकाराचा. काही फूट खोलीचा एक खड्डा खणून घेतला. त्याच्या कडेला बाथरूममध्ये लावतात तसल्या निळ्या टाइल्स लावून घेतल्या. तिचं म्हणणं बरोबर होतं. लोकांना ते खूप आवडलं. ते तिथं यायचे आणि एक दिवस त्यात निळंशार स्वच्छ पाणी भरलेलं असावं (इन्शाल्लाह, इन्शाल्लाह) अशी प्रार्थना करायचे.

एकूण काय. जुन्या कब्रस्तानात जनता पूल, जनता प्राणिसंग्रहालय, जनता विद्यालय, असं सगळं छान सुरू होतं. तथापि हे सगळं 'दुनियेतलं' आहे असं म्हणता येत नव्हतं.

अन्जुमचे जुने मित्र डी. डी. गुप्ता बगदादहून अथवा तिथं जे काही उरलं होतं त्यातून परत आले होते. त्यांच्यापाशी युद्धांच्या, संहारांच्या, बॉम्बस्फोटांच्या आणि कत्तलींच्या भयकथा होत्या... संपूर्ण प्रदेशाचा समजूनउमजून व पद्धतशीरपणे पृथ्वीवरील नरक कसा बनवण्यात आला याबद्दलच्या. ते जिवंत असण्याबद्दल व परत येण्यासाठी घर असल्याबद्दल कृतज्ञ होते. आता त्यांची ब्लास्ट वॉल्सच्या धंद्याची किंवा तसं पाहिलं तर कुठल्याच उद्योग-व्यवसायाची इच्छा उरली नव्हती. ते इराकला जाताना जे भयाण, उद्ध्वस्त भूत मागे सोडून गेले होते, ते आता बहरलेलं, टवटवीत झालेलं पाहून त्यांना आनंद झाला होता. ते आणि अन्जुम एकमेकांच्या सहवासात कित्येक तास घालवत असत, गप्पा मारत असत, टीव्हीवर जुने हिंदी सिनेमे पाहत असत. विस्तारीकरण व बांधकामाच्या नव्या योजनांवर देखरेख ठेवत असत. (स्विमिंग पूलच्या बांधकामावर देखरेख करणारे तेच होते.) श्रीमती गुप्तांच्या बाबतीत सांगायचं तर त्याही ऐहिक प्रेमापासून मागे फिरल्या होत्या आणि सगळा वेळ देवघरात भगवान श्रीकृष्णासमवेत घालवत होत्या.

घरच्या आघाडीवरसुद्धा परिस्थिती बिघडत चालली होती. गुजरात का लल्ला बहुमत मिळवून पंतप्रधान बनला होता. लोक त्यांची पूजा करत होते. छोट्या गावांमध्ये त्यांची मंदिरे उभी राहू लागली होती. भक्तांनी त्यांना कापडातच 'लल्लालल्लालल्ला' असं विणलेला 'पिनस्ट्राइप सूट' भेट दिला होता. दौऱ्यावर आलेल्या राष्ट्रप्रमुखांच्या स्वागताला जाताना त्यांनी तो सूट परिधान केला होता. ते दर आठवड्याला भावपूर्ण रेडिओ प्रसारणाद्वारे देशातील जनतेला संबोधित करत होते; बोधकथेच्या, लोककथेच्या अथवा एक प्रकारच्या आदेशाद्वारे स्वच्छता, पवित्रता व देशासाठी त्याग याबद्दलचा संदेश देत होते. त्यांनी सार्वजनिक उद्यानांमध्ये समूह योगाची पद्धत लोकप्रिय केली. महिन्यातून किमान एकदा ते गरीब वस्तीला भेट देऊन, स्वत: रस्ते झाडत होते. जसजशी त्यांची लोकप्रियता शिखरावर पोहोचली, तसे ते विभ्रमी व एकांतप्रिय बनले. ते कुणावरही विश्वास ठेवेनासे झाले. कुणाचाही सल्ला घेईनासे झाले. ते एकटे राहू लागले, एकटे खाऊ लागले. ते लोकांमध्ये मिसळेनासे झाले. त्यांनी त्यांच्या वैयक्तिक सुरक्षेसाठी, इतर देशांतून सुरक्षारक्षक व 'फूड-टेस्टर्स' मागवले. त्यांनी नाट्यपूर्ण घोषणा केल्या आणि कठोर निर्णय घेतले, ज्यांचे दूरगामी परिणाम घडणार होते.

ज्या संघटनेनं त्यांना सत्तेवर आणलं होतं, तिनं व्यक्तिस्तोमाबद्दल नापसंती दर्शवली आणि इतिहासाचा दीर्घ आढावा घेतला. या संघटनेनं त्यांचा पाठिंबा कायम ठेवला, पण ती गुपचूप त्यांचा उत्तराधिकारी तयार करू लागली.

भगवे पोपट स्वैर सुटले. विद्यापीठांचे परिसर, न्यायालये अशा ठिकाणी मोर्चा वळवू लागले. मैफिलीत व्यत्यय आणू लागले. चित्रपटगृहांची मोडतोड करू लागले. पुस्तके जाळू लागले. इतिहासाचे पुराणात व पुराणाचे इतिहासात रूपांतर

करण्यासाठी पोपटांची एक शिक्षण-समिती तयार करण्यात आली. लाल किल्ल्यातील ध्वनिप्रकाशाच्या कार्यक्रमाचं पुनरवलोकन सुरू झालं. लवकरच मुस्लिम राजवटीतील काव्य, संगीत व शिल्पकलेचा शतकानुशकांचा काळ जाऊन त्या जागी तलवारींचा खणखणाट व रक्त गोठवणाऱ्या युद्धघोषणा ऐकू येतील. खरंतर तो काळ त्या हलक्या किणकिणाऱ्या हास्यापेक्षा खूप जास्त काही देणारा होता, ज्याच्यावर उस्ताद कुलसूम बीनं आपली सगळी आशा केंद्रित केली होती. उर्वरित वेळात हिंदू वैभवाची कथा सादर होईल. नेहमीप्रमाणेच, इतिहास हा जितका भूतकाळाचा अभ्यास असेल तितकाच त्यातून भविष्यकाळ प्रकट होईल.

स्वत:ला 'हिंदू धर्मरक्षक' म्हणवणाऱ्या गुंडांच्या छोट्या टोळ्या खेडोपाडी काम करून त्यांना शक्य ते लाभ उठवत होत्या. उदयोन्मुख राजकारण्यांनी त्यांच्या करिअरला सुरुवात केली होती ती तिरस्कारयुक्त भाषणे देऊन वा मुस्लिमांना मारहाण करण्याचे व्हिडिओ यू-ट्यूबवर अपलोड करून. प्रत्येक हिंदू तीर्थयात्रा आणि धार्मिक उत्सव चिथावणीखोर विजययात्रा बनला. आता भगव्या ध्वजांऐवजी ते राष्ट्रीय ध्वज गर्वानं फडकवू लागले. ही युक्ती ते श्री. अगरवाल व जंतर-मंतरवरच्या त्यांच्या गांधीवादी, थुलथुलीत तारणहाराकडून शिकले होते.

पवित्र गाय हे राष्ट्रीय प्रतीक बनलं. सरकारनं गोमूत्राचा प्रसार करणाऱ्या मोहिमांना (ड्रिंक व डिटर्जंट) पाठिंबा दिला. लल्लाच्या बालेकिल्ल्यांमधून, लोकांना गोमांस भक्षणाच्या अथवा गोहत्येच्या आरोपाखाली जाहीररीत्या मारहाण व बरेचदा हत्या केल्याच्या बातम्या येऊ लागल्या.

श्री. डी. डी. गुप्तांचे इराकमधले अलीकडचे अनुभव पाहता, हे सगळं पाहिल्यावर त्यांना वाटलं, पुढं या सगळ्याची अखेर ब्लास्ट वॉल्सचं मार्केट तयार होण्यात होणार आहे.

एका वीकेन्डला निम्मो गोरखपुरी आली होती. तिनं तिच्या शेजारच्या मित्राच्या नातेवाइकाची कहाणी सांगितली... त्याच्यावर गोहत्या आणि गोमांस खाल्ल्याचा आरोप ठेवून जमावानं त्याला त्याच्या कुटुंबासमोर मरेस्तोवर झोडपून काढलं होतं.

"तू तुमच्या इथल्या गायींना हुसकून लावावंस हे उत्तम," ती म्हणाली.

"जर त्या इथं मेल्या तर... आणि समजा आता नाही मेल्या, नंतर मेल्या... तर जेव्हा त्या मरतील तेव्हा, ते तुम्हीच त्यांना मारलं आहे असं म्हणतील, मग तुम्ही संपलात म्हणून समजा. आता त्यांचा या प्रॉपर्टीवर डोळा असणारच आहे. सध्या हे असं चाललं आहे. ते तुमच्यावर गोमांस खाल्ल्याचा आरोप ठेवतील. मग तुमच्या घराचा आणि तुमच्या जमिनीचा ताबा घेतील आणि तुम्हाला निर्वासितांच्या छावणीत पाठवतील. हे सगळं प्रॉपर्टीसाठी आहे, गायींसाठी नाही. तुम्ही अगदी सावध राहिलं पाहिजे."

“सावध राहायचं म्हणजे काय करायचं?” सद्दामनं आवाज चढवून विचारलं.

“या हरामखोरांच्या बाबतीत सावध राहण्याचा एकच मार्ग म्हणजे आपलं अस्तित्वच संपवून टाकायचं! त्यांना जर तुम्हाला ठार मारायचं असेल तर ते मारणारच, मग तुम्ही सावध असा, नाही तर नसा, तुम्ही गाय मारलेली असो वा नसो, तुम्ही गाय नुसती पाहिलेली असो वा नसो.” त्याला असं भडकलेलं सगळेजण प्रथमच पाहत होते. सगळ्यांना आश्चर्य वाटलं होतं. कारण कुणालाच त्याच्या आयुष्याची कहाणी माहीत नव्हती. अन्जुमनं कुणालाही ती सांगितली नव्हती. गुपितं राखण्याच्या बाबतीत ती ऑलिम्पिक दर्जाची निपुण होती.

स्वातंत्र्यदिनी, सद्दाम गॉगल घालून लाल कार सोफ्यावर अन्जुमच्या शेजारी बसला. तो त्यांचा शिरस्ताच बनला होता. सद्दाम चॅनल बदलत होता... गुजरात का लल्ला किल्ल्यावरून भांडल्यासारखं भाषण देत होता... दुसरीकडे गुजरातमध्ये प्रचंड निदर्शने सुरू होती. उना नामक जिल्ह्यात हजारो लोक- मुख्यत्वे दलित- जमले होते. पाच दलित त्यांच्या पिकअप ट्रकमधून गायीचा मृतदेह नेताना सापडल्यामुळे त्यांना जाहीररीत्या फोडून काढलं होतं. त्यांच्या निषेधार्थ जनक्षोभ उसळला होता.

त्यांनी गोहत्या केली नव्हती. त्यांनी फक्त गायीचा मृतदेह उचलला होता, खूप वर्षांपूर्वी सद्दामच्या वडिलांनी उचलला होता तसाच. त्यांच्या बाबतीत जे घडलं होतं तो अपमान सहन न झाल्यामुळे त्या पाचही माणसांनी आत्महत्येचा प्रयत्न केला होता. त्यात एक जण यशस्वी झाला होता.

“आधी त्यांनी मुस्लिम व ख्रिश्चनांना संपवण्याचा प्रयत्न केला. आता ते चमारांच्या मागे लागले आहेत,” अन्जुम म्हणाली.

“त्याच्या उलट आहे,” सद्दाम म्हणाला.

त्यानं त्याला काय म्हणायचं आहे हे सांगितलं नाही; पण निदर्शनं करणारे लोक, आता ते उच्च जातीच्या हिंदूसाठी गायीचा मृतदेह उचलून नेण्याचं काम कधीही करणार नाहीत अशी प्रतिज्ञा करताना पाहून तो थरारून गेला होता.

त्या सभास्थळापासून दूर, महामार्गावर हिंसक टोळ्या दबा धरून बसल्याचं टीव्हीवर दाखवत नव्हते. निदर्शक तिथून पांगले की, त्यांना टिपण्यासाठी ते सज्ज होते.

स्वातंत्र्यदिनी टीव्ही पाहण्याच्या अन्जुम व सद्दामच्या रिवाजात जैनबच्या भीषण किंकाळ्यांनी व्यत्यय आणला. ती बाहेर धुणं वाळत घालत होती. सद्दाम तीरासारखा बाहेर धावला. त्याच्यामागून थोड्या कमी वेगात सचिंत अन्जुम धावली. समोर जे दिसतंय ते वास्तव आहे, काही भूतपिशाच वगैरे नाही यावर त्यांचा विश्वास बसायला थोडा वेळ लागला. जैनबनं आकाशावर नजर खिळवली होती. ती प्रचंड घाबरली होती.

एक कावळा हवेत थिजून लटकत होता. त्याचा एक पंख पंख्यासारखा पसरला होता आणि आकाशात हजारो क्षुब्ध कावळ्यांचा थवा घिरट्या घालत होता. त्यांच्या अस्वस्थ कलकलाटात शहरात बाकी सगळे आवाज बुडून गेले होते. त्यांच्या डोक्यावर पतंग शांत, उत्सुक आणि रहस्यमयरीत्या उडत होते. तो लटकलेला कावळा अगदी निश्चल होता. काही वेळातच हे सगळं पाहायला लोकांचा एक घोळका जमला. आपापसात मरणाची भीती घालायला, थिजलेल्या कावळ्यांच्या गूढ महत्त्वाबद्दल परस्परांना सल्ला द्यायला आणि या अपशकुनामुळे या भयंकर संकटामुळं त्यांच्यावर नेमकं कोणतं अरिष्ट ओढवू शकेल याबद्दल चर्चा करण्यासाठी.

जे काही घडलं होतं त्यात रहस्यमय असं काहीच नव्हतं. कब्रस्तानातल्या जुन्या वडाच्या झाडाच्या फांद्यांना लटकलेल्या पतंगाच्या अदृश्य मांज्यानं त्या उडत्या कावळ्याचा पंख कापला होता. तो पापी- जांभळा कागदी पतंग– एका फांदीवरील पानांआडून अपराधीपणे बघत होता. तो मांजा- बाजारात अकस्मात फोफावलेल्या नव्या चिनी ब्रॅन्डचा, चिवट, पारदर्शक, प्लॅस्टिकपासून बनवला होता आणि त्यावर कुटलेल्या काचेचा थर दिला होता. स्वातंत्र्यदिनी पतंग-योद्धे त्याचा वापर एकमेकांचा मांजा काटण्यासाठी आणि एकमेकांचे पतंग खाली खेचण्यासाठी करत असत. त्यामुळे शहरात कायमच दुःखद अपघात घडले होते.

सुरुवातीला त्या कावळ्यानं धडपड केली होती; पण आपण हालचाल केली की, मांजा आपला पंख कापत आणखी खोलवर जातो आहे, हे त्याच्या लक्षात आलेलं दिसत होतं. त्यामुळे तो स्तब्ध राहिला होता. त्याच्या कललेल्या डोक्यावरच्या भयभीत तेजस्वी डोळ्यानं खाली जमलेली गर्दी पाहत होता. आकाशात क्षणोक्षणी कावळ्यांची गर्दी वाढत होती... अधिकाधिक दुःखी आणि सैरभैर कावळ्यांची.

सद्दामला परिस्थितीचा अंदाज येताच त्यानं गडबडीनं आत जाऊन एक मोठी दोरी आणली, पार्सल बांधायच्या दोऱ्या व कापडाच्या चिंध्या एकत्र जोडून बनवलेली. त्यानं दोरीच्या एका टोकाला एक दगड बांधला आणि गॉगलमधून डोळे बारीक करून तो दगड आकाशात भिरकावला. त्याला तो अदृश्य मांजा दोरात अडकेल आणि दगडाच्या ओझ्यानं तो खाली येईल अशी आशा होती. त्यानं बरेच प्रयत्न केले, बरेच दगडही बदलले. (दगड आकाशात फेकला जाण्याइतका हलका आणि मांजाचा वेध घेऊन तो पानातून खाली ओढण्याइतका जड असणं आवश्यक होतं.) बऱ्याच प्रयत्नानंतर अखेर त्याचा नेम बसला. पतंगाचा मांजा खाली आला. त्यासोबत तो कावळा खाली आला आणि मग, चमत्कार घडल्यासारखा, भुर्रकन उडून गेला. आकाश मोकळं झालं. कावऽकाव विरत गेली.

परिस्थिती पूर्ववत सामान्य झाल्याचं जाहीर झालं.

कब्रस्तानातल्या विवेकहीन व अवैज्ञानिक वृत्तीच्या बघ्यांना (म्हणजे सगळ्यांनाच, उस्तादजींनासुद्धा) विनाश टळला आहे आणि आशीर्वाद लाभला आहे, असं वाटलं.

त्या क्षणाच्या 'राजा'चा... 'मॅन ऑफ द मोमेंट'चा सत्कार करण्यात आला. त्याला आलिंगन देऊन त्याच्यावर चुंबनांचा वर्षाव झाला.

सद्दाम अशी संधी जाऊ देणाऱ्यांपैकी नव्हता. त्यानं ठरवलं, हीच वेळ आहे.

रात्री उशिरा तो अन्जुमच्या खोलीत गेला. ती कुशीवर आडवी होऊन कोपरावर रेलून, शेजारी गाढ झोपलेल्या कुमारी जबीन द सेकंडकडं प्रेमानं पाहत होती. (अनुचित- बेड टाइम- स्टोरीजचा टप्पा अजून आला नव्हता.)

"विचार कर," ती म्हणाली, "देवाची कृपा आहे. नाही तर ही चिमणी आत्ता कुठल्यातरी सरकारी अनाथाश्रमात असती."

सद्दामनं आदरयुक्त मौनाचा क्षण व्यवस्थित पार होऊ दिला आणि मग त्यानं तिच्याकडं जैनबचा हात मागितला. त्यानं तिला लग्नाची औपचारिक मागणी घातली. त्यावर अन्जुमनं वर न पाहता काहीसा कडवट प्रतिसाद दिला. तिची जुनी जखम ताजी झाली होती.

"मला कशाला विचारतोस? सईदाला विचार. ती तिची आई आहे."

"मला सगळं माहीत आहे, म्हणूनच मी तुम्हाला विचारतोय."

हे ऐकून अन्जुमला आनंद झाला; पण तिनं तो दाखवला नाही. उलट तिनं सद्दामकडं तो अनोळखी असल्यासारखं वरपासून खालीपर्यंत पाहिलं.

"जो माणूस गुन्हा करण्यासाठी टपलेला आहे आणि त्यानंतर त्याला इराकच्या सद्दाम हुसैनसारखं फासावर चढवलं जाणार आहे, अशा माणसाशी जैनबनं का लग्न करावं, मला एक कारण सांग?"

"अरे यार, आता सगळं संपलंय ते. गेलं ते आता. माझे लोक जागे झाले आहेत." सद्दामनं त्याचा मोबाइल काढला आणि त्यावरचा सद्दाम हुसैनच्या फाशीचा व्हिडीओ शोधला. "बघा, हे बघा. मी तुमच्यासमोर आत्ता हा डिलिट करतोय. बघा. काढून टाकला. आता मला त्याची गरज नाही. आता माझ्याकडं नवा व्हिडीओ आहे. बघा."

अन्जुम उठून बसली. "या अल्लाह. मी काय पाप केलं आहे की मला या वेड्याला सहन करावं लागतंय," असं गमतीनं म्हणत तिनं तिचा वाचण्याचा चष्मा घातला.

सद्दामनं तिला दाखवलेल्या नव्या व्हिडीओत बरेच जुनाट पिक-अप ट्रक एका जुन्या खानदानी बंगल्याच्या आवारात लावले होते- ते गुजरातमधलं एक जिल्हाधिकारी कार्यालय होतं. त्या ट्रकांमध्ये मेलेल्या गायी व त्यांच्या सांगाड्यांचा उंचच्या उंच

ढीग रचला होता. संतप्त दलितांनी ते बंगल्याच्या व्हरांड्यात आणून टाकायला सुरुवात केली. त्यांनी गाईच्या सांगाड्याचे भेसूर अवशेष वाटेत टाकले. तसंच एक भलीमोठी शिंगवाली कवटी जिल्हाधिकाऱ्यांच्या टेबलावर ठेवली आणि त्यांच्या सुंदर खुर्च्यांच्या पाठीवर छानसं आच्छादन घालावं तसे गायींचे मणके खुर्च्यांच्या पाठीवर टाकले.

तो व्हिडीओ पाहताना अन्जुमला धक्का बसला होता. मोबाइल फोनच्या स्क्रीनवरचा प्रकाश तिच्या पांढऱ्याशुभ्र दातांवर पडत होता. त्या व्हिडीओतले लोक आरडाओरडा करत होते हे स्पष्ट दिसत होतं; पण कुमारी जबीन जागी होऊ नये म्हणून त्यांनी फोनचा आवाज बंद केला होता.

"ते काय ओरडत आहेत? गुजरातीत आहे का?" तिनं सद्दामला विचारलं.

"तुझी आई आहे ही... तू सांभाळ तिलाच!" सद्दाम कुजबुजत्या आवाजात म्हणाला.

"आए हाए! आता ते या मुलांचं काय करणार?"

"काय करतात, ×××? त्यांना स्वतःचा गू साफ करता येत नाही. त्यांना स्वतःच्या आईला पुरता येत नाही. ते काय आहेत कोण जाणे. पण हा त्यांचा प्रश्न आहे, आपला नाही."

"मग आता?" अन्जुम म्हणाली. "तू तो व्हिडीओ डिलिट केला आहेस... म्हणजे तू त्या हरामखोर पोलिसाला मारण्याचा विचार सोडून दिला आहेस?" तिचा अपेक्षाभंग झालेला दिसत होता. जणूकाही ते तिला पसंत नसावं.

"आता मी त्याला ठार मारण्याची गरज नाही, तुम्ही व्हिडीओ पाहिलात ना-माझे लोक जागे झाले आहेत! ते लढू लागले आहेत! आता आपल्या दृष्टीनं एक सेहरावत म्हणजे काय आहे? काहीही नाही!"

"तू तुझ्या आयुष्यातले सगळे मोठे निर्णय मोबाइल फोनवरच्या व्हिडीओच्या आधारे घेतोस?"

"सध्या असंच असतं यार. आता जग म्हणजे फक्त व्हिडीओ असतात. पण बघा त्यांनी काय केलंय! हे खरंखुरं आहे. हा सिनेमा नाही. ते कुणी नट नाहीयेत. तुम्हाला पुन्हा पाहायचा आहे का?"

"अरे... इतकं सोपं नसतं रे, बाबू. ते या मुलांना मारहाण करतील, त्यांचं तोंड बंद करतील... सध्या हे असंच चाललेलं आहे आणि जर त्यांनी त्यांचं हे काम सोडलं तर ते मिळवणार काय? खाणार काय? चलो. त्याचा आपण नंतर विचार करू. तुझ्याकडे तुझ्या वडिलांचा छानसा फोटो आहे का? आपल्याला तो टीव्हीच्या खोलीत लावता येईल."

टीव्हीच्या खोलीची शोभा वाढवणाऱ्या झाकीर मियाँच्या कोऱ्या करकरीत

नोटांचा हार घातल्या फोटोशेजारी सद्दामच्या वडिलांचा फोटो लावावा, अशी अन्जुमची सूचना होती.

जावई म्हणून सद्दामचा स्वीकार करण्याची तिची ती पद्धत होती.

सईदाला खूप आनंद झाला होता आणि जैनबला अत्यानंद. लग्नाच्या तयाऱ्या सुरू झाल्या. तिलो मॅडमसहित सगळ्यांच्या कपड्यांची मापं घेण्यात आली. जैनब सगळ्यांसाठी नवीन कपडे डिझाइन करणार होती. लग्नाच्या आधी महिनाभर सद्दामनं सगळ्या कुटुंबाला खास ट्रीटसाठी बाहेर नेणार असल्याचं जाहीर केलं. अ सरप्राइझ. इमाम जियाउद्दीन यांची तब्येत नाजूक होती आणि उस्ताद हमीद यांच्या नातवाचा वाढदिवस होता. डॉ. आझाद भारतीय यांनी, सद्दामनं ट्रीटसाठी ठरवलेलं ठिकाण त्यांच्या तत्त्वांविरुद्ध असल्याचं सांगितलं होतं आणि तसंही, ते खाऊ शकणार नव्हते. त्यामुळे पार्टीला अन्जुम, सईदा, निम्मो गोरखपुरी, जैनब, तिलो, कुमारी जबीन द सेकंड आणि सद्दाम एवढे लोक जाणार होते. त्यानं त्यांच्यासाठी काय ठरवलं आहे याची त्यांच्यापैकी कुणी स्वप्नातसुद्धा कल्पना करू शकलं नसतं.

सद्दामचा एक मित्र होता. नरेश कुमार. एका अब्जाधीश उद्योगपतीनं कामावर नेमलेल्या पाच शोफर्सपैकी एक. त्या उद्योगपतीचं दिल्लीत प्रासादवजा घर होतं आणि त्याच्याकडे महागड्या गाड्यांचा ताफा होता. तो उद्योगपती महिन्यातले फक्त तीन-चार दिवसच दिल्लीत राहत असे. नरेश कुमार त्याच्या मालकाची लेदर-सीटवाली चंदेरी मर्सिडीज बेन्झ घेऊन विवाहपूर्व पार्टीला निघालेल्यांना न्यायला कब्रस्तानात आला. जैनब पुढच्या सीटवर सद्दामच्या मांडीवर बसली आणि बाकी सगळे मागच्या बाजूला चेंगरून बसले. तिलोनं दिल्लीच्या रस्त्यांवर मर्सिडीजमधून फिरण्याची कधी कल्पनासुद्धा केली नव्हती, पण तिच्या लगेचच लक्षात आलं की, हा तिच्या अत्यंत मर्यादित कल्पनाशक्तीचा परिणाम होता. गाडीनं वेग घेतला तशा गाडीतल्या लोकांनी आरोळ्या ठोकल्या. ते कुठं निघाले आहेत हे सद्दाम त्यांना सांगणार नव्हता. जुन्या शहराजवळून जाताना ते आतुरतेनं खिडकीतून बाहेर बघत होते, आपल्या मित्र व परिचितांना पाहावं, अशा आशेनं. ते दक्षिण दिल्लीत आले तेव्हा प्रवासी आणि वाहन यांच्या विजोडपणामुळे त्यांनी बऱ्याच कुतूहलयुक्त आणि काहीवेळा संतप्त नजरा वेधून घेतल्या. मग त्यांनी जरासं घाबरून खिडकीच्या काचा वर केल्या. दुतर्फा झाडांची रांग असलेल्या एका दीर्घ रस्त्याच्या टोकाला असलेल्या ट्रॅफिक सिग्नलपाशी त्यांची गाडी थांबली. तिथे उत्तम वेशभूषेतल्या हिजड्यांचा घोळका भीक मागत होता. तांत्रिकदृष्ट्या सांगायचं तर ते भीक मागत होते; पण

प्रत्यक्षात ते गाड्यांच्या काचांवर थाप देत पैशाची मागणी करत होते. तिथं थांबलेल्या सगळ्या गाड्यांच्या काचा वर केलेल्या होत्या. त्या गाड्यांतले लोक हिजड्यांशी नजरानजर टाळण्यासाठी त्यांना शक्य ते करत होते.

चंदेरी मर्सिडीज दिसताच चारीच्या चारी हिजडे श्रीमंती हुंगत त्या गाडीपाशी आले. त्या गाडीत कुणीतरी भाबडा परदेशी माणूस असेल अशी त्यांची अपेक्षा होती. पण त्यांनी हल्लाबोल करण्याआधीच गाडीच्या काचा खाली झाल्या तेव्हा त्यांना आश्चर्य वाटलं. अन्जुम, सईदा आणि निम्मो गोरखुपरीनं त्यांच्याकडं हसून पाहिलं आणि त्यांच्या हिजडा टाळीला प्रतिसाद दिला. ही भेट लगेचच गप्पांमध्ये रूपांतरित झाली. त्या चौघी कोणत्या घराण्याच्या आहेत? त्यांची उस्ताद कोण? त्यांच्या उस्तादची उस्ताद कोण? त्या चौघीही मर्सच्या खिडकीवर कोपरं टेकवून आत वाकून बघत होत्या. त्याचं उत्तेजक नितंब ट्रॅफिकच्या बाजूला होते. आणि भर ट्रॅफिकमध्ये, चेतवण्यासाठी नितंब बाहेर काढून उभ्या होत्या. सिग्नल सुटला आणि तसा मागच्या गाड्यांनी अधीर गलका केला; त्याला त्यांनी कल्पक शेलक्या शिव्यांचा परत अहेर दिला. सद्दामनं त्यांना शंभराची नोट आणि त्याचं व्हिजिटिंग कार्ड दिलं. त्यानं त्या चौघींना लग्नाचं आमंत्रणही दिलं.

त्यांनी हसून कारमधल्या लोकांना निरोप दिला आणि त्या वैतागलेल्या गर्दीतून त्या कंबरेला हेलकावे देत ठुमकत ठुमकत निघून गेल्या. कारनं वेग घेतला. सईदा म्हणाली, आता लिंगपरिवर्तन शस्त्रक्रिया स्वस्त, अधिक चांगल्या प्रकारे आणि लोकांना सहज उपलब्ध होऊ लागल्यामुळे आता काही काळातच हिजडे लुप्तच होतील.

"आपल्याला ज्यातून जावं लागलं आहे ते आता कुणालाही भोगावं लागणार नाही."

"म्हणजे आता इंडो-पाक होणार नाही?" निम्मो गोरखपुरीनं विचारलं.

"त्यातलं सगळंच काही वाईट नव्हतं," अन्जुम म्हणाली.

"माझ्या मते, आपण लुप्त झालो तर ते लाजिरवाणं असेल."

"ते सगळंच वाईट होतं," निम्मो गोरखरपुरी म्हणाली.

"तू तो कुडमुड्या डॉक्टर मुख्तार विसरली आहेस का? त्यानं तुझ्याकडून किती पैसे काढले होते?"

कार रस्त्यावरून लोखंडी बुडबुड्यासारखी लहरत निघाली होती. रुंद व अरुंद रस्त्यांवरून, गुळगुळीत व खड्डेयुक्त रस्त्यांवरून सुमारे दोन तास ती अपार्टमेंट्सच्या घनदाट जंगलांतून, क्रॉंक्रीटची अतिभव्य ॲम्युझमेंट पार्क्स मागे टाकत, विचित्र रचनेची मंगल कार्यालये, गगनचुंबी इमारतींइतक्या मोठ्या सिमेंटच्या मूर्ती... गळ्यात सिमेंटचा नाग धारण केलेला आणि सिमेंटचं वाघाच्या कातड्याचं कटिवस्त्र

नेसलेला शंकर व मेट्रोमार्गाजवळून दिसणारा विराट हनुमान... पार करून. ते जिथं मुतायला उभं राहणं अशक्य होत अशा गव्हाच्या शेताइतक्या रुंद उड्डाणपुलावरून निघाले होते. त्यावर कारच्या वीस लेन्स होत्या आणि त्याच्या दोन्ही बाजूंनी पोलाद व काचेचे उंचच उंच मनोरे उभे राहत होते. पण ते उड्डाणपुलावरून पार झाले तेव्हा त्यांना उड्डाणपुलाखालचं जे जग दिसलं ते पूर्णत: निराळंच होत... ते गुळगुळीत नव्हतं, तिथं 'लेन' नव्हत्या, तिथं झगझगाट नव्हता, शिस्त नव्हती. ते रासवट होतं आणि धोकादायकही. त्या जगात बस, ट्रक, बैल, रिक्षा, सायकली, हातगाड्या आणि पादचारी जगण्यासाठी धक्काबुक्की करत होते. एक प्रकारचं जग दुसऱ्या प्रकारच्या जगावरून भरारी घेत उडत जात होतं. थांबण्याची तसदी न घेता.

लोखंडी बुडबुडा लहरत निघाला होता... गरीब वस्त्या आणि औद्योगिक क्षेत्रातील दलदल मागे टाकत, तिथली हवा फिकट गुलाबी-जांभळी धूसर होती. कचऱ्यानं भरलेले व दुतर्फा झोपड्यांची रांग असलेले रेल्वेरूळ मागे पडत होते. अखेर ते त्यांच्या ईप्सित ठिकाणी पोहोचले. 'द एज'. ज्या ठिकाणचा ग्रामीण भाग झटपट, बेडौलपणे आणि दुःखदरीत्या स्वत:चं शहरात रूपांतर करण्याच्या प्रयत्नात होता.

मॉल उभं राहिलं होतं.

कार भुयारी पार्किंग लॉटमध्ये शिरली तेव्हा गाडीतल्या प्रवाशांनी श्वास रोखला होता. एखाद्या मुलीनं बॉम्ब तपासणीसाठी स्कर्ट उचलून दाखवावं तसं गाडीचं बॉनेट आणि पार्श्वभाग वर उचलला. मग ती सर्रकन बेसमेन्टमधल्या गाड्यांच्या गर्दीत जाऊन उभी राहिली.

त्यांनी झगमगीत दुकानांच्या भागात प्रवेश केला तेव्हा सद्दाम व जैनब अतिशय आनंदी व रोमांचित झाले होते. त्या नव्या वातावरणात त्यांचा अगदी सहज वावर होता. बाकीच्या सगळ्यांच्या, उस्ताजींच्यासुद्धा चेहऱ्यावर कुठल्या निराळ्याच जगात आल्यासारखे भाव होते.

त्यांच्या सफरीच्या प्रारंभीच एक धक्का आला– एस्कलेटर. तिथं थोडा त्रास झाला. अन्जुमनं त्यावर पाय टाकायला नकार दिला. तिची मनधरणी करून तिला प्रोत्साहित करण्यात चांगली पंधरा मिनिटे गेली. अखेर तिलोनं कुमारी जबीन द सेकंडला कडेवर घेतलं. सद्दाम अन्जुमच्याच पायरीवर तिच्या खांद्याभोवती हात टाकून उभा राहिला आणि जैनब त्यांच्या वरच्या पायरीवर, अन्जुमकडं तोंड करून, तिचे दोन्ही हात धरून उभी राहिली. अशाप्रकारे, अन्जुम भक्कम आधारानिशी डगमगत व 'आए हाय!' करत वर गेली. एखाद्या धोकादायक साहसी क्रीडा प्रकारात जिवाची बाजी लावत असल्यासारखी. ते विस्मयचकित होऊन फिरत होते. दुकानांतले दुकानदार कोण आणि शोभेचे पुतळे कोण यातला फरक समजून घेण्याचा प्रयत्न करत होते. यांत निम्मो गोरखपुरी सगळ्यात आधी सावरली. ती शॉर्ट्स व मिनिस्कर्ट घातलेल्या, भल्यामोठ्या शॉपिंग

बॅग्ज घेतलेल्या आणि भरघोस, 'ब्लो-ड्राइड' केसांत गॉगल अडकवलेल्या तरुणींकडं कौतुकानं बघत होती. "बघा, मी तरुण असताना मला आपण असं दिसावं असं वाटायचं. मला खरा फॅशन सेन्स होता. पण कुणी समजूनच घेतलं नाही. मी आपल्या काळाच्या खूपच पुढं होते."

त्यांनी तासभर विंडो-शॉपिंग केलं, तिथं काही म्हणजे काही विकत घेतलं नाही. त्यानंतर त्यांनी 'नंदोज' नावाच्या एका ठिकाणी जेवण घेतलं. मुख्यत्वे, भरपूर डीप-फ्राइड चिकन. जैनबकडे निम्मो गोरखपुरीवर लक्ष पुरवण्याचं काम सोपवलं होतं आणि सद्दाम अन्जुमकडं लक्ष पुरवत होता, कारण त्यांच्यापैकी कुणीच याआधी कधी रेस्टॉरन्टमध्ये गेलं नव्हतं. अन्जुम त्यांच्या शेजाऱ्या टेबलावरच्या चौघांच्या कुटुंबाकडं आश्चर्यानं पाहत राहिली होती- त्यात एक वयस्क जोडपं होतं आणि एक तरुण जोडपं होतं. त्यातल्या बायकांनी- त्या मायलेकी होत्या हे स्पष्ट कळत होतं– सारखेच कपडे घातले होते. बिनबाह्यांचा डिझाइनचा टॉप आणि पॅन्ट. त्यांच्या चेहऱ्यावर मेकअपचं रोगण होतं. त्यातल्या तरुण मुलगा- बहुधा त्या मुलीचा नियोजित नवरा असावा- टेबलावर कोपरं टेकवून बसला होता. तो सारखा स्वतःच्याच (भल्यामोठ्या) दंडावरच्या पिळदार स्नायूंकडे कौतुकानं बघत होता. त्याच्या निळ्या, आखूड बाह्यांच्या टी-शर्टमधून त्याच्या दंडावरच्या बेटकुळ्या बाहेर डोकावत होत्या. त्यांच्यातल्या त्या वयस्क माणसाला मात्र ते सगळं आवडतंय असं वाटत नव्हतं. तो ज्या काल्पनिक खांबामागे लपला होता, तिथून तो गुपचूप आजूबाजूला पाहत होता. दर काही मिनिटांनी, ते कुटुंब सगळ्या चर्चा थांबून त्यांच्या चेहऱ्यावरचं हास्य स्तब्ध करून सेल्फी टिपत होतं– मेन्यूकार्डसोबत, वेटरसोबत, खाद्यपदार्थांसोबत, एकमेकांसोबत. प्रत्येक सेल्फीनंतर ते त्यांचा फोन इतरांकडे देत होते, सेल्फी पाहण्यासाठी. त्यांचं रेस्टॉरन्टमधल्या इतर कुणाकडेही लक्ष नव्हतं.

अन्जुमला तिच्या बशीतल्या खाण्यापेक्षा त्या कुटुंबामध्ये बराच जास्त रस होता. ते खाणं तसंही तिला आवडलं नव्हतंच. मग सद्दामनं बिल दिलं आणि आजूबाजूला आनंदानं पाहत तो म्हणाला, "मी तुम्हाला इतक्या दूरवर इथं का आणलं आहे, असं तुम्हाला वाटत असेल."

"आम्हाला 'दुनिया' दाखवायला," टीव्हीवर प्रश्नमंजूषेच्या कार्यक्रमात उत्तर द्यावं तसं अन्जुम म्हणाली.

"नाही. तुमची माझ्या वडिलांशी ओळख करून देण्यासाठी. याच ठिकाणी त्यांचा मृत्यू झाला. इथंच. आता ही इमारत उभी आहे याच ठिकाणी. ही इमारत उभी राहण्याआधी इथं खेडी होती, आजूबाजूला गव्हाची शेतं होती. एक पोलीस ठाणे... एक रस्ता..."

मग सद्दामनं त्यांना त्याच्या वडिलांच्या बाबतीत घडलेलं सगळं सांगितलं.

त्यानं त्याची सेहरावतला दुलिना पोलीस ठाण्याच्या स्टेशन हाउस ऑफिसरला संपवण्याची प्रतिज्ञा आणि त्यानं ही प्रतिज्ञा का मोडली हेही सांगितलं.

त्याचा फोन आळीपाळीनं सगळ्यांकडं फिरत होता. त्यांनी सगळ्यांनी मेलेल्या गायी जिल्हाधिकाऱ्यांच्या बंगल्यात फेकत असल्याचा व्हिडीओ पाहिला.

"माझ्या वडिलांचा आत्मा इथं भटकत असणार. या ठिकाणी अडकला असणार."

सगळ्यांनी डोळ्यांसमोर चित्र आणण्याचा प्रयत्न केला– एक खेडूत चमार... दिव्यांच्या झगमगाटात हरवलेला... मॉलमधून बाहेर पडण्याचा रस्ता शोधणारा...

"ही त्यांची 'मजार' आहे," अन्जुम म्हणाली.

"हिंदूंमध्ये दफन करत नाहीत. त्यांच्या 'मजार' नसतात, बडी मम्मी," जैनब म्हणाली.

तिलोच्या मनात आलं, *ही सगळ्या जगाचीच मजार असेल,* पण ती काही बोलली नाही.

कदाचित, शोभेचे पुतळे-दुकानदार ही भुतेच असतील, जे अस्तित्वातच नाही ते विकत घेण्याचा प्रयत्न करणारी.

"हे बरोबर नाही," अन्जुम म्हणाली, "हा विषय असा सोडता येणार नाही. तुझ्या वडिलांवर व्यवस्थित अंत्यसंस्कार व्हायला हवेत."

"त्यांच्यावर व्यवस्थित अंत्यसंस्कार झाले आहेत," सद्दाम म्हणाला, "आमच्या खेड्यातच त्यांचा अंत्यविधी झाला. त्यांच्या चितेला मीच अग्नी दिला."

पण अन्जुमची समजूत पटली नव्हती. तिला सद्दामच्या वडिलांसाठी आणखी काहीतरी करायचं होतं, त्यांच्या आत्म्याला शांती लाभावी यासाठी. मग त्यांच्यात भरपूर चर्चा झाली आणि अखेर ठरलं की, इथल्या एका दुकानातून एक शर्ट विकत घ्यायचा (लोक दर्ग्यांमध्ये चादर विकत घेतात तसा) आणि त्याचं जुन्या कब्रस्तानात दफन करायचं म्हणजे सद्दाम व जैनबच्या मुलांना ती मोठी होताना त्यांच्या आजोबांचा सहवास लाभल्यासारखं वाटेल.

"मला हिंदू प्रार्थना येते!" जैनब अकस्मात म्हणाली.

सगळे जण ती ऐकायला पुढं झुकले आणि मग, फास्ट-फूड रेस्टॉरन्टमधल्या टेबलाशी बसून जैनबनं तिच्या स्वर्गीय तसंच भावी सासऱ्यांविषयी प्रेम व्यक्त करण्यासाठी गायत्री मंत्र म्हणाला... ती लहान असताना अन्जुमनं तिला शिकवलेला (कधी जमावाला तोंड देण्याचा प्रसंग ओढवला तर त्याचा उपयोग होईल असा तिला विश्वास होता म्हणून).

ॐ भूर्भुव: स्व: तत्सवितुर्वरेण्यं ।।
भर्गो देवस्य धीमहि धीयो यो न: प्रचोदयात।।

***

सद्दाम हुसैनच्या वडिलांच्या दुसऱ्या अंत्यसंस्काराच्या दिवशी तिलोनं टेबलावर काहीतरी काढून ठेवलं होतं. तिच्या आईचा छोटा रक्षाकलश. तिलो म्हणाली की, मला माझ्या आईचंही जुन्या कब्रस्तानात दफन करायचं आहे. मग त्या दिवशी दोन अंत्यसंस्कार करायचं ठरलं. जर कोचीनच्या विद्युत्दाहिनीतील अंत्यसंस्कार जमेस धरला तर हा मरियम आईपचासुद्धा दुसरा अंत्यसंस्कार होता.

सद्दाम हुसैननं कबरी खणल्या. एका कबरीत स्टायलिश, मद्रासी चौकड्यांचा शर्ट पुरण्यात आला आणि दुसऱ्या कबरीत रक्षाकलश. इमाम जियाउद्दीन यातल्या अ-परंपरानिष्ठतेमुळे जरासे कांकू करत होते, पण अखेर ते प्रार्थना म्हणायला तयार झाले. अन्जुमनं तिलोला तिच्या आईसाठी ख्रिश्चन प्रार्थना म्हणायची आहे का असं विचारलं. त्यावर तिलोनं सांगितलं की, चर्चनं तिच्या आईच्या दफनाला नकार दिला आहे, त्यामुळे कोणतीही प्रार्थना चालेल. ती आईच्या कबरीजवळ उभी असताना, मरिअम आईप अतिदक्षता विभागात असताना भ्रमिष्टावस्थेत जे सारखं म्हणत असायची त्याची तिला आठवण झाली.

मला माझ्याभोवती हिजडे उभे आहेत असं वाटतंय. आहेत का?

त्या वेळी त्याला काही अर्थ आहे असं वाटलं नव्हतं. अतिदक्षता विभागात असताना तिची जी शेलकी सरबत्ती सुरू असायची, त्याचाच हा भाग वाटायचा. पण आत्ता आठवताना तिलो थरथरली.

तिला कसं कळलं असेल?

रक्षाकलश दफन करून माती लोटल्यानंतर, तिलोनं डोळे मिटले आणि मनातल्या मनात तिच्या आईचा अतिशय आवडता असलेला शेक्सपिअरचा एक उतारा म्हटला आणि त्या क्षणी जग, आधीच अजब असलेलं जग, आणखीनच अजब वाटू लागलं.

And Crispin Crispian shall ne'er go by,
From this day to the ending of the world,
But we in it shall be remember'd -
We few, we happy few, we band of brothers;
For he to-day that sheds his blood with me
Shall be my brother; be he ne'er so vile,
This day shall gentle his condition;

And gentlemen in England now a-bed
Shall think themselves accurs'd they were not here,
And hold their manhoods cheap whiles any speaks
That fought with us upon saint Crispin's day.

तिच्या आईला हा पुरुषी, सैनिकांचा, कामाविषयीचा उतारा विशेष का आवडायचा ते तिला कधीच कळलं नाही; पण तिला तो आवडायचा. तिलोनं डोळे उघडले तेव्हा तिला धक्काच बसला. तिच्या लक्षात आलं, आपण रडतोय.

त्यानंतर महिन्याभरानं जैनब व सद्दामचं लग्न झालं. त्यानिमित्त निवडक पाहुण्यांचं संमेलनच भरलं होतं- संपूर्ण दिल्लीतले हिजडे (त्या दिवशी सिग्नलजवळ भेटलेले नवे दोस्तसुद्धा), जैनबच्या मैत्रिणी, त्यातल्या बऱ्याचशा 'फॅशन डिझाइन'च्या विद्यार्थिनी होत्या. उस्तादजींचे काही विद्यार्थी व त्यांचे पालक, जाकिर मियाँचं कुटुंब, आणि सद्दाम हुसैनच्या वैविध्यपूर्ण करिअरमधले त्याचे जुने सोबती– झाडूवाले, शवागारातील कर्मचारी, नगर निगमच्या ट्रकचे चालक, सुरक्षारक्षक. लग्नाला डॉ. आझाद भारतीय, डी. डी. गुप्ता आणि रोशनलाल अर्थातच हजर होते. अन्वर भाई, त्यांच्या बायका व त्यांचा मुलगा जीबी रोडवरून आले होते. त्यांचा मुलगा आता चांगला मोठा, उंच झाला होता आणि इशरत द-ब्यूटीफुल- जिची कुमारी जबीन द सेकंडच्या सुटकेमध्ये चमकदार भूमिका होती– इंदोरहून आली होती. तिलो आणि डॉ. आझाद भारतीय यांचा तो लहानखुरा चर्मकार मित्र – धुळीत त्याच्या वडिलांच्या ट्यूमरचं रेखाचित्र काढून दाखवणारा- थोडा वेळ येऊन गेला होता. म्हातारे डॉ. भगतही आले होते- ते अजूनही पांढऱ्याशुभ्र वेशात होते. अजूनही त्यांच्या मनगटावरच्या स्वेटबॅन्डवर घड्याळ होतं. कुडमुडे डॉक्टर मुख्तार यांना मात्र आमंत्रण दिलं नव्हतं. कुमारी जबीन द सेकंड राजकुमारीसारखी सजली होती. तिनं मुकुटासारखा हेअरबॅन्ड लावला होता, फेसासारखा ड्रेस घातला होता आणि पॅक पॅक वाजणारे बूट घातले होते. नवदाम्पत्यावर ज्या ज्या भेटवस्तूंचा वर्षाव झाला त्यापैकी त्यांना सर्वांत आवडलेली भेट म्हणजे निम्मो गोरखपुरीनं त्यांना दिलेला बकरा. तिनं तो खास इराणहून मागवला होता.

उस्ताद हमीद व त्यांच्या विद्यार्थ्यांनी गाणं म्हटलं.

सगळ्यांनी नाच केला.

त्यानंतर, अन्जुम सद्दाम व जैनबला हजरत सरमद यांच्या दर्शनाला घेऊन गेली. तिलो, सईदा व कुमारी जबीन द सेकंडही सोबत गेल्या. तिथं पोहोचल्यावर ते अत्तर व तावीज विक्रेते, यात्रेकरूंच्या बूट-चपला राखणारे, अपंग, भिकारी आणि

ईदसाठी पोसून जाडजूड केले जात असणाऱ्या बकऱ्यांच्या गर्दीतून वाट काढत आत गेले.

जहाँआरा बेगम तिच्या मुलाला– आफताबला घेऊन हजरत सरमदला आली होती, या मुलावर माया कशी करायची ते शिकवा असं साकडं घालायला, त्या गोष्टीला आता साठ वर्षं उलटली होती. अन्जुम उंदरिणीवर केलेली 'सिफली जादू' उतरवण्यासाठी तिला इथं घेऊन आली होती, त्या गोष्टीला आता पंधरा वर्षं उलटली होती. कुमारी जबीन द सेकंडच्या इथल्या पहिल्यावहिल्या भेटीलाही आता वर्ष उलटून गेलं होतं.

जहाँआरा बेगमचा मुलगा तिची मुलगी बनला होता आणि उंदरिण आता नवी नवरी होती, एवढं सोडलं तर फार काही बदललं नव्हतं. जमीन लाल होती, भिंती लाल होत्या आणि छतसुद्धा लाल होतं. हजरत सरमद यांचं रक्त अजून धुऊन गेलं नव्हतं.

प्रार्थनेची टोपी घातलेला एक अशक्त माणूस जपाची माळ घेऊन जप करत होता. प्रिंटेड साडी नेसलेल्या एक हडकुळ्या बाईनं तिथल्या जाळीला लाल बांगडी बांधली आणि तिच्या बाळाचं डोकं जमिनीवर टेकवलं. तिलोनं कुमारी जबीन द सेकंडच्या बाबतीत तसंच केलं. तिला तो खेळ छान वाटला, त्यामुळे तिनं आवश्यकतेपेक्षा बरेच वेळा जास्त माथा टेकवला. जैनब व सद्दामनं जाळीला बांगड्या बांधल्या आणि हजरतांच्या कबरीवर कलाबतूचे काठ असलेली नवी मखमली चादर चढवली.

अन्जुमनं प्रार्थना म्हटली आणि नवदाम्पत्यासाठी त्यांच्याकडं आशीर्वाद मागितले.

आणि सरमद यांनी– परमानंदाचे हजरत, दुःखी जीवांचे संत आणि संदिग्ध दिलासा देणारे, श्रद्धाळूंमधले ईश्वरनिंदक आणि ईश्वरनिंदकांमधले श्रद्धाळू– ते दिले.

तीन आठवड्यानं जुन्या कब्रस्तानात तिसरा अंत्यविधी झाला.

***

एके दिवशी सकाळी डॉ. आझाद भारतीय त्यांना आलेलं एक पत्र घेऊन जन्नत गेस्ट हाउसमध्ये आले. ते पत्र त्यांना एका बाईनं समक्ष आणून दिलं होतं, तिनं स्वतःची ओळख सांगितली नव्हती; पण ते पत्र बस्तरच्या जंगलातून आल्याचं तिनं सांगितलं. अन्जुमला बस्तर म्हणजे काय, ते कुठं होतं वगैरे काहीच माहीत नव्हतं. मग डॉ. आझादनी तिला बस्तरची धावती माहिती दिली... तिथं राहणाऱ्या आदिवासी जमाती, खाण कंपन्यांच्या त्यांच्या जमिनीवर असलेला डोळा आणि माओवादी

आंदोलक, ज्यांनी या कंपन्यांना जमीन मोकळी करून देण्याचा प्रयत्न करणाऱ्या सुरक्षा दलांविरुद्ध गनिमी काव्यांचा लढा पुकारला होता...

ते पत्र इंग्रजीत होतं, त्यात बारीक अक्षरांत, जवळजवळ शब्द लिहिलेले होते. पत्रावर तारीख नव्हती. डॉ. आझाद भारतीय म्हणाले की, हे पत्र कुमारी जबीन द सेकंडच्या खऱ्या आईचं होतं.

"फाडून टाका ते!" अन्जुम गरजली.

"स्वतःच्या बाळाला टाकून देते आणि आता 'मीच तिची खरी आई' असं म्हणून परत येतीय होय!"

अन्जुमनं त्या पत्रावर झेप घेतलीच होती, पण सद्दामनं तिला रोखलं.

"काळजी करू नका," डॉ. आझाद भारतीय म्हणाले, "ती परत येत नाहीये."

पत्र चांगलं लांबलचक होतं. कागदाच्या दोन्ही बाजूंना सलग लिहिलेलं. कागद अपुरे असल्यासारखी, वाक्येसुद्धा एकमेकांत घुसल्यासारखी दिसत होती. पत्राच्या पानांमध्ये काही चुरगाळलेली फुलं दिसत होती, पत्राची गुंडाळी करताना त्यात दडपली असणार.

डॉ. आझाद भारतीय पत्र वाचू लागले... वाचताना ते त्यांना त्याचा शक्य तितका अर्थ उलगडून सांगण्याचा प्रयत्न करत होते. श्रोत्यांमध्ये अन्जुम, तिलो व सद्दाम हुसैन होते. जबीन द सेकंड, त्यामध्ये तिला शक्य त्या पद्धतीनं व्यत्यय आणत होती.

> प्रिय कॉम्रेड आझाद भारतीय गारू,
>
> मी तुम्हाला हे लिहीत आहे, कारण मी जंतरमंतरमधील माझ्या तीन दिवसांच्या वास्तव्यात तुमचे बारीक निरीक्षण केले आहे. माझं बाळ आत्ता कुठे आहे हे जर कुणाला माहीत असेल, तर मला वाटतं ते तुम्हालाच माहीत असेल. मी एक तेलुगू स्त्री आहे- माफ करा, मला हिंदी येत नाही. माझं इंग्रजीही चांगलं नाही. त्याबद्दल क्षमस्व. माझं नाव रेवती, मी भारतीय कम्युनिस्ट पक्षाची (माओवादी) पूर्णवेळ कार्यकर्ती आहे. तुम्हाला हे पत्र मिळेल त्या वेळपर्यंत माझी हत्या झालेली असेल.

पत्र इथवर आल्यावर, एवढा वेळ पुढं झुकून अगदी कान देऊन ऐकणारी अन्जुम मागे झुकली, तिला हायसं वाटल्याचं तिच्याकडं पाहून लक्षात येत होतं. आता तिला त्यात रस नव्हता हे दिसत होतं. पण हळूहळू डॉ. आझाद भारतीय पुढं वाचू लागले, तशी ती पुन्हा लक्ष देऊन, व्यत्यय न आणता ऐकू लागली.

माझ्या निधनाची वार्ता समजताच हे पत्र तुमच्यापर्यंत पोहोचवायचं, माझी सहकारी सुगुणाला माहीत आहे. आमच्यावर बंदी आहे, आम्ही भूमिगत आहोत हे तुम्हाला माहीतच आहे आणि माझं हे पत्र म्हणजे भूमिगतचं भूमिगत आहे असं म्हणता येईल. त्यामुळे ते सुरक्षित मार्गांनी तुमच्यापर्यंत पोहोचायला कमीत कमी पाच ते सहा आठवडे लागतील. मी माझं बाळ दिल्लीत सोडून दिल्यानंतर माझी सदसद्विवेकबुद्धी भयंकर घायाळ झाली आहे. मला ना झोप ना जिवाला चैन. मला माझं बाळ नको आहे; पण तिला दु:ख भोगायला लागावं अशीही माझी इच्छा नाही. त्यामुळे ती कुठे आहे ते तुम्हाला माहीत असेल, तर मी तिची कहाणी तुम्हाला थोडी स्पष्टच सांगते. बाकी तुम्ही ठरवा. मी तिचं नाव 'उदया' ठेवलं आहे. तेलुगूमध्ये या शब्दाचा अर्थ आहे 'सूर्योदय'. मी तिचं हे नाव ठेवण्याचं कारण म्हणजे तिचा जन्म दंडकारण्यात सूर्योदयाच्या वेळी झाला होता. तिचा जन्म झाला तेव्हा मला तिच्याबद्दल तीव्र तिरस्कार वाटला होता आणि तिचा जीव घ्यावा असं वाटलं होतं, हे स्पष्टच सांगते. ती माझी नाही असं मला खरोखर वाटत होतं. खरंच ती माझी नाहीये. खरोखर जर तुम्ही मी इथं लिहिलेली तिची कथा पाहिलीत, तर मी तिची आई नाही असंच म्हणाल. नदी तिची माता आहे आणि जंगल पिता आहे. ही कहाणी आहे उदया आणि रेवती यांची. मी, रेवती, आंध्र प्रदेशातील पूर्व गोदावरी जिल्ह्यातली आहे. माझी जात आहे सेट्टीबलिजा, ही जात मागासवर्गीयांत येते. माझ्या आईचं नाव आहे इंदुमती. ती एसएसएलसी पास आहे. ती अठरा वर्षांची असताना तिचं माझ्या वडिलांशी लग्न झालं. माझे वडील लष्करात होते. त्यांच्या आणि माझ्या आईच्या वयात बरंच अंतर होते. ते सुट्टीत घरी आले होते तेव्हा त्यांनी माझ्या आईला पाहिलं आणि पाहताक्षणी ते तिच्या प्रेमात पडले होते, कारण माझी आई गोरीपान व सुंदर होती. त्यांचा साखरपुडा झाल्यानंतर व लग्न होण्याच्या आधी, शस्त्रागाराजवळ धूम्रपान केल्याद्दल माझ्या वडिलांचं कोर्ट-मार्शल झालं. मग ते त्यांच्या खेडेगावात राहायला आले. त्यांचं खेडं नदीच्या पलीकडच्या तीरावर होतं आणि माझ्या आईचं खेडं अलीकडच्या तीरावर. त्या दोघांचीही जात एक होती; पण त्यांचं कुटुंब माझ्या आईच्या कुटुंबापेक्षा श्रीमंत होतं. त्यांच्या लग्नात त्यांनी माझ्या आईला भर मांडवातून उठवलं होतं आणि जादा हुंड्याची मागणी केली होती. म्हणून माझ्या आजोबांना कर्ज काढण्यासाठी धावाधाव करावी लागली होती. मग त्यांच्या मागण्या पूर्ण झाल्यावरच ते कबूल झाले आणि लग्नसमारंभ पुढं सरकला. लग्नानंतर लगेचच माझ्या वडिलांमध्ये काहीतरी विकृती निर्माण झाली आणि त्यांना

दुसऱ्या व्यक्तीला छळण्यात आनंद मिळू लागला. त्यांची माझ्या आईनं तोकडे कपडे घालावेत आणि बॉलरूम डान्स करावा अशी इच्छा होती. त्याला तिनं नकार दिला तेव्हा त्यांनी तिच्यावर ब्लेडनं वार केले आणि ती मला समाधान देत नाही अशी तक्रार सुरू केली. काही महिन्यांनी त्यांनी तिला माहेरी पाठवून दिलं. तिला पाचवा महिना लागला (माझ्या वेळी) तेव्हा माझा धाकटा मामा तिला नावेतून माझ्या वडिलांच्या घरी पुन्हा सोडायला गेला. तिनं खूप छान साडी नेसली होती. दागिने घातले होते. सोबत चांदीची दोन पात्रे भरून मिठाया घेतल्या होत्या आणि तिच्या सासूसाठी पंचवीस नव्या साड्या घेतल्या होत्या. ते तिथं पोहोचले तेव्हा माझे वडील घरी नव्हते. सासरच्या लोकांनी तिला दारच उघडलं नाही. त्यांनी बाहेर येऊन मिठाई लाथाडली. माझ्या आईला भयंकर शरम वाटली. परत जाताना, नाव नदीच्या मध्यात आल्यावर तिनं अंगावरचे दागिने उतरवले आणि नदीत उडी मारली. मी तिच्या पोटात होते. ती पाच महिन्यांची गर्भवती होती. नावाड्यानं तिचा जीव वाचवला आणि तिला घरी आणून सोडलं. माझा जन्म आईच्या माहेरी-माझ्या आजोबांच्या घरी झाला. गर्भारपणात माझ्या आईचं पोट खूपच मोठं आलं होतं. त्यामुळे तिला जुळी मुलं होतील असं वाटत होतं. गोरीपान... तिच्यासारखी... तिच्या नवऱ्यासारखी. पण माझा जन्म झाला. मी काळी आणि चांगली बाळसेदार होते. माझा रंग पाहिल्यावर माझी आई दोन दिवस शुद्धीवर आली नव्हती; पण त्यानंतर तिनं मला कधीही सोडलं नाही. सगळं गाव त्याबद्दल बोलायचं. मी किती काळीकुट्ट आहे हे माझ्या वडिलांच्या घरच्यांना समजलं. ते जातपात व रंग असलं मानणारे होते. ते म्हणाले की, मी त्यांची नाही, तर मल्ला किंवा माडिगा आहे, बीसी नाही, तर एससी आहे... अनुसूचित जातीची मुलगी. मी माझ्या आजोबांच्या घरी वाढले. ते पशुपालन विभागात काम करायचे. ते कम्युनिस्ट होते. त्यांच्या घराचं छत गवताचं होतं; पण त्यांच्या घरात भरपूर पुस्तकं होती. माझे आजोबा म्हातारे झाले तेव्हा त्यांची दृष्टी गेली होती. मी तेव्हा शाळेत होते, मी त्यांना वाचून दाखवायचे. मी त्यांना *इलस्ट्रेटेड वीकली, कॉम्पिटिशिन सक्सेस रिव्ह्यू* आणि *सोव्हिएट भूमी* वाचून दाखवायचे. मी त्यांना 'लिटल ब्लॅक फिश'ची गोष्ट वाचून दाखवायचे. आमच्याकडे 'पीपल्स पब्लिशिंग हाउस'ची बरीच पुस्तके होती. माझे वडील रात्री आजोबांच्या घरी यायचे, माझ्या आईला छळायला. मला त्यांचा तिरस्कार होता. ते रात्री घरात सापासारखे फिरत असायचे. ती त्यांच्या मागे जायची, ते तिला छळायचे, तिच्यावर वार करायचे आणि तिला परत पाठवून द्यायचे. त्यानंतर ते तिला पुन्हा बोलवायचे,

ती पुन्हा जायची. काही दिवसांनी त्यांनी तिला पुन्हा त्यांच्या घरी नेलं, काही दिवस तिला तिथं ठेवून घेतलं. तिला पुन्हा दिवस गेले. माझ्या आजोबांच्या गावातल्या बायका प्रार्थना करत होत्या की, तिचं दुसरं मूलही काळंच जन्माला यावं, म्हणजे माझी आई पतिव्रता असल्याचं सिद्ध होईल. त्यासाठी त्यांनी देवळात तीस कोंबड्या कापल्या. देवाची कृपा म्हणून माझा भाऊही काळाच झाला. पण त्यानंतर पुन्हा माझ्या वडिलांनी माझ्या आईला माहेरी पाठवून दिलं आणि दुसऱ्या बाईशी लग्न केलं. मला वकील होऊन माझ्या वडिलांना कायमचं गजाआड करायचं होतं. पण काही काळातच माझ्यावर कम्युनिस्ट मतप्रणालीचा आणि क्रांतिकारी विचारांचा प्रभाव पडला. मी कम्युनिस्ट साहित्य वाचू लागले. माझ्या आजोबांनी मला क्रांतिकारी गीते शिकवली होती. आम्ही दोघे मिळून ती गीते गायचो. माझी आई व आजी नारळ चोरायच्या आणि ते विकून आलेल्या पैशांतून माझी शाळेची फी भरायच्या. त्या माझ्यासाठी छोट्या छोट्या गोष्टी विकत आणत असत आणि मला अगदी फॅशनेबल ठेवत असत. बऱ्याच मुलांना मी आवडायचे. इंटरमिडिएट पास झाल्यानंतर मी वैद्यकीय प्रवेशपरीक्षेला बसले, त्यात माझी निवडही झाली; पण आमच्याकडं फीसाठी पैसे नव्हते. त्यामुळे मी वरंगळच्या सरकारी कॉलेजमध्ये पदवीचं शिक्षण घेऊ लागले. तिथं चळवळ अतिशय जोरात होती. जंगलाच्या आतच नव्हे तर बाहेरही. मी कॉलेजच्या पहिल्या वर्षाला असतानाच मला कॉम्रेड निर्मलाक्का आणि कॉम्रेड लक्ष्मी यांनी पक्षाचं सदस्य करून घेतलं. त्या महिला वसतिगृहात येऊन आम्हा मुलींशी जातीय व्यवस्थेचा शत्रू व आपल्या देशातील गरिबीची भीषण अवस्थेमुळं होणारी पिळवणूक याबद्दल बोलायच्या. मी कॉलेजमध्ये असल्यापासूनच पक्षासाठी अर्धवेळ आणि 'कुरिअर' म्हणून काम करू लागले होते. त्यानंतर मी 'महिला संघम' या महिलांच्या संघटनेत काम करू लागले. आम्ही झोपडपट्ट्यांत व खेड्यापाड्यांत जाऊन जनजागृतीचे कार्यक्रम घेत असू. संपूर्ण तेलंगणामध्ये आम्ही पक्षाच्या संपर्काचे माध्यम बनलो होतो. आम्ही पुस्तिका व पत्रके घेऊन बसनं गावोगावी सभा घ्यायला जायचो. निषेध सभांमध्ये गाणी गायचो, नाचायचो. मी मार्क्स, लेनिन व माओ वाचलं होतं; आणि मला माओवाद पटला होता.

त्या काळी परिस्थिती खूप धोकादायक होती. सगळे पोलीस, कोब्रा, ग्रेहाऊन्ड, आंध्र पोलीस सगळीकडे असत. शेकडो पक्षकार्यकर्त्यांची हत्या झाली होती. पोलिसांना सगळ्यात जास्त तिरस्कार होता तो महिला कार्यकर्त्यांबद्दल. कॉम्रेड निर्मलाक्काची हत्या झाली तेव्हा त्यांनी तिचं पोट फाडून आतलं

सगळं बाहेर काढलं होतं. कॉम्रेड लक्ष्मीलासुद्धा त्यांनी फक्त ठार केलं नाही, तर तिचे डोळे काढले. तिच्यासाठी प्रचंड निदर्शने झाली होती. आमची आणखी एक सहकारी, कॉम्रेड पद्माक्काला त्यांनी पकडलं होतं आणि तिचे दोन्ही गुडघे फोडले होते, त्यामुळे तिला चालता येत नव्हतं. त्यांनी केलेल्या मारहाणीत तिच्या मूत्रपिंडांना, यकृताला भयंकर इजा झाली होती, ती तुरुंगातून बाहेर आली आहे आणि आता ती 'अमरुला बंधू मितरुला संगठन'मध्ये काम करते. जेव्हा जेव्हा पक्षाच्या लोकांची हत्या होते आणि त्यांच्या घरच्यांना गरिबीमुळं त्यांचा मृतदेह ताब्यात घ्यायला जाण्याचा खर्च परवडत नाही, अशा वेळी ती ते काम करते. ती ट्रॅक्टर, टेम्पो... काहीही व्यवस्था करते आणि अंत्यसंस्कारासाठी तो मृतदेह त्याच्या कुटुंबाकडे आणते आणि बाकी सगळे सोपस्कार पूर्ण करते. २००८ सालापासून जंगलाच्या आतली परिस्थिती आणखी भयंकर आहे. सरकारनं 'ऑपरेशन ग्रीन हंट'च्या घोषणा केली आहे. जनतेविरुद्ध युद्ध पुकारलं आहे. जंगलात हजारो पोलीस व निमलष्करी आहे. आदिवासींना ठार केलं जात आहे, खेडी जाळली जात आहेत. कुणीही आदिवासी त्याच्या घरात किंवा खेड्यात राहू शकत नाही. रात्रीच्या वेळी ते बाहेर जंगलात झोपतात, कारण रात्री पोलीस येतात. शंभर, दोनशे, कधीकधी पाचशे. ते सगळं काढून घेतात, सगळं जाळून टाकतात, सगळं लुटून नेतात. कोंबड्या, बकऱ्या, पैसे. त्यांना आदिवासी लोकांनी जंगल खाली करायला हवं आहे म्हणजे ते पोलादी टाउनशिप आणि खाणकाम करू शकतील. हजारो लोक तुरुंगात आहेत. हे सगळं राजकारण तुम्हाला बाहेर वाचायला मिळू शकेल किंवा आमच्या मासिकात- 'पीपल्स मार्च'मध्ये. त्यामुळे मी तुम्हाला फक्त उदयाबद्दल सांगते.

'ग्रीन हंट'च्या वेळी, पक्षानं पीएलजीए- पीपल्स लिबरेशन गुरिला आर्मी- मध्ये सहभागी होण्याचं आवाहन केलं. त्या वेळी मी आणखी दोन व्यक्तींसोबत शस्त्रास्त्र प्रशिक्षणासाठी बस्तरच्या जंगलात गेले होते. मी तिथं सहा वर्षांपेक्षा जास्त काळ काम केलं आहे. आमच्याआमच्यात मला 'कॉम्रेड मासी' म्हणतात. याचा अर्थ काळी मुलगी. मला हे नाव आवडतं. पण आम्ही वेगळी नावंसुद्धा ठेवतो, एकमेकांची नावे घेतो. मी पीएलजीएमध्ये असले तरी, मी सुशिक्षित असल्यामुळे पक्ष माझ्यावर बाहेरची कामेही सोपवतो. मला कधीकधी वरंगळ, भद्राचलम किंवा खम्ममला जावं लागतं. कधीकधी नारायणपूरलासुद्धा. हे सर्वांत धोकादायक काम आहे, कारण आता गावागावांमध्ये अनेक खबरी आमच्या विरोधात काम करत आहेत. त्यामुळेच मी एकदा अशीच बाहेरच्या कामावरून परत येत असताना मला कुदूर या खेड्यात

पकडलं होतं. त्या वेळी मी साडी नेसले होते, बांगड्या व मोत्यांची दुपदरी माळ घातली होती, माझ्याजवळ हॅन्डबॅग होती. मी त्यांच्याशी लढू शकले नाही. माझी अटक दाखवली नव्हती. मला बांधून घातलं होतं, क्लोरोफॉर्म दिला होता आणि कुठल्या तरी अनोळखी ठिकाणी नेलं होतं. मला जाग आली तेव्हा अंधार पडला होता. मला ज्या खोलीत ठेवलं होतं त्या खोलीतल्या दोन दारे आणि दोन खिडक्या होत्या. तो शाळेचा वर्ग होता. तिथं फळा होता, पण फर्निचर नव्हतं. ती सरकारी शाळा होती. जंगलाच्या आतल्या भागातील सगळ्या शाळांच्या पोलीस छावण्या केल्या आहेत. तिथं कुणीही शिक्षक व विद्यार्थी येत नाहीत. माझ्या अंगावर कपडे नव्हते. माझ्या भोवती सहा पोलीस होते. त्यातला एकजण सुऱ्यानं माझ्या त्वचेवर चरे ओढत होता. "तू स्वत:ला मोठी हिरॉईन समजतेस तर?" तो म्हणाला. 'मी डोळे मिटून घेतले की, ते मला थपडा लावत होते. दोघांनी माझे हात धरून ठेवले होते आणि दोघांनी पाय. म्हणून आम्ही तुझ्या पार्टीसाठी एक गिफ्ट देणार आहोत.' ते सिगारेट ओढत होते आणि मला चटके देत होते. "तुम्ही लोक फार बोंबलता! आता बोंबल आणि बघ काय होतं ते!" मला वाटत होतं की, ते पद्मावक्का आणि लक्ष्मीसारखं मला ठार करणार, पण ते म्हणाले, "काळजी करू नकोस, काळे, आम्ही तुला सोडू. आम्ही तुझं काय केलं ते तू जाऊन त्यांना सांगितलं पाहिजेस. तू मोठी हिरॉईन आहेस ना? तू त्यांना बंदुकीच्या गोळ्या, हिवतापाची औषधं, अन्न, टूथब्रश पुरवतेस. आम्हाला सगळं माहीत आहे. तू किती निष्पाप मुलींना तुझ्या पक्षात सामील होण्यासाठी पाठवलं आहेस? तू सगळ्यांना बिघडवत आहेस. आता तू जा आणि कुणाशीतरी लग्न कर. मुकाट्यानं आयुष्यात स्थिर हो. पण त्याआधी आम्ही तुला थोडा लग्नाचा अनुभव देतो."

ते मला चटके देत, माझ्या अंगावर वार करत राहिले. पण मी अजिबात रडले भेकले नाही. "तू ओरडत का नाहीयेस? तुमचे महान नेते येऊन वाचवतील तुला. तुम्ही लोक किंचाळत नाही का?"

मग एका माणसानं जबरदस्तीनं माझं तोंड उघडलं आणि दुसऱ्यानं त्याचं लिंग माझ्या तोंडात कोंबलं. मला श्वाससुद्धा घेता येत नव्हता. मला वाटत होतं आता मी मरणार. ते माझ्या तोंडावर पाणी ओतत होते. त्यानंतर त्या सगळ्यांनी माझ्यावर अनेकदा बलात्कार केला. त्यातलाच एकजण उदयाचा बाप आहे. त्यातला कोण हे कसं सांगू? मी बेशुद्ध होते. मला पुन्हा जाग आली तेव्हा माझ्या सर्वांगातून रक्त भळभळत होतं. खोलीचं दार उघडं होतं. ते सिगारेटी फुंकत बाहेर होते. मला माझी साडी दिसत होती. मी हळूच

ती साडी घेतली. त्या खोलीचं मागचं दार किंचित उघडं होतं आणि बाहेर भाताचं शेत होतं. त्यांनी मला पळून जाताना पाहिल्यावर ते माझ्यामागे धावत आले. मी पळताना पडले; पण ते म्हणाले, "सोडा, जाऊ दे तिला." जंगलातल्या अनेक बायकांचा हाच अनुभव आहे. मग मी धाडस गोळा केलं आणि शेतातून पळत सुटले. चांदणी रात्र होती. मी पळत पळत डांबरी रस्त्यापर्यंत पोहोचले. मी रस्त्यावर आले. माझ्या अंगावर फक्त साडी होती. ना ब्लाऊज, ना परकर. मी साडी कशीबशी गुंडाळली होती. तेवढ्या बस आली. मी बसमध्ये चढले. मी अनवाणी होते. माझ्या अंगातून रक्त वाहत होतं. माझा चेहरा भप्प सुजून भोपळ्यासारखा झाला होता. तोंड सुजलं होतं, कारण त्यांनी अनेक चावे घेतले होते. बस रिकामी होती. कंडक्टर काहीही बोलला नाही. त्यानं मला तिकीटही विचारलं नाही. मी खिडकीजवळ बसले. क्लोरोफॉर्ममुळं मला झोप लागली. खम्मम आल्यावर त्यानं मला उठवलं आणि म्हणाला, "हा शेवटचा स्टॉप आहे."

मी बसमधून उतरले. ते खम्मम आहे हे कळल्यावर मला आनंद झाला. कारण मी तिथल्या डॉक्टर गौरीनाथना चांगलं ओळखत होते. तिथं त्यांचं क्लिनिक होतं. मी दारुड्यासारखी भेलकांडत होते. मी त्यांच्याकडे गेले. मी त्यांचं दार वाजवलं. त्यांच्या बायकोनं दार उघडलं आणि ती किंचाळली. मी तिच्या बेडवर बसले. मी एखाद्या वेड्या बाईसारखी दिसत होते. माझ्या अंगावर दिलेल्या सिगारेटच्या चटक्यांच्या जागी बुडबुड्यांसारखे फोड आले होते, माझ्या चेहऱ्यावर, छातीवर, स्तनाग्रांवर, पोटावर. तिचा बिछाना रक्तानं भरून गेला होता. मग डॉक्टर गौरीनाथ आले आणि त्यांनी माझ्यावर प्रथमोपचार केले. क्लोरोफॉर्ममुळं मला सारखी ग्लानी येत होती. जाग आली की मी फक्त रडत होते. मला फक्त जंगलाच्या आत असलेल्या रेणू, दमयंती, नर्मदा अक्का या माझ्या सहकाऱ्यांकडे जायचं होतं. डॉ. गौरीनाथनी मला दहा दिवस ठेवून घेतलं. त्यानंतर आम्हाला आतून निरोप आला आणि मी पुन्हा जंगलात गेले. बारा किलोमीटर चालल्यानंतर पीएलजीएची तुकडी आली. मग आम्ही आणखी पाच तास पायपीट करत तळावर पोहोचलो. तिथे जिल्हा समितीचे सदस्य होते. प्रमुख नेता कॉम्रेड पी.के.नं मला काय झालं अशी विचारणा केली. आता तो आपल्यात नाही. तोही चकमकीमध्ये मारला गेला. मी त्यांना सगळा प्रकार सांगितला; पण मी रडत असल्यामुळे त्याला काहीही समजत नव्हतं. आधी त्याला वाटलं की मी पक्षातल्या सहकाऱ्याबद्दल तक्रार करते आहे. कॉम्रेड पी.के. म्हणाला, "मला हा भावना वगैरे मूर्खपणा समजत नाही. आपण सैनिक आहोत. मला रिपोर्ट दिल्यासारखं सांग. भावना

वगैरे नकोत.'' मग मी त्याला रिपोर्ट दिला. पण माझ्या डोळ्यांतून घळाघळा पाणी वाहतं आहे हे मला कळत नव्हतं. मी महिला सहकाऱ्यांना माझ्या जखमा दाखवल्या. 'इन्स्पेक्शन'चा भाग म्हणून. त्यानंतर, काय करायचं हे ठरवण्यासाठी ते दोन दिवस विचारविनिमय बसले. त्यानंतर समितीनं मला पुन्हा बोलावलं आणि सांगितलं की, मी बाहेर जाऊन 'रेवती अत्याचार वेदिरेख कमिटी' स्थापन करावी. रेवतीवरील बलात्काराविरुद्ध आवाज उठवणारी समिती. त्याशिवाय मला आणखी एका कार्यक्रमाचीही जबाबदारी देण्यात आली. दोन हजार लोक आणि फक्त दोन हॅन्डपंप असलेल्या झोपडपट्टीत काम करण्याची. मी इतकी आजारी असूनही मला अधिक हॅन्डपंपच्या मागणीसाठी मोर्चा आयोजित करायचा होता. यावर माझा विश्वासच बसत नव्हता; पण त्यांचं म्हणणं होतं की, तू स्वत: ठाम उभं राहिलं पाहिजेस. मला चालताही येत नव्हतं, त्यामुळे मी बाहेर जाऊ शकत नव्हते. रक्तस्राव थांबला नव्हता. मला फिट येत होत्या. माझ्या जखमांचं भदं होऊन त्या चिघळल्या होत्या. मी बाहेर जाऊ शकत नव्हते. मी तुकड्यांसोबत चालू शकत नव्हते. मग मला पुन्हा जंगलातल्या एका खेड्यात सोडण्यात आलं. तीन महिन्यांनी मला चालता येऊ लागलं. तोपर्यंत मला दिवस गेल्याचं समजलं होतं; पण मी त्याची फिकीर केली नाही. मी पीएलजीएमध्ये पुन्हा रुजू झाले होते. पक्षाला जेव्हा याबद्दल समजलं, तेव्हा त्यांनी मला पुन्हा बाहेर व्हायला सांगितलं. कारण पीएलजीएमधल्या बायकांना मुलं होऊ देण्यास मनाई आहे. उदयाचा जन्म होईपर्यंत मी जंगलातल्या खेड्यात राहिले. तिला पहिल्यांदा पाहिलं तेव्हा मला तिच्याविषयी प्रचंड तिरस्कार वाटला. ते सहा पोलीस माझ्या अंगावर सुऱ्यानं चरे काढत आहेत आणि मला सिगारेटचे चटके देत आहेत, असं मला वाटत होतं. मी तिला ठार मारायचं ठरवलं. मी तिच्या डोक्याला बंदूक लावली. पण मी चाप ओढू शकले नाही, कारण ते इवलंसं गोजिरवाणं बाळ होतं. त्यादरम्यान जंगलाच्या बाहेर, लोकांविरुद्ध पुकारलेल्या युद्धाविरुद्ध मोठी चळवळ सुरू झाली होती. दिल्लीतल्या मोठमोठ्या समूहांनी लोकन्यायाधिकरण आयोजित केलं होतं. बळी ठरलेल्या आदिवासी लोकांना राष्ट्रीय प्रसारमाध्यमांशी बोलण्यासाठी दिल्लीला बोलावण्यात आलं होतं. पक्षानं मला त्यांच्यासोबत व इतर स्थानिक वकील आणि कार्यकर्त्यांसोबत दिल्लीत जायला सांगितलं. माझं बाळ छोटं असल्यामुळे त्याचं उत्तम 'कव्हर' होतं. मी तेलुगूमध्ये अतिशय उत्तम भाषण द्यायचे आणि मला सगळी वस्तुस्थिती माहीत होती. दिल्लीत त्यांच्याकडे उत्तम अनुवादक होते. न्यायाधिकरणानंतर मी जंतरमंतरवर तीन

दिवस अन्यायग्रस्त आदिवासींसोबत निदर्शनांसाठी बसले. तिथं मी खूप चांगल्या लोकांना पाहिलं. पण मी त्यांच्यासारखी बाहेरच्या दुनियेत बाहेर राहू शकत नाही.

माझा पक्ष हेच माझे माता-पिता आहेत. अनेकदा ते बऱ्याच चुकीच्या गोष्टी करतात, चुकीच्या लोकांना ठार करतात. स्त्रिया पक्षात दाखल होतात. कारण त्या क्रांतिकारक असतात. त्यांना घरातले दु:खभोग सहन होत नाहीत हेही त्यांच्या येण्याचं कारण असतं. स्त्री आणि पुरुष समान आहेत असं पक्ष म्हणतो; पण अजूनही ते कधीही समजून घेत नाहीत. मी जंतरमंतरवर खूप चांगले लोक पाहिले. त्यामुळे उदयाला तिथं सोडून देण्याचा माझ्या गनात विचार आला. मी तुमच्यासारखी व त्यांच्यासारखी होऊ शकत नाही. मी उपोषणाला बसून विनंती करू शकत नाही. जंगलामध्ये पोलीस दररोज जाळपोळ करत आहेत, हत्या करत आहेत. गरीब लोकांवर बलात्कार करत आहेत. बाहेरच्या जगात लढा देण्यासाठी व प्रश्न उचलून धरण्यासाठी तुम्ही लोक आहात. त्यामुळे मी दंडकारण्यात परत जात आहे, माझ्या बंदुकीसोबत जगायला आणि मरायला.

हे वाचल्याबद्दल धन्यवाद कॉम्रेड.

रेड सॅल्यूट! लाल सलाम!

रेवती.

***

"लाल सलाम अलैकुम," पत्र संपल्यावर अन्जुमचा अनवधानानं आलेला उत्स्फूर्त प्रतिसाद होता. तो एका संपूर्ण राजकीय चळवळीचा आरंभ ठरू शकला असता, पण अन्जुमच्या बाबतीत, त्याचा अर्थ फक्त 'आमीन' असा होता. ती काळजाला भिडणारी कहाणी ऐकल्यानंतरचा उद्गार.

श्रोत्यांपैकी सगळ्यांनी, आपापल्या स्वतंत्र पद्धतीनं, ते स्वत: आणि त्यांच्या कहाण्या, त्यांचं स्वत:चं भारत-पाक या सगळ्यात, ओळखलं की, ही दूरवरची अपरिचित बाई आता या जगात नाही. त्यामुळे त्यांना कुमारी जबीन द सेकंडच्या आणखी जवळ आणलं. झाडांची रचना असावी किंवा प्रौढ हत्तींनी वर्तुळ करावं तसा त्यांचा तिच्याभोवती जणू अभेद्य किल्लाच तयार झाला, जिथं तिचं बालपण तिच्या जन्मदात्या आईसारखं नव्हे तर सुरक्षित व मायेच्या छायेत जाणार होतं.

त्यानंतर कब्रस्तानातल्या 'पोलिटब्यूरो'मध्ये लगेचच एक चर्चा झाली, कुमारी जबीन द सेकंडला या पत्राविषयी कधी सांगायचं की नाही. महासचिव अन्जुमचं मत या बाबतीत अगदी स्पष्ट होतं. कुमारी जबीन तिच्या मांडीवर उभी राहून तिचं नाक

तिच्या चेहऱ्यावरून जवळपास ओढून काढत असताना अन्जुम म्हणाली, "तिला अर्थातच तिच्या आईबद्दल कळलं पाहिजे. पण तिला तिच्या वडिलांबद्दल कधीही कळता कामा नये."

मग, कब्रस्तानात रेवतीचं पूर्ण सन्मानपूर्वक दफन करण्याचं ठरलं. तिचा मृतदेह नसल्यामुळे तिचं पत्र कबरीमध्ये ठेवायचं ठरलं. (तिलो 'रेकॉर्ड' म्हणून त्या पत्राची फोटोकॉपी जपून ठेवणार होती.) कम्युनिस्ट व्यक्तीच्या अंत्यसंस्काराची नेमकी पद्धत कशी असते ते अन्जुमला जाणून घ्यायचं होतं. (तिनं 'लाल सलामी' असा शब्दप्रयोग वापरला.) त्यावर डॉ. आझाद भारतीय यांनी, माझ्या माहितीप्रमाणे अशी काही पद्धत नसते असं सांगितल्यावर ती जरा नाराज झाली. "हे काय म्हणायचं? मृत व्यक्तीला असं प्रार्थना न करताच कोण सोडतं?"

दुसऱ्या दिवशी डॉ. आझाद भारतीय यांनी एक लाल झेंडा मिळवला. रेवतीचं पत्र एका हवाबंद डब्यात घालून, तो डबा लाल झेंड्यात गुंडाळला. त्याचं दफन केलं जात असताना ते हिंदीतलं 'इंटरनॅशनल' म्हणत होते आणि त्यांनी तिला मूठ आवळून कडक लाल सलाम ठोकला. अशा प्रकारे कुमारी जबीन द सेकंडच्या पहिल्या, दुसऱ्या वा तिसऱ्या आईचा- ते तुमच्या दृष्टिकोनावर अवलंबून आहे- दुसरा अंत्यविधी पार पडला.

त्यानंतर 'पोलिटब्यूरो'ने ठरवलं की, आजपासून कुमारी जबीन द सेकंडचे नाव कुमारी उदया जबीन असेल.

तिच्या आईच्या कबरीवरच्या दगडावर कोरलं होतं :

कॉम्रेड मासी रेवती
कुमारी उदया जबीनची प्रिय आई
लाल सलाम

डॉ. आझाद भारतीय कुमारी उदया जबीनला – जिला सहा बाप व तीन आया (प्रकाशाच्या धाग्यांनी एकत्र जोडलेल्या) होत्या. मूठ आवळून, तिच्या आईला अखेरचा 'लाल सलाम' करायला शिकवण्याचा प्रयत्न करत होते.

'...' आल सलाम," ती बोबड्या स्वरात म्हणाली.

अकरा

घरमालक

मी अजूनही इथंच आहे. तुम्हाला अंदाज आला असेलच, निःसंशय. मी त्या पुनर्वसन केंद्रात कधी गेलोच नाही. मी पहिल्यांदा आलो तेव्हा ती चैन सुरू होती, ती जवळपास सहा महिने चालू-बंद असं सुरू होतं; पण आता मी पुष्कळ निवळलोय – आत्ता तरी निवळलोय, म्हणजे मला असं म्हणायचं आहे. मला दारूला स्पर्श करून चांगला वर्षभराचा काळ उलटला आहे; पण आता खूप उशीर झाला आहे. माझी नोकरी गेली आहे. चित्रा मला सोडून गेली आहे. राबिया आणि अनिया माझ्याशी बोलत नाहीत. आश्चर्य म्हणजे, यामुळे मला जितकं दुःख होईल असं वाटत होतं, तितकं झालं नाही, यापैकी कशानंही नाही. मी माझ्या एकांतवासात आनंदी आहे.

गेले काही महिन्याने, मी एकांतात जगतोय. या काळात मी पिण्याची चैन न करता, वाचनात रमलोय. कागदन्‌कागद वाचणं हेच मी माझं काम बनवलं आहे- प्रत्येक कागद, प्रत्येक रिपोर्ट, प्रत्येक पत्र, प्रत्येक व्हिडीओ, प्रत्येक पिवळं 'पोस्ट-इट' आणि या अपार्टमेंटमधल्या प्रत्येक फायलीतला प्रत्येक फोटो. मी व्यसनी माणसाची गुणवैशिष्ट्ये या कामातसुद्धा आणली आहेत असं तुम्ही म्हटलंत तरी चालेल... म्हणजे तीव्र अपराधीपण व निरुपयोगी पश्चात्तापयुक्त ध्येयनिष्ठता. एकदा मी सगळ्या, विचित्र पुरालेखांचा धांडोळा घेऊन, माझ्या तीव्र इच्छेच्या संदर्भात सुधारणा करण्यासाठी मनातल्या कोलाहलाला तर्कसंगत शिस्त लावण्याचाही प्रयत्न केला; पण त्यामुळे बहुधा पुन्हा उल्लंघनच झालं. मग मी ते कागद व फोटो पुन्हा फाइलमध्ये लावले आणि ते खोक्यांमध्ये भरून ठेवले. ती जर आणि जेव्हा येईल, तेव्हा तिला ती सहज नेता येतील अशा बेतानं. मी नोटीसबोर्डही काढून ठेवले आहेत आणि सगळे फोटो व पोस्ट-इट्स अशा पद्धतीनं नीट बांधून ठेवले आहेत की, तिला ते पुन्हा त्याच क्रमानं लावायला फार तोशीस पडू नये. हे सगळं सांगण्याचं कारण म्हणजे मी इथं राहायला आलो आहे. आता या अपार्टमेंटमध्ये मी स्वतः राहतो. मला दुसरीकडे कुठं जायला ठिकाणच नाहीये. खालच्या मजल्यावरच्या

फ्लॅटच्या भाड्याचा माझ्या मिळकतीला चांगला आधार आहे. तिलो माझ्या खात्यावर भाड्याचे पैसे अजून जमा करते आहे, जेव्हा, आणि जर कधी, माझी तिच्याशी भेट होईल, तेव्हा मी तिला ते पैसे परत करायचं ठरवतो आहे.

माझ्या या खोदून खोदून वाचनाचा सर्वांत मोठा उपयोग म्हणजे माझं काश्मीरबद्दलचं मत बदललं आहे, ही गोष्ट मी मान्य करायला हवी. आता मी असं म्हणणं, हे कदाचित जरा 'चीप' आणि सोयिस्कर वाटू शकेल, मला कळतंय- मी अशा लष्करी जनरल्ससारखा वाटत असणार, जे संपूर्ण आयुष्यभर युद्ध करतात आणि मग निवृत्त झाल्यावर अचानक धर्मपरायण, अण्वस्त्रविरोधी शांतताप्रेमी बनतात तसा. त्यांच्यात आणि माझ्यात फक्त एक फरक आहे, तो म्हणजे मी माझं हे नव्यानं बनलेलं मत माझ्यापुरतंच ठेवणार आहे. अर्थात हे सोपं नाही. मला हवं असतं तर आणि मी जर माझ्या हातातली पानं नीट टाकली असती तर, चांगला लाभ उठवू शकलो असतो. मी जर 'उठून बसलो' असतो तर मी राजकीय वादळ उठवू शकलो असतो, कारण काही वर्षांच्या फसव्या शांतीनंतर काश्मीरमध्ये पुन्हा एकदा भडका उडाला असल्याचं मला बातम्यांमध्ये दिसते आहे.

माझ्या मते, आता सुरक्षा दलं लोकांवर हल्ले करत आहेत अशी परिस्थिती राहिलेली नाही. आता चित्र बदललं आहे. लोक- सामान्य लोक, दहतशवादी नव्हे- सुरक्षा दलांवर हल्ले करत आहेत; काठ्या आणि फावडी घेतलेले गावकरी पर्वतांचे कडे खाली लोटून लष्करी छावण्या चिरडून टाकत आहेत. जर सैनिकांनी त्यांच्यावर गोळीबार केला आणि त्यात काही जण ठार झाले तर अधिकच तीव्र निदर्शने होतील. पॅरामिलिटरी पेलेट गन्स वापरत आहे, त्यामुळे लोक दृष्टिहीन होत आहेत, माझ्या मते, त्यांना ठार करण्यापेक्षा हा मार्ग बरा आहे. अर्थात पीआरच्या दृष्टीनं हे भयंकर आहे. जग प्रेतांचे ढीग पाहायला सरावलं आहे; पण हजारो जिवंत माणसं दृष्टिहीन झालेली पाहण्याची त्यांना सवय नाही. माझ्या निष्ठुरपणाबद्दल मला क्षमा करा, पण त्या दृश्याची कल्पना करून बघा. त्याचाही काही उपयोग होतोय असं दिसत नाही. एक डोळा गमावलेली मुलं पुन्हा रस्त्यावर उतरली आहेत, दुसरा डोळा गमावण्याचा धोका पत्करायला तयार आहेत. अशा प्रकारच्या संतापाच्या भडक्यात तुम्ही काय करणार?

आपण त्यांना आणखी एकदा मात देऊ शकतो आणि आपण ती देऊ याबद्दल मला शंका नाही. या साऱ्याची अखेर काय असणार आहे? युद्ध. अणुयुद्ध हे या प्रश्नाचं वास्तववादी उत्तर आहे. मी रोज संध्याकाळी बातम्या पाहतो, तेव्हा मला अज्ञान व मूर्खपणा पाहून आश्चर्य वाटतं आणि मी आयुष्यभर याचाच भाग होतो याचंही. वृत्तपत्रांसाठी काहीतरी लिहिण्यापासून स्वतःला आवरणं एवढंच मी करू शकतो. मी लिहिणार नाही, कारण मी स्वतःच चेष्टेचा विषय होईन... कामावरून

काढून टाकलेला, दारुडा, सदसद्विवेकबुद्धी सांगते म्हणून युद्धाला विरोध करणारा. असं आहे हे.

मला आता मुसाबद्दल अर्थात माहीत आहे- अशा अर्थानं की, आम्ही त्याला मृत समजत होतो त्या वेळी तो मेलेला नव्हता. इतकी वर्षं तो आजूबाजूला होता आणि माझ्या भाडेकरूला ही गोष्ट माहीत होती, हे सांगण्याची गरज नाही. फक्त मला ते कळलं ते वीजपुरवठा बराच काळ खंडित झाला तेव्हा. तिनं फ्रिजरमध्ये ठेवलेल्या गोष्टी मला त्या वेळी सापडल्या.

एका रात्री माझ्या घराच्या दाराला किल्ली लावून मुसा आत आला आणि त्याला पाहून मला जितका धक्का बसला नसेल, तितका त्याला मला पाहून बसला, तेव्हा मला काय आनंद झाला असेल कल्पना करा. आमच्या भेटीतली पहिली काही मिनिटं संकटप्रदच होती. तो जायला निघाला होता, पण मी त्याला थांबवण्यात, निदान कॉफी घ्यायला तरी थांबवण्यात यशस्वी झालो. त्याला भेटून बरं वाटलं. आम्ही याआधी शेवटचं भेटलो होतो तेव्हा आम्ही बरेच तरुण होतो. खरंतर, पोरसवदे, आता माझ्या डोक्यावर केस अजिबात उरले नव्हते आणि त्याचे केस रुपेरी झाले होते. आता मी ब्यूरोत नाही हे सांगितल्यावर तो सैलावला. आम्ही ती रात्र आणि दुसऱ्या दिवशी बराच वेळ एकत्र होतो. आम्ही खूप गप्पा मारल्या... मी आता मागे वळून पाहतो, तेव्हा त्यानं ज्या कौशल्यानं मला बोलतं केलं होतं ते आठवून जरा हताश वाटतं. त्यामध्ये मूकपणे काळजी घेणं व एक प्रकारचं कुतूहल याचं मिश्रण होतं. ते चौकश्या करणारं नव्हतं, तर खुशामत करणारं होतं. बहुधा, आता मी तुझा 'शत्रू' नाही याची त्याला खात्री देण्याच्या अधीरतेमुळं गप्पांतला मुख्य वाटा मीच उचलला होता. त्याला ब्यूरोच्या कामकाजाची किती बारीक माहिती होती हे पाहून मी थक्क झालो. तो काही अधिकाऱ्यांबद्दल ते त्याचे व्यक्तिगत मित्र असल्यासारखं बोलत होता. ते अगदी वर्गमित्राशी नोट्सची देवाण-घेवाण केल्यासारखं होतं. पण तो इतकं थंडपणे, अगदी निवांतपणे होतं. त्यातल्या बहुतेक सहज गप्पा होत्या. गॉसिपच्या किनाऱ्याला जाऊन भिडलेल्या. ते इतकं सहज होतं की, काय घडून गेलं आहे हे मला तो गेल्यावरच लक्षात आलं.

आम्ही राजकारणावर अजिबात बोललो नाही आणि आम्ही तिलोबद्दलही बोललो नाही. माझ्या स्वयंपाकघरात जे काही पदार्थ असतील ते घेऊन तो माझ्यासाठी स्वयंपाक करतो म्हणत होता. मला त्याचा खरा उद्देश माहीत होता. त्याला माझा फ्रिजर बघायचा होता. आता माझ्या फ्रिजरमध्ये फक्त किलोभर छानसं मटण होतं. अपार्टमेंटमधलं सगळं सामान, त्याचे अनेक पासपोर्ट व इतर सगळ्या गोष्टी नीट बांधून ठेवल्या आहेत. तिलो तिला हवं तेव्हा त्या नेऊ शकते, हे मी त्याला सांगितलं.

आम्ही काश्मीर या विषयाभोवती फिरत होतो. पण लांबून लांबून.

"तुझं कदाचित बरोबर असेल; पण तुमचा कधीही विजय होणार नाही,"

"माझं याच्या उलट मत आहे," तो पातेल्यातलं रोगन जोश ढवळत, हसून म्हणाला. रोगन जोशचा मस्त वास सुटला होता. "आम्ही चूक होतो असं कदाचित वाटेल, पण आमचा विजय झालेलाच आहे."

मी तो विषय तिथंच सोडला. जमिनीचा तो छोटा तुकडा सांभाळून ठेवण्यासाठी भारत सरकार कुठवर जाऊ शकतं याची त्याला जाणीव असावी असं मला वाटत नाही. त्यामुळे इतका रक्तपात घडू शकणार होता की, १९९०चा काळ शाळेतल्या नाटकासारखा वाटू शकेल. त्याच वेळी, आत्मघाती काश्मिरी कशासाठी- काय बनण्यासाठी-तयार होते याची बहुधा मलाच कल्पना नव्हती. काहीही असलं तरी या वेळी जुगार कधी नव्हे इतका मोठा होता किंवा कदाचित 'विजय' या शब्दाच्या आपल्या व्याख्या वेगळ्या होत्या.

स्वयंपाक मस्तच झाला होता. मुसा मस्त, अगदी उत्तम बल्लवाचार्य होता.

त्यानं नागाची चौकशी केली.

"अलीकडं त्याला टीव्हीवर पाहिलं नाही. तो ठीक आहे ना?"

विचित्र गोष्ट म्हणजे, माझ्या एकांतवासाच्या नव्या आयुष्यात मी अधूनमधून जिला भेटत होतो अशी एकमात्र व्यक्ती होती नागा. त्यानं त्याच्या वृत्तपत्राचा राजीनामा दिला होता आणि तो कधी नव्हे इतका आनंदी दिसत होता. कदाचित, आम्ही दोघेही तिलोच्या आमच्या आयुष्यातील व आमच्या ओळखीच्या जगातून अखेर निर्णायकरीत्या गायब होण्यामुळे मुक्त झाल्यामुळेही असेल. मी मुसाला सांगितलं की, नागा व मी रेडिओवर किंवा पॉडकास्टवर एखादं म्युझिक चॅनल सुरू करायचं ठरवत होतो... अद्याप त्यासंदर्भात 'प्लॅन' सोडून काहीही पुढं सरकलेलं नव्हतं. नागा पाश्चिमात्य संगीत, रॉक 'एन्' रोल, ब्लूज, जाझ सादर करेल आणि मी जगभरातील संगीत अशी योजना होती. माझ्याकडं इंटरेस्टिंग, माझ्या मते अत्युत्तम- अफगाणी, इराणी व सीरियन लोकसंगीताचा- संग्रह होता. हे सांगितल्यावर मला अगदी उथळ असल्यासारखं वाटलं... अगदी वरवरचं. पण मुसा अगदी मनापासून रस घेऊन ऐकतो आहे असं वाटत होतं. मग आमच्या संगीताबद्दल थोड्या गप्पा झाल्या.

दुसऱ्या दिवशी सकाळी त्यानं मार्केटमधून एका छोट्या टेम्पोची व्यवस्था केली. दोन माणसांनी त्यात तिलोचं उरलेलं सामान व ती खोकी चढवली. तिलो कुठं आहे हे त्याला माहीत आहे, असं दिसत होतं. तो त्याबद्दल काही बोलला नाही, म्हणून मीही काही विचारलं नाही. मात्र, त्याला जाण्याआधी मला एक प्रश्न

विचारायचा होता, आणखी तीस वर्षं उलटण्याच्या आत मला त्याचं उत्तर मिळायला हवं होतं, त्यासाठी मी अत्यंत बेचैन होतो. जर मी त्याला तो प्रश्न विचारला नसता तर तो मला आयुष्यभर छळत राहिला असता. मला तो प्रश्न विचारणं भाग होतं. त्यासाठी दुसरा कुठला सौम्य उपाय नव्हता. ते सोपंही नव्हतं; पण अखेर मी तोंड उघडलं.

"अमरिक सिंगला तू ठार मारलंस?"

"नाही." तो त्याचे ग्रीन-टीच्या रंगाचे डोळे माझ्यावर रोखून उत्तरला होता, "मी नाही मारलं."

त्यानंतर तो क्षणभर गप्प राहिला, पण मी त्याच्या नजरेवरून सांगू शकत होतो की, तो मला जोखत होता. मला याबद्दल आणखी काही सांगावं की नाही याचा विचार करत होता. मी त्याला सांगितलं की, मी त्याचे आश्रय मिळण्यासाठीचे अर्ज आणि अमेरिकेला जाणाऱ्या विमानांचे बोर्डिंग पास पाहिले आहेत, त्या पासवरचं नाव त्याच्या एका बनावट पासपोर्टवरच्या नावाशी मिळतंजुळतं होतं. मी क्लोविसमधल्या एका कार-हायर कंपनीची पावतीसुद्धा पाहिली होती. त्यावरच्या तारखाही जुळत होत्या, त्यामुळे त्याचा या सगळ्या प्रकरणाशी काहीतरी संबंध आहे एवढं मला कळलं होतं. पण तो नेमका काय आहे, ते मला कळलं नव्हतं.

"मला फक्त कुतूहल आहे," मी म्हणालो, "तू त्याला मारलं असलंस तरी काही फरक पडत नाही. त्याची लायकी मरायचीच होती."

"मी त्याला मारलेलं नाही. त्यानं स्वतःच स्वतःला संपवलं आहे. पण आम्ही त्याला स्वतःला संपवायला लावलं."

याचा अर्थ काय ते मला माहीत नव्हतं.

"मी त्याला शोधत अमेरिकेत गेलो नव्हतो. मी दुसऱ्या एका कामासाठी तिथं गेलो असताना मी पेपरमध्ये बातमी वाचली की, बायकोला मारहाण केल्याप्रकरणी त्याला अटक झाली आहे. त्याचा निवासी पत्ता जगजाहीर झाला होता. मी कित्येक वर्षं त्याच्या शोधात होतो. मला त्याच्याशी काही हिशेब चुकता करायचा होता. आमच्यापैकी बऱ्याच जणांना करायचा होता. म्हणून मी क्लोविसला गेलो. तिथं काही ठिकाणी चौकशी केली. अखेर तो मला एका ट्रक-वॉशिंग गॅरेज ॲन्ड वर्कशॉपमध्ये सापडला. तिथं तो त्याच्या ट्रकच्या सर्व्हिसिंगसाठी येत असे. आम्हाला त्याचं जे खुनी रूप माहीत होतं- जलिब कादरी व इतर अनेकांचा जीव घेणारा- त्यापेक्षा तो सर्वस्वी निराळाच माणूस बनला होता. काश्मीरमध्ये त्याला जे अभय कवच होतं, ज्याच्या परिघात त्याच्या कारवाया सुरू होत्या, ते कवच इथं नव्हतं. इथं तो भयभीत आणि उद्ध्वस्त झालेला होता. मला त्याची चक्क दया आली. मी त्याला एक गोष्ट सांगितली, ती म्हणजे मी तुला काही इजा करणार नाही आणि

मी इथं आलो आहे ते तुला एवढंच सांगायला की, तू जे केलं आहेस ते आम्ही तुला विसरू देणार नाही.''

मुसा आणि मी हे संभाषण बाहेर रस्त्यावर करत होतो. मी त्याला निरोप द्यायला खाली आलो होतो.

''ही बातमी इतर काश्मिरी लोकांनीही वाचली होती, त्यामुळे काश्मीरचा कसाई आता कशाप्रकारे जगतोय हे पाहण्यासाठी ते क्लोविसला येऊ लागले. त्यात काही पत्रकार होते, काही लेखक होते, छायाचित्रकार, वकील होते... काही फक्त सामान्य लोक होते. ते त्याच्या नोकरीच्या ठिकाणी, त्याच्या घरी, सुपरमार्केटमध्ये, रस्त्यावर, त्याच्या मुलांच्या शाळेत गाठू लागले. दररोज. त्याला आमच्याकडे पाहणं भाग होतं; आम्ही कोण आहोत हे आठवणं भाग होतं. त्यामुळेच तो वेडापिसा झाला असणार. अखेर त्यामुळे त्यानं स्वत:ला संपवलं. त्यामुळे... तुझ्या प्रश्नाचं उत्तर... नाही, मी त्याला ठार मारलं नाही.''

बाळाला पोलिओ डोस देणाऱ्या महाकाय दैत्यासारख्या परिचारिकेचं चित्र असलेल्या शाळेच्या गेटसमोर उभं राहून मुसानं जे सांगितलं होतं ते... ते बर्फाच्या इंजेक्शनसारखं होतं.

ते तसं अधिक वाटण्याचं कारण म्हणजे त्यानं ते अगदी सहज, मजेत सांगावं, एखादा विनोद सांगत असल्यासारखं, तसं सांगितलं. त्याच्या चेहऱ्यावर मैत्रीपूर्ण, आनंदी म्हणता येईल असं हास्य होतं.

''एक दिवस काश्मीर भारताला अशाच पद्धतीनं स्वत:ला संपवायला लावेल. तोवर तुम्ही आम्हा सर्वांना दृष्टिहीन केलं असेल, आमच्यातल्या प्रत्येकाला... पेलेट गननं. पण तुम्ही आमची काय अवस्था केली आहे हे पाहायला तुम्हाला डोळे असतीलच. तुम्ही आम्हाला उद्‌ध्वस्त करत नाही आहात; तुम्ही आम्हाला घडवत आहात. तुम्ही उद्‌ध्वस्त करत आहात ते तुम्हालाच. खुदा हाफिज, गार्सन भाई.''

आणि तो निघून गेला. तो मला पुन्हा कधी भेटला नाही.

त्याचं म्हणणं बरोबर असेल तर? आपण काही मोठे देश अक्षरश: एका रात्रीत उद्‌ध्वस्त झालेले पाहिले आहेत. त्या यादीत पुढचा नंबर आपला असेल तर, या विचारानं माझं मन व्यथित होतं.

हा मागच्या गल्लीतला छोटा रस्ता पाहिला, तर बहुधा पडझडीला सुरुवात कधीच झालेली आहे. सगळं अचानक शांत झालं आहे. सगळं बांधकाम थांबलं आहे. मजूर गायब झाले आहेत. वेश्या, समलिंगी आणि छानपैकी कोट घातलेली कुत्री कुठं आहेत? मला त्यांची आठवण होतीये. हे सगळं इतक्या झटपट कसं काय अदृश्य होऊ शकतं?

मी जुन्या आठवणीत रमणाऱ्या एखाद्या मूर्ख म्हाताऱ्यासारखं इथं उभं राहता कामा नये.

परिस्थिती सुधारेल. सुधारायलाच पाहिजे.

घरी परत येताना मी जिन्यात माझ्या मादक व चुरूचुरू बडबडणाऱ्या भाडेकरू-अंकिताला टाळण्यात यशस्वी झालो आणि माझ्या रिकाम्या अपार्टमेंटमध्ये परत आलो, जिथं आता त्या पुठ्ठ्याच्या खोक्यांतल्या भुतांची बाधा कायम राहणार होती, ती खोकी तिथून नेल्यावरसुद्धा... आणि त्या खोक्यांतल्या सगळ्या कहाण्याही.

आणि त्या स्त्रीची अनुपस्थिती, जिच्यावर मी माझ्या दुबळ्या, डळमळत्या मार्गानं, सदैव प्रेम करत राहीन.

माझं काय होईल? मी काहीसा अमरिक सिंगसारखाच आहे... म्हातारा, सुजलेला, घाबरलेला आणि मुसानं ज्यासाठी अतिशय चांगला शब्द वापरला होता, त्या 'अभयकवचा'पासून वंचित, ज्याच्या परिघात मी आयुष्यभर वावरत होतो. मीही स्वत:लाच संपवलं तर?

जर संगीतानं मला वाचवलं नाही, तर मी स्वत:ला संपवेन.

मी नागाशी संपर्क साधायला हवा. मी त्या 'पॉडकास्ट'च्या कल्पनेवर काम करायला हवं.

पण सगळ्यात आधी मला ड्रिंकची गरज आहे.

बारा

ग्यूह कायोम

मुसाची ती जन्नत गेस्ट हाउसमधली तिसरी रात्र होती. काही दिवसांपूर्वी तो एखाद्या 'डिलिव्हरी-मॅन'सारखा आला होता, कार्डबोर्डच्या खोक्यांनी भरलेला टेम्पो घेऊन. त्याला पाहताच उस्तानीजींच्या चेहऱ्यावर फुललेलं चैतन्य पाहून सगळ्यांनाच खूप आनंद झाला होता. तिलोच्या खोलीत ती खोकी भिंतीला टेकून रचून ठेवण्यात आली होती. ती अहलाम बाजीसोबत ज्या जागेत राहत होती, त्या जागेत त्यामुळे दाटीवाटी झाली होती. तिलोला जन्नत गेस्ट हाउसमधल्या प्रत्येकाबद्दल जेवढं माहीत होतं तेवढं तिनं मुसाला सांगितलं होतं. त्या अखेरच्या रात्री ती तिच्या बेडवर त्याच्याशेजारी आडवी होऊन त्याला तिची उर्दूतली सफाई दाखवत होती. तिला डॉ. आझाद भारतीयांकडे कळलेली एक कविता तिनं वहीत लिहून ठेवली होती.

मर गयी बुलबुल कफस में
कह गयी सय्याद से
अपनी सुनहरी गांड में
तू ठूस ले फस्ल-ए-बहार

मुसा म्हणाला की, ''ही आत्मघाती बॉम्बरच्या विजयगीतासारखी वाटते आहे.''

तिलोनं त्याला डॉ. आझाद भारतीय आणि जंतरमंतरवर 'त्या' रात्रीनंतरच्या सकाळी पोलिसांनी त्यांची चौकशी केल्यानंतर त्यांनी प्रतिक्रियेदाखल ही कविता कशी ऐकवली होती याबद्दल सांगितलं.

''मी मेल्यावर,'' तिलो हसत म्हणाली होती, ''ही कविता माझ्या कबरीवरच्या दगडावर कोरली जावी अशी माझी इच्छा आहे, 'एपिटाफ' म्हणून.''

अहलाम बाजीनं काहीतरी शिव्याशाप देत कबरीतच कूस बदलली.

मुसानं तिच्या वहीतल्या एका पानावर नजर टाकली. त्यावर 'तिलो'नं कविता लिहिली होती.

चूर चूर
झालेली
उद्ध्वस्त कहाणी
कशी
सांगायची?

हळूहळू
प्रत्येकजण
होत.

नाही.
हळूहळू सगळंच होत.

हे काहीतरी विचार करण्यासारखं आहे, त्याच्या मनात आलं.

त्यामुळे तो त्याच्या अनेक वर्षांच्या प्रेमाकडे वळला... ज्या बाईचा चमत्कारिकपणा त्याला अतिशय प्रिय वाटू लागला होता, त्या बाईकडे आणि त्यानं तिला घट्ट जवळ घेतलं.

तिलोच्या नव्या घरानं मुसाला मुमताज अफजल मलिक या तरुण टॅक्सी ड्रायव्हरची आठवण करून दिली... ज्याला अमरिक सिंगनं ठार केलं होतं... त्याचा मृतदेह शेतात आढळला होता... आणि तो त्याच्या कुटुंबीयांकडे सोपवला होता, त्याच्या मुठींतल्या मातीसह आणि त्याच्या बोटांमधल्या फटींतून वाढणाऱ्या मोहरीच्या फुलांसह. ही कहाणी मुसाच्या मनात कायम घर करून राहिली होती... कदाचित, आशा व दुःख त्यात एकत्रच गुंफलं असल्यामुळे... अगदी घट्ट... त्याचा गुंता सोडवता येणार नाही इतकं.

तो दुसऱ्या दिवशी सकाळी काश्मीरला जाणार होता, जुन्याच युद्धाच्या नव्या टप्प्यात परत जाण्यासाठी, परत या वेळी तो परत येणार नव्हता. तो त्याला हव्या त्या पद्धतीनं मरणार होता, त्याच्या 'असल बूत' सोबत. त्याला हव्या त्या पद्धतीनं त्याचं दफन होणार होतं... बेनाम कबरीत बिनचेहऱ्याचा माणूस म्हणून. त्याच्या जागी येणारे अधिक तरुण लोक जास्त कठोर, संकुचित आणि माफ करण्याच्या बाबतीत अधिक नकारात्मक असणार होते. हे तरुण जे युद्ध लढतील त्यात ते विजयी होण्याची शक्यता जास्त होती कारण ते अशा पिढीतले होते, जिला युद्ध

सोडून काहीही माहीत नव्हतं.

मग तिलोला खदिजाचा निरोप मिळणार होता. तरुण, सुहास्य मुसा व गुल-काकचा फोटो. त्याच्या मागे खदिजाचा निरोप : *कमांडर्स गुलरेज आणि गुलरेज आता एकत्र आहेत.*

तिलो मुसाच्या जाण्यानं भयंकर दुःखी होणार होती; पण ती त्या दुःखानं उद्ध्वस्त होणार नव्हती, कारण ती त्याला नियमित लिहू शकणार होती आणि दरवाजाच्या फटीतून त्याला वरचेवर भेटायला जाऊ शकणार होती... कब्रस्तानातल्या थकल्याभागल्या देवदूतांनी तिच्यासाठी (अवैधरीत्या) उघडलेल्या दरवाजाच्या फटीतून.

त्यांच्या पंखांना कोंबड्याच्या खुराड्याच्या तळासारखा वास येत नव्हता.

त्यांच्या सहवासाच्या त्या अखेरच्या रात्री, तिलो व मुसा एकमेकांच्या बाहुपाशात झोपले, पहिल्यांदाच भेटत असल्यासारखे.

अन्जुम त्या रात्री अस्वस्थ होती. तिला रात्रभर झोप लागली नाही. ती तिच्या मालमत्तेवर नजर ठेवून नुसतीच भिरभिरत होती. ती क्षणभर बॉम्बे सिल्कच्या कबरीपाशी थांबली, तिनं प्रार्थना म्हटली आणि तिच्या काखेत बसलेल्या उदया जबीनला तिनं बॉम्बे सिल्कच्या पहिल्या भेटीचा किस्सा सांगितला. चितली कबरपाशी बॉम्बे सिल्क बांगड्यांच्या दुकानात बांगड्या भरायला आलेली असताना अन्जुमनं पहिल्यांदा पाहिलं होतं आणि मग ती तिच्यामागून गली डाकोटनपर्यंत गेली होती...

अन्जुमनं खाली वाकून रोशन लालनं बेगम रेनता मुमताज मॅडमच्या कबरीवर वाहिलेलं फुलं उचलली आणि कॉम्रेड मासीच्या कबरीवर ठेवली. पुनर्वितरणाच्या या छोट्याशा कृतीनं तिला खूप बरं वाटलं. तिनं जन्नत गेस्ट हाउसकडं समाधानी आणि साफल्याच्या भावनेनं पाहिलं. मग तिनं आवेगानं, कुमारी उदया जबीनला तिच्या आजूबाजूच्या परिसराची ओळख करून देण्यासाठी व तिला शहरातले दिवे दाखवण्यासाठी मध्यरात्री छोट्याशा फेरफटक्यापाशी बाहेर न्यायचं ठरवलं.

ती शवागार मागे टाकून, हॉस्पिटलचं कार पार्किंग ओलांडून मुख्य रस्त्यावर आली. त्या वेळी रस्त्यावर फारशी रहदारी नव्हती. तरीही, सुरक्षितता म्हणून त्या पेव्हमेन्टवरच तिथं लावलेल्या सायकल रिक्षा व झोपलेल्या लोकांच्या गर्दीतून वाट काढत फिरू लागल्या. त्या एका कृश, नग्न माणसाजवळून गेल्या. त्याच्या दाढीत पिळाच्या तारेचा तुकडा दिसत होता. त्यानं त्यांना हात उंचावून अभिवादन केलं आणि त्याला ऑफिसला जायला उशीर होत असल्यासारखा तो तिथून घाईनं निघून गेला.

मग उदया जबीन म्हणाली, "मम्मी, सू-सू!"

अन्जुमनं तिला रस्त्यावरच्या दिव्याच्या खांबाजवळ बसवलं. शू करताना तिची

नजर तिच्या आईवर खिळलेली होती. मग तिनं बूड उचललं. तिनं करून ठेवलेल्या थारोळ्यात रात्रीचं आकाश, चांदण्या आणि हजार वर्षे जुन्या शहराचं प्रतिबिंब पडलं होतं. अन्जुमनं तिला उचललं, तिचा पापा घेतला आणि त्या दोघी घरी परत आल्या.

त्या घरी परत आल्या तेव्हा सगळीकडचे दिवे बंद झाले होते, सगळे गाढ झोपी गेले होते. सगळे जण, फक्त ग्यूह क्योम वगळता... ग्यूह क्योम, शेणातला किडा. तो मात्र टक्क जागा होता आणि 'ड्यूटी'वर होता... आभाळ कोसळलंच तर जगाला वाचवण्यासाठी जमिनीला पाठ टेकून पाय वर करून पडला होता; पण अखेर सगळ्या गोष्टी व्यवस्थित होतील हे त्यालासुद्धा माहीत होतं. त्या व्यवस्थित होतील, व्हाव्याच लागतील.

कारण कुमारी जबीन, कुमारी उदया जबीन आली होती.

◆